போர்கொண்ட காதல்

எர்னெஸ்ட் ஹெமிங்வே

ஆங்கிலத்திலிருந்து தமிழில்

ஆயிரம். நடராஜன்

தடாகம்

தடாகம்

போர்கொண்ட காதல் - நாவல்

- ***ஆசிரியர்:*** *எர்னெஸ்ட் ஹெமிங்வே*
- ***ஆங்கிலத்திலிருந்து தமிழில்:*** *ஆயிரம். நடராஜன்*
- ***முதற்பதிப்பு:*** *ஜூலை 2023*
- ***பக்க வடிவமைப்பு:*** *கி. ஆஷா*
- ***அட்டை ஓவியம்:*** *காமேஷ்வரன்*

Porkonda Kathal a Tamil translation of ***A Farewell to Arms*** - an English Novel by ***Ernest Miller Hemingway,*** published by Penguin Random House, UK on 1929, translated in Tamil by ***Ayeram. Natarajan***

Tamil Translation © Thadagam, Chennai, 2023

Published by:

THADAGAM
No.112, First Floor, Thiruvalluvar Salai
Thiruvanmiyur, Chennai 600 041
Ph: +91-98400-70870
www.thadagam.com | info@thadagam.com

ISBN: 978-93-93361-74-5

Published on July 2023

Price: ₹ 580

ஆசிரியர் அறிமுகம்

"என் பெயர் எர்னெஸ்ட் மில்லர் ஹெமிங்வே. நான் பயணம் செய்ய விரும்புகிறேன், எழுத விரும்புகிறேன்."

பிற்காலத்தில் தான் என்னவாக வேண்டும் என்று இளநிலை மாணவனாக இருந்தபோது தனது பதினேழு வயதில் பள்ளி ஆவணத்தில் இப்படிப் பதிவு செய்த எர்னெஸ்ட் மில்லர் ஹெமிங்வே, தன் கனவை நனவாக்கும் வகையில் பல நாடுகளுக்குப் பயணம் செய்து அதிக அளவில் எழுதி சாதனை படைத்தார். அவர் படைப்புகளில் தலையாயதாகக் கருதப்படும் "A Farewell to Arms" என்ற நாவல் 1929ஆம் ஆண்டு வெளிவந்தது; அவர் ஒரு வலிமையான அமெரிக்க எழுத்தாளர் என்று உறுதி செய்தது.

தோற்றம்: ஜூலை 12, 1899, ஓக் பார்க், இல்லினாய், அமெரிக்கா.

மறைவு: ஜூலை 2, 1961, கெச்சம், இடாஹோ, அமெரிக்கா.

தந்தை: கிளாரன்ஸ் எட்மண்ட்ஸ் ஹெமிங்வே, மருத்துவர்.

தாய்: கிரேஸ் ஹால் ஹெமிங்வே, இசைக் கலைஞர்.

1899இல் பிறந்த எர்னெஸ்ட் மில்லர் ஹெமிங்வே இருபதாம் நூற்றாண்டின் மிகவும் புகழ்பெற்ற எழுத்தாளர்களில் ஒருவராகக் கருதப்படுகிறார். நாவலாசிரியர், சிறுகதைகள் எழுத்தாளர், பத்திரிகையாளர், வீரவிளையாட்டு வீரர், ஆழ்கடல் மீன்பிடிப்பாளர், பெரிய வனவிலங்குகளை வேட்டையாடுபவர் எனப் பன்முகத் தன்மை கொண்டவர். பிரித்தானிய எழுத்து முறையிலிருந்து விலகி தூய அமெரிக்க எழுத்து முறையை உருவாக்கிய முன்னோடி என்ற பெயர் பெற்றவர்.

அவர் பிறந்த ஊரில் பள்ளிப்படிப்பை நிறைவு செய்தார்; பள்ளிப் பருவத்திலேயே அவருடைய தந்தை வேட்டையாடு வதிலும், ஆழ்கடலில் மீன்பிடிப்பதிலும் அவருக்குப் பயிற்சி அளித்தார்; வெளியுலக வாழ்க்கையை நேசிக்கச் செய்தார்.

அவருடைய முறையான கல்வி பள்ளிப் படிப்போடு நிறை வுற்றது. பிறந்த ஊரைப் பிரிந்து, புகழ்பெற்ற Kancas City Star என்ற நாளிதழில் நிருபராகப் பணியாற்றினார். பிறகு, இத்தாலியின் செஞ்சிலுவைச் சங்கம் மூலமாக முதலாம் உலகப் போரில் ஆம்புலன்ஸ் டிரைவராகப் பணியாற்றினார். பீரங்கிக் குண்டுகளின் சிதறல்களால் இரண்டு கால்களிலும் மோசமாகக் காயமடைந்த அவர், ஆறு மாதக் காலம் தீவிரச் சிகிச்சைப் பெற்று மீண்டெழுந்தார். தனக்குச் சிகிச்சை அளித்த ஆக்னஸ் வான் குரௌஸ்கி என்ற நர்ஸைக் காதலித்தார். ஆனால், வேறு ஒருவரைத் திருமணம் செய்துகொள்ளப் போவதாக அவள் தெரிவித்ததால் ஹெமிங்வே மனம் நொறுங்கிப் போனார்.

திருமணம் செய்த பின் பாரீஸ் நகருக்குச் சென்றார். அவரால் முடிந்த அளவுக்குப் புத்தகங்கள் வாசித்தார்; எழுத்தாளராகப் பயிற்சி செய்தார். புகழ்பெற்ற எழுத்தாளர்கள் ஜேம்ஸ் ஜாய்ஸ், எஸ்ரா புவுண்ட், எஃப்.ஸ்காட் ஃபிட்ஜெரால்ட், குறிப்பாக, ஜெர்ட்ருட் ஸ்டெய்ன் ஆகியோருடன் நெருங்கிய நட்பில் இருந்தார்; அவர்களின் எழுத்துமுறை அவர்மீது பெரும் தாக்கத்தை ஏற்படுத்தியது. நான்கு ஆண்டுகளாக அவர் எழுதிச் சேமித்த சிறுகதைக் குறிப்புகள் அடங்கிய பெட்டி, அவருடைய மனைவி ஸ்விட்சர்லாந்துக்கு இரயில் பயணம் செய்தபோது திருட்டுப் போயிற்று; அவருக்கு ஏற்பட்ட பேரிழப்பு அது.

அவர் எழுதிய நூல்களின் கருப்பொருட்கள் பற்றி தீவிரப் பயிற்சி எடுத்த பின்னரே எழுதினார். முதலாம் உலகப் போரின் போது இராணுவ வீரர்களிடமிருந்து போர்முறைகளின் நுணுக்கங் களைக் கேட்டறிந்தார். எருதுடன் பொருதும் கலையைப் பற்றி ஸ்பெயின் காளைமாட்டுச் சண்டை வீரர்களிடம் கற்றுக் கொண்டார். ஆழ்கடல் மீன்பிடித்தலை பஹாமாஸ் நாட்டவர் களிடம் பயின்றார். பல்வேறு உணவு வகைகளிலும் மது வகைகளிலும் மிகுந்த ஈர்ப்பு உடையவராக இருந்தார்.

அவர் எழுதிய பல சிறுகதைகள் தொகுப்புகளாக வெளியிடப் பட்டன. சிறந்த கட்டுரை ஆசிரியராகவும் விளங்கினார். நாவல்கள் பல எழுதி வெளியிட்டார்.

அவர் எழுதி வெளிவந்த முதல் நூல் "In Our Times" என்ற கதைத் தொகுப்பு *(1925)*. அடுத்து, "The Torrents of Spring" *(1926)* என்ற குறுநாவலை வெளியிட்டார். அவருடைய முதல் நாவல் "The Sun Also Rises" *(1926)* பெரிதும் விரும்பி வாசிக்கப்பட்டது. "Men Without Women" *(1927)* என்ற கதைத் தொகுப்புக்குப் பின் வெளிவந்த நாவல்தான் இந்த மொழிபெயர்ப்பின் மூல நூலான "A Farewell to Arms" *(1929)*. இரண்டு நாவல்களும் பெரும் வெற்றி அடைந்தன. அடுத்து வந்தது "Winner Takes Nothing" என்ற கதைத் தொகுப்பு *(1933)*. "To Have and Have Not" *(1937)* என்ற கதைத் தொகுப்பை வெளியிட்டார்; இரண்டு கட்டுரைத் தொகுப்புகள் எழுதினார். நீண்ட இடைவெளிக்குப் பின் வெளிவந்த "For Whom The Bell Tolls" *(1940)* என்ற நாவல் ஸ்பெயின் நாட்டின் உள்நாட்டுக் கலவரத்தை அடிப்படையாகக் கொண்டது, மாபெரும் வரவேற்பைப் பெற்று சாதனை படைத்தது. அதை அடுத்த வந்த "Across the River and into the Trees" *(1950)* என்ற நாவல் மிகப் பெரிய தோல்வியைத் தழுவியது; மோசமான விமர்சனத்துக்குள்ளானது.

அதன் விளைவாக, அவர் நலிந்து வரும் எழுத்தாளராக இலக்கிய உலகில் பேசப்பட்டார். இதனால் மனமுடைந்து கொந்தளித்த ஹெமிங்வே, இழந்த பெருமையையும் மரியாதையையும் மீட்டெடுக்க, அவரது மனதை ஒருமுகப்படுத்தி, மிகுந்த ஈடுபாட்டுடன் எட்டு வாரத்தில் எழுதி முடித்து வெளிவந்த நாவல் "The Old Man and the Sea" *(1952)*, *1953*ஆம் ஆண்டின் புலிட்சர் இலக்கிய விருதைப் பெற்றது. இதுவே அவருடைய வாழ்நாளில் வெளிவந்த இறுதி நாவலாகவும் இருந்தது. அவர் மறைவுக்குப் பின் ஒரு சில நாவல்களும் சில சிறுகதைத் தொகுப்புகளும் வெளியிடப்பட்டன.

பள்ளி இதழின் ஆசிரியராகச் செயலாற்றி எழுத்துப் பணியில் நாட்டம்கொள்ளத் தொடங்கினார். பள்ளியின் இலக்கிய இதழில் பல கட்டுரைகள் எழுதினார்.

இத்தாலி, பிரான்ஸ், கனடா, இங்கிலாந்து, ஸ்பெயின், சீனா, துருக்கி, ஆப்பிரிக்கா, கியூபா ஆகிய நாடுகளுக்குப் பயணம் செய்தார். இவற்றில் சில நாடுகளில் சில காலம் வாழ்ந்தார். கியூபாவில் ஹவானா நகருக்கு அருகே அவருக்குச் சொந்தமான வீட்டில் கிட்டத்தட்ட பத்து ஆண்டுகளுக்கும் மேலாக வாழ்ந்தார்.

ஆப்பிரிக்கப் பயணத்தின்போதும் அடுத்தடுத்து விபத்துகளில் சிக்கிக் காயமுற்று, அவற்றின் பாதிப்புகளைத் தன் வாழ்நாள் முழுவதும் தாங்கிச் சென்றிருக்கிறார். இரண்டாம் உலகப் போரின் போது போர்க்களச் செய்தியாளராகவும், ஒற்றராகவும் பணியாற்றி யிருக்கிறார்.

அவர் வாழ்ந்த நூற்றாண்டில் எழுத்துலகில் ஆழ்ந்த தாக்கத்தை ஏற்படுத்தியவர். அவர் படைத்து உருவாக்கிய 'பனிப்பாறை (Iceberg Theory) எழுத்துமுறை', உலக அரங்கில் அவரை ஒரு மாபெரும் எழுத்தாளராக அடையாளம் காட்டியது.

1954ஆம் ஆண்டு அவருக்கு இலக்கியத்துக்கான நோபல் பரிசு வழங்கப்பட்டது. ஆனால், அவர் நோய்வாய்ப்பட்டுப் பயணம் செய்ய முடியாத நிலையில், ஸ்வீடனுக்கான அப்போதைய அமெரிக்க தூதன் ஜான் எம். கபோட், அவர் சார்பில், அவரின் ஏற்புரையை வாசித்தார்; பரிசையும் பெற்று வந்தார். இச்செயல், அமெரிக்க அரசு ஹெமிங்வேக்கு அளித்த மாபெரும் மரியாதை யாகக் கருதப்படுகிறது.

கியூபா நாட்டுடனும், அந்நாட்டு மக்களுடனும் அவருக்கு இருந்த ஆழ்ந்த பிணைப்பால், அவர் பெற்ற நோபல் பரிசை அந்நாட்டு மக்களுக்கு அர்ப்பணித்தார்; பதக்கத்தை கியூபாவின் எல் கோப்ரேவிலுள்ள மாதா பேராலயத்தில் காட்சிப் பொரு ளாக்கினார்.

அவரது தனிப்பட்ட வாழ்க்கையிலும் அதிகத் துன்பங்களைச் சந்தித்திருக்கிறார். நான்கு முறை திருமணம் செய்துள்ளார். நிறை வேறாத காதல் பற்றிய குறிப்புகளும் காணப்படுகின்றன. மூன்று குழந்தைகளின் தந்தை இவர்.

1928ஆம் ஆண்டு அவரது தந்தை தானாகவே அவரது வாழ்வை முடித்துக்கொண்ட நிகழ்வு ஹெமிங்வேயைப் பலமாகப் பாதித்தது.

தனது வாழ்வின் கடைசிக் காலத்தில் நோய்வாய்ப்பட்டு பல துயரங்களை அனுபவித்த ஹெமிங்வே, 1961இல் அவராகவே மீளாத துயிலில் மூழ்கினார்; மறைந்தும் வாழ்கிறார்.

அவரது மறைவுக்குப் பின்னரும், ஒரு சிறந்த எழுத்தாளருக்கான சகல அரசு மரியாதைகளும் அவருக்கு அளிக்கப்பட்டன. அவர் சம்பந்தப்பட்ட மூன்று வீடுகளும் தி நேஷனல் ரெஜிஸ்டர் ஆஃப் ஹிஸ்டாரிக் பிளேசஸ் என்ற பதிவேட்டில் சேர்க்கப் பட்டிருக்கின்றன. ஹவானாவில் அவர் வாழ்ந்த வீடு அருங் காட்சியமாக மாற்றப்பட்டுள்ளது.

நூல் அறிமுகம்

இருபதாம் நூற்றாண்டின் மிகச் சிறந்த எழுத்தாளர்களில் ஒருவராகத் திகழ்ந்த அமெரிக்க எழுத்தாளர் எர்னெஸ்ட் ஹெமிங்வே எழுதி, 1929ஆம் ஆண்டு வெளிவந்த “A Farewell to Arms” என்ற நாவல், அந்த நூற்றாண்டின் புகழ்பெற்ற நாவல்களில் ஒன்றாகக் கருதப்பட்டது. அவரது நாவல்களிலேயே இது தலையானதாகவும் விளங்கியது; அவரைப் புகழின் உச்சியில் நிறுத்தியது, இன்றும் மங்காப் புகழுடன் நீடித்து நிலைத்து நிற்கிறது. அவர் ஒரு வலிமையான அமெரிக்க எழுத்தாளர் என்ற இடத்தை உறுதி செய்தது.

அந்நாவல் ‘போர்கொண்ட காதல்’ என்ற தலைப்பில் தமிழில் மொழிபெயர்க்கப்பட்டிருக்கிறது.

1914ஆம் ஆண்டு ஜூலை மாதம் 28ஆம் நாள் தொடங்கி 1918ஆம் ஆண்டு நவம்பர் மாதம் 11ஆம் நாள் நிறைவடைந்த மாபெரும் போர் என்று அழைக்கப்பட்ட முதலாம் உலகப் போரின் வரலாறு, நிலப்பரப்புகளை அடிப்படையாகக்கொண்டு A Farewell to Arms என்ற இந்தப் புதினம் புனையப்பட்டுள்ளது. இந்த நாவலின் நாயகன் ஃப்ரெட்ரிக் ஹென்றி நடந்து முடிந்த கதையைச் சொல்வதாக எழுதப்பட்டுள்ளது. 1916-18ஆம் ஆண்டு களுக்கிடையே நான்கு நிலப்பரப்புகளில் நடந்த போரின் நிகழ்வுகள் இந்தக் கதையின் தளங்களாக அமைகின்றன:

1. இத்தாலி, ஆஸ்திரிய-ஹங்கேரி பேரரசுகளிடையே அப் போது எல்லையாக இருந்த ஜூலியன் ஆல்ஃப்ஸ் மலைத் தொடர்.

2. போர்முனையிலிருந்து வெகுதூரத்தில் இருந்த வட இத்தாலி நகரமான மிலன்.

3. மேஜியோர் ஏரியில் இத்தாலி, சுவிட்சர்லாந்து நாடுகளின் எல்லையிலிருந்த சுற்றுலா நகரமான ஸ்ரெசா.

4. சுவிட்சர்லாந்து நாட்டின் ஆல்ஃப்ஸ் மலைப்பகுதியிலிருந்த பல நகரங்களும் கிராமங்களும்.

இந்த நாவலில் எர்னெஸ்ட் ஹெமிங்வே எதிரும் புதிருமான இரண்டு பெரும் பரிமாணங்களை முன்வைக்கிறார் - ஒன்று, போரின் பேரழிவுகளையும், போர்க்காலக் கொடூரங்களையும் வெளிப்படுத்துவது; மற்றொன்று, மென்மையான காதல் உணர்வு களை காலை இளந்தென்றல் வீசுவதுபோல் வர்ணிப்பது. இரண் டையும் அவற்றின் உச்சநிலைகளில் வெளிச்சம் போட்டுக் காட்டு கிறார்.

போர் நாவல் என்ற கோணத்தில் நோக்கினால், முதலாம் உலகப் போரை அடிப்படையாகக் கொண்டு இந்த நாவலுக்கு இணையான வேறு நாவல் இதுவரை எழுதப்படவில்லை. இரண் டாம் உலகப் போரை அடிப்படையாகக் கொண்டு எழுதப்பட்ட, **1.** நார்மன் மெய்லரின் 'The Naked and the Dead', **2.** ஜோசஃப் ஹெல்லரின் 'Catch-22' ஆகிய இரண்டு அமெரிக்க நாவல்களுக்கு இணையாக இந்த நாவல் கருதப்படுகிறது.

போரில் பங்கேற்க செல்லும் இராணுவ வீரர்களும், கனரக வாகனங்களும், தளவாடங்களைச் சுமந்து செல்லும் கோவேறு கழுதைகளும் அணிவகுத்துச் செல்லும் காட்சிகள் கண்முன்னே விரிவடைகின்றன. அகண்ட திரையில் காண்பதுபோல் விரிவாகச் சொல்லப்படுகின்றன, அருகிலிருந்து பார்க்கும் காட்சிகளாகத் துல்லிய நுணுக்கமான விவரங்களும் கொடுக்கப்பட்டிருக்கின்றன.

எர்னெஸ்ட் ஹெமிங்வே போரைப் போற்றிப் புகழவில்லை. இராணுவம் அதன் வலிமையையும் வீரதீரச் செயல்களை வெளிப் படுத்தும் வாய்ப்பாகப் போரைக் கருதவில்லை என்பதைத் தெள்ளத் தெளிவாகக் காண்பித்திருக்கிறார். போரில் மரணமடைந்தவர்கள் தரையில் குவிக்கப்படுவதும், காயமடைந்தவர்கள் வரிசையாகக் கிடத்தப்படுவதும், கைகால்கள் இழந்தவர்கள் எழுப்பும் கூக்குரல் களும் நெஞ்சை உருக்கும் காட்சிகளாக விவரிக்கிறார்.

ஹெமிங்வே போரை அடியோடு வெறுத்தவர். இத்தாலிய செஞ் சிலுவைச் சங்கம் மூலமாக ஆம்புலன்ஸ் ஓட்டுநராக முதலாம்

உலகப் போரில் பங்கெடுத்து போரின் கோரங்களைக் கண் கூடாகக் கண்டு அவற்றை அப்படியே இந்நாவலில் பதிவு செய்திருக் கிறார். ஓய்வாக இருக்கும் நேரத்தில் கதைமாந்தர்கள் சிலர் நடத்தும் உரையாடல்கள் மூலமாகவும் போருக்கெதிரான அவ ருடைய கருத்துகளைத் தொடர்ந்து வலியுறுத்துகிறார்.

போரில் கிடைக்கும் வெற்றியால் போரை வெல்ல முடியுமா? எதிரி நாட்டின் ஒரு பகுதியைக் கைப்பற்றுவதன் மூலம் அடையும் பயன் என்ன? தொலைவில் இருக்கும் பகுதிகள், நகரங்கள், மலைகள், சமவெளிப்பகுதிகள் அனைத்தையும் கைப்பற்றிவிட முடியுமா? போன்ற பல கேள்விகளை எழுப்பி வாசகர்களின் கவனத்தை ஈர்க்கிறார். போர் தொடர்ந்து நடக்க முடியாது என்கிறார்.

ஒரு நாட்டைத் தன் கட்டுப்பாட்டில் வைத்திருக்கும் அறி வில்லாத ஆதிக்கக் குழுவுக்கு எதைப் பற்றியும் ஒரு தெளிவான புரிதல் கிடையாது என்றும், அவர்களால் ஒருபோதும் புரிந்து கொள்ள முடியாது என்றும், அதனால்தான் இந்தச் சண்டை நடக்கிறது என்றும் சாடுகிறார்.

புனிதமானது, போற்றத்தக்கது, தியாகம் போன்ற சொற்களாலும் பயனற்ற வீண் பெருமை என்ற எண்ணத்தை வெளிப்படுத்தும் சொற்களாலும் தான் கூச்சப்படுவதாகத் தெரிவிக்கிறார். சுவர் களில் ஒன்றன் மீது ஒன்றாக ஒட்டப்படும் பிரகடனங்களில் புனிதமானது எதையும் பார்த்ததில்லை என்றும், மகிமையானதாக அறிவிக்கப்பட்டதில் மகிமையைக் கண்டதில்லை என்றும் தோலுரித்துக் காட்டுகிறார்.

கிராமங்களின் பெயர்கள், ஆறுகளின் பெயர்கள், தெருக்களின் எண்கள், படைப் பிரிவின் எண்கள், தேதிகள் போன்ற வெளிப் படையான சொற்களுடன் ஒப்பிட்டால் மேன்மை, மரியாதை, தைரியம் அல்லது வெறுமை போன்ற கருத்துருவான சொற்கள் ஆபாசங்களாக அடையாளம் கொள்கின்றன என்கிறார்.

ஜெர்மானியர்களை எதிர்த்து நிற்க முடியாத இத்தாலி இராணுவம் கோபரெட்டா போர்முனையிலிருந்து பின்வாங்கிச் சென்ற நிகழ்வை விவரிக்கும் ஹெமிங்வே, இராணுவம் மட்டு மல்லாமல் நாடு முழுவதுமே நகர்ந்து போனது என்று வர்ணித்து வாசகர்களுக்கும் அவ்வுணர்வை ஏற்படுத்துகிறார்.

இத்தாலிய இராணுவம் பின்வாங்கிவந்த அவலத்தைப் பற்றிய அவரது துல்லியமான விவரணை இத்தாலிய ஆட்சியாளர்களை ஆத்திரப்படுத்தியதால் நாவல் வெளிவந்தவுடன் இத்தாலியில் அது தடைசெய்யப்பட்டது.

இந்த நாவலின் மற்றொரு பரிமாணம் காதல்; மென்மையானது, குழப்பம் எதுவும் இல்லாதது, எளிமையானது, இனிமையானது. மத நம்பிக்கையற்ற ஓர் இளைஞன் அதே கொள்கையுடைய ஓர் இளம் பெண்ணைச் சந்திக்கிறான், அவளை அடைகிறான், இறுதியில் அவளை இழக்கிறான் - அவளோடு தன் மகனையும் இழக்கிறான். இவற்றுக்கிடையே நடக்கும் நிகழ்வுகள், அவை வெளிப்படுத்தும் உணர்வுகள் வாசித்தால் மட்டுமே முழுமையாக உள்வாங்கக்கூடிய காதல் காவியம். இந்த இனிய காதல் காவியம் ஷேக்ஸ்பியரின் 'Romeo and Juliet'க்கு இணையானது என்கிறார்கள் இலக்கிய ஆய்வறிஞர்கள். இரண்டு கதைகளிலும் காதலர்கள் சமூகத்தின் எதிர்ப்பு சக்திகளால் சிதைக்கப்படுகிறார்கள். இந்த நாவலில் ஹென்றியும் கேதரினும் போரினால் சிதைக்கப்படுகிறார்கள்.

கதையின் நாயகி கேதரின் பாக்லி, ஆங்கிலேய நர்ஸ், அழகானவள், அழகிய பொன்னிற நீண்ட கூந்தல் உடையவள், மென்மையானவள், மனமுதிர்ச்சி அடைந்தவள், உறுதி மிக்கவள், தீர்க்க சிந்தனை உள்ளவள், காதலுக்காகவும் காதலனுக்காகவும் தன்னையே கொடுத்தவள், மரணப் படுக்கையிலும் மத நம்பிக்கை யற்றவளாக வாழ்ந்தவள். எந்த நிலையிலும் தன்னம்பிக்கை இழக் காதவள்.

கதையின் நாயகன் ஃப்ரெட்ரிக் ஹென்றி, மதுவிடமும் மங்கை களிடமும் மயங்கி இருப்பவன், மனமுதிர்ச்சியற்றவன், போரில் காயம் அடையும்வரை நாயகியைக் காதலிப்பதாகப் பொய் சொன்னவன், பிறகு உண்மையாகக் காதலிக்க தொடங்கியவன், கதை வளரவளர நாயகியோடு சேர்ந்து மணம் பெற்று மனமுதிர்ச்சி அடைந்தவன், அவளை உண்மையாக நேசிப்பவன்; மத நம்பிக்கை யற்றவனாக இருந்தபோதிலும் காதலி உயிர்பிழைக்க வேண்டி இறைவனிடம் மண்டியிட்டு மன்றாடித் தோற்றவன்.

தொண்ணூற்று நான்கு வயது கிரஃபி கோமானுடன் பில்லி யர்ட்ஸ் விளையாடும்போது அவனுடைய பண்பட்ட பண்பை வெளிப்படுத்தியவன்.

கதையின் முன்பகுதியில் பாக்லியைக் காதலிப்பதுபோல் நடிப்பது சதுரங்க ஆட்டத்தில் காய் நகர்த்துவது போன்றது என்றும், அது பிரிட்ஜ் விளையாட்டு போன்றது, சீட்டுகளுக்குப் பதிலாக சொற்களை வைத்து விளையாடுவது என்றும் சொல்கிறான். ஆனால், கதையின் இறுதிப் பகுதியில் கேதரின் உடல் நிலை மோசமடையும்போது அவள்மீது அவன் கொண்ட ஆழ்ந்த காதலால் மனம் நொந்து விரக்தியில் தனக்குத் தானே பேசுகிறான்; இறைவனிடம் வேண்டுகிறான்.

கேதரினுக்கு ஓர் இரத்தப்போக்கைத் தொடர்ந்து மற்றொரு இரத்தப்போக்கு ஏற்படுகிறது. மருத்துவர்களால் அதை நிறுத்த முடியவில்லை. ஹென்றி அவள் இருந்த அறைக்குள் சென்றான்; கேதரின் இந்த உலகைப் பிரிந்து செல்லும்வரை அவள் அருகிலேயே நின்றான். கடைசிவரை அவள் உணர்வு இழந்த நிலையிலேயே இருந்தாள்; இறுதி துயிலிடத்தைத் தேடிச் சென்ற அவள் பயணம் அதிக நேரம் நீடிக்கவில்லை.

வாசகர்களின் மனதில் நீங்கா இடம்பிடித்த கேதரின் இறந்தும் வாழ்கிறாள்.

மகனையும் காதலியையும் ஒருசேர இழந்து தன்னந்தனியனாக ஹென்றி மழையில் நனைந்தபடி ஹோட்டலை நோக்கி நடக்கிறான். வாசகர்களின் முழு அன்புக்கும் பாத்தியப்பட்டவனாகிறான்.

இந்த நாவலில் வானிலை மாற்றங்களைச் சில நிகழ்வுகளின் குறியீடுகளாக அடையாளப்படுத்துகிறார் ஹெமிங்வே. பொதுவாக மழை உயிர் வாழ்க்கை மற்றும் வளமையின் அடையாளங்களாக நம்பப்படுகின்றன. ஆனால், இந்த நாவலில் மழையை மரணத்தின் குறியீடாகக் காண்பித்திருக்கிறார். முதல் அத்தியாயத்திலேயே இலையுதிர் காலத்தில் மழை பெய்தது, கஷ்கொட்டை மரங்கள் எல்லாம் இலைகள் உதிர்ந்து நின்றன, கிளைகள் வெறுமையாக நின்றன, மரத்தண்டுகள் மழையில் கருமையாக இருந்தன எனக் கூறுகிறார். அந்த அத்தியாயத்தின் இறுதியில், மழை வந்தது, மழையுடன் காலரா நோயும் வந்தது, அது கட்டுப்படுத்தப்பட்டது, இறுதியில், இராணுவத்தில் ஏழாயிரம் வீரர்கள் மாண்டனர் என்கிறார்.

இக்கதையின் நாயகி கேதரின் மழைக்கு அஞ்சுகிறாள். சில சமயங்களில் மழையில் அவள் செத்துக் கிடப்பதாக, சில சமயங்களில் ஹென்றியும் மழையில் செத்துக் கிடப்பதாகக் காண்பதாகவும் கூறுகிறாள்.

மாறாக, பனிப்பொழிவைப் பாதுகாப்பின் குறியீடாக வெளிப்படுத்துகிறார். இரண்டாவது அத்தியாயத்தில், கனத்த பனிப் பொழிவு மெதுவாகத் தொடங்கியபோது இந்த ஆண்டுக்கான போர் நிறைவடைகிறது என்று எங்களுக்குத் தெரியும் என்று ஹென்றி சொல்கிறான்.

இப்படிக் குறியீடு செய்தது ஹெமிங்வேயின் தனித்துவமான எழுத்துமுறையின் வெளிப்பாடு என கருதப்படுகிறது.

இந்த நாவலின் வெற்றியைத் தொடர்ந்து, 1930ஆம் அது நாடகமாக்கப்பட்டது. 1930, 1957ஆம் ஆண்டுகளில் அது திரைப்படங்களாகத் தயாரிக்கப்பட்டது, 1966ஆம் ஆண்டு தொலைக்காட்சித் தொடராகவும் வெளிவந்தது.

மொழிபெயர்ப்பாளர் அறிமுகம்

தூத்துக்குடி மாவட்டம் விராக்குளம் என்னும் கிராமத்தில் விவசாயக் குடும்பத்தில் பிறந்தார். தனது கிராமத்தில் ஆரம்பக் கல்வியை நிறைவு செய்தார்.

திருநெல்வேலி மாவட்டம் முனைஞ்சிப்பட்டி குரு சங்கர் கழக உயர்நிலைப் பள்ளியில் பதினோராவது வகுப்புவரைப் படித்தார்.

பாளையங்கோட்டை புனித யோவான் கல்லூரியில் படித்து பொருளியலில் இளங்கலைப் பட்டமும், கோயம்புத்தூர் பூ.சா. கோ. கலைக் கல்லூரியில் (தற்போது பூ.சா.கோ. கலை மற்றும் அறிவியல் கல்லூரி) பயின்று சமூகப் பணியியலில் முதுகலைப் பட்டமும் பெற்றார்.

பூ.சா.கோ. பொறியியல் கல்லூரியில் ஆங்கிலத் துறையில் மூன்று ஆண்டுகள் டியூட்டராகத் தன் பணியைத் தொடங்கினார்.

ஈரோடு மாவட்டம், பவானிசாகரில் இயங்கிய டி.டி.கே. குழுமத்தின் அட்டை ஆலை, விருதுநகர் மாவட்டம் ராமசாமி ராஜாநகர், மதராஸ் சிமெண்ட் ஆலை (தற்போது, ராம்கோ சிமெண்ட் ஆலை), கரூர் மாவட்டம் புலியூர், செட்டிநாடு சிமெண்ட் ஆலை, நாமக்கல் மாவட்டம் பள்ளிபாளையம், சேஷசாயி காகித ஆலை, திருநெல்வேலி மாவட்டம் இலந்தைக்குளம், சேஷசாயி காகித ஆலை, செங்கல்பட்டு மாவட்டம் புக்கத்துறை, சோழன் காகித ஆலை ஆகிய நிறுவனங்களில், பணியாளர், தொழில் உறவு மற்றும் மனித வளத் துறையில் பல்வேறு பதவிகளில் கிட்டத்தட்ட நாற்பது ஆண்டுகள் பணியாற்றி, பொது மேலாளர் /ஆலோசகர் பதவி வகித்து தனது பணியை நிறைவு செய்தார்.

வாசிப்பதில் ஆழ்ந்த ஈடுபாடு கொண்டவர். கல்கி வார இதழில் 'கல்கி'யின் 'பொன்னியின் செல்வன்' முதன் முதலில் தொடராக வெளிவந்தபோது தன் வாசிப்பைத் தொடங்கினார். தொடர்ந்து, தமிழ், ஆங்கில மொழிகளில் பல மூல நூல்களையும், மொழிபெயர்ப்பு நூல்களையும் வாசித்துத் தனது வாசிப்பை அகலப்படுத்திக்கொண்டிருக்கிறார்.

தற்போது குடும்பத்தாருடன் கோயம்புத்தூரில் வசிக்கிறார்.

மொழிபெயர்ப்பாளர் உரை

"வாசிப்பு ஒரு மனிதனை முழுமையானவனாக்குகிறது; கலந்துரையாடல் ஆயத்தமானவனாக்குகிறது; எழுத்து துல்லியமானவனாக்குகிறது."

- பிரான்சிஸ் பேக்கன்.

ஆழ்ந்த, பரந்த தொடர் வாசிப்பு எழுத்தாளர்களை உருவாக்கு கிறது; மொழிபெயர்ப்பாளர்களையும்தான்.

என் வாசிப்பின் தாக்கம் எனக்கு மொழிபெயர்ப்பில் ஆர்வத்தை ஏற்படுத்தியது. என் ஆர்வத்தை அறிந்த தடாகம் பதிப்பகப் பதிப்பாளர் திரு. அமுதரசன் பால்ராஜ், Ernest Hemingway எழுதிய The Old Man and the Sea என்ற நாவலை மொழிபெயர்க்கும் வாய்ப்பை எனக்கு அளித்தார்; அதைத் தொடர்ந்து அதே ஆசிரியர் எழுதிய A Farewell to Arms நாவலை மொழிபெயர்க்கும் வாய்ப்பை அளித்து, அழகான அட்டைப்படத்துடன் சிறப்பாக வடிவமைத்து வெளியிட்டிருக்கிறார். திரு. அமுதரசன் பால்ராஜ் அவர்களுக்கு என் மனம் நிறைந்த நன்றியைப் பதிவு செய்கிறேன்.

மொழிபெயர்ப்புக்கு என்னை அறிமுகப்படுத்தி, இதன் மூல நூலை வாசித்து இந்த மொழிபெயர்ப்பிலும் எனக்கு உறுதுணை யாக நின்ற எனது இனிய நண்பர் முனைவர் விஸ்வநாதன் மஹாலிங்கம் அவர்களுக்கு எனது மனமார்ந்த நன்றி.

எனது குடும்ப நண்பர் திரு. ப.நாகராஜன் அவர்கள், மூல நூலையும் இந்த மொழியாக்கத்தையும் வாசித்து திருத்தம் செய்து இதன் தரத்தை உயர்த்தினார். அவருக்குரிய நன்றியை வெளிப்படுத்த எனது சொற்களின் போதாமையால், அவருக்கு 'எனது நன்றி' என்பதோடு நிறுத்திக்கொள்கிறேன்.

என் முன்னாள் சக ஊழியர், நீண்டகால நண்பர் திரு. ஆர். நடராஜன் அவர்கள் எனது எல்லாப் பணிகளிலும் தானாக முன்வந்து துணை நிற்பவர். இந்த மொழிபெயர்ப்பிலும் அவர் செய்த உதவி அளப்பரியது. அவருக்கு நன்றி.

என் உரைநடையை மேம்படுத்த வழிகாட்டி உதவி செய்த திருச்சி பேராசிரியர் முனைவர் காசி மாரியப்பன் அவர்களுக்கு எனது நன்றி உரித்தாகுக.

என்னைப் பாராட்டி, பாராட்டுப் பத்திரம் வாசித்து, என்னையும் என் மொழிபெயர்ப்பையும் பல ஆளுமைகளுக்கு அறிமுகப்படுத்தி மரியாதை செய்து என்னை ஊக்கப்படுத்திக்கொண்டிருக்கும் பாசமிகு நண்பர், தமிழ்நாடு வேளாண்மைப் பல்கலைக்கழக முன்னாள் பேராசிரியர் முனைவர் ஆர்.விஜயராகவன் அவர்களுக்கு என் கனிவான நன்றி.

என் மொழியாக்கத்தை மேம்படுத்துவதில் துணைநின்ற அருமை நண்பர், திருச்சி தேசிய தொழில்நுட்பக் கழக முன்னாள் பேராசிரியர் முனைவர் ந.அமாஷ் அவர்களுக்கும் என் நன்றியைப் பதிவு செய்கிறேன்.

என் மொழிபெயர்ப்பை மெய்ப்புப் பார்த்து அழகாகப் பக்க வடிவமைப்பு செய்திருக்கும் திருமதி கி. ஆஷா அவர்கள் உட்பட தடாகம் பதிப்பக அணியினருக்கு என் மனம் மகிழ்ந்த நன்றி.

என் பணியைச் சிறப்புறச் செய்ய என் குடும்பத்தாரின் பங்கு சொற்களால் வெளிப்படுத்த முடியாதது. அவர்கள் அனைவருக்கும் நன்றி.

ஆயிரம்.நடராஜன்

பாகம் I

அத்தியாயம் 1

அந்த ஆண்டு கோடைக் கால இறுதியில் ஆற்றின் அருகில் மலைகளை ஒட்டிய சமவெளியிலிருந்த கிராமத்தில் ஒரு வீட்டில் நாங்கள் வசித்தோம். ஆற்றுப் படுகையில் சூரிய ஒளியில் உலர்ந்த வெண்ணிறக் கூழாங்கற்களும் பெரும் பாறை களும் இருந்தன. ஆற்றுநீர் தெளிவாகவும் வேகமாகவும் ஓடியது; வாய்க்கால்களில் செல்லும்போது அது நீல நிறத்தில் தெரிந்தது. வீட்டை ஒட்டிச் சென்ற சாலையில் இராணுவ வீரர்கள் கீழ் நோக்கிச் சென்றார்கள். மரங்களின் இலைகளில் அவர்கள் எழுப்பிய புழுதி படர்ந்திருந்தது. மரங்களின் தண்டுகளும் தூசியாக இருந்தன. அந்த ஆண்டு இலைகள் முன்னதாகவே உதிர்ந்தன. சாலையில் இராணுவ வீரர்கள் புழுதியை எழுப்பியபடி அணி வகுத்துச் சென்றதையும், மெல்லிய பூங்காற்றில் இலைகள் உதிர் வதையும், இராணுவ வீரர்கள் சென்ற பிறகு சாலை வெண்மை யாகவும், உதிர்ந்திருந்த இலைகளைத் தவிர்த்து வெறுமையாகவும் இருந்ததைக் கண்டோம்.

சமவெளிப் பகுதி பயிர்கள் விளைந்து வளம் மிக்கதாயிருந்தது; அங்கே பல பழத்தோட்டங்களும் இருந்தன. சமவெளிக்கு அப்பா லுள்ள மலைகள் பழுப்பு நிறத்தில் வெறுமையாக இருந்தன. மலைகளில் போர் நடந்துகொண்டிருந்தது. இரவு நேரத்தில் பீரங்கிகளிலிருந்து வெளிப்பட்ட குண்டுகள் வெடித்த ஒளிகளை எங்களால் காண முடிந்தது. இருளில் அவை கோடைக் கால மின்னல்கள்போல் தோன்றின. ஆனால், இரவு நேரம் குளிர்ச்சியாக இருந்தது; சூறாவளி வருவதற்கான அறிகுறிகள் எதுவும் தென்படவில்லை.

சில நேரங்களில் இருளில், ஜன்னல்களுக்குக் கீழே படைகள் அணிவகுத்துச் செல்லும் சத்தத்தையும், துப்பாக்கிகளை இழுத்துச் செல்லும் இராணுவ வாகனங்களின் சத்தத்தையும் கேட்டோம். இரவு நேரத்தில் போக்குவரத்து அதிகமாக இருந்தது. சேணங்களின் இருபுறமும் படைத் தளவாடங்கள் அடங்கிய பெட்டிகளைச் சுமந்தபடி சாலைகளில் பல கோவேறு கழுதைகள் சென்றன. சாம்பல் நிற இராணுவ வாகனங்கள் மனிதர்களை ஏற்றிச் சென்றன. பாரங்கள் ஏற்றப்பட்டு கித்தான்களால் மூடப்பட்ட மற்ற வண்டிகள் மெதுவாகச் சென்றன. பெரிய துப்பாக்கிகளைச் சுமந்து சென்ற வாகனங்கள் பகலிலும் பயணமாயின. அவ்வாகனங்களின் மீது மறைப்புக்காகப் போர்த்தப்பட்டிருந்த பசுந்தழைகளும், கொடிகளும், பசுமையான மரக்கிளைகளும் துப்பாக்கிகளின் நீளமான சுடுகுழல்களை மறைத்தன. வடக்கில் இருந்த ஒரு பள்ளத்தாக்கைத் தாண்டியும் எங்களால் பார்க்க முடிந்தது; அங்கே கஷ்கொட்டை மரங்கள் நிறைந்த வனம் இருந்தது. அதற்குப் பின்னால், அந்த ஆற்றின் இந்தப் பக்கம் மற்றொரு மலை இருந்தது. அந்த மலைக்காகவும் சண்டை நடந்துகொண்டிருந்தது; ஆனால், அது வெற்றியடையவில்லை. இலையுதிர்க் காலத்தில் மழை வந்தபோது கஷ்கொட்டை மரங்களிலிருந்து இலைகள் உதிர்ந்தன; மரக் கிளைகள் இலைகளின்றி மொட்டையாகத் தெரிந்தன; மரத் தண்டுகள் மழையில் நனைந்து கருமையாயிருந்தன. திராட்சைத் தோட்டங்கள் இலைகளற்ற கொடிகளுடன் அடர்வற்று இருந்தன. நாட்டுப்புறப் பகுதிகள் ஈரமாகவும் பழுப்பு நிறத்திலும் உயிரற்றும் காணப்பட்டன. ஆற்றின் மேல் மூடுபனி பரவியது; மலைமீது மேகக் கூட்டங்கள் கூடியிருந்தன. கனரக வாகனங்கள் சாலையில் சேற்றை வாரி இறைத்தன. இராணுவ வீரர்கள் சேறு படிந்து இருந்தார்கள்; அவர்களின் தளர்ந்த தோளாடைகளும் துப்பாக்கிகளும் ஈரமாய் இருந்தன; அவற்றின் அடியில் இடுப்புப் பட்டைகளின் முன்பக்கம் கனமான இரண்டு சாம்பல் நிறத் தோல் பெட்டிகள் வயிற்றின் முன் துருத்திக்கொண்டிருந்தன. அந்தத் தோல் பெட்டிகள் ஆறரை மில்லி மீட்டர் அளவுள்ள மெல்லிய நீண்ட தோட்டாக்களால் நிரப்பப்பட்டிருந்தன. அந்நிலையில், அவர்கள் ஆறு மாத கர்ப்பிணிகள்போல் அணிவகுத்துச் சென்றனர்.

சிறிய சாம்பல் நிற கார்கள் மிகுந்த வேகத்தில் கடந்து சென்றன. வழக்கமாக, அவற்றின் முன்இருக்கைகளில் டிரைவருடன் ஓர் அதிகாரி இருந்தார்; பல அதிகாரிகள் பின்இருக்கையில் இருந்தார்கள். இராணுவ கனரக வாகனங்கள் இறைத்ததைவிட அதிகமான சேற்றை அக்கார்கள் விசிறியடித்துச் சென்றன. காரின் பின்இருக்கையில் இரண்டு படைத் தளபதிகளுக்கு நடுவில் உட்கார்ந்திருக்கும் அதிகாரி உருவத்தில் சிறியவராய் இருந்ததால் அவரது முகத்தைப் பார்க்க முடியவில்லை. அவரின் தொப்பியின் மேல்பகுதியையும் பின்பக்கத்தையும் மட்டுமே பார்க்க முடிந்தது. ஏதாவது ஒரு கார் மிகவும் வேகமாகச் சென்றால், அதில் பயணம் செய்பவர் மன்னராகவும் இருக்கலாம். மன்னர் இத்தாலியின் உதினே நகரில் வசித்தார். போரின் நிலைமையை அறிந்து கொள்வதற்காக கிட்டத்தட்ட அன்றாடம் அவர் இந்த வழியில் பயணம் செய்தார்; போரின் நிலைமை மிகவும் மோசமாகிக் கொண்டிருந்தது.

குளிர் காலத்தின் தொடக்கத்தில் நிரந்தரமாகப் பெய்யும் மழை வந்தது; மழையுடன் சேர்ந்து காலரா நோயும் வந்தது. ஆனால், அது கட்டுப்படுத்தப்பட்டது; இறுதியில், இராணுவத்தில் காலரா நோயால் ஏழாயிரம் வீரர்கள் மட்டுமே மரணம் அடைந்தனர்.

அத்தியாயம் 2

அடுத்த ஆண்டில் பல வெற்றிகள் கிடைத்தன. பள்ளத்தாக்குக்கும் கஷ்கொட்டை மரங்கள் நிறைந்த வனம் இருந்த குன்றுப் பகுதிக்கும் அப்பாலிருந்த மலை, கைப்பற்றப் பட்டது. சமவெளியிலிருந்த பீடபூமிக்கு அப்பால் தெற்குப் பகுதியிலும் வெற்றிகள் கிடைத்தன. ஆகஸ்ட் மாதத்தில் நாங்கள் ஆற்றைக் கடந்து, ஆஸ்திரியா-ஹங்கேரி எல்லைக்குள் கைப்பற்றப் பட்ட கொரீஸியா நகரில் ஒரு வீட்டில் வாழ்ந்தோம். அந்த வீட்டின் சுற்றுச் சுவருக்குள் இருந்த தோட்டத்தில் ஒரு நீரூற்றும், நிழல் தரும் பல தடித்த மரங்களும் இருந்தன. வீட்டின் பக்கத்தில் பின்னிப் பிணைந்து சென்ற நீல நிறப் பூப்பூக்கும் பூச்செடிகளும் இருந்தன. ஒரு மைல் தொலைவுக்குள் இருந்த அடுத்த மலையில் இப்போது சண்டை நடந்துகொண்டிருந்தது. அந்த நகரம் இனிய தோற்றத்துடன் இருந்தது; எங்கள் வீடு மிகவும் நேர்த்தியானதாக இருந்தது. எங்கள் வீட்டுக்குப் பின்புறம் ஆறு ஓடியது. அந்த நகரம் மிகவும் கண்ணியமான முறையில் கைப்பற்றப்பட்டிருந்தது. ஆனால், ஆற்றுக்குப் பின்னாலிருந்த மலைகளைக் கைப்பற்ற முடியவில்லை. ஆஸ்திரியர்கள் அந்த நகரத்தில் குண்டுகள் போட்டது, அதை அழிப்பதற்காக இல்லை, அது குறைந்த அளவிலான இராணுவ நடவடிக்கை. அச்செய்கை, போர் முடிந்து, பின்னாட்களில் மீண்டும் அந்த நகரத்துக்கு வருவதற்கான அவர்களின் ஆசையை வெளிப்படுத்துவதாகத் தோன்றியது. அதனால் நான் மகிழ்ச்சியடைந்தேன். அங்கு மக்கள் எப்போதும்போல் வாழ்க்கை நடத்தினார்கள். மருத்துவமனை களும் சிற்றுண்டிச் சாலைகளும், உயர் மட்டத் தெருக்களில் பீரங்கிப் படையும், மேலதிகாரிகளுக்கு ஒன்றும், படை

வீரர்களுக்கு ஒன்றுமாக இரண்டு விபச்சார விடுதிகளும் இருந்தன. கோடைக் கால முடிவில் குளிர்ச்சியாயிருந்த இரவுகள், நகரத்துக்கு அப்பாலிருந்த மலைகளில் நடந்துகொண்டிருந்த சண்டை, குண்டுகள் தாக்கிய அடையாளங்களுடன் இருந்த இரயில்வே பாலத்தின் இரும்புகள், சண்டை நடந்து முடிந்த ஆற்றின் அருகில் நொறுக்கப்பட்டிருந்த குகைப்பாதை, சதுக்கத்தைச் சுற்றி இருந்த மரங்கள், சதுக்கத்தை நோக்கிச் சென்ற நீண்ட சாலையின் இருமருங்கிலும் வரிசையாக நின்ற அடர்ந்த மரங்கள்; இவற்றோடு, நகரத்தில் வாழ்ந்த இளம் பெண்கள், மன்னர் அவரது வாகனத்தில் கடந்து செல்வது, சில வேளைகளில் அவரது முகத்தையும், நீண்ட கழுத்தைக் கொண்ட உடம்பையும், வெள்ளாட்டுத் தாடியிலுள்ள முடிக்கொத்து போன்ற சாம்பல் நிறத் தாடியையும் காணமுடிந்தது; மேலும் குண்டுகளால் தாக்கப்பட்டு ஒரு சுவரை இழந்த வீடுகளின் உட்பகுதிகளும், அதோடு தோட்டங்களிலும், சிலவேளைகளில் தெருக்களிலும் கிடந்த கட்டடங்களின் பூச்சுச் சாந்துகளும் இடிபாடுகளும் திடீரெனக் கண்ணில் பட்டன. இவை அனைத்தும், இத்தாலியின் வடகிழக்கிலிருந்த கார்சோ பகுதியில் சிறப்பான முறையில் நடைபெற்றுக்கொண்டிருந்த வாழ்க்கை முறை எல்லாம் சேர்ந்து இந்த இலையுதிர்க் காலத்தை நாங்கள் கிராமப்புறத்தில் வாழ்ந்தபோது நிலவிய முந்தைய இலையுதிர்க் காலத்திலிருந்து வேறுபடுத்திக் காட்டின. போர் முறைகளும் மாற்றப்பட்டிருந்தன.

அந்த நகரத்துக்கு அப்பால் மலைமீது இருந்த ஓக் மரக் காடு காணாமல் போயிருந்தது. கோடைக் காலத்தில் நாங்கள் இந்த நகரத்துக்கு வந்தபோது அந்தக் காடு பசுமையாக இருந்தது. ஆனால், இப்போது அங்கே மரங்களின் உடைபட்ட சிறிய அடிப் பகுதிகளும் மரத் தண்டுகளும் இருந்தன; தரையும் சேதப்படுத்தப் பட்டிருந்தது. இலையுதிர்க் காலத்தின் இறுதியில் ஒரு நாள் ஓக் மரக் காடு இருந்த இடத்துக்கு வந்தேன், அப்போது மலைமீது மேகம் படர்வதைக் கண்டேன். அந்த மேகம் மிகுந்த வேகத்தில் வந்தது. சூரியன் மங்கிய மஞ்சள் நிறமாக மாறியது. அதன் பின் எல்லாமே பழுப்பு நிறத்தில் தெரிந்தன. மேகம் வானத்தை மறைத்து, மலைமீது படர்ந்து கீழே இறங்கியது. திடீரென நாங்கள் அதனுள்ளே மாட்டிக்கொண்டோம். பனிப்பொழிவு

தொடர்ந்தது. காற்றில் பனி சரிந்து பொழிந்தது; செடிகொடி எதுவும் இல்லாத நிலப்பரப்பை மூடிப் படர்ந்தது. மரத்தண்டுகள் துருத்திக்கொண்டிருந்தன; துப்பாக்கிகள் பனியில் நனைந்தன; பனிமீது பாதைகள் இருந்தன; அவை, பின்னோக்கிச் சென்று, பதுங்குக் குழிகளுக்குப் பின்புறமிருந்த கழிவறைகளை அடைந்தன.

அதன் பின்னர், நகரத்தின் கீழ்ப்பகுதியில் இருந்த அதிகாரிகளுக்கான விபச்சார விடுதியில் ஒரு நண்பனுடன் இரண்டு கண்ணாடிக் கோப்பைகளில் இத்தாலியின் அஸ்திப் பகுதியில் தயாரிக்கப்பட்ட வெள்ளை நிற ஒயின் குடித்தபடி ஜன்னல் வழியாக வெளியே பார்த்தேன். பனி மெதுவாகவும் கனமாகவும் பொழிவதைக் கண்டேன்; அந்த ஆண்டுக்கான போர் நிறைவுற்றது என்று எங்களுக்குத் தெரியும். ஆற்றின் மேல்பகுதியில் இருந்த மலைகள் கைப்பற்றப்படவில்லை; ஆற்றுக்கு அப்பாலிருந்த மலைகளில் ஒன்றுகூடக் கைப்பற்றப்படவில்லை. அவை அனைத்தும் அடுத்த ஆண்டுக்காக விட்டுவைக்கப்பட்டிருந்தன. எங்கள் உணவுக்கூடத்தில் இருந்த பாதிரியார் எச்சரிக்கையுடன் தெருவில் சகதியில் நடந்துபோவதை என் நண்பன் பார்த்தான்; ஜன்னலைத் தட்டி அவரது கவனத்தை ஈர்த்தான். பாதிரியார் எங்களைப் பார்த்துப் புன்னகைத்தார். அவரை உள்ளே வரும்படி என் நண்பன் சைகை செய்தான். அவர் தலையசைத்து மறுத்து தன் நடையைத் தொடர்ந்தார். அன்று இரவு, உணவுக்கூடத்தில் சாப்பாட்டின் தொடக்க உணவாக நூல் இழை போன்ற ஸ்பகெட்டி என்ற பாஸ்தா வகை உணவை விரைவாகவும் முனைப்புடனும் அனைவரும் சாப்பிட்டு முடித்தோம்; அந்த உணவை முள்கரண்டியால் அள்ளி அதன் இழைகள் முழுவதும் முள்கரண்டியில் வந்த பின்னர் அப்படியே வாயில் இறக்கியோ அல்லது தொடர்ச்சியாக மேலே அள்ளி உறிஞ்சி வாய்க்குள் தள்ளியோ சாப்பிட்டோம். புல்லால் சுற்றப்பட்டிருந்த மதுக்குடுவையிலிருந்து ஒயினை நாங்களே ஊற்றிக்கொண்டோம். அந்தக் குடுவை உலோகத் தொட்டிலில் ஆடிக்கொண்டிருந்தது. அதன் கழுத்துப் பகுதியை ஆள்காட்டி விரலால் கீழே இழுத்து, அதே கையில் பிடித்திருந்த டம்ளரில் ஊற்றிக் குடித்தோம். ஒயின் தெளிவாகவும், சிவப்பாகவும், துவர்ப்பாகவும், சிறப்பாகவும் இருந்தது. சாப்பாட்டின் இந்தப் பகுதி முடிந்தவுடன் கேப்டன் பாதிரியாரைக் கிண்டல் செய்யத் தொடங்கினார்.

பாதிரியார் இளம் வயதுக்காரர்; எளிதில் வெட்கப்பட்டு முகம் சிவப்பார். எங்களைப் போலவே அவரும் சீருடை அணிந்திருந்தார். ஆனால், அவரது பழுப்பு நிற மேலங்கியின் இடது மார்புப் பையின் மேலாக அடர் சிவப்பு நிற வெல்வெட் துணியிலான சிலுவை அணிந்திருந்தார். கேப்டன் சொல்வதில் எதையும் நான் தவறவிடாமல் மிகத் துல்லியமாகப் புரிந்துகொள்ள ஏதுவாக அவர் பல மொழிச் சொற்கள் கலந்த இத்தாலிய மொழியில் பேசினார்.

பாதிரியாரையும் என்னையும் பார்த்தவாறு, "பாதிரியார் இன்று இளம் பெண்களுடன்," என்று அவர் ஆரம்பித்தார். பாதிரியார் சிரித்தார், முகம் சிவந்தார். தலையை அப்படியும் இப்படியுமாக ஆட்டினார். அவரை கேப்டன் அடிக்கடி சீண்டினார்.

"அது உண்மை இல்லையா?" என்று கேட்ட கேப்டன், "இன்று நான் பாதிரியாரை இளம் பெண்களுடன் பார்த்தேன்," என்றார்.

"இல்லை," என்றார் பாதிரியார். மற்ற அதிகாரிகள் இந்தச் சீண்டல்களைக் கேட்டு மகிழ்ந்தனர்.

"பாதிரியார் இளம் பெண்களுடன் இல்லை," என்ற கேப்டன் தொடர்ந்தார். "பாதிரியார் ஒருபோதும் இளம் பெண்களுடன் இல்லை," என்று எனக்கு விளக்கிச் சொன்னார். அவர் என் கண்களைத் தொடர்ந்து பார்த்தவாறு, ஆனால், அதே சமயம் அவர் பார்வையைப் பாதிரியாரிடமிருந்து விலக்காமல் என் கோப்பையை எடுத்து நிரப்பினார்.

"பாதிரியார் ஒவ்வொரு இரவும் ஐந்துக்கு ஒன்று என்ற முறையில் தனிமையில் இனிமை காண்கிறார்." மேஜையைச் சுற்றி இருந்த அனைவரும் சிரித்தனர். "உனக்குப் புரிகிறதா? பாதிரியார் ஒவ்வொரு இரவும் ஐந்துக்கு ஒன்று என்ற முறையில் தனிமையில் இனிமை காண்கிறார்." அவர் ஒரு சைகை காண்பித்துச் சத்தமாகச் சிரித்தார். பாதிரியார் அதை நகைச்சுவையாக ஏற்றுக்கொண்டார்.

"இந்தப் போரில் ஆஸ்திரியர்கள் வெற்றியடைய வேண்டுமென்று போப்பாண்டவர் விரும்புகிறார்," என்றார் மேஜர். "அவர் ஆஸ்திரியப் பேரரசர் ஃபிரான்ஸ் ஜோசஃப்மீது பற்று உள்ளவர். அங்கிருந்துதான் பணம் வருகிறது. நான் ஒரு நாத்திகன்."

"இத்தாலிய எழுத்தாளர் அம்பெர்டொ நோட்டாரியின் 'பிளாக் பிக்' என்ற புத்தகத்தை எப்போதாவாவது வாசித்திருக்கிறாயா?" என்று லெஃப்டினன்ட் கேட்டார். "அதன் பிரதியை உனக்குத் தருகிறேன். அந்தப் புத்தகம்தான் என் நம்பிக்கையைத் தகர்த்தது."

"அது கீழ்த்தரமான அருவருக்கத்தக்க புத்தகம்," என்றார் பாதிரியார். "அது உங்களுக்குப் பிடிக்கவே பிடிக்காது."

"அது மிகவும் விலை மதிப்புடையது," என்றார் லெஃப்டினன்ட். "அது பாதிரியார்களைப் பற்றிச் சொல்கிறது. உனக்கு அது பிடிக்கும்," என்று என்னிடம் சொன்னார். நான் பாதிரியாரைப் பார்த்துப் புன்னகைத்தேன். அவர் மெழுகுவர்த்தி வெளிச்சத்தைத் தாண்டி பதிலுக்குப் புன்னகைத்தார். "நீங்கள் அதை வாசிக்க வேண்டாம்," என்றார்.

"அதை உனக்கு வாங்கித் தருகிறேன்," என்று லெஃப்டினன்ட் கூறினார்.

"சிந்தனை செய்யும் எல்லா மனிதர்களும் நாத்திகர்கள்தாம்," என்று மேஜர் சொன்னார். "இருந்தாலும், சகோதரத்துவக் கொள்கையில் பற்றுகொண்டு இரகசியமாகத் தொண்டு செய்யும் ஃப்ரீ மேசன்ஸ்மீது எனக்கு நம்பிக்கை இல்லை."

"நான் ஃப்ரீ மேசன்ஸ்மீது நம்பிக்கை வைத்திருக்கிறேன்," என்று லெஃப்டினன்ட் சொன்னார். "அது ஒரு உன்னதமான அமைப்பு." அப்போது ஒரு ஆள் உள்ளே வந்தார்; கதவு திறந்தபோது பனி பொழிந்துகொண்டிருப்பதைப் பார்த்தேன்.

"பனிக்காலம் ஆரம்பித்துவிட்டதால் இதற்குமேல் தாக்குதல் ஒன்றும் இருக்காது," என்று சொன்னேன்.

"நிச்சயமாக இருக்காது," என்று சொன்ன மேஜர், "நீ விடுமுறையில் செல்ல வேண்டும். நீ கட்டாயம் செல்லவேண்டிய இடங்கள் ரோம், நேப்பிள்ஸ், சிசிலி..."

"அவர் அமால்ஃபிக்குப் போக வேண்டும்," என்று சொன்ன லெஃப்டினன்ட், "அங்கிருக்கும் எனது குடும்பத்தாருக்கு ஒரு கடிதம் எழுதுகிறேன். அவர்கள் உன்னை ஒரு மகனாக நேசிப்பார்கள்," என்றும் சொன்னார்.

"அவர் பாலெர்மோ நகருக்குப் போக வேண்டும்."

"அவர் கட்டாயம் காப்ரி நகருக்குப் போக வேண்டும்."

"நீங்கள் அப்ரூஸி நகரைப் பார்க்க வேண்டும்; காப்ரகோட்டா நகரிலிருக்கும் எனது குடும்பத்தையும் காண வேண்டும் என நான் விரும்புகிறேன்," என்று பாதிரியார் சொன்னார்.

"அப்ரூஸி நகர் பற்றி அவர் பேசுவதைக் கேளுங்கள். இங்கு இருப்பதைவிட பனிப்பொழிவு அங்கு அதிகமாக இருக்கிறது. அவர் விவசாயக் குடிகளைப் பார்க்க விரும்பவில்லை. அவர் கலாச்சார, நாகரிக மையங்களுக்குப் போகட்டும்."

"அவர் அழகிய பெண்களுடன் இருக்க வேண்டும். நேப்பிள்ஸ் நகரில் உள்ள இடங்களின் முகவரிகளைக் கொடுக்கிறேன். அழகான இளம் வயது பெண்கள்—அவர்களின் தாய்மார்கள் துணையுடன். ஹா! ஹா! ஹா!" கை விரல்களால் நிழல் படங்கள் உண்டுபண்ணுவது போல கேப்டன் கட்டை விரலை நேராக மேல்நோக்கி உயர்த்தி, மற்ற நான்கு விரல்களையும் அகலமாக விரித்து கையைத் திறந்து காட்டினார். அவரது கையிலிருந்து ஒரு நிழல் சுவரில் தெரிந்தது. மீண்டும் அவர் பல மொழிச் சொற்கள் கலந்த இத்தாலிய மொழியில் பேசினார். அவர் கட்டை விரலைக் காட்டி, "நீ இங்கிருந்து இப்படிப் போய்," என்று கூறி "திரும்பி வரும்போது இப்படி வா," என்று சுண்டு விரலைத் தொட்டுச் சொன்னார். அனைவரும் சிரித்தார்கள்.

"இங்கே பார்," என்று கேப்டன் கூறினார். மீண்டும் அவர் கையை விரித்தார்; மீண்டும் மெழுகுவர்த்தி ஒளி அதன் நிழல்களைச் சுவற்றில் ஏற்படுத்தியது. மேல்நோக்கி உயர்த்தியிருந்த கட்டை விரலிலிருந்து தொடங்கினார். ஐந்து விரல்களையும் வரிசைப்படுத்தினார். இத்தாலிய மொழியில், "சோட்டோ டெனென்டெ = இரண்டாவது லெஃப்டினன்ட் (கட்டை விரல்), டெனென்டெ = லெஃப்டினன்ட் (ஆள்காட்டி விரல்), கேபிடானோ = கேப்டன் (நடு விரல்), மாகியோர் = மேஜர் (மோதிர விரல்), டெனென்டெ—கோலோனெல்லோ = லெஃப்டினன்ட் கர்னல் (சுண்டு விரல்). சோட்டோ டெனென்டெ = இரண்டாவது லெஃப்டினன்ட்டாக இங்கிருந்து வெளியேறு! சோட்டோ கொலோனெல்லோவாக = இரண்டாவது கர்னலாகத் திரும்பி

வா!" என்றார். அனைவரும் சிரித்தனர். விரல் விளையாட்டில் கேப்டன் பெரிய வெற்றியடைந்துகொண்டிருந்தார். அவர் பாதிரியாரைப் பார்த்தார், சத்தமாகச் சொன்னார், "ஒவ்வொரு இரவும் பாதிரியார் ஐந்துக்கு ஒன்று என்ற முறையில் தனிமையில் இனிமை காண்கிறார்!" அவர்கள் அனைவரும் மீண்டும் சிரித்தார்கள்.

"உடனடியாக நீ விடுமுறையில் போக வேண்டும்," என்றார் மேஜர்.

"நான் உன்னுடன் வந்து எல்லா இடங்களையும் சுற்றிக் காண்பிக்க விரும்புகிறேன்," என்று லெஃப்டினன்ட் சொன்னார்.

"நீ திரும்பி வரும்போது ஒரு போட்டோ கொண்டு வா."

"இசை நாடகம் பதிவான குறுந்தடுகள் கொண்டு வா."

"உலகப் புகழ்பெற்ற இத்தாலிய இசை நடனத்தில் உச்சக் குரலுடைய காருசோவைக் கொண்டு வா."

"காருசோவைக் கொண்டு வராதே. அவர் அலறுவார்."

"அவரைப் போலவே அலறுவதற்கு நீ விரும்பவில்லையா?"

"அவர் அலறுகிறார். நான் சொல்கிறேன் அவர் அலறுகிறார்."

"நீங்கள் அப்ரூஸிக்குப் போக வேண்டும் என்று நான் விரும்புகிறேன்," என்று பாதிரியார் சொன்னார். மற்ற அனைவரும் கூச்சல் போட்டார்கள். "அங்கே நன்றாக வேட்டையாடலாம். அங்குள்ள மக்களை உங்களுக்குப் பிடிக்கும். இப்போது குளிர் காலமென்றாலும், வானிலை தெளிவாகவும் வறண்டும் இருக்கிறது. நீங்கள் என்னுடைய குடும்பத்துடன் தங்கலாம். என் அப்பா ஒரு புகழ்பெற்ற வேட்டைக்காரர்."

"சரி, வாங்க போகலாம்," என்றார் கேப்டன். "விபச்சார விடுதி மூடுவதற்குள் நாம் அங்கே போகலாம்."

"குட்-நைட்," என்று பாதிரியாருக்குச் சொன்னேன்.

அவரும் "குட்-நைட்" சொன்னார்.

அத்தியாயம் 3

நான் மீண்டும் போர்முனைக்கு வந்தபோதும் நாங்கள் அதே நகரத்தில்தான் வசித்தோம். அதைச் சுற்றியிருந்த நாட்டுப் புறத்தில் இன்னும் அதிகமாக துப்பாக்கிகள் வந்திருந்தன. வசந்த காலமும் வந்திருந்தது. வயல்வெளிகள் பச்சைப்பசேல் என்று இருந்தன; செடிகொடிகளில் இளந்தளிர்கள் துளிர்த்திருந்தன; சாலையோர மரங்களில் சிறு இலைகள் தோன்றியிருந்தன. கடலி லிருந்து இளம் தென்றல் வீசியது. மலைக்குன்றுடன் இருந்த நகரத்தையும், அந்தக் குன்றின் மீது கோப்பை வடிவத்திலிருந்த பகுதியில் அமைந்திருந்த பழைய கோட்டையையும் பார்த்தேன்; அதற்குப் பின்புலமாகத் தூரத்தில் இருந்த பழுப்பு நிற மலைச் சரிவுகளில் பசுமையான சிறு செடிகள் முளைத்திருந்தன. அந்த நகரத்தில் மேலும் அதிகத் துப்பாக்கிகள் இருந்தன, சில புதிய மருத்துவமனைகள் தோன்றியிருந்தன. தெருக்களில் ஆங்கிலேய ஆண்களையும், சில சமயங்களில் பெண்களையும் காண முடிந்தது; மேலும் சில வீடுகள் குண்டுகளால் தாக்கப்பட்டிருந்தன. வசந்த காலத்திலிருப்பதுபோல் வானிலை வெதுவெதுப்பாக இருந்தது. சுவர்களில் விழுந்த சூரிய ஒளியின் வெப்பத்தில் குளிர்காய்ந்தவாறு, இருமருங்கிலும் மரங்கள் நிறைந்த குறுகலான பாதையில் நடந்தேன். நாங்கள் முன்பு வசித்த அதே வீட்டில் இன்னமும் வசிப்பதையும், நான் வெளியூர் புறப்படும்போது இருந்த அந்த வீட்டின் தோற்றம் மாறாமல் இருப்பதையும் கண்டேன். வீட்டின் கதவு திறந்திருந்தது; வீட்டின் வெளியே நீண்ட இருக்கையில் இராணுவ வீரன் ஒருவன் வெயிலில் உட்கார்ந்திருந்தான். வீட்டின் பக்கக் கதவின் அருகில் ஆம்புலன்ஸ் காத்துக்கொண்டிருந்தது. நான் வீட்டுக்குள் நுழைந்தவுடன், பளிங்குத் தரைகளிலிருந்தும் மருத்துவமனைகளிலிருந்தும் வரும் நெடி அடித்தது. அங்கிருந் தவை எல்லாம் நான் விடுப்பில் போகும்போது எப்படி இருந்தனவோ அப்படியே இருந்தன; ஒரே மாற்றம் இப்போது

வசந்த காலம் வந்திருந்ததுதான். பெரிய அறைக் கதவு திறந்திருந்தது, அதன் வழியாக உள்ளே பார்த்தேன். மேஜர் அவருடைய மேஜைமுன் உட்கார்ந்திருந்தார். அறையின் ஜன்னல் திறந்திருந்தது; அதன் வழியாக சூரிய வெளிச்சம் அறையினுள் விழுந்தது. அவர் என்னைப் பார்க்கவில்லை. அந்த அறைக்குள் சென்று நான் திரும்பிவந்திருப்பதை அவரிடம் தெரிவிப்பதா, மேல்தளத்துக்குச் சென்று குளிப்பதா என்று தயங்கினேன். மேல் தளத்துக்குப் போவதென்று முடிவு செய்தேன்.

லெஃப்டினன்ட் ரினால்டியுடன் நான் வசித்த அறையில் வெளி முற்றம் இருந்தது. அந்த அறையின் ஜன்னல் திறந்திருந்தது. என் படுக்கையில் போர்வை விரிக்கப்பட்டிருந்தது. என்னுடைய பொருட்கள் சுவரில் தொங்கவிடப்பட்டிருந்தன. நச்சுப்புகை தடுப்பு முகக்கவசம் நீள்சதுர உலோக டப்பாவில் இருந்தது. எஃகினாலான தலைக் கவசம் அதே குச்சியில் மாட்டப்பட்டிருந்தது. கட்டிலின் கால்பகுதியில் என்னுடைய தட்டையான பெட்டியும், பெட்டியின் மேல் எண்ணெயில் மினுமினுத்த தோலினாலான மழைக்காலக் காலணிகளும் இருந்தன. குறி தவறாமல் துல்லியமாகச் சுடவல்ல ஆஸ்திரிய துப்பாக்கியின் எண்கோண உருளை கனமானதாக நீல நிறத்தில் இருந்தது. கறுத்த வால்நட் மரத்தினாலான பின்பகுதி அதிகக் கனம் உடையதாக, பயன்பாட்டின்போது ஆடாமல் அசையாமல் கன்னத்தை ஒட்டி தோளில் அழுத்திப் பிடித்துக்கொள்ள ஏதுவாகக் கைப்பிடியுடனும் அழகிய வேலைப்பாடுகளுடனும் வடிவமைக்கப்பட்டிருந்தது. அந்தத் துப்பாக்கி இரண்டு படுக்கைகளுக்கும் மேலே தொங்கிக் கொண்டிருந்தது. அதன் தொலைநோக்கி பெட்டியின் உள்ளே வைத்துப் பூட்டப்பட்டிருந்தது நினைவுக்கு வந்தது. லெஃப்டினன்ட் ரினால்டி மற்றொரு படுக்கையில் தூங்கிக்கொண்டிருந்தான். நான் அறைக்குள் நுழைந்த சத்தத்தைக் கேட்டு விழித்து எழுந்து உட்கார்ந்தான்.

“ஹலோ!” என்றான். “பயணம் எப்படி இருந்தது?”

“சிறப்பாக இருந்தது.”

நாங்கள் கைகுலுக்கினோம். அவன் கையை என் கழுத்தைச் சுற்றிப்போட்டவாறு முத்தமிட்டான்.

"அவுஃப்," என்று கூறி அவனை விலக்கினேன்.

"நீ அழுக்காக இருக்கிறாய்," என்றான். "நீ குளிக்க வேண்டும். நீ எங்கெல்லாம் சென்றாய், என்ன செய்தாய்? அனைத்தையும் எனக்கு உடனடியாகச் சொல்ல வேண்டும்."

"நான் எல்லா இடங்களுக்கும் போனேன். மிலன், ஃபிளாரென்ஸ், ரோம், நேப்பிள்ஸ், வில்லா சான் கியோவன்னி, மெஸ்ஸினா, டார்மினா---"

"பயண கால அட்டவணையை வாசிப்பதுபோல் பேசுகிறாய். அழகிய சாகசச் செயல்கள் ஏதாவது இருந்ததா?"

"ஆமாம்."

"எங்கே?"

"மிலானோ, ஃபிரென்ஸ், ரோம், நாபலி---"

"அது போதும். அவற்றில் மிகச் சிறந்தது எது?"

"அது மிலானோவில்."

"அது நீ முதலாவது சென்ற இடம் என்பதுதான் அதற்குக் காரணம். அவளை எங்கே சந்தித்தாய்? அங்குள்ள கோவா உணவு விடுதியிலா? எங்கெல்லாம் சென்றாய்? எப்படி உணர்ந்தாய்? அனைத்தையும் எனக்கு உடனடியாகச் சொல். இரவு முழுவதும் தங்கினாயா?"

"ஆமாம்."

"அதெல்லாம் பொருட்டே இல்லை. இப்போது இங்கே எங்களுக்கு அழகான இளம் பெண்கள் இருக்கிறார்கள்; இதுவரை போர்முனைக்கு வராத புதுப் பெண்கள்."

"பிரமாதம்."

"நீ என்னை நம்பவில்லை. இன்று மதியம் போய்ப் பார்க்கலாம். இந்த நகரத்தில் அழகான ஆங்கிலேயப் பெண்கள் இருக்கிறார்கள். நான் இப்போது மிஸ் பாக்லியுடன் நட்பில் இருக்கிறேன். அவளைப் பார்ப்பதற்கு உன்னை அழைத்துப் போகிறேன். அவளை நான் திருமணம் செய்துகொள்ளும் வாய்ப்பும் இருக்கிறது."

"இப்போது நான் குளிக்க வேண்டும். பின்னர், விடுப்பிலிருந்து திரும்பி வந்ததைத் தெரிவிக்க வேண்டும். இங்கே வேலைக்கு ஒருவரும் இல்லையா?"

"நீ இங்கிருந்து சென்றபின் இங்கே கடுங்குளிரால் மூக்கு, கை கால் விரல்கள் ஆகிய உறுப்புகளில் உண்டாகும் காயங்கள், கொப்புளங்கள், மஞ்சள் காமாலை, நுரையீரல் அழற்சி, சுயமாக ஏற்படுத்திக்கொண்ட காயங்கள், மேகவெட்டை, மேகப்பிளவை ஆகிய பாலியல் நோய்கள் தவிர வேறு ஒன்றும் இல்லை. ஒவ்வொரு வாரமும் யாருக்காவது பாறைச் சிதறல்களால் காயங்கள் ஏற்படும். ஒரு சிலருக்கு உண்மையாகவே காயங்கள் ஏற்படும். அடுத்த வாரம் மீண்டும் போர் தொடங்குகிறது; ஒருவேளை தொடங்கலாம். அப்படித்தான் பேசிக்கொள்கிறார்கள். நான் மிஸ் பாக்லியைத் திருமணம் செய்துகொள்வது சரியானதுதான் என்று நினைக்கிறாயா—நிச்சயமாக, இந்தச் சண்டை முடிந்த பின்புதான்?"

"முற்றிலும் சரி," என்று சொன்னேன்; கொப்பரையில் தண்ணீர் நிறைத்தேன்.

"இன்றிரவு நீ எனக்கு எல்லாவற்றையும் சொல்ல வேண்டும்," என்று ரினால்டி சொன்னான். "இப்போது நான் தூங்க வேண்டும்; மிஸ் பாக்லியைப் பார்க்கும்போது நான் புத்துணர்ச்சியுடனும் அழகாகவும் இருக்க வேண்டும்."

நான் எனது உள்சட்டையையும் மேல்சட்டையையும் கழற்றிய பின் கொப்பரையிலிருந்த குளிர்ந்த நீரால் உடம்பைச் சுத்தம் செய்தேன். துண்டால் என்னைத் துடைத்துக்கொண்டே அறையை நோட்டமிட்டேன். ஜன்னலுக்கு வெளியேயும் பார்த்தேன். ரினால்டி படுக்கையில் கண்களை மூடித் தூங்குவதையும் பார்த்தேன். அவன் அழகனாகத் தெரிந்தான்; என்னுடைய வயதினன்; அமால்ஃபி பகுதியிலிருந்து வந்தவன். அவன் அறுவைச் சிகிச்சை நிபுணனாக இருப்பதில் மகிழ்ச்சி அடைபவன். நாங்கள் இருவரும் நெருங்கிய நண்பர்கள். நான் அவனைப் பார்த்துக்கொண்டிருந்தபோது அவன் கண்களைத் திறந்தான்.

"உன்னிடம் பணம் இருக்கிறதா?"

"இருக்கிறது."

“எனக்கு ஐம்பது லயர் கடனாகக் கொடு.”

என் கையிலிருந்த ஈரத்தைத் துடைத்தேன், சுவரில் தொங்கிக் கொண்டிருந்த உள்சட்டையின் உள்பக்கமிருந்த குறிப்பேட்டை எடுத்தேன். ரினால்டி படுத்தபடியே பணத்தை எடுத்து மடித்து கால்சட்டைப் பைக்குள் தள்ளினான். சிரித்தபடியே, “நான் வசதி படைத்தவன் என்ற தோற்றத்தை மிஸ் பாக்லியிடம் ஏற்படுத்த வேண்டும். நீ என் நல்ல நண்பன்; எனது நிதி நிலையின் பாதுகாப்பாளன்,” என்றான்.

“எக்கேடோ கெட்டுப் போ,” என்றேன்.

அன்று இரவு உணவறையில் பாதிரியாருக்கு அருகில் உட்கார்ந்தேன். நான் அப்ரூஸிக்குப் போகவில்லை என்பதில் அவர் ஏமாற்றம் அடைந்திருந்தார், மனதளவிலும் திடீரெனக் காயப்பட்டிருந்தார். நான் அங்கு வருவதாக அவர் தந்தைக்குக் கடிதம் எழுதியிருந்திருக்கிறார்; அவருடைய குடும்பத்தாரும் எனக்காக ஏற்பாடுகள் செய்திருந்திருக்கிறார்கள். அதற்காக அவரைப் போலவே நானும் வருத்தப்பட்டேன். நான் ஏன் அங்குப் போகவில்லை என்பதை என்னால் புரிந்துகொள்ள முடியவில்லை. அங்குப் போக வேண்டும் என்றுதான் விரும்பினேன். எப்படி ஒரு நிகழ்வு மற்றொன்றுக்கு இழுத்துச் சென்றது என்பதை விளக்க முயன்றேன். ஒரு வழியாக என் காரணங்களை ஏற்றுக்கொண்டார்; மேலும் நான் உண்மையாகவே அங்குப் போக விரும்பினேன் என்பதைப் புரிந்துகொண்டார். கிட்டத்தட்ட நிலைமை சரியாயிற்று. நான் அதிகமாக ஒயின் குடித்திருந்தேன். பிறகு காப்பியும், அடுத்து, சாப்பாட்டின் முடிவில் ஸ்ரேகா என்ற இத்தாலிய மதுவையும் குடித்தேன். நாங்கள் செய்ய விரும்பியவற்றை ஏன் செய்யவில்லை என்பதையும், இதுவரை இவ்வாறு நாங்கள் ஒருபோதும் செய்ததில்லை என்பதையும் மதுபோதையில் விளக்கினேன்.

நாங்கள் இருவரும் பேசிக்கொண்டிருந்தபோது மற்றவர்கள் விவாதத்தில் ஈடுபட்டிருந்தார்கள். நான் அப்ரூஸி நகருக்குப் போக ஆசைப்பட்டேன். ஆனால், இரும்பைப் போல் கெட்டியாக பனி உறைந்திருந்த சாலைகள் இருந்த இடங்கள், தெளிவான குளிர்ந்த வறண்ட வானிலை நிலவிய இடங்கள், பனி வறண்டு தூளாக

இருந்த இடங்கள், பனிமீது முயல் தடங்கள் தெரிந்த இடங்கள், நம்மைக் கண்டவுடன் தொப்பிகளை உயர்த்தியவாறு நம்மைக் கோமான் என்று விவசாயக் குடிமக்கள் அழைத்த இடங்கள், சிறப்பாக வேட்டையாடத் தோதான இடங்கள்—இவ்வாறான இடங்களுக்கு நான் போகவில்லை. மாறாக, புகைப் படலம் நிறைந்த விடுதிகளுக்குச் சென்றேன். இரவு நேரங்களில் நாம் இருக்கும் அறை சுற்றிச் சுழன்றது, சுவரைப் பார்த்துச் சுழற்சியை நிறுத்தித் தன்னிலை அடைந்தது, மது போதையில் மிதந்து படுக்கையில் விழுந்து கழித்த இரவுகள், இருந்தவை எல்லாம் இவ்வளவுதான் என அறிந்தது, இனம்புரியாத மனக்கிளர்ச்சியுடன் விழித்து எழுந்து உடன் இருப்பவர் யார் என மறந்தது, அதை அறியாத நிலையில் இருட்டில் தெரிந்த ஒரு மாய உலகில், இரவின் மடியில் அனைத்தும் மறந்து, அக்கறை துறந்து, மனக்கிளர்ச்சியால் தொடரவேண்டிய கட்டாயத்தால் மீண்டும் தொடர்ந்தது, எல்லாமே இவ்வளவுதான், இவ்வளவுதான், இவ்வளவுதான் என உறுதி செய்தது; தூங்குவதில் திடீரென அதிக அக்கறை கொண்டது; அதே அக்கறை யுடன் எழுந்தது, சில சமயங்களில் காலையிலேயே எழுந்தது, அங்கே இருந்தவை மறைந்தது, எல்லாமே கூர்மையாக, கடினமாக உருமாற்றம் அடைந்ததைத் தெளிவாக உணர்ந்தது; சில சமயங் களில் விலையைப் பற்றி தகராறு ஏற்பட்டது; சில சமயங்களில் இனிமை நிறைந்த, பற்று மிகுந்த, கனிவு கலந்த உணர்வு அடைந்தது; காலையும் மதியமும் உண்டு மகிழ்ந்தது; கனிவுடன் கடந்த நொடிகளெல்லாம் காணாமல் போனது, வெளியே வந்து தெருவில் நடப்பதில் மகிழ்ச்சி அடைந்தது; ஆனால், எப்போதும் மற்றொரு நாள் தொடங்கி இரவும் தொடர்ந்தது: இவை அனைத்தையும் சொன்னேன். மேலும், இரவைப் பற்றியும், இரவுக்கும் பகலுக்குமான வேறுபாடுகள் பற்றியும், பகல் பொழுது தெளிவாகவும் குளிர்ச்சியாகவும் இருந்த நாட்களைத் தவிர்த்து, பகலைவிட இரவு எந்த விதத்தில் மேன்மையானது என்று சொல்ல முனைந்து தோல்வி அடைந்தேன்; என்னால் சொல்ல முடியவில்லை. இப்பவும் சொல்ல முடியாது. அதை அனுபவித்தால் தான் அறிய முடியும். பாதிரியாருக்கு அந்த அனுபவம் இல்லை. நான் உண்மையாக அப்ரூஸிக்குப் போக விருப்பப்பட்டேன், ஆனால், போகவில்லை என்பதை அவர் புரிந்துகொண்டார்.

எங்கள் இருவருக்கும் இடையே நிலவிய கருத்து வேறுபாடு களுடனும் ஒன்றுபட்ட பல உணர்வுகளுடனும் இன்னமும் நண்பர் களாக இருந்தோம். எனக்கு என்ன தெரியாது என்பதையும், தெரிந்துகொண்ட பிறகு அதை மறந்துவிடுவேன் என்பதையும் அவர் அறிந்திருந்தார். அதை நான் பின்னாட்களில் அறிந்து கொண்டாலும் அந்தச் சமயத்தில் அது எனக்குத் தெரியாது. இந்நிலையில், நாங்கள் அனைவரும் உணவறையில்தான் இருந் தோம். சாப்பிட்டு முடித்திருந்தோம். விவாதம் தொடர்ந்து கொண்டிருந்தது. நாங்கள் இருவரும் பேசுவதை நிறுத்தினோம். கேப்டன் சத்தமாகக் கத்தினார், "பாதிரியார் மகிழ்ச்சியாக இல்லை. பெண்கள் இல்லாததால் பாதிரியார் மகிழ்ச்சியாக இல்லை."

"நான் மகிழ்ச்சியாக இருக்கிறேன்," என்றார் பாதிரியார்.

"பாதிரியார் மகிழ்ச்சியாக இல்லை. போரில் ஆஸ்திரியர்கள் வெற்றி பெற வேண்டும் என்று விரும்புகிறார்," என்று கேப்டன் சொன்னார். மற்றவர்கள் கவனமாகக் கேட்டார்கள். பாதிரியார் தலையைக் குலுக்கினார்.

"இல்லை," என்றார்.

"நாம் ஒருபோதும் தாக்கக் கூடாது என்று பாதிரியார் விரும்புகிறார். நாம் ஒருபோதும் தாக்கக் கூடாது என்று விரும்புகிறீர்கள் அல்லவா?"

"இல்லை. சண்டை வந்தால் நாம் தாக்கத்தான் வேண்டும் என்று நினைக்கிறேன்."

"தாக்க வேண்டும். தாக்குவோம்."

பாதிரியார் தலையாட்டினார்.

"அவரை விட்டு விடுங்கள்," என்று மேஜர் கூறினார். "அவர் சரியான நிலைப்பாட்டில்தான் இருக்கிறார்."

"எப்படியானாலும் இதில் அவரால் எதுவும் செய்ய முடியாது," என்று கேப்டன் கூறினார்.

நாங்கள் அனைவரும் அவ்விடத்தைவிட்டுச் சென்றோம்.

அத்தியாயம் 4

நான் தங்கியிருந்த வீட்டுக்கு அடுத்த தோட்டத்தில் நிறுத்தப்பட்டிருந்த பீரங்கிப் படை காலையில் என்னைத் தூக்கத்திலிருந்து எழுப்பியது. ஜன்னல் வழியாக வந்துகொண்டிருந்த சூரிய ஒளியைப் பார்த்தேன்; படுக்கையிலிருந்து எழுந்து ஜன்னலுக்குச் சென்று வெளியே பார்த்தேன். சரளை மண் பாதைகள் ஈரமாயிருந்தன, பனித் திவலைகளால் புற்கள் நனைந்திருந்தன. பீரங்கிப் படையினர் இரண்டு முறை சுட்டார்கள். ஒவ்வொரு முறையும் பலத்த அடி விழுந்ததுபோல் காற்று வேகமாக வந்தது; ஜன்னலை அதிரச் செய்தது; என் பைஜாமாக்களை மடித்துத் தட்டையாக்கியது. என்னால் துப்பாக்கிகளைப் பார்க்க முடியவில்லை. அவர்கள் எங்களுக்கு மேல்பக்கமாக நேராகச் சுட்டார்கள் என்பது வெளிப்படையாகத் தெரிந்தது. அவர்களை அங்கே நிறுத்தியிருப்பது தொல்லைதான். ஆனால், அவர்கள் பெரிய படையாக இல்லை என்பது ஆறுதலானது. நான் வெளியே தோட்டத்தைப் பார்த்தேன், சாலையில் ஒரு சரக்கு வண்டி புறப்பட்டுக்கொண்டிருக்கும் சத்தத்தைக் கேட்டேன். நான் உடை மாற்றி கீழ்த்தளத்துக்குச் சென்றேன். உணவறையில் காப்பி குடித்தேன். வாகனங்கள் நிறுத்தும் கொட்டகைக்குச் சென்றேன்.

நீண்ட கொட்டகையில் பத்து கார்கள் ஒன்றின் பக்கம் ஒன்றாக வரிசையில் நிறுத்தப்பட்டிருந்தன. மேல்பகுதி கனமானதாகவும், மூக்குப் பகுதி தட்டையாகவும், சாம்பல் நிற வண்ணம் பூசப்பட்டு, வீட்டுச் சாமான்களை எடுத்துச் செல்லும் வண்டிகளைப் போல அந்த ஆம்புலன்ஸ்கள் வடிவமைக்கப்பட்டிருந்தன. அங்கிருந்த முற்றத்தில் பழுதுபார்க்கும் ஊழியர்கள் ஓர் ஆம்புலன்ஸில் வேலை செய்துகொண்டிருந்தார்கள். மலைக் குன்றுகளின் மேல் இருந்த தற்காலிக முதலுதவி நிலையங்களில் மூன்று ஊழியர்கள் இருந்தார்கள்.

“அவர்கள் எப்போதாவது பீரங்கிப் படைமீது குண்டு வீசினார்களா?” என்று ஓர் ஊழியனிடம் கேட்டேன்.

“இல்லை, லெஃப்டினன்ட் ஐயா. அந்தச் சிறிய மலைக் குன்று அதற்குப் பாதுகாப்பு அளிக்கிறது.”

“நிலைமை எப்படி இருக்கிறது?”

“அவ்வளவு மோசமில்லை. இந்த இயந்திரம் சரியில்லை. ஆனால், மற்றவை நல்ல நிலையில் இருக்கின்றன.” அவன் வேலை செய்வதை நிறுத்தி புன்னகைத்தான். “நீங்கள் விடுமுறையில் சென்றிருந்தீர்களா?”

“ஆமாம்.”

கைகளை அவன் சட்டையில் துடைத்தான்; பற்கள் தெரியும்படி சிரித்தான். “மகிழ்ச்சியாகப் பொழுதைக் கழித்தீர்களா?” மற்றவர்களும் பற்கள் தெரியச் சிரித்தார்கள்.

“சிறப்பாக,” என்றேன் நான். “இந்த இயந்திரத்தில் என்ன பிரச்சினை?”

“அது சரியில்லை. ஒன்று மாற்றி ஒன்று.”

“இப்போது என்ன பிரச்சினை?”

“புதிய வளையங்கள்.”

அவர்கள் வேலை செய்துகொண்டிருந்த காரின் இயந்திரம் திறந்துவைக்கப்பட்டு, அதன் பாகங்கள் பணிமேஜைமீது பரப்பி வைக்கப்பட்டிருந்தன; அந்த கார் அவமானப்படுத்தப்பட்டது போலவும் வெறுமையாகவும் தோற்றமளித்தது. நான் அங்கிருந்து நகர்ந்தேன், கொட்டகைக்குள் சென்று ஒவ்வொரு வாகனத்தையும் பார்த்தேன். அவை ஓரளவு சுத்தம் செய்யப்பட்டிருந்தன. ஒரு சில வாகனங்கள் சமீபத்தில் கழுவப்பட்டிருந்தன, மற்றவை தூசி படிந்திருந்தன. சக்கரங்களில் வெட்டுகள் இருக்கின்றனவா, கற்களால் ஏற்பட்ட கீறல்கள் இருகின்றனவா என்று கவனமாகப் பார்த்தேன். எல்லாமே நல்ல நிலையில் இருந்ததுபோல்தான் தோன்றியது. வேலைகளை மேற்பார்வையிட நான் அங்கு இருந்தாலும், இல்லையென்றாலும் அது எந்த வேறுபாட்டையும் ஏற்படுத்தவில்லை என்பது வெளிப்படையாகத் தெரிந்தது. தேவையான பொருட்கள் வாங்கப்பட்டாலும், இல்லை என்றாலும்

வாகனங்களின் சீரான பராமரிப்பு, காயப்பட்டவர்களையும் நோய்வாய்ப்பட்டவர்களையும் முதலுதவி நிலையங்களிலிருந்து அகற்றுவது, மலைகளிலிருந்து அவர்களைத் தற்காலிக மருத்துவ நிலையங்களுக்கு வாகனங்களில் மீண்டும் கொண்டுவந்து, அவரவர்களுக்கு வரையறுக்கப்பட்ட மருத்துவமனைகளுக்குப் பிரித்து அனுப்புவது ஆகிய பணிகள் எல்லாம் கணிசமான அளவு என்னை நம்பியே செயல்பட்டன என்ற கற்பனையில் இதுவரை இருந்தேன். ஆனால், நான் அங்கு இருந்தாலும் இல்லையென் றாலும் அது ஒரு பொருட்டில்லை என்பது தெளிவாகத் தெரிந்தது.

"உதிரிப் பாகங்கள் வாங்குவதில் ஏதாவது பிரச்சினை இருந்ததா?" என்று தலைமைப் பராமரிப்பாளரைக் கேட்டேன்.

"இல்லை, லெஃப்டினன்ட் ஐயா."

"எரிபொருள் நிலையம் இப்போது எங்கே இருக்கிறது?"

"அதே இடத்தில்தான் இருக்கிறது."

"நல்லது," என்றேன். வீட்டுக்குத் திரும்பினேன். உணவறையில் மீண்டும் ஒரு கோப்பை காப்பி குடித்தேன். சுண்டக் காய்ச்சிய பாலில் தயாரிக்கப்பட்ட காப்பி வெளிர் பழுப்பு நிறத்தில் இனிப்பாக இருந்தது. ஜன்னலுக்கு வெளியே வசந்தத்தின் காலை நேரம் மகிழ்ச்சியூட்டுவதாய் இருந்தது. மூக்கில் வறட்சியான உணர்வு ஏற்படத் தொடங்கியது, அந்த நாள் வெப்பமாக இருக்கும் என்பதை அறிவித்தது. அதன் பின்பு மலைகளில் செயல் பட்ட முதலுதவி நிலையங்களைப் பார்வையிட்டேன். பின்மாலை வேளையில் நகரத்துக்குத் திரும்பினேன்.

நான் அங்கே இல்லாதபோது, எல்லா வேலைகளுமே சிறப் பாகச் செயல்பட்டதாகத் தோன்றியது. மீண்டும் தாக்குதல் தொடங்கப்போகிறது என்று கேள்விப்பட்டேன். நான் எந்தப் பிரிவுக்கு வேலை செய்தேனோ அந்தப் பிரிவு ஆற்றின் மேல் பகுதியில் தாக்குதல் நடத்துவதாய் இருந்தது. தாக்குதல் நடை பெறும்போது முதலுதவி நிலையங்களை நான் கவனிக்க வேண்டும் என்று மேஜர் சொன்னார். குறுகலான பள்ளத்தாக்கின் மேல்பகுதியில் ஆற்றைக் கடந்து மலைப்பகுதிகளில் பரந்து விரிந்து தாக்குதல் நடக்கும். வாகனங்கள் ஆற்றுக்கு எவ்வளவு பக்கமாகப் போக முடியுமோ அங்கு வாகன நிலையங்கள் அமைய

வேண்டும், அவை மறைத்து வைக்கப்பட வேண்டும் என்றார். அந்த இடங்கள் காலாட்படையால் தேர்வு செய்யப்படும்; ஆனால், அவ்வேலைகளை நாங்கள் ஒருங்கிணைக்க வேண்டும். இராணுவ வீரர்களின் பணிகளைச் செய்கிறோம் என்ற பொய் உணர்வை நமக்கு ஏற்படுத்தும் வேலைகளில் இதுவும் ஒன்று.

என்மீது தூசி படிந்து அழுக்காக இருந்தேன். என்னைச் சுத்தப்படுத்திக்கொள்ள அறைக்குச் சென்றேன். ஹியூகோவின் ஆங்கில இலக்கணப் புத்தகத்துடன் ரினால்டி படுக்கையில் உட்கார்ந்திருந்தான். அவன் நல்ல உடை அணிந்திருந்தான், கறுப்பு காலணிகளுடன் இருந்தான்; அவன் தலைமுடி பளிச்சென்றிருந்தது.

அவன் என்னைப் பார்த்ததும், "அற்புதம்," என்றான். "மிஸ் பாக்லியைப் பார்க்க என்னுடன் நீ வர வேண்டும்."

"இல்லை."

"வர வேண்டும். தயவுசெய்து என்னுடன் வந்து என்னைப் பற்றி நல்ல அபிப்பிராயத்தை நீ அவளிடம் ஏற்படுத்த வேண்டும்."

"சரி. குளித்துவிட்டு வரும்வரை காத்திரு."

"குளித்த பின் நீ எப்படி இருப்பாயோ அப்படியே வர வேண்டும்."

குளித்தேன், தலை வாரினேன். நாங்கள் புறப்பட்டோம்.

"ஒரு நிமிடம் காத்திரு," என்றான் ரினால்டி. "கொஞ்சம் மது குடிக்கலாம்." அவன் பெட்டியைத் திறந்து ஒரு பாட்டிலை வெளியே எடுத்தான்.

"இது ஸ்ட்ரேகா. இத்தாலிய விஸ்கி இல்லை," என்றேன்.

"இல்லை. இது கிராப்பா என்ற இத்தாலிய பிராந்தி."

"சரி."

அவன் இரண்டு தம்ளர்களில் மதுவை ஊற்றினான். ஆள்காட்டி விரல்களை நீட்டியபடி தம்ளர்கள் இரண்டையும் ஒன்றோடு ஒன்று தொட்டோம். கிராப்பா நல்ல போதை தந்தது.

"இன்னும் கொஞ்சம்?"

"சரி," என்றேன்.

இரண்டாவது தம்ளர் கிராப்பா குடித்தோம். ரினால்டி பாட்டிலைத் தள்ளி வைத்தான். நாங்கள் படிக்கட்டில் கீழே இறங்கினோம். நகரத்தின் வழியே நடந்தபோது வெக்கையாக இருந்தது; ஆனால், சூரியன் கீழே இறங்கத் தொடங்கியது; வானிலை இதமாக இருந்தது. போர் தொடங்குவதற்கு முன்பு ஜெர்மானியர்களால் கட்டப்பட்ட பெரிய வீட்டில் ஆங்கிலேயர்களின் மருத்துவமனை இயங்கியது. மிஸ் பாக்லி தோட்டத்தில் இருந்தாள். அவளுடன் மற்றொரு நர்ஸ் இருந்தாள். மரங்களின் ஊடாக அவர்களின் வெள்ளை சீருடைகளைப் பார்த்து, அவர்களை நோக்கிச் சென்றோம். ரினால்டி சல்யூட் அடித்தான். நானும் சல்யூட் அடித்தேன், ஆனால், மிகுந்த அடக்கத்துடன்.

"எப்படி இருக்கிறாய்?" என்று மிஸ் பாக்லி கேட்டாள். "நீ இத்தாலியனா?"

"இல்லை."

ரினால்டி மற்றொரு நர்ஸிடம் பேசிக்கொண்டிருந்தான்; அவர்கள் சிரித்துக்கொண்டிருந்தார்கள்.

"என்ன இது, வழக்கத்தில் இல்லாதது—நீ இத்தாலிய இராணுவத்திலிருப்பது."

"உண்மையில் இது இராணுவச் சேவை இல்லை, ஆம்புலன்ஸ் சேவை மட்டுமே."

"இருந்தாலும் இது வழக்கத்துக்கு மாறானதாகவே இருக்கிறது. நீ ஏன் இதில் சேர்ந்தாய்?"

"எனக்குத் தெரியாது," என்றேன். "எல்லாச் செய்கைகளுக்கும் எப்போதும் விளக்கங்கள் இருப்பதில்லை."

"ஓ, விளக்கம் இல்லையா? எல்லாவற்றுக்கும் விளக்கம் இருக்கிறது என்று நினைக்கும் வகையில் நான் வளர்க்கப்பட்டேன்."

"அது அருமையிலும் அருமை."

"நாம் இப்படியேதான் பேசிக்கொண்டேயிருக்க வேண்டுமா?"

"வேண்டியதில்லை," என்றேன்.

"அதுவே ஒரு நிவாரணம்தான். இல்லையா?"

"இது என்ன கம்பு?" என்று கேட்டேன். மிஸ் பாக்லி மிகவும் உயரமாக இருந்தாள். நர்ஸுக்கான சீருடைபோல் தோன்றிய உடையில் இருந்தாள். அவள் தலைமுடி பொன் நிறத்திலும், தோல் பழுப்பு மஞ்சள் நிறத்திலும், கண்கள் பழுப்பு நிறத்திலும் இருந்தன. அவள் மிக அழகாக இருக்கிறாள் என்று நினைத்தேன். தோலால் இறுக்கிக் கட்டப்பட்ட, கயிறு இணைக்கப்படாத மெல்லிய பிரம்பு ஒன்றை வைத்திருந்தாள்.

"இது சென்ற ஆண்டு கொல்லப்பட்ட ஒரு இளைஞனுக்குச் சொந்தமானது."

"நான் மிகவும் வருந்துகிறேன்."

"அவன் நல்ல பையன். அவன் என்னைக் கல்யாணம் செய்து கொள்வதாய் இருந்தது. வட பிரான்ஸின் சோம் பகுதியில் நடந்த போரில் அவன் கொல்லப்பட்டான்."

"அது கொடூரமான சண்டை."

"நீ அங்கே இருந்தாயா?"

"இல்லை."

"அதைப் பற்றி நான் கேள்விப்பட்டிருக்கிறேன்," என்று சொன்ன அவள், "உண்மையில் அங்கு நடந்ததுபோல் ஒரு சண்டை இங்கு நடக்கவில்லை. அவர்கள் இந்தச் சின்னத் தடியை எனக்கு அனுப்பினார்கள். அவன் அம்மா எனக்கு அதை அனுப்பினாள். அவன் உடைமைகளுடன் இதையும் அனுப்பினார்கள்."

"உங்கள் திருமணம் உறுதி செய்யப்பட்டு நீண்ட காலமாயிற்றா?"

"எட்டு ஆண்டுகள். நாங்கள் இருவரும் ஒன்றாகவே வளர்ந்தோம்."

"நீங்கள் ஏன் திருமணம் செய்துகொள்ளவில்லை?"

"எனக்குத் தெரியாது," என்று அவள் சொன்னாள். "அவனைத் திருமணம் செய்யாத நான் ஒரு முட்டாள். எப்படி இருந்தாலும் அவனைத் திருமணம் செய்திருக்க முடியும். அது அவனுக்குத் தீங்கானது என்று நினைத்துவிட்டேன் நான்."

"அப்படியா!"

"நீ எப்போதாவது யாரையாவது காதலித்திருக்கிறாயா?"

“இல்லை,” என்றேன்.

நாங்கள் ஒரு பெஞ்சில் உட்கார்ந்தோம். அவளைப் பார்த்தேன்.

“உன் தலைமுடி அழகாக இருக்கிறது,” என்றேன்.

“உனக்கு அது பிடித்திருக்கிறதா?”

“ரொம்பவே.”

“அவன் இறந்தபோது அதை முழுவதுமாக வெட்ட முனைந்தேன்.”

“வேண்டாம்.”

“அவனுக்காக நான் ஏதாவது செய்ய வேண்டுமென விரும்பினேன். மற்ற எதைப் பற்றியும் கவலைப்படவில்லை; அவன் எது வேண்டுமானாலும் முழுமையாகப் பெற்றிருக்க முடியும். எனக்குத் தெரிந்திருந்தால் அவன் விருப்பிய எதையும் அவன் அடைந்திருக்க முடியும். நான் அவனைத் திருமணம் செய்திருக்கலாம் அல்லது வேறு எது வேண்டுமானாலும். இப்போதுதான் எனக்கு அதைப் பற்றி எல்லாமே தெரிகிறது. ஆனால், அவன் அப்போது போருக்குச் செல்ல விரும்பினான்; இப்படி நடக்கும் என்று எனக்குத் தெரியாமல் போயிற்று.”

நான் ஒன்றும் சொல்லவில்லை.

“அப்போது நான் எதைப் பற்றியும் தெரிந்துகொள்ளாமல் இருந்தேன். அது அவனுக்குத் தீங்கானது என்று நினைத்தேன். ஒருவேளை அவன் அதைத் தாக்குப்பிடிக்க மாட்டான் என்று நினைத்தேன். அவன் கொல்லப்பட்டது இப்போது உண்மையாயிற்று; அதுதான் அதன் முடிவாயிற்று.”

“எனக்கு எதுவும் தெரியவில்லை.”

“அது அப்படித்தான்,” என்றாள் அவள். “அதுதான் அதன் முடிவாயிற்று.”

மற்றொரு நர்ஸுடன் ரினால்டி பேசிக்கொண்டிருந்ததைப் பார்த்தோம்.

“அவள் பெயர் என்ன?”

“ஃபெர்குசன். ஹெலன் ஃபெர்குசன். உன் நண்பன் ஒரு டாக்டர், அப்படித்தானே?”

"ஆமாம். மிகச் சிறந்த டாக்டர் அவன்."

"அற்புதம். போர்முனைக்கு அருகில் திறமையான டாக்டர் ஒருவர் கிடைப்பது அரிது. இந்த இடம் போர்முனைக்குப் பக்கத்தில் இருக்கிறது, இல்லையா?"

"மிகவும் பக்கம்."

"இது அபத்தமான போர்முனை," என்று அவள் சொன்னாள். "ஆனால், இது அழகானது. அவர்கள் தாக்கும் எண்ணத்தில் இருக்கிறார்களா?"

"ஆமாம்."

"அப்படியானால் எங்களுக்கு வேலை இருக்கும். இப்போதைக்கு எங்களுக்கு வேலை எதுவும் இல்லை."

"நீண்ட காலமாக நர்ஸாக வேலை செய்கிறாயா?"

"பதினைந்து வயதிலிருந்து. அவன் இராணுவத்தில் சேர்ந்த போது நானும் வேலையில் சேர்ந்தேன். நான் வேலை பார்த்த மருத்துவமனைக்கு அவன் வரலாம் என்ற குழந்தைத்தனமான எண்ணம் எனக்கு இருந்தது நினைவிருக்கிறது. அது ஒரு அனுமானம்: பட்டாக் கத்தி வெட்டுடனோ, அவன் தலையைச் சுற்றி ஒரு கட்டுடனோ, தோள்பட்டையின் ஊடாகத் துப்பாக்கிக் குண்டுடனோ, அசாதாரணமானதாக வர்ணிக்கத்தக்க படக் காட்சியாக..."

"இதுதான் ஒரு ரம்மியமான படக்காட்சியான போர்முனை," என்று சொன்னேன்.

"ஆமாம்," என்றாள் அவள். "பிரான்ஸில் போர்முனை எப்படி இருக்கும் என்று மக்களால் உணர முடியாது. அதை அவர்கள் உணர்ந்தால், போர் தொடர்ந்து நடந்திருக்காது. அவன் பட்டாக் கத்தியால் வெட்டப்படவில்லை. வெடிவைத்து அவன் உடலைத் துண்டுதுண்டாகச் சிதறடித்துவிட்டார்கள்."

நான் எதுவும் சொல்லவில்லை.

"இந்தப் போர் இப்படியே நடந்துகொண்டிருக்கும் என்று நினைக்கிறாயா?"

"இல்லை."

"போரை நிறுத்தப்போவது எது?"

"எங்காவது ஒரு இடத்தில் அது உடையும்."

"அதை நாம் உடைப்போம். பிரான்ஸில் உடைப்போம். அவர்கள் சோம் பகுதியில் செய்ததுபோல் தொடர்ந்து செய்து கொண்டிருக்க முடியாது; அது உடைக்கப்படாமல் நீடிக்க முடியாது."

"அவர்கள் இங்கே உடைய மாட்டார்கள்," என்று சொன்னேன்.

"உடைய மாட்டார்கள் என்று நினைக்கிறாயா?"

"மாட்டார்கள். அவர்கள் கடந்த கோடைக் காலத்தில் மிகச் சிறப்பாகச் செயல்பட்டார்கள்."

"அவர்கள் உடையலாம். யாராயிருந்தாலும் உடையலாம்."

"ஜெர்மானியர்கள்கூட."

"இல்லை," என்றாள் அவள். "அப்படி நான் நினைக்கவில்லை."

ரினால்டியும் மிஸ் ஃபெர்குசனும் இருந்த இடத்துக்குச் சென்றோம்.

"இத்தாலி உனக்குப் பிடித்திருக்கிறதா?" என்று ரினால்டி மிஸ் ஃபெர்குசனிடம் ஆங்கிலத்தில் கேட்டான்.

"ரொம்பவும் பிடித்திருக்கிறது."

"எனக்குப் புரியவில்லை," என்று சொன்ன ரினால்டி தலையை உலுக்கினான்.

"போதுமான அளவு," என்று நான் இத்தாலிய மொழியில் மொழிபெயர்த்துச் சொன்னேன். அவன் தலையை உலுக்கினான்.

"அது சரியில்லை. உனக்கு இங்கிலாந்தைப் பிடிக்குமா?"

"அதிகம் பிடிக்காது. நான் ஸ்காட்லாந்து நாட்டைச் சேர்ந்தவள் என்பதால்."

ரினால்டி எதுவும் புரியாமல் வெறுமையாக என்னைப் பார்த்தான்.

"அவள் ஸ்காட்லாந்து நாட்டைச் சேர்ந்தவள். இங்கிலாந்தை விட அதிகமாக ஸ்காட்லாந்தை நேசிக்கிறாள்," என்று நான் இத்தாலிய மொழியில் சொன்னேன்.

"ஆனால், ஸ்காட்லாந்தும் இங்கிலாந்தும் ஒன்றுதானே."

அதை மிஸ் ஃபெர்குசனுக்கு மொழிபெயர்த்தேன்.

"பாஸ் என்கோர்,"—இன்னும் இல்லை—என்று மிஸ் ஃபெர்குசன் பிரஞ்சு மொழியில் சொன்னாள்.

"உண்மையாகவா?"

"ஒருபோதும் இல்லை. ஆங்கிலேயர்களை எங்களுக்குப் பிடிக்காது."

"ஆங்கிலேயர்களைப் பிடிக்காதா? மிஸ் பாக்லியைப் பிடிக்காதா?"

"ஓ, அது வேறு. நீ அப்படியே வார்த்தைக்கு வார்த்தை பொருள் கொள்ளக் கூடாது."

சற்று நேரத்துக்குப் பின் குட்-நைட் சொன்னோம், விடை பெற்றோம். வீட்டுக்கு நடந்து போனபோது ரினால்டி சொன்னான், "மிஸ் பாக்லி என்னைவிட உன்னை விரும்புகிறாள். அது மிகத் தெளிவாகத் தெரிகிறது. ஆனால், அந்த ஸ்காட்லாந்து நாட்டுச் சின்னப் பெண் மிகவும் அழகாக இருக்கிறாள்."

"மிகவும் அழகாகத்தான் இருக்கிறாள்," என்றேன். நான் அவளைக் கவனிக்கவேயில்லை. "உனக்கு அவளைப் பிடித்திருக்கிறதா?"

"இல்லை," என்றான் ரினால்டி.

அத்தியாயம் 5

மறுநாள் பிற்பகல் நான் மிஸ் பாக்லியைப் பார்க்கப் போனேன். அவள் தோட்டத்தில் இல்லை. வீட்டில் ஆம்புலன்ஸ்கள் வந்து நின்ற வாசல் பக்கம் போனேன். வீட்டின் உள்ளே தலைமை நர்ஸைப் சந்தித்தேன். மிஸ் பாக்லி பணியில் இருப்பதாகத் தெரிவித்தாள். "சண்டை நடந்துகொண்டிருக்கிறது, அது உனக்குத் தெரியுமே," என்றாள்.

"தெரியும்" என்றேன்.

"இத்தாலிய இராணுவத்தில் இருக்கும் அமெரிக்கன் நீதானே?" என்று கேட்டாள்.

"ஆம் அம்மா."

"உன்னால் எப்படி அப்படிச் செய்ய முடிந்தது? நீ ஏன் எங்களுடன் சேரவில்லை?"

"எனக்குத் தெரியாது," என்றேன். "இப்போது உங்களுடன் நான் சேர முடியுமா?"

"இப்போது முடியாது என்று நினைக்கிறேன். இத்தாலியரோடு ஏன் சேர்ந்தாய் என்று சொல்."

"நான் இத்தாலியில் இருந்தேன்," என்றேன். "இத்தாலிய மொழி பேசினேன்."

"ஓ," என்றாள் அவள். "நான் அதைக் கற்றுக்கொண்டிருக்கிறேன். அது அழகான மொழி."

"அதை இரண்டு வாரங்களில் கற்க முடியும் என்று யாரோ சொன்னார்கள்."

"அப்படியா?," என்றாள். "என்னால் இரண்டு வாரங்களில் கற்க முடியவில்லை. மாதக்கணக்கில் படித்துக்கொண்டிருக்கிறேன். நீ விரும்பினால் ஏழு மணிக்குப் பிறகு வா. அவளைப் பார்க்கலாம். அப்போது ஓய்வில் இருப்பாள். ஆனால், உன்னுடன் அதிக இத்தாலியர்களை அழைத்து வராதே."

“அந்த அழகிய மொழிக்காகவாவது அவர்களை அழைத்து வரக் கூடாதா?”

“இல்லை. அந்த அழகான சீருடைக்காகவும் இல்லை.”

“குட்-ஈவினிங்,” என்றேன் நான்.

“மறுபடியும் நாம் சந்திக்கும்வரை, ஐயா.”

“மீண்டும் சந்திப்போம்.” நான் சல்யூட் அடித்துவிட்டு வெளியேறினேன். மன உளைச்சல் அடையாமல் வெளிநாட்டவர்களுக்கு இத்தாலியர்களைப் போல் சல்யூட் அடிப்பது சாத்தியமில்லை. இத்தாலிய சல்யூட் ஏற்றுமதிக்காகச் செய்யப்பட்டது என்று ஒருபோதும் தோன்றவில்லை.

அன்று நாள் முழுவதும் சூடாக இருந்தது. ஆற்றின் மேல் பகுதியில் ப்லாவா நகரில், எதிரி நாட்டிடமிருந்து கைப்பற்றப் பட்ட இடத்தில் நிறுவப்பட்டிருந்த வலுவான இராணுவத் தளத் துக்குச் சென்றிருந்தேன். அங்கிருந்துதான் தாக்குதலைத் தொடங்க வேண்டும். கணவாயிலிருந்து தற்காலிகமாக அமைக்கப்பட்டிருந்த மிதவைப் பாலம்வரை கீழே இறங்கிச் செல்வதற்கு ஒரே ஒரு சாலை மட்டுமே இருந்ததாலும், ஒரு மைல் தூரத்துக்கு அது இயந்திரத் துப்பாக்கிகள், பீரங்கிக் குண்டுகளின் தாக்குதலுக்கு உள்ளானதாலும், சென்ற ஆண்டு அங்கிருந்து அதிக தூரம் முன் னேற முடியாமல் போனது. அந்தச் சாலை, தாக்குதலுக்குத் தேவையான எல்லாவிதச் சாமான்களையும் கொண்டுபோக முடி யாதவாறு அகலம் குறைந்ததாக இருந்தது; மேலும், அங்கே போகும் வாகனங்களையும் மனிதர்களையும் ஆஸ்திரியர்கள் சுட்டுப் பொசுக்கி அதை கசாப்புக் கூடமாக மாற்றக்கூடிய இடமாகவும் இருந்தது. ஆனால், இத்தாலியர்கள் ஆற்றைக் கடந்து கொஞ்சம் தூரம் பரவலாகச் சென்று, ஆஸ்திரிய எல்லைக்கு பட்ட ஆற்றுப் பகுதியில் சுமார் ஒன்றரை மைல் தூரம் கட்டுப் பாட்டில் வைத்திருந்தார்கள். அது ஒரு மோசமான இடம்; அந்த இடத்தை ஆக்கிரமிக்க இத்தாலியர்களை ஆஸ்திரியர்கள் அனுமதித்திருக்கக் கூடாது. ஆனால், அது, பரஸ்பர சகிப்புத் தன்மையின் வெளிப்பாடாகத் தோன்றியது. ஏனென்றால், ஆஸ்திரியர்கள் ஆற்றின் கீழ்ப் பகுதியில் இன்னமும் வலுவான இராணுவத் தளத்தை வைத்திருந்தார்கள். மலைப்பகுதியின்

மேல்புறத்தில் இத்தாலிய எல்லையிலிருந்து சில அடிகள் தூரத்தில் ஆஸ்திரியர்களின் பதுங்கு குழிகள் இருந்தன. அங்கு இருந்த சின்ன நகரம் இப்போது இடிந்த கட்டடக் குவியல் களாகக் கிடந்தது. அங்கிருந்த இரயில் நிலையத்தின் மிச்சமும் இருந்தது. சிதைக்கப்பட்ட நிரந்தர பாலமும் இருந்தது; ஆனால், பழுதுபார்க்கப்பட்டுப் பயன்படுத்த முடியாதவாறு அது அவர் களின் நேரடிப் பார்வையில் இருந்தது.

கீழ்நோக்கிச் சென்ற குறுகிய சாலையில் ஆற்றை நோக்கிச் சென்றேன். மலையடிவாரத்தில் இருந்த முதலுதவி நிலையத்தில் காரை நிறுத்தினேன். மலையின் அகலமான பகுதி பாதுகாப்பு அரணாக அமைந்த இடத்தில் இருந்த மிதவைப் பாலத்தைக் கடந்தேன். அடித்து நொறுக்கப்பட்டிருந்த நகரத்தில் மலைச் சரிவில் ஓரமாக இருந்த பதுங்கு குழிகளின் வழியாக நடந்தேன். அனைவரும் மேற்கூரைகளுடைய பதுங்கு குழிகளில் இருந்தார்கள். தொலைபேசி இணைப்புகள் துண்டிக்கப்பட்டால், பீரங்கிப் படையைத் தொடர்புகொள்ள அல்லது எச்சரிக்கை செய்ய ஏதுவாகத் தொட்டவுடன் இயங்கும் ஏவுகணைகள் வைப்புச் சட்டங்களில் நிறுத்தப்பட்டிருந்தன. அந்த இடம் அமைதியாகவும் வெப்பமாகவும் அழுக்காகவும் இருந்தது. எல்லையில் அமைக்கப் பட்டிருந்த முள் கம்பிகளின் ஊடாக அடுத்த பக்கம் இருந்த ஆஸ்திரிய எல்லையைப் பார்த்தேன். அங்கு ஒருவரும் தென் படவில்லை. எனக்கு அறிமுகமான கேப்டனுடன் பதுங்கு குழியில் கொஞ்சம் மது குடித்தபின் மிதவைப் பாலத்தைக் கடந்து திரும்பி வந்தேன்.

மலையிலிருந்து கீழே இறங்கிப் போக அகலமான புதுச் சாலை அமைக்கும் பணி நிறைவடையும் தறுவாயில் இருந்தது; அது பல வளைவுகளுடன் கீழே இருந்த பாலத்துக்குச் சென்றது. அகலமான இந்தச் சாலையின் பணிகள் நிறைவடைந்தவுடன் தாக்குதல் தொடங்கும். அந்தச் சாலை வனப்பகுதியில் கொண்டை ஊசி வளைவுகளுடன் கீழே செல்கிறது. மேலேயிருந்து எல்லாப் பொருட்களையும் புதுச் சாலையின் வழியாகக் கீழே கொண்டுவரவும், வெற்றுச் சரக்கு வண்டிகளையும், வண்டிகளையும், பொருட்கள் நிரப்பப்பட்ட ஆம்புலன்ஸ்களையும், மேலே போகும் அனைத்துப் போக்குவரத்தையும் பழைய குறுகலான சாலையில் அனுப்பவும்

திட்டமிடப்பட்டுள்ளது. முதலுதவி நிலையம் ஆஸ்திரிய எல்லைக்குள்ளிருந்த ஆற்றுப் பகுதியின் மலையடிவாரத்தில் இருந்தது. காயமுற்றவர்களை ஸ்ட்ரெச்சர்கள் மூலம் மிதவைப் பாலம் வழியாகக் கொண்டுவருவார்கள். தாக்குதல் தொடங்கிய பின்பும் இதே நிலைதான் நீடிக்கும். புதுச் சாலையின் கடைசிப் பகுதி சமதளத்தை அடைந்த பின், கிட்டத்தட்ட ஒரு மைல் தூரம் ஆஸ்திரியப் படைகளால் தளர்வில்லாமல் தொடர்ந்து பீரங்கியால் தாக்கப்படுவதற்கான வாய்ப்புகள் அதிகம். அங்கே குழப்பமான சூழ்நிலை உண்டாகும் எனத் தோன்றுகிறது. ஆனால், அந்த மோசமான ஒரு மைல் தூரத்தைக் கடந்த பின் வாகனங்களை நிறுத்தவும், மிதவைப் பாலம் வழியாகக் கொண்டு வரப்படும் காயமடைந்தவர்களுக்காகக் காத்திருக்கவும் ஒரு பாதுகாப்பான இடத்தைக் கண்டுபிடித்தேன். புதுச் சாலையில் வாகனத்தை ஓட்டிப்பார்க்க ஆசைப்பட்டிருப்பேன். ஆனால், அங்கு இன்னும் வேலை முடிவடையவில்லை. அந்தச் சாலை அகலமாகவும், தரமாகவும், சீரான ஏற்றஇறக்கங்களுடனும் அமைக்கப்பட்டிருந்தது. மலைப்பகுதியிலிருந்த வனத்தின் இடை வெளி வழியாகப் பார்க்கும்போது, சாலையில் தெரிந்த வளைவுகள் கவனத்தை ஈர்த்தன. உலோக பிரேக்குகள் பொருத்தப்பட்ட வாகனங்கள் எளிதாகச் செல்ல முடியும். எப்படியிருந்தாலும், அவை கீழே இறங்கும்போது அவற்றில் பாரம் இருக்காது. குறுகலான சாலையின் வழியாகத் திரும்பி வந்தேன்.

துணை இராணுவ போலீஸார் இருவர் வண்டியை நிறுத்தி னார்கள். அங்கே ஒரு குண்டு விழுந்திருந்தது. நாங்கள் காத்திருந்த நேரத்தில் சாலையின் மேல்பகுதியில் மேலும் மூன்று குண்டுகள் விழுந்தன. அவை எழுபத்து ஏழு மில்லி மீட்டர் அளவுள்ள குண்டுகள்; காற்றில் வேகமாக 'விஷ்ஷ்' என்ற ஒலி எழுப்பி மின்னல் ஒளியுடனும் பலத்த சத்தத்துடனும் வெடித்தன. பழுப்பு நிறப் புகை மண்டலம் சாலையெங்கும் பரவியது. துணை இராணுவ போலீஸார் சைகை செய்து தொடர்ந்து பயணம் செய்ய அனுமதித்தார்கள். குண்டுகள் விழுந்த இடங்களைக் கடந்தபோது குண்டுகளினால் ஏற்பட்ட பள்ளங்களைத் தவிர்த்தேன். சக்தி வாய்ந்த வெடிபொருட்களின் வாசனையையும் தகர்க்கப்பட்ட களிமண், கற்கள், புதிதாகச் தகர்க்கப்பட்ட கற்சிதறல்களின்

வாசனையையும் நுகர்ந்தேன். நான் கொரீஸியா நகரம் வந்தேன், எங்கள் வீட்டை அடைந்தேன். பணியிலிருந்த மிஸ் பாக்லியைப் பார்க்கப் போனேன்.

இரவுச் சாப்பாட்டை விரைவாகச் சாப்பிட்டேன், ஆங்கிலேய மருத்துவமனை செயல்பட்ட வீட்டுக்குப் புறப்பட்டேன். உண்மையில், அந்த வீடு பெரிதாகவும் அழகாகவும் இருந்தது. அங்கு அழகிய மரங்கள் இருந்தன. தோட்டத்தில் மிஸ் பாக்லி ஓர் இருக்கையில் உட்கார்ந்திருந்தாள். மிஸ் ஃபெர்குசன் அவளுடன் இருந்தாள். என்னைப் பார்த்ததில் அவர்கள் மகிழ்ச்சி அடைந்ததாகத் தெரிந்தது. சிறிது நேரத்தில், மிஸ் ஃபெர்குசன் ஏதோ ஒரு காரணம் சொல்லி அங்கிருந்து சென்றாள்.

“நான் உங்கள் இருவரையும் தனியாக விட்டுச் செல்கிறேன்,” என்றாள் அவள். “நான் உங்களுடன் இல்லாதபோது நீங்கள் மிகவும் இணக்கமாக இருக்கிறீர்கள்.”

“போகாதே, ஹெலன்” என்று மிஸ் பாக்லி சொன்னாள்.

“நான் உண்மையாகவே போக வேண்டும். சில கடிதங்கள் எழுத வேண்டும்.”

“குட்-நைட்,” என்றேன்.

“குட்-நைட், மிஸ்டர் ஹென்றி.”

“தணிக்கை விதிகளை மீறி ஏதாவது எழுதாதே,”

“கவலைப்படாதே. நாம் எவ்வளவு அழகான இடத்தில் வசிக்கிறோம் என்பதையும் இத்தாலியர்கள் எவ்வளவு துணிச்சல் மிக்கவர்களாக இருக்கிறார்கள் என்பதையும்தான் எழுதப்போகி றேன் .”

“அப்படியானால் கௌரவிக்கப்படுவாய்.”

“அதுவும் நன்றாகத்தான் இருக்கும். குட்-நைட், கேதரின்.”

“இன்னும் சற்று நேரத்தில் உன்னைச் சந்திக்கிறேன்,” என்று பாக்லி சொன்னாள். மிஸ் ஃபெர்குசன் அங்கிருந்து இருட்டில் சென்றாள்.

“அவள் நல்லவளாக இருக்கிறாள்,” என்றேன்.

“உண்மைதான். நல்லவள். அவள் ஒரு நர்ஸ்.”

"நீ நர்ஸ் இல்லையா?"

"ஓ, இல்லை. பிரித்தானியப் பேரரசில், போர்முனையில் இராணுவப் பணியாளர்களுக்கு நர்ஸாகப் பணியாற்றும், இராவணும் சாராத வி.ஏ.டி. என்று அழைக்கப்படும் தன்னார்வலச் செவிலியர் பிரிவைச் சேர்ந்தவள் நான். கடினமான வேலைகளைச் செய்கிறோம்; ஆனால், ஒருவரும் எங்களை நம்ப மாட்டார்கள்."

"ஏன் நம்ப மாட்டார்கள்?"

"வேலை எதுவும் நடைபெறாதபோது எங்களை நம்ப மாட்டார்கள்; வேலை இருக்கும்போது நம்புவார்கள்."

"அதில் என்ன வித்தியாசம் இருக்கிறது?

"ஒரு நர்ஸ் மருத்துவரைப் போன்றவள்; அதற்கு நீண்ட காலமாகும். வி.ஏ.டி. என்பது செவிலியாவதற்கு குறுக்கு வழி."

"புரிகிறது."

"இத்தாலியர்கள் போர்முனைக்கு அருகில் பெண்கள் இருப்பதை விரும்ப மாட்டார்கள். ஆகையால் நாங்கள் அனைவரும் தனித்துவமான நடத்தை விதிகளுக்கு உட்பட்டவர்கள்; நாங்கள் வெளியே போவதில்லை."

"இருந்தாலும், நான் இங்கே வரலாம் அல்லவா?"

"தாராளமாக. நாங்கள் மேற்கூரையுடைய கூண்டுக்குள் அடைத்து வைக்கப்படவில்லை."

"நாம் போரை ஒழித்துவிடலாம்."

"அது கடினமானது. ஒழிப்பதற்கு வழி தெரியவில்லை."

"எப்படியாவது நாம் அதை ஒழித்துவிடலாம்."

"ஆகட்டும்."

இருளில் நாங்கள் ஒருவரை ஒருவர் பார்த்தோம். அவள் அழகாக இருக்கிறாள் என்று நினைத்தேன். அவள் கையைப் பிடித்தேன். அதை அவள் அனுமதித்தாள். அவள் கையைப் பிடித்தபடி, அவள் தோளுக்கு அடியில் சுற்றிப் பிடித்தேன்.

"வேண்டாம்," என்றாள். என் கையை அது இருந்த இடத்திலேயே வைத்திருந்தேன்.

"ஏன் வேண்டாம்?"

"வேண்டாம்."

"வேண்டும்," என்றேன். "தயவுசெய்து." இருளில் அவளை முத்தமிடுவதற்காக முன்பக்கமாகச் சாய்ந்தேன். கூர்மையாகக் குத்தப்படுவதுபோல் கோப வெடிப்பை உணர்ந்தேன். அவள் என் முகத்தில் பலமாக அறைந்தாள். அவள் கை என் மூக்கையும் கண்களையும் தாக்கியிருந்தது. அனிச்சையாக என் கண்களில் கண்ணீர் வழிந்தது.

"நான் வருந்துகிறேன்," என்றாள். அதில் கொஞ்சம் அனுகூலம் இருப்பதாக உணர்ந்தேன்.

"நீ செய்தது சரிதான்."

"நான் ரொம்பவும் வருந்துகிறேன்," என்றாள் அவள். "ஒரு செவிலிக்கு மாலையில் கிடைக்கும் ஓய்வு நேரத்தை, பொழுது போக்கின் ஓர் அம்சமாக நீ கருதுவதை என்னால் சகிக்க முடியவில்லை. உன் உணர்வுகளைப் புண்படுத்துவது என் நோக்கமில்லை. ஆனால், புண்படுத்திவிட்டேன், இல்லையா?"

இருட்டில் அவள் என்னைப் பார்த்துக்கொண்டிருந்தாள். நான் கோபமாக இருந்தேன். இருந்தாலும், அதைத் தொடர்ந்து நடக்கப்போகும் நிகழ்வுகள் சதுரங்க ஆட்டத்தில் காய்கள் நகர்த்தப்படுவதுபோல் அமையும் என்று உறுதியாக நம்பினேன்.

"நீ சரியாகத்தான் நடந்துகொண்டாய்," என்றேன். "நான் அதைப் பொருட்படுத்தவில்லை."

"அப்பாவி மனிதன்."

"ஒரு வகையான வேடிக்கை வாழ்க்கை வாழ்ந்துகொண்டிருந்தேன். ஒருபோதும் ஆங்கிலம் பேசியதில்லை. நீ மிகவும் அழகாக இருக்கிறாய்." நான் அவளைப் பார்த்தேன்.

"நீ முட்டாள்தனமாகப் பேசவேண்டிய தேவை இல்லை. நான்தான் என் வருத்தத்தைச் சொல்லிவிட்டேனே. நாம் நண்பர்களாக இருக்கலாம்."

"சரி," என்றேன். "நாம் போரிலிருந்து தூரமாக வந்துவிட்டோம்."

அவள் சிரித்தாள். இவ்வளவு நாட்களில் அவள் சிரிப்பைக் கேட்டது இதுதான் முதல் தடவை. அவள் முகத்தைப் பார்த்தேன்.

"நீ இனியவன்," என்றாள்.

"இல்லை. நான் அப்படி இல்லை."

"ஆமாம். நீ எனக்குப் பிரியமானவன். தவறாக நினைக்க வில்லை என்றால், உன்னை முத்தமிடுவதில் மகிழ்ச்சி அடைவேன்."

நான் அவள் கண்களைப் பார்த்தேன். முன்போலவே அவளைச் சுற்றிப் பிடித்தேன். முத்தம் கொடுத்தேன்; வலுவாக முத்தம் கொடுத்தேன்; அவளை இறுக்கிப் பிடித்தேன்; அவள் உதடு களைத் திறக்க முயற்சி செய்தேன்; அவை இறுக்கமாக மூடப் பட்டிருந்தன. இன்னமும் கோபமாக இருந்தேன். அவளை நான் கட்டிப்பிடித்திருந்த நிலையில் அவள் திடீரென நடுங்கினாள். என்னுடன் சேர்த்துப் பிடித்தேன்; அவளது இதயத் துடிப்புகளை உணர முடிந்தது; அவள் உதடுகள் திறந்தன; அவள் தலை என் கையில் பின்பக்கமாகச் சாய்ந்தது; என் தோள்மீது தலை சாய்த்து அவள் அழுதுகொண்டிருந்தாள்.

"ஓ, பிரியமானவனே," என்றாள். "நீ எனக்கு நல்லவனாக நடந்துகொள்ள வேண்டும், செய்வாயல்லவா?"

இது என்ன கொடுமை என்று நினைத்தேன். அவள் தலை முடியைக் கோதினேன்; அவள் தோளில் தட்டிக்கொடுத்தேன். அவள் அழுதுகொண்டிருந்தாள்.

"நீ எனக்கு நல்லவனாய் இருப்பாய், அல்லவா?" அவள் நிமிர்ந்து என்னைப் பார்த்தாள். "ஏனென்றால் நாம் ஒரு வினோதமான வாழ்க்கை வாழப்போகிறோம்."

சிறிது நேரத்துக்குப் பின்னர், அவளுடன் அந்த வீட்டின் கதவுவரை நடந்தேன். அவள் உள்ளே சென்றாள்; நான் வெளியே வந்து என் வீட்டுக்கு நடந்தேன். வீட்டுக்குத் திரும்பியபின் மேல் தளத்திலிருந்த என் அறைக்குப் போனேன். ரினால்டி அவனுடைய படுக்கையில் படுத்திருந்தான், என்னைப் பார்த்தான்.

"நீ மிஸ் பாக்லியுடனான உறவில் முன்னேற்றம் அடைந்தாய் அல்லவா?"

"நாங்கள் நண்பர்கள்."

"இனப்பெருக்கக் காலத்தில் நாய்க்கு உண்டாகும் இனிமையான தோற்றம் உன்னிடம் இருக்கிறது."

அந்த வார்த்தையின் பொருள் எனக்குப் புரியவில்லை.

"எதன் இனிமையான தோற்றம்?"

அவன் விளக்கினான்.

"நீ," என்று சொன்ன நான், "அந்த இனிமையான உணர்வுடன் இருக்கும் நாய், அது..."

"நிறுத்து," என்றான். "இன்னும் சற்று நேரத்தில் நாம் ஒருவருக்கொருவர் அவமரியாதையாகப் பேச வேண்டியிருக்கும்." அவன் சிரித்தான்.

"குட்-நைட்," என்றேன்.

"குட்-நைட், குட்டி நாயே."

தலையணையால் அவனுடைய மெழுகுவர்த்தியைத் தட்டி விட்டேன். இருளில் எனது படுக்கையில் படுத்தேன்.

ரினால்டி மெழுகுவர்த்தியை எடுத்தான், பற்றவைத்தான், வாசிப்பைத் தொடர்ந்தான்.

அத்தியாயம் 6

இரண்டு நாட்கள் முதலுதவி நிலையங்களுக்குச் சென்றிருந்தேன். நான் வீடு திரும்ப மிகவும் தாமதமாகிவிட்டது. அதனால் மறுநாள் மாலை வரை மிஸ் பாக்லியைப் பார்க்க வில்லை. அவள் தோட்டத்தில் இல்லை; அவள் கீழே வரும்வரை மருத்துவமனை அலுவலகத்தில் நான் காத்திருக்க வேண்டியிருந்தது. அவர்கள் அலுவலகமாகப் பயன்படுத்திய அறைச் சுவர் நெடு கிலும் இருந்த வண்ணம் பூசப்பட்ட மரத் தூண்களில் மார்பளவு பளிங்கு உருவச் சிலைகள் பல இருந்தன. அலுவலக முகப்பில் இருந்த கூடத்திலும் சிலைகள் வரிசையாக இருந்தன. அவை அனைத்தும் தரமான பளிங்கினாலானவை; எல்லாம் ஒன்றுபோல் தோற்றமளித்தன. சிற்பம் செதுக்குவது எப்போதும் மந்தமான தொழிலாகவே கருதப்பட்டது. இருப்பினும், வெண்கலச் சிலைகள் ஏதோ ஒரு வகையில் வித்தியாசப்பட்டு தோன்றின. ஆனால், பளிங்கினாலான மார்பளவு உருவச் சிலைகள் கல்லறையைப் போன்ற தோற்றத்தை உருவாக்கின. இருப்பினும் இத்தாலியின் பீஸா நகரத்தில் இருந்த கல்லறை அழகாக இருந்தது. இத்தாலியின் ஜெனோவா என்ற துறைமுக நகரத்தில் மிக மோச மான பளிங்குகளைக் காணலாம். அந்த வில்லா பணக்கார ஜெர்மானியர் ஒருவருக்குச் சொந்தமானது. அங்கிருந்த மார்பளவு சிலைகளுக்காக அவர் அதிகமாகச் செலவு செய்திருப்பார். அந்தச் சிலைகளை உருவாக்கிய சிற்பி யார்? அவருக்கு எவ்வளவு பணம் கிடைத்திருக்கும்? என்பதை நினைத்து வியந்தேன். அந்தச் சிலைகளில் இருப்பவர் அனைவரும் ஒரே குடும்பத்தினரா? வெவ் வேறானவர்களா? என்று அறிய முயற்சி செய்தேன். ஆனால், அவை அனைத்தும் ஒன்றுபோல் கலைநயமிக்கனவாகக் காலம் கடந்தும் சிறந்து விளங்கின. அவற்றைப் பற்றி குறை எதுவும் சொல்ல முடியாது.

நான் நாற்காலியில் உட்கார்ந்தேன்; தொப்பியைக் கையில் வைத்திருந்தேன். கொரீஸியாவிலும்கூட நாங்கள் இரும்புத் தலைக் கவசம் அணிய வேண்டும். ஆனால், அவை சங்கடம் தருவதாக இருந்தன. மேலும், பொதுமக்கள் வெளியேற்றப்படாத நகரில் இரும்புத் தலைக்கவசம் அணிந்து செல்வது வன்முறைச் செயல்கள் நிறைந்த போர்க்களம் போன்ற தோற்றத்தை ஏற்படுத்துவதாக இருந்தது. நாங்கள் முதலுதவி நிலையங்களுக்குப் போகும்போது நான் இரும்புத் தலைக்கவசம் அணிவேன்; இங்கிலாந்தில் உற்பத்திசெய்யப்பட்ட நச்சுவாயு தடுப்புக் கவசம் ஒன்றை எடுத்துச் செல்வேன். இப்போதுதான் அவை எங்களுக்குக் கிடைக்கத் தொடங்கியிருக்கின்றன. அவையெல்லாம் தரமான கவசங்கள். மேலும், நாங்கள் கட்டாயம் தானியங்கி கைத்துப்பாக்கியை அணிந்திருக்க வேண்டும்; இது டாக்டர்களுக்கும் சுகாதாரப் பணி யாளர்களுக்கும் பொருந்தும். நான் இருக்கையில் சாய்ந்தபோது அது என் முதுகுப்பக்கம் இருப்பதை உணர்ந்தேன். அதை மற்றவர் பார்வையில் படும்படி அணியாதவர்கள் கைது நடவடிக் கைகளுக்கு உட்பட்டவர்களாவார்கள். ரினால்டி கைத்துப்பாக்கிக் கான தோலுறையில், கழிவறைக் காகிதங்களைத் திணித்து அதை அணிந்திருப்பான். நான் உண்மையான கைத்துப்பாக்கி அணிந் திருப்பேன். துப்பாக்கியால் சுடுவதற்குப் பயிற்சி பெறும்வரை, நான் ஒரு மெய்க்காப்பாளன்போல் தோற்றமளிப்பதாக உணர்ந் தேன். என்னிடம் இருந்தது அஸ்ட்ரா 7.65 மில்லி மீட்டர் அளவு குட்டையான உருளையுடன் கூடிய சிறுவகைத் துப்பாக்கி. அதிலிருந்து குண்டுகள் வெளியேறும்போது அது அதிவேகத்தில் துள்ளும்; ஆகையால் அதைப் பயன்படுத்தி எதையாவது தாக்குவது சாத்தியமே இல்லை. குறி இலக்குக்கும் தாழ்வாக அதைப் பிடித்தபடி அபத்தமான குட்டையான உருளையின் திடீர் அதிர்வுகளைக் கையாளப் பயிற்சி எடுத்தேன்; இருபது அடி தூரத்திலிருக்கும் எனது குறி இலக்கிலிருந்து மூன்று அடிக்குள் தாக்குவதில் தேர்ச்சி அடைந்தேன். அதன் பின்னர் இந்த மாதிரி யான கைத்துப்பாக்கியை எடுத்துப்போவதன் அபத்தத்தை உணர்ந் தேன்; கூடிய சீக்கிரம் அதை மறந்தேன். எந்தவிதமான உணர்ச்சியும் இல்லாமல் அது என் முதுகின் குறுகிய பகுதியில் தட்டிக்கொண்டிருக்கும் வகையில் எடுத்துச் சென்றேன். ஆனால்,

ஆங்கிலம் பேசும் மக்களைப் பார்க்கும்போது அவமானம் அடைந்தது போன்ற ஒரு வகையான தெளிவற்ற உணர்வு ஏற்பட்டது. நான் ஒரு நாற்காலியில் உட்கார்ந்திருந்தேன். பளிங்குத் தரையையும், தூண்களிலிருந்த மார்பளவு பளிங்கு உருவச் சிலைகளையும், ஈரமான சுவர் பூச்சில் இருந்த நீர்வண்ண ஓவியங்களையும் பார்த்துக்கொண்டிருந்தேன். மிஸ் பாக்லிக்காகக் காத்திருந்தேன். அப்போது, பணியாள் போலிருந்த ஒருவன் மேஜைக்குப் பின்னாலிருந்து என்னை வேண்டாவெறுப்புடன் பார்த்தான். அந்த நீர்வண்ண ஓவியங்கள் ஒன்றும் மோசமாக இல்லை; உரிந்து செதில்களாக உதிரும் வரை எல்லா நீர்வண்ண ஓவியங்களும் நல்ல ஓவியங்கள்தான்.

முகப்புக் கூடம் வழியாக கேதரின் பாக்லி வந்துகொண்டிருந்ததைப் பார்த்தேன்; எழுந்து நின்றேன். அவள் என்னை நோக்கி நடந்து வரும்போது உயரமானவளாகத் தோன்றவில்லை; ஆனால், மிகவும் அழகானவளாகத் தோற்றமளித்தாள்.

"குட்-ஈவினிங், மிஸ்டர் ஹென்றி," என்றாள்.

"எப்படி இருக்கிறாய்?" என்று கேட்டேன். அந்தப் பணியாள் மேஜைக்குப் பின்னாலிருந்து கேட்டுக்கொண்டிருந்தான்.

"நாம் இங்கேயே உட்காரலாமா வெளியே தோட்டத்துக்குப் போகலாமா?"

"நாம் வெளியே போகலாம். அங்கே குளிர்ச்சி கூடுதலாக இருக்கிறது."

தோட்டத்துக்குள் போன அவளைத் தொடர்ந்து நடந்தேன். அந்தப் பணியாள் எங்களைப் பார்த்துக்கொண்டிருந்தான். மண் பாதையை அடைந்தவுடன், "நீ எங்கே போயிருந்தாய்?" என்று அவள் கேட்டாள்.

"முதலுதவி நிலையங்களுக்குப் போயிருந்தேன்."

"உன்னால் எனக்கு ஒரு குறிப்புகூட அனுப்ப முடியவில்லையோ?"

"இல்லை. அப்படி இல்லை. நான் திரும்பிவிடுவேனே என்று நினைத்தேன்."

"பிரியமானவனே, நீ என்னிடம் சொல்லியிருக்க வேண்டும்."

மரங்களுக்கு அடியில் நடந்தபடி நடைபாதையிலிருந்து விலகி வந்திருந்தோம். அவள் கைகளைப் பிடித்தபடி முத்தமிட்டேன்.

"நாம் போவதற்கு வேறு இடம் இல்லையா?"

"இல்லை," என்றாள் அவள். "நாம் இங்கே இப்படியே நடக்க வேண்டியதுதான். நீ நீண்ட நாட்களாக வெளியே போயிருந்தாய்."

"இது மூன்றாவது நாள். ஆனால், நான் திரும்பி வந்துவிட்டேனே."

அவள் என்னைப் பார்த்தாள். "நீ என்னை விரும்புகிறாயா?"

"ஆமாம்."

"நீ என்னை விரும்புவதாகச் சொன்னாய், நீ அப்படிச் சொல்ல வில்லையா?"

"சொன்னேன்," என்று பொய் சொன்னேன். "உன்னை விரும்பு கிறேன்." இதற்கு முன்னால் இதை நான் சொன்னதில்லை.

"நீ என்னை கேதரின் என்று கூப்பிடுவாயா?"

"கேதரின்." நாங்கள் ஒரு பாதையில் நடந்தோம்; ஒரு மரத் தடியில் நின்றோம்.

"நான் இந்த இரவில் கேதரினிடம் திரும்பி வந்துவிட்டேன் என்று சொல்."

"நான் இந்த இரவில் கேதரினிடம் திரும்பி வந்துவிட்டேன்."

"ஓ, பிரியமானவனே, நீ திரும்பி வந்துவிட்டாய், அப்படித் தானே?"

"ஆமாம்."

"அது போலவே நானும் உன்னை விரும்புகிறேன். உன் பிரிவு என்னை வருத்தியது. நீ என்னைவிட்டுப் பிரிந்து போக மாட்டாயே?"

"போக மாட்டேன். நான் எப்போதும் திரும்பி வருவேன்."

"ஓ, நான் உன்னை நேசிக்கிறேன். உன் கையை மீண்டும் அங்கேயே வைத்துக்கொள்."

"அது அங்கிருந்து விலகவே இல்லை." அவள் முகத்தைப் பார்க்க வசதியாக அவளைத் திருப்பினேன். நான் அவளை முத்தமிட்ட போது அவள் கண்களை மூடியிருந்தாள். மூடியிருந்த கண்கள்

இரண்டிலும் முத்தமிட்டேன். ஒருவேளை அவள் கொஞ்சம் பித்துப்பிடித்தவள்போல் நடந்துகொள்கிறாளோ என்று நினைத் தேன். அவள் அப்படி இருந்தால் நல்லதுதான். அதனால் எனக்கு ஏற்படும் விளைவுகளைப்பற்றி கவலைப்படவில்லை. ஒவ்வொரு நாள் மாலையும் அதிகாரிகளுக்கான விபச்சார விடுதிக்குப் போவது, அங்குள்ள பெண்கள் நம்முடைய உடம்பின் மேல் ஏறி விளையாடுவது, பாசத்தை வெளிப்படுத்த தொப்பியைப் பின்புறமாகத் திருப்பிப் போடுவது, இடையிடையே, மற்ற அதிகாரிகளுடன் இருப்பதற்காக அவர்கள் மேல்தளத்துக்குப் போய்த் திரும்புவது, இவை எல்லாவற்றையும்விட இது எவ்வளவோ மேலானது. நான் கேதரின் பாக்லியை விரும்பவில்லை என்பதும் அவளை விரும்பும் எண்ணமும் இல்லை என்பதும் எனக்குத் தெரியும். இது ஒரு விளையாட்டு, பிரிட்ஜ் என்ற சீட்டு விளையாட்டைப் போல—சீட்டுகளை வைத்து விளையாடுவதற்குப் பதிலாக வார்த்தைகளை வைத்து விளையாடுவது. சீட்டு விளையாட்டைப் போல இதிலும் நீ பணத்துக்காகவோ பணயத்துக்காகவோ விளையாடுவதுபோல் நடிக்க வேண்டும். பணயம் என்ன என்பதை ஒருவரும் சொல்லவில்லை. அது எனக்கு உகந்ததாக இருந்தது.

"நாம் போவதற்கு ஓர் இடம் இருந்தால் நன்றாயிருக்கும்," என்றேன். அதிக நேரம் நின்றபடியே காதல் செய்யும் ஆண் களுக்கான சிரமத்தை அனுபவித்துக்கொண்டிருந்தேன்.

"வேறு இடம் இல்லை," என்றாள் அவள். அவள் எந்த நினைப்பில் மூழ்கி இருந்தாளோ அங்கிருந்து திரும்பி வந்தாள்.

"நாம் கொஞ்ச நேரம் உட்காரலாம்."

கல்லால் ஆன ஒரு சமமான இருக்கையில் உட்கார்ந்தோம். நான் கேதரின் பாக்லியின் கையைப் பிடித்தேன். அவளைச் சுற்றிப் பிடிக்க அவள் அனுமதிக்கவில்லை.

"நீ மிகவும் சோர்வாக இருக்கிறாயா?" என்று கேட்டாள்.

"இல்லை."

அவள் குனிந்து புல்வெளியைப் பார்த்தாள்.

"நாம் விளையாடுவது அருவருக்கத்தக்க விளையாட்டு, இல்லையா?"

"என்ன விளையாட்டு?"

"மந்தமாக இருக்காதே."

"நான் வேண்டுமென்றே அப்படி இருக்கவில்லை."

"நீ ஒரு நல்ல பையன்," என்று அவள் சொன்னாள். "எப்படி நன்றாக விளையாட வேண்டும் என்று உனக்குத் தெரியுமோ அது போலவே நீ மிக நன்றாக விளையாடுகிறாய். ஆனால், அது அருவருக்கத்தக்க விளையாட்டு."

"மற்றவர் என்ன நினைக்கிறார்கள் என்று உன்னால் எப்போதும் தெரிந்துகொள்ள முடியுமா?"

"எப்போதும் இல்லை. ஆனால், நீ என்ன நினைக்கிறாய் என்று எனக்குத் தெரியும். என்னை நீ நேசிப்பதுபோல பாவனை செய்ய வேண்டியதில்லை. இன்று சாயங்காலத்துக்குரியது நிறைவடைகிறது. வேறு எதைப் பற்றியாவது பேச விரும்புகிறாயா?"

"ஆனால், நான் உன்னை உண்மையாக விரும்புகிறேன்."

"பொய் பேசவேண்டிய அவசியம் இல்லாதபோது நாம் பொய் பேச வேண்டாம். மிக அழகான சின்ன நாடகம் எனக்குக் கிடைத்தது; இப்போது நான் சரியாகிவிட்டேன். எனக்குப் பைத்தியம் பிடிக்கவும் இல்லை, நான் முழுவதுமாக என்னை இழந்துவிடவும் இல்லை. சில சமயங்களில் கொஞ்சம், அவ்வளவுதான்."

நான் அவள் கையை அழுத்தினேன், "பிரியமான கேதரின்."

"இப்போது நீ கேதரின் என்று சொல்வது வேடிக்கையாக இருக்கிறது. நீ அப்படியே ஒன்றுபோல் உச்சரிக்கவில்லை. ஆனால், நீ பாராட்டத்தக்கவன். நீ மிகவும் நல்ல பையன்."

"பாதிரியாரும் இதைத்தான் சொன்னார்."

"ஆம், நீ நல்லவன். நீ என்னை வந்து பார்ப்பாயா?"

"நிச்சயமாக."

"ஆனால், நீ என்னை நேசிப்பதாகச் சொல்ல வேண்டியதில்லை. அது இப்போதைக்கு முடிந்துவிட்டது." அவள் எழுந்து நின்று கையை நீட்டினாள். "குட்-நைட்."

அவளை முத்தமிட விரும்பினேன்.

"வேண்டாம்," என்றாள். "நான் ரொம்பவும் களைப்படைந் திருக்கிறேன்."

"என்னை நீ முத்தமிடு," என்றேன்.

"பிரியமானவனே, நான் ரொம்பவும் களைப்படைந்திருக்கிறேன்."

"இருந்தாலும், என்னை முத்தமிடு."

"நீ ஆசைப்படுகிறாயா?"

"ஆம்."

நாங்கள் முத்தமிட்டோம்; திடீரென அவள் விலகிச் சென்றாள். "வேண்டாம். குட்-நைட், பிரியமானவனே." கதவு வரை நடந்தோம். அவள் முகப்பு அறைக்குள் போவதைப் பார்த்தேன். அவள் நடந்து போவதைப் பார்ப்பது பிடித்திருந்தது. அவள் அந்த முகப்பு அறை வழியாகப் போனாள். நான் வீட்டுக்குப் போனேன். வெப்பமாக இருந்த இரவு வேளை அது. மலைகளின் மேல் நல்ல நிகழ்ச்சிகள் நடந்துகொண்டிருந்தன. சான் கேப்ரியெலெமீது தெரிந்த ஒளி வீச்சுகளைப் பார்த்தேன்.

வில்லா ரோசா முன்னால் நின்றேன். கதவு மூடப்பட்டிருந்தது. ஆனால், இன்னும் நிகழ்ச்சிகள் நடந்துகொண்டிருந்தன. யாரோ ஒருவர் பாடிக்கொண்டிருந்தார். வீட்டுக்குப் போனேன். நான் துணிகளைக் களைந்துகொண்டிருந்தபோது ரினால்டி உள்ளே வந்தான்.

"ஆஹ், ஹா!" என்றான். "எதுவும் சரியாகப் போகவில்லை. பேபி குழப்பமடைந்திருக்கிறது."

"எங்கே போயிருந்தாய்?"

"வில்லா ரோசா. அது அறிவூட்டுவதாக இருந்தது, பேபி. நாங்கள் எல்லோரும் பாடினோம். நீ எங்கே போயிருந்தாய்?"

"பிரித்தானியரைப் பார்க்கப் போனேன்."

"இறைவனுக்கு நன்றி. அந்தப் பிரித்தானியர் விஷயத்தில் நான் சம்பந்தப்படவில்லை.

அத்தியாயம் 7

மலைமீது இருந்த முதல் முதலுதவி நிலையத்திலிருந்து மறுநாள் பிற்பகல் திரும்பி வந்தேன்; வரும் வழியிலிருந்த முதலுதவி நிலையத்தில் என் காரை நிறுத்தினேன். அங்கிருந்து தான் போரில் காயமடைந்தவர்களும் நோய்வாய்ப்பட்டவர் களும் அவர்களைப் பற்றிய ஆவணங்கள் அடிப்படையில் வகைப் படுத்தப்பட்டு வெவ்வேறு மருத்துவமனைகளுக்கு அனுப்பி வைக்கப்படுவார்கள். காரை நான் ஓட்டி வந்திருந்தேன். வண்டி யிலேயே உட்கார்ந்திருந்தேன். ஆவணங்களை டிரைவர் உள்ளே எடுத்துப் போனான். அன்று வெப்பமான நாள்; வானம் பிரகாசமாக நீல நிறத்தில் இருந்தது; சாலை வெள்ளையாக தூசி நிறைந்து இருந்தது. பியட் காரின் உயர்ந்த இருக்கையில் உட்கார்ந்திருந்தேன்; எதைப் பற்றியும் நினைக்கவில்லை. படைப் பிரிவு ஒன்று சாலையில் சென்றது, அது கடந்து போவதைப் பார்த்தேன். வெப்பத்தால் படைவீரர்கள் வியர்த்து காணப்பட்டார்கள். சிலர் எஃகினாலான தலைக்கவசம் அணிந்திருந்தார்கள்; பலர் பயண மூட்டைகளில் தொங்கவிட்டிருந்தார்கள். பெரும்பாலான தலைக்கவசங்கள் மிகவும் பெரிதாக இருந்தன, அவை கிட்டத்தட்ட அவற்றை அணிந்திருந்தவர்களின் காதுகளுக்குக் கீழே இறங்கியிருந்தன. எல்லா அதிகாரிகளும் தலைக்கவசம் அணிந்திருந்தார்கள்; அவர் களுக்கு அவை நன்றாகப் பொருந்தின. இத்தாலியின் பசிலிகாட்டா வட்டாரத்திலிருந்த படைப் பிரிவின் பாதி அளவு அது. அவர் களுடைய கழுத்துப் பட்டைகளிலிருந்த சிவப்பு-வெள்ளைக் பட்டைக் கோடுகளைப் பார்த்து அடையாளம் கண்டேன். படைப் பிரிவு கடந்து சென்ற வெகு நேரத்துக்குப்பின் அவர்களின் வேகத்துக்கு ஈடுகொடுக்க முடியாத சிலர் பின்தங்கி வந்தார்கள். அவர்கள் வியர்வையுடனும் தூசியுடனும் களைத்திருந்தார்கள். சிலர் மிகவும் மோசமான நிலையிலிருந்தார்கள். அவர்களில்

கடைசி படைவீரன் போனபின் ஒரு படைவீரன் வந்தான். அவன் நொண்டியபடி நடந்தான், நின்றான், சாலையின் ஓரத்தில் உட்கார்ந்தான். நான் வண்டியிலிருந்து இறங்கி அவனிடம் சென்றேன்.

"என்ன விஷயம்?"

என்னைப் பார்த்தான், அதன் பின் எழுந்து நின்றான்.

"ஏதோ, நான் நாட்களைக் கடத்திக்கொண்டிருக்கிறேன்."

"என்ன பிரச்சினை?"

"---இந்தப் போர்தான்."

"உன் காலில் என்ன பிரச்சினை?"

"பிரச்சினை காலில் இல்லை, வயிற்றில் சிதைவு உள்ளது."

"நீ ஒரு வண்டியில் சென்றால் என்ன?" என்று கேட்டேன். "மருத்துவமனைக்குச் சென்றால் என்ன?"

"அவர்கள் என்னைப் போகவிட மாட்டார்கள். நான் வேண்டுமென்றே இடுப்பு வாரைத் தொலைத்துவிட்டதாக லெஃப்டினன்ட் சொல்கிறார்."

"நான் தொட்டுப் பார்க்கிறேன்."

"அது அதன் இடத்திலிருந்து விலகியிருக்கிறது."

"எந்தப் பக்கம் இருக்கிறது?"

"இங்கே."

தொட்டுப் பார்த்தேன்.

"இருமு," என்றேன்.

"இருமினால் அது இன்னும் வீங்கும் என்று பயப்படுகிறேன். காலையில் இருந்ததைவிட இப்போது இரண்டு மடங்கு பெரிதாக இருக்கிறது."

"உட்கார்," என்றேன். "காயம் அடைந்தவர்களின் ஆவணங்கள் கிடைத்தவுடன் உன்னைக் கூட்டிச்சென்று உன் மருத்துவ அலுவலர்களிடம் சேர்க்கிறேன்."

"நான் வேண்டுமென்றே அப்படிச் செய்ததாகச் சொல்வார்."

"அவர்களால் ஒன்றும் செய்ய முடியாது," என்றேன். "இது காயம் இல்லை. ஏற்கெனவே உனக்கு இந்தப் பிரச்சினை இருந்தது, இல்லையா?"

"ஆனால், என்னுடைய இடுப்பு வாரைத் தொலைத்துவிட்டேன்."

"அவர்கள் உன்னை மருத்துவமனைக்கு அனுப்புவார்கள்."

"நான் இங்கேயே இருக்க முடியாதா, லெஃப்டினன்ட்?"

"முடியாது. உனக்கான ஆவணம் எதுவும் என்னிடம் இல்லை."

காயம் பட்டு காரில் இருந்தவர்களின் ஆவணங்களுடன் டிரைவர் வெளியே வந்தான்.

"நான்கு பேர் 105க்கும், இரண்டு பேர் 132க்கும்," என்றான் அவன். அவை ஆற்றுக்கு அப்பால் இருந்த மருத்துவமனைகள்.

"நீ வண்டியை ஓட்டு," என்றேன். வயிற்றில் பிரச்சினையுள்ள வீரன் வண்டியில் ஏறி எங்களுடன் உட்காருவதற்கு உதவி செய்தேன்.

"நீங்கள் ஆங்கிலம் பேசுவீர்களா?"

"ஆமாம்."

"இந்தப் பாழாய்ப்போன சண்டையைப் பற்றி என்ன நினைக்கிறீர்கள்?"

"அருவருக்கத்தக்கது."

"நான் சொல்கிறேன் அது அருவருக்கத்தக்கது. இயேசு கிறிஸ்துவே, நான் சொல்கிறேன் இது அருவருக்கத்தக்கது."

"நீ அமெரிக்காவில் இருந்தாயா?"

"ஆமாம். பிட்ஸ்பர்க்கில். நீங்கள் அமெரிக்கர் என்று எனக்குத் தெரியும்."

"ஏன், நான் இத்தாலியன் மொழி நன்றாகப் பேசவில்லையா?"

"நீங்கள் அமெரிக்கர்தான் என்று எனக்குத் தெரியும்."

"மற்றொரு அமெரிக்கன்," என்று குடல் இறக்க நோய் உள்ளவனைப் பார்த்தபடியே டிரைவர் சொன்னான்.

"லெஃப்டினன்ட் ஐயா, சற்று கேளுங்கள். என்னை அந்தப் படைப் பிரிவுக்குக் கட்டாயம் கூட்டிப் போக வேண்டுமா?"

"ஆம்."

"எனக்குக் குடல் இறக்கம் இருந்தது கேப்டன் டாக்டருக்குத் தெரியும் என்பதால் அது இன்னும் மோசமாகட்டும் என்று அந்தச் சபிக்கப்பட்ட இடுப்பு வாரைத் தூக்கி எறிந்துவிட்டேன். அதனால், போர்முனைக்கு நான் மீண்டும் போக வேண்டியிருக்காது என்று நினைத்தேன்."

"அப்படியா?"

"என்னை நீங்கள் வேறு இடத்துக்குக் கூட்டிப் போக முடியாதா?"

"போர்முனைக்குப் பக்கத்தில் இருந்திருந்தால், அங்கிருந்து பக்கத்தில் இருக்கும் மருத்துவ நிலையத்துக்கு உன்னைக் கூட்டிச் சென்றிருப்பேன். ஆனால், இங்கே இருக்கும் மருத்துவமனையில் சேர்வதற்குக் கட்டாயம் ஆவணம் வேண்டும்."

"நான் அங்கே போனால், எனக்கு அறுவைச் சிகிச்சை செய்து குணப்படுத்தி, நான் எப்போதும் போர்முனையில் இருக்கும்படி அனுப்புவார்கள்."

அது பற்றிச் சிந்தித்தேன்.

"நீங்கள் எப்போதும் போர்முனைக்குப் போக விரும்ப மாட்டீர்கள், விரும்புவீர்களா?" என்று கேட்டான்.

"மாட்டேன்."

"இயேசு கிறிஸ்துவே, இது ஒரு சபிக்கப்பட்ட சண்டை யில்லையா?"

"கவனமாகக் கேள்," என்று சொன்னேன். "நீ வண்டியிலிருந்து இறங்கிப் போய் சாலையின் ஓரத்தில் கீழே விழுந்து உன் தலையில் ஒரு வீக்கத்தை உண்டாக்கு. நான் திரும்பிப் போகும்போது இந்த வண்டியில் உன்னை மருத்துவமனைக்குக் கூட்டிப்போகிறேன். இங்கே சாலை ஓரமாக நிறுத்துகிறோம், ஆல்டோ." வண்டியை சாலை ஓரமாக நிறுத்தினோம். அவன் இறங்குவதற்கு உதவி செய்தேன்.

"லெஃப்டினன்ட் ஐயா, இங்கேயே இருப்பேன்," என்றான்.

“மீண்டும் பார்க்கலாம்,” என்றேன். தொடர்ந்து பயணம் செய்து, ஒரு மைல் தூரத்தில் முன்னால் போய்க்கொண்டிருந்த படைப்பிரிவைக் கடந்து சென்று ஆற்றைக் கடந்தோம். பனி உருகி மங்கலாக இருந்த தண்ணீர் பாலத்தின் தூண்களின் ஊடாக வேகமாக ஓடிக்கொண்டிருந்தது. அதன் பின் சமவெளிச் சாலையில் பயணம் செய்து காயம் அடைந்தவர்களை இரண்டு மருத்துவமனைகளில் சேர்த்தோம். திரும்பி வரும்போது காலியாக இருந்த காரை நான் ஓட்டினேன்; பிட்ஸ்பர்க் நகர மனிதனைப் பார்ப்பதற்காக வேகமாகச் சென்றேன். இதுவரை இல்லாத வெப்பமான வானிலையில் முன்னைவிட மெதுவாக நடந்து வந்த தரைப்படைப் பிரிவை முதலில் கடந்தோம்; அதன் பின் பின்தங்கியவர்களைக் கடந்தோம். அடுத்து, குதிரைகளுக்கான ஆம்புலன்ஸ் சாலை ஓரம் நின்றதைப் பார்த்தோம்; குடல் இறக்க மனிதனை அதன் உள்ளே உட்காரவைக்க இரண்டு பேர் அவனைத் தூக்கிக்கொண்டிருந்தார்கள். அவர்கள் அவனைத் தேடி திரும்பி வந்திருந்தார்கள். அவன் என்னைப் பார்த்து தலையை உலுக்கினான். அவன் தலைக் கவசம் விலகியிருந்தது; முன்நெற்றியில் தலை முடிக்குக் கீழே இரத்தம் வழிந்துகொண்டிருந்தது; மூக்கில் தோல் உரிந்திருந்தது; இரத்தம் வழிந்த இடத்திலும் முடியிலும் தூசி இருந்தது.

“லெஃப்டினன்ட் ஐயா! என்னுடைய வீக்கத்தைப் பாருங்கள்,” என்று கத்திச் சொன்னான். “என்னால் ஒன்றும் செய்ய முடியாது. இவர்கள் என்னைத் தேடித் திரும்பி வந்திருக்கிறார்கள்.”

ஐந்து மணிக்கு வீட்டுக்குத் திரும்பி வந்தேன். வெளியே வண்டிகளைச் சுத்தம் செய்யும் இடத்துக்குக் குளிக்கப் போனேன். அதன் பின் கால்சட்டையும் உள்சட்டையும் அணிந்து என் அறையில் திறந்திருந்த ஜன்னல் முன்னால் உட்கார்ந்து அறிக்கை எழுதினேன். அடுத்த இரண்டு நாட்களில் எங்கள் தாக்குதல் தொடங்கும். ஆம்புலன்ஸ்களுடன் இசோன்ஸ்சோ நதி ஓடும் ப்லாவா நகருக்குப் போவேன். அமெரிக்காவிலிருக்கும் எனது உறவினர்களுக்கு நான் கடிதம் எழுதி நீண்ட நாட்களாயிற்று. கடிதம் எழுத வேண்டும் என்று எனக்குத் தெரியும். ஆனால், நீண்ட காலம் கடிதம் எழுதாததால் இப்போது எழுதுவது கிட்டத் தட்ட சாத்தியமற்றதாயிற்று. எழுதுவதற்கு ஒன்றும் இல்லை.

போர் மண்டல இராணுவ தபால் அட்டைகள் சிலவற்றை அனுப்பினேன். அவற்றில், 'நலமுடன் இருக்கிறேன்' என்ற வாசகத்தைத் தவிர்த்து மற்ற எல்லா வாசகங்களையும் நீக்கினேன். அவர்களுக்கு அது போதுமானது. அந்த வகை தபால் அட்டைகள் அமெரிக்காவில் சிறந்த வரவேற்பைப் பெற்றிருந்தன; அது வினோதமாகவும் புதிராகவும் இருந்தது. சண்டை நடந்த பகுதி விசித்திரமானதாகவும், மர்மமானதாகவும் இருந்தது. ஆனால், இதுவரை ஆஸ்திரியர்களுடன் நடந்த மற்ற போர்களுடன் ஒப்பிட்டால் இது மிக நன்றாக நிர்வகிக்கப்படும் கடுமையான போர்முனை என்று நினைத்தேன். ஆஸ்திரிய இராணுவம் நெப்போலியனுக்கு வெற்றி சேர்க்க உருவாக்கப்பட்டது; எந்த நெப்போலியனானாலும் சரி. எங்களுடனும் ஒரு நெப்போலியன் இருந்தால் நன்றாக இருக்கும் என்று நினைத்தேன். மாறாக, எங்களிடம் உடல் பருத்த, செல்வச் செழிப்பான இரண்டாவது இத்தாலியன் ஜெனரல் கொடோர்னாவும், நீண்ட ஒல்லியான கழுத்துடன், வெள்ளாட்டுத் தாடியுடன் மிகச் சிறிய உருவத்தில் இருந்த மன்னர் விட்டோரியோ இம்மானுவேலும் இருந்தார்கள். இத்தாலியின் வடமேற்கிலிருந்த ஆஸ்டா மண்டலத்தின் கோமான் வலதுபுறத்தில் இருந்தார். சிறந்த ஜெனரலாகச் செயல்பட முடியாத அளவு அழகாக இருந்தார். இருப்பினும், நல்ல ஆண் மகனாகத் தோன்றினார். ஏராளமானவர்கள் அவர் மன்னராவதை விரும்பினார்கள். அவர் மன்னர்போல் தோற்றமளித்தார். மன்னரின் சித்தப்பாவான அவர், மூன்றாவது படைக்குத் தலைமை தாங்கினார். நாங்கள் இரண்டாவது படையில் இருந்தோம். சில ஆங்கிலேயப் படைப்பிரிவுகள் மூன்றாவது படையில் இருந்தன. அவற்றைச் சேர்ந்த இரண்டு துப்பாக்கி வீரர்களை நான் மிலன் நகரில் சந்தித்திருக்கிறேன். அவர்கள் மிகவும் இனிமையாகப் பழகினார்கள்; ஒரு மாலை நேரத்தை நாங்கள் சிறப்பாகக் கொண்டாடினோம். அவர்கள் உருவத்தில் பெரியவர்களாக இருந்தார்கள்; கூச்சப் பட்டார்கள்; தர்மசங்கடத்துக்குள்ளானார்கள்; என்ன நடந் தாலும் இருவரும் சேர்ந்து பாராட்டினார்கள். நான் ஆங்கிலேயர் களுடன் சேர்ந்திருந்தால் நன்றாயிருந்திருக்கும். அது மிகவும் எளிதாக இருந்திருக்கும். இருந்தாலும், ஒருவேளை நான் கொல்லப் பட்டிருக்கலாம்; ஆனால், ஆம்புலன்ஸ் ஓட்டும்போது

நடந்திருக்காது. ஆம்புலன்ஸ் ஓட்டும்போதும் நடந்திருக்கலாம். சில சமயங்களில் ஆங்கிலேய ஆம்புலன்ஸ் டிரைவர்கள் கொல்லப்பட்டார்கள். ஆனால், நான் கொல்லப்பட்டிருக்க மாட்டேன் என்று தெரியும். இந்தப் போரில் இல்லை. இந்தப் போருக்கும் எனக்கும் சம்பந்தமில்லை. போர்க்காலத் திரைப்படங்களில் காட்டப்படும் ஆபத்துகளைவிட, இந்தப் போரில் எனக்கு அதிக ஆபத்து இல்லை என்று தோன்றுகிறது. இருந்தாலும், இந்தப் போர் முடிய வேண்டும் என்று இறைவனை வேண்டினேன். இந்தக் கோடைக் காலத்தில் போர் முடிவுக்கு வரலாம். ஒருவேளை ஆஸ்திரியர்கள் வெற்றி பெறலாம். அவர்கள் மற்ற எல்லாப் போர்களிலும் வெற்றியடைந்திருக்கிறார்கள். இந்தப் போரில் வித்தியாசமானதாக என்ன இருந்தது? எல்லோரும் பிரான்ஸ் படைகள் வெற்றியடைந்ததாகச் சொன்னார்கள். பிரான்ஸ் மக்கள் கலகம் செய்தார்கள் என்றும் பாரீஸில் படைகள் அணிவகுத்தன என்றும் ரினால்டி சொன்னான். என்ன நடந்தது என்று கேட்டேன். "ஓ, அவர்கள் அவர்களை அடக்கிவிட்டார்கள்," என்று சொன்னான். போர் இல்லாத ஆஸ்திரியாவுக்குப் போக விரும்பினேன். தென்மேற்கு ஜெர்மனியில் பிளாக் ஃபாரஸ்ட் மலைப் பகுதிக்குப் போக விரும்பினேன். ஹார்ட்ஸ் மவுண்டன்ஸ் என்ற இரட்டைச் சிகரங்களைக்கொண்ட மலைகளுக்குப் போக விரும்பினேன். ஆனால், ஹார்ட்ஸ் மலைகள் எங்கே இருக்கின்றன? கார்ப்பாதியன்ஸ் மலைப்பகுதிகளில் சண்டை நடந்தது. எப்படி யிருந்தாலும் நான் அங்கே போக விரும்பவில்லை. ஆனால், அங்கு பயணம் செய்வது நல்ல அனுபவமாக இருக்கலாம். ஸ்பெயின் நாட்டில் சண்டை நடை பெறவில்லையென்றால் அங்கே போகலாம். சூரியன் கீழே போய்க்கொண்டிருந்தது; அன்றைய நாள் குளிர்ச்சியடைந்துகொண்டிருந்தது. இரவு உணவுக்குப்பின் கேதரின் பாக்லியைப் போய் பார்ப்பேன். இப்போது அவள் இங்கே இருந்திருந்தால் நன்றாயிருக்கும். மிலன் நகரில் அவளுடன் இருந்தால் நன்றாயிருக்கும் என்று நினைத்தேன். கேதரினுடன் நான் கோவா என்ற உணவுவிடுதியில் சாப்பிட வேண்டும், பின்னர் வெப்பமான மாலைப் பொழுதில் வியா மன்ஸோனி தெரு வழியாக நடந்து, தெருவைக் கடந்து, திரும்பி வாய்க்கால் கரை யோரம் நடந்து ஹோட்டலுக்குச் செல்ல ஆசைப்பட்டேன்.

அவளும் அதுபோல் ஆசைப்படலாம். போரில் கொல்லப்பட்ட அவளுடைய காதலனாக அவள் என்னை பாவிக்கலாம். நாங்கள் நுழைவாயில் வழியாகப் போவோம். அங்கிருக்கும் சுமைதூக்கி அவனுடைய தொப்பியை உயர்த்தி எங்களுக்கு மரியாதை செய்வான். நான் வரவேற்பாளரின் மேஜைக்குச் சென்று சாவியைக் கேட்பேன்; அவள் லிஃப்டின் பக்கத்தில் நிற்பாள்; அதன் பின் நாங்கள் லிஃப்ட்டுக்குள் நுழைவோம்; அது ஒவ்வொரு தளத்திலும் கிளிக் என்று சத்தம் எழுப்பியபடி மெதுவாக மேலே சென்று எங்கள் தளத்தை அடையும்; பையன் லிஃப்டின் கதவைத் திறப்பான்; அங்கேயே நிற்பான். முதலில் அவள் வெளியே வருவாள்; அதன் பின் நான் வருவேன். அந்தத் தளத்தில் நடந்து செல்வோம். எங்கள் அறைக் கதவில் சாவியை நுழைத்து அதைத் திறந்து உள்ளே செல்வேன். தொலைபேசியை எடுத்து, காப்ரித் தீவில் தயாரிக்கப்பட்ட காப்ரி பியன்கா என்ற வெள்ளை ஒயின் ஒரு பாட்டிலை பனிக்கட்டிகள் நிரம்பிய வெள்ளி வாளியில் அனுப்பச் சொல்வேன்; அதன் பின், நடைபாதையில் கொண்டு வரப்படும் வாளியில் பனிக்கட்டிகள் உண்டாக்கும் சத்தத்தைக் கேட்பேன்; அதைக் கொண்டுவரும் பையன் கதவைத் தட்டுவான்; அவனிடம் தயவுசெய்து கதவுக்கு வெளியே வைத்துவிட்டுப் போ என்று சொல்வேன், ஏனென்றால், அதிக வெக்கையாக இருந்ததால் நாங்கள் ஆடை எதுவும் அணிந்திருக்க மாட்டோம். ஜன்னல் கதவுகள் திறந்திருக்கும்; தைலான் குருவிகள் வீட்டுக் கூரைகளின் மேலே பறக்கும்; சிறிது நேரத்தில் இருட்டியபின் ஜன்னல் அருகே போவேன்; வீடுகளின் மேலே சின்ன வௌவால்கள் இரை தேடி அலைவதையும் பின்னர் மரங்களில் தொங்குவதையும் பார்ப்பேன்; காப்ரி வெள்ளை ஒயினைக் குடிப்போம்; அறையின் கதவு பூட்டப்பட்டிருக்கும்; மிகுந்த வெக்கையான வானிலை நிலவும்; ஒரு படுக்கை விரிப்பு மட்டுமே எங்கள்மீது இருக்கும்; இரவு முழுவதும். மிலன் நகரில் ஒரு வெப்பமான இரவு முழுவதும் ஒருவருக்கொருவர் காதல் செய்வோம். அது அப்படித்தான் இருக்க வேண்டும். நான் அவசரமாகச் சாப்பிட்டுவிட்டு கேதரினைப் போய்ப் பார்ப்பேன்.

உணவுக்கூடத்தில் இருந்தவர்கள் மிகவும் அதிகமாகப் பேசினார்கள். நான் ஒயின் குடித்தேன்; கொஞ்சமாவது ஒயின்

குடிக்காவிட்டால் இன்று இரவு நாங்கள் சகோதரர்களாய் இருக்க முடியாது. 'ஆர்ச்சிபிஷப் அயர்லாந்து' என்று அழைக்கப்பட்ட அமெரிக்கப் பேராயரைப் பற்றி பாதிரியாரிடம் பேசினார்கள். அவர் நேர்மையான மனிதராகக் கருதப்பட்டார். அவர் இழைத்த அநீதிகள், அவருக்கு இழைக்கப்பட்ட அநீதிகள் ஆகியவைப் பற்றி பேசினார்கள். ஒரு அமெரிக்கனாக அதில் பங்கெடுத்தேன். அவற்றை நான் ஒருபோதும் கேள்விப்பட்டதில்லை; என்றாலும் எனக்குத் தெரிந்ததுபோல் பாவனை செய்தேன். அவற்றுக்கான காரணங்கள் பற்றிய அற்புதமான விளக்கங்களை நான் கேட்டுக் கொண்டிருந்தபோது— அவை தவறாகப் புரிந்துகொள்ளப்பட்டன என்று தோன்றினாலும்— அவற்றைப் பற்றி தெரியாதிருப்பது கண்ணியம் இல்லாததாக இருந்திருக்கும். அவர் அழகான பெயரைக் கொண்டவர் என்று நினைத்தேன்; அவர் அமெரிக்காவின் மின சோட்டா மாகாணத்திலிருந்து வந்தார். அதுவே அழகான பெயராக இருந்தது: மினசோட்டாவின் அயர்லாந்து, விஸ்கான் சினின் அயர்லாந்து, மிச்சிகனின் அயர்லாந்து. ஐஸ்லாந்து என்பது போன்ற அதன் உச்சரிப்பே அந்தப் பெயரின் அழகுக்கு மெரு கூட்டியது. இல்லை; அதன் காரணம் அது இல்லை. அதற்கும் மேலானது ஒன்று இருந்தது. ஆமாம், அது 'ஃபாதர்' என்ற அடைமொழி. உண்மை, அது 'ஃபாதர்' என்ற அடைமொழி. ஒருவேளை அது 'ஃபாதர்' ஆக இருக்கலாம். இல்லை, அது 'ஃபாதர்' இல்லை. நல்லது, அது 'ஃபாதர்' என்ற அடைமொழியாக இருக்கக்கூடும். 'ஃபாதர்' என்பதைப்பற்றி எனக்குத் தெரிந்ததை விட உங்களுக்கு அதிகமாகத் தெரியும். பாதிரியார் நல்லவராக இருந்தார், ஆனால், மந்தமானவராக இருந்தார். அதிகாரிகள் நல்லவர்களாக இல்லை, ஆனால், மந்தமானவர்களாக இருந் தார்கள். மன்னர் நல்லவராக இருந்தார், ஆனால், மந்தமான வராக இருந்தார். ஒயின் மோசமானதாக இருந்தது, ஆனால், மந்தமானதாக இல்லை. அது பற்களில் பளபளப்பாயிருந்த எனாமலை எடுத்தபின் அதை வாயின் மேல்அண்ணத்தில் விட்டுச் சென்றது.

"பாதிரியார் சிறையில் அடைக்கப்பட்டார்," என்றான் ரோக்கா. "ஏனென்றால், மூன்று சதவீதம் பத்திரங்கள் அவரிடம் இருந்ததைக் கண்டுபிடித்தார்கள். ஆனால், அது பிரான்ஸில் நடந்தது. இங்கே

அவரை ஒருபோதும் கைது செய்திருக்க மாட்டார்கள். ஐந்து சதவீதம் பத்திரங்களைப் பற்றி அவர் தனக்கு ஒன்றும் தெரியாது என்றார். இது தென் பிரான்ஸின் பெஸியர்ஸ் என்ற நகரில் நடந்தது. நான் அங்கே இருந்தேன்; அது பற்றி செய்தித்தாளில் வாசித்ததும், சிறைச்சாலைக்குச் சென்று பாதிரியாரைப் பார்க்க அனுமதி கேட்டேன். அவர் பத்திரங்களைத் திருடியுள்ளார் என்பது வெளிப்படையாகத் தெரிந்தது."

"இதில் ஒரு வார்த்தையைக் கூட நான் நம்பவில்லை," என்று ரினால்டி சொன்னான்.

"அது உன் விருப்பத்தைப் பொறுத்தது," என்றான் ரோக்கா. "ஆனால், இதை நான் நம்முடைய பாதிரியாருக்காகச் சொல்லிக் கொண்டிருக்கிறேன். இது முக்கியமான தகவல்களைக் கொடுக் கிறது. அவர் பாதிரியார்; அதைப் புரிந்துகொள்வார்."

பாதிரியார் புன்னகைத்தார். "மேலே சொல்," என்றார். "நான் கேட்டுக்கொண்டுதான் இருக்கிறேன்."

"சில பத்திரங்களுக்குக் கணக்கு இல்லை என்பது உண்மை; ஆனால், பாதிரியார் மூன்று சதவீதப் பத்திரங்கள் அனைத்தையும் வைத்திருந்தார். அவருக்கு உள்ளூரில் நன்றிக்கடன்பட்ட சிலரும் இருந்தார்கள்; அவை பற்றிய சரியான விவரங்களை மறந்து விட்டேன். ஆகையால் நான் சிறைச்சாலைக்குச் சென்றேன்; இந்தக் கதையின் முக்கிய கருவே அதுதான், அவர் அடைத்து வைக்கப்பட்டிருந்த தனி அறையின் முன் நின்று, அவரிடம் பாவமன்னிப்பு கேட்கப்போவதுபோல் சொன்னேன், "ஃபாதர் என்னை ஆசீர்வதியும், நீர் பாவம் செய்தமைக்காக."

அனைவரிடமிருந்தும் பெரும் சிரிப்பொலி எழுந்தது.

"அவர் அதற்கு என்ன சொன்னார்?" என்று பாதிரியார் வினவினார். ரோக்கா அதைப் பொருட்படுத்தாமல், அந்த நகைச்சுவையை எனக்கு விளக்கிக்கொண்டிருந்தான். "நீ அதன் பொருளைப் புரிந்துகொண்டாய், இல்லையா?" அதைச் சரியாகப் புரிந்துகொண்டால், அது சிறந்த நகைச்சுவையாக இருக்கும். எனக்கு அவர்கள் மேலும் ஒயின் ஊற்றினார்கள். ஆங்கிலேய தனியார் படைவீரன் ஷவருக்குக் கீழே நிறுத்தப்பட்ட கதையைச் சொன்னேன். அடுத்து, பதினொரு செக்கஸ்லவாக்கியர் மற்றும்

ஹங்கேரியப் படைத்தலைவன் பற்றிய கதையை மேஜர் சொன்னார். மேலும் கொஞ்சம் ஒயின் குடித்தபின், ஆங்கிலேய நாணயத்தைக் கண்டெடுத்த பந்தயக் குதிரைவீரன் கதையைச் சொன்னேன். இரவில் தூங்க முடியாமல் தவித்த சீமாட்டி பற்றிய இத்தாலியக் கதை எதையோ மேஜர் சொன்னார். இந்த நேரத்தில் பாதிரியார் அங்கிருந்து சென்றார். பயணம் செய்யும் விற்பனையாளன் ஒருவன் அதிகாலை ஐந்து மணிக்கு வடமேற்குக் காற்று வீசிக்கொண்டிருந்தபோது பிரான்ஸ் நாட்டின் மார்சேய் நகருக்கு வந்துசேர்ந்த கதையைச் சொன்னேன். என்னால் இன்னும் குடிக்க முடியும் என்று ஒரு தகவல் கிடைத்ததாக மேஜர் சொன்னார். நான் அதை மறுத்தேன். அவர் அது உண்மை என்றார்; அது உண்மையா இல்லையா என்பதை ஒயினுக்கான ரோமானியக் கடவுளான பாக்கெஸ் சடலத்தைச் சாட்சியாக வைத்து சோதிக்கலாம் என்றார். பாக்கெஸ் வேண்டாம் என்றேன். பாக்கெஸ் வேண்டாம். பாக்கெஸ் வேண்டும் என்றார் அவர். ஒரு குவளைக்கு ஒரு குவளை, ஒரு தம்ளருக்கு ஒரு தம்ளர் என்ற கணக்கில் நான் பஸ்ஸி பிலிப்போ வின்சென்ஸாவுடன் போட்டிபோட்டு குடிக்க வேண்டும் என்றார். பஸ்ஸி அதை நிராகரித்தான். என்னைவிட இரண்டு மடங்கு அதிகமாக அவன் ஏற்கெனவே குடித்துவிட்டதால் அது போட்டியாகாது என்றான். பாக்கெஸ் இருந்தாலும் பாக்கெஸ் இல்லையென்றாலும் அது அப்பட்டமான பொய் என்றும், அவன் பிலிப்போ வின்சென்சா பஸ்ஸி அல்லது பஸ்ஸி பிலிப்போ வின்சென்சா, அவன் பெயர் எதுவானாலும், அவன் மாலைநேரம் முழுவதும் ஒரு சொட்டு ஒயின்கூடக் குடிக்கவில்லை என்றும் சொன்னேன். என்னுடைய பெயர் ஃபிரெட்ரிக்கோ என்றிகோவா அல்லது என்றிகோ ஃபிரெட்ரிக்கோவா? என்று கேட்டான். பாக்கெஸ் இல்லாமலேயே போட்டி தொடங்கட்டும், திறமையாளன் வெல்லட்டும் என்றேன். குவளைகளில் சிவப்பு ஒயினை ஊற்றி மேஜர் போட்டியைத் தொடங்கி வைத்தார். பாதி அளவு ஒயின் குடித்தபோது அதற்கு மேல் நான் குடிக்க விரும்பவில்லை. எங்கே போய்க் கொண்டிருந்தேன் என்பது நினைவுக்கு வந்தது.

“பஸ்ஸி வெற்றி பெறுகிறான்,” என்றேன். “அவன் என்னைவிடத் திறமையானவன். இப்போது நான் போக வேண்டும்.”

"உண்மையாகவே அவன் போக வேண்டும்," என்றான் ரினால்டி. "ஏற்கெனவே ஏற்பாடு செய்யப்பட்ட ஒரு சந்திப்புக்கு அவன் போக வேண்டும். அதன் முழு விபரம் எனக்குத் தெரியும்."

"நான் போக வேண்டும்."

"மற்றொரு இரவு," என்றான் பஸ்ஸி. "மற்றொரு இரவில், நீ இன்னும் வலிமையாக உணரும்போது." மேஜைமேல் ஒளி ஏற்றப்பட்ட மெழுகுவர்த்திகள் இருந்தன. எல்லா அதிகாரிகளும் மிகவும் மகிழ்ச்சியாக இருந்தார்கள். "நண்பர்களே, குட்-நைட்." என்றேன்.

ரினால்டி என்னுடன் வெளியே வந்தான். கதவுக்கு வெளிப்புறம் இருந்த சின்ன இடத்தில் நின்றபோது, "மது குடித்திருக்கும் நிலையில் நீ அங்கே போகாமல் இருப்பது நல்லது," என்றான்.

"ரினின், உண்மையில், நான் போதையில் இல்லை," என்றேன்.

"அப்படியானால், நீ கொஞ்சம் காப்பிக் கொட்டைகளை மெல்வது நல்லது."

"முட்டாள்தனம்."

"அங்கும் இங்கும் நடந்துகொண்டிரு. பேபி, நான் காப்பி கொட்டைகள் கொண்டுவருகிறேன்." வறுக்கப்பட்ட கையளவு காப்பிக் கொட்டைகளை எடுத்து வந்தான். "அவற்றை நன்றாக மெல், பேபி. இறைவன் உன்னுடன் இருப்பாராக."

"பாக்கெஸ்," என்றேன்.

"நான் உன்னுடன் வருகிறேன்."

"நான் தெளிவாக இருக்கிறேன்."

நகரத்தின் வழியாக இருவரும் சேர்ந்து நடந்தோம். நான் காப்பிக் கொட்டைகளை மென்றேன். ஆங்கிலேய வில்லாவுக்குச் செல்லும் சாலையின் நுழைவாயிலில், ரினால்டி எனக்கு குட்-நைட் சொன்னான்.

"குட்-நைட்," என்றேன். "நீயும் என்னுடன் வரக் கூடாதா?"

ரினால்டி தலையை உலுக்கி மறுத்தான். "இல்லை," என்றான். "சின்னச் சின்ன மகிழ்ச்சிகளை மட்டுமே விரும்புகிறேன்."

"காப்பிக் கொட்டைகளுக்காக உனக்கு நன்றி."

தடாகம் / 75

"அதெல்லாம் ஒன்றுமில்லை, பேபி. ஒன்றுமில்லை."

சாலையில் நடக்கத் தொடங்கினேன். சாலை ஓரத்தில் வரிசையாக இருந்த சைப்ரெஸ் மரங்களின் வெளித் தோற்றம் மிகக் கூர்மையாகவும் தெளிவாகவும் இருந்தது. திரும்பிப் பார்த்தேன், ரினால்டி என்னைப் பார்த்தவாறு நின்றான். அவனுக்குக் கைகளை அசைத்து விடை கொடுத்தேன்.

வில்லாவின் வரவேற்பு அறையில் உட்கார்ந்தேன், கேதரின் பாக்லியின் வருகைக்காகக் காத்திருந்தேன். நடைபாதையில் ஒருவர் வந்துகொண்டிருந்தார். நான் எழுந்து நின்றேன்; ஆனால், வந்தது கேதரின் இல்லை. அது மிஸ் ஃபெர்குசன்.

"ஹலோ," என்றாள். "இன்று மாலை கேதரின் உன்னைப் பார்க்க முடியாததற்கு அவளது வருத்தத்தைத் தெரிவிக்குமாறு என்னிடம் கூறினாள்."

"அதற்காக வருந்துகிறேன். அவள் நோய்வாய்ப்படவில்லை என்று நம்புகிறேன்."

"அவள் நல்ல உடல்நலத்துடன் இல்லை."

"நான் வருத்தப்பட்டேன் என்று அவளிடம் சொல்வாயா?"

"சரி, சொல்கிறேன்."

"அவளை நான் நாளை பார்ப்பது நல்லது என்று நினைக்கிறாயா?"

"அப்படித்தான் நினைக்கிறேன்."

"நன்றி. குட்-நைட்." என்றேன்.

நான் வெளியே போனேன். திடீரெனத் தனிமையையும் வெறுமையையும் உணர்ந்தேன். கேதரினைப் பார்ப்பது அவ்வளவு முக்கியம் இல்லாததாக நினைத்துவிட்டேன்; அதனால் கொஞ்சம் அதிகமாகக் குடித்துவிட்டேன்; அவளைப் பார்க்க வேண்டும் என்பதைக் கிட்டத்தட்ட மறந்துவிட்டேன். ஆனால், அவளைப் பார்க்க முடியவில்லை என்பதால் தனிமையாகவும் வெறுமையாகவும் உணர்ந்தேன்.

அத்தியாயம் 8

மறுநாள் பிற்பகல் கேள்விப்பட்டோம்: ஆற்றின் மேல்பகுதியில் அன்று இரவு தாக்குதல் நடத்தப்படும், நாங்கள் நான்கு கார்களை அங்கே கொண்டு போக வேண்டும். எல்லோரும் போரைப் பற்றி மிகுந்த நேர்மறையான மனநிலையுடனும், செயல் திறன் நுட்பங்களுடனும் பேசினாலும் அது பற்றிய விவரம் எதுவும் ஒருவருக்கும் தெரியாது. நான் முன்னத்திக் காரில் பயணம் செய்தேன். ஆங்கிலேய மருத்துவமனையின் நுழைவாயிலைக் கடந்தபோது டிரைவரிடம் காரை நிறுத்தச் சொன்னேன். மற்ற கார்களும் வரிசைகட்டி நின்றன. வண்டியிலிருந்து கீழே இறங்கி, மற்ற டிரைவர்களிடம் தொடர்ந்து பயணம் செய்யுமாறும், கார் மான்ஸ் நகராட்சிக்குச் செல்லும் சாலையின் சந்திப்பை அவர்கள் அடையும்முன் நாங்கள் அவர்களுடன் சேரவில்லையென்றால் அங்கே காத்திருக்குமாறும் கூறினேன். மருத்துவமனை செல்லும் சாலையில் வேகமாகச் சென்று, வரவேற்பு அறைக்குள் நுழைந்து மிஸ் பாக்லியைப் பார்க்க வேண்டும் என்று தெரிவித்தேன்.

“அவள் பணியில் இருக்கிறாள்.”

“ஒரு நொடி நேரம் அவளை நான் பார்க்கலாமா?”

அவளைப் அழைத்துவர ஒரு பணியாளனை அனுப்பினார்கள். அவனுடன் அவள் வந்தாள்.

“உன் உடல்நலம் பற்றி விசாரிப்பதற்காக இங்கே வந்தேன். நீ பணியில் இருப்பதாகச் சொன்னார்கள். அதனால் உன்னை அழைத்துவரச் சொன்னேன்.”

“நான் நன்றாக இருக்கிறேன். நேற்று அதிகமான வெப்பத்தால் நான் தாக்கப்பட்டேன் என்று நினைக்கிறேன்.”

“நான் இப்போது இங்கிருந்து போக வேண்டும்.”

“ஒரு நிமிடம் வெளியே வருகிறேன்.”

வெளியே வந்தபின், "இப்போது நீ நன்றாக இருக்கிறாய் அல்லவா?" என்று கேட்டேன்.

"பிரியமானவனே, நன்றாக இருக்கிறேன். இன்று இரவு வருவாயா?"

"இல்லை. ப்லாவாவின் மேல்பகுதியில் நடக்கவிருக்கும் ஒரு சம்பவத்துக்காக நான் போய்க்கொண்டிருக்கிறேன்."

"ஒரு சம்பவமா?"

"அது பெரிதாக இருக்கும் என்று நான் நினைக்கவில்லை."

"நீ எப்போது திரும்புவாய்?"

"நாளை."

அவள் கழுத்திலிருந்து ஏதோ ஒன்றைக் கழற்றிக்கொண்டிருந் தாள். அதை என் கையில் வைத்தாள். "இது புனித அந்தோனி யாரின் உருவம்," என்றாள். "நாளை இரவு வந்துவிடு."

"நீ கத்தோலிக்கர் இல்லையே, கத்தோலிக்கரா?"

"இல்லை. ஆனால், புனித அந்தோனியாரின் உருவம் மிகவும் பயனுள்ளதாக இருக்கும் என்கிறார்கள்."

"உனக்காக அவரை நான் பாதுகாப்பாக வைத்திருக்கிறேன். குட்-பை."

"அப்படிச் சொல்லாதே," என்றாள். "குட்-பை வேண்டாம்."

"சரி."

"நல்ல பையனாக இரு; எச்சரிக்கையாக இரு. வேண்டாம், இங்கே நீ என்னை முத்தமிடக் கூடாது. அப்படிச் செய்ய முடியாது."

"அப்படியானால் சரி."

நான் திரும்பிப் பார்த்தேன்; அவள் படிகளில் நின்றுகொண் டிருப்பதைக் கண்டேன். அவள் கை அசைத்தாள்; என் கையில் முத்தமிட்டேன், கையை வெளியே நீட்டினேன். அவள் மீண்டும் கை அசைத்தாள். நான் மருத்துவமனை சாலையிலிருந்து வெளியே வந்தேன். ஆம்புலன்ஸ் இருக்கையில் நான் ஏறி உட்கார்ந்தவுடன் புறப்பட்டோம். புனித அந்தோனியாரின் சுரூபம் வெள்ளை உலோகத்தாலான ஒரு சிறிய கூட்டில் இருந்தது. அந்தக் கூட்டைத் திறந்து அந்தச் சுரூபத்தைக் கையில் வைத்தேன்.

“புனித அந்தோனியாரா?” டிரைவர் கேட்டான்.

”ஆமாம்.”

“என்னிடம் ஒன்று இருக்கிறது.” அவன் வலது கையை ஸ்டியரிங்கிலிருந்து விடுவித்து, மேல்சட்டைப் பொத்தானைத் திறந்து, சட்டையின் உள்ளே இருந்த அதை வெளியே எடுத்தான்.

“இதோ பாருங்கள்.”

என் புனித அந்தோனியார் சுரூபத்தை மீண்டும் கூட்டினுள் வைத்து, ஒரு மெல்லிய தங்கச் சங்கியால் அதைச் சுற்றி, அனைத்தையும் என் சட்டைப் பையில் வைத்தேன்.

“அவரைக் கழுத்தில் அணிய மாட்டீர்களா?”

“மாட்டேன்.”

“கழுத்தில் அணிவது நல்லது. அணிவதற்குத்தான் அது இருக்கிறது.”

“அதுவும் சரிதான்,” என்றேன். தங்கச் சங்கிலியின் கொக்கியை விரித்து அதைக் கழுத்தில் அணிந்த பின் கொக்கியை மீண்டும் மாட்டினேன். என் சீருடையின் வெளிப்பக்கமாகத் தொங்கிய புனிதரை, சட்டையின் கழுத்துப்பட்டையிலிருந்த பொத்தானை நீக்கி உள்பக்கம் தொங்கவிட்டேன். நாங்கள் வண்டியில் பயணம் செய்தபோது, புனிதர் இருந்த உலோகக் கூடு என் மார்பில் உரசியதை உணர்ந்தேன்; அதன் பின் அவரை மறந்தேன். நான் காயம் அடைந்ததிலிருந்து அவரை ஒருபோதும் பார்க்கவில்லை. ஏதோ ஒரு முதலுதவி மையத்தில் இருந்த ஒருவர் அதை எடுத்திருக்கலாம்.

நாங்கள் பாலத்தில் பயணம் செய்தபோது வண்டியை வேகமாக ஓட்டினோம்; சிறிது நேரத்தில் சாலையில் எங்களுக்கு முன்னால் சென்ற மற்ற கார்கள் எழுப்பிய புழுதியைக் கண்டோம். சாலை வளைந்து சென்றது; மூன்று கார்களும் சிறிய உருவத்தில் தெரிந்தன. அவற்றின் சக்கரங்களிலிருந்து எழும்பிய தூசிகள் மரங்களின் ஊடாகச் சென்றன. நாங்கள் அந்த கார்களை அடைந்து, அவற்றைக் கடந்து சென்று மலையில் மேல் நோக்கிச் செல்லும் சாலையில் திரும்பினோம். கார்களின் அணி வகுப்பில் முதல் காரில் பயணம் செய்வது விரும்பத்தகாததாக

இருக்காது. நான் இருக்கையில் வசதியாகச் சாய்ந்து உட்கார்ந்து நாட்டுப்புறங்களைப் பார்த்தவாறு சென்றேன். ஆற்றின் அருகில் இருந்த மலையடிவாரத்தில் பயணம் செய்தோம்; சாலை மேல் நோக்கிச் சென்றபோது, வடக்குப் பக்கமாக வெகுதூரத்தில் சிகரத்தில் இன்னும் பனி மூடியிருந்த உயர்ந்த மலைகள் தென் பட்டன. பின்னால் திரும்பிப் பார்த்தேன்; மூன்று கார்களும் அவற்றுக்கு முன்னால் சென்ற கார்கள் எழுப்பிய தூசிகளைத் தவிர்க்கும் வகையில் இடைவெளிவிட்டு ஏற்றத்தில் வந்து கொண்டிருந்தன. சுமைகளுடன் சென்றுகொண்டிருந்த கோவேறு கழுதைகளின் வரிசையைக் கடந்தோம். கழுதை ஓட்டிகள் குஞ்சம் பொருத்தப்பட்ட தட்டையான கறுப்பு நிறத் தொப்பி அணிந்திருந்தார்கள். அவர்கள் இத்தாலியப் படை வீரர்கள்.

கழுதைகளின் வரிசைக்கு அப்பால் சாலை வெறிச்சோடிக் கிடந்தது. மலைக் குன்றுகளில் மேல்நோக்கியும், நீண்ட மலையின் முகட்டுப் பகுதியில் கீழ்நோக்கியும் ஆற்றுப் பள்ளத்தாக்கில் பயணம் செய்தோம். சாலையின் இரு மருங்கிலும் வரிசையாக மரங்கள் இருந்தன; வலது பக்கத்தில் இருந்த மரங்களின் ஊடாக ஆற்றைப் பார்த்தேன்; ஆற்றில் மேலோட்டமாகவும் தெளிவாகவும் வேகமாகவும் தண்ணீர் ஓடியது. ஆறு தாழ்வாக ஓடியது; சில இடங்களில் தண்ணீர் குறுகலாக ஓடியது; அங்கங்கே நீண்ட மணல் திட்டுகளும் கூழாங்கற்களும் தெரிந்தன; சில இடங்களில், கூழாங்கற்கள் படுகையின் மீது தண்ணீர் பளிங்குபோல் பளபளத்து ஓடியது. ஆற்றங்கரை ஓரமாக அங்கங்கே வான்நீல வண்ணத்தில் ஆழமான நீர்த் தேக்கங்கள் இருந்தன. சாலையிலிருந்து வாகனங்கள் திரும்பும் இடங்களில் ஆற்றின் குறுக்கே மேல்வளைவுகளுடன் கூடிய கற்பாலங்கள் இருந்ததைப் பார்த்தேன். கற்களிலான பண்ணை வீடுகளைக் கடந்து சென்றோம்; அவ்வீடுகளின் தெற்குப் பக்கச் சுவர்களின் ஓரமாகவும், தாழ்வான கற்சுவர்களின் ஓரமாக இருந்த வயல்வெளிகளிலும் பல கிளைகள் கொண்ட பேரிக்காய் மரங்கள் இருந்தன. பள்ளத்தாக்குப் பகுதியில் நீண்ட தூரம் சென்ற சாலையில் பயணம் செய்து, திரும்பி மீண்டும் குன்றுகளின் மேல் ஏறத் தொடங்கினோம்; சாலை திரும்பி கஷ்கொட்டை மரக்காடுகளின் வழியாக செங்குத்தாக முன்னும்பின்னுமாகச்

சென்று இறுதியில் மலை மீதிருந்த குறுகிய சமவெளியில் சென்றது. நான் காடுகளின் ஊடாகக் கீழே பார்த்தபோது, வெகு தூரத்தில் இரண்டு நாடுகளின் இராணுவங்களுக்கும் இடையே சூரிய வெளிச்சத்தில் ஒரு கோடாகத் தெரிந்த ஆற்றைக் காண முடிந்தது. குறுகிய சமவெளியின் மேட்டுப்பகுதியைக் கடந்து புதிதாகப் போடப்பட்டிருந்த கரடுமுரடான இராணுவச் சாலையில் சென் றோம்; சாலையின் வடக்குப் பக்கம் இருந்த இரண்டு மலைத் தொடர்களைப் பார்த்தேன். அவை உறைபனிக் கோடுகளாகவும், அவற்றைப் பின்புலமாகக்கொண்டு பசுமையாகவும், அடர் இருளாகவும் தெரிந்தன; சூரிய ஒளியில் அவை வெண்மையாகவும் ரம்மியமாகவும் தெரிந்தன. அங்கிருந்த மேட்டுப்பகுதி வழியாக சாலை மேல்நோக்கிச் சென்றபோது, மூன்றாவது மலைத்தொடர் களைப் பார்த்தேன்; அவை உயரமான பனி படர்ந்த மலைத் தொடர்கள். சுண்ணாம்பைப் போன்று மங்கிய வெள்ளை நிறத்தில், பள்ளங்கள் இருந்த வித்தியாசமான சமவெளிகள் இருந்தன. அவற்றுக்கப்பால், நாம் பார்த்தோம் என்று உறுதியாகச் சொல்ல முடியாதபடி வெகு தூரத்தில் மலைகள் இருந்தன. அவை ஆஸ்திரிய நாட்டைச் சேர்ந்தவை; அவற்றைப் போன்ற எதுவும் நம் நாட்டில் இல்லை. அதற்கு அப்பால் சாலை வட்டமடித்து வடக்குப் பக்கமாகத் திரும்பியது. அங்கிருந்து நான் கீழே பார்த்த போது, சாலை கீழிறங்கிச் செல்வதை மரங்களின் ஊடாகக் கண்டேன். அந்தச் சாலையில் படை வீரர்கள் சென்றார்கள்; கனரக வாகனங்களும், மலைகளில் பயன்படுத்தப்படும் துப்பாக்கிகளைச் சுமந்த கோவேறு கழுதைகளும் சென்றன. சாலையின் ஓரமாகக் கீழ்நோக்கிச் சென்றபோது, அதற்கு மிகவும் கீழே ஓடிய ஆற்றையும், ஆற்றை ஒட்டிச் சென்ற இரயில் பாதையின் அடிக்கட்டைகளையும், இரயில் பாதை ஆற்றைக் கடந்து அக்கரைக்குச் சென்ற பழைய பாலத்தையும், ஆற்றுக்கு அப்பால் மலையின் அடிவாரத்தில் அதிகத் தூரத்தில் நாங்கள் கைப்பற்றவேண்டிய சிறிய நகரத்தில் இருந்த சிதிலமடைந்த வீடுகளையும் பார்த்தேன்.

நாங்கள் கிழே இறங்கியபோது கிட்டத்தட்ட இருட்டிவிட்டது; ஆற்றங்கரையோரம் சென்ற முதன்மைச் சாலைக்குத் திரும்பினோம்.

அத்தியாயம் 9

அந்தச் சாலையில் கூட்டம் நிரம்பி வழிந்தது. சாலையின் இருமருங்கிலும், அதன் மேற்பகுதியிலும் சோளத் தட்டைகளாலும் வைக்கோல் புல் பாய்களாலும் வேயப்பட்ட மறைப்புகள் இருந்தன. அதனால் அது சர்க்கஸ் கொட்டகையின் நுழைவாயில்போல் அல்லது சொந்தக் கிராமத்தில் இரண்டு பக்கமும் மரங்கள் அடர்த்தியாக இருந்த நுழைவுச் சாலை போல் காட்சி அளித்தது. பாய்களால் மறைக்கப்பட்ட இந்தக் குகைப் பாதையில் மெதுவாகப் பயணம் செய்து, முன்பு இரயில் நிலையமாயிருந்த இடத்துக்கு வந்தோம். அது இப்போது சுத்தம் செய்யப்பட்டு திறந்தவெளியாய் இருந்தது. இங்கே சாலை ஆற்றங்கரையைவிடத் தாழ்தளத்தில் சென்றது; தாழ்வான சாலை நெடுகிலும் ஆற்றங்கரையில் தோண்டப்பட்ட பதுங்கு குழிகளில் படை வீரர்கள் இருந்தனர். சூரியன் மறைந்துகொண்டிருந்தது. ஆற்றங்கரையோரம் பயணம் செய்தபடியே மேலே பார்த்தேன். ஆற்றின் மறுபக்கம் சூரியன் மறைந்தபோது உண்டான இருளின் பின்னணியில் மலைக் குன்றுகளுக்கு மேலே பறந்த ஆஸ்திரிய வேவு பார்க்கும் பலூன்களைப் பார்த்தேன். செங்கற்சூளை திடலுக்கு அப்பால் வாகனங்களை நிறுத்தினோம். செங்கல் உலை அடுப்புகளும் சில ஆழ்துளைகளும் முதலுதவி மையங்களாக மாற்றியமைக்கப்பட்டிருந்தன. அங்கே எனக்கு அறிமுகமான மூன்று டாக்டர்கள் இருந்தார்கள். மேஜரிடம் பேசினேன்; தாக்குதல் தொடங்கிய பின், காயமடைந்தவர்களை எங்கள் வாகனங்களில் ஏற்ற வேண்டும், மீண்டும் மறைப்புகளுடைய சாலை வழியாகப் பயணம் செய்து, குறுகலான மேட்டுப் பகுதியிலுள்ள சாலையில் சென்று முக்கியச் சாலையைக் கடந்து அங்கிருக்கும் முதலுதவி நிலையத்தை அடைய வேண்டும்; அவர்களை எடுத்துச் செல்ல மற்ற வாகனங்களும் அங்கே இருக்கின்றன என்ற தகவல் களை அறிந்தேன். அந்தச் சாலை மட்டுமே பயன்பாட்டில்

உள்ளதால், போக்குவரத்து நெரிசல் ஏற்படாது என்று நம்பிக்கை தெரிவித்தார். ஆற்றின் அக்கரையில் முகாமிட்டுள்ள ஆஸ்திரியப் படையினர் அங்கிருந்து சாலையைப் பார்க்க முடியும் என்பதால் அது மறைக்கப்பட்டிருந்தது. இங்கே செங்கற்களத்தில் தங்கி யிருக்கும் எங்களுக்கு அவர்களின் துப்பாக்கி மற்றும் எந்திரத் துப்பாக்கிகளின் தாக்குதல்களிடமிருந்து ஆற்றின் கரை பாதுகாப்பு கொடுத்தது. ஆற்றின் குறுக்கே தகர்க்கப்பட்ட பாலம் இருந்தது. பீரங்கித் தாக்குதல் தொடங்கியவுடன் மேலும் ஒரு பாலம் அமைப்பார்கள். ஆறு வளைந்து செல்லும் இடத்துக்கு மேலே உள்ள ஆழமில்லாத ஆற்றுப் பகுதி வழியாகச் சில படை வீரர்கள் ஆற்றைக் கடப்பார்கள். மேஜர் குள்ளமானவர்; மீசையை மேல் நோக்கி முறுக்கிவிட்டிருந்தார். 1912இல் ஓட்டாமன் பேரரசிட மிருந்து லிபியாவை இத்தாலி கைப்பற்றிய லிபியப் போரில் பங்காற்றியவர்; காயமடைந்தவர்களுக்கான மதிப்புமிக்க இரண்டு முத்திரைப் பட்டைகளால் அலங்கரிக்கப்பட்டவர். எல்லாம் நல்லபடியாக நடக்கும் பட்சத்தில் நான் இராணுவ மரியாதை பெறுவதை உறுதி செய்தார். எல்லாம் நல்ல முறையில் நடக்கும் என்று நான் நம்புவதாகவும், அவர் கனிவானவர் என்றும் அவரிடம் சொன்னேன். டிரைவர்கள் தங்குவதற்கு அங்கே பெரிய பதுங்கு குழி இருக்கிறதா என்று கேட்டேன். பதுங்கு குழியைக் காண்பிக்கப் படை வீரன் ஒருவனை என்னுடன் அனுப்பினார். அவனுடன் சென்று அதைப் பார்த்தேன்; அது வசதியாக இருந்தது. அதைப் பார்த்த டிரைவர்கள் மகிழ்ச்சி அடைந்தார்கள். அவர்களை அங்கேயே தங்கவைத்தேன். அவருடனும், வேறு இரண்டு அதிகாரிகளுடனும் மது குடிப்பதற்கு மேஜர் என்னை அழைத்தார். நாங்கள் ரம் குடித்தோம். அது ஏற்புடையதாயிருந்தது. வெளியே இருள் சூழ்ந்துகொண்டிருந்தது. எப்போது தாக்குதல் தொடங்கும் என்று கேட்டேன்; இருட்டியவுடன் என்றார்கள். நான் டிரைவர்கள் இருந்த இடத்துக்கு வந்தேன். அவர்கள் பதுங்கு குழியில் உட்கார்ந்து பேசிக்கொண்டிருந்தார்கள்; என்னைப் பார்த்தவுடன் பேச்சை நிறுத்தினார்கள். மாசிடோனியாவில் உற்பத்தி செய்யப்பட்ட சிகரெட் பெட்டி ஒன்றை அவர்களுக்குக் கொடுத்தேன்; சிகரெட்டுகள் தளர்வாகச் சுருட்டப்பட்டிருந்தன, புகையிலை வெளியே உதிரும் நிலையில் இருந்தன, இரு முனைகளும்

திருகப்பட வேண்டியிருந்தன. மேனெரா அவனுடைய சிகரெட் லைட்டரால் பற்றவைத்தான்; மற்றவர்களுக்கும் கொடுத்தான். அந்த லைட்டர் பியட் வாகனத்தின் ரேடியேட்டர்போல் தோற்றமளித்தது. நாள் கேள்விப்பட்ட செய்திகளை அவர்களிடம் கூறினேன்.

"இங்கே வந்தபோது நாம் ஏன் முதலுதவி நிலையத்தைப் பார்க்கவில்லை?" என்று பஸ்ஸினி கேட்டான்.

"அது நாம் திரும்பிய இடத்திலிருந்து கொஞ்சம் தள்ளி இருந்தது."

"அந்தச் சாலை துப்புரவில்லாமல் குப்பையாக இருக்கும்," என்றான் மேனெரா.

"அவர்கள் நம்மீது குண்டு போட்டு நம்மிடமிருந்து... ..."

"அப்படியும் நடக்கலாம்."

"நாம் எப்போது சாப்பிடலாம், லெஃப்டினன்ட் ஐயா? போர் ஆரம்பித்துவிட்டால் சாப்பிட வாய்ப்பு கிடைக்காது."

"போய்ப் பார்க்கிறேன்," என்றேன்.

"நாங்கள் இங்கேயே இருக்க வேண்டும் என்று நினைக்கிறீர்களா அல்லது வெளியே போய்ப் பார்க்கலாமா?"

"இங்கேயே இருப்பது நல்லது."

மேஜர் தங்கியிருந்த பதுங்கு குழிக்கு மீண்டும் சென்றேன். படைத்தளத்தில் இயங்கும் சமையல் அறை இப்போது செயல் படுவதாகவும், டிரைவர்கள் அங்கு வந்து அவர்களுக்கான ஸ்டூ வாங்கிக்கொள்ளலாம் என்றும் தெரிவித்தார். தேவையான தட்டு, தம்ளர் முதலிய பாத்திரங்கள் அவர்களிடம் இல்லையென்றால் இரவல் தருவதாகவும் தெரிவித்தார். அவர்களிடம் அவை இருக்கலாம் என்றேன். திரும்பி வந்து, சாப்பாடு வந்தவுடன் அவர்களுக்கான உணவை வாங்கித் தருவதாகச் சொன்னேன். குண்டு போடத் தொடங்கும் முன்னால் சாப்பாடு கிடைக்கும் என்று நம்புவதாக மேனெரா சொன்னான். நான் வெளியே போகும்வரை அவர்கள் அமைதியாக இருந்தார்கள். அவர்கள் அனைவரும் வாகனப் பராமரிப்பாளர்கள்; அவர்கள் போரை வெறுத்தார்கள்.

வெளியே சென்று கார்களைப் பார்த்தேன்; அங்கு என்ன நடக்கிறது என்று அறிந்தபின், திரும்பி வந்து பதுங்கு குழியில் அந்த நான்கு டிரைவர்களுடன் உட்கார்ந்தேன். முதுகைச் சுவரில் சாய்த்தபடி உட்கார்ந்து புகைத்தோம். வெளியே கிட்டத்தட்ட இருட்டிவிட்டது. பதுங்கு குழியில் மண் வெதுவெதுப்பாகவும் உலர்ந்தும் இருந்தது. எனது தோள்களைச் சுவரில் சாய்த்து பிட்டத்தில் உட்கார்ந்தவாறு களைப்பாறினேன்.

"தாக்கப்போவது யார்?" என்று கவஸி கேட்டான்.

"துப்பாக்கி வீரர்கள்."

"எல்லா துப்பாக்கி வீரர்களுமா?"

"அப்படித்தான் நினைக்கிறேன்."

"உண்மையான தாக்குதலுக்குத் தேவையான படைகள் இங்கே இல்லை."

"உண்மையான தாக்குதலிலிருந்து கவனத்தைத் திருப்புவதற்காக இருக்கலாம்."

"யாரைத் தாக்கப் போகிறோம் என்று துப்பாக்கி வீரர்களுக்குத் தெரியுமா?"

"நான் அப்படி நினைக்கவில்லை."

"உண்மையாகவே அது அவர்களுக்குத் தெரியாது," என்று மேனெரா சொன்னான். "அவர்களுக்குத் தெரிந்தால் அவர்கள் தாக்க மாட்டார்கள்."

"இல்லை. அவர்கள் தாக்குவார்கள்," என்றான் பஸ்ஸினி. "துப்பாக்கி வீரர்கள் முட்டாள்கள்."

"அவர்கள் துணிச்சலானவர்கள்; நல்ல கட்டுப்பாடு உடையவர்கள்," என்றேன்.

"அவர்களது மார்பின் அகல அளவுப்படி பெரியவர்களாக அவர்கள் இருக்கிறார்கள்; உடல்நலத்துடனும் இருக்கிறார்கள். ஆனால், முட்டாள்கள்."

"குண்டு எறி வீரர்கள் உயரமானவர்கள்," என்றான் மேனெரா. அது ஒரு நகைச்சுவை. எல்லோரும் சிரித்தார்கள்.

"லெஃப்டினன்ட் ஐயா, அவர்கள் தாக்க மறுத்தபோது அவர்களில் பத்தில் ஒருவர் சுடப்பட்டபோது நீங்கள் அங்கு இருந்தீர்களா?"

"இல்லை."

"அது உண்மைதான். தாக்க மறுத்தவர்களை வரிசையாக நிறுத்தி, அவர்களில் ஒவ்வொரு பத்தாவது வீரனை வெளியே எடுத்தார்கள். இராணுவ போலீஸார் அவர்களைச் சுட்டார்கள்."

"இராணுவ போலீஸார்," என்று சொன்ன பஸ்ஸினி தரையில் துப்பினான். "ஆனால், அந்தக் குண்டு எறி வீரர்கள்; அனைவரும் ஆறு அடி உயரத்துக்கும் அதிகமாக இருக்கிறார்கள். அவர்கள் தாக்க மாட்டார்கள்."

"இப்படி எல்லோரும் தாக்க மறுத்தால் போர் முடிவடைந்து விடும்," என்றான் மேனெரா.

"குண்டு எறி வீரர்கள் அப்படிப்பட்டவர்கள் இல்லை. அவர்கள் பயப்பட்டார்கள். எல்லா அதிகாரிகளும் இதுபோல் நல்ல குடும் பத்திலிருந்து வந்தவர்கள்."

"அவர்களில் சில அதிகாரிகள் தனியாகப் போய்ச் சண்டை போட்டார்கள்."

"வெளியே வர மறுத்த இரண்டு அதிகாரிகளை ஒரு சார்ஜென்ட் சுட்டார்."

"சில படைவீரர்கள் வெளியே போனார்கள்."

"ஒவ்வொரு பத்தாவது வீரனைத் தேர்ந்தெடுக்க நிறுத்தப்பட்ட வரிசையில் வெளியே போன படைவீரர்களை நிறுத்தவில்லை."

"இராணுவ போலீஸாரால் சுடப்பட்ட குண்டு எறி வீரர்களில் ஒருவன் என்னுடைய நகரத்திலிருந்து வந்தவன்," என்றான் பஸ்ஸினி. "அவன் உருவத்தில் பெரியவன், புத்திசாலியானவன், உயரமானவன், குண்டு எறி வீரர்கள் படையில் இருக்கத் தகுந்தவன். எப்போதும் ரோம் நகரில் இருப்பான்; எப்போதும் இளம் பெண்களுடன் இருப்பான்; எப்போதும் இராணுவப் போலீஸாருடன் இருப்பான்." அவன் சிரித்தான். "இப்போது, அவன் வீட்டின் முன்புறம் முனையில் கத்திமாட்டிய துப்பாக்கியுடன் ஒரு காவலனை நிறுத்தியிருக்கிறார்கள். அவனுடைய அம்மாவையோ,

அப்பாவையோ சகோதரிகளையோ பார்க்க ஒருவரும் அங்கே வர முடியாது. அவனுடைய அப்பா குடியுரிமை இழந்தார். அவர் வாக்களிக்கக்கூட முடியாது. அவர்களுக்கு எந்தச் சட்டமும் பாதுகாப்பு கொடுக்காது. அவர்களுடைய சொத்துகளை யார் வேண்டுமானாலும் எடுத்துக்கொள்ளலாம்."

"அவர்கள் குடும்பத்தினருக்கு அப்படியெல்லாம் துன்பங்கள் கொடுக்கவில்லையென்றால், தாக்குதல் நடத்த ஒருவரும் போக மாட்டார்கள்."

"உண்மை. ஆனால், மலைப் போர் முறைகளில் நிபுணத்துவம் பெற்ற சிறப்புப் படைப் பிரிவினர் போவார்கள். இத்தாலியப் படைப் பிரிவினர் போவார்கள். மேலும் சில துப்பாக்கி வீரர்களும் போவார்கள்."

"துப்பாக்கி வீரர்களும் ஓடிவிட்டார்கள். இப்போது அதை மறக்க முயற்சி செய்கிறார்கள்."

"லெஃப்டினன்ட் ஐயா, நீங்கள் எங்களை இவ்வாறு பேச அனுமதிக்கக் கூடாது. இராணுவம் நீண்ட நாள் வாழ்க," என்று பஸ்ஸினி ஏளனமாகச் சொன்னான்.

"நீ என்ன பொருளில் பேசுகிறாய் என்பது எனக்குப் புரிகிறது," என்றேன். "டிரைவராக வேலை செய்யும் வரை ஒழுங்காக நடந்து கொள்---"

"--- மற்ற அதிகாரிகளுக்குக் கேட்கும்படி இப்படிப் பேசாதே," என்று சொல்லி மேனெரா அந்த வாக்கியத்தை நிறைவு செய்தான்.

"நாம் இந்தப் போரை ஒரு முடிவுக்குக் கொண்டுவர வேண்டும் என்று நினைக்கிறேன்," என்றேன். "ஒரு நாட்டு இராணுவம் போரிடவில்லையென்றாலும் போர் முடிவுக்கு வராது. நாம் போரிடுவதை நிறுத்திவிட்டால் அது இன்னும் மோசமான விளைவுகளையே உண்டாக்கும்."

"மோசமான விளைவுகளை உண்டாக்காது," பஸ்ஸினி மரியாதையுடன் சொன்னான். "போரைவிட மோசமானது வேறு எதுவும் இல்லை."

"தோல்வி மிகவும் மோசமானது."

“நான் அதை நம்பவில்லை,” என்று பஸ்ஸினி மேலும் மரியாதையுடன் சொன்னான். “தோல்வி என்றால் என்ன? நீ வீட்டுக்குப் போவது.”

“எதிரிப் படையினர் உன்னைப் பின்தொடர்ந்து வருவார்கள்; உன்னுடைய வீட்டை எடுத்துக்கொள்வார்கள்; உன்னுடைய சகோதரிகளை எடுத்துக்கொள்வார்கள்.”

“அதை நான் நம்பவில்லை,” என்றான் பஸ்ஸினி. “எல்லோரிடமும் அப்படிச் செய்ய முடியாது. ஒவ்வொருவரும் அவரவர் வீட்டைப் பாதுகாக்கட்டும். அவர்களுடைய சகோதரிகளை அவரவர் வீட்டிலேயே வைத்திருக்கட்டும்.”

“அவர்கள் உன்னைத் தூக்கில் போடுவார்கள; உன்னை மீண்டும் படை வீரனாக்குவார்கள். ஆம்புலன்ஸ் வாகனங்களில் இல்லை, காலாட்படைப் பிரிவில்.”

“அனைவரையும் அவர்களால் தூக்கில் போட முடியாது.”

“அடுத்த நாட்டுக்காரரர்கள் உன்னைப் படை வீரனாக்க முடியாது,” என்று மேனெரா சொன்னான். “முதல் சண்டையில் நாம் எல்லோரும் ஓடிவிடுவோம்.”

“செக்கஸ்லவாக்கியர்களைப் போல.”

“போரில் தோற்கடிக்கப்படுவதைப் பற்றி உனக்கு ஒன்றும் தெரியாது என்று நினைக்கிறேன். அதனால்தான் அது மோசமானதில்லை என்று நினைக்கிறாய்.”

“லெஃப்டினன்ட் ஐயா,” என்றான் பஸ்ஸினி. “நீங்கள் எங்களைப் பேச அனுமதிக்கிறீர்கள் என்று புரிந்துகொள்கிறோம். கவனமாகக் கேளுங்கள். போரைப் போன்று மோசமானது வேறு எதுவும் இல்லை. ஆம்புலன்ஸ்களில் வேலை செய்யும் எங்களால் போர் எவ்வளவு மோசமானது என்பதைத் தெளிவாக உணரக் கூட முடியாது. அது எவ்வளவு மோசமானது என்று மக்கள் புரிந்துகொள்ளும் தருணத்தில் அதை நிறுத்துவதற்கு அவர்களால் எதுவும் செய்ய முடியாது; ஏனென்றால், அந்தச் சமயத்தில் அவர்கள் மதியிழந்து வெறிபிடித்து ஆடுவார்கள். அதன் விளைவுகளைப் பற்றி உணராத மக்களும் இருக்கிறார்கள். மேலதிகாரிகளுக்குப் பயந்தவர்களும் இருக்கிறார்கள். இப்படி பயந்தவர்களால்தான் சண்டையே நடக்கிறது.”

"போர் மோசமானது என்று எனக்குத் தெரியும். அதை நாம் முடிவுக்குக் கொண்டுவர வேண்டும்."

"அது முடிவடையாது. போருக்கு முடிவு என்பதே கிடையாது."

"இருக்கிறது, போருக்கு முடிவு இருக்கிறது."

பஸ்ஸினி தலையை உலுக்கினான்.

"போரில் கிடைக்கும் வெற்றியால், போரை வெல்ல முடியாது. நாம் சான் கேப்ரியேலே நகரைக் கைப்பற்றினால் அதனால் என்ன பயன்? நாம் கார்சா மலைப் பகுதியின் சமவெளியையும், மோன்பல்கோனே நகரத்தையும் திரியஸ்டி நகரத்தையும் கைப்பற்றினால் அதன் பயன் என்ன? அப்படியானால் நாம் எங்கே இருக்கிறோம்? வெகு தூரத்தில் இருக்கும் மலைகளை இன்று பார்த்தீர்களா? அவை அனைத்தையும் நம்மால் கைப்பற்றிவிட முடியுமா? ஆஸ்திரியர்கள் சண்டை போடுவதை நிறுத்தினால் மட்டுமே இந்தச் சண்டை முடிவுக்கு வரும். ஒரு பக்கம் இருப்பவர்கள் சண்டை போடுவதை நிறுத்த வேண்டும். நாம் ஏன் சண்டை போடுவதை நிறுத்தக் கூடாது? அவர்கள் இத்தாலிக்குள் வந்தால், அவர்கள் சோர்வடைந்து அங்கிருந்து போய்விடுவார்கள். அவர்களுக்குச் சொந்தமான நாடு அவர்களிடம் இருக்கிறது. ஆனால், அப்படி நடக்கவில்லை, மாறாகச் சண்டை நடக்கிறது."

"நீ சிறந்த பேச்சாளன்."

"நாம் சிந்திக்கிறோம். நாம் வாசிக்கிறோம். நாம் விவசாயக் குடிமக்களில்லை, பழுது நீக்கிகள். ஆனால், விவசாயக் குடிமக்கள் கூட போரில் நம்பிக்கை வைப்பதைவிட மேன்மையானவற்றை அறிவார்கள். எல்லோருமே இந்தப் போரை வெறுக்கிறார்கள்."

"ஒரு நாட்டைத் தன் கட்டுப்பாட்டில் வைத்திருக்கும் அறிவில்லாத ஆதிக்கக் குழு ஒன்று இருக்கிறது. அந்தக் குழுவுக்கு எதைப் பற்றியும் ஒரு தெளிவான புரிதல் கிடையாது; அவர்களால் ஒருபோதும் புரிந்துகொள்ள முடியாது. அதனால்தான் இந்தச் சண்டை நடக்கிறது."

"அது மட்டுமில்லாமல், சண்டையிலிருந்து அவர்கள் பணமும் சம்பாதிக்கிறார்கள்."

“பெரும்பாலானவர்கள் அதில் பணம் சம்பாதிப்பதில்லை,” என்றான் பஸ்ஸினி. “பணம் சம்பாதிக்க முடியாத அளவுக்கு அவர்கள் பெரும் முட்டாள்கள். காரணமே இல்லாமல் அவர்கள் போரை ஆதரிக்கிறார்கள். அவர்களின் மூடத்தனத்தினால் நடக்கும் சண்டை இது.”

“இப்போது நாம் பேச்சை நிறுத்த வேண்டும்,” என்ற மேனெரா, “லெஃப்டினன்ட் முன்னிலையிலேயே மிகவும் அதிகமாகப் பேசுகிறோம்,” என்றும் சொன்னான்.

“அது அவருக்குப் பிடித்திருக்கிறது,” என்றான் பஸ்ஸினி. “நாம் அவரது எண்ணங்களை மாற்றுவோம்.”

“இப்போது வாயை மூடுவோம்,” என்று மேனெரா சொன்னான்.

“லெஃப்டினன்ட் ஐயா, நாம் எப்போது சாப்பிடலாம்?” என்று கவஸி கேட்டான்.

“நான் போய்ப் பார்க்கிறேன்,” என்றேன். கார்டினி என்னுடன் வெளியே வந்தான்.

“லெஃப்டினன்ட் ஐயா, நான் செய்வதற்கு ஏதாவது வேலை இருக்கிறதா? எந்த வகையிலாவது உங்களுக்கு நான் உதவ முடியுமா?” அந்த நால்வரில் மிகவும் அமைதியானவன் அவன். “நீ விரும்பினால் என்னுடன் வா, போய்ப் பார்க்கலாம்,” என்றேன்

வெளியே இருட்டாக இருந்தது. தேடல் விளக்குகளின் நீண்ட ஒளிக்கதிர்கள் மலைகளின் மீது நகர்ந்துகொண்டிருந்தன. சில சமயங்களில் இரவு நேரத்தில் சாலையில் நாம் கடந்து சென்ற கனரக இராணுவ வாகனங்களின் முகப்பில் பெரிய தேடல் விளக்குகள் பொருத்தப்பட்டிருந்தன. அவ்வாறான ஒரு வாகனம், எல்லைக்கோட்டின் மறுபுறத்தில் பக்கமாக சாலையிலிருந்து சற்று விலகி நிறுத்தப்பட்டிருந்தது; அதிலிருந்த அதிகாரி நாலா பக்கமும் விளக்கொளியைத் திருப்ப உத்தரவிட்டுக்கொண்டிருந்தார்; ஊர்திக் குழுவினர் பயமுறுத்தினர். நாங்கள் செங்கற்தளத்தைக் கடந்து, முதன்மை முதலுதவி நிலையத்தில் நின்றோம்; அதன் நுழை வாயிலுக்கு வெளியே பசுமையான மரக்கிளைகளாலான சிறிய பாதுகாப்புக் கூரை அமைக்கப்பட்டிருந்தது; அந்த இருளில், வெயிலில் உலர்ந்திருந்த இலை சருகுகளில் இரவுக் காற்று சலசலப்பை ஏற்படுத்தியது. உள்பக்கத்தில் வெளிச்சம் இருந்தது.

மேஜர் ஒரு பெட்டிமீது உட்கார்ந்து தொலைபேசியில் பேசிக் கொண்டிருந்தார். கேப்டன் பதவியிலிருந்த ஒரு மருத்துவர், திட்ட மிட்ட ஒரு மணி நேரத்துக்கு முன்பாகவே சண்டை தொடங்க இருக்கிறது என்றார்; எனக்கு ஒரு கோப்பை பிராந்தி கொடுத்தார். அங்கிருந்த மேஜைகளைப் பார்த்தேன்; அவற்றில், வெளிச்சத்தில் பளபளத்த ஆயுதங்கள், கொப்பரைகள், நன்றாக மூடப்பட்ட பாட்டில்கள் இருந்தன. கார்டினி என் பின்புறத்தில் நின்றான். தொலைபேசியின் தொடர்பைத் துண்டித்தபின் மேஜர் எழுந்தார்.

"தாக்குதல் இப்போது தொடங்குகிறது," என்றார். "அது மீண்டும் திட்டமிட்ட நேரத்துக்கு முன்பே தொடங்கப்படுகிறது."

நான் வெளியே பார்த்தேன்; இருட்டாயிருந்தது. எங்களுக்குப் பின்பக்கமிருந்த மலைகள்மீது ஆஸ்திரியர்களின் தேடல் விளக்கு களின் ஒளிக்கதிர்கள் நகர்ந்துகொண்டிருந்தன. ஒரு நொடி நேரம் அமைதி நிலவியது; அசைவு எதுவும் இல்லை. அடுத்து, எங்களுக்குப் பின்பக்கமாக எல்லாத் துப்பாக்கிகளிலிருந்தும் குண்டு மழை பொழியத் தொடங்கியது.

"சவோயா," என்றார் மேஜர், பிரான்ஸ் நாட்டின் ஒரு பகுதியின் பெயரைச் சொன்னார்.

"மேஜர், சூப்பு வாங்க வந்தேன்," என்றேன். அவருக்குக் கேட்க வில்லை. நான் திரும்பவும் சொன்னேன்.

"அது இன்னமும் வந்து சேரவில்லை."

வெளியே இருந்த செங்கற்களத்தில் பெரிய குண்டு ஒன்று விழுந்து வெடித்துச் சிதறியது. மற்றொன்றும் வெடித்தது. அந்தச் சத்தத்தில், செங்கல் உடையும் மெல்லிய சத்தத்தையும், செங்கற் தூசுகள்கள் தூசி மழையாகக் கொட்டுவதையும் கேட்க முடிந்தது.

"சாப்பிடுவதற்கு என்ன இருக்கிறது?"

"உலர்ந்த பாஸ்தா கொஞ்சம் இருக்கிறது," என்றார் மேஜர்.

"உங்களால் கொடுக்க முடிந்ததை எடுத்துப் போகிறேன்," என்றேன்.

மேஜர் ஒரு சிப்பாயிடம் பேசினார். அவன் பின்பகுதிக்குப் போனான்; எங்கள் பார்வையிலிருந்து மறைந்தான். ஓர் உலோகக் கொப்பரையில் குளிர்ந்த நிலையிலிருந்த சமைக்கப்பட்ட

மாக்கரோனியுடன் திரும்பி வந்தான். நான் அதை கார்டினியிடம் கொடுத்தேன்.

"உங்களிடம் பாலாடைகட்டி இருக்கிறதா?"

மேஜர் அந்தச் சிப்பாயிடம் எரிச்சலுடன் பேசினார். அவன் குனிந்து மீண்டும் பதுங்கு குழிக்குள் சென்றான், குறைந்த அளவு வெள்ளைப் பாலாடைக்கட்டியுடன் வந்தான்.

"மிக்க நன்றி," என்றேன்.

"இப்போது வெளியே போகாமலிருப்பது நல்லது,"

வெளியே நுழைவாயில் பக்கத்தில் ஏதோ ஒன்று கீழே இறக்கி வைக்கப்பட்டது. அதை எடுத்து வந்த இருவரில் ஒருவன் உள்ளே எட்டிப் பார்த்தான்.

"அவனை உள்ளே கொண்டு வா," என்றார் மேஜர். "உனக்கு என்ன பிரச்சினை? நாங்கள் வெளியே வந்து அவனை உள்ளே கொண்டுவர வேண்டுமா?"

ஸ்ட்ரெச்சர் தூக்கிகள் இருவரும் அந்த மனிதனின் கைகளுக்கு அடியிலும் கால்களையும் பிடித்து உள்ளே கொண்டு வந்தார்கள்.

"சட்டையைக் கிழித்துத் திற," என்று மேஜர் சொன்னார்.

நுனியில் மெல்லிய துணி வைக்கப்பட்ட ஓர் இடுக்கி வைத்திருந் தார். இரண்டு கேப்டன்களும் கோட்டைக் கழட்டினார்கள். "இங்கிருந்து வெளியே போங்கள்," என்று அந்த இரண்டு ஸ்ட்ரெச்சர் தூக்கிகளிடம் மேஜர் கூறினார்.

"வா போகலாம்," என்று கார்டினிடம் சொன்னேன்.

மேஜர் அவரது தோள் பக்கமாகத் தலையைத் திருப்பி, "குண்டு போடுவது முடியும்வரை காத்திருப்பது நல்லது," என்றார்.

"அவர்கள் சாப்பிட வேண்டும் என்கிறார்கள்," என்றேன்.

"உங்கள் விருப்பப்படி செய்யுங்கள்."

நாங்கள் செங்கல் தளத்தில் ஓடினோம். ஒரு குண்டு அதன் குறி தவறி ஆற்றங்கரைப் பக்கத்தில் வெடித்தது. மற்றொரு குண்டு அதிக வேகத்துடன் வந்தது; அது பக்கத்தில் வரும் வரை அதன் சத்தத்தை நாங்கள் கேட்கவில்லை. நாங்கள் இருவரும் தரையில் நெடுஞ்சாண்கிடையாகப் படுத்தோம். அந்தக் குண்டு தரையில்

விழுந்து வெடித்து, பளீர் என ஒளி வீசிச் சிதறியபோது அதன் வாசனையை நுகர்ந்தோம்; அதன் சிதறல்கள் அதிவேகமாகப் பறந்து எழுப்பிய ஒலிகளையும், செங்கற்கள் ஒன்றுடன் ஒன்று மோதிக் கீழே விழுந்த தடதட என்ற சத்தத்தையும் கேட்டோம். கார்டினி எழுந்து பதுங்கு குழியை நோக்கி ஓடினான். நானும் பாலாடைக்கட்டியைப் பிடித்தபடி அவனைத் தொடர்ந்து ஓடினேன்; பாலாடைக்கட்டியின் மிருதுவான மேற்பரப்பில் செங்கல் தூசி படர்ந்திருந்தது. மூன்று டிரைவர்களும் பதுங்கு குழிக்குள் சுவரில் சாய்ந்தவாறு புகை பிடித்துக்கொண்டிருந்தார்கள்.

“நாட்டுப்பற்று மிக்கவர்களே, இதோ உணவு” என்றேன்.

“வாகனங்கள் எப்படி இருக்கின்றன?” என்று மேனெரா கேட்டான்.

“பாதுகாப்பாக இருக்கின்றன.”

“லெஃப்ட்டினன்ட், அவை உங்களை மிரள வைத்தனவா?”

”மிகச் சரியாகச் சொன்னாய்,” என்றேன்.

என் கத்தியை வெளியே எடுத்து, திறந்து, துடைத்து, பாலாடைக் கட்டியின் அழுக்கான மேற்பரப்பைச் சீவி எடுத்தேன். மாக்கரோனி இருந்த கொப்பரையை கவஸி என்னிடம் கொடுத்தான்.

“நீங்கள் சாப்பிடத் தொடங்குங்கள், லெஃப்ட்டினன்ட் ஐயா.”

“வேண்டாம். அதைத் தரையில் வை. எல்லோரும் சேர்ந்து சாப்பிடலாம்.”

“முள்கரண்டிகள் இல்லை.”

“என்னப்பா இது,” என்று ஆங்கிலத்தில் சொன்னேன்.

பாலாடைக்கட்டியைப் பல துண்டுகளாக வெட்டி அவற்றை மாக்கரோனிமீது பரப்பினேன்.

“சாப்பிட உட்காருங்கள்,” என்றேன். அவர்கள் உட்கார்ந் தார்கள், காத்திருந்தார்கள். மாக்கரோனியின் உள்ளே என் பெரு விரலையும் மற்ற விரல்களையும் நுழைத்துத் தூக்கினேன். ஒரு திரளாக இருந்த அது தளர்ந்தது.

“லெஃப்ட்டினன்ட் ஐயா, அதை உயரமாகத் தூக்குங்கள்.”

கையின் நீளத்துக்கு உயர்த்தினேன், ஒட்டியிருந்த இழைகள் அறுந்தன. அதைக் கீழே தணித்து, வாய்க்குக் கொண்டுவந்து

உறிஞ்சினேன்; அதன் தொடர்புகளைத் துண்டித்தேன்; மென்றேன்; ஒரு துண்டு பாலாடைக்கட்டியைக் கடித்தேன்; அதன் பின் கொஞ்சம் ஒயின் குடித்தேன். அதில், துருப்பிடித்த உலோகத்தின் சுவையை உணர்ந்தேன். அந்தப் பாத்திரத்தைப் பஸ்ஸினியிடம் கொடுத்தேன்.

"அது கெட்டுப்போயிற்று," என்றான் அவன். "அதிக நாள் பட்டது. காரில் வந்தபோது குடித்தேன்."

அவர்கள் எல்லோரும் கொப்பரைக்கு அருகில் அவர்களின் தாடையை வைத்து தலையைப் பின்பக்கம் சாய்த்து, உறிஞ்சிச் சாப்பிட்டுக்கொண்டிருந்தார்கள். நான் மீண்டும் ஒரு முறை ஒரு வாயளவு மாக்கரோனியையும் பாலாடைக்கட்டியையும் கடித்துச் சாப்பிட்டு கொஞ்சம் ஒயின் குடித்தேன். ஏதோ ஒன்று வெளிப்பக்கமாக விழுந்து நிலநடுக்கத்தை உண்டாக்கியது.

"அது நானூற்று இருபது மில்லிமீட்டர் குண்டாக இருக்கலாம் அல்லது பதுங்கு குழிக்குள் வெடிக்கும் குண்டாக இருக்கலாம்," என்று கவஸி சொன்னான்.

"மலைகளில் நானூற்று இருபது மில்லிமீட்டர் குண்டு எதுவும் இல்லை," என்றேன்.

"ஆனால், அவர்கள் ஸ்கோடா கனரகத் துப்பாக்கிகள் வைத்திருக்கிறார்கள். அவை ஏற்படுத்திய துளைகளை நான் பார்த்திருக்கிறேன்."

"முந்நூற்று ஐந்து மில்லிமீட்டர் குண்டு வகையாகவும் இருக்கலாம்."

சாப்பிடுவதைத் தொடர்ந்தோம். அப்போது, இரயில் புறப்படும்போது ஏற்படும் இருமல் சத்தம்போல் ஒரு சத்தம் கேட்டது. அதைத் தொடர்ந்து, வெடிமருந்து வெடித்து மீண்டும் நிலநடுக்கத்தை உண்டாக்கியது.

"இது ஆழமான பதுங்கு குழி இல்லை," என்று பஸ்ஸினி கூறினான்.

"அது பதுங்கு குழிக்குள் வெடிக்கும் ஒரு குண்டு."

"ஆம், ஐயா."

நான் என் பாலாடைக்கட்டியின் கடைசித் துண்டைச் சாப்பிட்டேன்; ஒரு மடக்கு ஒயின் குடித்தேன். அப்போது, மற்ற சத்தங்களின் ஊடாக ஒரு இருமல் சத்தத்தைக் கேட்டேன்; அதைத் தொடர்ந்து சக்-சக்-சக்-சக்- என்ற சத்தம் வந்தது. அதன் பின், ஊது உலையின் வாசல் மூடியைத் திறக்கும்போது உண்டாகும் திடீர் தீப்பிழம்பு போன்ற வெளிச்சம் வந்தது. தொடர்ந்து, வெள்ளை நிறத்தில் தொடங்கி, சிவப்பு நிறமாக மாறிய ஒரு நீண்ட கர்ஜனையுடன் சீறிக்கொண்டிருந்த காற்று தொடர்ச்சியாக வந்தது. மூச்சுவிட முயற்சி செய்தேன், ஆனால், மூச்சுவிட முடியவில்லை. என் உடம்போடு நான் என்னிடமிருந்து பிரிந்து அதி வேகமாக வெளியேறுவதுபோல் உணர்ந்தேன்; வெளியே, வெளியே, வெளியே, எல்லா நேரமும் என் உடம்போடு நான் காற்றோடு போய்க்கொண்டிருப்பதாக உணர்ந்தேன். வேகமாக வெளியே போனேன், தன்னந்தனியாக. நான் செத்துவிட்டேன் என்று எனக்குத் தெரியும்; ஆனால், இப்போதுதான் செத்தேன் என்று நினைப்பது தவறு என்றும் தெரியும். அதன் பின் காற்றில் மிதந்தேன்; ஆனால், முன்பக்கமாகப் போவதற்கு மாறாகப் பின் பக்கமாகச் சறுக்குவதாக உணர்ந்தேன். மூச்சுவிட்டேன்; திரும்பி வந்துவிட்டேன். தரை சிதைக்கப்பட்டிருந்தது; என் தலைக்கு முன்னால் பிளக்கப்பட்ட மரத் தூண் ஒன்று கிடந்தது. என்னுடைய தலை திடீரென்று குலுங்கியபோது யாரோ ஒருவர் அழுதுகொண்டிருப்பதைக் கேட்டேன். யாரோ ஒருவர் கதறிக் கொண்டிருப்பதாக நினைத்தேன். நகர்ந்து செல்ல முயன்றேன், ஆனால், நகர முடியவில்லை. ஆற்றின் அக்கரையிலும் ஆற்றின் நெடுகிலும் இயந்திரத் துப்பாக்கிகளாலும் கைத் துப்பாக்கிகளாலும் சுடும் சத்தத்தைக் கேட்டேன். மிகப் பெரிய நெருப்புப் பிழம்பு தெரிந்தது. சில குண்டுகள் மேலே போவதையும், அவை வெடித்துச் சிதறி வெளிச்சம் உண்டாக்கி வெள்ளையாக மிதப்பதையும், பாறைக்கற்கள் மேலே பறப்பதையும், குண்டுகள் வெடிப்பதையும், இவை எல்லாமே ஒரே நொடியில் நடந்ததையும் கண்டேன். அதன் பின், எனக்கு அருகில் ஒருவர், "என் அம்மா! ஆஆ, என் அம்மா!" என்று சொல்லிக்கொண்டிருப்பதைக் கேட்டேன். நான் கால்களை வெளியே இழுத்து, வளைத்துத் திருப்பி, அவற்றை விடுவித்து, பெரும் முயற்சியுடன் திரும்பி அவனைத் தொட்டேன்.

அங்கே கிடந்தது பஸ்ஸினி; நான் அவனைத் தொட்டபோது அவன் கதறினான். அவனுடைய கால்கள் என் பக்கமாகக் கிடந்தன. அவை இரண்டும் முழங்கால்களுக்கு மேல்பகுதியில் சிதைக்கப்பட்டிருந்ததை இருட்டிலும் வெளிச்சத்திலும் கண்டேன். ஒரு கால் காணாமல் போயிருந்தது; மற்றொரு கால் அதன் தசைநாண்களிலும், அவன் கால்சட்டையின் ஒரு பகுதியிலும் தொங்கிக்கொண்டிருந்தது. சிதைந்த காலில் மீதமிருந்த கால் தண்டு உடம்புடன் இணைக்கப்படாததுபோல் தனியாக முறுக்கப் பட்டிருந்தது; திடீர் திடீரென வெட்டி வெட்டி இழுத்தது. அவனுடைய கையைக் கடித்தான்; முனகினான், "ஆஆ, என் அம்மா, என் அம்மா," என்றும், அதன் பின், "மரியன்னையே, இறைவன் உம்மைக் காப்பாராக, மரியன்னையே, இறைவன் உம்மைக் காப்பாராக, ஓ இயேசுவே, என்னைச் சுடும், கிறிஸ்துவே, என்னைச் சுடும், என் அம்மா என் அம்மா, ஓ பரிசுத்த கனிவான மரியன்னையே, என்னைச் சுடும். அதை நிறுத்தும். அதை நிறுத்தும். ஓ இயேசுவே, கனிவான மரியன்னையே, அதை நிறுத்தும். ஓ ஓ ஓ ஓ," என்றும், முச்சுத் திணறி, "அம்மா என் அம்மா," என்றும் முனகினான். அதன் பின், கையைக் கடித்தபடியும், அவனது கால் தண்டு திருகிக்கொண்டிருந்த நிலையிலும் அமைதியானான்.

"காயம் அடைந்தவனைத் தூக்கிச் செல்லுங்கள்," என்று கைகளை என் வாய் அருகே குவித்துக் கத்தினேன். "காயம் அடைந்தவனைத் தூக்கிச் செல்லுங்கள்." பஸ்ஸினியின் கால்களில் இரத்தப்போக்கை நிறுத்துவதற்காக, அவற்றைத் துணியால் இறுக்கமாகக் கட்ட இன்னும் கொஞ்சம் அவன் பக்கத்தில் நகர முயற்சி செய்தேன், ஆனால், என்னால் நகர முடியவில்லை. மீண்டும் முயற்சி செய்தேன். என் கால்கள் கொஞ்சம் நகர்ந்தன. என் கைகளையும், முழங்கைகளையும் தரையில் ஊன்றி, பின்னோக்கி என் உடம்பை இழுக்க முடிந்தது. பஸ்ஸினி இப்போது அமைதியாக இருந்தான். அவன் பக்கத்தில் உட்கார்ந்தேன்; என்னுடைய சட்டையைக் கழற்றி அதன் அடிப்பாகத்தைக் கிழிக்க முயன்றேன், ஆனால், முடியவில்லை. என் பல்லால் சட்டையின் ஓர் ஓரத்தில் கடித்து அதைக் கிழிக்க முயன்றேன். அப்போது, அவன் முழங்காலின் கீழ்ப்பகுதியில் சுற்றப்பட்டிருக்கும் துணிப்பட்டையின் நினைவு வந்தது. நான் கம்பளிக் காலுறை அணிந்திருந்தேன். ஆனால்,

பஸ்ஸினி துணிப்பட்டை அணிந்திருந்தான். எல்லா டிரைவர்களும் துணிப்பட்டை அணிந்திருந்தார்கள். ஆனால், பஸ்ஸினிக்கு ஒரே ஒரு கால்தான் இருந்தது. நான் அவனுடைய துணிப்பட்டையைப் பிரித்தேன்; அப்படிச் செய்தபோது, இரத்தப் போக்கை நிறுத்துவதற்காக அதைக் கழற்றவேண்டிய தேவை இல்லை என்பதை உணர்ந்தேன்; ஏனென்றால் பஸ்ஸினி ஏற்கெனவே இறந்துவிட்டான். அவன் இறந்துவிட்டான் என்பதை உறுதி செய்தேன். மேலும் மூன்று பேர்களைத் தேட வேண்டும். நிமிர்ந்து உட்கார்ந்தேன். அப்போது, ஒரு பொம்மையின் கண் போன்ற உருண்டையின் கனத்தைப்போல் ஏதோ ஒன்று என் தலைக்குள் நகர்ந்து உள்ளே வந்து என் கண் விழிகளின் பின்புறத்தில் தாக்கியது. என் கால்கள் இரண்டும் கதகதப்பாகவும் ஈரமாகவும் இருந்தன; காலணிகளின் உள்ளே காலுறைகளும் கதகதப்பாகவும் ஈரமாகவும் இருந்தன. நான் தாக்கப்பட்டது எனக்குத் தெரியும். முன்பக்கமாகச் சாய்ந்து கையை என் முழங்காலில் வைத்தேன்; முழங்கால் அங்கு இல்லை, கை உள்ளே சென்றது; முழங்கால் கீழே இறங்கி காலின் முன்பகுதியில் இருந்தது. கையை என் சட்டையில் துடைத்தேன். மிதந்து வந்த மற்றொரு வெளிச்சம் மிகவும் மெதுவாகக் கீழே வந்தது. நான் என் காலைப் பார்த்தேன்; பயந்தேன். ஓ, இறைவா, என்னை இங்கிருந்து வெளியேற்று என்று சொன்னேன். நான் அப்படிச் சொல்லும்போது இன்னும் மூன்று பேர் அங்கு இருந்தார்கள் என்று எனக்குத் தெரியும். மொத்தம் நான்கு டிரைவர்கள் இருந்தார்கள். பஸ்ஸினி இறந்துவிட்டான். மீதம் மூன்று பேர். யாரோ ஒருவர் என் கைகளுக்கு அடியில் என்னைப் பிடித்தார்; மற்றொருவர் என் கால்களை உயர்த்தினார்.

“இன்னும் மூன்று பேர் அங்கே இருக்கிறார்கள்,” என்றேன். “ஒருவன் இறந்துவிட்டான்.”

“நான் மேனெரா. நாங்கள் ஒரு ஸ்ட்ரெச்சரைத் தேடினோம்; அங்கே ஒன்றும் இல்லை. நீங்கள் எப்படி இருக்கிறீர்கள், லெஃப்டினன்ட் ஐயா?”

“கார்டினியும் கவஸியும் எங்கே இருக்கிறார்கள்?”

“கார்டினி முதலுதவி மையத்தில் கட்டுப்போட்டுக்கொண்டிருக்கிறான். கவஸி உங்கள் கால்களைப் பிடித்துக்கொண்டிருக்கிறான்.

லெஃப்டினன்ட் ஐயா, நீங்கள் என் கழுத்தைக் கெட்டியாகப் பிடியுங்கள். உங்களுக்கு மோசமாக அடிபட்டிருக்கிறதா?"

"என் காலில் அடிபட்டிருக்கிறது. கார்டினி எப்படி இருக்கிறான்?"

"அவன் நன்றாக இருக்கிறான். அங்கு வெடித்தது பதுங்கு குழிக்குள் வெடிக்கும் பெரிய பீரங்கிக் குண்டு."

"பஸ்ஸினி இறந்துவிட்டான்."

"ஆமாம், அவன் இறந்துவிட்டான்."

ஒரு குண்டு எங்களுக்குப் பக்கமாக விழுந்தது. அவர்கள் இருவரும் தரையில் விழுந்தார்கள்; என்னையும் கீழே போட்டார்கள். "நான் வருந்துகிறேன், லெஃப்டினன்ட் ஐயா," என்றான் மேனெரா. "என் கழுத்தில் தொற்றிக்கொள்ளுங்கள்."

"என்னை நீங்கள் மீண்டும் கீழே போட்டால்."

"நாங்கள் மிரண்டுபோனதால்தான் உங்களைக் கீழே போட்டோம்."

"நீங்கள் காயம் அடையவில்லையே?"

"இருவரும் லேசான காயம் அடைந்தோம்."

"கார்டினியால் வண்டி ஓட்ட முடியுமா?"

"அவனால் முடியும் என்று தோன்றவில்லை."

நாங்கள் முதலுதவி நிலையத்தை அடையுமுன்னால் அவர்கள் மீண்டும் ஒருமுறை என்னைக் கீழே போட்டார்கள்.

"நாயின் மகன்களே," என்றேன்.

"லெஃப்டினன்ட் ஐயா, நான் வருத்தப்படுகிறேன்," என்று மேனெரா சொன்னான். "மற்றொரு முறை உங்களைக் கீழே போட மாட்டோம்."

முதலுதவி நிலையத்துக்கு வெளியே இருந்த தரையில் பலர் இருளில் கிடந்தோம். காயமடைந்தவர்களை உள்ளே எடுத்துப் போனார்கள், வெளியே கொண்டுவந்தார்கள். முதலுதவி நிலையத்தில் திரை விலகும்போது உள்ளேயிருந்து வந்த ஒளியை என்னால் பார்க்க முடிந்தது; யாரோ ஒருவரை உள்ளே கொண்டு போனார்கள் அல்லது வெளியே கொண்டு வந்தார்கள்.

இறந்தவர்களை ஒரு பக்கமாக வைத்திருந்தார்கள். டாக்டர்கள், அவர்களது சட்டைகளின் கைப் பகுதிகளைத் தோள்வரை மேலே இழுத்துவிட்டபடி வேலை செய்துகொண்டிருந்தார்கள்; இரத்தம் படிந்த கசாப்புக் கடைக்காரர்கள்போல் இருந்தார்கள். அங்கே போதுமான அளவு ஸ்ட்ரெச்சர் இல்லை. காயமடைந்தவர்களில் சிலர் கத்தினார்கள்; ஆனால், பலர் அமைதியாய் இருந்தார்கள். முதலுதவி நிலையத்தின் கதவின் மீது படர்ந்திருந்த கொடிகளின் இலைகளைக் காற்று ஆட்டி அசைத்துச் சென்றது; இரவின் குளிர் கூடிக்கொண்டிருந்தது. ஸ்ட்ரெச்சர் தூக்கிகள் எல்லா நேரமும் வந்தார்கள்; ஸ்ட்ரெச்சரைக் கீழே வைத்தார்கள்; அதிலிருந்தவர்களை இறக்கி வைத்தார்கள்; திரும்பிப் போனார்கள். நான் முதலுதவி நிலையத்தை அடைந்தவுடன், மேனெரா ஒரு இராணுவ டாக்டரை அழைத்து வந்தான். அவர் என் இரண்டு கால்களிலும் கட்டுப்போட்டார். காயத்துக்குள் ஏகப்பட்ட தூசிகள் போயிருந்ததால், இரத்தம் அதிக அளவில் வெளியேற வில்லை என்று சொன்னார். எவ்வளவு சீக்கிரம் முடியுமோ அவ்வளவு சீக்கிரம் என்னை எடுத்துப்போவார்கள் என்றார். அவர் மீண்டும் உள்ளே சென்றார். கார்டினியால் வண்டி ஓட்ட முடியாது என்று மேனெரா சொன்னான். அவனுடைய தோள் நசுக்கப்பட்டுள்ளது, தலையில் காயம் பட்டிருந்தது. அவன் மோசமான நிலையில் இல்லை. ஆனால், இப்போது அவன் தோள் விறைப்படைந்திருந்தது. அவன் செங்கல் சுவரின் பக்கத்தில் உட்கார்ந்திருந்தான். மேனெராவும் கவஸியும் காயம்பட்டவர்களைத் தனித்தனியாக வண்டியில் ஏற்றிச் சென்றார்கள். அவர்களால் வண்டி ஓட்ட முடியும். ஆங்கிலேயர்கள் மூன்று ஆம்புலன்ஸ்களில், ஒவ்வொன்றிலும் இரண்டு நபர்களை ஏற்றி வந்திருந்தார்கள். அவர்களில் ஒரு டிரைவரை கார்டினி என்னிடம் அழைத்து வந்தான்; கார்டினி உடல்நலமில்லாமல் வெளிறித் தோன்றினான். அந்த ஆங்கிலேயன் என் பக்கமாகக் குனிந்தான்.

"நீங்கள் கடுமையாகத் தாக்கப்பட்டீர்களா?" என்று என்னைக் கேட்டான். அவன் உயரமாக இருந்தான்; தேனிரும்பிலான விளிம்புடைய கண்ணாடி அணிந்திருந்தான்.

"கால்களில்."

தடாகம் / 99

"அவ்வளவு மோசமாக இருக்காது என்று நம்புகிறேன். சிகரெட் பிடிக்கிறீர்களா?"

"வேண்டாம். நன்றி."

"உங்கள் டிரைவர்களில் இரண்டு பேரால் வேலை செய்ய முடியாது என்று சொன்னார்கள்."

"ஆமாம். ஒருவன் இறந்துவிட்டான்; நீ கொண்டு வந்தவன் மற்றொருவன்."

"மிகவும் மோசமான தலைவிதி இது. உங்கள் கார்களை நாங்கள் எடுத்துச்செல்ல விரும்புகிறீர்களா?"

"அதைத்தான் நான் உன்னைக் கேட்க நினைத்தேன்."

"நாங்கள் அவற்றை நல்ல முறையில் பாதுகாக்கிறோம், வில்லாவில் நிறுத்துகிறோம். உங்கள் வில்லா எண் 206தானே?"

"ஆமாம்."

"அது ஒரு வசீகரமான இடம். அந்தப் பக்கமாக உங்களைப் பார்த்திருக்கிறேன். நீங்கள் அமெரிக்கன் என்று சொல்கிறார்கள்."

"ஆமாம்."

"நான் ஆங்கிலேயன்."

"இல்லை."

"ஆமாம். ஆங்கிலேயன்தான். நான் இத்தாலியன் என்று நினைத்தீர்களா? எங்களுடைய பிரிவுகள் ஒன்றில் சில இத்தாலியர்கள் இருக்கிறார்கள்."

"கார்களை நீ எடுத்துப் போனால் அதுவே எனக்குப் போதுமானது," என்றேன்.

"நாங்கள் அவற்றை மிகக் கவனமாகக் கையாள்கிறோம்," என்று சொன்னவாறு அவன் நிமிர்ந்து நின்றான். "உங்களைச் சேர்ந்த இந்த நண்பன் நான் உங்களைப் பார்க்க வேண்டும் என்று அக்கறை காட்டினான்." அவன் கார்டினியின் தோளில் தட்டிக் கொடுத்தான். கார்டினி வலியால் முகம் சுளித்தான், சிரித்தான். அந்த ஆங்கிலேயன் தங்குதடையற்ற சுத்தமான இத்தாலிய மொழிக்கு மாறினான். "இப்போது எல்லா ஏற்பாடுகளும் செய்தாயிற்று. நான் உன்னுடைய லெஃப்டினன்டைப் பார்த்துவிட்டேன். இரண்டு

கார்களையும் நாங்கள் கவனித்துக்கொள்கிறோம். இப்போது கவலைப்படாதே." அந்தப் பேச்சை நிறுத்தினான். "உங்களை இங் கிருந்து வெளியே எடுத்துப் போவதற்கு நான் ஏதாவது செய்தாக வேண்டும். மருத்துவத்துறை சார்ந்தவர்களைப் பார்க்கிறேன். உங்களைத் திரும்பவும் எங்களுடன் கூட்டிப் போகிறோம்."

காயமடைந்து முதலுதவி நிலையத்தில் படுத்திருந்தவர்களின் ஊடாக எச்சரிக்கையுடன் நடந்தான். திரை விலகியதையும், வெளிச்சம் வெளியே வந்ததையும், அவன் உள்ளே போவதையும் பார்த்தேன்.

"அவன் உங்களை நன்றாகக் கவனித்துக்கொள்வான், லெஃப்டி னன்ட் ஐயா," என்று கார்டினி சொன்னான்.

"எப்படி இருக்கிறாய் நண்பனே?

"நான் நன்றாய் இருக்கிறேன்." அவன் என் பக்கத்தில் கீழே உட்கார்ந்தான். அந்த நொடியில் முதலுதவி நிலையத்தின் முன்னால் இருந்த திரை விலகியது; உயரமான ஆங்கிலேயனைத் தொடர்ந்து இரண்டு ஸ்ட்ரெச்சர் தூக்கிகள் வந்தார்கள். அவன் அவர்களை என்னிடம் அழைத்து வந்தான்.

"இங்கே இருப்பவர்தான் அமெரிக்க லெஃப்டினன்ட்," என்று இத்தாலிய மொழியில் சொன்னான்.

"நான் காத்திருப்பதுதான் சரி என்று நினைக்கிறேன்," என்றேன். "என்னைவிட மிகவும் மோசமாகக் காயமடைந்தவர்கள் இருக்கிறார்கள். நான் நன்றாயிருக்கிறேன்."

"எல்லாம் சரிதான். நீங்கள் பெரிய தியாகச் செம்மலாக இருக்க வேண்டாம்." பின்னர் இத்தாலிய மொழியில், "எச்சரிகையாகக் கால்களைப் பிடித்து அவரைத் தூக்குங்கள். கால்கள் அதிகமாக வலிக்கின்றன. அவர் ஜனாதிபதி வில்சனின் சட்டபூர்வமான மகன்." அவர்கள் என்னைத் தூக்கினார்கள்; கட்டு போடும் அறைக்குக் கொண்டுபோனார்கள். உள்ளே எல்லா மேஜைகளிலும் அறுவைச் சிகிச்சை நடந்துகொண்டிருந்தன. குள்ளமாக இருந்த மேஜர் எங்களைச் சீற்றத்துடன் பார்த்தார். அவர் என்னை அடையாளம் கண்டு கையில் வைத்திருந்த இடுக்கியை அசைத்தார்.

"எப்படி இருக்கிறது?"

“பரவாயில்லை.”

“நான்தான் அவரை உள்ளே கொண்டு வந்தேன்,” உயரமான ஆங்கிலேயன் இத்தாலிய மொழியில் சொன்னான். “அவர் அமெரிக்கத் தூதரின் ஒரே மகன். நீங்கள் அவரைப் பார்க்கும்வரை அவர் இங்கேயே இருக்கட்டும். பிறகு அவரை என்னுடைய முதல் சவாரியில் அழைத்துப் போகிறேன்.” அவன் என் பக்கமாகக் குனிந்து, “நான் தளபதியின் நிர்வாக உதவியாளரைப் பார்த்து உங்களுக்கான ஆவணங்களை எழுதச் சொல்கிறேன். அதன் பின் எல்லாமே மிகவும் வேகமாக நடக்கும்,” என்று சொன்னான். வெளியேறுவதற்காக வாசலில் நின்றான், வெளியே போனான். இப்போது, மேஜர் இடுக்கிகளை கை கழுவுவதற்கான தொட்டியில் போட்டார். என் கண்களால் அவரது கை அசைவு களைப் பின்தொடர்ந்தேன். இப்போது அவர் கட்டு போட்டுக் கொண்டிருந்தார். பின்னர் ஸ்ட்ரெச்சர் தூக்கிகள் அந்த மனிதனை மேஜையிலிருந்து எடுத்துப் போனார்கள்.

“இப்போது அமெரிக்க லெஃப்டினன்ட்டைக் கவனிக்கிறேன்,” என்று கேப்டன்களில் ஒருவர் சொன்னார். என்னைத் தூக்கி மேஜையில் கிடத்தினார்கள். மேஜை கடினத்தன்மையுடனும் வழுக்குவதாகவும் இருந்தது. அங்கே வலுவான பல வாடைகள் பரவியிருந்தன—இரசாயன வாடைகளும், மெல்லிய இரத்த வாடையும். அங்கிருந்தவர்கள் என்னுடைய கால்சட்டைகளைக் களைந்தார்கள். மருத்துவ கேப்டன் என்னைப் பரிசோதித்துச் சொல்லச்சொல்ல, நிர்வாக உதவியாளர் எழுதினார், “வலது, இடது தொடைகளிலும், இடது, வலது முழங்கால்களிலும், வலது பாதத்திலும் மேலோட்டமான பல காயங்கள் உள்ளன. வலது முழங்காலிலும் பாதத்திலும் ஆழமான காயங்கள் உள்ளன. உச்சந் தலையில் சிராய்ப்புகள், (அவர் அழுத்தமாகத் தடவி சோதித்தார் —அது வலிக்கிறதா?—இயேசுவே, ஆமாம்!), மண்டை ஓட்டில் எலும்பு முறிவு இருக்கும் வாய்ப்பு இருக்கிறது. பணி நேரத்தில் ஏற்பட்டவை. அந்த ஒரு காரணம்தான், தானாகவே காயங்கள் ஏற்படுத்தியதற்கான குற்றங்களாகக் கருதி இராணுவ நீதிமன்றம் எடுக்கும் நடவடிக்கைகளிலிருந்து உங்களைக் காப்பாற்றுகிறது,” என்று சொன்னார். “கொஞ்சம் பிராந்தி குடிக்கிறீர்களா? எப்படி இப்படியான ஆபத்தில் மாட்டினீர்கள்? என்ன செய்ய முயற்சி

செய்துகொண்டிருந்தீர்கள்? தற்கொலை செய்யவா? தயவுசெய்து தடுப்பு மருந்து கொடுங்கள், இரண்டு கால்கள்மீதும் குறுக்குக் குறியீடுகள் போடுங்கள். நன்றி. நான் இதைக் கொஞ்சம் துடைத்து, தண்ணீரால் கழுவி, அதன் பின் கட்டுப் போடுகிறேன். உங்கள் இரத்தம் அற்புதமாகச் சீக்கிரம் உறைநிலை அடைகிறது."

நிர்வாக உதவியாளர் காகிதத்திலிருந்து கண்களை விலக்கி மேலே பார்த்தபடி, "எதனால் உங்களுக்கு இந்தக் காயங்கள் ஏற்பட்டன?" என்று கேட்டார்.

மருத்துவ கேப்டன், "உங்களைத் தாக்கியது எது?"

என் கண்கள் மூடிய நிலையில், "பதுங்கு குழிகளுக்குள் தாக்கும் வெடிகுண்டு," என்றேன்.

அந்த கேப்டன், எனக்குக் கடுமையான வலி உண்டாக்கிய சில வேலைகளைச் செய்தபடியும், சில திசுக்களை வெட்டி எடுத்தபடியும்—"உங்களுக்கு நிச்சயமாகத் தெரியுமா?" என்று கேட்டார்.

சதையை அறுத்தபோது என் வயிறு பதைபதைக்க, ஆடாமல் அசையாமல் படுத்திருக்க முயற்சி செய்தபடி, "அப்படித்தான் நினைக்கிறேன்," என்றேன்.

மருத்துவ கேப்டன்—(அவர் கண்டுபிடித்துக்கொண்டிருந்த ஏதோ ஒன்றில் ஆர்வம் ஏற்பட்ட நிலையில்), "எதிரிகளின் பதுங்கு குழி வெடிகுண்டின் சிதறல்கள். நீங்கள் விரும்பினால், மேலும் சில சிதறல்களைக் தேடுகிறேன், ஆனால், அது அவசியமில்லை. நான் இவற்றின் மீது மருந்து தடவிவிடுகிறேன்—அது உங்களுக்கு வலி ஏற்படுத்துகிறதா? நல்லது, பிறகு ஏற்படப்போகும் வலியைவிட இது ஒன்றும் பெரிதில்லை. இன்னும் வலி ஆரம்பிக்கவில்லை. அவருக்கு ஒரு தம்ளர் பிராந்தி கொண்டு வாருங்கள். பிராந்தியின் தாக்கம் வலியை மட்டுப்படுத்தும். ஆனால், இது பரவாயில்லை. காயங்களில் தொற்று ஏற்படாதவரை, இப்போதெல்லாம் தொற்று ஏற்படுவது மிகவும் அரிது, நீங்கள் எதைப் பற்றியும் கவலைப்பட வேண்டியதில்லை. உங்கள் தலை எப்படியிருக்கிறது?"

"நல் மேய்ப்பரே!" என்றேன்.

"அப்படியானால் நீங்கள் மிகவும் அதிகமாகப் பிராந்தி குடிக்க வேண்டாம். உங்களுக்கு எங்காவது எலும்பு முறிவு இருந்தால் அது ஏற்படுத்தும் வீக்கத்தை விரும்ப மாட்டீர்கள். இப்போது எப்படி உணர்கிறீர்கள்?"

என் உடம்பெல்லாம் வியர்த்துக் கொட்டியது.

"நல் மேய்ப்பரே!" என்றேன்.

"உங்களுக்கு எலும்பு முறிவு இருப்பதாகத் தோன்றுகிறது. நான் இப்போது என் வேலைகளையெல்லாம் முடிக்கிறேன். தலையைக் குலுக்காதீர்கள்." அவர் கட்டு போட்டார்; அவரது கைகள் மிகவும் வேகமாக வேலை செய்தன; கட்டுகள் இறுக்கமாகவும் உறுதியாகவும் இருந்தன. "சரி நடப்பவை எல்லாம் நல்லவையாக நடக்கட்டும்; வாழ்க பிரான்ஸ்."

"அவர் அமெரிக்கர்," என்று கேப்டன்களில் ஒருவர் சொன்னார்.

"அவர் பிரஞ்சுக்காரர் என்று நீங்கள் என்னிடம் சொன்னதாக நினைத்தேன். அவர் நன்றாக பிரஞ்சு பேசுகிறார்," என்று கேப்டன் சொன்னார். "அவரை எனக்கு முன்னமே தெரியும். அவர் பிரஞ்சுக்காரர் என்றுதான் எப்போதும் நினைத்தேன்." அவர் அரை தம்ளர் பிரஞ்சு பிராந்தி குடித்தார். "அபாய நிலையில் இருக்கும் ஒருவரைக் கொண்டு வாருங்கள். இன்னும் கொஞ்சம் அந்தத் தடுப்பு மருந்தும் கொண்டு வாருங்கள்." கேப்டன் என்னைப் பார்த்து கை அசைத்தார். அவர்கள் என்னைத் தூக்கினார்கள். நாங்கள் வெளியே போகும்போது கம்பளி என் முகத்தின் குறுக்கே வீசியது. வெளியே நான் படுத்திருந்த இடத்தில் தளபதியின் நிர்வாக உதவியாளர் என் அருகில் மண்டியிட்டார். "பெயர்," அவர் மெதுவாகக் கேட்டார். "நடுப் பெயர்? முதல் பெயர்? பதவி? பிறந்த ஊர்? பொறுப்பு? எந்தப் படைப் பிரிவு?" இன்னும் பல.

"லெஃப்டினன்ட், உங்கள் தலையில் அடிபட்டதற்காக வருந்து கிறேன். இப்போது, நன்றாயிருப்பதாக உணர்கிறீர்கள் என நம்புகிறேன். ஆங்கிலேயரின் ஆம்புலன்ஸில் இப்போது உங்களை அனுப்பி வைக்கிறேன்."

"நன்றாக இருக்கிறேன். மிக்க நன்றி," என்றேன். மேஜர் குறிப்பிட்டுச் சொன்ன வலி இப்போது ஆரம்பித்திருந்தது. நடந்து கொண்டிருந்த நிகழ்வுகள் எல்லாம் எனக்கு ஆர்வம் இல்லாததாகவும் ஒன்றுக்கொன்று தொடர்பு இல்லாததாகவும் இருந்தன. சிறிது நேரத்தில் ஆங்கிலேயரின் ஆம்புலன்ஸ் வந்தது. அவர்கள் என்னை ஸ்ட்ரெச்சரில் ஏற்றினார்கள்; ஸ்ட்ரெச்சரை ஆம்புலன்ஸின் உயரத்துக்குத் தூக்கினார்கள்; அதை ஆம்புலன்ஸுக்குள் தள்ளினார்கள். வேறு ஒரு மனிதன் இருந்த மற்றுமொரு ஸ்ட்ரெச்சர் அருகில் இருந்தது. அவனுக்குப் போடப்பட்டிருந்த கட்டுகளுக்கு வெளியே தெரிந்த அவனுடைய மெழுகு போலிருந்த மூக்கை என்னால் பார்க்க முடிந்தது. அவன் மேல்மூச்சு கீழ்மூச்சு வாங்கிக் கொண்டிருந்தான். மேலே தூக்கப்பட்டு தளர்வாகத் தொங்கிய கொக்கிகளில் மாட்டப்பட்டிருந்த ஸ்ட்ரெச்சர்களும் இருந்தன. அந்த உயரமான ஆங்கிலேய டிரைவர் சுற்றி வந்து உள்ளே பார்த்தான். "நான் வண்டியை மெதுவாக ஓட்டுகிறேன்," என்றான். "உங்கள் பயணம் வசதியாக இருக்கும் என்று நம்புகிறேன்." அந்த வண்டியின் எஞ்சின் இயக்கப்படுவதை உணர்ந்தேன்; அவன் முன் இருக்கையில் ஏறி உட்கார்வதை உணர்ந்தேன்; பிரேக் விலக்கப்படுவதை உணர்ந்தேன். கிளட்ச் உள்ளே தள்ளப்படுவதை உணர்ந்தேன். அதன் பின் நாங்கள் புறப்பட்டோம். அசையாமல் படுத்திருந்தேன்; என் வலியைச் சவாரி செய்ய அனுமதித்தேன்.

சாலையில் ஆம்புலன்ஸ் மேல்நோக்கிச் சென்றது, போக்குவரத்து அதிகமாக இருந்த இடங்களில் மெதுவாகச் சென்றது, சில வேளைகளில் நின்றது, சில வேளைகளில் திருப்பத்தில் அது பின்வாங்கியது, அதன் பின், ஒரு வழியாக ஏற்றத்தில் வேகமாகச் சென்றது. ஏதோ ஒன்று சொட்டிக்கொண்டிருப்பதை உணர்ந்தேன். முதலில் அது மெதுவாகவும் ஒரே சீராகவும் சொட்டியது; பிறகு அது வேகமாகச் சொட்டி ஓடையாக உருவெடுத்தது. நான் டிரைவர் இருந்த திசை நோக்கிக் கத்தினேன். டிரைவர், வண்டியை நிறுத்தி, அவன் இருக்கைக்குப் பின்புறம் இருந்த துவாரத்தின் வழியாகப் பார்த்தான்.

"என்ன சத்தம் அது?"

"எனக்கு மேலேயிருக்கும் ஸ்ட்ரெச்சரில் படுத்திருக்கும் மனிதனுக்கு இரத்தப்போக்கு ஏற்பட்டிருக்கிறது."

"மலையின் உச்சி இங்கிருந்து வெகு தூரத்தில் இல்லை. என்னால் தனியாக ஸ்ட்ரெச்சரை வெளியே எடுக்க முடியாது." அவன் ஆம்புலன்ஸை இயக்கினான். இரத்தம் ஓடிக்கொண்டிருந்தது. அந்த இருட்டில் என் தலைக்கு மேலிருந்த கித்தானின் எந்தப் பகுதியிலிருந்து இரத்தம் ஒழுகியது என்று என்னால் பார்க்க முடியவில்லை. இரத்தம் என்மீது விழுவதைத் தவிர்க்க நான் ஒரு பக்கமாக நகர முயற்சி செய்தேன். என் சட்டைக்கு அடியில் இரத்தம் ஓடிக்கொண்டிருந்த இடம் வெதுவெதுப்பாகவும் பிசுபிசுப்பாகவும் இருந்தது. எனக்குக் குளிரடித்தது; என் கால் வலித்தது; குளிரும் வலியும் சேர்ந்து என்னை நோயாளியாக்கியது. கொஞ்ச நேரத்தில் எனக்கு மேலிருந்த ஸ்ட்ரெச்சரிலிருந்து வந்த இரத்த ஓட்டம் குறைந்து மீண்டும் சொட்டாக மாறியது. ஸ்ட்ரெச்சரில் இருந்த மனிதன் மிகவும் வசதியாகப் படுத்தபோது, மேலேயிருந்த கித்தான் அசையும் சத்தத்தைக் கேட்டேன்; உணர்ந்தேன்.

"அவன் எப்படி இருக்கிறான்," என்று ஆங்கிலேயன் கேட்டான். "நாம் கிட்டத்தட்ட மலை உச்சியை அடைந்துவிட்டோம்."

"அவன் செத்துவிட்டான் என்று நினைக்கிறேன்," என்று சொன்னேன்.

சூரியன் மறைந்த பின்னர், பனியிலிருந்து நீர் சொட்டுவது போல், இரத்தம் மிகவும் மெதுவாகச் சொட்டியது. அந்த இரவில் சாலையில் மேல்நோக்கி பயணம் செய்தபோது ஆம்புலன்ஸின் உள்ளே குளிரடித்தது. மலை உச்சியில் இருந்த முதலுதவி நிலையத்தை அடைந்தவுடன் அந்த ஸ்ட்ரெச்சரை வெளியே எடுத்தார்கள்; மற்றொரு ஸ்ட்ரெச்சரை உள்ளே தள்ளினார்கள்; எங்கள் பயணம் தொடர்ந்தது.

அத்தியாயம் 10

பிற்பகலில் ஒரு பார்வையாளர் என்னைப் பார்க்க வருவதாகப் போர்முனை மருத்துவமனைப் பிரிவில் இருந்தவர்கள் தெரிவித்தார்கள். அன்று அதிக வெக்கையாக இருந்தது. அந்த அறையில் ஈக்கள் அதிகமாக இருந்தன. எனது உதவியாளன் காகிதங்களை நீளமான சிறுசிறு துண்டுகளாக வெட்டி அவற்றை ஒரு கம்பில் கட்டி விசிறிபோல் செய்தான்; அது ஈக்களை விரட்டியது. அவை உட்கூரையில் போய் அடைவதைப் பார்த்தேன். அவன் விசிறுவதை நிறுத்தி, தூங்கும்போது அவை கீழே இறங்கின; அவற்றை விசிறியால் அடித்து விரட்டினேன்; இறுதியில் கைகளால் முகத்தை மறைத்தேன், தூங்கவும் செய்தேன். வெக்கை அதிகமாக இருந்தது. தூங்கி எழுந்தபோது, என் கால்களில் அரிப்பு எடுத்தது. என் உதவியாளனை எழுப்பினேன். என்னுடைய கட்டுகள்மீது அவன் சுத்தமான தண்ணீரை ஊற்றினான். அது படுக்கையில் ஈரத்தையும் குளிர்ச்சியையும் உண்டாக்கியது. அந்தப் பிரிவில் தூங்காமல் இருந்தவர்கள் ஒருவருக்கொருவர் பேசினோம். பிற்பகல் நேரம் அமைதியாக இருந்தது. காலை வேளைகளில் மூன்று ஆண் நர்ஸ்களும் ஒரு டாக்டரும் ஒவ்வொரு படுக்கைக்கும் வரிசையாக வந்து பார்த்தார்கள். அவர்கள் எங்களைப் படுக்கையிலிருந்து கட்டுப் போடும் அறைக்குத் தூக்கிப்போய் எங்கள் காயங்களைத் துடைத்து மீண்டும் கட்டுப் போட்டார்கள். அந்த நேரத்தில், எங்கள் படுக்கைகளைச் சுத்தம் செய்தார்கள். கட்டுப் போடும் அறைக்கு எங்களைத் தூக்கிப் போகும் பயணம் துயரம் மிகுந்ததாக இருந்தது. நாங்கள் படுக்கையில் இருக்கும் போதே படுக்கைகளைச் சுத்தம் செய்யலாம் என்பது வெகு நாட்கள்வரை எனக்குத் தெரியாது. என்னுடைய உதவியாளன் தண்ணீர் ஊற்றி முடித்த பின், படுக்கை குளிர்ச்சியாகவும் இதமாகவும் இருப்பதை உணர்ந்தேன். என் உள்ளங்காலில் அரிப்பு எடுத்த இடங்களில்

எங்கெல்லாம் சொறிய வேண்டும் என்று என் உதவியாளனுக்கு நான் சொல்லிக்கொண்டிருந்தபோது டாக்டர்களில் ஒருவர் ரினால்டியை அழைத்து வந்தார். அவன் வேகமாக வந்து, படுக்கையின் பக்கமாகக் குனிந்து என்னை முத்தமிட்டான். அவன் கையுறைகள் அணிந்திருந்ததைப் பார்த்தேன்.

"நீ எப்படி இருக்கிறாய், பேபி? எப்படி உணர்கிறாய்? உனக்கு நான் இந்த --- கொண்டுவந்தேன்." அது பிரஞ்சு பிராந்திப் பாட்டில். என் உதவியாளன் ஓர் நாற்காலி எடுத்து வந்தான். ரினால்டி அதில் உட்கார்ந்தான். "ஒரு நல்ல செய்தி. நீ கௌரவிக்கப்படுவாய். உனக்கு வெள்ளிப் பதக்கம் வாங்கித்தர விரும்புகிறார்கள்; ஆனால், ஒருவேளை அவர்களால் வெண்கலப் பதக்கம்தான் வாங்கித் தர முடியும்."

"எதற்காக?"

"நீ கடுமையான காயங்கள் அடைந்திருப்பதற்காக. நீ ஏதாவது வீரதீரச் செயல் செய்ததாக நிரூபித்தால், வெள்ளிப் பதக்கம் பெறலாம். இல்லையென்றால் வெண்கலப் பதக்கம்தான். என்ன நடந்தது என்று எனக்குச் சரியாகச் சொல். வீரதீரச் செயல் எதுவும் செய்தாயா?"

"இல்லை," என்றேன். "நாங்கள் பாலாடைக்கட்டி சாப்பிட்ட போது ஒரு குண்டு வெடித்ததால் தூக்கி வீசப்பட்டேன்."

"விளையாட்டுத்தனத்தை விடு. உண்மையாகச் சொல். காயமடைவதற்கு முன்போ பின்போ நீ ஏதாவது வீரச் செயல் செய்திருக்க வேண்டும். கவனமாக நினைவுபடுத்திப் பார்."

"நான் அப்படி எதுவும் செய்யவில்லை."

"உன் முதுகில் யாரையாவது சுமந்தாயா? பல ஆட்களை நீ உன் முதுகில் சுமந்து சென்றதாக கார்ட்டினி சொல்கிறான். ஆனால், முதலுதவி நிலையத்திலிருந்த மருத்துவ மேஜர் அப்படிச் செய்வதற்குச் சாத்தியமில்லை என்று உறுதியாகச் சொல்கிறார். கௌரவிப்பதற்கான பரிந்துரையில் அவருடைய கையொப்பம் வேண்டும்."

"நான் ஒருவரையும் சுமக்கவில்லை; நகர முடியாத நிலையில் இருந்தேன்."

“அது ஒரு பொருட்டே இல்லை,” என்று ரினால்டி சொன்னான். அவன் கையுறைகளைக் கழற்றினான்.

“உனக்கு வெள்ளிப் பதக்கம் வாங்கித் தர முடியும் என்று நினைக்கிறேன். மற்றவர்களை முந்தி உனக்கு முதலுதவி கிடைப்பதை மறுத்தாயா?”

“உறுதியாக மறுக்கவில்லை.”

“அது ஒரு பொருட்டில்லை. எப்படிக் காயம் அடைந்திருக்கிறாய் பார். எப்போதுமே போர்க்களத்தில் முன்னிலைக்குச் செல்ல விரும்பும், எதற்கும் அஞ்சாத வீரன் நீ. மேலும், இந்தப் போரில் நாம் வெற்றி அடைந்துள்ளோம்.”

“அவர்கள் நல்லபடியாக ஆற்றைக் கடந்தார்களா?”

“பெரிய அளவில் கடந்தார்கள். கிட்டதட்ட ஆயிரம் பேரைக் கைது செய்திருக்கிறார்கள். செய்தி அறிக்கையில் இருக்கிறது. நீ பார்க்கவில்லையா?”

“இல்லை.”

“அதை உனக்குக் கொண்டுவருகிறேன். எதிரிகள் எதிர்பாராத நேரத்தில் நாம் நடத்திய ஒரு வெற்றிகரமான திடீர் தாக்குதல் அது.”

“எல்லாம் எப்படி இருக்கின்றன?”

“அற்புதம். நாங்கள் அனைவரும் அற்புதமாக இருக்கிறோம். உன்னை நினைத்து அனைவரும் பெருமைப்படுகிறார்கள். இது எப்படி நடந்தது என்று துல்லியமாகச் சொல். நிச்சயம் உனக்கு வெள்ளிப் பதக்கம் கிடைக்கும் என்று நம்புகிறேன். என்னிடம் தயங்காமல் சொல். அதைப் பற்றிய அனைத்தையும் சொல்.” அவன் பேச்சை நிறுத்தினான்; சிந்தித்தான். “ஒருவேளை உனக்கு ஆங்கிலேய பதக்கம்கூடக் கிடைக்கலாம். ஓர் ஆங்கிலேயன் அங்கே இருந்தான். நான் போய் அவனைப் பார்க்கிறேன்; உன் பெயரைப் பரிந்துரைக்க முடியுமா என்று கேட்கிறேன். அவனால் ஏதாவது செய்ய முடியும். அதிகத் துன்பங்கள் அனுபவிக்கிறாயா? கொஞ்சம் மது குடி. உதவியாளனே, ஒரு தக்கைதிருகி கொண்டு வா. ஓ... நான் அறுவைச் சிகிச்சை செய்து மூன்று மீட்டர் நீள சிறுகுடல் நீக்கியதில் என்ன செய்தேன் என்று நீ பார்க்க வேண்டும்;

இதுவரை இருந்ததைவிட இப்போது நான் மேம்பட்டிருக்கிறேன். தி லேன்செட் என்ற மருத்துவ இதழில் வெளியாகவேண்டிய செயல் அது. எனக்கு மொழிபெயர்த்துக் கொடு; நான் அதை தி லேன்செட் இதழுக்கு அனுப்புகிறேன். ஒவ்வொரு நாளும் நான் மேம்படுகிறேன். எனது அன்புக்குரிய பாவப்பட்ட பேபி, இப்போது நீ எப்படி இருக்கிறாய்? எங்கே தக்கைதிருகி? துயரங்களை அனுபவிக்கிறாய் என்பதை நான் மறந்துபோகும் அளவு நீ துணிச்சல் மிக்கவன், அமைதியானவன்." அவனுடைய கையுறைகளைப் படுக்கையின் ஓரத்தில் அடித்தான்.

"லெஃப்டினன்ட் ஐயா, இதோ தக்கைதிருகி," என்றான் உதவியாளன்.

"அந்தப் புட்டியைத் திற. ஒரு தம்ளர் கொண்டு வா. பேபி, இதைக் குடி. உனது தலை இப்போது எப்படி இருக்கிறது? உன்னுடைய ஆவணங்களைப் பார்த்தேன். உனக்கு எலும்பு முறிவு எதுவும் இல்லை. அந்த முதலுதவி நிலையத்திலிருந்த மருத்துவ மேஜர் ஒரு பன்றி கசாப்புக் கடைக்காரன். உனக்கு நான் சிகிச்சை அளிக்கிறேன். ஒருபோதும் உனக்கு வலி உண்டாக்க மாட்டேன். நான் ஒருபோதும் ஒருவருக்கும் வலி உண்டாக்க மாட்டேன். வலி ஏற்படுத்தாமல் எப்படிச் சிகிச்சை செய்ய வேண்டும் என்று கற்றுக்கொண்டிருக்கிறேன். எப்படி மென்மையாகவும் சிறப்பாகவும் சிகிச்சை அளிக்க வேண்டும் என்று ஒவ்வொரு நாளும் கற்றுக்கொண்டிருக்கிறேன். பேபி, நான் அதிகமாகப் பேசுவதற்காக என்னை நீ மன்னிக்க வேண்டும். நீ மோசமாகக் காயம் அடைந்திருப்பதைக் கண்டு மனம் கலங்குகிறேன். இதோ இதைக் குடி. இது தரமானது. இதன் விலை பதினைந்து லயர். தரமானதாகத்தான் இருக்க வேண்டும். ஐந்து நட்சத்திரக் குறிகள். நான் இங்கிருந்து புறப்பட்டவுடன் அந்த ஆங்கிலேயனைப் பார்க்கிறேன்; அவன் உனக்கு ஆங்கிலேயர்களின் பதக்கம் வாங்கித் தருவான்."

"அவர்கள் அவ்வளவு எளிதாகக் கொடுக்க மாட்டார்கள்."

"நீ மிகவும் அடக்கமானவன். மக்கள் தொடர்பு அதிகாரியை அனுப்புகிறேன். அவன் ஆங்கிலேயர்களைத் திறம்படக் கையாளுவான்."

"மிஸ் பாக்லியைப் பார்த்தாயா?"

"நான் அவளை இங்கே அழைத்து வருகிறேன். இப்போதே போய் அவளை அழைத்து வருகிறேன்."

"போகாதே," என்றேன். "எனக்கு கொரீஸியாவைப் பற்றி சொல்லு. அங்கே இருக்கும் பெண்கள் எப்படி இருக்கிறார்கள்?

"அங்கே சிறு பெண்கள் இல்லை. இரண்டு வாரங்களாக அவர் களை மாற்றவில்லை. இப்போது அங்கு நான் போவதில்லை. அது அவமானமாக இருக்கிறது. அங்கிருப்பவர்களில் சிறு பெண்கள் இல்லை; அவர்கள் வயதான போர்முனைத் தோழர்கள்."

"நீ அங்கே போவதே இல்லையா?"

"அங்கே புதிதாகச் சிறு பெண்கள் வந்திருக்கிறார்களா என்று பார்க்கப் போவேன். வேறு வேலையாகப் போகும்போது அங்கே போவேன். அவர்கள் எல்லோரும் உன்னைப் பற்றி விசாரிப்பார்கள். தோழமையுடன் அவர்கள் நம்மை நினைக்கும் அளவு நீண்ட நாட்கள் அவர்களை அங்கே வைத்திருப்பது அவமானமானது."

"ஒருவேளை இப்போது சிறு பெண்கள் போர்முனைக்குப் போக விரும்பவில்லை போலும்."

"அப்படியில்லை அவர்கள் போக விரும்புகிறார்கள். அவர் களிடம் ஏராளமான பெண்கள் இருக்கிறார்கள். இது நிர்வாகக் கோளாறு. அவ்வளவுதான். போர்முனையின் பின் அடுக்கில் பதுங்கு குழிக்குள் இருப்பவர்களின் மகிழ்ச்சிக்காக அவர்களை வைத்திருக்கிறார்கள்."

"ஐயோ ரினால்டி, நீ பாவம்," என்றேன். "புதிதாகச் சிறு பெண்கள் வரத்து இல்லாமல் போர்முனையில் தன்னந்தனியாக."

ரினால்டி அவனுக்காக மேலும் ஒரு தம்ளர் பிராந்தி நிரப்பினான்.

"இது உனக்குத் தீங்கு செய்யும் என்று நான் கருதவில்லை, பேபி. இதைக் குடி."

அந்த பிராந்தியைக் குடித்தேன்; அது உள்ளே இறங்கிப்போகும் வழியெல்லாம் வெதுவெதுப்பாவதை உணர்ந்தேன். ரினால்டி மேலும் ஒரு தம்ளர் ஊற்றினான். இப்போது அமைதியாக இருந்தான். அவன் தம்ளரை உயர்த்திப் பிடித்தான். "உன்னுடைய வீரதீரச் செயல்களினால் அடைந்த காயங்களுக்காக; வெள்ளிப் பதக்கத்துக்காக. என்னிடம் சொல், பேபி. இந்த வெக்கையான

வானிலையில், எப்போதும் தனியாகப் படுத்திருப்பதால் நீ கிளர்ச்சி அடைவதில்லையா?"

"எப்போதாவது."

"இப்படியே படுத்திருப்பதை என்னால் கற்பனை செய்ய முடியாது. நான் பைத்தியமாகிவிடுவேன்."

"நீ பைத்தியம்தான்."

"நீ சீக்கிரமாகத் திரும்பி வர வேண்டும் என்று ஆசைப்படு கிறேன். சாகசச் செயல்களுக்குப் பின்னர் இரவில் வீட்டுக்குத் திரும்பி வருவாரில்லை. கேலி கிண்டல் செய்வாரில்லை. எனக்குக் கடனாகப் பணம் தருவாரில்லை. உடன்பிறந்த சகோதரன் இல்லை. அறைத் தோழனில்லை. எதற்காக நீ காயம் அடைந்தாய்?"

"நீ பாதிரியாரைக் கிண்டல் செய்யலாம்."

"அந்தப் பாதிரியார். அவரைக் கிண்டல் செய்வது நான் இல்லை. கேப்டன்தான் கிண்டல் செய்வார். எனக்குப் பாதிரி யாரைப் பிடிக்கும். உனக்குக் கட்டாயமாக ஒரு பாதிரியார் வேண்டுமானால், அந்தப் பாதிரியாரை வைத்துக்கொள். அவர் உன்னைப் பார்க்க வருகிறார். பெரிய முன்னேற்பாடுகள் செய் கிறார்."

"அவரை எனக்குப் பிடிக்கும்."

"ஓ, அது எனக்குத் தெரியும். நீயும் அவரும் கொஞ்சம் அந்த மாதிரியானவர்கள் என்று சில சமயம் நினைப்பேன். அது உனக்குத் தெரியும்."

"இல்லை. அப்படி நினைக்க மாட்டாய்."

"ஆம். சில வேளைகளில் நான் அப்படி நினைப்பதுண்டு. பிரிகாதா அங்கோனா படைப்பிரிவின் எண் போல நீங்கள் கொஞ்சம் அந்த மாதிரியானவர்கள் என்று."

"ஓ, எக்கேடோ கெட்டுப்போ."

அவன் எழுந்து நின்று கை உறைகளை மாட்டினான்.

"பேபி, உன்னைச் சீண்டுவது எனக்குப் பிடிக்கும். உன்னுடைய பாதிரியாருடனும் உன்னுடைய ஆங்கிலேயப் பெண்ணுடனும் உன்னை இணைத்துப் பேசுவது பிடிக்கும். அடிமனதில் நீ அப்படியே என்னைப் போன்றவன்."

“இல்லை. நான் அப்படி இல்லை.”

“ஆமாம். நாம் இருவரும் ஒரே மாதிரியானவர்கள். உண்மையில் நீ ஒரு இத்தாலியன். எல்லாமே நெருப்பும் புகையும்; உள்ளே ஒன்றுமில்லை. ஒரு அமெரிக்கனாக நடிக்க மட்டுமே செய்கிறாய். நாம் இருவரும் சகோதரர்கள்; ஒருவர்மீது ஒருவர் அன்பு கொண்டவர்கள்.”

“நான் போன பின்னால் நல்லவனாக இரு.”

“நான் மிஸ் பாக்லியை அனுப்புகிறேன். நான் இல்லாதபோது அவளுடன் நீ இருந்தால் மகிழ்ச்சியாக இருக்கிறாய். தூய்மை யானவனாகவும் இனிமையானவனாகவும் இருக்கிறாய்.”

“ஓ, நீ எக்கேடோ கெட்டுப் போ.”

“நான் அவளை அனுப்புகிறேன். உன்னுடைய பிரியமான, பொறுமையான தேவதை. ஆங்கிலேய தேவதை. இறைவா! அவளைப் போன்ற ஒரு பெண்ணை வைத்துக்கொண்டு அவளை வழிபடுவதைத் தவிர ஒரு மனிதன் வேறு என்னதான் செய்ய முடியும்? வேறு எந்த வகையில் அந்த ஆங்கிலேயப் பெண் பயன் படுவாள்?”

“நீ அறிவில்லாத நாறவாய் இத்தாலியன்.”

“என்ன அது?”

“அறியாமையின் இத்தாலிய அவதாரம்.”

“நீதான் அது. உணர்ச்சியற்ற மரக்கட்டை மூஞ்சி.”

“நீ அறிவு கெட்டவன். முட்டாள்.” அந்த வார்த்தை அவனைக் காயப்படுத்தியதைப் பார்த்தேன்; தொடர்ந்தேன். “கற்றறி வில்லாதவன், பட்டறிவில்லாதவன், பட்டறிவில்லாத முட்டாள்.”

“உண்மையாக? உன்னுடைய அழகான பெண்களைப் பற்றி உனக்குக் கொஞ்சம் சொல்கிறேன். உன்னுடைய தேவதைகள். எப்போதுமே அழகாயிருக்கும் ஒரு சின்னப் பெண்ணுடன் பழகுவதற்கும் ஒரு பெரிய பெண்ணுடன் பழகுவதற்கும் ஒரே ஒரு வித்தியாசம்தான் இருக்கிறது. ஒரு சின்னப் பெண்ணுடன் பழகுவது வலி ஏற்படுத்தும். நான் அறிந்தது அது ஒன்றுதான்.” அவன் கையுறைகளால் படுக்கையை அடித்தான். “அந்தச் சின்னப் பெண் உண்மையிலேயே அதை விரும்புவாளா என்று உனக்கு ஒருபோதும் தெரியாது.”

"கோபப்படாதே."

"நான் கோபப்படவில்லை. உனக்கு ஒன்று சொல்கிறேன், பேபி, உன்னுடைய நன்மைக்காகத்தான். உன்னைத் துன்பங்களிட மிருந்து காப்பதற்காக."

"அது ஒன்றுதான் வேறுபாடா?"

"ஆமாம். ஆனால், உன்னைப் போன்ற கோடிக்கணக்கான முட்டாள்கள் அதை அறிய மாட்டார்கள்."

"எனக்கு இப்படிச் சொன்ன இனிமையானவன் நீ."

"நாம் சண்டை போட வேண்டாம், பேபி. உன்னை அதிகமாக நேசிக்கிறேன். ஆனால், முட்டாளாக இருக்காதே."

"மாட்டேன். உன்னைப் போல் அறிவாளியாக இருக்கிறேன்."

"கோபப்படாதே, பேபி. சிரி. கொஞ்சம் பிராந்தி குடி. இப்போது நான் போக வேண்டும், உண்மையாகவே."

"நீ ஒரு வளர்ந்த நல்ல பையன்."

"இப்போது புரிந்துகொள். அடிமனதில் நாம் இருவரும் ஒன்றுதான். இருவரும் போர்க்களச் சகோதரர்கள். எனக்கு முத்த மிட்டு விடை கொடு."

"நீ பொறுப்பில்லாத சோம்பேறி."

"இல்லை. நான் மிகுந்த பாசம் உள்ளவன்."

அவனது மூச்சுக் காற்று என்னை நெருங்குவதை உணர்ந் தேன். "குட்-பை. கூடிய சீக்கிரம் மீண்டும் உன்னைப் பார்க்க வருகிறேன்." அவன் மூச்சுக் காற்று விலகிச் சென்றது. "நீ விரும்பவில்லையானால் நான் உன்னை முத்தமிட மாட்டேன். உன்னுடைய ஆங்கிலேயப் பெண்ணை அனுப்புகிறேன். குட்-பை, பேபி. படுக்கைக்கு அடியில் பிராந்தி இருக்கிறது. கூடிய சீக்கிரம் குணமடைய வாழ்த்துகிறேன்."

அவன் சென்றுவிட்டான்.

அத்தியாயம் 11

அந்திவேளையில் பாதிரியார் வந்தார். மருத்துவமனை ஊழியர்கள் சூப் கொண்டு வந்திருந்தார்கள்; சிறிது நேரத்துக்குப் பின் கிண்ணங்களை எடுத்துச் சென்றிருந்தார்கள் படுக்கையில் படுத்தபடியே வரிசையாகப் போடப்பட்டிருந்த படுக்கைகளையும், ஜன்னல் வழியாக வெளியே தெரிந்த மரத்தின் உச்சிப் பகுதி மாலைநேரத் தென்றலில் மெதுவாக அசைந்து ஆடிக்கொண்டிருந் ததையும் பார்த்துக்கொண்டிருந்தேன். தென்றல் காற்று ஜன்னல் வழியாக உள்ளே வந்தது; மாலை நேரம் கூடக்கூட அதன் குளிர்ச்சி கூடிக்கொண்டிருந்தது. அறையின் உட்கூரையிலும் மின்சாரச் சரடுகளில் தொங்கிய மின்சார விளக்குகளிலும் ஈக்கள் உட்கார்ந்திருந்தன. இரவு நேரங்களில், யாராவது ஒருவர் அறைக்குள் கொண்டு வரப்பட்டபோதும் ஏதாவது வேலை நடக்கும்போதும் மட்டுமே விளக்குகள் எரியவிடப்பட்டன. அந்திப் பொழுதுக்குப் பின்னர் இருள் சூழ்ந்து நீடிப்பது என்னை மிகவும் இளமையாக உணரச் செய்தது. எனக்குச் சீக்கிரமாக இரவு உணவு கொடுத்து என்னைப் படுக்கையில் படுக்கவைப்பதுபோல் இருந்தது. எனது உதவியாளன் இரண்டு படுக்கைகளுக்கு இடையே வந்து நின்றான். யாரோ ஒருவர் அவனுடன் வந்திருந்தார். வந்தவர் பாதிரியார். உருவத்தில் சிறியவராக இருந்த அவர், மனச்சோர்வு மாநிற முகத்தில் தெரிய தடுமாற்றத்துடன் அங்கே நின்றார்.

"எப்படி இருக்கிறீர்கள்?" என்று கேட்டார். சில பொருட்கள் அடங்கிய பைகளைப் படுக்கை அருகில் தரையில் வைத்தார்.

"நன்றாய் இருக்கிறேன், ஃபாதர்."

ரினால்டி வந்தபோது அவனுக்காகக் கொண்டுவரப்பட்ட நாற் காலியில் உட்கார்ந்தார்; மன உளச்சலுடன் ஜன்னலுக்கு வெளியே பார்த்தார். அவர் முகம் மிகவும் சோர்வாகத் தோன்றியதைக் கவனித்தேன்.

“ஒரு நிமிட நேரம்தான் நான் இங்கே இருக்க முடியும்,” என்றார். “இப்போதே நேரமாகிவிட்டது.”

“நேரமாகவில்லை. உணவுக்கூடத்தில் என்ன நடக்கிறது?”

அவர் புன்னகைத்தார். “இன்னமும் நான் அங்கே ஒரு பெரிய கேலிப் பொருள்தான்.” அவரது பேச்சில்கூடச் சோர்வு தெரிந்தது. “இறைவன் அருளால் அவர்கள் எல்லோரும் நலமாய் இருக்கிறார்கள்.”

“நீங்கள் நலமுடன் இருப்பதைக் கண்டு நான் மகிழ்ச்சி அடைகிறேன்,” என்றார் பாதிரியார். “நீங்கள் அதிகத் துன்பம் அனுபவிக்கவில்லை என்று நம்புகிறேன்.” அவர் மிகவும் சோர்வடைந்திருப்பதாகத் தோன்றியது; இது நாள்வரை அவர் சோர்வடைந்திருந்ததை நான் பார்த்ததில்லை.

“இனிமேல் வலி இருக்காது.”

“உணவுக்கூடத்தில் உங்களைக் காண முடியாமல் தவிக்கிறேன்.”

“அங்கே இருக்க வேண்டும் என்று எனக்கும் ஆசைதான். உங்களுடன் பேசிக்கொண்டிருப்பதில் எப்போதும் மகிழ்ச்சி அடைவேன்.”

“சில சின்னச் சின்னப் பொருட்களை உங்களுக்காகக் கொண்டு வந்திருக்கிறேன்,” என்று சொன்ன அவர் அந்தப் பைகளைக் கையில் எடுத்தார். “இது கொசு வலை. இது மூலிகை மணம் கொண்ட ஒயின் பாட்டில். உங்களுக்கு இந்த வகை ஒயின் பிடிக்குமா? இவை அனைத்தும் ஆங்கிலப் பத்திரிகைகள்.”

“தயவுசெய்து அவற்றைத் பிரியுங்கள்.”

அவர் மகிழ்ச்சி அடைந்தார்; அவற்றைப் பிரித்தார். கொசு வலையை என் கைகளில் பிடித்தேன். நான் பார்ப்பதற்காக ஒயின் பாட்டிலை உயர்த்திப் பிடித்தார். அதன் பின்னர் படுக்கை அருகில் தரையில் வைத்தார். ஆங்கிலப் பத்திரிகைகளில் ஒரு கற்றையை உயர்த்திப் பிடித்தேன். ஜன்னல் வழியாக உள்ளே வந்த பாதி வெளிச்சம் அதன் மேல் விழும்படி அதைச் சாய்த்துப் பிடித்து தலைப்புச் செய்திகளை என்னால் வாசிக்க முடிந்தது. அது ‘தி நியூஸ் ஆஃப் தி வேர்ல்டு’ என்ற அரைப் பக்க வடிவ சிறு பத்திரிகை.

"மற்ற கற்றைகள் வரைபடங்கள், புகைப்படங்களுடன் விளக்கப் பட்டிருக்கின்றன," என்று சொன்னார்.

"அவற்றை வாசிப்பது எனக்கு அதிக மகிழ்ச்சியைத் தரும். எங்கே வாங்கினீர்கள்?"

"இத்தாலியின் வடகிழக்கு நகரமான மெஸ்டரிலிருந்து வர வழைத்தேன். இன்னும் அதிகமாக வாங்கித் தருகிறேன்."

"ஃபாதர், நீங்கள் என்னை வந்து பார்க்கும் அளவுக்குச் சிறந்த குணம் படைத்தவர். கொஞ்சம் ஒயின் குடிக்கிறீர்களா?"

"நன்றி. நீங்கள் அதை வைத்துக்கொள்ளுங்கள். அது உங்களுக் கானது."

"பரவாயில்லை. ஒரு தம்ளர் அளவு குடியுங்கள்."

"சரி. அப்படியானால் உங்களுக்கு இன்னும் அதிக ஒயின் கொண்டு வருகிறேன்."

உதவியாளன் இரண்டு தம்ளர்கள் கொண்டு வந்தான். பாட்டிலைத் திறந்தான். திறக்கும்போது தக்கையை உடைத்து விட்டான். அதனால், உடைந்த தக்கையின் கடைசிப் பகுதியைப் பாட்டிலின் உள்ளேயே தள்ளிவிட வேண்டியிருந்தது. பாதிரியார் ஏமாற்றம் அடைந்ததை என்னால் காண முடிந்தது. ஆனாலும் அவர், "பரவாயில்லை. அது பொருட்டில்லை," என்றார்.

"ஃபாதர், இது உங்கள் நலனுக்காக."

"இது உங்களுடைய உடல்நலம் மேம்பட."

அதன் பின்னர் அவர் தம்ளரைக் கையில் பிடித்தபடியே இருந்தார். நாங்கள் ஒருவரை ஒருவர் பார்த்தோம். சில சமயங்களில் பேசினோம். நாங்கள் இரண்டு பேரும் நல்ல நண்பர்கள்தான். ஆனால், இன்று இரவு உரையாடுவது கடினமாக இருந்தது.

"ஃபாதர், உங்களுக்கு என்ன சங்கடம்? நீங்கள் மிகவும் சோர்வாக இருக்கிறீர்கள்."

"நான் சோர்வடைந்திருக்கிறேன்; ஆனால், சோர்வடைவதற்கு எந்த உரிமையும் எனக்கு இல்லை."

"அது அதிக வெப்பத்தால் ஏற்படுவது."

“அது இல்லை காரணம். இது வசந்த காலம்தானே. நான் உற்சாகம் இழந்து சோர்வாக உணர்கிறேன்.”

“போர்மீது உங்களுக்கு இருக்கும் அருவருப்பு அது.”

“அதனால் இல்லை. ஆனால், நான் போரை வெறுக்கிறேன்.”

“போரில் கலந்துகொள்வதில் நான் மகிழ்ச்சி அடையவில்லை,” என்றேன். அவர் தலையை உலுக்கினார்; ஜன்னல் வழியாக வெளியே பார்த்தார்.

“நீங்கள் போரின் கொடுமைகளைப் பொருட்படுத்தவில்லை. நீங்கள் அவற்றைப் பார்க்கவில்லை. என்னை மன்னிக்க வேண்டும். நீங்கள் காயமடைந்துள்ளீர்கள் என்பது எனக்குத் தெரியும்.”

“அது ஒரு விபத்து.”

“காயமடைந்துள்ள நிலையிலும் போரின் கொடுமைகளை நீங்கள் உணரவில்லை. அப்படி என்னால் சொல்ல முடியும். நான் அவற்றைக் கண்கூடாகக் காணவில்லை; ஆனால், என்னால் கொஞ்சம் உணர முடியும்.”

“நான் காயம் அடைந்தபோது நாங்கள் அவற்றைப் பற்றிப் பேசிக்கொண்டிருந்தோம். பஸ்ஸினி பேசிக்கொண்டிருந்தான்.”

பாதிரியார் தம்ளரைக் கீழே வைத்தார். அவர் வேறு எதைப் பற்றியோ நினைத்துக்கொண்டிருந்தார்.

“போரின் கொடுமைகளை அனுபவிப்பவர்களை எனக்குத் தெரியும். ஏனென்றால், நான் அவர்களைப் போன்றவன்,” என்று சொன்னார்.

“இருந்தாலும் நீங்கள் வேறுபட்டவர்.”

“ஆனால், உண்மையில் நான் அவர்களைப் போன்றவன்தான்.”

“அதிகாரிகள் எதைப் பற்றியும் கவலைப்படுவதில்லை.”

“ஒரு சில அதிகாரிகள் கவலைப்படுகிறார்கள். சிலர் மிகவும் மென்மையான மனம் படைத்தவர்கள். நம்மில் எவரைவிடவும் அவர்கள் மனதளவில் மோசமாகப் பாதிக்கப்படுகிறார்கள்.”

“பெரும்பாலும் அவர்கள் வித்தியாசமானவர்கள்.”

“கற்ற கல்வியினாலோ பணத்தினாலோ உண்டானதல்ல அது; வேறு வகையானது. அவர்கள் படித்தவர்களாய் இருந்தாலும்

அல்லது பணம் படைத்தவர்களாய் இருந்தாலும் பஸ்ஸினி போன்ற மனிதர்கள் அதிகாரிகளாக வர விரும்ப மாட்டார்கள். நான் அதிகாரியாக வர விரும்பவில்லை."

"நீங்கள் அதிகாரியின் பதவியில்தான் இருக்கிறீர்கள். நானும் ஒரு அதிகாரிதான்."

"உண்மையில் நான் அதிகாரி இல்லை. நீங்கள் ஓர் இத்தாலியராகக்கூட இல்லை. நீங்கள் ஒரு வெளிநாட்டவர். உங்களுக்குப் படைவீரர்களுடன் இருக்கும் நெருக்கத்தைவிட அதிகாரிகளுடன் இருக்கும் நெருக்கம் அதிகம்."

"இரண்டுக்கும் என்ன வித்தியாசம்?"

"என்னால் அதை எளிதாக விளக்கிச் சொல்ல முடியாது. போரை உண்டாக்கும் மக்கள் இருக்கிறார்கள். இந்த நாட்டில் அப்படிப்பட்டவர்கள் அதிகமாக இருக்கிறார்கள். அதுபோல் போரை உண்டாக்காத மற்ற மக்களும் இருக்கிறார்கள்."

"ஆனால், முதலாமவர்கள் இரண்டாமவர்களைப் போரை உண்டாக்கச் செய்வார்கள்."

"ஆமாம்."

"நான் அவர்களுக்கு உதவி செய்கிறேன்."

"நீங்கள் ஒரு வெளிநாட்டவர்; நாட்டுப்பற்று மிக்கவர்."

"போரை உண்டாக்காத மக்கள்? அவர்களால் போரை நிறுத்த முடியுமா?"

"அது எனக்குத் தெரியாது."

அவர் மீண்டும் ஜன்னல் வழியாக வெளியே பார்த்தார். நான் அவர் முகத்தைக் கவனித்தேன்.

"அவர்களால் எப்போதாவது போரை நிறுத்த முடிந்திருக்கிறதா?"

"போர் நடவடிக்கைகளை நிறுத்தும் அளவுக்கு அவர்கள் ஒருங்கிணைக்கப்படவில்லை; அவர்கள் ஒருங்கிணைக்கப்படும் போது தலைவர்கள் அவர்களைக் காட்டிக்கொடுத்துவிடுவார்கள்."

"அப்படியானால் அது நம்பிக்கையற்றதுதானே?"

"அது ஒருபோதும் நம்பிக்கையற்றதாகாது. ஆனால், சில சமயங்களில் என்னால் நம்பிக்கையுடன் இருக்க முடியாது. நான்

எப்போதும் நம்பிக்கையுடன் இருக்க முயற்சி செய்கிறேன்; ஆனால், சில சமயங்களில் என்னால் அப்படி இருக்க முடியவில்லை.”

“சண்டை முடிவுக்கு வந்தாலும் வரலாம்.”

“நானும் அப்படியே நம்புகிறேன்.”

“அதன் பின் நீங்கள் என்ன செய்வீர்கள்?”

“சாத்தியப்பட்டால் நான் அப்ரூஸி பகுதிக்குத் திரும்புவேன்.”

திடீரென அவருடைய பழுப்பு நிற முகத்தில் மகிழ்ச்சி தோன்றியது.

“உங்களுக்கு அப்ரூஸி பகுதியைப் பிடிக்குமா?”

“ஆமாம். அதிகமாகப் பிடிக்கும்.”

“அப்படியானால், நீங்கள் அங்கே கட்டாயம் போக வேண்டும்.”

“நான் மிகுந்த மகிழ்ச்சி அடைவேன்; நான் அங்கே வாழ்ந்து இறைவன்பால் பற்றுகொண்டு அவருக்குச் சேவை செய்ய முடியுமானால்.”

“மேலும் நீங்கள் மதிக்கப்படுவீர்கள்.”

“உண்மை. நான் மதிக்கப்படுவேன். இதில் என்ன சந்தேகம்?”

“மதிக்கப்படாமல் இருக்கக் காரணம் எதுவுமில்லை. நீங்கள் மதிக்கப்பட வேண்டும்.”

“அது பொருட்டில்லை. என்னுடைய நாட்டில் ஒரு மனிதன் இறைவன்மீது பற்றுகொள்ள முடியும் என்று மக்கள் புரிந்து கொண்டுள்ளார்கள். இது கண்ணியமற்ற ஒரு நகைச்சுவை இல்லை.”

“எனக்குப் புரிகிறது.”

அவர் என்னைப் பார்த்து புன்னகைத்தார்.

“நீங்கள் புரிந்துகொள்கிறீர்கள். ஆனால், இறைவன்மீது பற்றுகொள்ள மாட்டீர்கள்.”

“மாட்டேன்.”

“ஒருபோதும் நீங்கள் இறைவன்மீது பற்றுகொள்ளவே மாட்டீர்களா?”

“இரவு நேரத்தில் சில சமயங்களில் இறைவனை நினைத்துப் பயப்படுவேன்.”

"நீங்கள் இறைவன்மேல் கட்டாயம் பற்றுகொள்ள வேண்டும்."

"எனக்கு அதிகம் பற்று கிடையாது."

"இருக்கிறது. நிச்சயமாக உங்களுக்குப் பற்று இருக்கிறது. இரவில் நடந்தவற்றுள் சிலவற்றை என்னிடம் சொல்வீர்களே, அது இல்லை பற்று. அது ஒரு கட்டுக்கடங்காத பேரார்வம், காம ஈர்ப்பு. நீங்கள் பற்றுகொள்ளும்போது மற்றவர்களுக்குத் தொண்டு செய்ய விரும்புவீர்கள்; மற்றவர்களுக்காகத் தியாகம் செய்ய விரும்புவீர்கள்; மற்றவர்களுக்குச் சேவை செய்ய விரும்புவீர்கள்."

"நான் பற்றற்றவன்."

"நிச்சயமாகப் பற்று கொள்வீர்கள். நீங்கள் பற்று கொள்வீர்கள் என்று எனக்குத் தெரியும். அதன் பின் நீங்கள் மகிழ்ச்சியாய் இருப்பீர்கள்."

"நான் மகிழ்ச்சியாக இருக்கிறேன். எப்போதுமே நான் மகிழ்ச்சியாக இருந்திருக்கிறேன்."

"அது வேறு வகையானது. நான் சொல்லும் மகிழ்ச்சி வேறு; அதை நீங்கள் அடைந்தால் தவிர உங்களால் அதை அறிய முடியாது."

"நல்லது. அந்த மகிழ்ச்சி எனக்குக் கிடைக்கும்போது உங்களுக்குத் தெரிவிக்கிறேன்."

"நான் மிகவும் அதிக நேரம் இங்கே இருக்கிறேன்; மிகவும் அதிகமாகப் பேசுகிறேன்." அவர் உண்மையில் அதற்காகக் கவலைப்பட்டார்.

"இல்லை. போகாதீர்கள். பெண்களைக் காதலிப்பதுபற்றி என்ன நினைக்கிறீர்கள்? நான் உண்மையாகவே ஒரு பெண்ணைக் காதலித்தால், அது நீங்கள் சொல்லும் பற்றுபோல் ஆகுமா?"

"எனக்கு அது பற்றி ஒன்றும் தெரியாது. நான் ஒருபோதும் எந்தப் பெண்மீதும் பற்று கொண்டதில்லை."

"உங்கள் அம்மாமீது?"

"என் அம்மாமீது நான் நிச்சயமாகப் பற்று கொண்டிருக்க வேண்டும்."

"எப்போதுமே நீங்கள் இறைவன்மீது பற்று கொண்டவராய் இருக்கிறீர்களா?"

"ஆம், நான் சின்னப் பையனாக இருந்த காலத்திலிருந்தே."

"நல்லது," என்றேன். என்ன சொல்வதென்று எனக்குத் தெரியவில்லை. "நீங்கள் ஓர் அருமையான பையன்."

"நான் ஒரு பையன்தான்," என்று அவர் சொன்னார். "ஆனால், நீங்கள் என்னை ஃபாதர் என்று கூப்பிடுகிறீர்கள்."

"அது ஒரு கண்ணியமான முறை."

அவர் புன்னகைத்தார்.

"நான் இப்போது போயே ஆக வேண்டும்," என்றார். "எனக்கு இங்கு வேறு ஏதாவது வேலை இருக்கிறதா?" என்று நம்பிக்கையுடன் கேட்டார்.

"இல்லை. சும்மா பேசுவதற்காகத்தான்."

"உங்களுடைய வாழ்த்துகளை உணவுக்கூடத்தில் இருப்பவர்களுக்குத் தெரிவிக்கிறேன்."

"உங்களுடைய பல அருமையான அன்பளிப்புகளுக்காக உங்களுக்கு நன்றி தெரிவித்துக்கொள்கிறேன்."

"அதெல்லாம் ஒன்றுமேயில்லை."

"மீண்டும் என்னைப் பார்க்க வாருங்கள்."

"ஆகட்டும். விடை பெறுகிறேன்." அவர் என்னுடைய கையில் தட்டிக்கொடுத்தார்.

"அது வரை," என்று பேச்சு வழக்கு மொழியில் சொன்னேன்.

"சியாவோ," என்று இத்தாலிய மொழியில் திரும்பவும் வணக்கம் சொன்னார்.

அப்போது அறை இருட்டாய் இருந்தது. படுக்கை அருகில் தரையில் உட்கார்ந்திருந்த என் உதவியாளன் எழுந்து அவருடன் வெளியே போனான். அவரை எனக்கு ரொம்பவுமே பிடித்திருந்தது. கூடிய சீக்கிரத்தில் அவர் அப்ரூஸி பகுதிக்குத் திரும்பிச் செல்வார் என்று நம்பினேன். உணவுக்கூடத்தில் அவர் மோசமான வாழ்க்கை வாழ்ந்தார்; ஆனால், அதை அருமையான முறையில் கையாண்டார். இருந்தாலும், அவர் அவருடைய சொந்த நாட்டில் இருப்பார் என்று நினைத்தேன். அப்ரூஸி பகுதியிலுள்ள காப்ரகோட்டா என்ற அவரது கிராமத்தில் தாழ்வான பகுதியில் ஓடும் நீரோட்டத்தில்

‘டிரௌட்’ என்ற ஆற்று மீன் கிடைக்கும் என்று என்னிடம் சொல்லியிருக்கிறார். அங்கே, இரவு நேரத்தில் புல்லாங்குழல் வாசிப்பது தடைசெய்யப்பட்டுள்ளது என்றும், இளைஞர்கள் அவர்களின் காதலிகளுக்காக மட்டுமே புல்லாங்குழல் வாசிப்பது எப்போதுமே தடைசெய்யப்பட்டுள்ளது என்றும் என்னிடம் சொல்லியிருக்கிறார். ஏன் என்று நான் கேட்டேன். இரவு நேரத்தில் புல்லாங்குழல் இசையை சிறு பெண்கள் கேட்பது அவர்களுக்குத் தீங்கானது என்றார். அங்குள்ள விவசாயக் குடிமக்கள் நம்மை ‘டான்’ என்ற சொல்லால் தலைவரே என்று கூப்பிடுவார்கள். நாம் அவர்களைச் சந்திக்கும்போது, அவர்கள் தொப்பியைத் தலையிலிருந்து கையில் எடுத்து மரியாதை செய்வார்கள். ஒவ் வொரு நாளும் அவருடைய அப்பா விவசாயிகளின் வீடுகளுக்குப் போவார்; அங்கே அடிக்கடி சாப்பிடுவார். அப்போதெல்லாம் அவர்கள் பெருமைப்படுத்தப்பட்டதாக நினைப்பார்கள். அந்த ஊரில் வெளிநாட்டுக்காரர் வேட்டையாடுவதற்கு அவர்கள் ஒருபோதும் கைது செய்யப்பட்டதில்லை என்ற சான்றிதழைக் காட்ட வேண்டும். அப்பெனைன்ஸ் மலைத்தொடரில், கிரேட் ஸ்டோன் ஆஃப் இத்தாலி என்ற மண்ணாலும் பாறைகளாலுமான மலைக் குன்றில் கரடிகள் வாழ்கின்றன; ஆனால், அது வெகு தூரத்தில் உள்ளது. அப்ரூஸி பகுதியின் அக்கீலா ஓர் அருமையான நகரம். அங்கே கோடைக் காலத்தின் இரவு நேரம் குளிர்ச்சியாக இருக்கும். இத்தாலியில் மனங்கவரக் கூடியதாக இருப்பது அப்ரூஸியின் வசந்த காலம். இலையுதிர் காலத்தில் கஷ்கொட்டை மரக் காடுகளில் வேட்டையாடுவது மகிழ்ச்சி தருவதாயிருக்கும். பறவைகள் திராட்சைப் பழங்களை உணவாக்கிக்கொள்வதால் அவை வனப்புடன் இருக்கும். விவசாயக் குடிகளின் வீடுகளில் அவர்களோடு சேர்ந்து நாம் சாப்பிட்டால் அவர்கள் அதை பெருமையாக நினைப்பார்கள். அதனால், நாம் ஒருபோதும் நம் வீட்டில் மதிய உணவு சாப்பிடவே முடியாது. கொஞ்ச நேரமானதும் தூங்கிவிட்டேன்.

அத்தியாயம் 12

அந்த அறை நீளமாக இருந்தது; வலதுகைப் பக்கமாக ஜன்னல்கள் இருந்தன; அறையின் கடைசிப் பகுதியில் ஒரு கதவு இருந்தது, அது காயங்களுக்குக் கட்டுப்போடும் அறைக்குச் சென்றது. ஜன்னலைப் பார்த்தவாறு போடப்பட்டிருந்த படுக்கைகளின் வரிசையில் என்னுடைய படுக்கை இருந்தது. ஜன்னல்களுக்குக் கீழே இருந்த மற்றொரு வரிசை சுவரை நோக்கி இருந்தது. நாம் இடது பக்கமாகச் சாய்ந்து படுத்தால், கட்டு போடப்படும் அறையின் கதவைப் பார்க்கலாம். அந்த அறையின் முடிவில் மற்றுமொரு கதவும் இருந்தது. சில சமயங்களில் அதன் வழியாக ஆட்கள் உள்ளே வந்தார்கள். யாராவது இறந்துபோகும் நிலையில் இருந்தால் அவர் இறப்பதைப் பார்க்க முடியாதவாறு அவரது படுக்கையைச் சுற்றி திரை போட்டு மறைப்பார்கள். ஆனால், மருத்துவர்களும் ஆண் நர்ஸ்களும் அணிந்திருக்கும் காலணிகளும் அவர்கள் கால்களில் சுற்றப்பட்டிருக்கும் துணிப் பட்டைகளும் திரையின் அடிப்பகுதியில் தெரியும்; சிலசமயம், அதன் கடைசிப் பகுதியிலிருந்து கிசுகிசுப்பாக மெல்லப் பேசுவது கேட்கும். திரையின் பின்பக்கமிருந்து பாதிரியார் வெளியே வருவார்; அதன் பின் ஆண் நர்ஸ்கள் திரையின் பின்பக்கத்துக்குத் திரும்பப் போவார்கள்; இறந்துபோனவரைப் போர்வையால் போர்த்திச் சுமந்தபடி மீண்டும் வெளியே வருவார்கள்; படுக்கை வரிசைகளுக்கு இடையே இருந்த நடைபாதையில் போவார்கள்; யாராவது ஒருவர் வந்து திரையை மடித்து எடுத்துப் போவார்.

அன்று காலையில், அந்தப் பிரிவின் பொறுப்பாளரான மேஜர், நான் மறுநாள் பயணம் செய்யும் நிலையில் இருக்கிறேனா என்று கேட்டார். என்னால் முடியும் என்றேன். அப்படியானால் மறுநாள் அதிகாலையிலேயே என்னை அனுப்பிவைப்பதாகச் சொன்னார். மேலும், வானிலை இன்னும் வெக்கையாக மாறுவதற்கு முன்னர் நான் இப்போதே பயணம் மேற்கொள்வது நல்லது என்றும் சொன்னார்.

படுக்கையிலிருந்து கட்டுப்போடும் அறைக்கு நம்மைப் தூக்கிப் போகும்போது ஜன்னல் வழியாக வெளியே தோட்டத்தில் புதிதாகத் தோன்றியிருக்கும் கல்லறைகளைப் பார்க்கலாம். தோட்டத்துக்குப் போகும் வாசலின் வெளிப்பகுதியில் ஒரு வீரன் உட்கார்ந்து சிலுவைகள் செய்து கொண்டும், சிலுவைகளின் மீது அந்தத் தோட்டத்தில் அடக்கம் செய்யப்பட்டவர்களின் பெயர், பதவி, படைப் பிரிவு ஆகிய விவரங்களை எழுதிக்கொண்டும் இருந்தான். அவனுடைய ஓய்வு நேரத்தில் அந்தப் பிரிவில் இருப்பவர்களுக்குச் சின்னச் சின்ன வேலைகள் செய்து கொடுத்தான். ஆஸ்திரியத் துப்பாக்கியின் வெற்றுத் தோட்டாகுப்பியைப் பயன்படுத்தி சிகரெட் லைட்டர் செய்து அதை எனக்குக் கொடுத்தான். டாக்டர்கள் மிகவும் நல்லவர்களாக இருந்தார்கள்; மிகவும் திறமை வாய்ந்தவர் களாகத் தோன்றினார்கள். மேம்பட்ட எக்ஸ்ரே வசதிகளும், அறுவைச் சிகிச்சைக்குப் பிறகு இயந்திரங்களின் உதவியுடன் உடற் பயிற்சி செய்யும் வசதிகளும் நிறைந்த மிலன் நகருக்கு என்னை அனுப்புவதில் ஆர்வம் காட்டினார்கள். நானும் மிலனுக்குப் போக ஆசைப்பட்டேன். அடுத்து தொடங்கப்போகும் தாக்குதலின்போது அவர்களுக்கு எல்லாப் படுக்கைகளும் தேவைப்படும் என்பதால் கூடுமானவரை எங்கள் எல்லோரையும் வெளியே அனுப்ப விரும்பினார்கள்.

போர்முனை மருத்துவமனையிலிருந்து நான் புறப்படுவதற்கு முதல் நாள் இரவு, எங்களுடைய உணவுக்கூடத்திலிருந்து மேஜருடன் ரினால்டி என்னைப் பார்க்க வந்தான். மிலன் நகரில் மிகச் சமீபத்தில் நிறுவப்பட்ட ஒரு அமெரிக்க மருத்துவமனைக்குப் போவேன் என்று அவர்கள் என்னிடம் கூறினார்கள். அமெரிக்க ஆம்புலன்ஸ் பிரிவுகளில் சில அங்கே அனுப்பப்படுவதாகவும், எங்களையும், இத்தாலியில் பணிபுரியும் மற்ற அமெரிக்கர்களையும் அந்த மருத்துவமனை கவனித்துக்கொள்ளும் என்றும் சொன்னார்கள். பல அமெரிக்கர்கள் செஞ்சிலுவைச் சங்கத்தில் இருந்தார்கள். அமெரிக்கா ஜெர்மனிக்கு எதிராகப் போர் தொடுத்திருந்தது; ஆஸ்திரியாவுக்கு எதிராகப் போர் தொடுக்கவில்லை.

ஆஸ்திரியாவுக்கு எதிராகவும் அமெரிக்கா போர் தொடுக்கும் என்று இத்தாலியர்கள் உறுதியாக நம்பினார்கள். செஞ்சிலுவைச்

சங்கத்தார் உட்பட எந்த அமெரிக்கர் இத்தாலிக்கு வருவதாயிருந் தாலும் அவர்கள் மிகவும் உணர்ச்சிவயப்பட்டார்கள். அமெரிக்க அதிபர் வில்சன் ஆஸ்திரியாமீது போர் தொடுப்பார் என்று கருதுகிறேனா என்று என்னைக் கேட்டார்கள். கூடிய சீக்கிரம் எப்போது வேண்டுமானாலும் போர் தொடுக்கலாம் என்றேன். ஆஸ்திரியாவுக்கு எதிராகப் போர் தொடுக்க எங்களுக்கு என்ன காரணம் இருக்கும் என்று எனக்குத் தெரியாது. ஆனால், ஜெர்மனிமீது போர் தொடுத்தால் ஆஸ்திரியாமீதும் போர் தொடுப்பது பொருத்தமானதாகத் தோன்றியது. அமெரிக்கா துருக்கி—ஆங்கிலத்தில் டர்க்கி—மீது போர் தொடுப்பார்களா என்று அவர்கள் கேட்டார்கள். அது சந்தேகத்துக்குரியது என்று சொன்னேன். டர்க்கி எங்களுடைய தேசியப் பறவை என்றும் சொன்னேன். என்னுடைய வேடிக்கைப் பேச்சின் மோசமான மொழிபெயர்ப்பால் அவர்கள் குழப்பமும் சந்தேகமும் அடைந் தார்கள்; ஆம், டர்க்கிமீது நாங்கள் போர் தொடுத்தாலும் தொடுக்கலாம் என்று சொன்னேன் என்று நினைத்துக் குழம்பிப் போனார்கள். பல்கேரியாமீது? நாங்கள் அதிக அளவு பிராந்தி குடித்திருந்தோம்; ஆமாம். கடவுள் அறிய, பல்கேரியாமீதும் ஜப்பான்மீதும் போர் தொடுப்பார்கள் என்றேன். ஆனால், ஜப்பான் இங்கிலாந்தின் நட்பு நாடாயிற்றே என்று சொன்னார்கள். ஆங்கிலேயர்கள் மிகவும் மோசமானவர்கள், அவர்களை நம்ப முடியாது. ஜப்பானியர்கள் ஹவாய் தீவுகள் தங்களுக்கு வேண்டும் என்கிறார்கள் என்று சொன்னேன். ஹவாய் எங்கே இருக்கிறது? அது பசுபிக் பெருங்கடலில் இருக்கிறது. எதற்காக ஜப்பானியர்கள் ஹவாய் தீவுகள் வேண்டும் என்கிறார்கள்? உண்மையிலேயே அவர்களுக்கு அவை வேண்டியதில்லை என்றேன். அப்படித்தான் பேசிக்கொள்கிறார்கள் என்றேன். ஜப்பானியர்கள் மிகவும் அருமையானவர்கள், மிகவும் எளிமையானவர்கள். அவர்கள் நடனமாடுவதிலும் போதை குறைவான ஒயின்களிலும் நாட்டம் கொண்டவர்கள். பிரான்ஸ் நாட்டு மக்களைப் போன்று, என்று மேஜர் சொன்னார். ஏதோ ஒரு காலகட்டத்தில் இத்தாலியிடமிருந்த கைப்பற்றியிருந்த நைஸ் மாகாணத்தையும், ஆல்ப்ஸ் மலைகள் மீதுள்ள சவோயா பகுதியையும் மீண்டும் பிரான்ஸிடமிருந்து நாம் கைப்பற்ற வேண்டும். மெடிட்டரேனியன் கடலிலுள்ள கோர்சிகா

தீவையும் அட்ரியாட்டிக் கடலோரப் பகுதி முழுவதையும் பிரான்ஸ் நாட்டிலிருந்து நாம் பெற வேண்டும் என்று ரினால்டி சொன்னான். ரோம் நகரத்தின் மகத்துவ நிலையை இத்தாலி மீண்டும் அடையும் என்றார் மேஜர். ரோம் நகரை எனக்குப் பிடிக்காது என்றேன். அது மிகுந்த வெக்கையுடனும் அருவருப்பான உண்ணிப் பூச்சிகள் நிறைந்தும் இருக்கும். ரோம் உனக்குப் பிடிக்காதா? இல்லை, எனக்கு ரோம் நகரை ரொம்பப் பிடிக்கும். ரோம் ஏனைய நாடுகளின் தாய். ரோம் நகரைத் தோற்றுவித்த, ரோமப் பேரரசின் முதல் மன்னனான ரொமுலஸ் அந்நாட்டின் டைபர் நதியிடம் பால் குடித்ததை நான் ஒருபோதும் மறக்க மாட்டேன். என்ன? ஒன்றுமில்லை. நாம் எல்லோரும் சேர்ந்து ரோம் நகருக்குப் போவோம். நாம் எல்லோரும் இன்று இரவே ரோம் நகருக்குப் போவோம்; ஒருபோதும் திரும்பி வர வேண்டாம். ரோம் அழகான நகரம், என்று மேஜர் சொன்னார். அது மற்ற நாடுகளின் தாயும் தந்தையும், என்று நான் சொன்னேன். ரோமா என்பது ஒரு பெண்பால் பெயர் என்றான் ரினால்டி. அது தந்தையாக இருக்க முடியாது. அப்படியானால் தந்தை யார், பரிசுத்த ஆவியா? தெய்வ நிந்தனை செய்யாதே. நான் தெய்வ நிந்தனை செய்யவில்லை; தகவலுக்காக மட்டுமே கேட்டேன். நீ போதையில் இருக்கிறாய், பேபி. எனக்குப் போதை ஏற்றியது யார்? நான்தான் உனக்குப் போதை ஏற்றினேன், ஏனென்றால் நீ எனக்குப் பிரியமானவன்; மேலும் அமெரிக்கா இந்தப் போரில் ஈடுபட்டுள்ளது என்பதற்காகவும். எனக்கு நீ முழுமையாகப் போதை ஏற்றிவிட்டாய் என்றேன். காலையில் நீ புறப்பட்டுப் போய்விடுவாய், பேபி, என்றான் ரினால்டி. ரோம் நகருக்கு என்றேன் நான். இல்லை மிலன் நகருக்கு. மிலன் நகருக்கு, என்று சொன்ன மேஜர், கிரிஸ்டல் பேலஸ் என்ற தங்கும் விடுதிக்கு, கோவா என்ற சாப்பாட்டு விடுதிக்கு, கேம்பாரி மதுக்கூடத்துக்கு, கலீனா பகுதியின் வரலாற்றுச் சிறப்புடைய பிஃப்பி என்ற உணவு விடுதிக்கு, இத்தாலியின் முதல் அரசர் விக்டர் இம்மானுவேல் கலைக்காட்சி கூடத்துக்கு என்றார். அதிர்ஷ்டமுள்ள பையன். கிரான் இத்தாலியா என்ற சாப்பாட்டுக் கூடத்துக்கு என்று சொன்னேன்; அங்கே நான் ஜார்ஜிடம் கடனாகப் பணம் வாங்குவேன் என்றும் சொன்னேன். உலகப் புகழ்பெற்ற ஸ்காலா என்ற இசை நடனக்

கொட்டகைக்கு, என்றான் ரினால்டி. நீ ஸ்காலாவுக்குப் போவாய். ஒவ்வொரு இரவும், என்றான். ஒவ்வொரு இரவும் அங்கே நீ போவது உனக்குக் கட்டுப்படியாகாது என்றார் மேஜர்.

நுழைவுக் கட்டணங்களின் விலை மிக அதிகம். என்னுடைய தாத்தா கொடுத்த பண உத்தரவுச் சீட்டு உள்ளது. பண உத்தரவுச் சீட்டு என்றால் என்ன? நான் செலவு செய்த பணத்தை அவர் கொடுக்காவிட்டால் நான் சிறைச்சாலைக்குப் போவேன். வங்கி யிலிருக்கும் மிஸ்டர் கன்னிங்ஹாம் அதை மாற்றி எனக்குப் பணமாகத் தருகிறார். பண உத்தரவுச் சீட்டுகளால்தான் நான் வாழ்கிறேன். இத்தாலி வாழ்வதற்காகச் செத்துக்கொண்டிருக்கும் நாட்டுப்பற்று மிக்க பேரனை சிறைச்சாலைக்கு ஒரு தாத்தா அனுப்புவாரா? இத்தாலியை ஒன்றிணைக்கத் தீவிரமாகப் பாடு பட்ட நாட்டுப்பற்று மிக்க இராணுவ ஜெனரல் ஜூசெப்பி கேரிபால்டிக்கு இணையான அமெரிக்க கேரிபால்டியே நீ நீடூழி வாழ்க என்று ரினால்டி சொன்னான். பண உத்தரவுச் சீட்டு நீடூழி வாழ்க என்று நான் சொன்னேன். நாம் அமைதியாக இருக்க வேண்டும், என்றார் மேஜர். நாம் அமைதியாக இருக்க வேண்டும் என்று பலமுறை அறிவுறுத்தப்பட்டுள்ளோம். ஃப்ரெட்ரிக் நீ உண்மையாகவே நாளைக்குப் போகிறாயா? அவன் அமெரிக்க மருத்துவமனைக்குக்குப் போகிறான் என்றான் ரினால்டி. அழகிய நர்ஸ்களைப் பார்ப்பதற்கு. போர்முனை மருத்துவமனைகளில் உள்ள தாடி வைத்த நர்ஸ்கள் இல்லை. ஆமாம், ஆமாம், என்றார் மேஜர், அவன் அமெரிக்க மருத்துவ மனைக்குப் போகிறான் என்று எனக்குத் தெரியும் என்றார். அவர்கள் தாடியை நான் பொருட்படுத்தவில்லை என்றேன். ஒரு மனிதன் தாடி வளர்க்க விருப்பப்பட்டால் அவன் வளர்க்கட்டும். மேஜர் அவர்களே, நீங்கள் ஏன் தாடி வளர்க்கக் கூடாது? நச்சுக் காற்றைத் தடுப்பு முகக்கவசத்துக்குள் அது போகாது. உண்மையில் அது போகும். எதுவானாலும் அந்தக் கவசத்துக்குள் போகும். நான் அந்த வகை முகக்கவசம் ஒன்றில் வாந்தி எடுத்திருக்கிறேன். மிகவும் சத்தமாகப் பேசாதே பேபி என்றான் ரினால்டி. நீ போர்முனையில் இருந்ததை நாங்கள் அனைவரும் அறிவோம். ஓ, அருமையான பேபியே, நீ போனபின் என்ன செய்வேன்? நாம் இப்போது புறப்பட வேண்டும் என்று மேஜர் சொன்னார். இது உணர்ச்சிகரமான

தருணம். கவனமாகக் கேள், நீ எதிர்பாராத வியப்பான செய்தி ஒன்று வைத்திருக்கிறேன். உன்னுடைய ஆங்கிலேயத் தோழி. உனக்குத் தெரியுமா? ஒவ் வொரு இரவும் நீ மருத்துவமனையில் பார்க்கப் போவாயே அந்த ஆங்கிலேயத் தோழி? அவளும் மிலனுக்குப் போகிறாள். மேலும் ஒரு நர்ஸுடன் அவள் அமெரிக்க மருத்துவமனையில் வேலை செய்யப் போகிறாள். அவர்களுக்குத் தேவையான நர்ஸ்கள் இன்னமும் அமெரிக்காவிலிருந்து வரவில்லை. அவர் களுடைய பிரிவின் தலைவியுடன் இன்று பேசினேன். இங்கே போர்முனையில் அதிகமான பெண்கள் இருக்கிறார்கள். சிலரைத் திருப்பி அனுப்புகிறார்கள். இது உனக்கு மகிழ்ச்சியாக இருக் கிறதா, பேபி? எல்லாம் சரிதானே. ஆமாம்தானே? நீ ஒரு பெரிய நகரத்தில் வாழப் போகிறாய்; உன்னை அரவணைக்க உன்னுடைய ஆங்கிலேயத் தோழி அங்கே இருக்கிறாள். நான் ஏன் காயமடையவில்லை? நீ காயமடைந்தாலும் அடைவாய் என்று சொன்னேன். நாம் புறப்பட வேண்டும் என்று மேஜர் கூறினார். நாம் குடிக்கிறோம்; கும்மாளம் அடிக்கிறோம்; ஃப்ரெட்ரிக்கைத் தொந்தரவு செய்கிறோம். போகாதீர்கள். நிச்சயமாக நாங்கள் போயாக வேண்டும். குட்-பை. நல்வாழ்த்துகள். அதிக அளவில் நல்லவை நடக்க. குட்-பை. குட்-பை. குட்-பை. பேபி, சீக்கிரம் திரும்பி வா. ரினால்டி என்னை முத்தமிட்டான். லைசால் திரவம் போல் மணக்கிறாய். குட்-பை, பேபி. குட்-பை. அதிக அளவில் நல்லவை நடக்க. மேஜர் என் தோளில் தட்டிக்கொடுத்தார். அவர்கள் பூனைபோல் சத்தமில்லாமல் நடந்து வெளியேறினார்கள். நான் முழு போதையில் இருந்தேன்; ஆனால், தூங்கிவிட்டேன்.

மறுநாள் காலையில் நாங்கள் மிலன் நகருக்குப் புறப்பட்டோம். நாற்பத்து எட்டு மணி நேரம் பயணம் செய்து அந்த நகரை வந்தடைந்தோம். அது ஒரு மோசமான பயணம். மெஸ்டர் நகருக்கு முன்பாகவே, இரயில் தடத்தின் பக்கப்பாதையில் நீண்ட நேரம் ஓரங்கட்டி நிறுத்தப்பட்டோம். சிறுவர்கள் கூட்டமாக வந்து உள்ளே நுழைந்தார்கள். நான் ஒரு சிறுவனை அனுப்பி பிரான்ஸ் நாட்டு உயர் ரக பிராந்தி ஒரு பாட்டில் வாங்கி வரச் சொன்னேன். இத்தாலி நாட்டு பிராந்தி மட்டுமே இருப்பதாகத் தெரிவித்தான். அதை வாங்கி வரச் சொன்னேன். அது வந்தவுடன் அச்சிறுவனுக்கு மீதமிருந்த காசுகளைக் கொடுத்தேன். நானும்

எனக்குப் பக்கத்தில் இருந்த மனிதனும் அதை அளவுக்கு அதிகமாகக் குடித்து போதையானோம்; அதன் பின் விசென்ஸா நகரைக் கடக்கும்வரைத் தூங்கினேன். பின்னர் விழித்து எழுந்து இரயில் பெட்டியின் தளத்தில் அதிகமாக வாந்தி எடுத்தேன். அது ஒன்றும் பெரிதாகத் தோன்றவில்லை; என் பக்கத்திலிருந்த மனிதன் ஏற்கெனவே பலமுறை அந்தத் தளத்தில் வாந்தி எடுத்திருந்தான். இரயில் வெரோனா நகர வெளிபுறத் தடத்தில் நின்றபோது, என் தாகத்தை அதற்குமேல் என்னால் தாங்க முடியாது என்று நினைத்தேன். இரயிலின் பக்கமாக மேலும் கீழும் நடந்துகொண்டிருந்த ஒரு படைவீரனிடம் பேசினேன். அவன் எனக்குத் தண்ணீர் வாங்கிக் கொடுத்தான். போதையில் இருந்த மற்றொரு பையனான ஜார்ஜெட்டியை எழுப்பித் தண்ணீர் குடிக்கச் சொன்னேன். அவன் அதை அவன் தோள்களில் ஊற்றச் சொல்லிவிட்டு மீண்டும் தூக்கத்தில் ஆழ்ந்தான். தண்ணீருக்காக நான் காசு கொடுத்தபோது அப்படைவீரன் என்னிடமிருந்து ஒரு பைசாகூட வாங்க மறுத்துவிட்டான். மேலும், எனக்குச் சதைப்பற்றுடைய ஆரஞ்சுப் பழம் வாங்கிக் கொடுத்தான். நான் அதை நன்றாக உறிஞ்சியபின் அதன் சக்கையை வெளியே துப்பினேன். வெளிப்புறமாக நின்ற சரக்குப் பெட்டியின் பக்கமாக அந்தப் படைவீரன் மேலும் கீழும் நடைபோட்டுச் செல்வதைக் கூர்ந்து கவனித்தேன். கொஞ்ச நேரத்துக்குப்பின் வெடுக்கென்ற இழுப்புடன் இரயில் புறப்பட்டது.

பாகம் II

அத்தியாயம் 13

அன்று அதிகாலை மிலன் நகரை அடைந்தோம்; எங்களைச் சரக்கு இரயில் தளத்தில் இறக்கிவிட்டார்கள். ஆம்புலன்ஸ் ஒன்று என்னை அமெரிக்க மருத்துவமனைக்கு அழைத்துச் சென்றது. ஆம்புலன்ஸில் ஸ்ட்ரெச்சரில் படுத்தவாறு பயணம் செய்ததால் அந்த நகரத்தின் எந்தப் பகுயில் பயணம் செய்துகொண்டிருந்தோம் என்று எனக்குச் சொல்லத் தெரிய வில்லை. ஆனால், ஸ்ட்ரெச்சரைக் கீழே இறக்கி வைத்தபோது ஒரு சந்தைப் பகுதியையும், திறந்திருந்த ஒயின் கடையையும், அதை ஒரு சிறுமி பெருக்கித் துப்புரவு செய்துகொண்டிருந்ததையும் பார்த்தேன். அவர்கள் தெருவில் தண்ணீர் தெளித்துக்கொண்டிருந் தார்கள்; அதனால் ஏற்பட்ட அதிகாலை நேரத்தின் நறுமணம் எங்கும் நிலவியது. அவர்கள் ஸ்ட்ரெச்சரைக் கீழே இறக்கி வைத்த பின் உள்ளே சென்றார்கள். அவர்களுடன் ஒரு சுமைதூக்கி வந்தான். அவன் பாதி நரைத்த மீசையுடன் இருந்தான்; வாயிற் காவலன் அணியும் தொப்பியும் மேலுறை இல்லாத சட்டையும் அணிந்திருந்தான். ஸ்ட்ரெச்சர் லிஃப்ட்டின் உள் போகாததால், என்னை ஸ்ட்ரெச்சரிலிருந்து தூக்கி லிஃப்ட்டில் கொண்டுபோவதா, அல்லது ஸ்ட்ரெச்சரோடு தூக்கிக்கொண்டு படிக்கட்டின் வழியே கொண்டுபோவதா என்று விவாதித்தார்கள். அவர்களது விவாதங் களைக் கேட்டுக்கொண்டிருந்தேன். இறுதியில், என்னை லிஃப்ட்டில் கொண்டுபோகலாம் என்று முடிவு செய்தார்கள். என்னை ஸ்ட்ரெச்சரிலிருந்து தூக்கினார்கள். "என்னை மெதுவாகத் தூக்குங்கள், என் உடலை மென்மையாகப் பிடியுங்கள்," என்று சொன்னேன். லிஃப்ட்டில் கூட்டம் அதிகமாக இருந்தது. என் கால்கள் மடங்கியதால் வலி அதிகரித்தது. "என் கால்களை நீட்டிப் பிடியுங்கள்," என்று சொன்னேன்.

"லெஃப்டினன்ட், உங்கள் கால்களை எங்களால் நீட்ட முடி யாது; அதற்கு இடம் இல்லை" என்று சொல்லியவன் தன் கைகளால் என்னைச் சுற்றிப் பிடித்திருந்தான்; என் கைகள் அவன் கழுத்தைச் சுற்றிப் பிடித்திருந்தன. அவன் மூச்சு என் முகத்தில் பட்டது; அதில் உலோகமும் வெள்ளைப்பூண்டும் கலந்த வாடையும் சிவப்பு ஒயின் வாடையும் வந்தது.

"கனிவுடன் பேசு," என்றான் மற்றொருவன்.

"வேசி மகனே, யார் கனிவாக இல்லை!"

"நான் திரும்பவும் சொல்கிறேன், கனிவாகப் பேசு," என்று என் கால்களைப் பிடித்திருந்தவன் மீண்டும் சொன்னான்.

லிஃப்டின் கதவுகள் மூடியதையும், கம்பிக் கதவுகள் மூடி யதையும், நான்காவது மாடிக்குப் போவதற்கான பொத்தானைச் சுமைதூக்கி அழுத்தியதையும் பார்த்தேன். சுமைதூக்கி முகத்தில் கவலை தெரிந்தது. லிஃப்ட் மெதுவாக மேல்நோக்கி நகர்ந்தது.

"மிகவும் கனமாக இருக்கிறேனா?" என்று பூண்டு வாடை அடித்த மனிதனைக் கேட்டேன்.

"இல்லை," என்றான். அவன் முகம் வியர்த்திருந்தது. அவன் ஏதோ முணுமுணுத்தான். லிஃப்ட் ஒரே சீராக மேலே சென்று நின்றது. என் கால்களைப் பிடித்திருந்தவன் கதவைத் திறந்து வெளியேறினான். நாங்கள் ஒரு மாடியின் பால்கனியில் இருந் தோம். அங்கே பித்தளை கைப்பிடிக் குமிழ்களுடன் பல கதவுகள் இருந்தன. என் கால்களைப் பிடித்திருந்தவன் ஒரு பொத்தானை அழுத்தினான், மணி அடித்தது. அந்த மணியின் ஓசை கதவின் உள்பக்கமிருந்து வந்ததைக் கேட்டோம். ஒருவரும் வரவில்லை. அதன் பின்னர் சுமைதூக்கி படிக்கட்டு வழியாக மேலே வந்தான்.

"அவர்கள் எங்கே இருக்கிறார்கள்?" என்று ஸ்ட்ரெச்சர் தூக்கிகள் கேட்டார்கள்.

"எனக்குத் தெரியாது," என்று சுமைதூக்கி சொன்னான். "அவர்கள் கீழ்த்தளத்தில் தூங்குகிறார்கள்."

"யாரையாவது இங்கே வரச் சொல்."

சுமைதூக்கி மணியை அடித்தான், கதவைத் தட்டினான்; அதன் பின் கதவைத் திறந்து உள்ளே போனான். அவன் திரும்பி

வந்தபோது அவனுடன் கண்ணாடி அணிந்த மூதாட்டி வந்தாள். அவளுடைய தலைமுடி தளர்ந்து பாதி சரிந்திருந்தது. அவள் நர்ஸ் உடை அணிந்திருந்தாள்.

"எனக்குப் புரியவில்லை. எனக்கு இத்தாலிய மொழி புரிய வில்லை."

"என்னால் ஆங்கிலத்தில் பேச முடியும்," என்றேன். "அவர்கள் என்னை எங்காவது ஓர் இடத்தில் தங்க வைக்க விரும்புகிறார்கள்."

"எந்த அறையும் ஆயத்தமாக இல்லை. எந்த நோயாளியையும் நாங்கள் எதிர்பார்க்கவில்லை." அவள் முடியை அள்ளிச் செருகினாள். என் பக்கமாக வந்து உற்றுப் பார்த்தாள்.

"அவர்கள் என்னை இறக்கி வைக்க ஏதாவது ஓர் அறையைக் காட்டு."

"எனக்குத் தெரியாது. ஒரு நோயாளியையும் எதிர்பார்க்க வில்லை. அப்படியெல்லாம் உன்னை ஏதோ ஓர் அறையில் என்னால் தங்க வைக்க முடியாது."

"ஏதாவது ஓர் அறை கிடைத்தால் போதுமானது," என்றேன். அதன் பின் நான் சுமைதூக்குபவனிடம் இத்தாலிய மொழியில், "காலியாக உள்ள ஏதாவது ஓர் அறையைக் கண்டுபிடி," என்று சொன்னேன்.

"எல்லா அறைகளுமே காலியாகத்தான் இருக்கின்றன. நீங்கள் தான் முதல் நோயாளி." அவன் தொப்பியைக் கையில் பிடித் திருந்தான்; அந்த வயதான நர்ஸைப் பார்த்தான்.

"கிறிஸ்துவின் பெயரால் கேட்கிறேன்; ஏதாவது ஓர் அறைக்கு என்னைக் கூட்டிக்கொண்டுபோங்கள்." மடித்த நிலையிலிருந்த என் கால்களில் வலி கூடிக்கொண்டேயிருந்தது; அந்த வலி என்னுடைய எலும்புக்குள் போவதையும் வெளியே வருவதையும் என்னால் உணர முடிந்தது. நரைத்த தலைமுடியுடைய பெண் பின்தொடர சுமைதூக்கி கதவைத் திறந்து உள்ளே போனான்; வேகமாகத் திரும்பி வந்தான். "என்னைத் தொடர்ந்து வாருங்கள்," என்றான். ஒரு நீண்ட தளத்தின் வழியாக என்னைச் சுமந்து சென்றார்கள்; திரைகளுடன் இருந்த ஓர் அறைக்குள் சென்றார்கள். அங்கே புது மரச்சாமான்களின் வாடை அடித்தது. அந்த அறையில்

ஒரு கட்டிலும், துணிகள் வைப்பதற்கான கண்ணாடியுடன் கூடிய ஒரு பெரிய அலமாரியும் இருந்தன. அவர்கள் என்னைப் படுக்கையில் கிடத்தினார்கள்.

"படுக்கை விரிப்புகள் போட முடியாது," என்று அந்தப் பெண் சொன்னாள். "அவை பூட்டி வைக்கப்பட்டுள்ளன."

நான் அவளிடம் பேசவில்லை. "என்னுடைய பையில் பணம் இருக்கிறது," என்று சுமைதூக்கியிடம் சொன்னேன். "பட்டன் போடப்பட்டுள்ள பையில்." சுமைதூக்கி பணத்தை வெளியே எடுத்தான். ஸ்ட்ரெச்சர் தூக்கிகள் இரண்டு பேரும் அவர்களின் தொப்பிகளைக் கையில் பிடித்தபடி படுக்கையின் அருகில் நின்றார்கள். "அவர்கள் ஒவ்வொருவருக்கும் தலா ஐந்து லயர் கொடு; நீ ஐந்து லயர் எடுத்துக்கொள். மற்றொரு பையில் என்னுடைய ஆவணங்கள் இருக்கின்றன. அவற்றை நர்ஸிடம் கொடு."

ஸ்ட்ரெச்சர் தூக்கிகள் எனக்கு சல்யூட் அடித்து நன்றி சொன்னார்கள். "குட்-பை," என்று சொன்னேன். "மிகவும் நன்றி." மீண்டும் சல்யூட் அடித்து அவர்கள் வெளியேறினார்கள்.

"அந்த ஆவணங்கள்," நான் நர்ஸிடம் சொன்னேன், "என்னுடைய காயங்கள் பற்றியும் எனக்கு ஏற்கெனவே அளிக்கப் பட்ட சிகிச்சைகள் பற்றியும் விவரிக்கின்றன."

அந்தப் பெண் அவற்றைக் கையில் எடுத்து, மூக்குக்கண்ணாடி வழியாகப் பார்த்தாள். அங்கு மூன்று காகிதங்கள் மடிக்கப்பட்ட நிலையில் இருந்தன. "என்ன செய்வதென்று எனக்குத் தெரிய வில்லை. எனக்கு இத்தாலிய மொழி வாசிக்கத் தெரியாது. டாக்டருடைய உத்தரவு இல்லாமல் என்னால் எதுவும் செய்ய முடியாது. அவள் அழத் தொடங்கினாள். அந்தக் காகிதங்களை அவளுடைய மேலங்கியின் பையில் வைத்தாள். அழுதபடியே, "நீ அமெரிக்கனா?" என்று கேட்டாள்.

"ஆமாம். தயவுசெய்து அந்தக் காகிதங்களைப் படுக்கை அருகி லிருக்கும் மேஜையில் வை."

அறை மங்கலான வெளிச்சத்துடனும் குளிர்ச்சியுடனும் இருந்தது. நான் படுக்கையில் படுத்திருந்த நிலையில் என்னால் அறையின் மறுபுறம் இருந்த பெரிய கண்ணாடியைப் பார்க்க

முடிந்தது; ஆனால், அது என்ன பிரதிபலித்தது என்று பார்க்க முடியவில்லை. சுமைதூக்கி படுக்கையின் பக்கமாக நின்றான். அவன் முகப்பொலிவுடனும் கனிவுடனும் இருந்தான்.

“நீ போகலாம்,” என்று அவனிடம் சொன்னேன். “நீயும் போகலாம்,” என்று நர்ஸிடம் சொன்னேன். “உன் பெயர் என்ன?”

“மிசஸ் வாக்கர்.”

“மிசஸ் வாக்கர், நீ போகலாம். நான் தூங்கபோகிறேன்.”

நான் அந்த அறையில் தனியாக இருந்தேன். அறை குளிர்சியாக இருந்தது. அங்கே மருத்துவமனையின் வாடை இல்லை. மெத்தை உறுதியாகவும் வசதியாகவும் இருந்தது. வலி குறைந்துகொண்டிருந்த மகிழ்ச்சியில், மெதுவாக மூச்சுவாங்கியபடி ஆடாமல் அசையாமல் படுத்திருந்தேன். சிறிது நேரத்துக்குப் பின் தண்ணீர் குடிக்க விரும்பினேன். படுக்கைக்கு அருகில் ஒரு மின்கம்பியுடன் இணைக்கப்பட்ட ஒரு அழைப்பு மணி இருந்ததைக் கண்டேன்; அந்த மணியை அடித்தேன். ஆனால், ஒருவரும் வரவில்லை. நான் தூங்கிவிட்டேன்.

நான் விழித்தவுடன் அறையின் எல்லாப் பக்கமும் நோட்டம் விட்டேன். பலகணி வழியாகச் சூரிய வெளிச்சம் உள்ளே வந்துகொண்டிருந்தது. ஒரு பெரிய அலமாரி, வெறுமையாக இருந்த சுவர்கள், இரண்டு நாற்காலிகளையும் பார்த்தேன். அழுக் கடைந்த கட்டுகளுடன் என் கால்கள் நேராகக் கட்டிலுக்கு வெளியே நீட்டிக்கொண்டிருந்தன. நான் முன்னெச்சரிகையுடன் அவற்றை நகர்த்தவில்லை. எனக்குத் தாகம் எடுத்ததால் அழைப்பு மணியின் பட்டனை அழுத்தினேன். கதவு திறக்கும் சத்தம் கேட்டு அந்தப் பக்கம் பார்த்தேன். ஒரு நர்ஸ் உள்ளே வந்தாள். அவள் இளமையாகவும் அழகாகவும் இருந்தாள்.

“குட்-மார்னிங்,” என்றேன்.

“குட்-மார்னிங்,” என்றவாறு படுக்கையின் அருகே வந்தாள். “இன்னமும் எங்களால் டாக்டரைத் தொடர்புகொள்ள முடிய வில்லை. அவர் தென் இத்தாலியின் லாம்படியிலுள்ள லேக் கோமோ ஏரிக்குச் சென்றிருக்கிறார். இங்கு ஒரு நோயாளி வரு கிறார் என்பது யாருக்கும் தெரியாது. இருக்கட்டும், உன்னுடைய பிரச்சினை என்ன?”

“நான் காயம் அடைந்திருக்கிறேன். என் கால்களிலும் பாதங்களிலும், தலையிலும் காயம் ஏற்பட்டுள்ளது.”

“உன் பெயர் என்ன?”

“ஹென்றி. ஃப்ரெட்ரிக் ஹென்றி”

“நான் உன்னைத் துடைத்துச் சுத்தம் செய்கிறேன். ஆனால், மருத்துவர் வரும்வரை காயங்களுக்குப் போட்டிருக்கும் கட்டுகளை எங்களால் எதுவும் செய்ய முடியாது.”

“மிஸ் பாக்லி இங்கே இருக்கிறாளா?”

“இல்லை. அந்தப் பெயருடைய ஒருவரும் இங்கே இல்லை.”

“நான் இங்கே வரும்போது ஒரு பெண் அழுதாளே, அவள் யார்?”

அந்த நர்ஸ் சிரித்தாள். “அது மிசஸ் வாக்கர். அவள் இரவுப் பணியில் இருந்தாள்; தூங்கிவிட்டாள். அவள் யாரையும் இங்கு எதிர்பார்க்கவில்லை.”

நாங்கள் பேசிக்கொண்டிருந்தபோது அவள் என்னுடைய உடைகளைக் களைந்துகொண்டிருந்தாள். கட்டுகளைத் தவிர மற்ற எல்லா உடைகளையும் கழற்றிய பின்னர் அவள் என்னை மெதுவாகவும் சீராகவும் துப்புரவு செய்தாள். அவள் துப்புரவு செய்தது இதமாக இருந்ததை உணர்ந்தேன். என்னுடைய தலையிலிருந்த கட்டின் ஓரங்களைத் துடைத்தாள்.

“எங்கே காயம் அடைந்தாய்?”

“இத்தாலியின் வடகிழக்குப் பகுதியில் ப்லாவா நகருக்கு வடக்கே இசான்ஸோ நதிக் கரையில்.”

“அது எங்கே இருக்கிறது?”

“கொரீஸியா நகருக்கு வடக்கே.”

இந்தப் பெயருள்ள இடங்கள் பற்றி அவளுக்கு எதுவும் தெரியாது என்பதைக் கண்டேன்.

“உனக்கு வலி அதிகமாக இருக்கிறதா?”

“இல்லை. இப்போது அதிகம் இல்லை.”

ஒரு தெர்மோமீட்டரை என் வாயில் வைத்தாள்.

"இத்தாலியர்கள் அதைக் கக்கத்தில் வைத்தார்கள்," என்று சொன்னேன்.

"பேசாதே."

தெர்மோமீட்டரை வெளியே எடுத்தாள்; காய்ச்சலின் அளவை அறிந்தாள்; அதன் பின்னர் அதைக் குலுக்கினாள்.

"காய்ச்சல் எவ்வளவு இருக்கிறது?"

"அது உனக்குத் தெரியக் கூடாது."

"எவ்வளவு இருக்கிறது என்று சொல்."

"கிட்டத்தட்ட சரியான அளவில்தான் இருக்கிறது."

"எனக்கு ஒருபோதும் காய்ச்சல் வந்ததில்லை. என் கால்களில் பழைய இரும்பு நிறைந்திருக்கிறது."

"என்ன சொல்கிறாய்?"

"பதுங்கு குழி குண்டுகளின் துகள்கள், பழைய திருகாணிகள், படுக்கை சுருள்கள், பல பொருட்கள் கால்களில் நிறைந்திருக்கின்றன."

அவள் தலையை ஆட்டிப் புன்னகைத்தாள்.

"அப்படி வெளிப்பொருட்கள் ஏதாவது காலுக்குள் இருந்தால், அவை வீக்கத்தை ஏற்படுத்தியிருக்கும்; உனக்குக் காய்ச்சல் வந்திருக்கும்."

"சரி இருக்கட்டும். வெளியே என்ன வருகிறது என்று பார்க்கலாம்."

அவள் அறையிலிருந்து வெளியே போனாள். அதிகாலையில் நான் சந்தித்த வயதான நர்ஸுடன் திரும்பி வந்தாள். நான் படுக்கையில் இருக்கும்போதே அவர்கள் இரண்டு பேரும் சேர்ந்து படுக்கையை மாற்றி ஒழுங்குபடுத்தினார்கள். இது எனக்குப் புதுமையான, போற்றத்தக்க ஒரு செயல்பாடாக இருந்தது.

"இங்கே பொறுப்பாளர் யார்?"

"மிஸ் வான் கேம்பென்."

"இங்கே எத்தனை நர்ஸ்கள் இருக்கிறார்கள்?"

"இரண்டே இரண்டு."

"இன்னும் கூடுதலாக வர மாட்டார்களா?"

"இன்னும் சிலர் வந்துகொண்டிருக்கிறார்கள்."

"இங்கே எப்போது வருவார்கள்?"

"எனக்குத் தெரியாது. ஒரு நோயாளிக்குத் தேவையில்லாத மிகமிக அதிகமான கேள்விகளைக் கேட்கிறாய்."

"நான் நோயாளி இல்லை," என்றேன். "நான் காயமடைந்திருப்பவன்."

அவர்கள் படுக்கையைச் சரிசெய்து முடித்தார்கள். தூய்மையான, மென்மையான ஒரு போர்வை எனக்கு அடியிலும் மற்றொன்று என்மீதும் போர்த்தப்பட்ட நிலையில் நான் படுத்திருந்தேன். மிசஸ் வாக்கர் வெளியே போய், ஒரு பைஜாமா உடையுடன் திரும்பினாள். அதை எனக்கு அணிவித்தார்கள். நான் தூய்மையாக இருப்பதாகவும் ஆடைகள் அணிந்திருப்பதாகவும் உணர்ந்தேன்.

"என்னைச் சிறந்த முறையில் கவனிக்கிறீர்கள்," என்று சொன்னேன். மிஸ் கேஜ் என்ற நர்ஸ் 'களுக்'கெனச் சிரித்தாள். "நான் ஒரு தம்ளர் தண்ணீர் குடிக்கலாமா?" என்று கேட்டேன். "தாராளமாக. அதற்கு அப்புறம் நீ காலைச் சாப்பாடு சாப்பிடலாம்."

"எனக்குக் காலை உணவு வேண்டாம். தயவுசெய்து ஜன்னல் கதவுகளைத் திறக்க முடியுமா?"

அறைக்குள் வெளிச்சம் மங்கலாக இருந்தது. ஆனால், ஜன்னல்களைத் திறந்தபின் சூரிய வெளிச்சம் பளிச்சென்று உள்ளே வந்தது. நான் வெளியே மாடியின் பால்கனியைப் பார்த்தேன். அதற்கு அப்பால் ஓடுகள் பரப்பப்பட்ட வீடுகளின் மேற்கூரைகளும் புகை போக்கிகளும் இருந்தன. ஓட்டுக் கூரைகளைத் தாண்டி உயரத்தில் தெரிந்த வெண்ணிற மேகங்களையும் நீல வானத்தையும் பார்த்தேன்.

"மற்ற நர்ஸ்கள் எப்போது வருகிறார்கள் என்று உனக்குத் தெரியாதா?"

"ஏன்? நாங்கள் உன்னை நன்றாகக் கவனிக்கவில்லையா?"

"நீங்கள் என்னை மிகவும் சிறப்பாகக் கவனிக்கிறீர்கள்."

"இப்போது உன் படுக்கையில் மலக்கிண்ணம் வைக்கவா?"

"முயற்சி செய்கிறேன்."

அவர்கள் என்னை உயர்த்திப் பிடித்து உதவி செய்தார்கள். ஆனால், பயனில்லை. அப்புறம் திறந்திருந்த கதவுக்கு வெளியே அறையின் பால்கனியைப் பார்த்தேன்.

"டாக்டர் எப்போது வருகிறார்?"

"அவர் இங்கே திரும்பியதும் வருவார். லேக் கோமோவி லிருக்கும் அவரைத் தொலைபேசியில் தொடர்புகொள்ள முயற்சி செய்தோம்."

"இங்கே வேறு டாக்டர்கள் இல்லையா?"

"இந்த மருத்துவமனையின் டாக்டர் அவர்தான்."

மிஸ் கேஜ் ஒரு கூஜாவில் தண்ணீரும் தம்ளரும் கொண்டு வந்தாள். நான் மூன்று தம்ளர் தண்ணீர் குடித்தேன். அவர்கள் அங்கிருந்து சென்றார்கள். கொஞ்ச நேரம் ஜன்னல் வழியாக வெளியே பார்த்தேன்; மீண்டும் தூக்கத்தில் ஆழ்ந்தேன். கொஞ்ச மாக மதிய உணவு சாப்பிட்டேன். பிற்பகலில், மருத்துவமனையின் கண்காணிப்பாளர் மிஸ் வான் கேம்பென் என்னைப் பார்க்க வந்தாள். அவளுக்கு என்னைப் பிடிக்கவில்லை; எனக்கும் அவளைப் பிடிக்கவில்லை. அவள் உருவத்தில் சிறியவள். அனைத்தையும் சந்தேகக் கண்களுடன் பார்க்கக்கூடியவளாக இருந்தாள். அது அவளுடைய பதவிக்கு மீறியதாக இருந்தது. அவள் அதிகமான கேள்விகள் கேட்டாள். நான் இத்தாலியர்களுடன் இருப்பது ஏதோ ஒருவகையில் அவமானமானது என்று அவள் நினைப்பதாகத் தோன்றியது.

"சாப்பாட்டுடன் நான் ஒயின் குடிக்கலாமா?"

"டாக்டர் பரிந்துரைத்தால் மட்டுமே ஒயின் குடிக்கலாம்."

"அவர் வரும்வரை நான் ஒயின் குடிக்க முடியாதா?"

"நிச்சயமாக முடியாது."

"அவரை இனிமேலாவது வரவழைக்கும் திட்டம் இருக்கிறதா?"

"லேக் கோமோவில் இருக்கும் அவரைத் தொலைபேசியில் தொடர்பு கொண்டுள்ளோம்."

அவள் வெளியே போனாள்; மிஸ் கேஜ் உள்ளே வந்தாள்.

தடாகம் / 141

"நீ ஏன் மிஸ் வான் கேம்பெனிடம் முரட்டுத்தனமாக நடந்து கொண்டாய்?" எனக்கு ஒரு வேலையை மிகத் திறமையுடன் செய்து கொடுத்தபின் மிஸ் கேஜ் என்னைக் கேட்டாள்.

"நான் வேண்டுமென்றே அப்படிச் செய்யவில்லை. அவள் சிடுசிடுப்பாக இருந்தாள்."

"நீ அதிக ஆதிக்கத்துடனும் முரட்டுத்தனமாகவும் நடந்து கொண்டதாக அவள் என்னிடம் சொன்னாள்.

"நான் அப்படிச் செய்யவில்லை. ஆனால், டாக்டர் இல்லாமல் மருத்துவமனை இருப்பதன் நோக்கம் என்ன?"

"அவர் வந்துகொண்டிருக்கிறார். லேக் கோமோவிலிருக்கும் அவரைத் தொலைபேசியில் தொடர்பு கொண்டார்கள்."

"அவர் அங்கே என்ன செய்கிறார்? நீச்சல் அடிக்கிறாரா?"

"இல்லை. அவர் அங்கே ஒரு மருத்துவ நிலையம் வைத்திருக்கிறார்."

"அவர்கள் ஏன் வேறு ஒரு டாக்டரை வரவழைக்கவில்லை?"

"உஷ். உஷ். ஒரு நல்ல பையனாக நடந்துகொள். அவர் வந்துவிடுவார்."

சுமைதூக்கியை அழைத்து வரச் செய்தேன். அவன் வந்ததும், ஒரு பாட்டில் சன்ஸானோ மதுவும், ஒரு பாட்டில் கீமாண்டி என்ற சிவப்பு ஒயினும், மாலை செய்தித்தாள்களும் வாங்கி வரும்படி இத்தாலிய மொழியில் அவனிடம் சொன்னேன். அவன் வெளியே சென்றான்; அவற்றை செய்தித்தாள்களில் சுற்றிக் கொண்டு வந்தான்; தாள்களைப் பிரித்தான். நான் சொன்னபடி தக்கைகளை வெளியே இழுத்தான். ஒயினையும் சிவப்பு ஒயினையும் கட்டிலுக்கு அடியில் வைத்தான். அவர்கள் என்னைத் தனியாக விட்டுச் சென்றார்கள். நான் படுக்கையில் படுத்திருந்தேன். கொஞ்ச நேரம் செய்தித்தாள்கள் வாசித்தேன்; போர்முனைச் செய்திகள், போரில் இறந்த அதிகாரிகளின் பட்டியல், அவர்களுக்கு அளிக்கப்பட்டுள்ள பதக்கங்கள் ஆகியவை பற்றி வாசித்தேன். பின்னர் கீழே இருந்த சன்ஸானோ பாட்டிலைக் குனிந்து எடுத்து அதை என் வயிற்றின் மீது வைத்துச் செங்குத்தாகப் பிடித்தேன்; குளிர்ச்சியாக இருந்த கண்ணாடிப் பகுதி என் வயிற்றின் மீது இருந்தது. கொஞ்சம்கொஞ்சமாக மதுவைக் குடித்தேன். ஒயின்

குடித்த பின் பாட்டிலை மீண்டும் அங்கேயே வைத்ததால் வயிற்றின் மேல் பல வளைய தடங்கள் தோன்றின. வெளியே அந்த நகரத்தின் வீடுகளின் மேற்கூரைகளுக்கு மேலே இருள் சூழ்வதைப் பார்த்தேன். தைலான் குருவிகள் வட்டமடித்துப் பறந்தன. கூடவே இராப்பாறு பறவைகளும் கூரைகளின் மேலே பறந்துகொண்டிருந்ததையும் பார்த்தேன்; சன்ஸானோவைக் குடித் தேன். முட்டை, பால், சர்க்கரை சேர்ந்த கலவையில் ரம், பிராந்தி, இதர மதுக்கள் கலந்த பானம் ஒரு தம்ளர் மிஸ் கேஜ் கொண்டு வந்தாள். மிஸ் கேஜ் உள்ளே வந்தபோது நான் ஒயின் புட்டியைப் படுக்கையின் மறுபுறத்தில் கீழே தணித்துப் பிடித்தேன்.

"மிஸ் வான் கேம்பென் இதில் கொஞ்சம் திராட்சை ரசமும் கலக்கச் செய்தாள்," என்றாள் அவள். "நீ அவளிடம் முரட்டுத்தனம் காண்பிக்கக் கூடாது. அவள் இளம் பெண் இல்லை. இந்த மருத்துவமனையை நிர்வாகம் செய்யும் மிகப் பெரிய பொறுப்பை ஏற்றிருப்பவள். மிஸ் வாக்கரும் வயதானவள்தான். ஆனால், அவளால் மிஸ் வான் கேம்பெனுக்கு எந்தப் பயனும் இல்லை."

"அவள் அற்புதமான பெண்," என்றேன். "அவளுக்கு என் மனம் நிறைந்த நன்றி."

"உனது இரவு உணவை உடனடியாகக் கொண்டு வருகிறேன்."

"நல்லது," என்றேன். "ஆனால், இப்போது எனக்குப் பசிக்க வில்லை."

அவள் உணவுத் தட்டை படுக்கையுடன் இணைக்கப்பட்ட மேஜைமீது வைத்தாள். அவளுக்கு நன்றி சொன்னேன். கொஞ்ச மாகச் சாப்பிட்டேன். சற்று நேரத்தில் வெளியே இருட் டாயிற்று. தேடு விளக்குகளின் ஒளிக் கதிர்கள் வானத்தில் நகர்ந்து கொண்டிருப்பதைப் பார்த்தேன். கொஞ்ச நேரம் அதை பார்த்தபின் தூங்கச் சென்றேன். ஆழ்நிலைத் தூக்கம் கொண்டேன். ஒரே ஒரு முறை மட்டும் வியர்த்து விறுவிறுத்து விழித்து எழுந்தேன்; பயந்தேன். என்னுடைய கனவுகளுக்கு வெளியே என்னை நிறுத்த முயற்சி செய்து மீண்டும் தூங்கினேன். விடிவதற்கு நீண்ட நேரத்துக்கு முன்பாகவே விழித்தெழுந்தேன்; சேவல்கள் கூவி யதைக் கேட்டேன். வெளிச்சம் வரும்வரை தூங்காமல் இருந்தேன். நான் சோர்வாக இருந்தேன். முழுமையாக வெளிச்சம் வந்ததும் மீண்டும் தூங்கச் சென்றேன்.

அத்தியாயம் 14

நான் தூக்கத்திலிருந்து விழித்தபோது அறையில் சூரிய வெளிச்சம் பிரகாசமாக இருந்தது. போர்முனையில் இருப்பதாக நினைத்தேன். கை, கால்களை நீட்டிப் படுத்தேன். என் கால்கள் வலித்தன. இன்னமும் அழுக்கான கட்டுகளுடன் இருந்த கால்களைக் குனிந்து பார்த்தேன்; அதனால் நான் இருக்கும் இடத்தை அறிந்தேன். அழைப்பு மணியின் மின்கம்பியை இழுத்து பட்டனை அழுத்தினேன். கீழே கூடத்தில் மணி எழுப்பிய ஒலியைக் கேட்டேன்; யாரோ ஒருவர் கூடத்தில் இரப்பராலான அடிப்பகுதியுடைய காலணிகளில் நடந்துவரும் சத்தத்தைக் கேட்டேன். வந்தது மிஸ் கேஜ். பளிச்சென்றிருந்த சூரிய வெளிச்சத்தில் அவள் கொஞ்சம் வயதானவளாக அழகு குறைந்து தெரிந்தாள்.

“குட்-மார்னிங். இரவில் நன்றாகத் தூங்கினாயா?”

“ஆமாம். மிக்க நன்றி,” என்றேன். “ஒரு நாவிதரை இங்கு வரவழைக்க முடியுமா?”

“நான் உன்னைப் பார்க்க இங்கே வந்தேன்; உன்னுடன் படுக்கையில் இதை வைத்தபடியே ஆழ்ந்து தூங்கிக்கொண்டிருந்தாய்.”

அவள் அலமாரியைத் திறந்து ஒயின் பாட்டிலைத் தூக்கிப் பிடித்தாள். அது கிட்டத்தட்ட காலியாக இருந்தது. “கட்டிலுக்கு அடியில் இருந்த மற்றொரு பாட்டிலையும் அங்கேயே வைத்தேன்,” என்றாள். “ஏன் நீ என்னிடம் தம்ளர் கேட்கவில்லை?”

“நான் குடிப்பதைத் தடுத்து விடுவாயோ என்று நினைத்தேன்.”

“நானும் உன்னுடன் சேர்ந்து கொஞ்சம் குடித்திருப்பேன்.”

“நீ நல்ல பெண்.”

"தனியாக மது குடிப்பது உனக்கு நல்லதில்லை," என்றாள். "நீ அப்படிச் செய்யக் கூடாது."

"சரி. நல்லது."

"உன் தோழி மிஸ் பாக்லி வந்திருக்கிறாள்," என்றாள்.

"உண்மையாகவா?"

"ஆமாம். அவளை எனக்குப் பிடிக்கவில்லை."

"உனக்கு அவளைப் பிடிக்கும். அவள் மிகவும் நல்லவள்."

அவள் தலையை உலுக்கினாள். "அவள் நல்லவள் என்று உறுதியாக நம்புகிறேன். இந்தப் பக்கமாகக் கொஞ்சம் நகர முடியுமா? அது போதுமானது. காலை உணவுக்கு முன்னால் உன்னைச் சுத்தம் செய்கிறேன்." வெதுவெதுப்பான தண்ணீர், துணி, சோப்பு ஆகியவற்றைப் பயன்படுத்தி அவள் என்னைச் சுத்தம் செய்தாள். "உன்னுடைய தோள்களைக் கொஞ்சம் உயர்த்து," என்றாள். "அது போதும். நல்லது."

"காலை உணவுக்கு முன்பாகவே நாவிதரை அனுப்ப முடியுமா?"

"சுமைதூக்கியை அனுப்பி அவரை வரவழைக்கிறேன்." வெளியே போன அவள் மீண்டும் உள்ளே வந்தாள். "சுமை தூக்கி அவரைக் கூப்பிடப் போயிருக்கிறார்," என்று சொன்ன அவள் கையில் வைத்திருந்த துணியைத் தண்ணீர்க் கோப்பையில் அமிழ்த்தினாள்.

நாவிதன் சுமைதூக்குபவனுடன் வந்தான். அவனுக்குத் தோராயமாக ஐம்பது வயது இருக்கும்; மீசையை மேல்நோக்கி முறுக்கிவிட்டிருந்தான். மிஸ் கேஜ் எனக்குச் செய்யவேண்டிய வேலையைச் செய்து முடித்திருந்தாள்; அவள் வெளியே போனாள். நாவிதன் என் முகத்தில் நுரை வருமாறு சோப்பைத் தடவினான்; சவரம் செய்தான். அவன் மிகவும் அமைதியாக இருந்தான்; பேசுவதைத் தவிர்த்தான்.

"என்ன விஷயம்? உனக்குச் செய்திகள் ஒன்றும் தெரியாதா?"

"என்ன செய்திகள்?"

"ஏதாவது செய்தி. நகரத்தில் என்னென்ன நடந்தன?"

"இது போர்க்காலம். எல்லா இடங்களிலும் எதிரியின் காதுகள் இருக்கின்றன."

நான் நிமிர்ந்து அவனைப் பார்த்தேன். "தயவுசெய்து முகத்தை அசைக்காமல் அப்படியே வைத்திருங்கள்," என்று சொல்லி அவன் சவரம் செய்வதைத் தொடர்ந்தான். "நான் எதுவும் சொல்ல மாட்டேன்."

"உனக்கு என்ன பிரச்சினை?" என்று கேட்டேன்.

"நான் ஓர் இத்தாலியன்; எதிரியுடன் எந்தத் தொடர்பும் வைக்க மாட்டேன்."

அத்துடன் என் பேச்சை நிறுத்திவிட்டேன். அவன் பித்துப் பிடித்த நிலையில் இருந்ததால் எவ்வளவு சீக்கிரம் சவரக் கத்தியிலிருந்து விடுபடுகிறேனோ அவ்வளவு நல்லது. ஒருமுறை அவனைத் தெளிவாகப் பார்க்க முயற்சி செய்தேன். "எச்சரிக்கை," என்றான் அவன். "சவரக் கத்தி கூர்மையாக இருக்கிறது."

சவரம் செய்வது முடிந்ததும் அவனுக்குக் காசு கொடுத்தேன்; மேலும் அரை லயர் அன்பளிப்பாகக் கொடுத்தேன். அவன் அந்தக் காசுகளைத் திருப்பித் தந்தான்.

"அவற்றை வாங்க மாட்டேன். நான் போர்முனையில் இல்லை. நான் ஓர் இத்தாலியன்."

"நீ சீக்கிரம் இங்கேயிருந்து போய்விடு."

"உங்கள் அனுமதியுடன்," என்று சொன்ன அவன் சவரக் கத்திகளை செய்தித் தாள்களில் மடித்துக் கட்டினான். கட்டில் பக்கத்தில் இருந்த மேஜைமேல் அந்த ஐந்து செப்பு நாணயங்களையும் வைத்துவிட்டு வெளியேறினான். நான் அழைப்பு மணியை அடித்தேன். மிஸ் கேஜ் வந்தாள்.

"தயவுசெய்து சுமைதூக்கியை வரச் சொல்ல முடியுமா?"

"அப்படியே."

சுமைதூக்கி உள்ளே வந்தான். சிரிப்பை அடக்க முயற்சி செய்துகொண்டிருந்தான்.

"அந்த நாவிதன் ஒரு பைத்தியமா என்ன?"

"இல்லை ஐயா. அவன் ஒரு தப்பு செய்துவிட்டான். அவன் சரியாகப் புரிந்துகொள்ள மாட்டான். நீங்கள் ஓர் ஆஸ்திரிய அதிகாரி என்று நான் சொன்னதாக அவன் நினைத்துவிட்டான்."

"ஓ," என்றேன்.

"ஹோ ஹோ ஹோ," சுமைதூக்கி சிரித்தான். "அவன் கொஞ்சம் அபத்தமானவன். இன்னும் ஒரு முறை நீங்கள் அசைந்திருந்தால், அவன் உங்களை --- செய்திருப்பான் என்று சொன்னான்." அவன் ஆள்காட்டி விரலைத் தொண்டையின் குறுக்கே வைத்துக் காண்பித்தான்.

"ஹோ ஹோ ஹோ," அவன் சிரிப்பை அடக்க முயற்சி செய்தான். "நீங்கள் ஆஸ்திரியன் இல்லை என்று அவனுக்குச் சொன்னேன். ஹோ ஹோ ஹோ."

"ஹோ ஹோ ஹோ," என்று வெறுப்புடன் சொன்னேன். "அவன் என் தொண்டையை அறுப்பது எவ்வளவு வேடிக்கையாக இருந்திருக்கும். ஹோ ஹோ ஹோ."

"இல்லை ஐயா. இல்லை, இல்லை. ஆஸ்திரியன் என்று நினைத்து அவன் அவ்வளவு மிரண்டுவிட்டான். ஹோ ஹோ ஹோ."

"ஹோ ஹோ ஹோ," என்று சொன்ன நான், "வெளியே ஓடிவிடு," என்றேன்.

அவன் வெளியேறினான். முகப்புக் கூடத்தில் அவன் சிரித்துக் கொண்டிருந்த சத்தத்தைக் கேட்டேன். முகப்புக் கூடத்தின் வழியில் யாரோ ஒருவர் நடந்துவரும் சத்தத்தையும் கேட்டேன். நான் கதவுப் பக்கமாகப் பார்த்தேன். வந்தது கேதரின் பாக்லி.

அவள் அறைக்குள் வந்து படுக்கையின் பக்கமாக வந்தாள்.

"ஹலோ, அன்புக்குரியவனே," என்றாள். புது மலர்ச்சியுடனும், இளமையாகவும் மிகவும் அழகாகவும் இருந்தாள். நான் ஒரு போதும் இவ்வளவு அழகான எவரையும் பார்த்ததே இல்லை என்று நினைத்தேன்.

"ஹலோ," என்றேன். நான் அவளைப் பார்த்ததும் அவள்மீது காதல் கொண்டேன். எனக்குள் இருந்த எல்லாமே தலைகீழாகப் புரண்டன. அவள் கதவுப் பக்கமாகப் பார்த்தாள்; அங்கு ஒரு வரும் இல்லை என்பதை அறிந்தாள்; படுக்கையின் ஓர் ஓரத்தில்

அமர்ந்தாள்; குனிந்து எனக்கு முத்தம் கொடுத்தாள். நான் அவளைக் கீழே இழுத்து அவளுக்கு முத்தம் கொடுத்தேன், அவளது இதயத் துடிப்பை உணர்ந்தேன்.

"இனியவளே," என்ற நான், "இப்போது இங்கு வந்த அற்புத மானவள் அல்லவா நீ?" என்றும் சொன்னேன்.

"இங்கே வந்தது ஒன்றும் சிரமமில்லை. தங்குவது சிரமமாக இருக்கலாம்.."

"நீ தங்கியே ஆக வேண்டும்," என்று சொன்னேன். "ஓ, நீ அற்புதமானவள்." நான் அவள்மீது பித்துப் பிடித்து அலைந்தேன். அவள் உண்மையாகவே இங்கு இருப்பதை என்னால் நம்ப முடியவில்லை. அவளை இறுக்கமாகக் கட்டிப்பிடித்தேன்.

"நீ அப்படிச் செய்யக் கூடாது. உன் உடல்நிலை அதற்குத் தகுதியானதாக இல்லை."

"ஆமாம், நான் நன்றாக இருக்கிறேன். சீக்கிரம் வா."

"வேண்டாம். நீ இன்னமும் முழுத் தெம்பு அடையவில்லை."

"நான் தெம்பாக இருக்கிறேன். தயவுசெய்து வா."

"உனக்கு என்மீது பாசம் இல்லையா?"

"உண்மையாக உன்மீது பாசம் வைத்திருக்கிறேன். உன்னால் நான் பித்தனாக இருக்கிறேன். தயவுசெய்து வா."

"நமது இதயங்கள் துடிப்பதை நீ உணர்கிறாயா?"

"நம் இதயங்களைப் பற்றி எனக்குக் கவலை இல்லை. எனக்கு நீ வேண்டும். உன்மீது நான் வெறிகொண்டு அலைகிறேன்."

"நீ உண்மையாகவே என்னை விரும்புகிறாயா?"

"அதையே திரும்பத்திரும்பச் சொல்லிக்கொண்டிருக்காதே. சீக்கிரம் வா. தயவுசெய். தயவுசெய், கேதரின்."

"சரி. ஆனால், ஒரு நிமிடம் மட்டுமே."

"சரி," என்றேன். "கதவைச் சாத்து."

"அப்படிச் செய்ய முடியாது; செய்யக் கூடாது."

"சரி, வா. பேசாதே. தயவுசெய்து வா."

படுக்கைக்குப் பக்கத்தில் கேதரின் ஒரு நாற்காலியில் உட்கார்ந்தாள். அறையின் கதவு கூடத்தை நோக்கித் திறந்திருந்தது. வெறித்தனமெல்லாம் கடந்து சென்ற நிலையில் நான் இதுவரை எப்போதுமே இல்லாத பெரும் மகிழ்ச்சியுடன் இருப்பதாக உணர்ந்தேன்.

"உன்னை நான் விரும்புகிறேன் என்று இப்போது நம்பு கிறாயா?" என்று கேட்டாள்.

"ஓ, நீ அற்புதமானவள்," என்றேன். "நீ இங்கு தங்கத்தான் வேண்டும். அவர்களால் உன்னை வெளியே அனுப்ப முடியாது. உன்மீது கொண்ட காதலால் நான் பித்தனாக இருக்கிறேன்."

"நாம் மிகவும் எச்சரிக்கையுடன் இருக்க வேண்டும். இது சரியான பைத்தியக்காரத்தனம். நாம் அப்படிச் செய்ய முடியாது."

"இரவு நேரத்தில் முடியும்."

"நாம் மிகவும் எச்சரிக்கையாக இருக்க வேண்டும். மற்றவர்கள் முன்னிலையில் நீ எச்சரிக்கையாக நடந்துகொள்ள வேண்டும்."

"நான் எச்சரிக்கையுடன் இருக்கிறேன்."

"நீ அப்படித்தான் இருந்தாக வேண்டும். நீ இனிமையானவன். என்னை நீ நிச்சயமாக விரும்புகிறாய், இல்லையா?"

"அதையே திரும்பத்திரும்பச் சொல்லாதே. நீ அப்படிச் சொல்வது என்னை என்ன செய்கிறது என்று உனக்குத் தெரியாது."

"அப்படியானால், நான் இனிமேல் எச்சரிக்கையாக இருக்கிறேன். இதற்குமேல் நான் உனக்குச் செய்ய வேண்டியது எதுவும் இல்லை. நான் இப்போது போயாக வேண்டும் அன்பே, உண்மையாக."

"நீ உடனே திரும்பி வா."

"எப்போது முடியுமோ அப்போது நான் வருகிறேன்."

"குட்-பை."

"குட்-பை, இனியவனே."

அவள் வெளியே போனாள். நான் அவளைக் காதலிக்க விரும்பியதில்லை என்பதை இறைவன் அறிவார். நான் எவரையும் காதலிக்க விரும்பியதில்லை. ஆனால், நான் அவளைக் காதலிக்க

விரும்பியிருக்கிறேன் என்பதை இறைவன் அறிவார். மிலன் நகரில் உள்ள மருத்துவமனையின் அறையில் படுக்கையில் படுத்திருந்த வேளையில் பலவிதமான எண்ணங்கள் என்னுள்ளே ஓடிக்கொண்டிருந்தன. ஆனால், நான் உன்னதமான மனநிலையில் இருந்ததை உணர்ந்தேன். ஒருவழியாக மிஸ் கேஜ் உள்ளே வந்தாள்.

"டாக்டர் வந்துகொண்டிருக்கிறார்," என்றாள். "லேக் கோமோ விலிருந்து அவர் தொலைபேசியில் பேசினார்.

"அவர் இங்கே எப்போது வந்து சேருவார்?"

"இன்று பிற்பகல் இங்கே இருப்பார்."

அத்தியாயம் 15

அன்று பிற்பகல்வரை எதுவும் நடக்கவில்லை. மருத்துவர் ஒல்லியாகவும் அமைதியாகவும் குள்ளமாகவும் இருந்தார்; போரினால் அவர் அமைதி இழந்தவராகத் தோன்றினார். அவர் என்னுடைய தொடைகளிலிருந்து பல சிறிய இரும்புச் சிம்புகளை மென்மையான, பண்பட்ட மனக்கசப்புடன் வெளியே எடுத்தார். குறிப்பிட்ட பகுதியை மரத்துப்போகச் செய்யும் 'ஸ்னோ' போன்ற ஏதோ ஒரு பெயரில் அழைக்கப்பட்ட மயக்க மருந்தைப் பயன்படுத்தினார்; அது திசுக்களை உறையச் செய்தது; கத்தி அல்லது இடுக்கிகள் போன்ற கருவிகளை உறைந்த நிலையிலிருந்த பகுதிக்குள் செலுத்திச் சோதனை செய்யும்போது வலி ஏற்படாதவாறு தடுத்தது. சிகிச்சை பெறுபவர் மரத்துப்போன உடல் பகுதியைத் தெளிவாக வரையறுக்க வேண்டும். கொஞ்ச நேரத்துக்குப் பின் மருத்துவர் அவரது மென்மையாகக் கவனத்துடன் சோதிக்கும் தன்மையை இழந்துவிட்டார்; அந்தப் பகுதிகளை எக்ஸ்ரே எடுப்பது நல்லது என்றார். மேலும், சோதனை செய்தது மனநிறைவானதாக இல்லை என்றார்.

மிலனிலுள்ள உஸ்படேலெ மேஜோரா என்ற சிறப்பு மருத்துவமனையில் எக்ஸ்ரே எடுக்கப்பட்டது. எக்ஸ்ரே எடுத்த மருத்துவர் உற்சாகமடைபவராகவும், திறமையானவராகவும், மகிழ்ச்சியுடனும் இருந்தார். சிகிச்சை பெறுபவர் எக்ஸ்ரே இயந்திரம் மூலமாக உடலில் துளைத்திருந்த பெரிய வெளிப் பொருட்கள் சிலவற்றைக் கண்கூடாகக் கட்டாயம் பார்க்க வேண்டும் என்பதற்காக அவரது தோள்களை உயர்த்திப் பிடித்து எக்ஸ்ரே எடுக்க ஏற்பாடு செய்யப்பட்டிருந்தது. எக்ஸ்ரே படங்கள் பின்னர் அனுப்பிவைக்கப்படும் என்றார். அவருடைய சின்னக் குறிப்பேட்டில் என் பெயர், படைப் பிரிவின் பெயர், மற்றும் என்னுடைய சில உணர்வுகளை எழுதும்படி கேட்டார். என் உடம்பில் துளைத்திருந்த வெளிப்பொருட்கள் மோசமானவை,

அருவருப்பானவை, கொடூரமானவை என்று தெரிவித்தார். ஆஸ்திரியர்களை விலைமாதர்களின் மகன்கள் என்று மிகவும் மோசமான வார்த்தைகளைச் சொல்லித் திட்டினார். நான் எத்தனை பேரைக் கொன்றேன்? ஒருவரையும் கொல்லவில்லை; ஆனால், அவரை மகிழ்விக்க வேண்டும் என்ற அக்கறையில் அதிக ஆட்களைக் கொன்றதாகச் சொன்னேன். என்னுடன் மிஸ் கேஜ் இருந்தாள். மருத்துவர் அவள்மேல் தன் கைகளைப் போட்டு, அவள் கிளியோபத்ராவைவிட அழகாக இருப்பதாகச் சொன்னார். அவள் அதைப் புரிந்துகொண்டாளா? எகிப்தின் முன்னாள் அரசி கிளியோபத்ரா. ஆமாம். இறைவன் சாட்சியாக அவள் அப்படிப்பட்ட ஓர் அழகிதான். சிறிது நேரத்துக்குப் பின் நாங்கள் ஆம்புலன்ஸில் சின்ன மருத்துவமனைக்குத் திரும்பினோம். சிரமப் பட்டு என்னை மேல்தளத்துக்குத் தூக்கிப் போனார்கள்; மீண்டும் படுக்கையில் இருந்தேன். பிற்பகலில் எக்ஸ்ரே படங்கள் வந்தன. இறைவன் சாட்சியாக பிற்பகலில் அப்படங்கள் கைக்குக் கிடைக்கு மாறு செய்வேன் என்று டாக்டர் சொல்லியிருந்தார்; அப்படியே செய்து முடித்தார். கேதரின் பாக்லி அவற்றை என்னிடம் காட்டினாள். சிவப்பு உறைகளில் இருந்த அவற்றை வெளியே எடுத்து வெளிச்சத்தில் உயர்த்திப் பிடித்தாள்; நாங்கள் இருவரும் பார்த்தோம்.

"அது உன்னுடைய வலது கால்," என்று சொன்ன அவள், அந்தப் படத்தை மீண்டும் உறையினுள் வைத்தாள். "இது உன் இடது கால்."

"அவற்றைத் தள்ளி வை," என்றேன். "படுக்கைக்கு வா." என்றேன்.

"என்னால் வர முடியாது," என்று சொன்னாள். "உன்னிடம் காட்டுவதற்காக ஒரு நொடி நேரம் அவற்றை இங்கே கொண்டு வந்தேன்."

அவள் வெளியே போனாள்; நான் அப்படியே படுத்திருந்தேன். அன்று பிற்பகல் வெக்கையாக இருந்தது. நான் படுத்தபடியே இருந்தேன், அது எனக்கு மனச்சோர்வை ஏற்படுத்தியது. நான் சுமைதூக்கியை அனுப்பி அவனால் எத்தனை நாளிதழ்கள் வாங்க முடியுமோ அத்தனையும் வாங்கி வரச் சொன்னேன்.

அவன் திரும்பி வருவதற்குள், மூன்று டாக்டர்கள் என் அறைக்குள் வந்தார்கள். மருத்துவம் செய்வதில் தோல்வி அடைந்த

டாக்டர்கள், நோயாளியைச் சோதிக்குபோது அது பற்றி ஆலோசனை கேட்பதற்கும் உரையாடுவதற்கும் மற்றொரு டாக்டரைத் துணையாகச் சேர்க்கும் மனப்பாங்கு உடையவர்களாக இருப்பதைக் கவனித்திருக்கிறேன். ஒரு குடல்வாலைச் சரியாக நீக்க முடியாத ஒரு டாக்டர், தொண்டை சதை வளர்ச்சியை வெற்றிகரமாக நீக்க இயலாத ஒரு டாக்டரைப் பரிந்துரைப்பார். இங்கே வந்த மூன்று பேரும் அப்படிப்பட்ட டாக்டர்கள்.

"இந்த இளைஞன்தான் அவர்," என்று மென்மையான கைகளுடைய மருத்துவமனை டாக்டர் சொன்னார்.

"எப்படி இருக்கிறாய்?" என்று தாடி வைத்த மிகவும் ஒல்லியான டாக்டர் கேட்டார். எக்ஸ்ரே படங்கள் இருந்த உறைகளைக் கொண்டு வந்த மூன்றாவது டாக்டர் ஒன்றும் சொல்லவில்லை.

"கட்டுகளை நீக்க முடியுமா?" தாடி வைத்த டாக்டர் கேட்டார்.

"நிச்சயமாக. நர்ஸ், தயவுசெய்து கட்டுகளை நீக்கு," என்று மருத்துவமனை டாக்டர் மிஸ் கேஜிடம் சொன்னார். மிஸ் கேஜ் கட்டுகளை நீக்கினாள். நான் குனிந்து என் கால்களைப் பார்த்தேன். போர்முனை மருத்துவமனையில் இருந்தபோது அவை புதிதாக அரைக்கப்பட்ட மாட்டு இறைச்சித் துண்டுகள்போல் இல்லாமல் சதைப்பற்று குறைந்து தோற்றம் அளித்தன. இப்போது அவை உலர்ந்து கடினப்பட்ட மேற்பரப்புடன் இருந்தன; என்னுடைய முழங்காலில் வீக்கம் இருந்தது; நிறம் மாறி இருந்தது. காலின் பின்பக்கச் சதை பள்ளமாக இருந்தது. ஆனால், சீழ் இல்லை.

"சுத்தமாக இருக்கிறது," என்று மருத்துவமனை டாக்டர் சொன்னார். "மிகவும் சுத்தமாக நல்ல நிலையில் இருக்கிறது."

"சரி," என்றார் தாடி வைத்த டாக்டர். மூன்றாவது டாக்டர் மருத்துவமனை டாக்டரின் தோளுக்கு மேலாகப் பார்த்தார்.

"தயவுசெய்து காலை நகர்த்து," என்றார் தாடியுடனிருந்த டாக்டர்.

"என்னால் முடியாது."

"எலும்பு மூட்டைச் சோதிக்கலாமா?" தாடியுடனிருந்த டாக்டர் கேட்டார். அவருடைய சட்டையில் இருந்த மூன்று நட்சத்திரக் குறிகளுக்குப் பக்கத்தில் ஒரு பட்டைக் குறி இருந்தது. அவர் முதல் கேப்டன் பதவி வகிப்பவர் என்பது அதன் பொருள்.

தடாகம் / 153

"நிச்சயமாக," என்றார் மருத்துவமனை டாக்டர். அவர்களில் இரண்டு பேர் அதிக முன்னெச்சரிக்கையுடன் என் வலது காலைப் பிடித்து மடக்கினார்கள்.

"வலிக்கிறது," என்றேன்.

"ஆமாம். ஆமாம். இன்னும் கொஞ்சம் மடக்குங்கள் டாக்டர்."

"அது போதும். அவ்வளவுதான் மடக்க முடியும்," என்று சொன்னேன்.

"ஓரளவு மடங்குகிறது," என்று முதல் கேப்டன் சொன்னார். அவர் நிமிர்ந்து நின்றார். "தயவுசெய்து அந்த எக்ஸ்ரே படங்களை மீண்டும் என்னிடம் காட்டுவீர்களா?" மூன்றாவது டாக்டர் அவற்றில் ஒன்றைக் கொடுத்தார். "இது இல்லை. தயவுசெய்து இடது கால் படத்தைக் கொடுங்கள்."

"அது இடது கால் படம்தான், டாக்டர்."

"நீங்கள் சொல்வது சரிதான். நான் வேறொரு கோணத்தில் பார்த்துக்கொண்டிருந்தேன்." அவர் படத்தைத் திருப்பிக் கொடுத்தார். அவர் மற்றொரு படத்தையும் சிறிது நேரம் பரிசோதித்தார். "நீங்கள் இதைப் பார்த்தீர்களா?" வெளிச்சத்துக்கு எதிராக உருளை வடிவில் தெளிவாகத் தெரிந்த வெளிப்பொருட்களில் ஒன்றைச் சுட்டிக்காட்டினார். அவர்கள் சிறிது நேரம் அந்தப் படத்தைப் பரிசோதித்தார்கள்.

"ஒன்றே ஒன்றுதான் என்னால் சொல்ல முடியும்," என்று தாடி வைத்த முதல் கேப்டன் சொன்னார். "அது குணமடைய எவ்வளவு காலமாகும் என்பதுதான். மூன்று மாதங்கள், அல்லது ஒருவேளை ஆறு மாதங்கள்கூட ஆகலாம்."

"நிச்சயமாக எலும்பு மூட்டுகளின் தசைநாண்களில் திரவம் சுரந்து மீண்டும் செம்மை அடைய வேண்டும்."

"நிச்சயமாக. அதற்கு எவ்வளவு நாட்களாகும் என்பதுதான் கேள்வி. உள்ளே இருக்கும் வெடிகுண்டுத் துண்டுளைச் சுற்றி உறைகள் ஏற்படுவதற்கு முன்னால் முழங்காலில் அறுவைச் சிகிச்சை மேற்கொள்ள என்னுடைய மனச்சாட்சி அனுமதிக்காது."

"டாக்டர், நீங்கள் சொல்வதை நான் ஆமோதிக்கிறேன்."

"எதற்காக ஆறு மாதங்கள் வேண்டும்?" என்று கேட்டேன்.

"உள்ளே இருக்கும் வெடிகுண்டுத் துகள்களைச் சுற்றி உறை ஏற்பட்ட பின்புதான் பாதுகாப்பான முறையில் அறுவைச் சிகிச்சை செய்ய முடியும். அதற்கு ஆறு மாதங்கள் ஆகும்."

"நான் அதை நம்பவில்லை," என்றேன்.

"இளைஞனே, உன்னுடைய முழங்காலை உன்னுடனேயே தக்கவைத்துக்கொள்ள விரும்புகிறாயா?"

"இல்லை," என்றேன்.

"என்ன?"

"அதை வெட்டிப் போட விரும்புகிறேன்," என்று சொன்னேன். "அப்படிச் செய்தால் அதன்மீது நான் ஒரு கொக்கியை அணியலாம்."

"நீ என்ன சொல்கிறாய்? கொக்கியா?"

"அவர் நகைச்சுவையாகப் பேசுகிறார்," என்று மருத்துவமனை டாக்டர் சொன்னார். அவர் மிகவும் மென்மையாக என்னுடைய தோளைத் தட்டிக் கொடுத்தார். "அவர் முழங்காலைத் தக்க வைக்க விரும்புகிறார். அவர் துணிச்சல் மிக்க இளைஞர். அவருடைய வீரதீரச் செயலுக்காக அவருக்கு வெள்ளிப் பதக்கம் முன்மொழியப் பட்டுள்ளது."

"என்னுடைய நிறைவான வாழ்த்துகள்," என்று முதல் கேப்டன் சொன்னார். அவர் என் கையைக் குலுக்கினார். "முழங்கால் இப்போதுள்ள நிலையில், குறைந்தது ஆறு மாதங்கள் காத்திருந்து அதில் அறுவைச் சிகிச்சை செய்வது பாதுகாப்பனது என்று மட்டுமே என்னால் சொல்ல முடியும். இருந்தாலும், நீங்கள் தாராளமாக மற்றொருவரிடம் இது பற்றி மாற்றுக் கருத்து கேட்கலாம்."

"மிக்க நன்றி," என்றேன். "உங்கள் கருத்துகளை நான் மதிக்கிறேன்."

முதல் கேப்டன் அவருடைய கைக்கடிகாரத்தைப் பார்த்தார்.

"நாம் இப்போது போக வேண்டும்," என்றார் அவர். "என் நல்வாழ்த்துகள்."

"உங்களுக்கு என் நன்றியையும் நல்வாழ்த்துகளையும் தெரிவித்துக் கொள்கிறேன்," என்று சொன்னேன். மூன்றாவது டாக்டருடன் கைகுலுக்கினேன். "கேப்டன் அவர்களுக்கு— லெஃப்டினன்ட் ஹென்றி" என்றேன்; மூவரும் அறையிலிருந்து வெளியே போனார்கள்.

"மிஸ் கேஜ்," என்று கூப்பிட்டேன். அவள் உள்ளே வந்தாள். "தயவுசெய்து மருத்துவமனை டாக்டரை ஒரு நிமிடம் திரும்பி வரச் சொல்."

அவர் தொப்பியைப் பிடித்தபடி உள்ளே வந்து படுக்கையின் பக்கத்தில் நின்றார். "என்னைப் பார்க்க விரும்பினீர்களா?"

"ஆமாம். அறுவைச் சிகிச்சை செய்துகொள்ள என்னால் ஆறு மாதங்கள் காத்திருக்க முடியாது. இறைவா! நீங்கள் எப்போதாவது ஆறு மாதங்கள் படுக்கையில் இருந்திருக்கிறீர்களா, டாக்டர்?"

"நீங்கள் எல்லா நேரங்களிலும் படுக்கையில் இருக்க மாட்டீர்கள். முதலில் காயங்களில் வெயில் படுமாறு இருக்க வேண்டும். அதன் பின்னால் ஊன்றுகோல் பயன்படுத்தலாம்."

"ஆறு மாதங்கள் அப்படி, அப்புறம் அறுவைச் சிகிச்சை செய்து கொள்வதா?"

"அது பாதுகாப்பானது. உள்ளே இருக்கும் வெளிப்பொருட்களைச் சுற்றி உறை உண்டானபின் எலும்பு மூட்டின் இடையில் உள்ள தசை நாண்கள் மற்றும் சவ்வுகள் சுரந்த நீர் மறு உருவாக்கம் பெற வேண்டும்."

"அவ்வளவு நாட்கள் நான் காத்திருப்பது அவசியமானதுதான் என்று நீங்கள் உண்மையிலேயே நினைக்கிறீர்களா?"

"அது பாதுகாப்பான முறை."

"அந்த முதல் கேப்டன் யார்?"

"அவர் மிலனில் மிகச் சிறந்த அறுவைச் சிகிச்சை டாக்டர்."

"அவர் ஒரு முதல் கேப்டன், இல்லையா?"

"ஆமாம், ஆனால், அவர் ஒரு சிறந்த அறுவைச் சிகிச்சை டாக்டர்."

"ஒரு முதல் கேப்டன் முட்டாள்தனமாக எதையாவது செய்ய அவரிடம் என் காலைக் கொடுக்க விரும்பவில்லை. அவர் நல்ல மருத்துவராக இருந்திருந்தால் அவருக்கு மேஜர் பதவி கொடுத்திருப்பார்கள். டாக்டர், முதல் கேப்டன் என்றால் என்ன என்பது எனக்குத் தெரியும்."

"அவர் சிறந்த அறுவைச் சிகிச்சை டாக்டர். எனக்குத் தெரிந்த வேறு எந்த டாக்டரின் கருத்தைவிட அவர் கருத்தைத்தான் நான் பின்பற்றுவேன்."

"வேறு ஒரு டாக்டர் அதைப் பார்க்கலாமா?"

"நீங்கள் விரும்பினால் நிச்சயமாக அப்படிச் செய்யலாம். நானே டாக்டர் வரெல்லாவின் கருத்தைக் கேட்கிறேன்."

"வேறு ஒரு மருத்துவர் வந்து இதைப் பார்க்க உங்களால் ஏற்பாடு செய்ய முடியுமா?"

"நான் டாக்டர் வலென்டினியை வரச் சொல்கிறேன்."

"அவர் யார்?"

"மிலனின் உஸ்படோலெ மேஜோரா மருத்துவமனையின் அறுவைச் சிகிச்சை டாக்டர்."

"நல்லது. அதை நான் மிகவும் பாராட்டுகிறேன். டாக்டர், நன்றாகப் புரிந்துகொள்ளுங்கள். என்னால் ஆறு மாதங்கள் படுக்கையில் இருக்க முடியாது."

"நீங்கள் படுக்கையில் இருக்க மாட்டீர்கள். முதலில் நீங்கள் சூரிய வெப்பத்தில் சிகிச்சை எடுக்க வேண்டும். அதன் பின், எளிதான உடற்பயிற்சி. பின்னர், சுரப்பிகளின் நீரால் உள்ளே யிருக்கும் வெளிப்பொருட்கள் மூடப்பட்டபின் நாங்கள் அறுவைச் சிகிச்சை செய்வோம்."

"ஆனால், ஆறு மாதங்கள் என்னால் காத்திருக்க முடியாது."

அவர் பிடித்திருந்த தொப்பியின் மீது அவருடைய மென்மை யான விரல்களைப் பரப்பினார்; புன்னகைத்தார். "மீண்டும் போர் முனைக்குப் போவதற்காகவா இவ்வளவு அவசரப்படுகிறீர்கள்?"

"ஏன், கூடாதா?"

"அது அற்புதமானது. நீங்கள் உன்னதமான இளைஞர்." அவர் குனிந்து என் முன்நெற்றியில் மிகவும் மென்மையாக முத்தமிட்டார். "நான் டாக்டர் வலென்டினியை அழைத்துவரச் செய்கிறேன். நீங்கள் கவலைப்பட வேண்டாம்; உணர்ச்சிவசப்பட வேண்டாம். நல்ல பையனாய் இருங்கள்."

"கொஞ்சம் மது குடிக்கிறீர்களா?" என்று கேட்டேன்.

"வேண்டாம். நன்றி. நான் ஒருபோதும் மது குடிப்பதில்லை."

"ஒரு தம்ளர் மட்டும் சும்மா குடிக்கலாம்." நான் சுமை தூக்கியைத் தம்ளர் எடுத்து வரச் செய்வதற்காக அழைப்பு மணியை அடித்தேன்."

"வேண்டாம். வேண்டாம். நன்றி. அங்கே எனக்காகப் பலர் காத்திருக்கிறார்கள்."

"குட்-பை," என்றேன்.

குட்-பை."

இரண்டு மணி நேரத்துக்குப் பின்னால் மருத்துவர் வலென்டினி என் அறைக்குள் வந்தார். அவர் மிகுந்த அவசரத்தில் இருந்தார். அவருடைய மீசையின் முனைகள் மேல்நோக்கி நேராக நின்றன. அவர் மேஜர் பதவியில் இருந்தார். வெயிலின் தாக்கத்தால் அவருடைய முகம் பழுப்பு நிறத்தில் இருந்தது; எல்லா நேரத்திலும் சிரித்தார்.

"இவ்வளவு மோசமான காயம் ஏற்படும் அளவுக்கு நீங்கள் என்ன செய்தீர்கள்?" என்று கேட்டார். "நான் எக்ஸ்ரே படங்களைப் பார்க்கிறேன். ஆமாம். ஆமாம். அதேதான். நீங்கள் ஒரு வெள்ளாட்டைப் போல் நல்ல உடல்நலத்துடன் இருக்கிறீர்கள். அந்த அழகான பெண் யார்? அவள் உங்களுடைய தோழியா? அப்படித்தான் நினைத்தேன். இந்தச் சண்டை கொடூரமானது இல்லையா? அதை எப்படி உணர்கிறீர்கள்? நீங்கள் ஓர் அற்புதமான பையன். காயங்களே இல்லாமல் இருப்பவரைவிட மேம்பட்ட புதிய மனிதராக உங்களை நான் மாற்றுகிறேன். காயங்களில் வலி இருக்கிறதா? நிச்சயமாக அது வலிக்கும். உங்களுக்கு வலி ஏற்படுத்த இந்த டாக்டர்கள் எவ்வளவு மகிழ்ச்சியுடன் செயல்படுகிறார்கள். இதுவரை அவர்கள் உங்களுக்கு என்ன செய்திருக்கிறார்கள்? அந்தப் பெண்ணால் இத்தாலிய மொழியில் பேச முடியாதா? அவள் கற்றுக்கொள்ள வேண்டும். எவ்வளவு அழகான பெண் அவள். அவளுக்கு நான் கற்றுக்கொடுக்கிறேன். நானே ஒரு நோயாளியாக இங்கே வருகிறேன். வேண்டாம். உங்களுடைய பிரசவ வேலைகள் எல்லாவற்றையும் நான் இலவசமாகச் செய்கிறேன். நான் சொல்வதை அவள் புரிந்துகொள்கிறாளா? அவள் உங்களை ஒரு நல்ல மனிதனாக்குவாள். பொன்னிறமான

முடியுடைய அழகான பெண் அவள். எல்லாம் நல்லதுதான். என்ன அற்புதமான பெண். அவள் என்னுடன் இரவு உணவு சாப்பிட வருவாளா என்று கேளுங்கள். வேண்டாம். அவளை உங்கடமிருந்து பிரித்து கூட்டிச் செல்ல மாட்டேன். நன்றி. மிக்க நன்றி, மிஸ். அவ்வளவுதான்."

"எனக்குத் தெரிய வேண்டியது அவ்வளவுதான்." அவர் என்னைத் தோளில் தட்டிக்கொடுத்தார். "கட்டுகளை அப்படியே விட்டுவிடுங்கள்."

"கொஞ்சம் மது குடிக்கலாமா, டாக்டர் வலென்டினி?"

"கொஞ்சம் மதுவா? நிச்சயமாக. பத்து முறை குடிக்கிறேன். அவை எங்கே இருக்கின்றன?"

"அலமாரியில். மிஸ் பாக்லி பாட்டிலை எடுத்துத் தருவாள்."

"மகிழ்ச்சியான வாழ்த்துகள். உனக்கு மகிழ்ச்சியான வாழ்த்துகள், மிஸ். என்ன அழகான பெண். நான் உங்களுக்கு இதைவிட மேன்மையான பிரஞ்சு பிராந்தி கொண்டுவருகிறேன்." அவர் மீசையைத் துடைத்தார்.

"எப்போது அறுவைச் சிகிச்சை செய்யலாம் என்று நினைக்கிறீர்கள்?"

"நாளை காலையில். அதற்கு முன்னால் முடியாது. உங்களுடைய வயிற்றில் உள்ளவற்றை வெளியேற்ற வேண்டும். உங்களைச் துப்புரவு செய்ய வேண்டும். நான் தரைத்தளத்தில் இருக்கும் அந்த முதியவளைப் பார்த்து என்னென்ன செய்ய வேண்டும் என்று சொல்கிறேன். குட்-பை. உங்களை நாளை காலையில் பார்க்கிறேன். இதைவிட மேலான பிரஞ்சு பிராந்தி கொண்டு வருகிறேன். நீங்கள் இங்கே மிகவும் வசதியாக இருக்கிறீர்கள். குட்-பை. நாளைவரை. நன்றாகத் தூங்குங்கள். நாளை சீக்கிரமாக உங்களைப் பார்க்கிறேன்." அவர் வாசலில் நின்று கை அசைத்தார். அவருடைய மீசை நுனிகள் மேல்நோக்கி நேராக நின்றன; பழுப்பு நிறமான முகம் சிரித்த வண்ணம் இருந்தது. அவருடைய சட்டையின் கைப்பகுதியில் இருந்த கட்டத்தில் ஒரு நட்சத்திரக் குறி இருந்தது; அவர் மேஜர் பதவியில் இருந்ததால்.

அத்தியாயம் 16

ஒரு நாள் இரவு எங்கள் அறையிலிருந்து பால்கனிக்குச் செல்லும் வாசல் வழியாக அந்த நகரத்தின் வீட்டுக் கூரைகளின் மேலாக நாங்கள் இரவைப் பார்த்துகொண்டிருந்தோம்; திறந்திருந்த வாசல் வழியாக ஒரு வௌவால் அறையின் உள்ளே பறந்து வந்தது. அந்த நகரத்துக்கு மேலே தெரிந்த சிறிய வெளிச்சத்தைத் தவிர்த்து, எங்கள் அறையில் இருள் சூழ்ந்திருந்தது; அந்த வௌவால் பயப்படவில்லை. மாறாக, பரந்த வெளியில் இரை தேடுவது போல அறையின் உள்ளே அது பறந்து இரை தேடியது. நாங்கள் படுத்தபடியே அதை கவனித்தோம். நாங்கள் ஆடாமல் அசையாமல் அப்படியே படுத்திருந்ததால், அது எங்களைப் பார்த்திருக்கும் என்று நான் நினைக்கவில்லை. அது வெளியே போன பின்பு ஒரு தேடு விளக்கின் ஒளி தெரிந்தது; அது வானத்தில் நகர்வதைப் பார்த்தோம். அது நகர்ந்து மறைந்தது; அதன் பின் மீண்டும் இருள் கவிந்தது. இரவில் தென்றல் காற்று வீசியது. அடுத்த கட்டடத்தின் கூரையின் மேல் இருந்த விமான எதிர்ப்புத் துப்பாக்கி வீரர்கள் பேசிக்கொண்டிருந்ததைக் கேட்டோம். இரவு நேரம் குளிர்ச்சியாக இருந்தது; அவர்கள் தொப்பி அணிந் திருந்தார்கள். இரவு நேரத்தில் யாராவது மேல்தளத்துக்கு வரக் கூடும் என்று நினைத்துக் கவலைப்பட்டேன். ஆனால், அவர்கள் அனைவரும் நன்றாகத் தூங்குகிறார்கள் என்று கேதரின் சொன் னாள். இரவில் ஒருமுறை தூங்கச் சென்றோம். எனக்கு விழிப்பு வந்தபோது அவள் அங்கே இல்லை. ஆனால், அறையின் முகப்புத் தளத்தில் அவள் நடந்துவரும் சத்தத்தைக் கேட்டேன். அறையின் கதவு திறந்தது; அவள் மீண்டும் படுக்கைக்கு வந்தாள். அவள் கீழே சென்றிருந்ததாகவும், அவர்கள் அனைவரும் ஆழ்ந்த தூக்கத்தில் இருப்பதாகவும், கவலைப்பட வேண்டியதில்லை என்றும் சொன்னாள். மிஸ் வான் கேம்பென் தங்கியிருந்த அறைக்கு வெளிப்புறம் போனதாகவும், அவள் தூக்கத்தில் மூச்சு விடும்

சத்தத்தைக் கேட்டதாகவும் சொன்னாள். அவள் கொண்டு வந்திருந்த பிஸ்கோத்துகளைச் சப்பிட்டோம்; கொஞ்சம் ஒயின் குடித்தோம். அதிகப் பசியுடன் இருந்தோம். ஆனால், காலையில் என் வயிற்றுக்குள் இருக்கும் அனைத்தையும் முழுமையாக வெளியேற்றிச் சுத்தம் செய்ய வேண்டும் என்று அவள் சொன்னாள். காலை வெளிச்சம் வந்த நேரத்தில் நான் மீண்டும் தூங்கினேன். எனக்கு விழிப்பு வந்தபோது அவள் மறுபடியும் வெளியில் போயிருப்பதைக் கண்டேன். புது மலர்ச்சியுடன் மிக அழகான தோற்றத்தில் மீண்டும் அவள் உள்ளே வந்து கட்டிலில் அமர்ந்தாள். என் வாயில் தெர்மோமீட்டர் வைத்திருந்தபோது சூரியன் மேலெழுந்து வந்தது. கட்டடங்களின் கூரைகளில் விழுந்திருந்த காலைப் பனியின் நறுமணத்தை நுகர்ந் தோம்; அடுத்த கட்டடத்தின் கூரைமேல் இருந்த துப்பாக்கி வீரர்களின் காப்பி மணத்தையும் நுகர்ந்தோம்.

"நாம் ஒருமுறை நடைப்பயிற்சி செய்யலாம் என்று ஆசைப் படுகிறேன்," என்று கேதரின் சொன்னாள். "நம்மிடம் ஒரு சக்கர நாற்காலி இருந்தால் அதில் உன்னை உட்காரவைத்து அதை தள்ளிச் செல்வேன்."

"அந்த நாற்காலியில் நான் எப்படி ஏறி உட்கார முடியும்?"

"நாங்கள் உன்னை அதில் உட்கார வைப்போம்."

"நாம் வெளியே பூங்காவுக்குப் போய் திறந்த வெளியில் காலை உணவு சாப்பிடலாம்." திறந்திருந்த வாசல் வழியாக வெளியே பார்த்தேன்.

"நாங்கள் உண்மையில் என்ன செய்வோம் என்றால்," என்றாள் அவள். "உனது நண்பரான டாக்டர் வலென்டினியின் வருகைக்காக உன்னை ஆயத்தப்படுத்துவோம்,"

"அவர் மதிப்புக்குரிய மனிதர் என்று நினைத்தேன்."

"உனக்குப் பிடித்த அளவு எனக்கு அவரைப் பிடிக்கவில்லை. ஆனாலும், அவர் மிகவும் நல்லவர் என்று நம்புவோம்."

"கேதரின், தயவுசெய்து திரும்பவும் படுக்கைக்கு வா," என்றேன்.

"என்னால் முடியாது. நேற்று இரவை நாம் மிகவும் மகிழ்ச்சி யாகக் கழித்தோமே, இல்லையா?"

தடாகம் / 161

"இன்று நீ இரவுப் பணிக்கு வர முடியுமா?"

"அநேகமாக நான்தான் இருப்பேன். ஆனால், நீ என்னைத் தேட மாட்டாய்."

"உண்மையாக உன்னை நான் தேடுவேன்."

"இல்லை. நீ தேட மாட்டாய். இதுவரை நீ அறுவைச் சிகிச்சை செய்துகொண்டதில்லை. அறுவைச் சிகிச்சைக்குப் பிறகு எப்படி இருப்பாய் என்று உனக்குத் தெரியாது."

"நான் நன்றாகவே இருப்பேன்."

"நீ நோயுற்றிருப்பாய். நான் உனக்கு எந்த வகையிலும் தேவைப்பட மாட்டேன்."

"அப்படியானால், மறுபடியும் இப்போதே இங்கே வா."

"முடியாது. நான் இப்போது அட்டவணை தயாரிக்க வேண்டும், பிரியமானவனே, உன்னை நான் ஆயத்தப்படுத்த வேண்டும்."

"என்னை நீ உண்மையாக விரும்பவில்லை; விரும்பியிருந்தால் நீ மறுபடியும் இங்கே வந்திருப்பாய்."

"நீ மிகவும் வேடிக்கையான சிறுவனாக இருக்கிறாய்." அவள் என்னை முத்தமிட்டாள். "நான் அட்டவணை தயாரிக்க இது போதுமானது. உன்னுடைய உடலின் வெப்பநிலை எப்போதும் இயல்பாகவே இருக்கிறது. உன்னுடைய உடல் சூடு அற்புதமான நிலையில் இருக்கிறது."

"நீ அனைத்து அற்புதங்களும் நிறைந்தவளாய் இருக்கிறாய்."

"ஓ, இல்லை. நீ அற்புதமான வெப்பநிலையுடன் இருக்கிறாய். உனது உடலின் வெப்பநிலை என்னை மிகவும் பெருமையடையச் செய்கிறது."

"அநேகமாக நமது குழந்தைகளும் அற்புதமான வெப்பநிலை உடையவர்களாக இருப்பார்கள்."

"ஒருவேளை நமது குழந்தைகள் விரும்பத்தகாத வெப்பநிலையுடன் இருந்தாலும் இருக்கலாம்..."

"டாக்டர் வலென்டினியின் வருகைக்காக என்னை ஆயத்தப் படுத்த நீ என்ன செய்ய வேண்டியிருக்கிறது?"

"அதிகமில்லை. ஆனால், அது மனதுக்கு ரொம்பவுமே ஒவ்வாதது."

"நீ அந்த வேலையைச் செய்ய வேண்டியதில்லை என்றால் நன்றாயிருக்கும்."

"மாட்டேன். வேறு எவரும் உன்னைத் தொடுவதை நான் விரும்பவில்லை. இது என்னுடைய சிறு பிள்ளைத்தனம்தான். வேறு யாராவது உன்னைத் தொட்டால் நான் வெகுண்டெழுந்து விடுவேன்."

"ஃபெர்குசன் கூடவா?"

"குறிப்பாக ஃபெர்குசன், கேஜ், இன்னொருத்தி, அவளுடைய பெயர் என்ன?"

"வாக்கர்?"

"அவளேதான். இங்கே இப்போது மிகவும் அதிகமான நர்ஸ்களை வைத்திருக்கிறார்கள். இன்னும் கொஞ்சம் கூடுதலாக நோயாளிகள் வர வேண்டும். இல்லையானால் இங்கிருந்து எங்களை அனுப்பிவிடுவார்கள். இங்கே இப்போது நான்கு நர்ஸ்கள் இருக்கிறார்கள்."

"அநேகமாக இன்னும் கூடுதலாக நோயாளிகள் வருவார்கள். அத்தனை நர்ஸ்கள் இங்கே தேவைதான். இது ஒரு பெரிய மருத்துவமனை!"

"இன்னும் அதிக நோயாளிகள் வருவார்கள் என்று நம்புகிறேன். அவர்கள் என்னை இங்கிருந்து அனுப்பிவிட்டால் என்ன செய்வேன்? இன்னும் கூடுதலாக நோயாளிகள் வரவில்லையானால் என்னை இங்கிருந்து அனுப்பிவிடுவார்கள்."

"நானும் இங்கிருந்து போய்விடுவேன்."

"சிறு பிள்ளைத்தனமாய்ப் பேசாதே. இந்த நிலையில் நீ இங்கிருந்து போக முடியாது. ஆனால், சீக்கிரமாகக் குணமடைந்து விடு, அன்பானவனே, நாம் வேறு எங்காவது போகலாம்."

"அதற்கு அப்புறம் என்ன?"

"ஒருவேளை சண்டை முடிந்துவிடலாம். அது எப்போதும் தொடர்ந்து நடக்க முடியாது."

"நான் குணமடைந்துவிடுவேன். வலென்டினி என்னைச் சீக்கிரம் சரியாக்கிவிடுவார்."

"அந்த மீசைக்காரர் உன்னைச் சீக்கிரமாகக் குணப்படுத்துவார். மேலும், பிரியமானவனே, உனக்கு மயக்க மருந்து கொடுக்கும் போது நம்மைப் பற்றி நினைக்காமல் வேறு ஏதாவது ஒன்றைப் பற்றி நினை. ஏனென்றால், மயக்க மருந்தின் தாக்கத்தால் சிலர் உளறிக் கொட்டுவார்கள்."

"நான் எதைப் பற்றி நினைக்க வேண்டும்?"

"ஏதாவது ஒன்று. நம்மைத் தவிர வேறு ஏதாவது. உன்னைச் சார்ந்தவர்களை நினை. அல்லது, என்னைத் தவிர வேறு ஒரு பெண்ணைப் பற்றி வேண்டுமானாலும் நினைத்துக்கொள்."

"முடியாது. வேறு ஒரு பெண்ணை நினைக்க மாட்டேன்."

"அப்படியானால், இறைவனை வேண்டிக்கொள். அது உன்னைப் பற்றி ஒரு மகத்தான கருத்தை உருவாக்கும்."

"அநேகமாக நான் பேச மாட்டேன்."

"அது உண்மைதான். பெரும்பாலும் யாரும் பேசுவதில்லை."

"நான் பேச மாட்டேன்."

"அன்புக்குரியவனே, தற்பெருமை பேசாதே. தயவுசெய்து தற்பெருமை பேசாதே. நீ மிகவும் இனிமையானவன். தற்பெருமை பேசவேண்டிய அவசியமே இல்லை."

"நான் ஒரு வார்த்தைகூடப் பேச மாட்டேன்."

"இப்போது தற்பெருமை பேசுகிறாய், அன்புக்குரியவனே. நீ தற்பெருமை பேசத் தேவையே இல்லை என்பது உனக்குத் தெரியும். அவர்கள் உன்னை நீண்ட மூச்சு இழுக்கச் சொல்லும்போது நீ உன் வேண்டுதல்களை அல்லது கவிதைகளை அல்லது வேறு எதையாவது சொல்லத் தொடங்கு. அப்படிச் செய்யும்போது நீ மிகச் சிறந்தவனாக இருப்பாய்; நான் உன்னை நினைத்துப் பெருமைப்படுவேன். நீ எப்படி இருந்தாலும் உன்னை நினைத்துப் பெருமைபட்டுக்கொண்டுதான் இருக்கிறேன். அற்புதமான உடல் வெப்பநிலையுடன் இருக்கிறாய். நீ என்னை நினைத்துக்கொண்டு உனது தலையணையை உன் கைகளால் சுற்றி அணைத்தபடி ஒரு சிறு பையனைப் போல் தூங்குகிறாய். உன் நினைப்பில் இருப்பது நான் இல்லையானால், அது வேறு ஒரு பெண்ணா? ஏதாவது ஒரு அழகான இத்தாலியப் பெண்ணா?"

"அது நீதான்."

"நிச்சயமாக அது நான்தான். ஓ, உன்னை உண்மையாகக் காதலிக்கிறேன். வலென்டினி உனது காலை அற்புதமாகச் சீராக்கி விடுவார். அவர் உன்னுடைய காலைச் சீராக்குவதற்கான சிகிச்சை செய்யும்போது நான் அதைப் பார்க்கவேண்டியதில்லை என்பதில் மகிழ்ச்சி அடைகிறேன்."

"நீ இன்று இரவுப் பணியில் இருப்பாயா?"

"ஆமாம். அதை உன்னால் உணர முடியாது."

"அதை நீ காத்திருந்து பார்."

"அன்புக்குரியவனே, இங்கே பார். நீ இப்போது உள்ளும் புறமும் தூய்மையாக இருக்கிறாய். என்னிடம் சொல். நீ எத்தனை பெண்களை இதுவரை காதலித்திருக்கிறாய்?"

"ஒருவரும் இல்லை."

"என்னைக் கூடவா?"

"உன்னைக் காதலிக்கிறேன்."

"உண்மையில் வேறு எத்தனை பேர்?"

"ஒருவரும் இல்லை."

"நீ எத்தனை பேருடன்—அதை எப்படிச் சொல்ல வேண்டும்?—தங்கியிருக்கிறாய்?"

"ஒருவரும் இல்லை."

"நீ என்னிடம் பொய் சொல்கிறாய்."

"உண்மையாக."

"அது போகட்டும். என்னிடம் இப்படிப்பட்ட பொய்யைச் சொல்லிக்கொண்டேயிரு. இந்த விஷயத்தில் நீ பொய் சொல்ல வேண்டும் என்றுதான் விரும்புகிறேன். அவர்கள் அழகாக இருந்தார்களா?"

"நான் ஒருபோதும் யாருடனும் தங்கியதே இல்லை."

"அது சரிதான். அவர்கள் கவர்ச்சியாக இருந்தார்களா?"

"அதைப் பற்றி எனக்கு எதுவும் தெரியாது."

"நீ எனக்கு மட்டுமே சொந்தமானவன். அதுவே உண்மை; ஒருபோதும் நீ வேறு யாருக்கும் சொந்தமானவனாக இருந்தது இல்லை; அப்படி இருந்திருந்தாலும் அதைப் பற்றி எனக்கு கவலையில்லை நான் அவர்களை நினைத்துப் பயப்படவும் இல்லை. ஆனால், அவர்களைப் பற்றி நீ என்னிடம் சொல்லாதே. ஒரு மனிதன் ஒரு பெண்ணுடன் தங்கும்போது, எவ்வளவு பணம் வேண்டும் என்று அவள் எப்போது சொல்வாள்?"

"எனக்குத் தெரியாது."

"உனக்குத் தெரியாது, உண்மைதான். அவனைக் காதலிப்பதாக அவள் சொல்வாளா? என்னிடம் சொல். அதை நான் தெரிந்து கொள்ள விரும்புகிறேன்."

"ஆமாம். அவள் அப்படிச் சொல்ல வேண்டும் என்று அவன் விரும்பினால் அவள் அப்படிச் சொல்வாள்."

"அவன் அவளைக் காதலிப்பதாகச் சொல்வானா? தயவுசெய்து எனக்குச் சொல். இது எனக்கு முக்கியமானது."

"அவன் விரும்பினால் அப்படிச் சொல்வான்."

"ஆனால், நீ ஒருபோதும் அப்படிச் சொன்னதில்லைதானே? உண்மையாக?"

"சொன்னதில்லை."

"உண்மையிலேயே. என்னிடம் உண்மையைச் சொல்."

"இல்லை," என்று பொய் சொன்னேன்.

"நீ சொல்ல மாட்டாய்," என்று சொன்னாள். "நீ சொல்ல மாட்டாய் என்று எனக்குத் தெரியும். ஓ, என் அன்புக்குரியவனே, நான் உன்னைக் காதலிக்கிறேன்."

வெளியே சூரியன் கூரைகளின் உச்சிக்கு வந்திருந்தது; தேவாலயத்தில் சூரிய ஒளி படர்ந்த கோபுரத்தின் முனைகளைப் பார்த்தேன். நான் உள்ளும் புறமும் தூய்மையாக டாக்டரின் வருகைக்காகக் காத்திருந்தேன்.

"அது அப்படித்தானே?" என்றாள் கேதரின். "அவள் என்ன சொல்ல வேண்டும் என்று அவன் விரும்புகிறானோ அதை அவள் சொல்வாள்?"

"எப்போதும் அப்படியில்லை."

"ஆனால், நான் எப்போதும் அப்படிச் செய்வேன். நான் என்ன சொல்ல வேண்டும் என்று ஆசைப்படுகிறாயோ அதை அப்படியே சொல்வேன். நான் என்ன செய்ய வேண்டும் என்று விரும்புகிறாயோ அதை நான் செய்வேன்; அதன் பின் நீ ஒருபோதும் மற்ற எந்த ஒரு பெண்ணையும் விரும்ப மாட்டாய், விரும்புவாயா?" அவள் என்னை மகிழ்ச்சியுடன் பார்த்தாள். "நீ விரும்புவதைச் செய்வேன்; நீ விரும்புவதைச் சொல்வேன்; அதன் பின் அதுவே நான் அடைந்த மிகப் பெரிய வெற்றி என நினைப்பேன்; வெற்றிக் களிப்பில் மிதப்பேன், மிதக்க மாட்டேனா?"

"மிதப்பாய்."

"நீ எல்லா வகையிலும் ஆயத்தமாக இருக்கும் இச்சமயத்தில் நான் என்ன செய்ய வேண்டும் என்று விரும்புகிறாய்?"

"நீ மீண்டும் படுக்கைக்கு வா."

"சரி. நான் வருகிறேன்."

"ஓ, டார்லிங், டார்லிங், டார்லிங்," என்றேன்.

"நன்றாகப் புரிந்துகொள். நீ என்ன விரும்பினாலும் நான் அதைச் செய்வேன்."

"நீ அற்புதமானவளாக இருக்கிறாய்."

"அதில் நான் இன்னும் முழுமை அடையவில்லை என்று அஞ்சுகிறேன்."

"நீ அற்புதமானவள்."

"உன்னுடைய விருப்பமே என்னுடைய விருப்பம். இதற்கு மேலும் நான் எனக்கு என்று எதுவும் இல்லை. உன்னுடைய விருப்பம் மட்டுமே."

"நீ இனிமையானவள்."

"நான் நல்லவள். நான் நல்லவள்தானே? இல்லையா? என்னைத் தவிர வேறு பெண்களைத் தேட மாட்டாய், தேடுவாயா?"

"மாட்டேன்."

"புரிந்துகொண்டாயா? நான் நல்லவள் என்று. நீ ஆசைப் படுவதை அப்படியே செய்வேன்."

அத்தியாயம் 17

அறுவைச் சிகிச்சை முடிந்து நான் விழித்தபோது நான் வேறு எங்கேயும் போயிருக்கவில்லை. நீ எங்கேயும் போக மாட்டாய். அவர்கள் உன்னை மூச்சுத்திணறச் செய்கிறார்கள். மரணம் அடைவதுபோல் இல்லை அது. நீ உணராதவாறு வேதியியல் முறையில் உன்னை மூச்சுத்திணறச் செய்வதுதான் இது. மது போதையில் இருப்பது போன்றது; ஒரு வேறுபாடு, நீ வாந்தி எடுத்தால் பித்தநீரைத் தவிர வேறு எதுவும் வெளியே வராது. அதன் பிறகு உன்னால் ஒரு நல்ல நிலையில் இருப்பதாக உணர முடியாது. என் படுக்கையின் முடிவில் மணற் பைகள் இருப்பதைப் பார்த்தேன். அவை என் காலில் போடப்பட்டிருந்த மாவுக்கட்டுகளிலிருந்து வெளியே வந்த குழாய்களின் மேல் இருந்தன. கொஞ்ச நேரத்துக்குப் பிறகு மிஸ் கேஜைப் பார்த்தேன். அவள், "கால் வலி எப்படி இருக்கிறது?" என்று கேட்டாள்.

"பரவாயில்லை," என்றேன்.

"உன் முழங்காலில் அவர் அற்புதமாக அறுவைச் சிகிச்சை செய்திருக்கிறார்."

"அதற்கு எவ்வளவு நேரம் ஆயிற்று?"

"இரண்டரை மணி நேரம்."

"நான் முட்டாள்தனமாக ஏதாவது சொன்னேனா?"

"ஒன்றும் சொல்லவில்லை. இப்போது பேசாதே. அமைதியாக இரு."

நான் களைப்படைந்திருந்தேன்; கேதரின் சொன்னது சரிதான். என்னைப் பொறுத்தவரை இரவு நேரப் பணியில் யார் இருந்தார் என்பது பொருட்டில்லை.

அந்த மருத்துவமனையில் இப்போது மேலும் மூன்று நோயாளிகள் இருந்தார்கள்: ஜார்ஜியா நாட்டின் செஞ்சிலுவைச்

சங்கத்திலிருந்து மலேரியா காய்ச்சலால் பாதிக்கப்பட்ட ஒல்லி யான பையன் ஒருவன், மலேரியா காய்ச்சலாலும் மஞ்சள் காமாலை தொற்றாலும் பாதிக்கப்பட்ட நியூயார்க் நகரைச் சேர்ந்த ஓர் அருமையான பையன், அவனும் ஒல்லியானவன்தான், மேலும் நினைவுப் பொருளாகப் பயன்படுத்துவதற்காக வெடிமருந்தின் வெற்றுக் கூடும், குண்டிலிருந்து வெளியேறும் உலோகத் துண்டும் இணைக்கப்பட்ட மின்சார உருகியின் மூடியைத் திறக்க முயன்ற பையன் ஒருவன். மலைப் பகுதிகளில் ஆஸ்திரியர்கள் பயன்படுத்திய உலோகத் துண்டுகள் அடங்கிய குண்டு வெடித்த பிறகு அதன் முகப்பு உறை இந்தப் பையன் தொட்டவுடன் வெடித்துச் சிதறியிருக்கிறது.

காலவரை இல்லாமல் தொடர்ச்சியாக இரவுப் பணியில் இருந்ததால் கேதரின் பாக்லியை மற்ற நர்ஸ்களுக்குப் பிடித்திருந்தது. மலேரியா காய்ச்சலால் பாதிக்கப்பட்டிருந்த நோயாளிகளுடன் அவளுக்கு மிகவும் குறைவான வேலையே இருந்தது. வெடித்த குண்டின் உறையைத் திறந்த பையன் எங்களுடைய நண்பன்; அவன் இரவில் தேவைப்பட்டால் மட்டுமே எப்போதாவது அழைப்பு மணியை அழுத்துவான். வேலையில் அவளுக்கு இடைவேளை கிடைக்கும்போதெல்லாம் நாங்கள் சேர்ந்தே இருந்தோம். நான் அவளை மிகவும் நேசித்தேன், அவளும் என்னை நேசித்தாள். நான் பகல் நேரத்தில் தூங்கினேன். பகல் வேளைகளில் நாங்கள் விழித்திருந்த நேரத்தில் குறிப்புகள் எழுதி அவற்றை ஃபெர்குசன் மூலமாக அனுப்பினோம். ஃபெர்குசன் ஓர் அருமையான பெண். அவளுடைய ஒரு சகோதரன் ஐம்பத்து இரண்டாவது பிரிவில் பணி புரிந்தான் என்பதும் மற்றொரு சகோதரன் மெசோபொட்டேமியாவில் இருந்தான் என்பதும் தவிர ஃபெர்குசனைப் பற்றி வேறு எதுவும் எனக்குத் தெரியாது. அவள் கேதரினிடம் அன்புடன் நடந்துகொண்டாள்.

"ஃபெர்கி, எங்கள் திருமணத்துக்கு வருவாயா?" என்று ஒருமுறை அவளைக் கேட்டேன்.

"நீங்கள் ஒருபோதும் திருமணம் செய்துகொள்ள மாட்டீர்கள்."

"நிச்சயமாக நாங்கள் திருமணம் செய்துகொள்வோம்."

"இல்லை. நீங்கள் திருமணம் செய்துகொள்ள மாட்டீர்கள்."

"ஏன் திருமணம் செய்துகொள்ள மாட்டோம்?"

"நீங்கள் திருமணத்துக்கு முன்பே சண்டை போடுவீர்கள்."

"நாங்கள் ஒருபோதும் சண்டை போட மாட்டோம்."

"இன்னமும் அதற்கான காலம் இருக்கிறது."

"நாங்கள் சண்டை போட மாட்டோம்."

"அப்படியானால் நீங்கள் செத்துப்போவீர்கள். சண்டையிடு வீர்கள் அல்லது செத்துப்போவீர்கள். அதைத்தான் எல்லா மக்களும் செய்கிறார்கள். அவர்கள் திருமணம் செய்வதில்லை."

நான் அவள் கையைப் பிடித்தேன். "என்னைப் பிடிக்காதே," என்றாள். "நான் அழவில்லை. ஒருவேளை நீங்கள் இருவரும் மகிழ்ச்சியாகவே இருப்பீர்கள். ஆனால், எச்சரிக்கையாக இரு; அவளைக் கர்ப்பம் ஆக்காதே. அவளை நீ கர்ப்பம் ஆக்கினால் உன்னைக் கொன்றுவிடுவேன்."

"அவளைக் கர்ப்பமாக்க மாட்டேன்."

"அப்படியானால் எச்சரிக்கையாக இரு. ஒருவேளை நீங்கள் மகிழ்ச்சியாகவே வாழ்வீர்கள். உங்களுக்கு சிறப்பான வருங்காலம் அமையும்."

"நாங்கள் சிறப்பாக வாழ்கிறோம்."

"அப்படியானால் சண்டை போடாதீர்கள்; அவள் கர்ப்பம் அடையாமல் பார்த்துக்கொள்."

"நான் அப்படிச் செய்ய மாட்டேன்."

"மிகவும் எச்சரிக்கையாகவும் கவனமாகவும் இரு. அவள் இந்த மாதிரி போர்க்கால குழந்தைகள் பெறுவதை நான் விரும்பவில்லை."

"ஃபெர்கி, நீ ஓர் அற்புதமான பெண்."

"நான் அப்படியில்லை. என்னை முகஸ்துதி செய்ய முயற்சிக் காதே. கால் வலி இப்போது எப்படி இருக்கிறது?"

"நான் நன்றாக இருக்கிறேன்."

"உன் தலையில் வலி எப்படி இருக்கிறது?" அவள் விரல்களால் என் தலை உச்சியைத் தொட்டாள். தூங்கச் சென்ற உள்ளங்காலைத் தொட்ட உணர்ச்சி இருந்தது. "அது ஒருபோதும் எனக்குத் தொந்தரவு கொடுக்கவில்லை.

"அது போன்ற வீக்கம் ஒருவனைப் பைத்தியமாக்கிவிடும். உனக்கு அது ஒருபோதும் தொல்லை கொடுப்பதில்லையா?"

"இல்லை."

"நீ அதிர்ஷ்டக்கார இளைஞன். கடிதம் எழுதி முடித்து விட்டாயா? நான் கீழ்த்தளத்துக்குப் போகிறேன்."

"இதோ இங்கே இருக்கிறது," என்றேன்.

"கொஞ்ச நாள் அவள் இரவுப் பணி செய்ய வேண்டாம் என்று நீ சொல்ல வேண்டும். அவள் மிகவும் சோர்வடைந்து கொண்டிருக்கிறாள்."

"நல்லது. நான் சொல்கிறேன்."

"நான் இரவில் பணியாற்ற விரும்புகிறேன். ஆனால், அவள் என்னைத் தடுக்கிறாள். அவள் இரவில் பணி செய்வதால் மற்றவர்கள் மகிழ்ச்சி அடைகிறார்கள். நீ அவளுக்குக் கொஞ்சம் ஓய்வு கொடுக்கலாம்."

"நல்லது. அப்படியே."

"எல்லா நாட்களிலும் முற்பகல் நேரம் முழுவதும் நீ தூங்கு வதைப் பற்றி மிஸ் வான் கேம்பென் பேசினாள்."

"அவள் பேசுவாள்."

"கொஞ்ச நாள் அவள் இரவுப் பணிக்கு வராமல் நீ தடுத்து நிறுத்துவது நல்லது."

"அதையே நானும் விரும்புகிறேன்."

"நீ அதை விரும்பவில்லை. ஆனால், அவள் இரவுப் பணிக்கு வருவதைத் தடுத்தாயானால், அதற்காக நான் உனக்கு மரியாதை கொடுப்பேன்."

"அவளைத் தடுக்கிறேன்."

"நான் அதை நம்பவில்லை." அவள் எனது குறிப்புகளை எடுத்துக்கொண்டு வெளியே போனாள். நான் அழைப்பு மணியை அடித்தேன். சற்று நேரத்தில் மிஸ் கேஜ் உள்ளே வந்தாள்.

"என்ன சமாச்சாரம்?"

"உன்னிடம் கொஞ்சம் பேச விரும்பினேன். மிஸ் பாக்லி கொஞ்ச நாட்கள் இரவுப் பணியைத் தவிர்ப்பது நல்லது என்று நீ நினைக்கிறாயா? அவள் அளவுக்கு அதிகமாகச் சோர்வடைந்து காணப்படுகிறாள். ஏன் அவள் நீண்ட நாட்கள் இரவுப் பணியில் நீடிக்கிறாள்?"

மிஸ் கேஜ் என்னைப் பார்த்தாள்.

"நான் உன்னுடைய தோழி," என்றாள். "இப்படியெல்லாம் என்னிடம் நீ பேசவேண்டிய அவசியமில்லை."

"என்ன சொல்கிறாய்?"

"சிறு பிள்ளைத்தனமாய் பேசாதே. அவள் இரவு நேரப் பணி செய்வதைத்தானே விரும்பினாய்?"

"கொஞ்சம் ஒயின் குடிக்கிறாயா?"

"சரி. அதன் பின் நான் போக வேண்டும்." அவள் அலமாரி யிலிருந்து ஒரு பாட்டிலை வெளியே எடுத்தாள்; ஒரு தம்ளர் கொண்டு வந்தாள்.

"நீ தம்ளரை வைத்துக்கொள். நான் பாட்டிலோடு அப்படியே குடிக்கிறேன்."

"உனக்கான தம்ளர் இங்கே இருக்கிறது," என்று மிஸ் கேஜ் சொன்னாள்.

"காலையில் நான் நீண்ட நேரம் தூங்குவது பற்றி மிஸ் வான் கேம்பென் என்ன சொன்னாள்?"

"அது பற்றி அவள் அதிகமாகப் பேசினாள். அவள் உன்னை எங்களுடைய சிறப்பு உரிமையுடைய நோயாளி என்கிறாள்."

"அவளைப் பற்றி நான் கவலைப்படவில்லை."

"அவள் தரம் குறைந்தவளில்லை," என்று மிஸ் கேஜ் சொன்னாள். "அவள் வயதானவள்; நிதானமற்றவள். ஒருபோதும் உன்னை அவளுக்குப் பிடிக்கவில்லை."

"இல்லை."

"நல்லது. உன்னை எனக்குப் பிடிக்கும். உன்னுடைய தோழி நான். அதை மறந்துவிடாதே."

"நீ மிகமிக அற்புதமானவள்."

"இல்லை. யாரை நீ அற்புதமானவள் என்று நினைக்கிறாய் என்று எனக்குத் தெரியும். ஆனால், நான் உன்னுடைய தோழி. உன்னுடைய கால் வலி எப்படி இருக்கிறது?"

"பரவாயில்லை."

"நான் சுத்திகரிக்கப்பட்ட தண்ணீர் கொஞ்சம் கொண்டுவரு கிறேன். காலில் ஊற்றலாம். மாவுக்கட்டுக்கு உள்பக்கமாக அரிப்பு எடுக்கும். வெளியே வெப்பமாக இருக்கிறது."

"நீ மிகவும் அற்புதமானவள்."

"இப்போது அரிப்பு இருக்கிறதா?"

"இல்லை. நன்றாக இருக்கிறேன்."

"அந்த மணல் மூட்டைகளைச் சரியாக வைக்கிறேன்." அவள் என் பக்கமாகச் சாய்ந்தாள். "நான் உன்னுடைய தோழி."

"நீ என்னுடைய தோழி என்று எனக்குத் தெரியும்."

"இல்லை. உனக்குத் தெரியாது. ஆனால், என்றாவது ஒரு நாள் அதை நீ உணர்வாய்."

கேதரின் பாக்லி மூன்று நாட்கள் இரவுப் பணியிலிருந்து விடுப்பு எடுத்தாள்; மீண்டும் பணிக்குத் திரும்பினாள். அது, நாங்கள் இருவரும் தனித்தனியாக நீண்ட பயணம் செய்தபின் திரும்பவும் சந்திப்பதுபோல் இருந்தது.

தடாகம் / 173

அத்தியாயம் 18

அந்தக் கோடைக் கால நாட்களை மகிழ்ச்சியாகக் கழித்தோம். என்னால் வெளியே போக முடிந்தபோது பூங்காவில் குதிரை வண்டியில் பயணம் செய்தோம். குதிரை வண்டியில் பயணம் செய்தது எனக்கு நினைவிருக்கிறது; குதிரை மெதுவாகச் சென்றது; வண்டிக்காரன் பளபளப்பான தொப்பி அணிந்திருந் தான்; அவனுக்குப் பின்பக்கத்தில் கேதரின் என் அருகில் உட்கார்ந்திருந்தாள். எங்கள் இருவர் கைகளும் தொட நேர்ந்தால், என் கையின் ஒரு பக்கம் கேதரின் கையின் ஒரு பக்கத்தில் பட்டால் நாங்கள் உணர்ச்சிவசப்பட்டோம். அடுத்து வந்த நாட்களில் என்னால் ஊன்றுகோலைப் பயன்படுத்தி நடக்க முடிந்தபோது பிஃப்பி அல்லது கிரான் இத்தாலியா உணவகங்களில் இரவு உணவு சாப்பிட்டோம்; இத்தாலியின் முதலாம் மன்னர் விக்டர் இம்மானுவேல் அருங்காட்சியகத்தின் தரைத்தளத்தின் வெளியே இருந்த மேஜையில் அமர்ந்து சாப்பிட்டோம். உணவு பரிமாறும் பணியாட்கள் உள்ளே போவதும் வெளியே வருவதுமாக இருந் தார்கள்; ஆள் நடமாட்டமும் இருந்தது. மெழுகுவர்த்திகள் அவர்களின் நிழல்களை மேஜை விரிப்பின் மீது பரப்பின. நாங்கள் கிரான் இத்தாலியா உணவு விடுதிதான் சிறந்தது என்று முடிவு செய்த பிறகு அந்த விடுதியின் தலைமைப் பணியாளன் ஜார்ஜ் எங்களுக்காக ஒரு மேஜையை முன்பதிவு செய்து வைத்தான். அவன் ஒரு சிறந்த பணியாளன். நாங்கள் அங்கு வந்துபோய்கொண்டிருந்த மக்களையும், அந்தி வேளையில் அருங்காட்சியகத்தையும் பார்த்துக் கொண்டிருந்தோம்; நாங்கள் ஒருவர் முகத்தை ஒருவர் பார்த்துக் கொண்டிருந்த நேரத்தில், ஜார்ஜை எங்களுக்கான சாப்பாட்டை முன்பதிவு செய்யச் சொன்னோம். ஃபிரசா, பார்பெரா, இனிப்புடன் இருந்த வெண்ணிற ஒயின் போன்ற பல வகையான ஒயின்களைச் சுவைத்தபோதும், காப்ரித் தீவில் தயாரிக்கப்பட்ட இனிப்பு நீக்கப்பட்ட வெண்ணிற ஒயினைத் தேர்வு செய்து குடித்தோம்;

அது பனிக்கட்டி இருந்த வாளியில் குளிரூட்டப்பட்டது. அது போர்க்காலமாகையால் அங்கே மது பரிமாற பிரத்தியேகப் பணியாளர்கள் இல்லை. நாங்கள் மது வகைகளைப் பற்றி விசாரிக்கும்போது, அவற்றைப் பற்றி அதிகம் அறிந்திராத ஜார்ஜ் கூச்சத்துடன் புன்னகைத்தான்.

"இங்கு கொடுக்கப்படும் ஒயின் ஸ்ட்ராபெரி சுவையில் உள்ள தால் அதை உற்பத்தி செய்யும் நாட்டைப் பற்றி கற்பனை செய்கிறீர்கள்," என்று சொன்னான்.

"ஏன் அப்படி இருக்கக் கூடாது?" என்று கேதரின் கேட்டாள். "கேட்பதற்கே அற்புதமாக இருக்கிறது."

"நீங்கள் விரும்பினால், அதைச் சுவைத்துப் பாருங்கள் அம்மை யாரே," என்று சொன்ன ஜார்ஜ், "லெஃப்டினன்ட் ஐயாவுக்கு பிரான்ஸில் தயாரிக்கப்படும் சேட்டொ மாகோ ஒயின் ஒரு சின்ன பாட்டிலில் கொண்டுவருகிறேன்."

"அதையும்தான் சுவைத்துப் பார்க்கிறேன், ஜார்ஜ்."

"ஐயா, அதை உங்களுக்குப் பரிந்துரைக்க மாட்டேன். ஸ்ட்ரா பெரியின் சுவைகூட அதில் இல்லை."

"அது சுவையாக இருக்கலாம்," என்றாள் கேதரின். "அந்தச் சுவை அதில் இருக்குமானால் அது பிரமாதமாக இருக்கும்."

"அதைக் கொண்டுவருகிறேன்," என்றான் ஜார்ஜ். "நான் சொன்னது சரிதான் என்று அம்மையார் மனநிறைவு அடைந்த பிறகு அதை நான் எடுத்துப் போகிறேன்."

அது ஒன்றும் அவ்வளவு சிறப்பான ஒயின் இல்லை. ஜார்ஜ் சொன்னதுபோல் அதில் ஸ்ட்ராபெரியின் சுவைகூட இல்லை. மீண்டும் காப்ரி ஒயினையே நாடினோம். ஒரு நாள் மாலையில் எனக்குப் பணத் தட்டுப்பாடு ஏற்பட்டபோது ஜார்ஜ் எனக்கு நூறு லயர் கடன் கொடுத்தான். "இதெல்லாம் மிகச் சாதாரணம், லெஃப்டினன்ட் ஐயா," என்றான் அவன். "பணத் தட்டுப்பாடு ஏற்பட்டால் எப்படி இருக்கும் என்று எனக்குத் தெரியும். ஒரு மனிதனுக்கு எப்படிப் பணத் தட்டுப்பாடு ஏற்படுகிறது என்பதும் எனக்குத் தெரியும். உங்களுக்கோ அந்த அம்மையாருக்கோ பணம் தேவைப்பட்டால் என்னிடம் எப்போதும் பணம் வைத் திருப்பேன்."

இரவுச் சாப்பாட்டுக்குப் பிறகு அருங்காட்சியகத்தின் வழியாக நடந்தோம். அங்கிருந்த மற்ற உணவு விடுதிகளையும் இரும்புக் கதவுகளால் மூடப்பட்டிருந்த கடைகளையும் கடந்து நடந்தோம்; ஸ்ட்ராபெரி பழங்கள் விற்பனை செய்த சின்னக் கடையில் நின்றோம்; பன்றி இறைச்சி, கீரை வகைகள், சாண்ட்விச்சுகள், கை விரல் நீளமே இருந்த மெருகூட்டப்பட்ட நெத்திலிச் சுருள்கள் அடங்கிய சாண்ட்விச்சுகள் போன்ற தின்பண்டங்களை வாங்கிச் சென்றோம். இரவு நேரத்தில் எங்களுக்குப் பசி எடுக்கும் போது சாப்பிடுவதற்காக அவற்றை வாங்கினோம். அதன் பிறகு அருங்காட்சியத்துக்கு வெளியே தேவாலயத்தின் முகப்பில் நின் றிருந்த மேற்கூரை இல்லாத குதிரை வண்டியில் ஏறி மருத்துவ மனைக்குச் சென்றோம். மருத்துவமனை வாசலில், சுமைதூக்கி என்னுடைய ஊன்றுகோல்களுடன் வெளியே வந்து உதவி செய்தான். வண்டிக்காரனுக்குப் பணம் கொடுத்து அனுப்பிய பின் லிஃப்டில் மேல்தளத்துக்குச் சென்றோம். நர்ஸ்கள் தங்கியிருந்த தளத்தில் கேதரின் வெளியேறிச் சென்றாள். நான் இன்னும் மேலே சென்று, நடைபாதையில் ஊன்றுகோல்களின் உதவியுடன் நடந்து என் அறைக்குப் போனேன்; சில நேரங்களில், என் ஆடைகளைக் களைந்து படுக்கையில் படுத்தேன்; சில நேரங்களில் எனது அறையின் பால்கனியில் அமர்ந்து, கால்களை மற்றொரு நாற்காலியில் உயர்த்தி வைத்து, வீட்டுக் கூரைகளின் மேலே பறக்கும் தகைவிலாங் குருவிகளைப் பார்த்தபடி கேதரினுக்காகக் காத்திருந்தேன். அவள் மேல்தளத்துக்கு வரும்போது, அவள் என்னைப் பிரிந்து நீண்ட தூரப் பயணம் சென்று திரும்பியிருப்பதுபோல் எனக்குத் தோன் றியது; நான் அவளுடைய தண்ணீர் கிண்ணத்தைச் சுமந்தபடி ஊன்றுகோல்களுடன் நடந்து அவளுடனே சென்று, அறைக்குள் இருக்கும் நோயாளி நண்பரா இல்லையா என்பதை அறிந்து, அறைக்கு வெளியே காத்திருந்தேன் அல்லது அறைக்குள் போனேன்; அவள் செய்யவேண்டிய வேலைகளைச் செய்து முடித்த பிறகு, எங்கள் அறைக்கு வெளியே பால்கனியில் உட்கார்ந்தோம். அதன் பின் நான் படுக்கைக்குப் போனேன். மற்றவர்கள் எல்லோரும் தூங்கிய பிறகு, இனிமேல் ஒருவரும் கூப்பிட மாட்டார்கள் என்று உறுதியான பிறகு அவள் அறைக்குள் வந்தாள். அவளது தலை முடிகளை அவிழ்த்து கீழே இறக்குவதில் நான் ஆனந்தம்

அடைந்தேன்; படுக்கையில் ஆடாமல் அசையாமல் அவள் உட்கார்ந்திருப்பாள்; சில சமயங்களில் நான் அவள் முடியைக் கலைத்துக்கொண்டிருக்கும்போதே திடீரெனக் குனிந்து முத்தம் கொடுப்பாள்; முடிவுப் பகுதியில் இருக்கும் ஊக்குகளை ஒவ் வொன்றாக எடுப்பேன், படுக்கை விரிப்பில் வைப்பேன்; அவள் முடி தளரும். அவள் அசையாமல் உட்கார்ந்திருக்கும்போது கொஞ்ச நேரம் அவளைப் பார்த்துக்கொண்டிருப்பேன். கடைசி இரண்டு ஊக்குகளையும் எடுத்த பின் முடிகள் முழுவதும் கீழே இறங்கும்; அவள் தலையைக் குனிவாள்; அவள் முடிக்குள் நாங்கள் இருவரும் இருப்போம்; அது ஒரு கூடாரத்தின் உள்ளே இருப்பது போன்ற உணர்வை ஏற்படுத்தியது; அல்லது ஓர் அருவிக்குப் பின்புறம் இருப்பது போன்ற உணர்வு.

அழகின் அற்புதம் அவள் தலைமுடி. சில நேரங்களில் தலை முடியை அவள் மேலே உயர்த்திப் பின்னும்போது, திறந்த கதவின் வழியாக வந்த ஒளியில் அதைப் படுத்தபடியே பார்ப்பேன். விடியும்முன் வைகறை வெளிச்சத்தில் பிரகாசிக்கும் தண்ணீர் போன்று இரவிலும்கூட அவள் முடி ஒளிரும். அழகான முகமும் அற்புத உடல் அமைப்பும் கொண்டவள்; அவளது மிருதுவான தோலும்கூட அழகுதான். இருவரும் சேர்ந்து படுத்திருக்கும் வேளையில் என் விரல்களின் நுனியால் அவள் கன்னங்களைத் தொடுவேன்; அவளுடைய நெற்றியையும், கண்களுக்குக் கீழேயும் தொடுவேன்; மேலும் அவளுடைய நாடியையும் தொண்டையையும் தொடுவேன்; தொட்ட பின், "பியானோ விசைகள்போல மிருது வாக," என்பேன். அவளது விரல்களால் அவள் என் நாடியை மெதுவாகத் தட்டுவாள்; தட்டிய பின், "உப்புத்தாள்போல் மிருதுவாக ஆனால், அது பியானோ விசைகளின் மேற்பரப்பின் கடினத்தன்மையுடன்," என்பாள்.

"அது சொரசொரப்பாக இருக்கிறதா?"

"இல்லை, என் அன்பனே. வெறுமனே உன்னைக் கிண்டல் செய்தேன்."

இரவு நேரங்கள் இனிமையானவை; எங்களுக்கு வாய்ப்பு கிடைத்து நாங்கள் ஒருவரையொருவர் வெறுமனே தொட்ட கணங்கள்கூட மகிழ்ச்சியானவையே. மிகவும் மகிழ்ச்சியாகக் களித்த

தருணங்கள் மட்டுமல்லாமல், பல சின்னச் சின்ன செயல்களாலும் எங்கள் அன்பைப் பரிமாறிக்கொண்டோம். நாங்கள் வெவ்வேறு அறைகளில் இருந்தபோது எங்கள் எண்ணங்களை மற்றவர் மனதுக்குள் செலுத்த முயற்சி செய்தோம். சில வேளைகளில் எங்கள் முயற்சி வெற்றியடைந்ததாகத் தோன்றியது. ஆனால், எப்போதும் எங்கள் சிந்தனைகள் ஒன்றுபட்டு இருந்ததால்கூட அப்படித் தோன்றியிருக்கலாம்.

அந்த மருத்துவமனைக்கு அவள் வந்த முதல் நாளன்றே எங்கள் திருமணம் நடந்துவிட்டது என்று ஒருவருக்கொருவர் சொல்லிக்கொண்டோம். திருமண நாளிலிருந்து நாங்கள் கடந்து வந்த மாதங்களை எண்ணினோம். நாங்கள் திருமணம் செய்து கொள்வதை நான் உண்மையாகவே விரும்பினேன். ஆனால், எங்களுக்குத் திருமணம் நடந்தால் அவளை அவர்கள் அங்கிருந்து அனுப்பிவிடுவார்கள் என்று கேதரின் சொன்னாள்; மேலும், திருமண ஏற்பாடுகள் ஆரம்பித்தாலேயே, அவர்கள் அதைக் கண் காணித்து எங்களைப் பிரித்துவிடுவார்கள் என்றாள். நாங்கள் இத்தாலிய சட்டப்படிதான் திருமணம் செய்யவேண்டியிருக்கும்; இத்தாலிய சட்டதிட்டங்கள் மிகக் கடுமையானவை. சில சமயங் களில் குழந்தை பெற்றுக்கொள்வது பற்றி நான் சிந்திப்பேன். திருமணம் செய்யாமலேயே குழந்தை பிறக்க நேர்ந்தால் என்னாவது என்ற கவலையால் மட்டுமே திருமணம் செய்ய ஆசைப்பட் டேன். ஆனால், நாங்கள் திருமணம் செய்துகொண்டோம் என்று எங்களுக்கு நாங்களே பாசாங்கு செய்தோம்; அதனால் அதைப் பற்றி நாங்கள் அதிகமாக அலட்டிக்கொள்ளவில்லை. உண்மையில், நாங்கள் திருமணம் செய்யாதிருந்ததில் நான் மகிழ்ச்சியடைந்தேன் என்று தோன்றியது. திருமணத்தைப் பற்றி ஒரு நாள் இரவு நாங்கள் பேசியது நினைவிருக்கிறது. அப்போது கேதரின், "அன்பனே, அவர்கள் என்னை வெளியே அனுப்பிவிடுவார்கள்," என்று சொன்னாள்.

"அப்படிச் செய்யாமலும் இருக்கலாம்."

"நிச்சயமாக அனுப்புவார்கள். என்னை வீட்டுக்கு அனுப்பி விடுவார்கள்; அதனால் நாம் போர் முடிவடையும் வரையும் அதற்குப் பின்னரும் பிரிந்திருக்க நேரிடும்."

"நான் விடுப்பு எடுத்து வருகிறேன்."

"உனக்குக் கிடைக்கும் விடுப்புக் காலத்தில் நீ ஸ்காட்லாந்து வந்து பின்னர் அங்கிருந்து திரும்ப முடியாது. அது மட்டு மல்லாமல் நான் உன்னை அங்கிருந்து வரவிட மாட்டேன். இப்போது திருமணம் செய்துகொள்வதால் என்ன பயன்? நமக்கு உண்மையிலேயே திருமணமாகிவிட்டது. இதற்கும் மேல் ஒரு திருமணம் எனக்கு வேண்டியதில்லை."

"நான் உனக்காகத்தான் திருமணம் செய்ய வேண்டும் என்று விரும்பினேன்."

"நான் என்ற ஒன்று எதுவும் இல்லை. நான் உன்னுள் கலந்தவள். நான் என்ற ஒன்றைத் தனியாக உருவாக்காதே."

"பெண்கள் திருமணம் செய்துகொள்ள விரும்புவார்கள் என்று நினைத்தேன்."

"பெண்கள் அதை விரும்புவார்கள். ஆனால், என் அன்பே, நான் திருமணமானவள். உன்னுடன் எனக்குத் திருமணம் நடந்துவிட்டது. நான் ஒரு நல்ல மனைவியாக நடந்துகொள்ளவில்லையா?"

"நீ ஓர் அருமையான மனைவி."

"என் பிரியமானவனே, ஒன்றைப் புரிந்துகொள். நான் திருமணம் செய்துகொள்ளக் காத்திருந்த அனுபவம் எனக்கு இருக்கிறது."

"நான் அதைப் பற்றிக் கேட்க விரும்பவில்லை."

"உன்னைத் தவிர வேறு யாரையும் நான் விரும்பவில்லை என்பது உனக்குத் தெரியும். யாரோ வேறு ஒருவன் என்னை விரும்பினான் என்பதை நீ பொருட்படுத்தக் கூடாது."

"ஆனால், நான் அதைப் பொருட்படுத்துகிறேன்."

"என்னை முழுமையாக நீ அடைந்துவிட்ட நிலையில் இறந்து போனவன்மீது நீ பொறாமை கொள்ளக் கூடாது."

"இல்லை. ஆனால், நான் அது பற்றிக் கேட்க விரும்பவில்லை."

"குழந்தைத்தனமுள்ள என் நேசனே, பலதரப்பட்ட பெண் களுடன் நீ பழகியதை நான் அறிவேன்; ஆனால், அது எனக்கு ஒரு பொருட்டே இல்லை."

“நாம் ஏதோ ஒரு வழியில் தனிப்பட்ட முறையில் திருமணம் செய்துகொள்ள முடியாதா? எனக்கு ஏதாவது நேர்ந்தாலோ உனக்கு ஒரு குழந்தை பிறந்தாலோ அது நல்லதல்லவா?”

“தேவாலயம் மூலமாகவோ அரசாங்கம் மூலமாகவோ திருமணம் செய்வதைத் தவிர்த்துத் தனிப்பட்ட முறையில் திருமணம் செய்ய வழியில்லை. தனிப்பட்ட முறையில் நாம் ஏற்கெனவே திருமணமானவர்கள். என் அன்புக்குரியவனே, நன்றாகக் கேட்டுக் கொள். எனக்கென்று ஏதாவது மதம் இருந்திருந்தால் முறைப்படி திருமணம் செய்துகொள்வது எனக்கு அதிமுக்கியமானதாக இருந்திருக்கும். ஆனால், எனக்கு மதம் என்று எதுவும் இல்லை.”

“எனக்கு நீ புனித அந்தோனியாரின் உருவத்தைக் கொடுத்தாயே?”

“அது அதிர்ஷ்டத்துக்காகக் கொடுத்தது. வேறு ஒருவர் அதை எனக்குக் கொடுத்தார்.”

“அப்படியானால் வேறு எதுவும் உனக்குக் கவலை ஏற்படுத்தவில்லையா?”

“எனக்கு இருக்கும் ஒரே கவலை உன்னிடமிருந்து என்னை வேறு இடத்துக்கு அனுப்பிவிடக் கூடாது என்பதுதான். என்னுடைய மதமும் நீயே; மற்ற எல்லாமும் நீயே.”

“அப்படியானால் சரி. ஆனால், நீ என்று சொல்கிறாயோ அன்றே உன்னைத் திருமணம் செய்துகொள்வேன்.”

“நீ என்னை நேர்மையானவளாக்க முனைவதுபோல் பேசாதே, எனதன்பே. நான் மிகவும் நேர்மையான ஒரு பெண். நீ எந்த ஒன்றைப் பற்றி மகிழ்ச்சி அடைகிறாயோ, நீ எந்த ஒன்றைப் பற்றிப் பெருமைப்படுகிறாயோ, அந்த ஒன்றினால் நீ அவமானமடைவதாக நினைக்கக் கூடாது. நீ இப்போது மகிழ்ச்சியாக இல்லையா?”

“ஆனால், யாருக்காகவும் நீ என்னைப் பிரியக் கூடாது.”

“மாட்டேன், என் அன்பே. நான் வேறு யாருக்காகவும் உன்னை ஒருபோதும் பிரிய மாட்டேன். நம் இருவருக்கும் பல வகையான பயங்கரமான நிகழ்வுகள் ஏற்படலாம் என்று நினைக்கிறேன். ஆனால், அதைப் பற்றி நீ கவலைப்படத் தேவையில்லை.”

"நான் கவலைப்படவில்லை. உன்னை அளவுக்கு அதிகமாக விரும்புகிறேன்; ஆனால், ஏற்கெனவே நீ வேறு ஒருவனை விரும்பினாய்."

"அதற்குப் பின் அவனுக்கு என்ன நடந்தது?"

"அவன் செத்துப்போனான்."

"உண்மை. அவன் செத்துப்போகாமல் இருந்திருந்தால் நான் உன்னைச் சந்தித்திருக்கவே மாட்டேன். நான் நேர்மையற்றவள் இல்லை, என் பிரியமானவனே. என்னிடம் ஏகப்பட்ட குற்றங் குறைகள் இருப்பினும் நான் மிகவும் நேர்மையானவள். நீ என்னை வெறுக்கும் அளவு நான் நேர்மையானவளாக இருப்பேன்."

"கூடிய சீக்கிரத்தில் நான் போர்முனைக்குப் போக வேண்டியிருக்கும்."

"நீ போர்முனைக்குப் போகும்வரை அதைப் பற்றி நாம் நினைக்கக் கூடாது. நான் மிகுந்த மகிழ்ச்சியில் இருக்கிறேன் என்பதை எண்ணிப்பார், என் பேரன்பே; மேலும், நாம் நம் வாழ்க்கையின் அருமையான தருணங்களில் இருக்கிறோம் என்பதையும் நினைத்துப் பார். நான் நீண்ட காலமாக மகிழ்ச்சியாக இருக்கவில்லை. உன்னைப் பார்த்த முதல் நொடியே நான் கிட்டத்தட்ட பைத்தியமானேன் என்று தோன்றுகிறது; இல்லை, உண்மையிலேயே பைத்தியமாகிவிட்டேன் என்று தோன்றுகிறது. ஆனால், இப்போது நாம் மகிழ்ச்சியாக இருக்கிறோம்; ஒருவரை ஒருவர் விரும்புகிறோம். நாம் மகிழ்ச்சியாகவே இருப்போம். நீ மகிழ்ச்சியாக இருக்கிறாய், மகிழ்ச்சியாக இல்லையா என்ன? உனக்குப் பிடிக்காத ஏதாவது ஒன்றை நான் செய்கிறேனா என்ன? உனக்கு மகிழ்ச்சி உண்டாக்க நான் இன்னும் ஏதாவது செய்ய வேண்டியிருக்கிறதா என்ன? நான் என் தலைமுடியைத் தளர்த்தித் தவழவிடவா; நீ அதில் விளையாட விரும்புகிறாயா?"

"ஆமாம். நீ படுக்கைக்கு வா."

"சரி, வருகிறேன். அதற்கு முன்னால் நான் போய் நோயாளிகளைப் பார்த்துவருகிறேன்."

அத்தியாயம் 19

அந்தக் கோடைக் காலம் அப்படியே கடந்து சென்றது. அந்த நாட்கள் அதிக வெப்பமாக இருந்தன என்பதையும் போர் முனையில் அதிக வெற்றிகள் கிடைத்தன என்று செய்தித்தாள்களில் வாசித்ததையும் தவிர்த்து அந்த நாட்களைப் பற்றி அதிகம் என் நினைவில் இல்லை. நான் நல்ல உடல்நலத்துடன் இருந்தேன்; என்னுடைய கால்களில் இருந்த காயங்கள் விரைவாக ஆறிவிட்டன. அதனால் தொடக்கத்தில் ஊன்றுகோல் உதவியுடன் சில நாட்கள் நடந்தேன். வெகு விரைவில் ஊன்றுகோலைத் தவிர்த்து ஒரு பிரம்பின் உதவியுடன் நடந்தேன். பிறகு, 'உஸ்படோலெ மேஜோரா' மருத்துவமனையில் கால்களை மடக்கும் உடற்பயிற்சிகளை இயந்திரத்தின் உதவியுடன் மேற்கொண்டேன். அங்கே, பல கண்ணாடிகள் அமைக்கப்பட்டிருந்த ஒரு பெட்டியில் ஊதாக் கதிர் வீச்சால் தசைகள் சூடேற்றப்பட்டும், தேய்த்துவிடப்பட்டும் குளியல்கள் மூலமாகவும் நவீனச் சிகிச்சைகளைப் பெற்றேன். பிற்பகல் நேரத்தில் அந்தச் சிகிச்சைகளைச் செய்தேன். பின்னர், அங்கிருந்து சிற்றுண்டிச்சாலைக்குச் சென்று மது குடித்தேன்; செய்தித்தாள்கள் வாசித்தேன். நகரின் எந்தப் பகுதியிலும் நான் சுற்றித் திரியவில்லை. சிற்றுண்டிச்சாலையிலிருந்து நேராக மருத்துவ மனையிலிருந்த எனது அறைக்குத் திரும்புவதையே விரும்பினேன். நான் ஆசைப்பட்டதெல்லாம் கேதரினைப் பார்ப்பது மட்டுமே. மீதமிருந்த நேரங்களிலெல்லாம் சின்னச் சின்ன வேலைகள் செய்து பொழுதைக் கழித்து மகிழ்ந்தேன். பெரும்பாலும் நான் முற்பகல் நேரத்தில் தூங்கினேன்; சில சமயங்கள் பிற்பகல் பொழுதைக் குதிரைப் பந்தயங்களுக்குச் சென்றும் கழித்தேன்; இயந்திரத்தின் உதவியுடன் உடற்பயிற்சிகள் செய்வதற்குத் தாமத மாகச் சென்றேன். சில சமயங்களில் 'ஆங்லோ-அமெரிக்க கிளப்பு'க்குப் போய் ஜன்னலுக்கு முன்பக்கம் போடப்பட்டிருந்த தடித்த மிருதுவான தோல் இருக்கைகளில் அமர்ந்து இதழ்களை வாசித்தேன். நாங்கள்

இருவரும் சேர்ந்து வெளியே செல்ல அனுமதிக்க மாட்டார்கள். ஊன்றுகோலின் உதவி இல்லாமலும், உதவியாளரின் துணை இல்லாமலும் நன்றாக நடக்க முடிந்தது. யாருடைய துணையு மின்றி நன்றாக நடக்கும் நிலையில் உள்ள நோயாளியான என்னுடன், திருமணமாகாத ஓர் இளம் பெண்-நர்ஸ் வெளியே வருவது தகாத செயலாகக் கருதப்பட்டது. அதனால் பிற்பகல் நேரத்தில் நாங்கள் அதிகமாகச் சேர்ந்து இருக்க முடியாது. இருந்தாலும், ஃபெர்குசன் எங்களுடன் வரும் சமயங்களில் நாங்கள் ஒன்றாக வெளியே சென்று இரவு உணவு சாப்பிட முடிந்தது. நாங்கள் இருவரும் நெருங்கிய நண்பர்கள் என்பதை மிஸ் வான் காம்பென் ஏற்றுக்கொண்டாள்; ஏனென்றால் அவளது வேலையில் பெரும் பகுதியை கேதரின் செய்து கொடுத்தாள். மேலும், கேதரின் ஒரு நல்ல குடும்பப் பின்னணி கொண்டவள் என்று நினைத்ததால், கேதரினுக்கு உகந்த வகையில் ஒருதலைப்பட்சமாக அவள்மீது நல்லெண்ணம் கொண்டிருந்தாள். மிஸ் வான் காம்பென் குடும்பப் பின்னணியை அதிகமாக மதித்தாள். அவளும் மிகச் சிறந்த குடும்பப் பின்னணியிலிருந்து வந்தவள்தான். மருத்துவமனை சுறுசுறுப்பாகச் செயல்பட்டதால் அவளுக்குத் தொடர்ந்து வேலைகள் இருந்தன. அது வெப்பம் மிகுந்த கோடைக் காலம். மிலனில் நிறைய மனிதர்களை எனக்குத் தெரியும். ஆனாலும். நான் பிற்பகல் நேரம் முடிந்ததும் மருத்துவமனையில் என்னுடைய அறைக்குத் திரும்புவதில் ஆவலுடன் இருந்தேன். போர்முனையில் அவர்கள் கார்சோ பகுதியில் முன்னேறிக்கொண்டிருந்தார்கள். ப்லாவா பகுதியில் கூக் என்ற நகரத்தைக் கைப்பற்றியிருந்தார்கள்; பைன்சிஸா மலைத்தொடரிலிருந்த பீடபூமியைக் கைப்பற்றும் நிலையில் இருந்தார்கள். மேற்கு போர்முனையிலிருந்து கிடைத்த செய்திகள் அவ்வளவு நல்ல செய்திகளாக இல்லை. நீண்ட காலம் போர் நடந்துகொண்டிருந்ததுபோல் தோற்றமளித்தது. நாங்கள் இப் போது சண்டையில் ஈடுபட்டிருந்தாலும், தேவையான பெரிய அளவில் படை வீரர்களைத் திரட்டி, அவர்களை அங்குக் கொண்டு போய்ச் சேர்த்து, நேரடித் தாக்குதலில் ஈடுபடுத்த அவர்களுக்குத் தேவையான பயிற்சி கொடுக்க இன்னும் ஓராண்டு காலமாவது ஆகும் என்று நினைத்தேன். அடுத்த ஆண்டு மோசமான ஆண்டாக இருக்கும்; அல்லது ஒருவேளை அது ஒரு சிறந்த ஆண்டாகவும் இருக்கலாம். இத்தாலியர்கள் அளவுக்கு அதிகமான

வீரர்களைப் பயன்படுத்துகிறார்கள். இது இப்படியே நீடிக்க முடியும் என்று எனக்குத் தோன்றவில்லை. அப்படியே அவர்கள் பைன்சிஸா மற்றும் சான் கேப்ரியேலெயைக் கைப்பற்றினாலும், அவற்றுக்கு அப்பால் ஆஸ்திரியர்கள் வசம் மிகவும் ஏராளமான மலைகள் உள்ளன. நான் அவற்றைப் பார்த்திருக்கிறேன். அதிக உயரமான மலைகள் எல்லாமே வெகு தொலைவில் இருக்கின்றன. கார்சோ பகுதியில் அவர்கள் முன்னேறிக்கொண்டிருக்கிறார்கள்; ஆனால், அதற்குக் கீழே கடல் அருகில் சதுப்பு நிலங்களும் சேறு நிறைந்த நிலங்களும் உள்ளன. நெப்போலியனாக இருந்தால் ஆஸ்திரியர்களைச் சமவெளிப் பகுதியிலேயே முரட்டுத்தனமாகத் தாக்கியிருப்பான். அவன் மலைத்தொடர்களில் அவர்களுடன் ஒருபோதும் சண்டை போட்டிருக்க மாட்டான். அவன் எதிரிகளை மலைகளிலிருந்து கீழே இறங்கி வரும்படிச் செய்து வெரோனா பகுதியில் அவர்களைத் தாக்கியிருப்பான். இன்னமும் மேற்குப் போர்முனையில் எந்தப் பகுதியிலும் அவர்கள் முரட்டுத்தனமாகத் தாக்குதல் நடத்தவேயில்லை. வருங்காலத்தில் எந்தப் போரிலும் வெற்றி என்பதே இருக்காதோ என்று தோன்றுகிறது. முடிவே இல்லாமல் சண்டை நடந்துகொண்டே இருக்கலாம். ஒருவேளை, இங்கிலாந்துக்கும் பிரான்ஸுக்கும் இடையே நடந்த நூறு ஆண்டு போர் போலவே இதுவும் மற்றொரு நூறு ஆண்டு போராய் இருக்கலாம். நான் வாசித்துக்கொண்டிருந்த இதழ்களை அவற்றுக் கான இடங்களில் வைத்த பின்னர் விடுதியிலிருந்து புறப்பட்டேன். கவனமாகப் படிகளில் இறங்கி நடந்து பரபரப்பாக இயங்கும் நவநாகரிகத் தெருவான வியா மன்ஸோனியை அடைந்தேன். ‘கிரான்’ ஹோட்டலுக்கு வெளியே குதிரை வண்டியிலிருந்து இறங்கிக்கொண்டிருந்த வயதான மயர்ஸையும் அவரது மனைவி யையும் சந்தித்தேன். அவர்கள் குதிரைப் பந்தயங்களிலிருந்து திரும்பி வந்துகொண்டிருந்தார்கள். அவரது மனைவி உடல் பெருத்தவள், மென்மையான பளபளப்பான கறுப்பு நிற உடை யிலிருந்தாள். மயர்ஸ் குட்டையானவர்; வயதானவர்; வெள்ளை மீசை வைத்திருந்தார்; தட்டையான கால்களுடன் பிரம்புக் கம்பைப் பயன்படுத்தி நடந்தார்.

“எப்படி இருக்கிறாய்? எப்படி இருக்கிறாய்?” என்றவாறு என்னுடன் அவள் கைகுலுக்கினாள்.

“ஹலோ,” என்றார் மயர்ஸ்.

“குதிரைப் பந்தயங்கள் எப்படிப் போயின?”

“சிறப்பு. மிகவும் அருமையாக இருந்தன. நான் பணயம் கட்டிய மூன்று குதிரைகள் வென்றன.”

“உங்களால் எப்படிச் சாதிக்க முடிந்தது?” என்று மயர்ஸைக் கேட்டேன்.

“சரி அதை விடு. நான் வென்றது ஒன்றுதான்.”

“அவர் எப்படி வெல்கிறார் என்பது பற்றி எனக்கு ஒருபோதும் தெரியாது,” என்றாள் மிசஸ் மயர்ஸ். “என்னிடம் ஒருபோதும் அவர் சொல்ல மாட்டார்.”

“எனக்கு எல்லாம் நன்றாகப் போகிறது,” என்று மயர்ஸ் சொன்னார். அவர் அன்புடன் பழகினார். “நீ வெளியே வர வேண்டும்.” அவர் பேசும்போது நம்மைப் பார்க்காமலேயே பேசுகிறாரோ அல்லது நம்மை வேறு ஒருவராகக் கருதிப் பேசு கிறரோ என்ற எண்ணம் நமக்கு ஏற்படும்.

“சரி, வருகிறேன்,” என்றேன்.

“உன்னைப் பார்ப்பதற்காக நான் மருத்துவமனைக்கு வந்து கொண்டிருக்கிறேன்,” என்று மிசஸ் மயர்ஸ் சொன்னாள். “என் னுடைய பையன்களுக்காக சில பொருட்கள் வைத்திருக்கிறேன். நீங்கள் எல்லோரும் என்னுடைய பையன்கள். நிச்சயமாக நீங்கள் என் அன்புக்குரிய பையன்கள்.”

“அவர்கள் உங்களைப் பார்ப்பதில் மகிழ்ச்சி அடைவார்கள்.”

“அவர்கள் எனக்குப் பிரியமான பையன்கள். நீயும் கூடத்தான். நீ என் பையன்களில் ஒருவன்.”

“நான் இப்போது திரும்பிப் போகவேண்டியிருக்கிறது.”

“என்னுடைய அன்பை அந்தப் பிரியமான பையன்கள் அனைவருக்கும் தெரியப்படுத்து. அங்கே கொண்டு வருவதற்கு நிறைய பொருட்கள் வைத்திருக்கிறேன். நான் சிசிலித் தீவில் தயாரிக்கப்பட்ட சிறந்த ஒயினும் கேக்குகளும் வைத்திருக்கிறேன்.”

“குட்-பை,” என்றேன். “அவர்கள் உங்களைப் பார்த்தால் மிகவும் மகிழ்ச்சி அடைவார்கள்.”

“குட்-பை,” என்று மயர்ஸ் சொன்னார். “நீ மன்னர் விக்டர் இம்மானுவேல் கலைக்கூடத்துக்கு வா. என் மேஜை எங்கே

இருக்கிறது என்று உனக்குத் தெரியும். ஒவ்வொரு நாள் பிற்பகல் நேரத்தில் நாங்கள் எல்லோரும் அங்கேதான் இருப்போம்." நான் அந்தத் தெருவில் தொடர்ந்து நடந்தேன். கேதரினுக்கு கோவா உணவு விடுதியில் சில பொருட்கள் வாங்க விரும்பினேன். அங்கு ஒரு பாக்கெட் சாக்லேட் வாங்கினேன். விற்பனைப் பெண் அதைக் கட்டும் நேரத்தில், மது விற்கும் பகுதிக்குப் போனேன். அங்கே ஒரு சில ஆங்கிலேயர்களும் விமானிகளும் இருந்தார்கள். நான் தனியாகக் கொஞ்சம் ஒயின் குடித்தேன்; அதற்குக் காசு கொடுத்தேன்; வெளி முகப்பில் சாக்லேட் பொட்டலத்தைக் கையில் எடுத்தேன்; மருத்துவமனை நோக்கி நடந்தேன். ஸ்காலா நடன இசைக்கூடத்தைக் கடந்து சென்றேன். அந்தத் தெருவில் கொஞ்சம் தள்ளியிருந்த சின்ன மதுக்கூடத்துக்கு வெளியே எனக்குத் தெரிந்த மனிதர்கள் - ஒரு துணைத் தூதன், வாய்ப்பாட்டு கற்றுக்கொண்டிருந்த இசைப் பள்ளி மாணவர்கள் இருவர், இத்தாலிய இராணுவத்தில் பணிபுரிந்த சான் பிரான்சிஸ்கோ நகரிலிருந்து வந்த இத்தாலியன் எட்டோரே மொரெட்டி ஆகியோர் இருந்தனர். அவர்களுடன் சேர்ந்து கொஞ்சம் மது குடித்தேன். பாடகர்களில் ஒருவன் பெயர் ரால்ஃப் சிம்மன்ஸ். அவன் ஹென்றிகோ டெல்கிரடோ என்ற பெயரில் பாடிக்கொண்டிருந்தான். அவன் சிறப்பாகப் பாடுவான் என்று எனக்கு இதுவரை தெரியாது. ஆனால், மிகப் பெரிய நிகழ்ச்சிகள் எது நடைபெற்றாலும் அவன் அங்கே பாடினான். அவன் குண்டாக இருந்தான்; ஏதோ ஒரு வகைக் காய்ச்சலால் தாக்கப்பட்டவன்போல் அவனது மூக்கும் வாயும், கடையில் அதிக நாட்கள் காட்சிப்படுத்தப்பட்டு, மங்கிப்போன பொருட்களின் தோற்றத்தைக் கொண்டிருந்தன. இத்தாலியின் வடபகுதியிலுள்ள பை ஆற்றங்கரை நகரான பியாசென்ஸாவில் நடந்த நிகழ்ச்சியில் பாடியபின் திரும்பி வந்திருந்தான். அவன் டோஸ்கா என்ற சிறிய இசை நாடகத்தில் பாடியிருந்தான். அது அற்புதமாக இருந்தது.

"நிச்சயமாக நான் பாடியதை நீ ஒருபோதும் கேட்டிருக்க மாட்டாய்."

"இங்கே எப்போது பாடுவாய்?"

"இலையுதிர் காலத்தில் ஸ்காலா இசை நாடகக் கூடத்தில் பாடுவேன்."

“பார்வையாளர்கள் இருக்கைகளை எடுத்து உன்மீது வீசுவார்கள் நான் உறுதியாகச் சொல்கிறேன்,” என்று எட்டோரே சொன்னான். “மோடனா நகரில் பார்வையாளர்கள் இருக்கைகளை எடுத்து அவன்மேல் வீசியதைப் பற்றிக் கேள்விப்பட்டாயா?”

“நரகத்துக்குப் போகும் அளவு அது வடிகட்டிய பொய்.”

“அவர்கள் அவன்மேல் இருக்கைகளை எறிந்தார்கள்,” என்றான் எட்டோரே. “நான் அங்கே இருந்தேன். நானும் அவன்மேல் ஆறு இருக்கைகளை எறிந்தேன்.”

“நீ சான் பிரான்சிஸ்கோவிலிருந்து வந்த கீழ்த்தரமான இத்தாலியன்.”

“அவனால் இத்தாலியன் என்று சரியாகக்கூட உச்சரிக்க முடியாது,” என்று எட்டோரே சொன்னான். “அவன் போகிற இடத்தில் எல்லாம் அவன்மேல் இருக்கைகளை எறிகிறார்கள்.”

“இத்தாலியின் வடக்குப் பகுதியிலுள்ள பியாசென்ஸா நகரில் பாடுவதுதான் மிகவும் கடினமானது,” என்று, ஆண் குரலிலேயே மிகவும் உச்சஸ்தாயியில் பாடும் மற்றொரு பாடகன் சொன்னான். “என்னை நம்பு. அதுதான் பாடுவதற்குக் கடினமான சிறிய இசை.” அந்தப் பாடகனின் பெயர் எட்கார் சாண்டர்ஸ். அவன் எடவ்ரடோ ஜியோவன்னி என்ற பெயரில் பாடினான்.

“அவர்கள் உன்மீது இருக்கைகளை எறிவதைப் பார்ப்பதற்காக நான் அங்கே இருக்க விரும்புகிறேன்,” என்றான் எட்டோரே. “உன்னால் இத்தாலிய மொழியில் பாட முடியாது.”

“அவன் ஒரு கிறுக்கன்,” என்றான் எட்கார் சாண்டர்ஸ். “அவனுக்குத் தெரிந்ததெல்லாம் இருக்கைகளை எறி என்று எப்படிச் சொல்வது என்பதுதான்.”

“நீங்கள் இருவரும் பாடும்போது பார்வையாளர்களுக்குத் தெரிந்ததெல்லாம் உங்கள்மேல் எப்படி இருக்கைகளை எறிவது என்பதுதான்,” என்று எட்டோரே சொன்னான். “அதன் பின் அமெரிக்கா போகும்போது நீங்கள் ஸ்காலாவில் வெற்றியடைந்த தாக எக்களிப்பு பேசுவீர்கள். ஆனால், ஸ்காலாவில் உங்களை முதல் இசைக் குறிப்பைக் கூட பாட அனுமதிக்க மாட்டார்கள்.”

“நான் ஸ்காலா இசைக் கூடத்தில் பாடுவேன்,” என்றான் சிம்மன்ஸ். “அக்டோபர் மாதத்தில் நாடக இசையைப் பாடப்

போகிறேன்."

"நாம் அங்கே போவோம், இல்லையா, மேக்?" என்று துணைத் தூதனிடம் எட்டோரே சொன்னான். "அவர்களைப் பாதுகாக்க யாராவது கொஞ்சம் ஆட்கள் தேவைப்படுவார்கள்."

"அவர்களைப் பாதுகாகாக்க அமெரிக்க இராணுவம் அங்கே இருந்தாலும் இருக்கலாம்," என்றான் துணைத் தூதன். "இன்னும் கொஞ்சம் மது குடிக்கிறாயா, சிம்மன்ஸ்? நீ கொஞ்சம் குடிக் கிறாயா, சாண்டர்ஸ்?"

"சரி. குடிக்கிறேன்," என்று சாண்டர்ஸ் சொன்னான்.

"நீ வெள்ளிப் பதக்கம் வாங்கப்போவதாகக் கேள்விப்பட்டேன்," என்று எட்டோரே என்னிடம் சொன்னான். "என்ன மாதிரியான சான்றிதழ் நீ வாங்கப்போகிறாய்?"

"எனக்குத் தெரியாது. நான் பதக்கம் வாங்கப்போகிறேன் என்பதே எனக்குத் தெரியாது."

"நீ வாங்கத்தான் போகிறாய். நண்பனே, அப்போது கோவா உணவு விடுதியில் உள்ள இளம் பெண்கள் உன்னை மிகச் சிறப்பானவன் என்று நினைப்பார்கள். நீ இருநூறு ஆஸ்திரியர் களைக் கொன்றுவிட்டதாகவோ, ஒரு பதுங்கு குழிக்குள் இருந்த அனைவரையும் நீ ஒருவனே போர்க் கைதிகளாகச் சிறைப் பிடித்துவிட்டதாகவோ அவர்கள் எல்லோரும் நினைப்பார்கள். என்னை நம்பு, நான் பாராட்டுப் பத்திரங்கள் வாங்க கடுமையாக உழைக்கவேண்டியிருந்தது."

"எத்தனை பதக்கங்கள் வாங்கியிருக்கிறாய், எட்டோரே?" என்று துணைத் தூதன் கேட்டான்.

"அவன் எல்லாப் பதக்கங்களும் வாங்கிவிட்டான்," என்று சிம்மன்ஸ் சொன்னான். "இந்தப் பையனுக்காகவே அவர்கள் போர் புரிந்துகொண்டிருக்கிறார்கள்."

"நான் இரண்டு வெண்கலப் பதக்கங்களும் மூன்று வெள்ளிப் பதக்கங்களும் வாங்கியிருக்கிறேன்," என்றான் எட்டோரே. "ஆனால், ஒரு பதக்கத்துக்கான ஆவணமே வந்திருக்கிறது."

"மற்ற பதக்கங்களில் என்ன பிரச்சினை உள்ளது?" என்று சிம்மன்ஸ் கேட்டான்.

"ஆவணங்கள் தயாரிப்பது வெற்றியடையவில்லை. ஆவணங்கள் தயாரிப்பது தடைபட்டால் எல்லாப் பதக்கங்களையும் நிறுத்தி விடுகிறார்கள்."

"போரில் எத்தனை முறை காயம் அடைந்திருக்கிறாய், எட்டோரே?"

"மூன்று முறை மோசமான காயங்கள். காயமடைந்ததற்கான மூன்று கோடுகள் வாங்கியிருக்கிறேன். பார்க்கிறாயா?" அவனது சட்டையின் கைப் பகுதியை இழுத்தான். கறுப்புப் பின்புலத்தில் இணையாகச் சென்ற வெள்ளி நிறக் கோடுகள் கொண்ட துணி தோள்பட்டையிலிருந்து எட்டு அங்குலத்துக்கும் கீழே சட்டையில் தைக்கப்பட்டிருந்தது.

"நீயும் ஒன்று வாங்கியிருக்கிறாய்," என்று எட்டோரே என்னிடம் கூறினான். "என்னை நம்பு. இப்படிக் கோடுகள் வாங்குவது அற்புதமானது. பதக்கங்களைவிட கோடுகள் வாங்குவதையே நான் விரும்புகிறேன். என்னை நம்பு, பையா, நீ மூன்று கோடுகள் வாங்கும்போது ஒரு சிறப்பான நிலையை அடைகிறாய். மூன்று மாதங்கள் மருத்துவமனையில் இருக்கும் அளவுக்கு நீ ஒரு காயம் பட்டதுக்காக ஒரு கோடு வாங்கியிருக்கிறாய்."

"உன் உடம்பில் எங்கே காயமடைந்தாய், எட்டொரே?" என்று துணைத் தூதன் கேட்டான்.

எட்டோரே அவனது சட்டையின் கைப் பகுதியை மேலே இழுத்தான். "இங்கே," என்றவாறு அவன் ஒரு தடித்துச் சிவந்த மென்மையான காயம் ஆறின தழும்பைக் காட்டினான். "என் காலில் இந்த இடத்திலும், நான் காலில் துணிப்பட்டை கட்டி யிருப்பதால் அதை நான் காட்ட முடியாது; மற்றொன்று என்னுடைய பாதத்தில். என்னுடைய பாதத்தில் இறந்த நிலையில் ஒரு எலும்பு இருக்கிறது. அது எனக்கு இப்போதும் வலி உண்டாக்குகிறது. ஒவ்வொரு நாள் காலையிலும் நான் புதிதாக சில எலும்புச் சிதறல்களை வெளியே எடுக்கிறேன்; ஆனால், எப்போதும் அது வலித்துக்கொண்டிருக்கிறது."

"உன்னைத் தாக்கியது என்ன?" என்று சிம்மன்ஸ் கேட்டான்.

"ஒரு கையெறி குண்டு. குச்சி வடிவத்தில் மரக் கைப்பிடியுடன்

வடிவமைக்கப்பட்ட கையெறி குண்டுகளில் ஒன்று. என் பாதம் முழுவதையும் அது சிதறடித்தது. அந்த வகை கையெறி குண்டுகள் பற்றி உனக்குத் தெரியுமல்லவா?" அவன் என் பக்கமாகத் திரும்பினான்.

"தெரியும்."

"ஒரு வேசியின் மகன் அதை எறிந்ததைப் பார்த்தேன்," என்றான் எட்டோரே. "அது என்னை அடித்துக் கீழே தள்ளியது. சரி என் கதை முடிந்தது, நான் செத்துவிட்டேன் என்று நினைத்தேன்; ஆனால், அந்த மட்டமான குண்டின் உள்ளே ஒன்றும் இல்லை. அந்த வேசியின் மகனை என் கைத்துப்பாக்கியால் சுட்டு வீழ்த்தினேன். நான் எப்போதும் ஒரு கைத்துப்பாக்கியை என்னுடன் எடுத்துப் போவேன், அதனால் நான் ஓர் அதிகாரி என்று மற்றவர்கள் சொல்ல முடியாது."

"அவன் பார்ப்பதற்கு எப்படி இருந்தான்?" என்று சிம்மன்ஸ் கேட்டான்.

"அவன் ஒருவன் மட்டுமே கையெறி குண்டு வைத்திருந்தான். அதை அவன் ஏன் எறிந்தான் என்று எனக்குத் தெரியவில்லை. ஒருவேளை அவனுக்கு ஒரு குண்டை எறிந்து பார்க்க வேண்டும் என்ற ஆசை ஏற்பட்டிருக்கும் என்று நினைக்கிறேன். ஒருவேளை உண்மையான ஒரு போரை அவன் பார்த்திருக்க மாட்டான். அந்த வேசியின் மகனைச் சுட்டுக் கொன்றேன் என்ற ஒரு மன நிறைவு எனக்குக் கிடைத்தது."

"நீ அவனைச் சுடும்போது அவன் எப்படி இருந்தான்?" என்று சிம்மன்ஸ் கேட்டான்.

"அது எப்படி எனக்குத் தெரியும்? என்றான் எட்டோரே. "அவனை வயிற்றில் சுட்டேன். நான் அவனுடைய தலைக்குக் குறிவைத்திருந்தால் என் குறி தவறிவிடுமோ என்று பயந்தேன்."

"நீ எவ்வளவு காலம் அதிகாரியாக இருக்கிறாய், எட்டோரே?" என்று கேட்டேன்.

"இரண்டு ஆண்டுகள். நான் கேப்டனாகப் போகிறேன். நீ எவ்வளவு காலம் லெஃப்டினன்டாக இருக்கிறாய்?"

"மூன்று ஆண்டுகளாக."

"நீ கேப்டனாக முடியாது; உனக்கு இத்தாலிய மொழி நன்றாகத்

தெரியாது," என்றான் எட்டோரே. "உனக்கு இத்தாலிய மொழியில் பேசத் தெரியும்; ஆனால், நன்றாக எழுதவும் படிக்கவும் தெரியாது. கேப்டனாகும் தகுதி அடைவதற்குப் படிப்பு வேண்டும். நீ ஏன் அமெரிக்க இராணுவத்தில் சேரக் கூடாது?"

"சேர்ந்தாலும் சேருவேன்."

"நான் அமெரிக்க இராணுவத்தில் சேர வேண்டும் என்று இறைவனை வேண்டுகிறேன். ஒரு கேப்டனுடைய சம்பளம் எவ்வளவு இருக்கும், மேக்?"

"எனக்கு மிகச் சரியாகத் தெரியாது. இருநூற்று ஐம்பது டாலர் அளவு இருக்கலாம் என்று நினைக்கிறேன்."

"இயேசு கிறிஸ்துவே, இருநூற்று ஐம்பது டாலர்களைக்கொண்டு நான் என்னவெல்லாம் செய்ய முடியும். கூடிய சீக்கிரம் நீ அமெரிக்க இராணுவத்தில் சேர்வது நல்லது, ஃப்ரெட். என்னையும் அதில் சேர்த்துவிட முடியுமா என்று பார்."

"முயற்சி செய்கிறேன்."

"இத்தாலிய மொழியில் பேசி என்னால் ஒரு படைப் பிரிவிற்குத் தலைமை ஏற்க முடியும். அதையே என்னால் எளிதாக ஆங்கிலத்தில் கற்க முடியும்."

"நீ தளபதியாகவே செயல்படலாம்," என்றான் சிம்மன்ஸ்.

"முடியாது. தளபதியாகும் அளவுக்கு எனக்கு எழுத்தறிவு போதாது. தளபதி மிகவும் படித்தவராகவும் அறிவுள்ளவராகவும் இருக்க வேண்டும். உங்களை மாதிரி பையன்கள் போர் என்றால் மிகச் சாதாரணமானது என்று நினைக்கிறீர்கள். இரண்டாந்தரமான இராணுவ வீரனாகச் செயல்படக்கூட உங்களுக்கு மூளை கிடையாது."

"இறைவன் அருளால் நான் அப்படிப் பணியாற்றவேண்டிய அவசியமே இல்லாமல் போயிற்று," என்றான் சிம்மன்ஸ்.

"ஒருவேளை உங்களைப் போன்ற சோம்பேறிகளை அவர்கள் சுற்றி வளைத்துப் பிடித்தால் நீங்கள் அப்படிப்பட்ட வேலைகளைச் செய்வீர்கள். ஓ பையன்களே, நீங்கள் இரண்டு பேரும் என்னுடைய பிரிவில் பணியாற்ற வேண்டும் என்று நான் ஆசைப்படுகிறேன். மேக், நீயும்தான். உன்னை எனக்கு எடுபிடி வேலை செய்யும் வீரனாகச் சேர்ப்பேன், மேக்."

“நீ பெரிய ஆள், எட்டோரே,” என்று மேக் சொன்னான். “ஆனால், நீ ஒரு தீவிர இராணுவவாதியாக இருக்கிறாயோ என்று நான் கவலைப்படுகிறேன்.”

“இந்தப் போர் முடிவடையும் முன்னால் நான் கர்னல் பதவியில் இருப்பேன்,” என்றான் எட்டோரே.

“எதிரிகள் உன்னைக் கொல்லவில்லையானால்.”

“எதிரிகள் என்னைக் கொல்ல மாட்டார்கள்.” அவன் சட்டைக் காலரில் இருந்த நட்சத்திரக் குறியைக் கட்டை விரலாலும் ஆள்காட்டி விரலாலும் பிடித்தான். “நான் என்ன செய்தேன் என்று பார்த்தாயா? கொல்லப்படுவது சம்பந்தமாக யாராவது பேசினால் நாங்கள் எப்போதும் நட்சத்திரக் குறிகளைத் தொடுவோம்.”

“சிம், வா. நாம் போகலாம்,” என்று சொன்னபடியே சாண்டர்ஸ் எழுந்து நின்றான்.

“சரி போகலாம்.”

“மீண்டும் சந்திக்கும்வரை,” என்று சொன்னேன். “நானும் போக வேண்டும்.” மது விடுதியில் இருந்த கடிகாரத்தில் அப்போது நேரம் ஆறு மணியாவதற்குப் பதினைந்து நிமிடங்கள் இருந்தன. “அப்புறம் பார்க்கலாம், எட்டோரே.”

“சியாவோ, ஃப்ரெட்,” என்றான் எட்டோரே. “நீ வெள்ளிப் பதக்கம் வாங்கப்போவது மகிழ்ச்சியான செய்தி.”

“நான் பதக்கம் வாங்கப்போகிறேனா என்று எனக்குத் தெரியாது.”

“நிச்சயமாக உனக்குக் கிடைக்கும், ஃப்ரெட். நிச்சயமாக வாங்குவாய் என்று எனக்குத் தகவல் கிடைத்தது.”

“நல்லது. நான் புறப்படுகிறேன்,” என்றேன். “எட்டோரே, ஏதாவது சிக்கலில் மாட்டிக்கொள்ளாதே.”

“என்னைப் பற்றிக் கவலைப்படாதே. நான் குடிப்பதும் இல்லை; அங்கும் இங்கும் அலைந்து திரிவதும் இல்லை. நான் குடிகாரனும் இல்லை; வேசிகளை வேட்டையாடும் வேட்டையாடியும் இல்லை. எது நல்லது என்று எனக்குத் தெரியும்.”

“சரி. நான் போய்வருகிறேன்,” என்று சொன்னேன். “உனக்கு கேப்டனாகப் பதவி உயர்வு கிடைக்கப்போவது எனக்கு மகிழ்ச்சி

யளிக்கிறது."

"பதவி உயர்வு பெறுவதற்கு நான் காத்திருக்கவேண்டிய அவசியமில்லை. போரிடுவதில் என்னுடைய திறமையின் அடிப்படையில் கேப்டன் ஆவேன். உனக்குத் தெரியும். மூன்று நட்சத்திரங்கள், ஒன்றின் குறுக்கே ஒன்றாக இரண்டு வாள்கள், அவற்றுக்கு மேலே கிரீடம். அதுதான் நான்."

"நல்வாழ்த்துகள்."

"உனக்கும் என் வாழ்த்துகள். திரும்பவும் எப்போது நீ போர் முனைக்குப் போகிறாய்?"

"வெகு சீக்கிரத்தில்."

"நல்லது. மீண்டும் சந்திப்போம்."

"பார்க்கலாம். விடை பெறுகிறேன்."

"திரும்பவும் சந்திக்கலாம். நீ யாரிடமும் ஏமாந்துவிடாதே."

மருத்துவமனைக்குப் போவதற்காக ஒரு குறுக்குவழிப் பாதைக்குச் செல்லும் பின்பக்கச் சாலையில் நடந்தேன். எட்டோரேக்கு இருபத்து மூன்று வயதாகிறது. அவன் சான் பிராசிஸ்கோவில் அவனுடைய மாமாவின் பராமரிப்பில் வளர்ந்தவன். போர் தொடக்கம் அறிவிக்கப்பட்டபோது, இத்தாலியின் வடமேற்குப் பகுதியில் இத்தாலிய மொழியில் டரீனோ என்று அழைக்கப்பட்ட ட்யூரின் நகரில் வாழ்ந்த அவனுடைய அப்பா, அம்மாவைப் பார்க்கப் போயிருந்தான். அவனுக்கு ஒரு சகோதரி இருந்தாள். அவளும் அவனுடன் சேர்ந்து அவர்களின் மாமா வீட்டில் வசிக்கும்படி அமெரிக்கவுக்கு அனுப்பிவைக்கப்பட்டிருந்தாள். போ ஆற்றங்கரை அருகே செயல்பட்ட ஆரம்பப் பள்ளிகளில் ஆசிரியர் பணிக்குத் தகுதி பெறுவதற்கான இரண்டு ஆண்டு கால படிப்பை முடித்து, அவள் இந்த ஆண்டு பட்டம் பெறுகிறாள். அவன் சந்திக்கும் அனைவரையும் பேசியே சலிப்படையச் செய்யும் சட்டப்படியான நாயகனாக எட்டோரே இருந்தான். கேதரினால் அவனைச் சகித்துக்கொள்ளவே முடியாது.

"நம்மிடையே நாயகர்களும் இருக்கிறார்கள். ஆனால், அன்பனே, அவர்கள் பொதுவாக அமைதியானவர்களாக இருக்கிறார்கள்."

"நான் அவனைப் பொருட்படுத்தவில்லை."

"அவன் இவ்வளவு அகந்தையுடன் தற்பெருமை பேசாமலும் தொடர்ந்து என்னைச் சலிப்படையச் செய்யாமலும் இருந்தால் நானும் அவனைப் பொருட்படுத்த மாட்டேன்."

"அவன் என்னையும் சலிப்படையச் செய்கிறான்."

"என் அன்பனே, அப்படிச் சொல்லும் நீ இனிமையானவன். ஆனால், அப்படிச் சொல்லவேண்டிய அவசியம் இல்லை. அவன் போர்முனையில் இருப்பதாக நினைத்துப் பார். அவன் உனக்கு அங்கு பயனுள்ளவனாக இருப்பான் என்று எனக்குத் தெரியும். ஆனால், என்னால் பொருட்படுத்த முடியாத வகையைச் சேர்ந்த பையன் அவன்."

"எனக்குத் தெரியும்."

"அதை நீ தெரிந்துவைத்திருப்பது உன்னுடைய சிறப்பு இயல்பு, அன்பானவனே; அவன்மீது அன்பு கொள்ள முயற்சி செய்கிறேன். ஆனால், அவன் பயங்கரமானவன், உண்மையிலேயே அவன் ஒரு பயங்கரமான பையன்."

"அவன் கேப்டனாகப் போகிறான் என்று இன்று பிற்பகலில் சொன்னான்."

"மகிழ்ச்சி," என்றாள் கேதரின். "அது அவனை மனநிறைவு அடையச் செய்யும்."

"எனக்கு இன்னும் மேன்மையான பதவி கிடைக்க வேண்டும் என்று நீ விரும்பவில்லையா?"

"இல்லை, என் அன்பனே. நாம் உயர்தரமான உணவு விடுதிகளுக்குச் செல்ல அனுமதி பெறத் தகுதியுடைய பதவியில் நீ இருக்க வேண்டும்."

"அப்படியான பதவியில்தான் நான் இப்போது இருக்கிறேன்."

"அதிஅற்புதமான பதவியில் இருக்கிறாய். இதைவிடப் பெரிய பதவியை நீ அடைய வேண்டும் என்று நான் ஆசைப்படவில்லை. அது உனக்குத் தலைக்கனத்தை உண்டாக்கலாம். நீ அகந்தையுடன் தற்பெருமை பேசாதவன் என்பதில் நான் அதிக மகிழ்ச்சி அடைகிறேன். நீ அகந்தை உள்ளவனாக இருந்திருந்தாலும் நான் உன்னைத் திருமணம் செய்திருப்பேன்; ஆனால், அகந்தை இல்லாத ஒருவன் கணவனாகக் கிடைப்பது மிகுந்த மன அமைதியைக்

கொடுப்பதாகும்."

நாங்கள் அறையின் பால்கனியில் இருந்தபடி மிகவும் மெதுவாகப் பேசிக்கொண்டிருந்தோம். இந்த நேரத்தில் நிலவு உதித்திருக்க வேண்டும். ஆனால், நகரின்மேல் பனிமூட்டம் படர்ந்திருந்தது. அதனால் நிலவு மேலே வரவில்லை. சிறிது நேரத்தில் தூரல் விழ ஆரம்பித்தது; நாங்கள் அறைக்குள் வந்தோம். வெளியே தெரிந்த பனிமூட்டம் மழையாக மாறியது. அடுத்த சில நொடிகளில் கனமழை பொழிந்தது; அந்தக் கனமழை, தொடர்ந்து வீட்டுக் கூரைகளில் விழுந்து எழுப்பிய பறையோசையைக் கேட்டோம். நான் எழுந்து கதவுப் பக்கமாகச் சென்று அறைக்குள் மழைச் சாரல் அடிக்கிறதா என்று பார்த்தேன். ஆனால், அங்கு சாரல் அடிக்கவில்லை என்பதால் கதவு திறந்திருந்த நிலையிலேயே விட்டு திரும்பினேன்.

"நீ வேறு யாரையெல்லாம் பார்த்தாய்?" என்று கேதரின் கேட்டாள்.

"மிஸ்டர் மற்றும் மிசஸ் மயர்ஸ்."

"அவர்கள் மிகவும் வினோதமானவர்கள்."

"அவர் வீட்டுச் சிறையிலிருந்தபடியே பிராயச்சித்தம் செய்து கொண்டிருக்க வேண்டியவர். ஆனால், அவர் எப்படியும் செத்து ஒழியட்டும் என விட்டுவிட்டார்கள்."

"அதன் பிறகு அவர் எப்போதுமே மிலன் நகரில் மகிழ்ச்சியுடன் வாழ்ந்தார்."

"எப்படியான மகிழ்ச்சியுடன் வாழ்ந்தார் என்று எனக்குத் தெரியவில்லை."

"சிறைச்சாலையிலிருந்து வெளியே வந்த பிறகு கிடைக்கும் மகிழ்ச்சியுடன் என்று நினைக்கிறேன்."

"சில பொருட்களை அவள் இங்குக் கொண்டுவரப்போகிறாள்."

"அவள் கொண்டுவரும் பொருட்கள் மிகவும் அற்புதமானவை. நீ அவளுடைய அன்புக்குப் பாத்தியப்பட்ட பையனா?"

"அப்படிப்பட்ட பையன்களில் நானும் ஒருவன்."

"நீங்கள் எல்லோருமே அவளுடைய அன்புக்குப் பாத்தியப்பட்ட

பையன்கள். அவள் பையன்களுக்குப் பிரியத்துடன் முன்னுரிமை கொடுப்பாள். மழை பெய்யும் சத்தத்தைக் கூர்ந்து கேள்."

"கன மழை பெய்துகொண்டிருக்கிறது."

"இருக்கட்டும். நீ என்னை எப்போதுமே விரும்புவாய், அப்படித்தானே?"

"ஆமாம்."

"மழை எந்தவித மாற்றமும் ஏற்படுத்தாதுதானே?"

"ஏற்படுத்தாது."

"மிகவும் நல்லது. ஏனென்றால் நான் மழைக்குப் பயப்படுவேன்."

"ஏன் அப்படி?" நான் தூக்கக் கலக்கத்தில் இருந்தேன். வெளியே தொடர்ந்து மழை பெய்துகொண்டிருந்தது.

"ஏனென்று எனக்குத் தெரியவில்லை, அன்புக்குரியவனே. நான் எப்போதுமே மழைக்குப் பயந்தவளாய் இருக்கிறேன்."

"எனக்கு மழை பிடிக்கும்."

"மழையில் நடக்க விரும்புகிறேன், ஆனால், மழை பெய்வது பிடிக்காது."

"உன்னை எப்போதுமே விரும்புவேன்."

"நான் உன்னை மழையிலும் விரும்புவேன்; பனியிலும் விரும்புவேன்; ஆலங்கட்டி மழையிலும் விரும்புவேன். - மேலும் வேறு ஏதாவது இருக்கிறதா?"

"எனக்குத் தெரியவில்லை. எனக்கு இப்போது தூக்கம் வருகிறது என்று நினைக்கிறேன்."

"அன்பனே, நீ போய்த் தூங்கு; எது எப்படி நடந்தாலும் நான் அதைப் பொருட்படுத்த மாட்டேன்; நான் உன்னை விரும்புவேன்."

"உண்மையிலேயே நீ மழைக்குப் பயப்படவில்லைதானே? பயப்படுகிறாயா?"

"நான் உன்னுடன் இருக்கும்போது பயப்பட மாட்டேன்."

"எதற்காக மழையைக் கண்டு நீ பயப்படுகிறாய்?"

"எனக்குத் தெரியாது."

"என்னிடம் சொல்."

"என்னைக் கட்டாயப்படுத்தாதே."

"என்னிடம் சொல்."

"முடியாது."

"தைரியமாக என்னிடம் சொல்."

"சரி. சொல்கிறேன். நான் மழையைக் கண்டு பயப்படுவதற்குக் காரணம் சில சமயங்களில் நான் மழையில் செத்துக்கிடப்பதைக் காண்கிறேன்."

"நடக்காது."

"மேலும் சில சமயங்களில் நீயும் மழையில் செத்துக்கிடப்பதைக் காண்கிறேன்."

"அப்படி நடக்க வாய்ப்புகள் அதிகம்."

"இல்லை. அப்படி நடக்காது, அன்பனே. எப்போதும் உன்னை என்னால் பாதுகாப்புடன் வைத்திருக்க முடியும்; என்னால் முடியும் என்று எனக்குத் தெரியும். ஆனால், ஒருவராலும் தன்னைத் தற்காத்துக்கொள்ள முடியாது."

"தயவுசெய்து அந்தப் பேச்சை நிறுத்து. அந்த மாதிரியான எண்ணங்களை உன்னால் தடுக்க முடியாமல் போய், இன்று இரவு நீ நிலைதடுமாறி நிற்பதை நான் விரும்பவில்லை. நாம் நீண்ட நாட்கள் சேர்ந்து இருக்க முடியாது."

"இல்லை, நான் எனது எண்ணங்களைத் தடுத்து நிறுத்த முடியாமல் நிலைதடுமாறித்தான் இருக்கிறேன். ஆனால், அதை நான் தடுத்து நிறுத்துவேன். இது எல்லாமே முட்டாள்தனம்."

"உண்மை. இது எல்லாமே முட்டாள்தனம்தான்."

"இது எல்லாமே முட்டாள்தனம்தான். இது முட்டாள்தனமே தான். நான் மழைக்குப் பயப்படவில்லை. நான் மழைக்குப் பயப்படவில்லை. ஓ, ஓ, இறைவா, நான் பயப்படவில்லை என்று நினைக்கத்தான் விரும்புகிறேன்." அவள் கதறி அழுது கொண்டிருந்தாள். நான் அவளுக்கு ஆறுதல் கூறினேன். அவள் அழுகையை நிறுத்தினாள். ஆனால், வெளியே தொடர்ந்து மழை பெய்துகொண்டேயிருந்தது.

அத்தியாயம் 20

ஒருநாள் பிற்பகல் நாங்கள் குதிரைப் பந்தயம் பார்க்கச் சென்றோம். எங்களுடன் ஃபெர்குசனும் வந்தாள். நினைவுப் பொருளுக்காக ஆசைப்பட்டு, வெடிகுண்டினால் கண்களில் காயமடைந்த குரோவெல் ராட்ஜர்ஸ் என்ற பையனும் எங்களுடன் வந்தான். மதிய உணவுக்குப் பின்னர் பெண்கள் இருவரும் உடை மாற்றிக்கொண்டிருந்த நேரத்தில் நானும் குரோவெலும் அவனுடைய அறையிலிருந்த படுக்கையில் உட்கார்ந்தபடி குதிரைப் பந்தயங்கள் பற்றிய இதழ்களில் குதிரைகளின் கடந்தகால செயல் பாடுகள், அவற்றைப் பற்றிய வருங்காலக் கணிப்புகள் முதலிய வற்றை வாசித்தோம். குரோவெலின் தலையில் கட்டு போடப் பட்டிருந்தது. அவன் குதிரைப் பந்தயங்களில் அதிக அக்கறை உள்ளவன் இல்லையென்றாலும், அவன் குதிரைப் பந்தய இதழ்களைத் தொடர்ந்து வாசித்தான். ஏதோ ஒரு காரணத்துக் காக பந்தயக் குதிரைகள் பற்றியும் அவை சம்பந்தமான செய்தி களைப் பற்றியுமான அவனது அறிதலை அவ்வப்போது புதுப் பித்துக்கொண்டிருந்தான். குதிரைகள் அனைத்துமே பயங்கர வலிமையுடையவை என்றும் நம்மிடம் இருக்கும் குதிரைகள் கொஞ்சம்தான் என்றும் சொன்னான். வயதான மயர்ஸுக்கு அவனைப் பிடிக்கும்; அவனுக்கு பந்தயங்கள் பற்றி குறிப்புகள் கொடுப்பார். மயர்ஸ் பணயம் வைத்த கிட்டத்தட்ட எல்லாப் பந்தயங்களிலும் ஜெயித்தார்; ஆனால், பந்தயங்கள் பற்றிய குறிப்பு களைப் பிறருக்குக் கொடுப்பதை அவர் வெறுத்தார்; அது வெற்றிப் பணத்தில் அவரது பங்கைக் குறைத்துவிடும் என்று நினைத்தார். குதிரைப் பந்தயம் ஒரு நேர்மையில்லாத போட்டி. மற்ற எல்லா குதிரைப் பந்தய மைதானங்களிலிருந்தும் துரத்தி யடிக்கப்பட்ட மனிதர்கள் இத்தாலியில் நடைபெற்ற பந்தயங் களில் கலந்துகொண்டார்கள். மயர்ஸ் நல்ல தகவல்கள் சொல் பவர். ஆனால், அவற்றை அவரிடம் கேட்டுப் பெறுவதை நான்

வெறுத்தேன். சில சமயங்களில் அவர் பதில் சொல்வதைத் தவிர்த்தார். அப்படி அவர் பதில் சொல்வது அவரைப் புண்படுத்துவதை நாம் காணலாம். ஆனால், ஏதோ ஒரு காரணத்திற்காக அவர் பதில் சொல்லக் கடமைப்பட்டவர்போல் உணர்வார். இருந்தாலும், குரோவெலுக்குப் பதில் சொல்வதில் அவர் அதிகம் வெறுப்பு காட்ட மாட்டார். குரோவெலின் கண்கள் காயமடைந்திருந்தன; ஒரு கண் மோசமாகக் காயமடைந்திருந்தது. மயர்ஸுக்கும் கண்களில் பிரச்சினை இருந்தது; அதனால் குரோவெலை அவருக்குப் பிடித்துப்போயிற்று. எந்தக் குதிரைமீது அவர் பணயம் கட்டியிருக்கிறார் என்று மயர்ஸ் ஒருபோதும் அவருடைய மனைவியிடம் சொன்னதில்லை. அவளும் பந்தயம் கட்டினாள்; அவள் சில சமயங்களில் வெற்றி பெறுவாள் அல்லது தோல்வி அடைவாள், பெரும்பாலும் தோல்வியே அடைந்தாள்; எல்லா நேரத்திலும் பேசிக்கொண்டிருப்பாள்.

நாங்கள் நான்கு பேரும் சான் சிரோ பந்தயத் திடலுக்குத் திறந்த வண்டியில் பயணம் செய்தோம். அன்று சிறப்பான நாளாக இருந்தது. ஒரு பூங்காவின் வழியாகப் பயணம் செய்து, டிராம் வண்டிப்பாதையின் ஓரமாகச் சென்று நகர எல்லையைக் கடந்தோம். அங்கே சாலை தூசி நிறைந்திருந்தது. இரும்பு வேலிகள் அமைக்கப்பட்ட பெரிய வீடுகள் இருந்தன; ஓங்கி உயர்ந்து வளர்ந்த பசுமையான செடிகள் நிறைந்த தோட்டங்கள் இருந்தன; தண்ணீர் நிறைந்த ஓடைகள் இருந்தன. பச்சைக் காய்கறித் தோட்டங்கள் இருந்தன. அங்கிருந்த காய்கறிச் செடி கொடிகளில் தூசி படர்ந்திருந்தது. சமதரைக்கு அப்பால் இருந்த பண்ணை வீடுகளையும், நீர்ப்பாசன ஓடைகள் உள்ள பசுமையான வயல்வெளிகளையும் அதற்கும் வடக்கே இருந்த மலைகளையும் பார்த்தோம். பந்தயத் திடலை நோக்கி பல வண்டிகள் போய்க் கொண்டிருந்தன. நாங்கள் சீருடையில் இருந்ததால் பந்தயத் திடலின் வாயிற் காப்பாளர்கள் எங்களை அனுமதிச் சீட்டு இல்லாமலேயே உள்ளே செல்ல அனுமதித்தார்கள். நாங்கள் வண்டியிலிருந்து இறங்கினோம், பந்தய அட்டவணைகளை வாங்கினோம், பந்தயத் திடலின் உள்பக்கமாக நடந்து, மென்மையான தடித்த புல்தரையைக் கடந்து குதிரைகள் பராமரிக்கப்படும் இடத்தை அடைந்தோம். பந்தயத்தை மறைப்பு இல்லாமல் பார்க்கக்கூடிய

இருக்கை வசதிகளுடன் மேற்கூரை அமைப்புள்ள அந்தப் பழைய அரங்கம் மரத்தினால் அமைக்கப்பட்டிருந்தது; பணயத் தொகை செலுத்தவேண்டிய கவுண்டர்கள் குதிரை லாயங்களுக்குப் பக்கத்தில் அரங்கத்தின் அடிப் பகுதியில் ஒரே வரிசையில் இருந்தன. பந்தயத் திடலைச் சுற்றி வேலியின் உட்பக்கமாக இராணுவ வீரர்களின் கூட்டம் இருந்தது. குதிரைகள் பராமரிப்புத் திடல் மக்கள் கூட்டத்தால் ஓரளவு நிரம்பி வழிந்தது. அரங் கத்தின் பின்புறத்தில் இருந்த மரங்களுக்குக் கீழே வட்டமாக குதிரைகளுக்கு நடைப் பயிற்சி கொடுத்துக்கொண்டிருந்தார்கள். எங்களுக்கு அறிமுகமான மனிதர்களைப் பார்த்தோம்; ஃபெர் குசனுக்கும் கேதரினுக்கும் இருக்கைகள் வாங்கினோம். அதன் பின் குதிரைகளைப் பார்த்தோம்.

குதிரைப் பயிற்சியாளர்கள் முன் செல்ல, குதிரைகள் தலைகளைக் கீழே தொங்கவிட்டபடி ஒன்றன் பின் ஒன்றாக வட்டமாகச் சென்றன. ஒரு குதிரை கரும் ஊதா நிறத்தில் இருந்தது. அந்தக் குதிரை அந்த நிறத்தில் சாயம் பூசப்பட்டுள்ளது என்று குரோவெல் சத்தியம் செய்தான். நாங்கள் அதைக் கூர்ந்து பார்த்தோம்; குரோவெல் சொன்னது உண்மையாக இருக்கலாம் எனத் தோன்றியது. சேணம் மாட்டுவதற்கான அறிவிப்புமணி அடிப்பதற்குச் சற்று நேரத்துக்கு முன்னால்தான் அந்தக் குதிரை வெளியே வந்தது. பயிற்சியாளனின் புஜத்தில் எழுதப்பட்டிருந்த அடையாள எண்ணைக்கொண்டு அட்டவணையில் அந்தக் குதிரையின் விவரத்தைப் பார்த்தோம்; காயடிக்கபட்ட அந்தக் கறுப்புக் குதிரை, ஜபலாக் என்ற பெயரில் பட்டியலிடப்பட்டிருந்தது. அந்த ஓட்டப் பந்தயம் ஒருபோதும் ஆயிரம் அல்லது அதற்கும் அதிகமான லயரைப் பரிசாகப் பெறாத குதிரைகளுக்கானது. அந்தக் குதிரையின் நிறம் மாற்றப்பட்டுள்ளது என்று கேதரின் உறுதியாகக் கூறினாள். அதைப் பற்றி அவளால் எதுவும் சொல்ல முடியவில்லை என்று ஃபெர்குசன் சொன்னாள். அது சந்தேகத்துக்குரியது என்று நான் நினைத்தேன். நாங்கள் எல்லோரும் அதன்மீது பணயம் கட்டலாம் என்று தீர்மானித்தோம். நூறு லயர் சேர்த்தோம். வெற்றி வாய்ப்பு பற்றிய அட்டையில் அந்தக் குதிரை ஒரு லயர் பணயத்திற்கு முப்பத்து ஐந்து லயர் கொடுக்கும் என்றிருந்தது. குரோவெல் பந்தயச் சீட்டு வாங்கி வந்தான். அந்த நேரத்தில், குதிரைப் பந்தய

வீரர்கள் மீண்டும் ஒரு முறை குதிரையில் வட்டமடித்துப் பயணம் செய்தார்கள்; அதன் பின் மரங்களுக்கு அடியில் சென்று ஓடு தளத்துக்குப் போவதற்கான ஒரு திருப்பத்திலிருந்த புறப்பாடு முனையத்தை அடைய மெதுவான பாய்ச்சலில் சென்றார்கள்.

குதிரைப் பந்தயத்தைப் பார்க்க அரங்கின் மேல்பகுதிக்குப் போனோம். சான் சிரோ பந்தயத் திடலில் நவீன புறப்பாடு வாயில்கள் இல்லை. அதனால் பந்தயத்தை நடத்துபவன் எல்லாக் குதிரைகளையும் ஒன்றின் பக்கத்தில் ஒன்றாக வரிசையாக நிறுத்தினான். தொலைவில் இருந்த பந்தயப் பாதையில் நின்ற குதிரைகள் பார்ப்பதற்குச் சிறிதாகத் தெரிந்தன. அவனிடமிருந்த நீளமான சாட்டையைச் சொடுக்கி பந்தயத்தைத் தொடக்கி வைத்தான். அவை எங்களைக் கடந்து பாய்ந்து சென்றன. கறுப்புக் குதிரை முன்னிலை வகித்தது, திருப்பத்தில் அது மற்ற குதிரைகளைப் பின்னுக்குத் தள்ளி தூரமாகச் சென்றது. அவை எதிர்ப் பக்கத்தில் ஓடியபோது நான் தொலைநோக்கியில் பார்த்தேன். அதன் மீதிருந்த பந்தய வீரன் அதன் வேகத்தைக் கட்டுப்படுத்த முயன்றான், ஆனால், அவனால் முடியவில்லை. மீண்டும் குதிரைகள் அந்தத் திருப்பத்தில் வந்தபோது கறுப்புக் குதிரை மற்ற குதிரைகளைவிட நூற்று இருபது அடி தூரம் முன்னால் சென்றது; தொடர்ந்து ஓடி வெற்றி இலக்கைக் கடந்து திருப்பத்தில் ஓடியது.

"இது அற்புதம் இல்லையா," என்றாள் கேதரின். "நமக்கு மூவாயிரம் லயருக்கும் அதிகமாகக் கிடைக்கும். அது அற்புதமான குதிரையாகத்தான் இருக்க வேண்டும்."

"அந்தக் குதிரையின் நிறம் மங்காமலிருக்கும் என்று நம்புகிறேன்," என்றான் குரோவெல். "பந்தயப் பணத்தை அவர்கள் நமக்குக் கொடுக்கும் வரையாவது."

"உண்மையாகவே அது அற்புதமான குதிரை," என்று கேதரின் சொன்னாள். "மிஸ்டர் மயர்ஸ் அந்தக் குதிரைமீது பந்தயம் கட்டியிருப்பாரா என்று யோசிக்கிறேன்."

"நீங்கள் பணயம் கட்டிய குதிரை வெற்றி அடைந்ததா?" என்று நான் மயர்ஸைக் கேட்டேன். அவர் தலையை ஆட்டினார்.

"எனக்கு எதுவும் கிடைக்கவில்லை," என்று மிசஸ் மயஸ் சொன்னாள். "குழந்தைகளே நீங்கள் எந்தக் குதிரையில் பணம் கட்டினீர்கள்?"

“ஜபலாக்.”

“உண்மையாகவா? அது ஒன்றுக்கு முப்பத்து ஐந்து என்ற விகிதத்தில் பணம் கொடுக்கும் வெற்றி வாய்ப்பு கொண்டது.”

“அதன் நிறம் எங்களுக்குப் பிடித்திருந்தது.”

“எனக்குப் பிடிக்கவில்லை. அது நோய்வாய்ப்பட்டு அருவருப் பாகத் தோன்றுவதாக நினைத்தேன். அதன் மீது பணயம் கட்ட வேண்டாம் என்று எனக்குச் சொன்னார்கள்.”

“அது அதிக பணம் சம்பாதிக்காது,” என்று மயர்ஸ் சொன்னார்.

“அது ஒன்றுக்கு முப்பத்து ஐந்து என்ற விகிதத்தில் வெற்றி வாய்ப்பு கொண்டதாகக் கணிக்கப்பட்டிருந்தது,” என்று நான் சொன்னேன்.

“அது அதிக பணம் சம்பாதிக்காது,” என்று மயர்ஸ் சொன்னார். “கடைசி நிமிடங்களில் அதன் மீது மக்கள் அதிகமாகப் பணம் கட்டினார்கள்.”

“யார்?”

“கெம்ப்டனும் மற்ற பையன்களும். நீங்கள் காத்திருந்து பாருங்கள். அவன் ஒன்றுக்கு இரண்டு என்ற விகிதத்தில் பணம் தர மாட்டான்.”

“அப்படியானால் நமக்கு மூவாயிரம் லயர் கிடைக்காது,” என்றாள் கேதரின். “இது நேர்மையில்லாத குதிரைப் பந்தயம், எனக்குப் பிடிக்கவில்லை.”

“நமக்கு இருநூறு லயர் கிடைக்கும்.”

“அதனால் எந்தப் பயனும் இல்லை. அது எந்த வகையிலும் நமக்கு உதவாது. நமக்கு மூவாயிரம் லயர் கிடைக்கும் என்று நினைத்தேன்.”

“இது நேர்மை இல்லாததாகவும் அருவருப்பாகவும் இருக்கிறது,” என்று ஃபெர்குசன் சொன்னாள்.

“உண்மைதான்,” என்றாள் கேதரின். “அது நேர்மையற்றதாக இல்லாமல் இருந்திருந்தால் அந்தக் குதிரைமீது பணம் கட்டி யிருக்கவே மாட்டோம். ஆனாலும், மூவாயிரம் லயர் கிடைத் திருக்குமானால் மகிழ்ச்சி அடைந்திருப்பேன்.”

“நாம் கீழே இறங்கிப்போய் கொஞ்சம் மது குடிக்கலாம்; அவர்கள் எவ்வளவு தருகிறார்கள் என்றும் பார்க்கலாம்,” என்று குரோவெல் சொன்னான். வெற்றி பெற்ற எண்கள் அறிவிக்கப் பட்டிருந்த இடத்தை அடைந்தோம். வெற்றி பெற்றதற்கான தொகையை மணி அடித்து அறிவித்தார்கள். ஜபலாக்கின் வெற்றிக்கு 18.50 என்று அறிவிக்கப்பட்டிருந்தது. அந்தத் தொகை, பத்து லயர் பந்தயம் கட்டியிருந்தால் கிடைக்கக் கூடிய பந்தயப் பணத்தைவிடக் குறைவானதாக இருந்தது.

அரங்கத்தின் அடிப்பகுதியில் இருந்த மதுக்கூடத்துக்குச் சென்று விஸ்கியும் சோடாவும் தனித்தனியாக வாங்கினோம். திரும்பிவரும் வழியில் எங்களுக்கு அறிமுகமான சில இத்தாலியர்களையும் துணைத் தூதன் மெக்காடம்ஸையும் சந்தித்தோம். நாங்கள் பெண்கள் இருந்த இடத்தை அடைந்தபோது அவர்களும் எங்களுடன் சேர்ந்து வந்தார்கள். அந்த இத்தாலியர்கள் பண்புடன் நடந்து கொண்டார்கள். நாங்கள் திரும்பவும் பந்தயத்தில் பங்குகொள்ளச் சென்றபோது மெக்காடம்ஸ் கேதரினுடன் பேசிக்கொண்டிருந்தார். மூன்று பேர் மட்டும் சேர்ந்து பந்தயம் கட்டும் இடத்தின் அருகில் மயர்ஸ் நின்றுகொண்டிருந்தார்.

“அதில் எந்தக் குதிரையில் பணம் கட்டினார் என்று கேள்,” என்று நான் குரோவெல்லிடம் சொன்னேன்.

“நீங்கள் எந்தக் குதிரையில் பணம் கட்டினீர்கள், மிஸ்டர் மயர்ஸ்,” என்று குரோவெல் கேட்டான். மயர்ஸ் அவரிடமிருந்த அட்டவணையை எடுத்துப் பென்சிலால் ஐந்து என்ற எண்ணைச் சுட்டிக் காட்டினார்.

“நாங்களும் அந்த எண் குதிரையில் பணம் கட்டுவதில் உங்களுக்கு ஏதாவது பிரச்சினை இருக்கிறதா?” என்று குரோவெல் கேட்டான்.

“தாராளமாக, தாராளமாக. ஆனால், நான் உனக்குக் குறிப்பு கொடுத்தேன் என்பதை என்னுடைய மனைவியிடம் சொல்ல வேண்டாம்.”

“கொஞ்சம் மது குடிக்கிறீர்களா?’ என்று கேட்டேன்.

“வேண்டாம். மிக்க நன்றி. நான் ஒருபோதும் மது குடிப்ப தில்லை.”

நாங்கள் ஐந்தாம் எண் குதிரை வெற்றியடைய நூறு லயர் பணமும், அது முதல் மூன்று இடத்திற்குள் வருவதற்கு நூறு லயர் பணமும் கட்டினோம். மீண்டும் விஸ்கியும் சோடாவும் தனித்தனியாக வாங்கிக் குடித்தோம். நான் நல்ல ஒரு மனநிலையில் இருந்தேன். மேலும் சில இத்தாலியர்களைச் சந்தித்தோம். அவர்கள் ஒவ்வொருவரும் எங்களுடன் ஒருமுறை விஸ்கி குடித்தார்கள். அதன் பின்னர் பெண்கள் இருந்த இடத்துக்குப் போனோம். இந்த இத்தாலியர்களும் மிகவும் பண்புள்ளவர்களாக இருந்தார்கள்; இவர்களின் நடத்தை ஏற்கெனவே எங்களுடன் இருந்த இரண்டு இத்தாலியர்களின் நடத்தையைப் போலிருந்தது. கொஞ்ச நேரத்தில் ஒருவராலும் உட்கார முடியவில்லை. பந்தயச் சீட்டுகளை கேதரினிடம் கொடுத்தேன்.

"எந்தக் குதிரைமேல் பந்தயம் கட்டியிருக்கிறாய்?"

"எனக்குத் தெரியாது. அது மயர்ஸ் தேர்ந்தெடுத்தது."

"உனக்கு அதன் பெயர்கூடத் தெரியாதா?"

"தெரியாது. அதை நீ அந்த அட்டவணையில் பார்க்கலாம். அதன் எண் ஐந்து என்று நினைக்கிறேன்."

"நீ அளவுக்கதிகமான நம்பிக்கை வைத்திருக்கிறாய்," என்று சொன்னாள். ஐந்தாம் எண் கொண்ட குதிரை வெற்றி பெற்றது. ஆனால், பணம் எதுவும் கிடைக்கவில்லை. மிஸ்டர் மயர்ஸ் கோபமாக இருந்தார்.

"இருபது லயர் வெல்வதற்கு இருநூறு லயர் கொடுக்க வேண்டியிருக்கிறது," என்றார் அவர். "பத்து லயருக்குப் பன்னிரண்டு லயர் கொடுக்க வேண்டும். அதற்கு அது ஈடாகாது. என்னுடைய மனைவி இருபது லயர் இழந்துவிட்டாள்."

"நானும் உன்னுடன் வருகிறேன்," என்று கேதரின் என்னிடம் சொன்னாள். இத்தாலியர்கள் எல்லோரும் எழுந்து நின்றார்கள். நாங்கள் தரைத்தளத்துக்கு வந்து அரங்கத்திலிருந்து வெளியேறி குதிரைகளின் பயிற்சி மையத்துக்கு வந்தோம்.

"இது உனக்குப் பிடித்திருக்கிறதா?" என்று கேதரின் கேட்டாள்.

"ஆமாம். எனக்குப் பிடித்திருக்கிறது என்று நினைக்கிறேன்."

"எல்லாம் சரிதான் என்று நினைக்கிறேன்," என்றாள் அவள். "ஆனால், அன்பனே, இவ்வளவு பெரிய கூட்டத்தைப் பார்க்க எனக்குச் சகிக்கவில்லை."

"கூட்டம் அதிகம் இருப்பதாகத் தெரியவில்லையே."

"இல்லைதான். ஆனால், அந்த மயர்ஸ் தம்பதி, மனைவியுடனும் மகளுடனும் வங்கியிலிருந்து வந்த மனிதன்---"

"என்னுடைய வரைவோலைகளைப் பார்த்தவுடன் காசு தருபவன் அவன்," என்றேன்.

"அது சரிதான். ஆனால், அவன் அதைச் செய்து தராவிட்டால் மற்றொருவன் செய்து தருவான். அந்தக் கடைசி நான்கு பையன்களும் பயங்கரம்."

"அப்படியானால் நாம் இங்கேயே நிற்கலாம்; வேலியின் பக்கமாக நின்று குதிரைப் பந்தயத்தைப் பார்க்கலாம்."

"அது அற்புதமாக இருக்கும். மேலும், பிரியமானவனே, நாம் இதுவரை கேள்விப்படாத, மிஸ்டர் மயர்ஸ் பந்தயம் கட்டாத ஒரு குதிரைமீது பந்தயம் கட்டலாம்."

"சரி அப்படியே செய்யலாம்."

நாங்கள் லைட் ஃபார் மீ என்ற பெயருடைய குதிரைமீது பணம் கட்டினோம்; அது ஐந்து குதிரைகளில் நான்காவதாக வந்தது. நாங்கள் வேலியில் சாய்ந்தவாறு குதிரைகள் எங்களைக் கடந்து பாய்ச்சலாக ஓடுவதைப் பார்த்தோம். அவை பாய்ந்து ஓடியபோது அவற்றின் கால் குளம்புகள் இடி இடிப்பது போன்ற ஒலியை எழுப்பின. நாங்கள் தூரத்தில் தெரிந்த மலைகளைப் பார்த்தோம்; மரங்களுக்கும் வயல்வெளிகளுக்கும் அப்பால் தெரிந்த மிலன் நகரைப் பார்த்தோம்.

"நான் மிகவும் தெளிவாக இருப்பதாக உணர்கிறேன்," என்று கேதரின் சொன்னாள். எங்களைக் கடந்து ஓடிய குதிரைகள் எல்லாம் வாசல் வழியாக, ஈரத்துடனும் வியர்த்து வழிந்து கொண்டும் திரும்பி வந்துகொண்டிருந்தன. குதிரை ஓட்டிகள் இன்னும் கொஞ்ச தூரம் சென்று மரங்களுக்கு அடியில் இறங்கு வதற்காக அவற்றை அமைதிப்படுத்திக்கொண்டிருந்தார்கள்.

"நீ கொஞ்சம் மது அருந்த விரும்புகிறாயா? மது அருந்தியபின் இங்கேயே இருந்து பந்தயங்களைப் பார்க்கலாம்."

"நான் வாங்கி வருகிறேன்."

"அங்கேயிருக்கும் பையன் கொண்டு வருவான்," என்று கேதரின் சொன்னாள். அவள் கையை உயர்த்தினாள். குதிரை லாயத்துக்குப் பக்கத்தில் இருந்த மதுக் கடையிலிருந்து ஒரு பையன் வெளியே வந்தான். நாங்கள் வட்ட வடிவிலிருந்த ஒரு இரும்பு மேஜைமுன் உட்கார்ந்தோம்.

"நாம் தனிமையில் இருப்பது உனக்கு அதிகமாகப் பிடித்திருக்கிறதுதானே?"

"ஆமாம்," என்றேன்.

"அங்கே அவர்கள் அனைவருடனும் இருந்தபோது நான் மிகவும் தனிமையில் இருப்பதுபோல் உணர்ந்தேன்."

"இங்கே இருப்பது மிகவும் உன்னதமாக இருக்கிறது," என்று சொன்னேன்.

"ஆமாம். உண்மையாகவே மிகச் சிறப்பாக இருக்கிறது."

"அற்புதமாக இருக்கிறது."

"உன்னுடைய மகிழ்ச்சியை நான் கெடுக்க விரும்பவில்லை, என் அன்பனே. நீ எப்போது விரும்புகிறாயோ அப்போது நான் திரும்பிப் போய்விடுகிறேன்."

"வேண்டாம்," என்றேன். "நாம் இங்கேயே இருப்போம்; மது குடிப்போம். அதன் பின் அந்தப் பக்கமாகச் சென்று குதிரைகள் தடைகளையும் நீரோடைகளையும் தாண்டி ஓடும் பந்தயத்தைப் பார்ப்போம்."

"என்னிடம் நீ அநியாயத்துக்கு நல்லவனாக நடந்துகொள்கிறாய்," என்று அவள் சொன்னாள்.

கொஞ்ச நேரம் நாங்கள் தனிமையில் பொழுதைக் கழித்த பின் மற்றவர்களை மீண்டும் பார்த்ததில் மகிழ்ச்சி அடைந்தோம். நாங்கள் அன்றைய பொழுதை மகிழ்ச்சியாகக் கழித்தோம்.

அத்தியாயம் 21

செப்டம்பர் மாதத்தில் குளிர்ந்த இரவுகள் முன்னே வந்தன; குளிர்ச்சியாக மாறிய பகல் நாட்கள் பின்னே வந்தன; பூங்காவிலிருந்த மரங்களின் இலைகள் நிறம் மாறத் தொடங்கின; கோடைக் காலம் கடந்துவிட்டது என அறிவித்தன. போர் முனையில் சண்டை மிகவும் மோசமான நிலையில் இருந்தது. இன்னமும் அவர்களால் சான் காப்ரியெலெ நகரத்தைக் கைப் பற்ற முடியவில்லை. பைன்சிஸா மேட்டுச் சமவெளியில் சண்டை முடிவுக்கு வந்திருந்தது. சான் காப்ரியெலெ நகரத்தில் நடந்த சண்டையும் அந்த மாத நடுவில் முடியும் தறுவாயில் இருந்தது. ஆனால், அவர்களால் கைப்பற்ற முடியவில்லை. எட்டோரெ போர்முனைக்குத் திரும்பிப் போயிருந்தான். குதிரைகள் அனைத்தும் ரோம் நகருக்குப் போய்விட்டன; அதற்குப் பிறகு அங்கே குதிரைப் பந்தயங்கள் நடக்கவில்லை. அமெரிக்காவுக்குத் திருப்பி அனுப்பப்படுவதற்காக குரோவெலும் ரோம் நகருக்குப் போய் விட்டான். போருக்கு எதிராக நகரில் இரண்டு முறை கலவரங்கள் நடந்தன. வட இத்தாலியின் ட்யூரின் நகரில் பெருங்கலவரம் நடந்தது. பொழுதுபோக்கு மன்றத்தில் நான் சந்தித்த ஆங்கி லேய மேஜர் ஒருவர் பைன்சிஸா மேட்டுச் சமவெளி, சான் கேப்ரியெலெ போர்முனைகளில் இத்தாலியர்கள் ஒரு இலட்சத்து ஐம்பதாயிரம் இராணுவ வீரர்களை இழந்துவிட்டார்கள் என்று சொன்னார். கார்சோ பகுதியில் நடந்த போரில் நாற்பதாயிரம் இராணுவ வீரர்களை இழந்தார்கள் என்றும் சொன்னார். நாங்கள் இருவரும் மது அருந்தினோம்; அவர் பேசிக்கொண்டிருந்தார். இந்த ஆண்டுக்கான போர் இங்கே முடிவடைந்துவிட்டதாகவும், இத்தாலியர்கள் அவர்கள் தகுதிக்கு மேல், அவர்களால் சமாளிக்க முடியாத அளவுக்கு அதிக இடங்களில் சண்டையில் இறங்கினார்கள் என்றும் கூறினார். ஃபிளாண்டர்ஸ் பகுதியில் நடக்கும் போரின் விளைவுகளும் மோசமாக இருக்கும் என்று தெரிவித்தார். இலையுதிர்

காலத்தில் நடந்த போரில் அவர்கள் இழந்ததைப்போல மேலும் பல இராணுவ வீரர்களை இழப்பார்களேயானால், இன்னும் ஓர் ஆண்டில் நேச நாடுகள் முழுமையாகத் தோல்வி அடைவார்கள் என்றும் சொன்னார். நாம் அனைவரும் உடல்ரீதியாகவும் மன ரீதியாகவும் முற்றிலும் சோர்வடைந்துவிட்டோம். ஆனால், நாம் அதை அடையாளம் காண மறுப்பதால் எல்லாம் சரியாக நடப்பதாக நினைக்கிறோம். நாம் உடல்ரீதியாகவும் மனரீதி யாகவும் முற்றிலும் சோர்வடைந்துவிட்டோம்; ஆனால், அதை அடையாளம் காண மறுக்கிறோம். எந்த நாடு இறுதியாக அதை உணர்கிறதோ அந்த நாடே போரை வெல்லும். நாங்கள் மேலும் கொஞ்சம் மது அருந்தினோம். நான் வேறு ஒருவர் இருக்கையில் இருந்தேனா? இல்லை. அவர்தான் வேறு ஒருவர் இருக்கையில் இருக்கிறார். சரியாகத் திட்டமிடாமல் செயல்களில் இறங்கியதன் வினைகள் இவை. நாங்கள் பொழுதுபோக்கு மன்றத்தில் தனியாக இருந்தோம். அங்கிருந்த தோலால் ஆன பெரிய சோஃபாக்களில் பின்னால் சாய்ந்து உட்கார்ந்திருந்தோம். மங்கலான தோலினால் செய்யப்பட்டிருந்த அவரது காலணிகள் பளபளப்பாக மெருகூட்டப் பட்டிருந்தன. அவை அழகாக இருந்தன. அவையெல்லாம் மிகவும் மோசமான செயல்கள் என்றார். எத்தனை படைப் பிரிவுகள், எத்தனை படை வீரர்கள் என்று மட்டுமே அவர்கள் கணக்கிட்டார்கள். அவர்கள் படைப் பிரிவுகள் பற்றியே தேவை யில்லாமல் மோதிக்கொண்டார்கள்; கிடைத்தபோது அவர்களை கொன்றுவிட்டார்கள். அவர்கள் மொத்தமாகத் தோற்கடிக்கப்பட் டார்கள். ஜெர்மானியர்கள் வெற்றிகளைக் குவித்தார்கள். கடவுள் அறியச் சொல்கிறேன் அவர்கள் எல்லாம் உண்மையான வீரர்கள். கிழட்டு ஜெர்மானியனும் ஒரு வீரன்தான். அவர்களும் தோற் கடிக்கப்பட்டிருக்கிறார்கள். நாம் அனைவரும் தோற்கடிக்கப்பட் டிருக்கிறோம். நான் ரஷ்யாவைப் பற்றிக் கேட்டேன். அவர்கள் ஏற்கெனவே தோற்கடிக்கப்பட்டுவிட்டார்கள் என்றார். அவர்கள் தோற்கடிக்கப்படுவதைக் கூடிய சீக்கிரம் நான் பார்ப்பேன். ஆஸ்திரியர்களும்கூடத் தோற்கடிக்கப்பட்டார்கள். அவர்களிடம் கொஞ்சம் ஜெர்மானியப் படைப்பிரிவு இருந்தால் அவர்கள் வெற்றியடையலாம். அவர்கள் இந்த இலையுதிர் காலத்தில் தாக்கு வார்கள் என்று அவர் கருதுகிறாரா? நிச்சயமாகத் தாக்குவார்கள்.

இத்தாலியர்கள் முழுவதுமாகச் சோர்வடைந்துவிட்டார்கள். அது எல்லோருக்கும் தெரியும். அந்தக் கிழட்டு ஜெர்மானியர்கள் டிரெண்டினோ வழியாக வந்து விசென்ஸாவில் உள்ள இரயில்வே தண்டவாளத்தைத் தகர்த்துவிட்டால் இத்தாலியர்களால் என்ன செய்ய முடியும்? அவர்கள் 1916ஆம் ஆண்டு அப்படிச் செய்ய முயன்றார்கள் என்று சொன்னேன். ஜெர்மானியர்களிடம் அவர்கள் முயற்சி செய்யவில்லை. முயற்சி செய்தார்கள் என்றேன். ஒருவேளை அவர்கள் அப்படிச் செய்ய மாட்டர்கள் என்றார். அது மிகவும் எளிதாகப் புரிந்துகொள்ளத் தக்கது. அவர்கள் மிகவும் சிக்கலான ஏதாவது ஒன்றைச் செய்ய முனைந்து அதனால் சிறப்பாகத் தோற்கடிக்கப்படுவார்கள். நான் இப்போது போக வேண்டும் என்று சொன்னேன். நான் மருத்துவமனைக்குத் திரும்ப வேண்டியிருந்தது. “குட்-பை,” என்றார். அதன் பின், “எல்லாவித அதிர்ஷ்டமும் கிடைக்கட்டும்,” என்று நம்பிக்கை நிறைந்த மகிழ்ச்சியுடன் சொன்னார். அவருடைய அவநம்பிக்கை நிறைந்த உலகத்துக்கும் தனிப்பட்ட நம்பிக்கை நிறைந்த மகிழ்ச்சிக்கும் இடையே மாபெரும் முரண்பாடு நிலவியது.

நான் சென்ற வழியில், முடிதிருத்தும் நிலையத்தில் முகச்சவரம் செய்தேன். பின்னர் அங்கிருந்து மருத்துவமனையில் இருந்த என் வீட்டுக்குச் சென்றேன். என்னுடைய கால் முழுமையாகச் சீரடைய அதிக நாட்களாகும் என்று தோன்றியது. மூன்று நாட்களுக்கு முன்னால் மருத்துவப் பரிசோதனைக்காகச் சென்றிருந்தேன். உஸ்படேலெ மேஜோரா மருத்துவமனையில் எனக்கு அளிக்கப்பட்ட தொடர் சிகிச்சைகள் நிறைவடைய நான் இன்னமும் சில சிகிச்சைகள் எடுக்கவேண்டியிருந்தது. காலை நொண்டாமல் நடக்கப் பயிற்சி செய்தபடி மருத்துவமனையை ஒட்டியிருந்த தெருவில் நடந்தேன். அந்தத் தெருவில் இருந்த வளைவுக்கு அடியில் முதியவன் ஒருவன் புகைப்படங்களைக் கத்தரித்துக்கொண்டிருந்தான். அவனுடைய செயல்களைப் பார்ப்பதற்காக நின்றேன். இரண்டு சிறு பெண்கள் முதியவன் படம் பிடிக்க ஏதுவான தோரணையில் நின்றுகொண்டிருந்தார்கள். அவனுடைய தலையை ஒரு பக்கமாகச் சாய்த்து அவர்களைப் பார்த்தவாறே அவர்களுடைய நிழல் படங்களை ஒன்றாகச் சேர்த்து வேகமாக நறுக்கிக்கொண்டிருந்தான். அவர்கள் இருவரும் சிறு

ஒலி எழுப்பிக் குலுங்கிச் சிரித்தார்கள். அந்த நிழல் படங்களை வெள்ளைக் காகிதத்தில் ஒட்டி அவர்களிடம் கொடுப்பதற்கு முன்னால் அவற்றை என்னிடம் காண்பித்தான்.

"அவர்கள் மிகவும் அழகாகத் தெரிகிறார்கள்," என்றான் அவன். உங்களையும் எடுக்கலாமா, லெஃப்டினன்ட்?"

அந்தப் பெண்கள் அவர்களுடைய நிழல் படங்களைப் பார்த்தவாறு சிரித்தபடியே அங்கிருந்து சென்றார்கள். அவர்கள் அழகாக இருந்தார்கள். அவர்களில் ஒரு பெண் மருத்துவமனைக்கு அருகிலிருந்த மதுக்கடையில் வேலை செய்தாள்.

"சரி, எடுக்கலாம்," என்றேன்.

"உங்களுடைய தொப்பியை நீக்குங்கள்."

"வேண்டாம். தொப்பியுடன் என்னை எடு."

"அது அவ்வளவு அழகாக இருக்காது," என்று முதியவன் சொன்னான். "ஆனால்," என்றவன் முகம் மலர்ந்தான். "தொப்பி யுடன் இன்னும் அதிக இராணுவத் தோரணை கிடைக்கும்," என்றான்.

அவன் கறுப்புக் காகிதத்தை வெட்டி எடுத்தபின் இரண்டு தடிமனான பகுதிகளையும் பிரித்து எடுத்து நிழல் படத்தை ஓர் அட்டையில் ஒட்டி என்னிடம் தந்தான்.

"எவ்வளவு?" என்று கேட்டேன்.

"அதெல்லாம் ஒன்றும் வேண்டாம்," என்று சொல்லியவாறு கையை அசைத்தான். "நான் உங்களுக்காக அதைச் செய்தேன்."

"தயவுசெய்து என்னுடைய மகிழ்ச்சிக்காக வாங்கிக்கொள்," என்று கூறி சில நாணயங்களை வெளியே எடுத்தேன்.

"வேண்டாம். அதை நான் என்னுடைய மகிழ்ச்சிக்காகச் செய்தேன். அவற்றை உங்களுடைய தோழியிடம் கொடுங்கள்."

"மிக்க நன்றி. மீண்டும் சந்திப்போம்."

"உங்களை மீண்டும் பார்க்கும்வரை."

நான் மருத்துவமனைக்குப் போனேன். அங்கு எனக்குச் சில கடிதங்கள் இருந்தன; என்னுடைய வேலை சம்பந்தப்பட்ட ஒன்றும் மற்றவையும். எனக்கு சிகிச்சைகள் நிறைவடைந்த பிறகு

படிப்படியாக உடல் தேறுவதற்காக மூன்று வாரங்கள் ஓய்வு எடுத்தபின் போர்முனைக்குத் திரும்ப வேண்டும் என்று தெரிவித்த கடிதம் அது. அதை மீண்டும் மிகக் கவனமாக வாசித்தேன். சரிதான், அது அந்த அறிவிப்புதான். என்னுடைய தொடர் சிகிச்சைகள் நிறைவடைந்து, அக்டோபர் மாதம் நான்காம் தேதியிலிருந்து உடல் தேறுவதற்கான விடுமுறை ஆரம்பமாயிற்று. மூன்று வாரங்கள் என்பது இருபத்தொரு நாட்கள்; அதாவது அக்டோபர் இருபத்து ஐந்தாம் தேதிவரை. நான் அறையில் இருக்க மாட்டேன் என்று மருத்துவமனை ஊழியர்களிடம் தெரிவித்தபின் இரவுச் சாப்பாட்டுக்காக அந்தத் தெருவில் மருத்துவமனையிலிருந்து கொஞ்சம் தள்ளியிருந்த உணவு விடுதிக்குச் சென்று மேஜைமுன் அமர்ந்து என்னுடைய கடிதங்களையும், 'ஈவினிங் குரியர்' என்ற இத்தாலிய செய்தித் தாளையும் வாசித்தேன். குடும்பச் செய்திகளுடனும், நாட்டுப் பற்று மிக்க ஊக்கமளிக்கும் வாசகங்களுடனும், இருநூறு டாலர்களுக்கான ஒரு வரைவோலையுடனும், உதவிக் குறிப்புகள் அடங்கிய சில துண்டுக் காகிதங்களுடனும் என் தாத்தாவிடமிருந்து கடிதம் வந்திருந்தது. எங்கள் உணவுக்கூடத்திலிருந்த பாதிரியாரிட மிருந்து வந்திருந்த சுவையற்ற செய்திகள் அடங்கிய கடிதம் இருந்தது. பிரான்ஸ் விமானப்படைப் பணியில் இருந்த எனக்கு அறிமுகமான ஒருவன் ஏதோ ஒரு சட்டவிரோதக் கும்பலில் மாட்டிக்கொண்ட விவரங்களைப் பற்றி எழுதியிருந்த கடிதம் இருந்தது. இன்னும் எவ்வளவு நாட்கள் மிலன் நகரில் தலை மறைவாக இருக்கப்போகிறாய், வேறு என்னென்ன செய்திகள் என்று விசாரித்தும், ஒலிப்பதிவு கருவி ஒன்று கொண்டு வரச் சொல்லியும் அதற்கான அட்டவணையை இணைத்தும் ரினால்டி குறிப்பு அனுப்பியிருந்தான். இத்தாலியின் டஸ்கானி நகரில் தயாரிக்கப்பட்ட ஒயின் ஒரு சின்ன பாட்டில் அளவு சாப்பிடும் போது குடித்தேன். அதன் பின் கொஞ்சம் காப்பியும், ஒரு தம்ளர் பிரஞ்சு பிராந்தியும் குடித்தேன். செய்தித்தாள் வாசிப்பை நிறைவு செய்தேன். கடிதங்களை என்னுடைய சட்டைப் பையில் வைத்தேன். செய்தித்தாளையும் உணவு பரிமாறியவருக்கு வெகுமதி யையும் மேஜையில் வைத்தபின் அங்கிருந்து வெளியே சென்றேன். மருத்துவமனையில் என் அறைக்குச் சென்று என்னுடைய

ஆடைகளைக் களைந்து பைஜாமாவும் தளர்வான அங்கியும் அணிந்து, பால்கனிக் கதவின் திரைகளை விலக்கி, படுக்கையில் உட்கார்ந்தேன். மிசஸ் மயர்ஸ், மருத்துவமனையிலிருந்த அவளுடைய பையன்களுக்காக விட்டுச் சென்றிருந்த செய்தித்தாள்களினூடே இருந்த பாஸ்டன் தாள்களை வாசித்தேன். தி சிகாக்கோ ஒயிட் சாக்ஸ் அணி அமெரிக்க லீக் போட்டியில் வெற்றிக்கொடிகளை வென்றுகொண்டிருந்தார்கள். நேஷனல் லீக் போட்டிகளில் நியூயார்க் ஜயண்ட்ஸ் அணி முன்னிலை வகித்தது. அப்போது, ஆட்டத் துவக்கத்தில் பந்து எறிபவராக விளையாடிய பேப் ரூத் பாஸ்டன் அணிக்காக விளையாடிக்கொண்டிருந்தார். செய்தித் தாள்கள் சுவையற்ற செய்திகளைச் சுமந்திருந்தன. உள்ளூர் செய்திகளும் பழமையான செய்திகளுமே இருந்தன. போரைப் பற்றிய செய்திகளும் காலம் கடந்தவையாக இருந்தன. அமெரிக்க செய்திகள், பயிற்சி முகாம்களைப் பற்றியதாக இருந்தன. பயிற்சி முகாமில் நான் இல்லை என்பதில் மகிழ்ச்சி அடைந்தேன். எனக்கு வாசிக்கக் கிடைத்தவை பேஸ்பால் போட்டிகள் பற்றிய செய்திகள் மட்டுமே. அவற்றில் எனக்குக் கொஞ்சம்கூட நாட்டம் இல்லை. செய்தித்தாள்கள் அதிக அளவில் சேர்ந்து இருந்ததால் அவற்றை வாசிப்பது நடைமுறைச் சாத்தியமில்லாததாக இருந்தது. அவை தற்போதைய செய்திகளாக இல்லை. இருந்தாலும் கொஞ்ச நேரம் அவற்றை வாசித்தேன். அமெரிக்கர்கள் இந்தப் போரில் பங்குகொள்வார்களா, முக்கிமான லீக் போட்டிகளை நிறுத்தி விடுவார்களா என்றும் சிந்தித்தேன். அவர்கள் அப்படிச் செய்யும் வாய்ப்புகள் இல்லை. போரின் விளைவுகள் மிகவும் மோசமாக இருந்த நிலையிலும் இன்னமும் மிலனில் குதிரைப் பந்தயம் நடந்துகொண்டிருந்து. பிரான்ஸில் குதிரைப் பந்தயங்களை நிறுத்திவிட்டார்கள். அங்கிருந்துதான் நாங்கள் பணயம் வைத்து வெற்றிபெற்ற 'ஜபலாக்' என்ற குதிரை வந்திருந்தது. கேதரின் ஒன்பது மணிக்கு முன்னால் பணிக்கு வர வேண்டியதில்லை; அவளுக்கான பணி ஒன்பது மணிக்குத்தான் தொடங்குகிறது. அவள் வேலைக்கு வந்தவுடன் அந்தத் தளத்தில் அவள் நடந்து செல்லும் காலடி ஓசையைக் கேட்டேன். அவள் அந்தக் கூடத்தைக் கடந்து செல்வதை ஒருமுறை பார்த்தேன். அவள் வெவ்வேறு அறைகளுக்குச் சென்றுவிட்டுக் கடைசியாக நான் இருந்த அறைக்கு வந்தாள்.

"பிரியமானவனே, நான் இங்கே வரத் தாமதமாகிவிட்டது. நிறைய வேலைகள் இருந்தன. எப்படி இருக்கிறாய்?"

எனக்கு வந்திருந்த கடிதங்கள் பற்றியும் விடுமுறை பற்றியும் அவளுக்குச் சொன்னேன்.

"அற்புதம். நீ எங்கே போக விரும்புகிறாய்?"

"எங்கேயும் இல்லை. இங்கேயே இருக்க விரும்புகிறேன்."

"அது சிறுபிள்ளைத்தனம். நீ போகவேண்டிய இடத்தைத் தேர்ந்தெடு, நானும் உன்னுடன் வருகிறேன்."

"அதற்கு எப்படி ஏற்பாடு செய்வாய்?"

"அது எனக்குத் தெரியாது. ஆனால், நான் உன்னுடன் வருவேன்."

"நீ அற்புதமானவள்."

"இல்லை. நான் ஒன்றும் அற்புதமானவள் இல்லை. ஆனால், நம்மிடம் இழப்பதற்கு எதுவும் இல்லாதபோது, வாழ்க்கையைச் சமாளிப்பது கடினமில்லை."

"நீ என்ன பொருளில் அப்படிச் சொல்கிறாய்?"

"அது ஒன்றுமில்லை. எப்படிச் சின்னத் தடங்கல்கள் எல்லாம் ஒரு காலத்தில் மிகப் பெரியவையாகத் தோன்றின என்று நான் நினைத்தேன்."

"இந்தத் தடங்கல்களைச் சமாளிப்பது மிகவும் கடினமானது என்று எனக்கு நினைக்கத் தோன்றுகிறது."

"இல்லை. அவை அப்படி இருக்காது, அன்பனே. தேவைப் பட்டால் நான் வேலையை விட்டுவிடுவேன். ஆனால், அதற்குத் தேவையிருக்காது."

"நாம் எங்கே போக வேண்டும் என்று நீ நினைக்கிறாய்?"

"அதுபற்றி எனக்குக் கவலை இல்லை. நீ எங்கே விரும்புகிறாயோ அங்கே. நமக்கு அறிமுகமில்லாத மக்கள் இருக்கும் இடம் எது வானாலும் அங்கே."

"நாம் எங்கே போகிறோம் என்பது பற்றி நீ கவலைப்பட வில்லையா?"

"இல்லை. எந்த இடமானாலும் எனக்குப் பிடிக்கும்."

அவள் மன அமைதி இழந்தும் இறுக்கமாக இருப்பது போலவும் தோன்றினாள்.

"என்ன செய்தி, கேதரின்?"

"ஒன்றுமில்லை. ஒன்றும் இல்லை என்பதுதான் செய்தி."

"இருக்கிறது. ஏதோ இருக்கிறது."

"இல்லவே இல்லை. உண்மையாகவே எதுவும் இல்லை."

"ஏதோ ஒன்று இருக்கிறது என்று எனக்குத் தெரியும். அன்பானவளே, எனக்குச் சொல். நீ என்னிடம் சொல்லலாம்."

"அது ஒன்றுமில்லை."

"என்னிடம் சொல்."

"நான் சொல்ல விரும்பவில்லை. உன்னை வருத்தப்பட வைப்பேன் அல்லது கவலைப்பட வைப்பேன் என்று எனக்கு அச்சமாக இருக்கிறது."

"இல்லை. என்னை அது ஒன்றும் செய்யாது."

"நிச்சயமாகச் சொல்கிறாயா? எனக்கு அது கவலை அளிக்கவில்லை. ஆனால், உனக்குக் கவலை அளிக்கும் என்று அஞ்சுகிறேன்."

"அது உனக்குக் கவலை உண்டாக்கவில்லையானால் எனக்கும் கவலை உண்டாக்காது."

"நான் சொல்ல விரும்பவில்லை."

"இல்லை. எனக்குச் சொல்."

"நான் சொல்லித்தான் ஆக வேண்டுமா?

"ஆமாம்."

"அன்பனே, எனக்கு ஒரு குழந்தை கிடைக்கப்போகிறது. கிட்டத்தட்ட மூன்று மாதங்கள் ஆகின்றன. நீ கவலைப்படவில்லையே, கவலைப்படுகிறாயா?" தயவுசெய்து கவலைப்படாதே. நீ கவலைப்படக் கூடாது."

"அதைப் பற்றி எனக்குக் கவலை இல்லை."

"கவலை இல்லை?"

"நிச்சயமாக இல்லை."

“நான் எல்லா முயற்சிகளும் செய்தேன். எல்லாமும் சாப்பிட்டுப்பார்த்தேன். ஆனால், அவை எந்த வகையிலும் பயன் அளிக்கவில்லை.”

“நான் கவலைப்படவில்லை.”

“என்னால் ஒன்றும் செய்ய முடியவில்லை, என் அன்பனே. நான் ஒன்றும் கவலைப்படவில்லை. நீ கவலைப்படவோ மோசமாக உணரவோ கூடாது.”

“நான் கவலைப்படுவதெல்லாம் உன்னைப்பற்றி மட்டுமே.”

“அதேதான். அதைத்தான் நீ செய்யக் கூடாது. எல்லோரும் எல்லாக் காலங்களிலும் குழந்தைகள் பெற்றுகொண்டுதான் இருக் கிறார்கள். எல்லோருக்கும் குழந்தைகள் இருக்கிறார்கள். அது இயற்கையான நிகழ்வுதான்.”

“நீ மிகவும் அற்புதமானவள்.”

“இல்லை. நான் அற்புதமானவள் இல்லை. ஆனால், நீ அதைப் பொருட்படுத்தக் கூடாது, என் நேசனே. நான் உனக்குத் தொந்தரவு கொடுக்காமலிருக்க முயற்சி செய்வேன். இப்போது உனக்குத் தொந்தரவு ஏற்படுத்திவிட்டேன் என்று எனக்குத் தெரியும். ஆனால், இதுவரை நான் நல்ல பெண்ணாக நடந்துகொண்டே னல்லவா? அது உனக்கு ஒருபோதும் தெரியாது, தெரியுமா?”

“தெரியாது.”

“நான் எப்போதும் அதுபோலவே இருப்பேன். நீ எதைப் பற்றியும் கவலைப்படக் கூடாது. நீ கவலைப்படுகிறாய் என்பதை என்னால் காண முடிகிறது. அதை நிறுத்து. அதை உடனடியாக நிறுத்து. அன்பனே, உனக்குக் கொஞ்சம் மது குடிக்கும் ஆசையில்லையா? எப்போதுமே மது உனக்கு உற்சாகமான உணர்வை உண்டாக்கும் என்பதை நான் அறிவேன்.”

“இல்லை. நான் மகிழ்ச்சியாக இருக்கிறேன். மேலும், நீ மிகவும் அற்புதமானவள்.”

“இல்லை. நான் அப்படி இல்லை. நாம் போகவேண்டிய இடத்தை நீ தேர்ந்தெடுத்தால், நாம் சேர்ந்து வாழ்வதற்குத் தேவையான அனைத்தையும் செய்து முடிக்கிறேன். நிச்சயமாக அக்டோபர் மாதம் சிறப்பானதாக இருக்கும். அன்பனே,

நாம் இருவரும் இனிமையாகக் காலத்தைக் கழிக்கலாம். நீ போர்முனையில் இருக்கும் காலத்தில் உனக்குத் தினந்தோறும் கடிதம் எழுதுகிறேன்."

"நீ எங்கே இருப்பாய்?"

"இன்னமும் அது எனக்குத் தெரியாது. ஆனால், எங்கோ ஒரு சிறப்பான இடத்தில் இருப்பேன். அதையெல்லாம் நான் கவனித்துக்கொள்கிறேன்."

கொஞ்ச நேரம் நாங்கள் எதுவும் பேசாமல் அமைதியாக இருந்தோம். கேதரின் படுக்கையில் உட்கார்ந்திருந்தாள்; நான் அவளையே பார்த்துக்கொண்டிருந்தேன். ஆனால், நாங்கள் ஒருவரை ஒருவர் தொடவில்லை. யாரோ ஒருவர் அறைக்குள் வரும்போது எப்படித் தன்னுணர்வு பெற்றுத் தனித்திருப்போமோ அப்படி விலகி இருந்தோம். கேதரின் அவள் கையை நீட்டி என் கையைப் பிடித்தாள்.

"பிரியமானவனே, நீ கோபமாக இருக்கிறாயா, இல்லையே?"

"இல்லை."

"நீ ஏதோ ஒரு சிக்கலில் திடீரென மாட்டிக்கொண்டதாக உணரவில்லையே?"

"மிகவும் கொஞ்சமாக இருக்கலாம். ஆனால், அது உன்னால் ஆனது இல்லை."

"என்னால் ஏற்பட்டது என்ற பொருளில் நான் பேசவில்லை. நீ முட்டாள்தனமாக நினைக்கக் கூடாது. நான் சொல்லவந்தது ஏதோ ஒரு சிக்கலில் மாட்டிக்கொண்டோம் என்ற உணர்வே வரக் கூடாது என்ற பொருளில்தான்."

"நீ எப்போதுமே உடல்ரீதியாக மாட்டிக்கொண்டதாக உணர்கிறாய்."

கேதரின் அவள் கையை நகர்த்தாமல், ஆடாமல் அசையாமல் இருந்தாள்; எங்கேயோ தூரமாகச் சென்றாள்.

"'எப்போதுமே' என்பது ஓர் அழகான வார்த்தை இல்லை."

"நான் அதற்காக வருத்தப்படுகிறேன்."

"பரவாயில்லை. போகட்டும். ஆனால், ஒன்றை நன்றாகப் புரிந்துகொள். நான் ஒருபோதும் குழந்தை பெற்றுக்கொண்டதும்

இல்லை; ஒருபோதும் யாரையும் காதலித்ததுகூட இல்லை. மேலும், நான் எப்படி இருக்க வேண்டும் என்று நீ விரும்பினாயோ, அப்படியே அதே வழியில் வாழ முயற்சி செய்தேன். ஆனால், நீ என்னிடம் 'எப்போதுமே' என்பதைப் பற்றிப் பேசுகிறாய்."

"அதற்காக நான் என் நாக்கைத் துண்டிக்கலாம்," என்று முன்வந்தேன்.

"ஐயோ, என் அன்பனே!" அவள் எங்கே சென்றிருந்தாளோ அங்கிருந்து திரும்பி வந்தாள். "நீ என்னைப் பொருட்படுத்தக் கூடாது." நாம் இருவரும் மீண்டும் இணைந்தோம்; தன்னுணர்வை இழந்தோம். "உண்மையில் நாம் முன்பிருந்த அதே மனிதர்கள்தான். நாம் நமது குறிக்கோளைத் தவறாகப் புரிந்துகொள்ளக் கூடாது.

"இனி அப்படிச் செய்ய மாட்டோம்."

"ஆனால், பலர் அப்படிச் செய்கிறார்கள். அவர்கள் ஒருவரை ஒருவர் விரும்புகிறார்கள்; அவர்கள் குறிக்கோள்களில் கருத்து வேறுபாடு காண்கிறார்கள்; சண்டை போடுகிறார்கள்; திடீரென பழைய நிலையிலிருந்து வேற்று மனிதர்களாக மாறுகிறார்கள்."

"நாம் சண்டை போட மாட்டோம்."

"நாம் சண்டை போடக் கூடாது. ஏனென்றால் நமக்கான உலகத்தில் இருப்பது நாம் இருவர் மட்டுமே. மீதம் இருப் பவர் எல்லோரும் இந்த உலகத்தில் இருக்கிறார்கள். நம் இரு வருக்குமிடையே ஏதாவது மனத்தாங்கல் ஏற்பட்டால் நாம் காணாமல் போய்விடுவோம், பிறகு மற்றவர்கள் நம்மை ஆட் கொள்வார்கள்."

"அவர்களால் நம்மை ஆட்கொள்ள முடியாது," என்று சொன்னேன். "காரணம், நீ துணிச்சல் மிக்கவள். துணிச்சல் மிக்கவர்களைத் தீங்கு ஏதும் தீண்டாது."

"துணிச்சல் மிக்கவர்களும் இறக்கிறார்கள் என்பது நிச்சயம்."

"ஆனால், ஒரே ஒருமுறைதான்."

"அது எனக்குத் தெரியாது. அப்படிச் சொன்னவர் யார்?"

"ஒரு கோழை ஆயிரம் முறை இறக்கிறான். ஆனால், துணிச்சல் மிக்கவனோ ஒரே முறைதான் இறக்கிறான்."

"நிச்சயமாக. அப்படிச் சொன்னவர் யார்?"

தடாகம் / 217

"எனக்குத் தெரியாது."

"அப்படிச் சொன்னவன் ஒருவேளை கோழையாக இருப்பான்," என்றாள் அவள். "அவன் கோழைகளைப் பற்றி மிகவும் அதிகம் அறிந்திருக்கிறான். துணிச்சல் மிக்கவர்களைப் பற்றி எதுவும் அறியாதவனாய் இருக்கிறான். துணிச்சல் மிக்கவன் புத்திசாலியாக இருந்தால் இரண்டாயிரம் முறை இறக்கிறான். அந்த வரிகளை எழுதியவன் வெறுமனே அதைக் குறிப்பிடாமல் செல்கிறான்."

"எனக்குத் தெரியாது. துணிச்சல் மிக்கவன் தலைக்குள் நுழைந்து பார்ப்பது கடினம்."

"ஆமாம். அப்படித்தான் அதை அவர்கள் அமைத்துக்கொள் கிறார்கள்."

"எல்லாம் அறிந்தவள் நீ."

"நீ சொல்வது சரிதான், அன்பனே. தகுதியானதுதான்."

"நீ துணிச்சல் மிக்கவள்."

"இல்லை. ஆனால், துணிச்சல் மிக்கவளாக இருக்க ஆசைப்படு கிறேன்."

"நான் துணிச்சல் அற்றவன்," என்றேன். "என் தகுதி என்ன வென்பது எனக்குத் தெரியும். அதை நான் புரிந்துகொள்ளும் அளவு நீண்ட காலம் வெளியுலகில் சுற்றியிருக்கிறேன். இருநூற்று முப்பதுமுறை பந்தை அடித்த பின்னரும் திறமையில் அவன் மேம்பட்டவில்லை என்பதை அறிந்த விளையாட்டு வீரனைப் போன்றவன் நான்."

"இருநூற்று முப்பதுமுறை பந்தை அடித்து விளையாடும் பந்து விளையாட்டு வீரன் என்றால் என்ன? அது மனதில் ஆழமான தாக்கத்தை ஏற்படுத்துவதாய் இருக்கிறது."

"அதன் பொருள் அப்படியில்லை. பேஸ்பால் விளையாட்டில் மிகவும் சுமாராகப் பந்து அடிப்பவனைக் குறிப்பது."

"இருப்பினும், அவன் பந்தை அடித்து விளையாடுபவன்," என்று சொல்லி அவள் என்னைத் தூண்டிவிட்டாள்.

"நாம் இருவரும் போலியான தற்பெருமை பேசுவதுபோல் எனக்குத் தோன்றுகிறது," என்றேன். "ஆனால், நீ துணிச்சல் மிக்கவள்."

"இல்லை. ஆனால், துணிச்சல் மிக்கவளாக இருக்க விரும்புகிறேன்."

"நாம் இருவருமே துணிச்சல் மிக்கவர்கள்தான். மது குடித்த போதெல்லாம் நான் துணிச்சல் உள்ளவனாக இருக்கிறேன்."

"நாம் மகத்தான மனிதர்கள்," என்றாள் கேதரின். அவள் அலமாரிக்குப் போய் எனக்காக ஆற்றல் மிக்க பிரஞ்சு பிராந்தியும் தம்ளரும் கொண்டு வந்தாள். "கொஞ்சம் மது குடி, என் அன்பனே. நீ மிகவும் நல்லவனாகவே இருக்கிறாய்."

"உண்மையில் எனக்குக் குடிக்க விருப்பமில்லை."

"கொஞ்சம் குடி."

"சரி குடிக்கிறேன்." தண்ணீர் குடிக்கும் தம்ளரில் முக்கால் அளவு பிராந்தி ஊற்றி ஒரே மடக்கில் குடித்து முடித்தேன்.

"அதன் அளவு மிகவும் அதிகம்," என்றாள் அவள். "பிராந்தி, நாயகர்களுக்கான மது என்று எனக்குத் தெரியும். இருந்தாலும் நீ மிகைப்படுத்தக் கூடாது."

"போர் முடிந்த பிறகு நாம் எங்கே வசிக்கப்போகிறோம்?"

"ஒருவேளை வயதானவர்களுக்கான இல்லத்தில் வசிக்கலாம்," என்றாள் அவள். "கிறிஸ்துமஸ் சமயத்தில் சண்டை முடிந்துவிடும் என்று எதிர்பார்த்து சிறுபிள்ளைத்தனமாக மூன்று ஆண்டுகள் காத்திருந்தேன். ஆனால், இப்போது நம்முடைய மகன் லெஃப்டினன்ட் கமாண்டராகப் பணியாற்றும்போது முடியும் என்று எதிர்பார்க்கிறேன்."

"அவன் ஜெனரலாகப் பணியாற்றலாம்."

"இது ஒரு நூறாண்டுப் போராக நீடித்தால் அவன் இரண்டு பதவிகளிலும் பணியாற்றும் வாய்ப்பு கிடைக்கும்."

"உனக்குக் கொஞ்சம் மது வேண்டாமா?"

"வேண்டாம். அது உனக்கு எப்போதும் மகிழ்ச்சி அளிக்கிறது, என் அன்பே; எனக்கு மயக்கத்தைத் தருகிறது."

"நீ ஒருபோதும் பிராந்தி குடித்ததில்லையா?"

"இல்லை, அன்பனே. நான் மிகவும் பழமையில் ஊறிப்போன மனைவி."

நான் தரையில் இருந்த மதுப் புட்டியைக் குனிந்து எடுத்து இன்னும் கொஞ்சம் ஊற்றினேன்.

"நான் ஒருமுறை நம் நாட்டவர்களைப் போய்ப் பார்த்து வருவது நல்லது," என்று கேதரின் சொன்னாள். "நான் திரும்பி வரும்வரை நீ செய்தித்தாள்களை வாசித்துக்கொண்டிருக்கலாம்."

"நீ போய்த்தான் ஆக வேண்டுமா?"

"இப்போது போக வேண்டும் அல்லது பிறகு போக வேண்டும்."

"சரி. நீ இப்போதே போய் வா."

"நான் சற்று நேரமான பின் வருகிறேன்."

"அதற்குள் நான் செய்தித்தாள்களையெல்லாம் வாசித்து முடித்திருப்பேன்," என்றேன்.

அத்தியாயம் 22

அன்று இரவு வானிலை குளிர்ச்சியாக மாறியது. மறுநாள் மழை பெய்துகொண்டிருந்தது. உஸ்படேலெ மேஜோரா மருத்துவமனையிலிருந்து நான் வீட்டுக்குத் திரும்பி வந்தபோது கனமழை பெய்தது. மருத்துவமனைக்குள் நுழையும்போது நன்றாக நனைந்திருந்தேன். மேலேயிருந்த என் அறைக்குச் சென்றபோது வெளிப்புறமிருந்த பால்கனியில் பெரும் மழை பெய்துகொண்டிருந்தது; காற்று அந்த மழையைக் கண்ணாடிக் கதவுகளின் மீது அடித்துத் தள்ளியது. நான் என் ஆடைகளை மாற்றினேன். அதன் பின் கொஞ்சம் பிராந்தி குடித்தேன். ஆனால், அதன் சுவை உகந்ததாக இல்லை. இரவில் நான் நோய்வாய்ப்பட்டிருப்பதுபோல் உணர்ந்தேன். மறுநாள் காலை உணவு சாப்பிட்ட பின் எனக்குக் குமட்டியது.

“இதில் எந்தவித சந்தேகமும் இல்லை,” என்று மருத்துவமனையின் பயிற்சி டாக்டர் கூறினார். “மிஸ், அவரது கண்களில் வெண் படலங்களைப் பார்.”

மிஸ் கேஜ் பார்த்தாள். அவர்கள் என்னைக் கண்ணாடியில் பார்க்கச் சொன்னார்கள். என் கண்களில் வெண்விழிப் படலம் மஞ்சள் நிறத்தில் இருந்தது. நான் மஞ்சள் காமாலை நோயால் பாதிக்கப்பட்டிருந்தது உறுதியானது. அந்த நோயின் தாக்கத்தால் இரண்டு வாரங்கள் உடல்நலமில்லாமல் இருந்தேன். அதனால், உடல்நலம் தேறுவதற்காகக் கிடைத்த விடுப்பில் அந்தப் பருவகாலத்தை நாங்கள் சேர்ந்து கழிக்க முடியாமல் போயிற்று. ஆல்ப்ஸ் மலையின் தெற்கில் இத்தாலி, சுவிட்சர்லாந்து நாடுகளின் எல்லைகளில் உள்ள லாகோ மஜியோரி ஏரிக்கரைமீது அமைந்துள்ள பலான்ஸா நகருக்குப் போகத் திட்டமிட்டிருந்தோம். அங்கே இலையுதிர் காலத்தில் இலைகள் நிறம் மாறுவது கண்கொள்ளாக் காட்சியாக இருக்கும். மனதுக்கினியவளுடன் நடைபாதைகளில் நடக்கலாம்; ஏரியில் நன்னீர் மீன் பிடிக்கலாம். அந்த

ஏரிக்கரை மேலிருக்கும் ஸ்ட்ரீசாவைவிட பலான்ஸா குறைந்த மக்கள்தொகை கொண்டுள்ளதால் இது மேலானது. மிலனிலிருந்து ஸ்ட்ரீசாவை சென்றடைவது எளிது; ஆதலால் எப்போதும் நமக்கு அறிமுகமானவர்கள் அங்கே இருப்பார்கள். பலான்ஸாவிலிருக்கும் ஓர் அழகிய கிராமத்திலிருந்து மீனவர்கள் வாழும் தீவுகளுக்குப் படகில் செல்லலாம்; அங்குள்ள பெரிய தீவில் ஒரு உணவுக் கூடம் இருக்கிறது. ஆனால், நாங்கள் எங்கும் போகவில்லை.

மஞ்சள் காமாலை நோயால் பாதிக்கப்பட்டிருந்த காலத்தில் ஒரு நாள் நான் கட்டிலில் இருந்தபோது மிஸ் வான் காம்பென் என் அறைக்குள் வந்தாள், அலமாரியைத் திறந்தாள், அங்கிருந்த வெற்று மது பாட்டில்களைக் கண்டாள். நான் ஏற்கெனவே சுமைதூக்கியின் மூலமாக ஒரு சுமை வெற்று பாட்டில்களைக் கீழே அனுப்பி வைத்திருந்தேன். அவை வெளியே எடுத்துச் செல்லப்படுவதை அவள் பார்த்திருக்க வேண்டும் என்று நினைக்கிறேன்; இன்னும் அதிக பாட்டில்களைக் கண்டுபிடிக்க மேலே வந்திருக்க வேண்டும். அவற்றில் பெரும்பாலானவை பிரான்ஸ் நாட்டில் தயாராகும் தாவரங்களின் சாறு கலந்த சிவப்பு நிற ஒயின் பாட்டில்களும், இத்தாலியில் மெடிட்டரேனியன் கடலில் அமைந்துள்ள மிகப் பெரிய தீவான சிசிலியில் தயாரிக்கப்பட்டு, உணவுக்குப் பின்னர் குடிக்கப்படும் மாசாலா என்ற ஒயின் பாட்டில்களும், இத்தாலியின் டஸ்கானிப் பகுதியின் சியான்டியில் தயாரிக்கப்படும் புகழ்மிக்க ஒயின் குடுவைகளுமாகும். மேலும், பிரான்ஸ் நாட்டில் தயாரிக்கப் பட்ட வீரியமிக்க பிராந்தி பாட்டில்களில் சிலவும் இருந்தன. சிவப்பு ஒயின் பாட்டில்கள், புற்களால் சுற்றப்பட்டிருந்த டஸ்கானி ஒயின் குடுவைகள் போன்ற பெரிய பாட்டில்களைச் சுமைதூக்கி முதலில் எடுத்துச் சென்றிருந்தான்; பிராந்தி பாட்டில்களைக் கடைசியில் கொண்டு போவதற்காக விட்டு வைத்திருந்தான். அந்த பிராந்தி பாட்டில்களையும் கரடி உருவத்தில் வடிவமைக்கப்படிருந்த ஒரு பாட்டிலையும் மிஸ் வான் காம்பென் கண்டுபிடித்தாள். குறிப்பாக கரடி வடிவில் இருந்த பாட்டில்தான் மிஸ் வான் காம்பெனுக்கு அதிக ஆத்திரமூட்டியது. அந்தப் பாட்டிலை அவள் தூக்கிப் பிடித்தாள்; கரடி அதன் உள்ளங்கைகளை மேல்நோக்கி வைத்திருந்த நிலையில் அதன் குதிகால்களில் குத்தவைத்து உட்கார்ந்திருந்தது. கண்ணாடியிலான அதன் கழுத்தில் கார்க் இருந்தது; அதன் அடிப்

பகுதியில் ஒருசில படிகங்கள் ஒட்டிக்கொண்டிருந்தன. நான் சிரித்துவிட்டேன்.

"கருவேப்பிலை விதைகள், சீரகம், பெருஞ்சீரகம் சோம்பு ஆகியவற்றின் கலவையான நிறமற்ற குமல் என்ற ஒரு வகை மது பாட்டில் அது," என்று சொன்னேன். "உயர் ரகமான குமல் அந்த மாதிரியான கரடி வடிவ பாட்டில்களில் விற்பனையாகின்றன. அவை ரஷ்யாவிலிருந்து வருகின்றன."

"அவையெல்லாம் பிராந்தி பாட்டில்கள், இல்லையா?" என்று மிஸ் வான் காம்பன் கேட்டாள்.

"என்னால் அவற்றைப் பார்க்க முடியவில்லை," என்று சொன்ன நான், "ஒருவேளை அப்படியும் இருக்கலாம்," என்றும் சொன்னேன்.

"எவ்வளவு நாட்களாக இப்படி நடந்துகொண்டிருக்கிறது?"

"அவற்றை நான் வாங்கினேன்; நானே கொண்டு வந்தேன்," என்று சொன்னேன். "இத்தாலிய அதிகாரிகள் என்னைப் பார்ப்பதற்காக அடிக்கடி இங்கே வந்தார்கள். அவர்களுக்குக் கொடுப்பதற்காக இந்த பிராந்தி பாட்டில்களை வைத்திருந்தேன்."

"அதை நீயே குடித்ததில்லையா?" என்றாள் அவள்.

"நானும் குடித்திருக்கிறேன்."

"பிராந்தி," என்றாள். "பதினொரு வெற்று பிராந்திப் பாட்டில்களும் அந்தக் கரடி மதுவும்."

"அது குமல்."

"யாரையாவது அனுப்பி அவற்றை இங்கிருந்து எடுத்துப் போகிறேன். உன்னிடம் இவ்வளவு வெற்று பாட்டில்கள்தான் உள்ளனவா?"

"இப்போதைக்கு அவ்வளவுதான்."

"மஞ்சள் காமாலை நோயால் நீ பாதிக்கப்பட்டதற்காகப் பரிதாபப்பட்டேன். உன்மீது காட்டிய பரிதாபம் வீணடிக்கப் பட்ட ஒன்று."

"நன்றி."

"போர்முனைக்குப் போக விருப்பமில்லாமல் இருப்பதற்காக உன்னைக் குறை கூற முடியாது என்று நினைக்கிறேன். ஆனால்,

அதற்காகக் குடிப்பழக்கத்தால் மஞ்சள் காமாலை நோயை உண்டாக்கியதைவிட வேறு ஏதாவது ஒரு புத்திசாலித்தனமான காரணம் கண்டுபிடிக்க நீ முயற்சி செய்திருக்கலாம் என்றும் நினைக்கிறேன்."

"எதனால்?"

"குடிப்பழக்கத்தால். நான் அதைச் சொன்னபோது நீ அதைச் சரியாகத்தான் கேட்டாய்." நான் பதில் எதுவும் சொல்லவில்லை. "நீ வேறு சரியான காரணம் கண்டுபிடிக்காவிட்டால், மஞ்சள் காமாலை நோயிலிருந்து முழுமையாகக் குணமடைந்தவுடன் நீ போர்முனைக்குத் திரும்பவேண்டியிருக்கும் என்று அஞ்சுகிறேன். உனக்கு நீயே வரவழைத்துகொண்ட மஞ்சள் காமாலை நோய், உடல்நிலை தேறுவதற்கான விடுப்பு உனக்குக் கிடைக்க உன்னைத் தகுதியுடையவனாகச் செய்யும் என்று நான் நம்பவில்லை."

"நீ நம்பவில்லையா?"

"நான் நம்பவில்லை."

"உனக்கு எப்போதாவது மஞ்சள் காமாலை நோய் வந்திருக் கிறதா, மிஸ் வான் காம்பென்?"

"இல்லை. ஆனால், அந்த நோயால் பாதிக்கப்பட்ட பலரைப் பார்த்திருக்கிறேன்."

"அந்த நோயாளிகள் அதை எப்படி அனுபவித்தார்கள் என்று கவனித்திருக்கிறாயா?"

"போர்முனைக்குச் செல்வதைவிட அந்த நோய் மேலானது என்று நினைக்கிறேன்."

"மிஸ் வான் காம்பென், போர்முனைக்குப் போவதற்குத் தகுதி யற்றவனாகச் செய்வதற்காக ஒருவன் தன்னுடைய விதைப்பையைத் தானே தாக்கிக்கொண்டதை அறிவாயா?

மிஸ் வான் காம்பன் என்னுடைய கேள்வியைப் பொருட் படுத்தாமல் நிராகரித்தாள். அவள் நிராகரித்துதான் ஆக வேண்டும், அல்லது அறையிலிருந்து வெளியே போக வேண்டும். அவள் வெளியே போகத் தயாராக இல்லை. ஏனென்றால் நீண்ட கால மாகவே அவள் என்னை வெறுத்தாள்; கிடைத்த இந்த வாய்ப்பைச் சரியாகப் பயன்படுத்தத் துடித்தாள்.

"போர்முனைக்குச் செல்வதிலிருந்து தப்பிக்க தனக்குத் தானே காயம் ஏற்பத்திக்கொண்ட அநேக மனிதர்களை நான் அறிவேன்."

"அது இல்லை கேள்வி. தனக்குத் தானே ஏற்படுத்திக் கொண்ட காயங்களையும் நான் பார்த்திருக்கிறேன். நான் கேட்டது, போருக்குப் போவதிலிருந்து விலக்கு பெறும் முயற்சியில் தன்னுடைய விதைப்பையை தானே தாக்கிக்கொண்ட ஒருவனைப் பற்றி உனக்குத் தெரியுமா என்பது. ஏனென்றால் அது உண்டாக்கும் உணர்வுதான் மஞ்சள் காமாலை நோய் ஏற்படுத்தும் உணர்வுக்குக் கிட்டத்தட்ட நிகராகும்; அந்த உணர்வைப் பல பெண்கள் அறிந்திருக்க மாட்டார்கள் என்று நம்புகிறேன். அதனால்தான் உனக்கு எப்போதாவது மஞ்சள் காமாலை நோய் வந்திருக்கிறதா என்று உன்னைக் கேட்டேன், மிஸ் வான் காம்பென், ஏனென்றால் ---" மிஸ் வான் காம்பென் அறையிலிருந்து வெளியேறினாள். பின்னர் மிஸ் கேஜ் உள்ளே வந்தாள்.

"மிஸ் வான் காம்பெனிடம் நீ என்ன சொன்னாய்? அவள் கடும் கோபத்தில் கொந்தளித்தாள்."

"நாங்கள் உணர்வுகளை ஒப்பிட்டுப் பேசிக்கொண்டிருந் தோம்.. அவள் ஒருபோதும் குழந்தை பெற்ற அனுபவத்தை அறிந்திருக்கவில்லை என்று சொல்ல எத்தனித்தேன்---"

"நீ ஒரு முட்டாள்," என்றாள் கேஜ். "அவள் உன் தலைக்குக் குறி வைத்திருக்கிறாள்."

"என் தலை அவளிடம்தான் இருக்கிறது," என்றேன். "அவள் என் விடுப்பைக் கெடுத்துவிட்டாள்; என்மீது இராணுவ நீதிமன்ற விசாரணை நடக்க முயற்சி செய்வாள்; ஏற்பாடும் செய்வாள்; அவ்வளவு மட்டமானவள் அவள்."

"அவள் ஒருபோதும் உன்மீது நல்லெண்ணம் கொண்டதில்லை," என்று கேஜ் சொன்னாள். "இப்போது என்ன பிரச்சினை?"

"போருக்குப் போவதிலிருந்து தப்பிப்பதற்காக நான் அளவுக்கு அதிகமாகக் குடித்து மஞ்சள் காமாலை நோயை ஏற்படுத்திக் கொண்டதாக அவள் சொல்கிறாள்."

"ப்பூ... இவ்வளவுதானே," என்றாள் மிஸ் கேஜ். "நீ ஒருபோதும் குடித்ததே இல்லை என்று நான் சத்தியம் செய்வேன்; மற்ற எல்லோரும் சத்தியம் செய்வார்கள்."

"அவள் பாட்டில்களைப் பார்த்துவிட்டாள்."

"அங்கிருந்த பாட்டில்களை வெளியே எடுத்துப் போடுமாறு நூறு முறை சொல்லியிருக்கிறேன். இப்போது அவை எங்கே இருக்கின்றன?"

"அலமாரியில்."

"உன்னிடம் பெட்டி இருக்கிறதா?"

"இல்லை. அவற்றை முதுகுப்பையில் போடு."

மிஸ் கேஜ் பாட்டில்களை முதுகுப்பையில் போட்டுக் கட்டினாள். "நான் அவற்றைச் சுமைதூக்கியிடம் கொடுக்கிறேன்," என்றாள். கதவுப் பக்கமாக நகரத் தொடங்கினாள்.

"ஒரு நிமிடம்," என்ற மிஸ் வான் காம்பென், "அந்த பாட்டில்களை நான் எடுத்துக்கொள்கிறேன்," என்றாள். அவளுடன் சுமை தூக்கியையும் அழைத்து வந்திருந்தாள். "தயவுசெய்து அவற்றை எடுத்துப் போ," என்றாள். "நான் என்னுடைய அறிக்கையைக் கொடுக்கும்போது அவற்றை டாக்டரிடம் காண்பிக்க விரும்புகிறேன்."

அவள் கூடத்தின் வழியே போனாள். சுமைதூக்கி அந்தப் பையை எடுத்துப் போனான். அதன் உள்ளே என்ன இருந்தன என்பதை அவன் அறிவான்.

நான் என்னுடைய விடுப்பை இழந்ததைத் தவிர வேறு ஒன்றும் நடக்கவில்லை.

அத்தியாயம் 23

நான் போர்முனைக்குத் திரும்பிச் செல்லவேண்டிய இரவு, அன்று இத்தாலியின் வடக்கிலிருந்த ட்யூரின் நகரிலிருந்து வரும் இரயில் வண்டியில் எனக்காக ஓர் இருக்கையை உறுதி செய்து வைக்குமாறு சுமைதூக்கியை அனுப்பினேன். அந்த இரயில் வண்டி நடு இரவில் புறப்படும். அது ட்யூரின் நகரிலிருந்து புறப்பட்டு இரவு பத்து முப்பது மணிக்கு மிலன் நகர் வந்து சேரும்; அங்கிருந்து புறப்படும் நேரம்வரை அங்கேயுள்ள இரயில் நிலையத்தில் நிறுத்திவைக்கப்பட்டிருக்கும். அதில் ஓர் இருக்கை கிடைக்க வேண்டுமானால் அந்த வண்டி இரயில் நிலையத்துக்குள் நுழையும்போதே அங்கே இருந்தாக வேண்டும். சுமைதூக்கி, துப்பாக்கி வீரனாகப் பணிபுரியும் அவனுடைய நண்பன் ஒருவனை அவனுடன் அழைத்துச் சென்றான். தற்போது விடுப்பில் இருக்கும் அந்த நண்பன் ஒரு தையல் கடையில் வேலை செய்தான். அவர்கள் இருவரும் சேர்ந்து ஓர் இருக்கையை எப்படியும் பிடித்துவிடலாம் என்று உறுதியாக இருந்தார்கள். அவர்களிடம் இரயில் நிலைய நடைமேடைக்கான நுழைவுச் சீட்டுக்குப் பணம் கொடுத்தேன். என் பயணச் சாமான்களான முதுகில் சுமந்து செல்லும் ஒரு பெரிய பையையும் குளியலறைப் பொருட்கள் அடங்கிய தோலி னாலான இரண்டு சிறிய பைகளையும் அவர்களிடம் கொடுத்து அனுப்பினேன்.

மருத்துவமனையில் இருந்தவர்களிடமிருந்து ஐந்து மணி யளவில் விடைபெற்று வெளியே சென்றேன். சுமைதூக்கி என் பயணச் சாமான்களை அவன் வீட்டில் வைத்திருந்தான். நடு இரவுக்குச் சற்று முன்னால் நான் இரயில் நிலையத்தில் இருப்பேன் என்று அவனிடம் சொன்னேன். அவனுடைய மனைவி இத்தாலிய மொழியில் என்னை 'மேல்குடி மகனே' என்று மரியாதையுடன் அழைத்தாள்; கதறி அழுதாள். கண்களைத் துடைத்தபடியே என்

கைகளைக் குலுக்கினாள்; மீண்டும் அழுதாள். நான் அவளுடைய முதுகில் தட்டிக் கொடுத்தேன்; அவள் மீண்டும் ஒரு முறை அழுதாள். அவள் என்னுடைய கிழிந்த துணிகளைத் தைத்துக் கொடுத்தாள். குள்ளமாகவும், குண்டாகவும், சிரித்த முகத்துடனும், வெள்ளை முடியுடனும் இருந்தாள். அவள் அழும்போது அவளுடைய முழு முகமும் பல துண்டுகளாகச் சிதறியது. நான் வெளியே வந்து அந்தத் தெருவில் ஒரு மூலையில் இருந்த ஒயின் கடையில் ஜன்னல் வழியாக வெளியே பார்த்தபடி காத்திருந்தேன். வெளியே இருட்டாகவும் குளிராகவும் பனிமூட்டத்துடனும் இருந்தது. நான் குடித்த காப்பிக்கும் பிராந்திக்கும் காசு கொடுத்த பின் ஜன்னல் வழியாக வெளியேறிய வெளிச்சத்தில் வெளியே நடமாடிய மனிதர்களைக் கவனித்தேன். அங்கே கேதரின் போவதைப் பார்த்தேன், ஜன்னலைத் தட்டினேன். அவள் என்னைப் பார்த்தாள், சிரித்தாள். அவளைச் சந்திக்க வெளியே போனேன். அவள் கருநீல நிற தளர்வான தோள் அங்கியும் மயிரிழையிலான மிருதுவான தொப்பியும் அணிந்திருந்தாள். சாலையோர நடைபாதையில் இருவரும் சேர்ந்து நடந்தோம், ஒயின் கடைகளைக் கடந்தோம். அதன் பின் சந்தைச் சதுக்கத்தின் வழியாகச் சென்று சாலையில் தொடர்ந்து நடந்து தேவாலயச் சதுக்கத்துக்குச் செல்லும் மேல்வளைவுடன் கூடிய நுழைவாயில் வழியாகச் சென்றோம். அங்கே டிராம் வண்டிகள் செல்லும் பாதைகள் இருந்தன. அவற்றுக்கு அப்பால் தேவாலயம் இருந்தது. அது வெள்ளை நிறத்தில், பனிப்பொழிவால் ஈரமாக இருந்தது. டிராம்வண்டிகள் செல்லும் தண்டவாளங்களைக் கடந்தோம். எங்களுக்கு இடதுபுறத்திலிருந்த கடைகளின் ஜன்னல்கள் வழியாக ஒளி வீசிக்கொண்டிருந்தது; அருங்காட்சிக்கூடத்துக்குச் செல்லும் நுழைவாயிலும் இருந்தது. அந்தச் சதுக்கத்தில் பனிமூட்டமாக இருந்தது. நாங்கள் தேவாலயத்தின் முன்பகுதியின் பக்கத்தில் வந்தோம். அது மிகப் பெரிய தேவாலயம்; அதன் கற்கள் ஈரமாக இருந்தன.

“உள்ளே போக விரும்புகிறாயா?”

“வேண்டாம்,” என்றாள் கேதரின். தொடர்ந்து நடந்தோம். எங்களுக்கு முன்னால் இருந்த சுவர் தாங்கும் கற்களின் ஒன்றின் நிழலில் ஓர் இராணுவ வீரன் தன்னுடைய காதலியுடன் நின்று

கொண்டிருந்தான். அவர்கள் அந்தக் கல்லோடு கல்லாகச் சாய்ந்து மிகவும் நெருக்கமாக நின்றார்கள்; அவன் தன்னுடைய தளர்வான தோள் ஆடையை அவளைச் சுற்றிப் போட்டிருந்தான்.

"அவர்கள் நம்மைப் போன்றவர்கள்," என்றேன்.

"நம்மைப் போன்றவர் ஒருவரும் இல்லை," என்றாள் கேதரின். அவள் அதை மகிழ்ச்சியுடன் சொல்லவில்லை.

"அவர்கள் போவதற்கு ஏதாவது இடம் இருந்தால் பரவா யில்லை."

"அது அவர்களுக்கு எந்த வகையிலும் நன்மை பயக்காததாக இருக்கலாம்."

"எனக்குத் தெரியாது. ஆனால், அனைவரும் போவதற்கு ஏதாவது ஓர் இடம் இருந்தாக வேண்டும்."

"அவர்களுக்குத் தேவாலயம் இருக்கிறது," என்றாள். இப்போது நாங்கள் அந்த இடத்தைக் கடந்துவிட்டோம். சதுக்கத்தின் மறு எல்லையைக் கடந்த பிறகு பின்னால் திரும்பி தேவாலயத்தைப் பார்த்தோம். பனிமூட்டத்தில் அது மிக அழகாக இருந்தது. தோலினாலான பொருட்கள் விற்கும் கடையின் முன்னால் நின்றுகொண்டிருந்தோம். அந்தக் கடையின் ஜன்னலில், முதுகில் தொங்கவிடும் பெரிய பை, குதிரைச் சவாரிக்கான காலணிகள், பனிச்சறுக்கு காலணிகள் இருந்தன. ஒவ்வொரு பொருளும் தனித் தனியாகக் காட்சிப்படுத்தப்பட்டிருந்தன: முதுகுப் பை மத்தி யிலும், குதிரைச் சவாரி காலணிகள் ஒரு பக்கத்திலும், பனிச் சறுக்குக் காலணிகள் மறுபக்கத்திலும் வைக்கப்பட்டிருந்தன. தோல் கருமையாக இருந்தது; எண்ணெய் தடவப்பட்டு பயன் படுத்தப்பட்ட சேணத்தைப்போல் பளபளப்பாகவும் மென்மை யாகவும் இருந்தது. எண்ணெய் தடவப்பட்டு மங்கலாக இருந்த தோலின் மீது விழுந்த மின்சார ஒளி மிகவும் பளிச்செனத் தெரிந்தது.

"நாம் எப்போதாவது பனிச்சறுக்கு விளையாட்டு விளை யாடலாம்."

"இன்னும் இரண்டு மாதத்தில் சுவிட்சர்லாந்தின் ஷில்தார்ன் மலைச் சிகரத்தின் அடிவாரத்திலுள்ள மரென் மலைக் கிராமத்தில்

பனிச்சறுக்கு விளையாட்டு நடக்கிறது," என்று கேதரின் சொன்னாள்.

"நாம் அங்கே போகலாம்."

"சரி போகலாம்," என்றாள். மற்ற ஜன்னல்களையெல்லாம் கடந்து சென்று பக்கத்துச் சந்தில் திரும்பினோம்.

"இதுவரை நான் இந்தப் பாதையில் வந்ததில்லை."

"இந்த வழியாகத்தான் நான் மருத்துவமனைக்குப் போவேன்," என்று சொன்னேன். அது ஒரு குறுகலான தெரு; நாங்கள் அதன் வலது பக்கமாக நடந்தோம். அந்தப் பனிமூட்டத்தில் பலர் சென்றுகொண்டிருந்தார்கள். அந்தத் தெருவில் கடைகள் இருந்தன; அவற்றின் அனைத்து ஜன்னல்களிலிருந்தும் வெளிச்சம் வந்தது. நாங்கள் ஒரு ஜன்னலில் இருந்த பாலாடைக்கட்டிகளின் குவியலைப் பார்த்தோம். ஆயுதங்கள் விற்கும் கடை முன்பாக நின்றேன்.

"ஒரு நிமிடம் உள்ளே வா. நான் ஒரு கைத்துப்பாக்கி வாங்க வேண்டும்."

"என்ன வகையான துப்பாக்கி?"

"சிறு கைத்துப்பாக்கி." நாங்கள் கடைக்குள் சென்றோம். நான் கடைக்குள் நுழைந்து என்னுடைய இடுப்புக் கச்சையின் பட்டன்களை நீக்கி, வெறுமையாக இருந்த துப்பாக்கி உறையுடன் அதை மேஜைமேல் வைத்தேன். விற்பனை செய்யும் இடத்தில் மேஜைக்குப் பின்னால் இரண்டு பெண்கள் இருந்தார்கள். அந்தப் பெண்கள் பல வகையான துப்பாக்கிகளைக் கொண்டு வந்தார்கள்.

"துப்பாக்கி இதில் பொருந்த வேண்டும்," என்று துப்பாக்கி உறையைத் திறந்தவாறு சொன்னேன். அது தோலாலான சாம்பல் நிற துப்பாக்கி உறை; ஏற்கெனவே பயன்படுத்தப்பட்ட அந்த உறையை நகரத்தில் வாங்கினேன்.

"அவர்கள் நல்ல துப்பாக்கிகள் வைத்திருக்கிறார்களா?" என்று கேதரின் கேட்டாள்.

"எல்லாம் ஒரே வகையான துப்பாக்கிகள்தான். நான் இதை சோதித்துப் பார்க்கலாமா?" என்று அந்தப் பெண்ணைக் கேட்டேன்.

“சுட்டுச் சோதிப்பதற்கான இடம் இங்கே இல்லை,” என்றாள் அந்தப் பெண். “ஆனால், இது மிகவும் நல்ல துப்பாக்கி. சுடும் போது குறி தவறாது.”

அதை நான் சடக்கென எடுத்து, குறி எதுவும் பார்க்காமல் விசையைப் பின்னுக்கு இழுத்து சுடுவதுபோல் செய்து பார்த்தேன். அதன் ஸ்பிரிங் மிகவும் வலிமையானதாக இருந்தது; ஆனால், மென்மையாகச் செயல்பட்டது. மீண்டும் ஒரு முறை அதேபோல் செய்து பார்த்தேன்.

“அது பயன்படுத்தப்பட்ட துப்பாக்கி,” என்று அந்தப் பெண் சொன்னாள். “குறி பார்த்துச் சுடுவதில் திறமை வாய்ந்த அதி காரிக்குச் சொந்தமானது.”

“அவருக்கு நீ அதை விற்றாயா?”

“ஆமாம்.”

“அது எப்படி உன்னிடம் திரும்ப வந்தது?”

“அவரிடம் எடுபிடி வேலை செய்த ஒருவனிடமிருந்து வந்தது.”

“ஒருவேளை என்னுடைய துப்பாக்கியும் உன்னிடம் இருக் கலாம்,” என்றேன். “இது என்ன விலை?”

“ஐம்பது லயர். மிகக் குறைந்த விலை.”

“சரி. கூடுதலாக தோட்டாக்கள் வைக்க இரண்டு கொக்கிகளும் ஒரு பெட்டி தோட்டாக்களும் கொடு.”

அவற்றை மேஜைக்கு அடியிலிருந்து எடுத்து வந்தாள்.

“உங்களுக்கு வாள் தேவைப்படுமா?” என்று கேட்டாள். “என்னிடம் பயன்படுத்தப்பட்ட சில வாள்கள் குறைந்த விலையில் உள்ளன.”

“நான் போர்முனைக்குப் போகிறேன்,” என்றேன்.

“புரிகிறது. அப்படியானால் உங்களுக்கு வாள் தேவைப்படாது,” என்றாள்.

துப்பாக்கிக்கும் தோட்டாக்களுக்கும் பணம் கொடுத்தேன், துப்பாக்கியில் தோட்டாக்களை நிரப்பினேன், துப்பாக்கியை உறையில் வைத்தேன், உதிரியாக இருந்த கொக்கிகளைத் தோட் டாக்களால் நிரப்பினேன், அவற்றைத் துப்பாக்கி உறையிலிருந்த

தோலினாலான இருப்பிடத்தில் வைத்தேன், துப்பாக்கி உறையை என்னுடைய இடுப்புக் கச்சையில் மாட்டினேன். இடுப்புக் கச்சையில் துப்பாக்கியின் எடை அதிகமாகத் தெரிந்தது. இருப்பினும் சட்டதிட்டங்களுக்கு உட்பட்டு துப்பாக்கி வைத்திருப்பது நல்லது என்று நினைத்தேன்; தோட்டாக்கள் நிரம்பிய அட்டைகளைத் தேவைப்படும்போது வாங்கிக்கொள்ளலாம்.

"நாம் இப்போது முழுமையாக ஆயுதம் தரித்தவர்களாக இருக்கிறோம்," என்றேன். "அது ஒன்றுதான் நான் நினைவில் வைத்திருக்கவேண்டிய வேலையாய் இருந்தது. நான் குண்டுகளால் தாக்கப்பட்டிருந்த நிலையில் என்னை மருத்துமனைக்குக் கொண்டு போகும்போது யாரோ ஒருவர் என்னுடைய துப்பாக்கியை எடுத்துவிட்டார்."

"இது நல்ல துப்பாக்கிதான் என்று நம்புகிறேன்," என்று கேதரின் சொன்னாள்.

"வேறு ஏதாவது தேவைப்படுகிறதா?" விற்பனைப் பெண் கேட்டாள்.

"தேவையில்லை என்று நினைக்கிறேன்."

"துப்பாக்கியுடன் ஒரு கயிறும் இருக்கிறது," என்றாள் அவள்.

"நான் அதை கவனித்துவிட்டேன்." அந்தப் பெண் வேறு ஏதோ ஒரு பொருளை என்னிடம் விற்க விரும்பினாள்.

"உங்களுக்கு விசில் தேவையில்லையா?"

"தேவையில்லை என்றே நினைக்கிறேன்."

அந்தப் பெண் எங்களுக்குக் குட்-பை சொன்னாள்; நாங்கள் கடையிலிருந்து வெளியேறி நடைபாதைக்குச் சென்றோம். கேதரின் கடையின் ஜன்னலைப் பார்த்தாள். வெளியே பார்த்த அந்த விற்பனைப் பெண் எங்களுக்குத் தலை வணங்கினாள்.

"எதற்காக மரப் பலகையில் சிறிய கண்ணாடிகள் அமைக்கப்பட்டிருக்கின்றன?"

"அவை பறவைகளை ஈர்ப்பதற்காக வைக்கப்பட்டிருக்கின்றன. அவற்றை அவர்கள் வயல்வெளிகளில் சுழற்றி எறிவார்கள். அவற்றைப் பார்க்கும் வானம்பாடிப் பறவைகள் வெளியே வரும் போது இத்தாலியர்கள் அவற்றைச் சுடுவார்கள்."

“அவர்கள் தனித்துவமான சாமர்த்தியமுள்ள வியாபாரிகள்,” என்று கேதரின் சொன்னாள். “அன்பனே, அமெரிக்காவில் நீங்கள் வானம்பாடிப் பறவைகளைச் சுட மாட்டீர்கள்தானே, சுடுவ துண்டா?”

“குறிப்பாக அப்பறவைகளைச் சுடுவதில்லை.”

நாங்கள் தெருவின் குறுக்கே நடந்து மறுபக்கத்தில் நடையைத் தொடர்ந்தோம்.

“முன்னைவிட இப்போது நான் நன்றாக இருப்பதாக உணர் கிறேன்,” என்று கேதரின் சொன்னாள். “நாம் புறப்படும்போது நான் பயங்கரமான மனநிலையில் இருப்பதாக உணர்ந்தேன்.”

“நாம் இருவரும் சேர்ந்திருக்கும்போது எப்போதுமே நல்ல மனநிலையில்தான் இருப்போம்.”

“நாம் எப்போதும் சேர்ந்தே இருப்போம்.”

“உண்மைதான். ஆனால், நடு இரவில் நான் உன்னைப் பிரிந்துபோகிறேன்.”

“அதைப் பற்றி நினைக்காதே, என் அன்பே.”

அந்தத் தெருவில் தொடர்ந்து நடந்தோம். விளக்குகளின் ஒளி பனிமூட்டத்தில் மஞ்சள் நிறத்தில் இருந்தது.

“நீ சோர்வடையவில்லையா?” என்று கேதரின் கேட்டாள்.

“நீ எப்படி இருக்கிறாய்?”

“நான் நன்றாக இருக்கிறேன். இப்படி நடப்பது வேடிக்கையாக இருக்கிறது.”

“ஆனால், அதிக தூரம் நடக்க வேண்டாம்.”

“வேண்டாம்.”

நாங்கள் பக்கத்துத் தெருவில் திரும்பினோம். அங்கே விளக்குகள் இல்லை. அந்தத் தெருவில் நடந்தோம். நான் அங்கே நின்றேன்; கேதரினை முத்தமிட்டேன். நான் அவளை முத்தமிட்டபோது அவளுடைய கை என் தோளில் இருப்பதை உணர்ந்தேன். அவள் என் தளர்வான தோளாடையை அவளைச் சுற்றி இழுத்தாள்; எங்கள் இருவரையும் அந்தத் தோளாடை மறைத்தது. நாங்கள் அந்தத் தெருவில் உயரமான சுவரில் சாய்ந்து நின்றுகொண்டிருந்தோம்.

"நாம் ஏதாவது ஒரு இடத்துக்குப் போகலாம்," என்று சொன்னேன்.

"நல்லது," என்றாள் கேதரின். ஒரு வாய்க்காலின் பக்கமாக இருந்த அகலமான தெருவை அடையும்வரை அதே தெருவில் தொடர்ந்து நடந்தோம். அந்தத் தெருவின் மறுபக்கத்தில் செங்கற் களால் கட்டப்பட்ட சுவரும் கட்டடங்களும் இருந்தன. இன்னும் சற்று தூரத்துக்கு முன்னால் இருந்த பாலத்தை ஒரு பயணிகள் வண்டி கடப்பதைப் பார்த்தேன்.

"முன்னால் இருக்கும் பாலத்தில் நமக்கு வாடகை வண்டி கிடைக்கும்," என்றேன். அங்கு நிலவிய பனிமூட்டத்தில் வாடகை வண்டிக்காக பாலத்தில் காத்திருந்தோம். எங்களைக் கடந்து சென்ற பல வண்டிகளில் வீட்டுக்குப் போகும் மக்கள் கூட்டம் நிரம்பி இருந்தது. அதற்கு பிறகு ஒரு வண்டி வந்தது; ஆனால், அதில் யாரோ ஒருவர் இருந்தார். பனிமூட்டம் மழையாக மாறத் தொடங்கியது.

"நாம் இங்கிருந்து நடந்துபோய்விடலாம் அல்லது ஒரு டிராம் வண்டியைப் பிடிக்கலாம்," என்று கேதரின் சொன்னாள்.

"சற்று நேரத்தில் ஒரு வண்டி வரும்," என்றேன். "அவை இந்த வழியாகத்தான் போகின்றன."

"இதோ ஒரு வண்டி வருகிறது," என்றாள் அவள்.

வண்டியோட்டி குதிரையை நிறுத்தினான். பயண தூரத்தைக் கணக் கிடும் மீட்டரிலுள்ள உலோக அறிவிப்புக் குறியீட்டைக் கீழ்ப் பக்கமாகத் தள்ளினான். அந்த வண்டியின் மேல்கூரை உயர்த்தி விடப்பட்டிருந்தது. வண்டியோட்டியின் கோட்டில் நீர்த்துளிகள் இருந்தன. மெருகூட்டப்பட்டிருந்த அவன் தொப்பி ஈரத்தில் பளபளப்பாக மின்னியது. நாங்கள் இருவரும் இருக்கையில் பின்பக்கமாகச் சாய்ந்து சேர்ந்து உட்கார்ந்தோம்; மேற்கூரை வண்டியை இருட்டாக்கியது.

"வண்டியோட்டியிடம் நாம் எங்கே போக வேண்டுமென்று சொல்லியிருக்கிறாய்?"

"இரயில் நிலையத்துக்கு. இரயில் நிலையத்தின் எதிர்புறத்தில் ஒரு தங்கும் விடுதி இருக்கிறது, நாம் அங்கே போகலாம்."

"இதே நிலையில் நாம் அங்கே போகலாமா? கையில் பயணச் சாமான் இல்லாமல்?"

"போகலாம்," என்று சொன்னேன்.

மழை பெய்துகொண்டிருந்தது; சிறு தெருக்கள் வழியாக இரயில் நிலையத்தை அடைய நீண்ட தூரம் பயணம் செய்ய வேண்டியிருந்தது.

"நாம் இரவு உணவு சாப்பிட வேண்டாமா? எனக்குப் பசி யெடுக்கும்."

"அறைக்கு வரவழைத்துச் சாப்பிடலாம்."

"என்னிடம் மாற்று உடுப்பு எதுவும் இல்லை. ஒன்றுகூட இல்லை."

"ஒரு நைட்-கௌன் வாங்கிக்கொள்ளலாம்," என்றேன்; வண்டி யோட்டியை அழைத்தேன்.

"வீயா மன்ஸோனி தெரு வழியாகப் போ."

அவன் தலையசைத்தான், அடுத்த திருப்பத்தில் இடதுபுறம் திருப்பினான். அந்தப் பெரிய தெருவில் இருந்த கடைகளை நோட்டமிட்டபடியே கேதரின் வந்தாள்.

"இங்கே ஒரு கடை இருக்கிறது," என்றாள். வண்டியை நிறுத்தச் சொன்னேன். கேதரின் வண்டியிலிருந்து இறங்கி, நடைபாதையைக் கடந்து கடைக்குள் போனாள். நன்றாகப் பின்பக்கமாகச் சாய்ந்து உட்கார்ந்தபடி கேதரினுக்காகக் காத்திருந்தேன். மழை பெய்துகொண்டிருந்தது. ஈரமாயிருந்த தெருவின் மணத்தை என்னால் நுகர முடிந்தது; மழையில் குதிரைகளின் மூச்சில் நீராவி பறப்பதையும் காண முடிந்தது. அவள் ஒரு பொட்டலத்துடன் கடையிலிருந்து திரும்பி வந்தாள், வண்டிக்குள் நுழைந்தவுடன் பயணத்தைத் தொடர்ந்தோம்.

"நான் ஆடம்பரமாகச் செலவு செய்தேன், என் அன்பே. ஆனால், அந்த நைட்-கௌன் அற்புதமாக இருக்கிறது."

நாங்கள் தங்கும் விடுதியை அடைந்தவுடன் கேதரினை வண்டி யிலேயே இருக்கச் சொல்லிவிட்டு நான் விடுதிக்குள் சென்று நிர்வாகியிடம் பேசினேன். அங்கே ஏராளமான அறைகள் இருந்தன. மீண்டும் போய் வண்டி யோட்டிக்குப் பணம் கொடுத்து

அனுப்பினேன். நானும் கேதரினும் விடுதிக்குள் சேர்ந்து நடந் தோம். அங்கிருந்த பணியாளன் எங்கள் பயணச் சாமான்களை எடுத்துச் சென்றான். விடுதியின் நிர்வாகி தலை வணங்கி எங்களை மரியாதையுடன் லிஃப்ட்டுக்கு அழைத்துச் சென்றான். லிஃப்ட்டில் தடித்த மிருதுவான சிவப்பு நிற பருத்தி கம்பளத் துணியும் பித்தளைப் பிடியும் இருந்தன. நிர்வாகி எங்களுடன் லிஃப்டில் மேலே வந்தான்.

“ஐயாவும் அம்மையாரும் இரவு உணவை அறையிலேயே சாப்பிட விரும்புகிறீர்களா?”

“ஆமாம். உணவுப் பட்டியலை மேலே கொண்டுவரச் சொல்.”

“தனிப்பட்ட முறையில் தயாரிக்கப்பட்ட சிறப்பு உணவு வகைகளை விரும்புகிறீர்களா, காட்டு உயிரின உணவு வேண்டுமா அல்லது முட்டை, பால் கலந்த உணவு வேண்டுமா?”

லிஃப்ட் மூன்று தளங்களைக் கடந்து சென்றது; ஒவ்வொரு தளத்தைக் கடக்கும்போதும் கிளிக் என்று ஒலி எழுப்பியது. கடைசியாக கிளிக் என்ற சத்தத்துடன் நின்றது.

“காட்டு உயிரின உணவு என்ன இருக்கிறது?”

“நெடுவால் கோழியும் காட்டுக் கோழி வகை உணவுகளும் இருக்கின்றன.”

“காட்டுக் கோழி,” என்றேன். அந்தத் தளத்தின் நடைபாதையில் நடந்தோம். அங்கிருந்த தரை விரிப்புகள் பழுதடைந்த நிலையில் இருந்தன. அங்கே நிறைய கதவுகள் இருந்தன. நிர்வாகி நின்றான்; ஓர் அறையின் பூட்டை நீக்கிக் கதவைத் திறந்தான்.

“உள்ளே வாருங்கள். இது ஓர் அற்புதமான அறை.”

இளம் வயது பணியாளன் எங்கள் பொருட்களை அறையின் மத்தியில் இருந்த மேஜைமேல் வைத்தான். நிர்வாகி திரைச் சீ லைகளை விலக்கினான்.

“வெளியே பனிமூட்டமாக இருக்கிறது,” என்றான். அந்த அறை தடித்த மிருதுவான சிவப்பு கம்பளத் துணியினால் அலங்கரிக்கப் பட்டிருந்தது. அறையில் பல கண்ணாடிகள் இருந்தன; மேலும், இரண்டு நாற்காலிகளும், பளபளப்பான மிருதுவான படுக்கை விரிப்புடன் ஒரு பெரிய படுக்கையும் இருந்தன. ஒரு கதவு குளியல் அறைக்குச் சென்றது.

“உங்கள் உணவு வகைகளை அறைக்கு அனுப்புகிறேன்,” என்றான் அந்த நிர்வாகி. அவன் தலையைத் தாழ்த்தி வணக்கம் தெரிவித்து வெளியேறினான்.

ஜன்னல் பக்கம் சென்று வெளியே பார்த்தேன். அதன் பின் ஒரு கயிற்றை இழுத்தேன்; தடித்த கம்பளித் திரைச்சீலைகள் கீழே இறங்கி ஜன்னலை மறைத்தன. கேதரின் கண்ணடிகளாலான தொங்கு தொடர் அலங்கார விளக்கைப் பார்த்தவாறு கட்டிலில் உட்கார்ந்திருந்தாள், தொப்பியைத் தலையிலிருந்து நீக்கியிருந் தாள்; அவளது தலைமுடி விளக்கின் ஒளியில் பளபளப்பாக மிளிர்ந்தது. அங்கிருந்த கண்ணாடிகளில் ஒன்றில் அவளையே பார்த்தாள், கைகளைத் தலைமுடியில் வைத்தாள். நான் அவளை வேறு மூன்று கண்ணாடிகளில் பார்த்தேன். அவள் மகிழ்ச்சியாக இருப்பதாகத் தோன்றவில்லை. அவளது தளர்வான தோளாடை படுக்கையில் விழுந்தது.

“என்ன பிரச்சினை, என் அன்பே?”

“இதற்கு முன்னால் ஒருபோதும் நான் ஒரு விபச்சாரிபோல் உணர்ந்ததில்லை.” நான் ஜன்னல் அருகில் சென்று திரைச்சீலைகளை விலக்கி வெளியே பார்த்தேன். இது இப்படியான ஓர் உணர்வை ஏற்படுத்தும் என்று நான் நினைக்கவில்லை.

“நீ விபச்சாரியில்லை.”

“அது எனக்குத் தெரியும், அன்பனே. ஆனால், அப்படியான உணர்வு ஏற்படுவது எனக்கு உவப்பானதாக இல்லை.” அவளுடைய குரல் உற்சாகமற்றும் உணர்ச்சியற்றும் இருந்தது.

“நமக்குக் கிடைத்த சிறந்த தங்கும் விடுதி இதுதான்,” என்று சொன்னேன். ஜன்னலுக்கு வெளியே பார்த்தேன். சதுக்கத்துக்கு அப்பால் இரயில் நிலையத்தின் விளக்குகள் தெரிந்தன. தெருவில் வண்டிகள் சென்றுகொண்டிருந்தன. பூங்காவில் இருந்த மரங் களைப் பார்த்தேன். தங்கும் விடுதியின் விளக்குகளின் ஒளி ஈர மாயிருந்த நடைபாதையில் பட்டு பளபளப்பாக ஒளிர்ந்தது. இது என்ன நரக வேதனை, இப்போது வாக்குவாதம் செய்ய வேண்டி யிருக்குமோ? என்று நினைத்தேன்.

“தயவுசெய்து இங்கே வா,” என்றாள் கேதரின். அவள் குரலில் முன்பிருந்த வறட்சி எங்கோ மறைந்துபோயிருந்தது. “தயவுசெய்து

இங்கே வா. நான் மீண்டும் ஒரு நல்ல பெண்ணாக இருக் கிறேன்." நான் படுக்கையைப் பார்த்தேன். அவள் புன்னகைத்துக் கொண்டிருந்தாள்.

அவள் இருந்த இடத்துக்குச் சென்று படுக்கையில் அவள் பக்கத்தில் உட்கார்ந்தேன்; அவளை முத்தமிட்டேன்.

"நீ நல்ல பெண்; என்னுடையவள்."

"நான் நிச்சயமாக உன்னுடையவள்தான்," என்று சொன்னாள்.

நாங்கள் உணவு உண்டபின் உற்சாகமடைந்தோம்; சிறிது நேரத்தில் மிகவும் மகிழ்ச்சி அடைந்தோம்; இன்னும் சற்று நேரத்தில் அந்த அறை எங்கள் சொந்த வீட்டைப் போல் இருப்ப தாக உணர்ந்தோம். மருத்துவமனையில் நான் இருந்த அறை இதுவரை என்னுடைய வீடாக இருந்தது. அதேபோல் இந்த அறையும் என்னுடைய வீடுதான்.

சாப்பிடும்போது என் உள்கோட்டை கேதரின் தன் தோள் மீது அணிந்திருந்தாள். நாங்கள் மிகுந்த பசியில் இருந்தோம். சாப்பாடு நன்றாக இருந்தது. அதன் பின் ஒரு பாட்டில் பழச்சாறு குடித்தோம்; ஒயின் குடித்தோம். ஒயினின் பெரும் பகுதியை நான் குடித்தேன். கேதரின் கொஞ்சமாகக் குடித்தாள். அதுவே அவளுக்கு மிகச் சிறப்பான உணர்வைக் கொடுத்தது. காட்டுக் கோழியும், முட்டை, பால், உருளைக்கிழங்கு சேர்த்து தயார்செய்த கூட்டும் எங்களுடைய இரவு உணவாயின. அதன் பின் மசிக்கப்பட்ட உருளைக்கிழங்கு, பச்சைக் காய்கறிகள், முட்டைக்கரு, சர்க்கரை, ஒயின் கலந்த உணவு, அவற்றுடன் பழ வகைகளின் துண்டுகள் ஆகியவற்றை உணவுக்குப் பின் சாப்பிட்டோம்.

"இது அற்புதமான அறை," என்றாள் கேதரின். "இது அருமையான அறை. நாம் மிலனிலிருந்த நாட்களெல்லாம் இந்த அறையில் தங்கியிருக்க வேண்டும்."

"இது வேடிக்கையான அறை; ஆனால், அருமையானது."

"தீய பழக்கமும் சிறப்பானதுதான். அதில் ஈடுபடுபவர்களுக்கு அதைப்பற்றி மிகுந்த ரசனை உணர்வு இருப்பதுபோல் தோன்றுகிறது. சிவப்புக் கம்பளித் துணி மிகச் சிறப்பு. அது தனித்துவமானது. கண்ணாடிகள் மிகவும் கவர்ச்சியாக உள்ளன."

"நீ அருமையான பெண்."

"இவ்வளவு அற்புதமான அறையில் தூங்கி காலையில் நாம் விழித்து எழுவது எப்படி என்பது எனக்குத் தெரியவில்லை. ஆனால், உண்மையாகவே இது அற்புதமான அறை." நான் மீண்டும் ஒயினைத் தம்ளரில் ஊற்றினேன்.

"நாம் உண்மையான பாவச் செயல் ஏதாவது செய்ய வேண்டும்போல் எனக்குத் தோன்றுகிறது," என்று கேதரின் சொன்னாள். நாம் செய்யும் எல்லா செயல்களுமே கள்ளங்கபட மற்றதாகவும் எளிமையானதாகவும் இருக்கின்றன. நாம் தப்பு எதுவும் செய்கிறோம் என்று என்னால் நம்ப முடியவில்லை."

"நீ உன்னதமான பெண்."

"எனக்குப் பசிக்கிறது. எனக்குப் பயங்கரமாகப் பசிக்கிறது."

"நீ ஓர் அற்புதமான எளிமையான பெண்," என்று சொன்னேன்.

"நான் எளிமையான பெண்தான். உன்னைத் தவிர இதுவரை என்னை யாரும் புரிந்துகொண்டதில்லை."

"முதன் முதலாக உன்னை நான் பார்த்த அன்று பிற்பகல் முழுவதும் நாம் இருவரும் சேர்ந்து கவுரா ஹோட்டலுக்கு எப்படிப் போவோம், அது என்ன மாதிரியான உணர்வை ஏற்படுத்தும் என்று நினைத்துக்கொண்டிருந்தேன்."

"நீ ஒரு சரியான மோசடிக்காரனாக இருக்கிறாய். இது ஒன்றும் கவுரா ஹோட்டல் இல்லையே?"

"இல்லை. அங்கே தங்க நம்மை அனுமதித்திருக்கவே மாட்டார்கள்."

"ஏதோ ஒரு காலகட்டத்தில் அங்கு தங்குவதற்கு நம்மை அனுமதிப்பார்கள். ஆனால், அன்பனே, இப்படித்தான் நமது எண்ணங்களில் வேறுபடுகிறோம். நான் எதைப் பற்றியும் ஒரு போதும் சிந்தித்ததில்லை."

"நீ ஒருபோதும் அப்படிச் சிந்தித்ததேயில்லையா?"

"மிகவும் கொஞ்சமாக," என்றாள்.

"ஓ, நீ அற்புதமான பெண்."

மேலும் ஒரு தம்ளர் ஒயின் ஊற்றினேன்.

"நான் மிகவும் எளிமையான பெண்."

"உன்னைப் பற்றி முதலில் நான் அப்படி நினைக்கவில்லை. நீ ஒரு பித்துபிடித்த பெண் என்று நினைத்தேன்."

"நான் கொஞ்சம் பித்துபிடித்தவள்தான். ஆனால், எந்த வகையிலும் ஒரு சிக்கலான முறையில் பித்துப்பிடித்தவளாக இருந்ததில்லை. அன்பனே, நான் உன்னைக் குழப்பிவிட்டேனா, இல்லையே?"

"ஒயின் இருக்கிறதே, அது ஒரு மேன்மையான மது. அது உன்னுடைய மோசமான அனுபவங்கள் அனைத்தையும் மறக்கச் செய்கிறது."

"அது சிறப்பானது. ஆனால், அது என்னுடைய அப்பாவுக்குக் கால் கட்டை விரலில் மிகவும் கடுமையாக வலி எடுக்கும் கவுட் என்ற வியாதியை உண்டாக்கியது."

"உனக்கு அப்பா இருக்கிறாரா?"

"ஆமாம்," என்றாள். "அவருக்குக் கால் கட்டை விரலில் வலி இருக்கிறது. நீ அவரைச் சந்திக்க வேண்டியதில்லை. உனக்கு அப்பா இருக்கிறாரா?"

"இல்லை. என் தாயின் மற்றொரு கணவர் இருக்கிறார்."

"எனக்கு அவரைப் பிடிக்குமா?"

"நீ அவரைச் சந்திக்கவேண்டிய அவசியம் இல்லை."

"நாம் மிகவும் அருமையான தருணங்களை அனுபவிக்கிறோம்," என்று கேதரின் சொன்னாள். "இதன் பிறகு நான் எதிலும் நாட்டம் கொள்ளப்போவதில்லை. நான் மகிழ்ச்சியாக உன்னுடன் திருமண வாழ்க்கை நடத்திக்கொண்டிருக்கிறேன்."

விடுதியின் வேலையாள் வந்து பொருட்களை வெளியே எடுத்துச் சென்றான். பிறகு நாங்கள் ஆடாமல் அசையாமல் அப்படியே மிகவும் அமைதியாக இருந்தோம்; மழை பெய்வதை எங்களால் கேட்க முடிந்தது. கீழே தெருவில் ஒரு மோட்டார் வாகனம் ஒலி எழுப்பும் சத்தம் கேட்டது.

"ஆனால், என் பின்னாலிருந்து எப்போதும் சத்தம் வருதைக் கேட்கிறேன் காலத்தின் இறக்கை பொருந்திய ரதம் விரைந்து பக்கத்தில் வருகிறது," என்றேன்.

"எனக்கு அந்தக் கவிதை தெரியும்," என்றாள் கேதரின். "அது மார்வெல் எழுதியது. ஆனால், அது ஒருவனுடன் வாழ மறுத்த பெண்ணைப் பற்றியது."

நான் தெளிவாகவும் மிகுந்த நிதானத்துடனும் இருந்தேன்; சில நடைமுறைச் செயல்கள் பற்றி வெளிப்படையாகப் பேச விரும்பினேன்.

"நீ மகப்பேற்றை எங்கே வைத்துக்கொள்வாய்?"

"எனக்குத் தெரியவில்லை. ஆனால், என்னால் முடிந்தவரை ஒரு சிறந்த இடத்தில்."

"அதை எப்படி ஏற்பாடு செய்வாய்?"

"என்னால் முடிந்த அளவு சிறந்த முறையில். கவலைப்படாதே, அன்பனே. போர் முடிவடையும் முன்னால் நாம் பல குழந்தை களைப் பெற்றுக்கொள்ளலாம்."

"நாம் புறப்படவேண்டிய நேரம் இது."

"எனக்குத் தெரியும். ஆனால், நீ விரும்பினால் இன்னும் சிறிது நேரம் இருக்கலாம்."

"வேண்டாம்."

"அப்படியானால் கவலைப்படாமல் இரு, அன்பனே. இதுவரை நீ நன்றாக இருந்தாய்; இப்போது கவலைப்படுகிறாய்."

"நான் கவலைப்பட மாட்டேன். எவ்வளவு நாட்களுக்கு ஒருமுறை எனக்குக் கடிதம் எழுதுவாய்?"

"தினந்தோறும் எழுதுகிறேன். என் கடிதங்களை உன் மேலதிகாரிகள் வாசிப்பார்களா?

"அவர்கள் அவற்றை வாசித்து வருத்தப்படும் அளவுக்கு அவர் களுக்கு ஆங்கிலம் தெரியாது."

"என் கடிதங்களைக் குழப்பமான முறையில் எழுதுகிறேன்," என்றாள் கேதரின்.

"அதிகக் குழப்பம் இல்லாமல் எழுது."

"கொஞ்சம் குழப்பமாக இருக்கும்படி எழுதுகிறேன்."

"நாம் இங்கிருந்து புறப்படவேண்டிய நேரம் வந்துவிட்டது என்று நினைக்கிறேன்."

"சரி, புறப்படலாம், அன்பனே."

"நம்முடைய இந்த அழகான வீட்டைவிட்டுப் புறப்படுவதை வெறுக்கிறேன்."

"நானும் அதே நிலையில்தான் இருக்கிறேன்."

"ஆனால், நாம் போயே ஆக வேண்டும்."

"சரி, போகலாம். ஆனால், ஒருபோதும் நாம் நமது வீட்டில் நீண்ட காலம் தங்கியதில்லை."

"நாம் அப்படித் தங்கலாம்."

"நீ திரும்பி வரும்போது உனக்காக நான் ஓர் அற்புதமான வீட்டை அமைத்திருப்பேன்."

"ஒருவேளை நான் உடனே திரும்பி வரலாம்."

"ஒருவேளை நீ உனது காலில் ஒரு சின்ன காயம் அடையலாம்."

"அல்லது என் காது மடலில்."

"கூடாது. உன் காதுகள் இப்போது இருப்பது போலவே இருக்க வேண்டும் என்று விரும்புகிறேன்."

"என்னுடைய கால் அப்படியே இருக்க வேண்டாமா?"

"உன்னுடைய கால் ஏற்கெனவே தாக்கப்பட்டுள்ளது."

"நாம் உண்மையிலேயே இப்போது போக வேண்டும், என் அன்பே."

"சரி, போகலாம். நீ முதலில் போ.

அத்தியாயம் 24

லிஃப்டைப் பயன்படுத்தாமல் நாங்கள் படிக்கட்டு வழியாக இறங்கினோம். படிக்கட்டுகளில் விரித்திருந்த தரை விரிப்புகள் பழுதடைந்திருந்தன. நாங்கள் சாப்பிட்ட உணவு களுக்கான பணத்தை அவை அறைக்குக் கொண்டு வரப்பட்ட போதே கொடுத்துவிட்டேன். அறைக்கு உணவு கொண்டு வந்த பையன் கதவுக்கு அருகில் இருந்த நாற்காலியில் உட்கார்ந்திருந் தான். அவன் துள்ளியெழுந்து தலை தாழ்த்தி வணங்கி நின்றான். நான் அவனுடன் பக்கத்து அறைக்குள் சென்று அறைக்கான பணத்தைக் கொடுத்தேன். நாங்கள் அந்த விடுதிக்குப் போனபோது அதன் நிர்வாகி என்னை அவனுடைய நண்பனாக நினைவுகூர்ந்து என்னிடமிருந்து முன்பணம் வாங்க மறுத்தான். ஆனால், நான் வாடகைப் பணத்தைக் கொடுக்காமல் போய்விடக் கூடாது என்பதற்காக, அவன் தூங்கச் சென்றபோது, மறக்காமல் அந்தப் பணியாளனை வாசலில் உட்காரவைத்திருந்தான். அப்படித்தான் நடந்திருக்க வேண்டும் என்று நம்புகிறேன். அவனுடைய நண்பர்களுக்கும் இது பொருந்தும். போர்க்காலத்தில் ஒரு மனிதனுக்கு அநேக நண்பர்கள் இருந்தார்கள்.

விடுதி ஊழியனை ஒரு வண்டிக்கு ஏற்பாடு செய்ய சொன் னேன். நான் சுமந்து வந்த கேதரினின் உடைமைகளையும் ஒரு குடையையும் எடுத்துக்கொண்டு அவன் வெளியே போனான். மழையில் அவன் தெருவைக் கடந்து போவதை ஜன்னல் வழி யாகப் பார்த்தோம். பக்கத்து அறையிலிருந்தவாறு ஜன்னல் வழி யாக வெளியே பார்த்துக்கொண்டிருந்தோம்.

"எப்படி இருக்கிறாய், கேட்?"

"தூக்கக்கலக்கத்தில் இருக்கிறேன்."

"நான் வயிற்றுக்குள் எதுவும் இல்லாததுபோல் வெறுமையாகப் பசியுடன் இருப்பதாக உணர்கிறேன்."

"சாப்பிட ஏதாவது வைத்திருக்கிறாயா?"

"ஆமாம், என்னுடைய சிறிய தோல்பையில் இருக்கிறது."

வண்டி வருவதைப் பார்த்தேன். அந்த வண்டி நின்றது. மழையில் குதிரை தலையைத் தொங்கப்போட்டபடி நின்றது. பணியாளன் வெளியே வந்தான். குடையை விரித்து விடுதியை நோக்கி வந்தான். நாங்கள் அவனை வாசலில் சந்தித்து, அவன் குடையின் கீழ் வெளியே நடந்து, ஈரமாயிருந்த நடைபாதையைக் கடந்து நடைபாதையின் ஓரமாக நின்ற வண்டியை அடைந்தோம். சாக்கடையில் தண்ணீர் ஓடிக்கொண்டிருந்தது.

"உங்கள் பொருட்கள் வண்டியின் இருக்கையில் இருக்கின்றன," என்றான் பணியாளன். நாங்கள் வண்டிக்குள் போகும்வரை குடையைப் பிடித்தபடி நின்றான். அவனுக்கு நான் அன்பளிப்பாகக் காசு கொடுத்தேன்.

"மிக்க நன்றி. இனிய பயண வாழ்த்துகள்," என்று சொன்னான். வண்டியோட்டி கடிவாளத்தை உயர்த்தினான்; குதிரை நகரத் தொடங்கியது. குடையைப் பிடித்தபடி பணியாளன் விடுதியை நோக்கி நடந்தான். நாங்கள் அந்தத் தெருவில் பயணம் செய்து இடது புறமாகத் திரும்பி ஒரு சுற்றுச் சுற்றி சரியாக இரயில் நிலையத்தின் முன்பக்கம் வந்தோம். அங்கிருந்த விளக்கின் அடியில் மழையில் நனையாதபடி இரண்டு துணை இராணுவ போலீஸார் நின்றார்கள். அவர்கள் தொப்பிகளின் மீது விளக்கின் ஒளி விழுந்து பளபளத்தது. இரயில் நிலைய விளக்குகளின் பின்னணியில் மழை தூய்மையாகவும் தெளிவாகவும் தெரிந்தது. இரயில் நிலையத்தின் தங்குமிடத்திலிருந்து ஒரு சுமைதூக்கி மழைக்கு எதிராக அவன் தோள்களை உயர்த்தியபடி வெளியே வந்தான்.

"வேண்டாம்," என்றேன். "நன்றி. உன்னுடைய சேவை எனக்குத் தேவைப்படவில்லை."

வளைந்த விதானத்தின் அடியில் இருந்த தங்குமிடத்துக்கு அவன் திரும்பிச் சென்றான். நான் கேதரின் பக்கமாகத் திரும்பினேன். பயண வண்டியின் மேல்கூரையின் நிழலில் அவள் முகம் தெரிந்தது.

"நாம் இங்கேயே விடை பெற்றுக்கொள்ளலாம்."

"நான் உள்ளே வர முடியாதா?"

"முடியாது."

"குட்-பை, கேட்."

"வண்டியோட்டியிடம் மருத்துவமனையின் முகவரியைச் சொல்கிறாயா?"

"சரி."

வண்டியோட்டியிடம் அவன் போகவேண்டிய இடத்தைச் சொன்னேன். அவன் தலை ஆட்டினான்.

"குட்-பை," என்றேன். "உன்னையும் இளம் கேதரினையும் நன்றாகக் கவனித்துக்கொள்."

"குட்-பை, அன்பனே."

"குட்-பை," சொன்னேன். வெளியே வந்து மழையில் நடந்தேன். வண்டி புறப்பட்டது. கேதரின் சாய்ந்து வெளியே தலை நீட்டினாள்; அவள் முகத்தை வெளிச்சத்தில் பார்த்தேன். அவள் புன்னகைத்தாள்; கை அசைத்தாள். வண்டி தெருவில் தொடர்ந்து சென்றது. கேதரின் நுழைவாயிலின் வளைவை நோக்கிச் சுட்டிக் காட்டினாள். நான் அந்தத் திசையில் பார்த்தேன். அங்கே இரண்டு துணை இராணுவ போலீஸார் இருந்தார்கள்; நுழைவாயில் வளைவும் இருந்தது. அவள் என்னை மழையிலிருந்து உள்ளே போகுமாறு சொன்னதை உணர்ந்தேன். நான் உள்ளே சென்று நின்றேன்; திரும்பிப் பார்த்தேன்; வண்டி தெரு முனையில் திரும்புவதைக் கண்டேன். அதன் பின் இரயில் நிலையம் வழியாக நடைமேடையில் இரயில் வண்டி நிற்கும் இடத்துக்கு நடந்தேன்.

என்னை எதிர்பார்த்தபடி சுமைதூக்குபவன் நடைமேடையில் நின்றுகொண்டிருந்தான். அவனைத் தொடர்ந்து வண்டிக்குள் நுழைந்து சென்றேன். மக்கள் கூட்டத்தைக் கடந்து பெட்டியின் நடைபாதையில் நடந்து பயணிகள் நிறைந்திருந்த பகுதியில் ஓரமாக இருந்த இருக்கையில் துப்பாக்கி வீரன் உட்கார்ந்திருந்த இடத்தை அடைந்தேன். என் இரண்டு சிறிய தோல்பைகளும் பெரிய முதுகுப்பையும் தலைக்கு மேலிருந்த பொருட்கள் வைக்கும் இடத்தில் இருந்தன. நடைபாதையில் ஏராளமான மனிதர்கள் நின்றுகொண்டிருந்தனர். நாங்கள் உள்ளே வந்தபோது

தடாகம் / 245

அவர்களும் அந்தப் பெட்டியில் இருந்த எல்லோரும் எங்களைப் பார்த்தார்கள்; இரயில் பெட்டியில் போதுமான இடம் இல்லாத தால் அங்கிருந்த ஒவ்வொருவரும் பகையுணர்வுடன் இருந்தார்கள். நான் உட்கார்வதற்கு ஏதுவாக துப்பாக்கி வீரன் எழுந்து நின்றான். தாடையில் சிவந்த தழும்புடன் இருந்த உயரமான ஒல்லியான பீரங்கிப்படைப் பிரிவின் கேப்டன்தான் அதிக விரோதத்துடன் இருந்தான். நடைபாதையிலிருந்த கண்ணாடி வழியாகப் பார்த் தான்; உள்ளே வந்தான்.

“நீ என்ன சொல்ல வருகிறாய்,” என்று அவனைக் கேட்டேன். திரும்பி நின்று அவனை நேருக்கு நேர் பார்த்தேன். அவன் என்னைவிட உயரமாக இருந்தான். அவனுடைய தொப்பியின் முன்பகுதியின் நிழலில் அவன் முகம் மிகவும் ஒல்லியாகத் தெரிந்தது; அவனுடைய தழும்பு புதிதாகவும் பளபளப்பாகவும் இருந்தது. அந்தப் பெட்டியில் இருந்த அனைவரும் என்னைப் பார்த்துக்கொண்டிருந்தார்கள்.

“நீ அப்படிச் செய்யக் கூடாது,” என்றான் அவன். “ஒரு இராணுவ வீரனை அனுப்பி உனக்காக இருக்கையைப் பிடித்திருக்கக் கூடாது.”

“நான் அப்படித்தான் செய்தேன்.”

அவன் எச்சில் விழுங்கினான். அவனுடைய குரல்வளை மேலே போய் கீழே இறங்கியதைப் பார்த்தேன். அந்த இடத்துக்கு முன்னால் துப்பாக்கி வீரன் நின்றான். அங்கிருந்தவர்கள் கண்ணாடி வழியாகப் பார்த்தார்கள். அந்தப் பெட்டியில் இருந்த எவரும் எதுவும் பேசவில்லை.

“நீ அப்படிச் செய்வதற்கு உனக்கு எந்த உரிமையும் இல்லை. நீ வருவதற்கு இரண்டு மணி நேரத்துக்கு முன்னமே நான் இங்கே இருந்தேன்.”

“உனக்கு என்ன வேண்டும்?”

“அந்த இருக்கை.”

“எனக்கும் அது வேண்டும்.”

நான் அவனுடைய முகத்தைக் கவனித்தேன்; அந்தப் பெட்டி யிலிருந்த அனைவரும் எனக்கு எதிராக இருப்பதை என்னால்

உணர முடிந்தது. நான் அவர்களைக் குறைகூறவில்லை. அவன் சொல்வது சரிதான். அந்த இருக்கை எனக்கு வேண்டியிருந்தது. இருந்தாலும் ஒருவரும் ஒன்றும் சொல்லவில்லை.

இது நரக வேதனை, என்று நினைத்தேன்.

"மிஸ்டர் கேப்டன், உட்கார்," என்றேன். துப்பாக்கி வீரன் வழியிலிருந்து விலகி நின்றான்; உயரமாயிருந்த கேப்டன் இருக்கையில் அமர்ந்தான். அவன் என்னைப் பார்த்தான். அவன் மனதால் காயப்பட்டிருந்தது அவனுடைய முகத்தில் தெரிந்தது. ஆனால், அவனுக்கு இருக்கை கிடைத்துவிட்டது. "என்னுடைய பொருட்களை எடுத்து வா," என்று துப்பாக்கி வீரனிடம் சொன்னேன். நாங்கள் அங்கிருந்து நகர்ந்து நடைபாதைக்குச் சென்றோம். இரயில் வண்டி முழுவதும் கூட்டத்தால் நிரம்பி வழிந்தது; எனக்கு இருக்கை கிடைக்க வாய்ப்பு இல்லை என்பது எனக்குத் தெரியும். சுமைதூக்கிக்கும் துப்பாக்கி வீரனுக்கும் தலா பத்து லயர் கொடுத்தேன். அவர்கள் பெட்டியின் நடை பாதையிலிருந்து கீழே இறங்கி இரயில் நிலையத்தின் நடை மேடையில் நடந்தார்கள்; ஜன்னல்கள் வழியாகப் பெட்டிக்குள் பார்த்துக்கொண்டே நகர்ந்தார்கள். எங்கும் ஓர் இடம் கூட இல்லை.

"ஆல்ப்ஸ் மலையின் அடிவாரத்திலுள்ள பிரெச்ச இரயில் நிலையத்தில் சில பயணிகள் இறங்கலாம்," என்று சுமைதூக்கி சொன்னான்.

"பிரெச்ச இரயில் நிலையத்தில் பெட்டியில் அதிக பயணிகள் ஏறுவார்கள்," என்று துப்பாக்கி வீரன் சொன்னான். நான் அவர்களுக்குக் குட்-பை சொல்லி கை குலுக்கி விடைகொடுத்தேன். அவர்கள் அங்கிருந்து சென்றார்கள்.

எனக்கு உதவி செய்ய முடியாததற்கு இருவரும் வருந்தினார்கள். இரயில் வண்டி புறப்பட்டபோது நாங்கள் எல்லோரும் வண்டிக்குள் நடைபாதையில் நின்றுகொண்டிருந்தோம். இரயில் நிலையத்திலிருந்து வெளியேறியபோது நான் அந்த நிலையத் திலும் அதன் முற்றத்திலும் இருந்த விளக்குகளைப் பார்த்தேன். இன்னமும் மழை பெய்துகொண்டிருந்தது. ஜன்னல்கள் ஈரமாயின; வெளியே ஒன்றையும் பார்க்க முடியவில்லை. அதன் பின்

நடைபாதையின் தரையில் படுத்துத் தூங்கினேன். ஏற்கெனவே என் பாக்கெட் நோட்டு, பணம், ஆவணங்களைச் சட்டைக்குள்ளும், கால்சட்டைக்குள்ளும் வைத்துக்கொண்டேன். இப்போது அவை என் கால்சட்டையின் உள்பக்கமாக இருந்தன. இரவு முழுவதும் தூங்கினேன். பிரெச்ச மற்றும் வெரோனா நிலையங்களில் அதிகமான பயணிகள் ஏறியபோது தூக்கத்திலிருந்து விழித்தேன்; ஆனால், உடனடியாகத் தூக்கத்தில் ஆழ்ந்தேன். சிறு தோல்பைகளில் ஒன்றின் மேல் தலையை வைத்திருந்தேன்; மற்றொன்றைக் கையால் அணைத்திருந்தேன்; நான் தொட்டு உணரும்படியான இடத்தில் பெரிய பையை வைத்திருந்தேன். நடப்பவர்கள் என்னை மிதிக்காமல் தாண்டிப் போனார்கள். நடைபாதை முழுவதும் தரையில் ஆட்கள் தூங்கிக்கொண்டிருந்தார்கள். மற்றவர்கள் ஜன்னல் கம்பிகளைப் பிடித்தபடியோ கதவில் சாய்ந்தபடியோ நின்றார்கள். எப்போதும் அந்த இரயில் வண்டியில் கூட்டம் நிரம்பி வழிந்தது.

பாகம் III

அத்தியாயம் 25

இப்போது இலையுதிர் காலத்தில் மரங்கள் இலை களற்று மொட்டையாக நின்றன; சாலைகள் சேறாக இருந்தன. இத்தாலியின் வடகிழக்குப் பகுதியிலுள்ள உதினே நகரிலிருந்து கொரீஸியா நகருக்கு இராணுவ கனரக வாகனத்தில் பயணம் செய்தேன். சாலையில் சென்ற மற்ற இராணுவ கனரக வாகனங் களைக் கடந்து சென்றோம்; நாட்டுப்புறப் பகுதிகளைப் பார்த் தேன். மல்பெரி மரங்கள் மொட்டையாக நின்றன; வயல் வெளிகள் பழுப்பு நிறத்தில் இருந்தன. வரிசையாக, மொட்டை யாக நின்ற மரங்களிலிருந்து உதிர்ந்து காய்ந்த இலைகள் மழையில் நனைந்து ஈரமாகிச் சாலையில் கிடந்தன. சாலை ஓரமாக மரங்களுக்கிடையே குவிக்கப்பட்டிருந்த ஜல்லி, சரளைக் கற்களைச் சாலைப் பணியாளர்கள் சாலையிலிருந்த குண்டு குழிகளில் நிரப்பி அவற்றை அடித்து இறுகச்செய்து சமன் செய்துகொண்டிருந்தார்கள். பனிமூட்டம் படர்ந்திருந்த நகரைப் பார்த்தோம், பனிமூட்டம் நகரிலிருந்து மலைகளைப் பிரித்தது. அதன் பின் ஓர் ஆற்றைக் கடந்தோம்; ஆற்றில் பெருவெள்ளம் ஓடியதைப் பார்த்தேன். மலைப்பகுதிகளில் மழை பெய்திருந்தது. வழியிலிருந்த தொழிற்சாலைகளையும், வீடுகளையும், பெரிய தனி வீடுகளையும் கடந்து ஒரு நகரத்தில் நுழைந்தோம்; பெருவாரியான வீடுகள் குண்டுகளால் தாக்கப்பட்டிருந்ததைக் கண்டேன். ஒரு குறுகலான தெருவில் ஆங்கிலேய செஞ்சிலுவைச் சங்க ஆம்புலன்ஸ் ஒன்றைக் கடந்து சென்றோம். அதன் டிரைவர் குல்லா அணிந் திருந்தான். அவன் முகம் மெலிந்தும் கறுத்தும் இருந்தது. அவனை எனக்குத் தெரியாது. நகர மேஜரின் வீட்டுக்கு முன்னால் இருந்த பெரிய சதுக்கத்தில் வாகனத்திலிருந்து இறங்கினேன். டிரைவர் என் முதுகுப் பையை என்னிடம் கொடுத்தான். அதை மாட்டிய பின்னர் என்னுடைய சிறிய தோல் பைகளைச் சுழற்றி மாட்டினேன்; எங்கள் வீட்டை நோக்கி நடந்தேன். நீண்ட

நாட்களுக்குப் பின் வீட்டுக்குத் திரும்பும்போது ஏற்படும் உணர்வு எனக்கு ஏற்படவில்லை.

மரங்களுக்கிடையே என் வீட்டைப் பார்த்தபடி ஈரமான சரளை மண் சாலையில் நடந்தேன். ஜன்னல்கள் அனைத்தும் அடைக்கப்பட்டிருந்தன; ஆனால், வாசற் கதவு திறந்திருந்தது. நான் வீட்டுக்குள் நுழைந்தேன். சுவரில் தொங்கிய வரைபடங்களுடனும் தட்டச்சு செய்யப்பட்ட காகிதங்களுடனும் வெறுமையாக இருந்த அறையில் ஒரு மேஜையின் முன்னால் மேஜர் உட்கார்ந்திருந்ததைப் பார்த்தேன்.

"ஹலோ," என்ற அவர், "எப்படி இருக்கிறாய்?" என்று கேட்டார். அவர் வயதானவராகவும் உணர்ச்சி இழந்தவராகவும் தோன்றினார்.

"நலமுடன் இருக்கிறேன்," என்றேன். "என்ன நடக்கிறது?"

"எல்லாம் முடிந்துவிட்டது," என்றார். "உன்னுடைய உடைமைகளை இறக்கி வைத்துவிட்டு உட்கார்." நான் என் பைகளை யெல்லாம் தரையில் வைத்தேன்; குல்லாவை பைமேல் வைத்தேன். சுவர் பக்கமாக இருந்த நாற்காலியை இழுத்து வந்து மேஜைக்கு அருகில் போட்டு உட்கார்ந்தேன்.

"இந்தக் கோடைக் காலம் மிகவும் மோசமானதாக இருந்தது," என்று மேஜர் சொன்னார். "இப்போது நீ திடமாக இருக்கிறாயா?"

"ஆமாம்."

"உனக்கு விருதுகள் கிடைத்தனவா?"

"ஆமாம். நான் வாங்கிக்கொண்டேன். மிக்க நன்றி."

"எங்கே, அதை பார்க்கலாமா?"

இரண்டு பட்டைகளையும் அவர் பார்ப்பதற்கு ஏதுவாக என்னுடைய கையற்ற மேல்சட்டையைக் கழற்றினேன்.

"பதக்கங்கள் அடங்கிய பெட்டிகள் வந்தனவா?"

"இல்லை. ஆவணங்கள் மட்டுமே வந்தன."

"அந்தப் பெட்டிகள் பின்னர் கிடைக்கும். அவற்றை அனுப்பி வைக்க கூடுதல் நாட்கள் தேவைப்படும்."

"நான் என்ன செய்ய வேண்டும்?"

“கார்கள் எல்லாம் வெளியே இருக்கின்றன. வடக்கே காபரெட்டோ பகுதியில் ஆறு கார்கள் உள்ளன. காபரெட்டோ உனக்குத் தெரியுமா?”

“தெரியும்,” என்றேன். ஆற்றுப் பள்ளத்தாக்கில் ஒரு மணிக் கூண்டுடன் கூடிய, வெள்ளை நிற வீடுகள் நிறைந்த சிறிய நகரம் என் நினைவுக்கு வந்தது. அந்தச் சிறிய நகரம் மிகவும் சுத்தமாக இருந்தது; அங்குள்ள சதுக்கத்தில் ஒரு அழகிய நீரூற்று இருந்தது.

“அவர்கள் அங்கிருந்து வேலை செய்கிறார்கள். இப்போது அங்கே நோயுற்றவர்கள் பலர் இருக்கிறார்கள்; சண்டை முடிந்து விட்டது.”

“மற்ற வாகனங்கள் எங்கே இருக்கின்றன?”

“இரண்டு ஆம்புலன்ஸ்கள் மலைகளின் மேல்பகுதியில் இருக் கின்றன; நான்கு ஆம்புலன்ஸ்கள் இன்னமும் பைன்சிஸா பீடபூமி பகுதியில் இருக்கின்றன. மற்ற இரண்டு ஆம்புலன்ஸ் பிரிவுகளும் கார்சோவில் மூன்றாவது இராணுவத்துடன் இருக்கின்றன.”

“நான் என்ன செய்ய வேண்டும் என்று விரும்புகிறீர்கள்?”

“நீ விருப்பப்பட்டால் பைன்சிஸா பகுதிக்குச் சென்று அங் கிருக்கும் நான்கு கார்களின் பொறுப்பை எடுத்துக்கொள்ளலாம். நீண்ட நாட்களாக ஜீனோ அங்கே இருக்கிறான். நீ அந்தப் பகுதியைப் பார்க்கவில்லைதானே, பார்த்திருக்கிறாயா?”

“இல்லை.”

“அங்கே நிலைமை மிகவும் மோசமாக இருந்தது. மூன்று கார்களை இழந்துவிட்டோம்.”

“நான் அதுபற்றிக் கேள்விப்பட்டேன்.”

“உண்மைதான். ரினால்டி உனக்கு எழுதினான்.”

“ரினால்டி எங்கே இருக்கிறான்?”

“அவன் மருத்துவமனையில் இருக்கிறான். ஒரு கோடைக் காலத்தையும், ஓர் இலையுதிர் காலத்தையும் இங்கே கழித்து விட்டான்.”

“அதை நம்புகிறேன்.”

“நிலைமை மிகவும் மோசமாக இருந்தது,” என்று மேஜர் சொன்னார். “எவ்வளவு மோசமாக இருந்தது என்று உன்னால் நம்ப முடியாது. இங்கே இருக்கும்போது நீ காயம் அடைந்தது உன்னுடைய அதிர்ஷ்டம் என்று நான் அடிக்கடி நினைத்திருக் கிறேன்.”

“நான் அதிர்ஷ்டசாலி என்று எனக்குத் தெரியும்.”

“அடுத்த ஆண்டு இன்னும் மோசமானதாக இருக்கும்,” என்றார் மேஜர். “ஒருவேளை அவர்கள் இப்போது தாக்கலாம். அவர்கள் தாக்கப்போவதாகப் பேசுகிறார்கள். ஆனால், நான் அதை நம்பவில்லை. அதற்கான காலம் கடந்துவிட்டது. ஆற்றைப் பார்த்தாயல்லவா?”

“ஆமாம். ஏற்கெனவே ஆற்றில் வெள்ளம் பெருக்கெடுத்து ஓடுகிறது.”

“இப்போது மழை பெய்ய ஆரம்பித்துவிட்டதால் அவர்கள் தாக்குவார்கள் என்று நான் நம்பவில்லை. விரைவில் பனிக்காலம் ஆரம்பமாகும். உன்னுடைய நாட்டுக்காரர்கள் என்ன ஆனார்கள்? உன்னைத் தவிர வேறு அமெரிக்கர்கள் வருவார்களா?”

“பத்து மில்லியன் வீரர்களுக்குப் பயிற்சி அளிக்கிறார்கள்.”

“அவர்களில் கொஞ்சம் பேர் நமக்குக் கிடைப்பார்கள் என்று நம்புகிறேன். ஆனால், அவர்கள் அனைவரையும் பிரஞ்சுக்காரர்கள் அள்ளிக்கொள்வார்கள். நமக்கு ஒரு வீரன்கூடக் கிடைக்கப்போவ தில்லை. எப்படியோ நடக்கட்டும். இன்று இரவு இங்கேயே நீ தங்கி நாளை காலையில் சிறிய காரில் அங்கே போய் ஜீனோவைத் திருப்பி அனுப்பு. அங்கே போக வழி தெரிந்தவர் ஒருவரை உன்னுடன் அனுப்புகிறேன். ஜீனோ உனக்கு எல்லா விவரங்களையும் சொல்வான். அவர்கள் அங்கங்கே குண்டு போடு கிறார்கள்; ஆனால், எல்லாம் முடிந்துவிட்டது. நீ பைன்சிஸா பகுதியைப் பார்க்க ஆசைப்படுவாய்.”

“நான் அப்பகுதியைப் பார்க்கப்போகிறேன் என்பதில் மகிழ்ச்சி அடைகிறேன். மீண்டும் உங்களுடன் இணைந்து பணியாற்று வதிலும் மிகவும் மகிழ்ச்சி அடைகிறேன், மதிப்புக்குரிய மேஜர் அவர்களே.”

"அவர் புன்னகைத்தார். "அப்படி நீ சொல்வது உன்னுடைய நல்ல பண்பைக் காட்டுகிறது. இந்தப் போரினால் நான் மிகவும் சோர்ந்துவிட்டேன். நான் இங்கிருந்து எங்காவது போயிருந்தால் திரும்பி இங்கே வருவேன் என்ற நம்பிக்கை எனக்கு இல்லை."

"போரின் தாக்கம் அவ்வளவு மோசமாகவா இருந்தது?"

"ஆமாம். அது மோசமாகத்தான் இருந்தது, மிகவும் மோசமாக இருந்தது. நீ குளித்த பிறகு உன் நண்பன் ரினால்டியைப் போய்ப் பார்."

அந்த அறையிலிருந்து வெளியேறி என் பைகளைச் சுமந்தபடி படிக்கட்டு வழியாக மாடிக்குச் சென்றேன். ரினால்டி அறையில் இல்லை; ஆனால், அவனுடைய பொருட்கள் இருந்தன. நான் கட்டிலில் உட்கார்ந்து கால்பட்டைத் துணிகளை அவிழ்த்தேன். வலது கால் ஷூவை நீக்கினேன், அப்படியே பின்பக்கமாகச் சாய்ந்து கட்டிலில் படுத்தேன். நான் களைப்படைந்திருந்தேன், என்னுடைய வலது கால் வலித்தது. ஒரு காலில் ஷூ நீக்கப்பட்ட நிலையில் படுக்கையில் படுத்திருந்தது முட்டாள்தனமாகத் தோன்றியது. அதனால் எழுந்து உட்கார்ந்து அடுத்த காலில் இருந்த ஷூவின் கயிறுகளை அவிழ்த்து ஷூவைத் தரையில் போட்டேன்; மீண்டும் பின்பக்கமாகப் படுக்கையில் படுத்தேன். அறையில் ஜன்னல் மூடப்பட்டிருந்ததால் காற்றோட்டமில்லாமல் இருந்தது. ஆனால், படுக்கையிலிருந்து எழுந்து ஜன்னலைத் திறக்க முடியாத அளவு சோர்வடைந்திருந்தேன். என் பொருட்கள் எல்லாம் அந்த அறையின் ஒரு மூலையில் இருந்ததைப் பார்த்தேன். அறையின் வெளியே இருள் சூழ்ந்துகொண்டிருந்தது. படுக்கையில் படுத்தபடியே கேதரினைப் பற்றி நினைத்தேன்; ரினால்டியின் வருகைக்காகக் காத்திருந்தேன். தூங்கும் முன்னால் இரவில் கேதரினைப் பற்றி நினைப்பது தவிர மற்ற நேரங்களில் அவளைப் பற்றி நினைக்காமல் இருக்க முயற்சி செய்யப்போகிறேன். ஆனால், இப்போது சோர்வாக இருக்கிறேன்; வேறு எதுவும் செய்வதற்கில்லை. அதனால் கேதரினை நினைத்தபடி படுத் திருந்தேன்; அப்போது ரினால்டி உள்ளே வந்தான். அவன் அப்படியே இருந்தான். ஒருவேளை சற்று மெலிந்திருக்கலாம்.

"நல்லது, பேபி," என்றான் அவன். நான் எழுந்து படுக்கையில் உட்கார்ந்தேன். அவன் சுற்றி வந்து படுக்கையில் உட்கார்ந்து

தடாகம் / 255

என்னைச் சுற்றி அவன் கையைப் போட்டான். "என் அருமையான நீண்ட நாள் நண்பனே." என்னுடைய முதுகில் ஓங்கித் தட்டினான்; நான் அவனுடைய இரண்டு கைகளையும் பிடித்தேன்.

"என்னுடைய நீண்ட நாள் நண்பனே," என்று அழைத்த அவன், "உன் முட்டியைக் காட்டு, நான் பார்க்கிறேன்," என்றான்.

"என் கால்சட்டையை நீக்கவேண்டியிருக்கும்."

"உன் கால்சட்டையை நீக்கு, பேபி. இங்கே நண்பர்களான நாம் மட்டுமே இருக்கிறோம். அவர்கள் என்ன சிகிச்சை அளித்திருக்கிறார்கள் என்று பார்க்கிறேன்." நான் எழுந்து நின்றேன். கால்சட்டையில் முழங்காலுக்குக் கீழே இறுக்கமாகப் போட்டிருந்த சாக்ஸ்களை நீக்கினேன். அதன் பின் முட்டிப் பட்டையை நீக்கினேன். ரினால்டி தரையில் உட்கார்ந்து என்னுடைய முழங்காலை மெதுவாக முன்னும்பின்னும் மடக்கினான். அவன் கை விரலால் காயத்தின் தழும்பில் தடவினான்; கால்முட்டியின் மூட்டு மேல் இரண்டு பெருவிரல்களையும் சேர்த்துப் பிடித்தான், விரல்களால் முட்டியை மெதுவாக ஆட்டினான்.

"உன்னால் இவ்வளவுதான் மடக்க முடிகிறதா?"

"ஆமாம்."

"இந்த நிலையில் உன்னை அவர்கள் போர்முனைக்குத் திருப்பி அனுப்பியது குற்றம். அவர்கள் உன் முழங்காலை முழுமையாக மடக்கச் செய்திருக்க வேண்டும்."

"முன்னால் இருந்ததைவிட இப்போது மிகவும் நன்றாக இருக்கிறது; அது ஒரு கட்டையைப்போல் விறைப்பாக இருந்தது."

ரினால்டி மேலும் மடக்கினான். நான் அவன் கைகளைக் கவனித்தேன். அவனுடைய கைகள் அறுவைச் சிகிச்சை டாக்டருக்கான நளினமான கைகள். நான் அவன் உச்சந்தலையைப் பார்த்தேன். அவனுடைய முடி பளபளப்பாக இருந்தது; மென்மையாக வகிடு எடுக்கப்பட்டிருந்தது. என்னுடைய முட்டியை இன்னும் அதிகமாக மடக்கினான்.

"ஐயோ," என்றேன்.

"இயந்திரத்தின் உதவியுடன் நீ இன்னமும் அதிக சிகிச்சை எடுக்க வேண்டும்," என்றான் ரினால்டி.

"முன்னால் இருந்தைவிட இப்போது நன்றாக இருக்கிறது."

"அது எனக்குத் தெரிகிறது, பேபி. இதைப் பற்றி உனக்குத் தெரிந்ததைவிட எனக்கு அதிகமாகத் தெரியும்." அவன் எழுந்து படுக்கையில் உட்கார்ந்தான். "உன் முழங்காலில் அவர்கள் மிகச் சிறப்பாகச் சிகிச்சை செய்திருக்கிறார்கள்." அவன் என்னுடைய முழங்கால் பரிசோதனையை முழுமையாகச் செய்து முடித்திருந்தான். "அனைத்தையும் பற்றி விரிவாகச் சொல்."

"சொல்வதற்கு ஒன்றுமில்லை," என்றேன். "ஓர் அமைதியான வாழ்க்கை வாழ்ந்தேன்."

"திருமணமான மனிதனைப்போல் நடந்துகொள்கிறாய்," என்றான் அவன். "உனக்கு என்ன ஆயிற்று?"

"ஒன்றுமில்லை," என்றேன். "உனக்கு என்ன ஆயிற்று?"

"இந்தச் சண்டை என்னைச் சாகடிக்கிறது. இந்தச் சண்டையால் நான் மிகுந்த மன அழுத்தத்தில் இருக்கிறேன்." அவன் கைகளை அவனுடைய முட்டிமீது வைத்து மடக்கிப் பிடித்தான்.

"அப்படியா," என்றேன்.

"என்ன அப்படிச் சொல்கிறாய்? எனக்கு மனித உணர்ச்சிகூட இருக்கக் கூடாதா, என்ன?"

"அப்படியில்லை. நீ சிறப்பாக நாட்களைக் கடத்தியதை என்னால் பார்க்க முடிகிறது. மேலே சொல்."

"கோடைக் காலம், குளிர் காலம் முழுவதும் அறுவைச் சிகிச்சை செய்திருக்கிறேன். எல்லா நேரமும் வேலை செய்கிறேன். எல்லோருடைய வேலைகளையும் நான் செய்கிறேன். அனைத்துக் கடினமான வேலைகளையும் என்னிடம் கொடுக்கிறார்கள். நண்பனே, இறைவன் அருளால் நான் ஒரு சிறந்த அறுவைச் சிகிச்சை டாக்டராக மாறிக்கொண்டிருக்கிறேன்."

"கேட்பதற்கு நன்றாக இருக்கிறது."

"நான் ஒருபோதும் சிந்திப்பதில்லை. இல்லை, இறைவன் அறியச் சொல்கிறேன். நான் சிந்திப்பதில்லை; அறுவைச் சிகிச்சை மட்டும் செய்கிறேன்."

"அது சரிதான்."

"ஆனால், நண்பனே, இப்போது அது எல்லாம் முடிந்து விட்டது. நான் இப்போது அறுவைச் சிகிச்சை செய்வதில்லை. நான் நரக வேதனை அனுபவிக்கிறேன். பேபி, இப்போது நடப்பது ஒரு கொடூரமான போர். நான் சொல்வதை அப்படியே நம்பு. இப்போது என்னை உற்சாகப்படுத்து. நான் விரும்பிய ஒலிப்பதிவு கருவிகளை நீ கொண்டுவந்திருக்கிறாயா?"

"ஆமாம்."

காகிதத்தால் சுற்றப்பட்டு அவை வைக்கப்பட்டிருந்த அட்டைப் பெட்டி என்னுடைய பெரிய பைக்குள் இருந்தது. இப்போது அவற்றை நான் வெளியே எடுக்க முடியாத அளவுக்கு களைப்பாக இருந்தேன்.

"நீ மகிழ்ச்சியாக உணரவில்லையா, நண்பனே?"

"நான் நரகத்தில் இருப்பதுபோல் உணர்கிறேன்."

"இந்தப் போர் மிகவும் கொடூரமானது," என்றான் ரினால்டி. நண்பா வா. நாம் நன்றாகக் குடித்து போதை ஏற்றலாம், மகிழ்ச்சி அடையலாம். அதன் பின் பெண்களுடன் கும்மாளம் அடிக்கலாம். நாம் உற்சாகமாக உணரலாம்."

"எனக்கு மஞ்சள்காமாலை நோய் வந்தது. என்னால் அதிகம் குடிக்க முடியாது."

"ஓ பேபி, நீ எப்படி என்னிடம் திரும்பி வந்திருக்கிறாய் பார்; இறுக்கமான மனநிலையுடன், ஈரலில் நோயுடன். இந்தப் போர் மிகவும் மோசமான ஒன்று என்கிறேன். ஆமாம், எதற்காக இந்தச் சண்டையில் ஈடுபட்டோம்?"

"நாம் கொஞ்சம் மது அருந்தலாம். போதை ஏறும் அளவுக்கு நான் குடிக்க விரும்பவில்லை; ஆனால், கொஞ்சமாகக் குடிக்கலாம்."

ரினால்டி சுத்தப்படுத்திய பாத்திரங்கள் இருந்த மேஜைக்குச் சென்று இரண்டு தம்ளர்களும், ஒரு பாட்டில் பிராந்தியும் கொண்டு வந்தான்.

"இது ஆஸ்திரியன் பிராந்தி," என்றான். "மெடாக்ஸா செவென் ஸ்டார் (7*) பிராந்தி. சான் கேப்ரியெலெவில் அவர்கள் கைப்பற்றியது இவ்வளவுதான்."

"அங்கே போயிருந்தாயா?"

"இல்லை. நான் எங்கேயும் போகவில்லை. பொழுதெல்லாம் அறுவைச் சிகிச்சை செய்தபடி இங்கேயே இருந்தேன். இங்கே பார், பேபி. உன்னுடைய பல் தேய்க்கும் பிரஷ் வைக்கும் பழைய தம்ளர் இங்கே இருக்கிறது. எப்போதும் உன்னைப் பற்றி எனக்கு நினைவுபடுத்துவதற்காக அதை என்னுடன் வைத்திருந்தேன்."

"பல் தேய்க்க வேண்டும் என்று உனக்கு நினைவுபடுத்து வதற்காக வைத்திருப்பாய்."

"இல்லை. எனக்கென ஒரு தம்ளரும் வைத்திருக்கிறேன். நீ வில்லா ரோசா விடுதியில் இரவு கூத்தடித்துவிட்டு காலையில் எழுந்து சத்தியம் செய்வதையும், ஆஸ்பிரின் மாத்திரைகளைச் சாப்பிடுவதையும், வேசிகளைச் சாபமிடுவதையும், அந்த நினைவு களை உன் பற்களிலிருந்து விரட்டுவதற்காக உன் பற்களை நீ சுத்தம் செய்வதையும் எனக்கு நினைவுபடுத்த வைத்திருந்தேன். ஒவ்வொருமுறை அந்தத் தம்ளரை நான் பார்க்கும்போதும் அந்த பிரஷினால் உன்னுடைய மனசாட்சியை நீ சுத்தம் செய்வதாக நினைப்பேன்." நான் இருந்த படுக்கைக்கு வந்தான். "என்னை ஒரு முறை முத்தமிடு; நீ இறுக்கமாக இல்லை என்பதை எனக்குத் தெரியப்படுத்து."

"உன்னை நான் ஒருபோதும் முத்தமிட மாட்டேன். நீ ஒரு குரங்கு."

"நீ ஐந்தாம் நூற்றாண்டைச் சேர்ந்த அருமையான, மிகச் சிறந்த ஆங்கிலேயப் பையன் என்று எனக்குத் தெரியும். நீ குற்ற உணர்வு உள்ள பையன் என்று எனக்குத் தெரியும். அந்த ஐந்தாம் நூற்றாண்டு ஆங்கிலேயன் விபச்சாரம் தொடர்பான எண்ணங்களைப் பல் துலக்கும் பிரஷினால் தேய்த்து விரட்டும்வரைக் காத்திருப்பேன்."

"தம்ளரில் கொஞ்சம் பிராந்தி ஊற்று."

தம்ளர்களை ஒன்றோடொன்று தொட்டபின் குடித்தோம். ரினால்டி என்னைப் பார்த்து சிரித்தான்.

"உனக்குப் போதை ஏறும்வரை குடிக்க வைப்பேன்; உன் ஈரலை வெளியே எடுப்பேன்; நல்ல இத்தாலிய ஈரல் ஒன்றை உள்ளே வைப்பேன்; உன்னை மீண்டும் ஒரு ஆண்மகனாக்குவேன்."

இன்னும் கொஞ்சம் பிராந்திக்காக என்னுடைய தம்ளரை உயர்த்திப் பிடித்தேன். இப்போது வெளியே இருட்டாய் இருந்தது. பிராந்தி இருந்த தம்ளரைப் பிடித்தபடி அறையைக் கடந்து ஜன்னலைத் திறந்தேன். மழை பெய்வது நின்றிருந்தது. வெளிப்பக்கம் குளிராய் இருந்தது; மரங்களில் பனி படர்ந்திருந்தது.

"ஜன்னல் வழியாக பிராந்தியை வெளியே கொட்டிவிடாதே," என்றான் ரினால்டி. "உன்னால் குடிக்க முடியவில்லை என்றால் அதை எனக்குக் கொடு."

"உனக்கு வேண்டிய அளவு நீ ஊற்றிக்கொள்," என்றேன். ரினால்டியை மீண்டும் பார்த்ததில் மகிழ்ச்சி அடைந்தேன். இரண்டு ஆண்டுகளாக அவன் என்னைச் சீண்டினான். அவனுடைய சீண்டல்கள் எப்போதும் எனக்குப் பிடிக்கும். நாங்கள் ஒருவரை ஒருவர் நன்றாகப் புரிந்துகொண்டிருந்தோம்.

"உனக்குத் திருமணம் ஆகிவிட்டதா?" அவன் படுக்கையில் இருந்தபடி என்னைக் கேட்டான். நான் ஜன்னல் அருகில் சுவரில் சாய்ந்து நின்றுகொண்டிருந்தேன்.

"இன்னும் இல்லை."

"யாருடனாவது காதலில் இருக்கிறாயா?"

"ஆமாம்."

"அந்த ஆங்கிலேயப் பெண்ணுடனா?"

"ஆமாம்."

"பாவப்பட்ட பையா, அவள் உனக்கு நல்ல பெண்ணாக இருக்கிறாளா?"

"நிச்சயமாக."

"நடைமுறைச் செயல்பாடுகளிலும் உன்னிடம் நல்ல பெண்ணாக இருக்கிறாளா என்ற பொருளில்?"

"வாயை மூடு."

"நான் வாயை மூடுகிறேன். இதோ பார், அருஞ்சுவைகளின் ஆதியும் அந்தமும் அறிந்தவன் நான் என்பதைக் காண்பாய். அவள்---?"

"ரினின்," என்றேன் நான். "தயவுசெய்து வாயை மூடு. நீ என்னுடைய நண்பனாய் இருக்க *விரும்பினால்,* வாயை மூடு."

"நான் உன்னுடைய நண்பனாய் இருக்க விரும்பவில்லை, பேபி. நான் உன்னுடைய நண்பனாக *இருக்கிறேன்.*"

"அப்படியானால் வாயை மூடு."

"அப்படியே செய்கிறேன்."

நான் படுக்கைக்குச் சென்று ரினால்டியின் அருகில் அமர்ந்தேன். அவன் தம்ளரைப் பிடித்தபடியே தரையைப் பார்த்துக்கொண்டிருந்தான்.

"அது எப்படி இருக்கிறது என்று உன்னால் உணர முடிகிறதா, ரினின்?"

"மிகவும் நன்றாக. என் வாழ்நாள் முழுவதும் பல புனிதமான பாடங்களை எதிர்கொள்கிறேன்; ஆனால், உன்னுடன் நான் எதிர்கொள்வது மிகவும் குறைவு. அவ்வாறான சோதனைகள் உனக்கும் இருக்கும் என்று நினைக்கிறேன்." அவன் தரையைப் பார்த்தான்.

"ஏன், உனக்கு எதுவும் இல்லையா?"

"இல்லை."

"ஒன்றுமே இல்லையா?"

"இல்லை."

"இதுபோல் நான் உன் அம்மாவைப் பற்றியும் அதுபோல் உன் சகோதரியைப் பற்றியும் சொல்லலாம்தானே?"

"அதுபோல் உன் சகோதரியைப் பற்றியும்," என்று உடனடியாக ரினால்டி சொன்னான். நாங்கள் இருவரும் சிரித்தோம்.

"அந்த வயதான சூப்பர்மேன்," என்றேன்.

"ஒருவேளை நான் பொறாமை உள்ளவனாக இருக்கலாம்."

"இல்லை, நீ பொறாமை உள்ளவன் இல்லை."

"நான் அப்படிச் சொல்லவில்லை. நான் சொல்ல வந்தது வேறு. உனக்கு யாராவது திருமணமான நண்பர்கள் இருக்கிறார்களா?"

"இருக்கிறார்கள்," என்றேன்.

தடாகம் / 261

“எனக்கு ஒருவரும் இல்லை. நண்பர்கள் ஒருவரை ஒருவர் விரும்புபவர்களாக இருந்தால், திருமணம் ஆன நண்பர் எனக்கு ஒருவரும் இல்லை.”

“ஏன் இல்லை?”

“அவர்களுக்கு என்னைப் பிடிக்கவில்லை.”

“ஏன் பிடிக்கவில்லை?”

“நான் ஒரு பாம்பு. பகுத்தறிவு ஏற்படுத்தும் பாம்பு.”

“நீ ஒன்றுடன் மற்றொன்றைக் குழப்புகிறாய். அதற்குக் காரணம் ஆப்பிள் பழம்தான்.”

“இல்லை. அதற்குக் காரணம் பாம்புதான்.” அவன் மிகவும் உற்சாக நிலையில் இருந்தான்.

“நீ ஆழமாகச் சிந்திக்காமல் இருக்கும்போது மேம்பட்டவனாக இருக்கிறாய்,” என்றேன்.

“உன்னை நேசிக்கிறேன், பேபி,” என்றான். “நான் இத்தாலியின் மாபெரும் சிந்தனையாளனாகும்போது அதை உடைக்கிறாய். எனக்குப் பல பொருள்களைப் பற்றி அதிகமாகத் தெரியும், வெளியே சொல்ல முடியாது. உனக்குத் தெரிந்ததைவிட எனக்கு அதிகமாகத் தெரியும்.”

“உண்மைதான். உனக்கு அதிகமாகத் தெரியும்.”

“ஆனால், உனக்கு ஒரு நல்ல நேரம் வரும்; குற்ற உணர்வுகளை நீ சுமந்து சென்றாலும் உனக்கு ஒரு நல்ல நேரம் வரும்.”

“நான் அப்படி நினைக்கவில்லை.”

“அது அப்படித்தான். நான் சொல்வது உண்மை. ஏற்கெனவே, நான் வேலை செய்யும்போது மட்டுமே மகிழ்ச்சியாக இருக்கிறேன்.” அவன் மீண்டும் தரையைப் பார்த்தான்.

“அந்த நிலையைக் கடந்து செல்வாய்.”

“இல்லை. எனக்கு இரண்டு செயல்கள் மட்டுமே பிடிக்கும்: ஒன்று என் பணிக்குத் தீங்கானது, மற்றொன்று அரை மணி நேரத்தில் அல்லது பதினைந்து நிமிடங்களில் முடியக் கூடியது; சில சமயங்களில் இன்னும் குறைவான நேரத்தில்.”

“சில சமயங்களில் இன்னும் பலமடங்கு குறைவான நேரத்தில்.”

“ஒருவேளை, நான் என் செயல் திறனை மேம்படுத்தி யிருக்கலாம், நண்பனே. உனக்குத் தெரியாது. எனக்கு இருப்பது என் வேலையும் அந்த மற்ற இரண்டும் மட்டுமே.”

“மற்றவையும் உனக்குக் கிடைக்கும்.”

“கிடைக்காது. நமக்கு ஒருபோதும் எதுவும் கிடைப்பதில்லை. நம்மிடம் என்னவெல்லாம் இருக்கின்றனவோ அவற்றோடு பிறந்திருக்கிறோம்; ஒருபோதும் புதிதாக நாம் கற்பதில்லை; ஒருபோதும் புதிதாக நமக்கு எதுவும் கிடைப்பதும் இல்லை. நாம் எல்லோரும் முழுமையடைந்த நிலையிலேயே தொடங்குகிறோம். நீ லத்தீன் நாட்டவனாக இல்லை என்பதில் மகிழ்ச்சி அடைய வேண்டும்.”

“லத்தீன் நாட்டவன் என்று எதுவும் இல்லை. அது ‘லத்தீன’ச் சிந்தனை. உன்னுடைய குறைபாடுகளைப் பற்றிப் பெருமைப் படுகிறாய்.” ரினால்டி நிமிர்ந்து பார்த்தான், அதன் பின் சிரித்தான்.

“இத்தோடு நிறுத்திக்கொள்வோம், பேபி. அதிகமாகச் சிந்தித்த தால் நான் களைப்பு அடைந்துவிட்டேன்.” அவன் அறைக்குள் வரும்போதே சோர்வாகத் தோன்றினான். “அது கிட்டத்தட்ட சாப்பிடும் நேரம். “நீ திரும்பி வந்ததில் மகிழ்ச்சி அடைகிறேன். என்னுடைய சிறந்த நண்பனும் நீயே, போர்க்கால சகோதரனும் நீயே.”

“போர்க்காலச் சகோதரர்கள் எப்போது சாப்பிடுவார்கள்?”

“உடனடியாக. உன்னுடைய ஈரலின் மேன்மையை முன்னிட்டு நாம் மீண்டும் ஒருமுறை குடிப்போம்.”

“புனிதர் பவுல் போன்று.”

“உனக்குத் துல்லியமாகத் தெரியவில்லை. அது ஒயினும் வயிறும் சம்பந்தப்பட்டது. உன்னுடைய வயிற்றின் மேன்மையை முன்னிட்டு கொஞ்சம் ஒயின் குடி.”

“உன்னுடைய பாட்டிலில் நீ என்ன வைத்திருக்கிறாயோ அது,” என்றேன். “நீ எதைச் சொல்கிறாயோ அதன் மேன்மைக்காக.”

“இது உன்னுடைய தோழிக்காக,” என்று ரினால்டி சொன்னான். அவனுடைய தம்ளரை உயர்த்திப் பிடித்தான்.

“மிகவும் நன்று.”

“இனி ஒருபோதும் அவளைப் பற்றி நான் கொச்சையாகப் பேச மாட்டேன்.”

“உன்னை வருத்திக்கொள்ளாதே.”

அவன் பிராந்தியைக் குடித்து முடித்தான். “நான் தூய்மையானவன்,” என்றான். “நான் உன்னைப் போன்றவன், நண்பனே. எனக்கும் ஓர் ஆங்கிலேயப் பெண் தோழியாகக் கிடைப்பாள். உண்மையைச் சொல்லப்போனால் உன்னுடைய தோழி எனக்குத் தான் முதலில் அறிமுகமானாள்; ஆனால், அவள் என்னைவிட உயரமானவள். அவள் உயரமான பெண்ணாக இருந்ததால் சகோதரியானாள்,” என்று மேற்கோள் காட்டினான்.

“நீ அற்புதமான, தூய்மையான மனம் உடையவன்,” என்றேன்.

“எனக்குத் தூய்மையான மனம் இருக்கிறது. அதனால்தான் என்னை ரினால்டோ புரிஸ்ஸிமோ - பரிசுத்தமானவன் - என்று அழைக்கிறார்கள்.”

“ரினால்டி ஸ்போர்சிஸ்ஸிமோ - அழுக்கானவன்.”

“வா நண்பா, போகலாம். என்னுடைய மனம் தூய்மையாக இருக்கும்போதே கீழே போய்ச் சாப்பிட்டுவிடலாம்.”

குளித்தேன், தலை வாரினேன், படிக்கட்டு வழியாகக் கீழே இறங்கினேன். ரினால்டி கொஞ்சம் போதையில் இருந்தான். உணவுக்கூடத்தில் உணவு இன்னமும் தயாராகவில்லை.

“நான் போய் பாட்டிலை எடுத்து வருகிறேன்,” என்றான் ரினால்டி. அவன் படிக்கட்டில் மேலே சென்றான்; நான் மேஜையில் உட்கார்ந்தேன்; அவன் பாட்டிலோடு திரும்பி வந்தான்; எங்கள் இருவருக்கும் தலா அரை தம்ளர் பிராந்தி ஊற்றினான்.

“மிகவும் அதிகம்,” என்றேன். தம்ளரைத் தூக்கிப் பிடித்தேன், அதன் வழியாக மேஜைமேல் இருந்த விளக்கைப் பார்த்தேன்.

“இது வெறுமையான வயிற்றுக்கு உகந்தது இல்லை. மிகவும் அருமையான மது இது. வயிற்றை முழுமையாக எரித்துவிடும். உனக்குத் தீங்கானது எதுவும் இல்லை.”

“சரி பார்க்கலாம்.”

"ஒவ்வொரு நாளும் தன்னைத் தானே அழித்துக்கொள்வது," என்று கூறிய ரினால்டி, மேலும் தொடர்ந்தான். "இது வயிற்றைச் சீரழிக்கிறது; கையை நடுங்க வைக்கிறது. அறுவைச் சிகிச்சை டாக்டருக்கே உரியது."

"இதை பரிந்துரைக்கிறாயா?"

"முழு மனதுடன் பரிந்துரைக்கிறேன். இதைத் தவிர வேறு எதையும் நான் பயன்படுத்துவதில்லை. அப்படியே ஒரே மடக்கில் குடித்துவிடு, பேபி, நோயை எதிர்கொள்ளத் தயாராக இரு."

தம்ளரில் பாதி அளவு குடித்தேன். அப்போது ஒரு ஊழியன், "சூப்! சூப் தயார்," என்று குரல் எழுப்பியது என் காதில் விழுந்தது.

மேஜர் உள்ளே வந்தார், எங்களைப் பார்த்துத் தலை அசைத்தார், அதன் பின் இருக்கையில் அமர்ந்தார். அவர் மெலிந்திருப்பதாகத் தோன்றியது.

"நாம் மட்டும்தான் சாப்பிடுகிறோமா?" என்று கேட்டார். ஊழியன் சூப் இருந்த கிண்ணத்தை மேஜையில் வைத்தான். தட்டு நிறைய உணவுகளைப் பரப்பினான்.

"நாம் மட்டும்தான்," என்று ரினால்டி சொன்னான். "பாதிரியார் வரவில்லையானால் நாம் மட்டும்தான். ஃப்ரெட்ரிகோ இங்கே இருப்பது தெரிந்தால் அவரும் வந்துவிடுவார்."

"அவர் எங்கே இருக்கிறார்?" என்று கேட்டேன்.

"அவர் 307இல் இருக்கிறார்," என்று மேஜர் சொன்னார். அவர் சூப் சாப்பிடும் முனைப்பில் இருந்தார். அவரது மேல்நோக்கித் திருகிவிடப்பட்டிருந்த நரைத்த மீசையை எச்சரிக்கையுடன் துடைத்தபடி வாயைத் துடைத்தார். "இப்போது அவர் வருவார் என்று நினைக்கிறேன். நான் அங்கே இருந்தவர்களைக் கூப்பிட்டேன், நீங்கள் இங்கே இருப்பதை அவருக்குச் சொல்லும்படி கூறினேன்."

"உணவுக்கூடத்தில் எப்போதும் நிலவும் சத்தம் இப்போது இல்லை," என்றேன்.

"ஆமாம். மிகவும் அமைதியாக இருக்கிறது," என்றார் மேஜர்.

"நான் சத்தமாகப் பேசுவேன்," என்றான் ரினால்டி.

"கொஞ்சம் ஒயின் குடி, ஹென்றிகோ," என்றார் மேஜர். என்னுடைய தம்ளரை நிரப்பினார். அப்போது ஸ்பெகெட்டி பாஸ்தா உணவு கொண்டுவரப்பட்டது; அதைச் சாப்பிடுவதில் நாங்கள் மும்முரமானோம். பாதிரியார் உள்ளே வந்தபோது நாங்கள் ஸ்பெகெட்டியைச் சாப்பிட்டு முடித்தோம். அவர் எப்போதும்போல் சிறிய உருவத்துடன் இளம்பழுப்பு நிறத்தில் கச்சிதமான தோற்றத்துடன் இருந்தார். நான் எழுந்து நின்றேன், இருவரும் கைகளைக் குலுக்கினோம். என்னுடைய தோள்மீது கை வைத்தார்.

"நான் கேள்விப்பட்டவுடன் வந்தேன்," என்றார்.

"உட்காருங்கள்," என்றார் மேஜர். "நீங்கள் தாமதமாக வருகிறீர்கள்."

"மாலை வணக்கம், பாதிரியாரே," என்றான் ரினால்டி; ஆங்கிலச் சொல்லைப் பயன்படுத்தினான். பாதிரியாரைச் சீண்டும், கொஞ்சம் ஆங்கிலம் பேசும் கேப்டனிடமிருந்து அதைப் பெற்றிருந்தார்கள்.

"மாலை வணக்கம், ரினால்டி," என்றார் பாதிரியார். ஊழியன் அவருக்கு சூப் கொண்டு வந்தான்; ஆனால், அவர் ஸ்பெகெட்டியுடன் சாப்பிடத் தொடங்குவதாகத் தெரிவித்தார்.

"எப்படி இருக்கிறீர்கள்," என்று அவர் என்னைக் கேட்டார்.

"நலமாக இருக்கிறேன்," என்றேன். "நீங்கள் எப்படி இருக்கிறீர்கள்?"

"பாதிரியாரே, கொஞ்சம் ஒயின் குடியுங்கள்," என்றான் ரினால்டி. "'உங்கள் வயிற்றின் நன்மைக்காகக் கொஞ்சம் ஒயின் குடியுங்கள்'. இப்படிச் சொன்னது புனிதர் பவுல், உங்களுக்குத் தெரியும்."

"ஆமாம், எனக்குத் தெரியும்," என்று அமைதியாகப் பதில் அளித்தார் பாதிரியார். ரினால்டி அவருடைய தம்ளரை நிரப்பினான்.

"அந்தப் புனிதர் பவுல்," என்றான் ரினால்டி. "அவரேதான், அவர் எல்லாவிதத் தொல்லைகளையும் உண்டாக்குகிறார்." பாதிரியார் என்னைப் பார்த்தார்; புன்னகைத்தார். இத்தருணத்தில் சீண்டல்கள் எதுவும் அவரைத் தீண்டவில்லை என்று உணர்ந்தேன்.

"அதே புனிதர் பவுல்," என்றான் ரினால்டி. "பெண்களைத் தேடி ஓடி அவர்களை மயக்கிப் பணியவைத்து மகிழ்ந்த காமுகன் அவர். அவரது செயலாற்றல் குறைந்தபோது காமம் நன்மை பயக்காது என்றார். எல்லாம் முடிந்து தள்ளாமை அடைந்தவுடன் நம்மைப் போல் இன்னும் வீரியத்துடன் இருப்போர்க்கு விதிமுறைகள் வகுத்தார். நான் சொல்வது சரிதானே, ஃப்ரெட்ரிகோ?"

மேஜர் புன்னகைத்தார். நாங்கள் அனைவரும் இறைச்சியினா லான ஸ்டூ சாப்பிட்டுக்கொண்டிருந்தோம்.

"இருள் சூழ்ந்த பிறகு புனிதரைப் பற்றி நான் ஒருபோதும் பேசுவதில்லை," என்றேன். ஸ்டூ சாப்பிட்டுக்கொண்டிருந்த பாதிரி யார் தலையை உயர்த்தி என்னைப் பார்த்துப் புன்னகைத்தார்.

"இது எதிர்பார்த்ததுதான், பாதிரியாரின் பக்கம் சேர்ந்து விட்டான்," என்றான் ரினால்டி. "பாதிரியாரைச் சிறந்த முறையில் சீண்டத் தக்கவர்கள் எல்லோரும் எங்கே இருக்கிறார்கள்? கவல்கன்டி எங்கே இருக்கிறான்? பிரண்டி எங்கே இருக்கிறான்? செசரே எங்கே இருக்கிறான்? என் துணைக்கு யாருமின்றி நான் மட்டும்தான் தன்னந்தனியாக இப்பாதிரியாரைச் சீண்ட வேண்டுமா?"

"அவர் ஒரு நல்ல பாதிரியார்," என்று மேஜர் சொன்னார்.

"அவர் ஒரு நல்ல பாதிரியார்," என்றான் ரினால்டி. "இருந்தாலும் அவர் ஒரு பாதிரியார். முந்தைய நாட்களில் இருந்ததுபோல் இந்த உணவுக்கூடத்தை மாற்ற முயற்சி செய்கிறேன். நான் ஃப்ரெட்ரிகோவை மகிழ்விக்க விரும்புகிறேன். பாதிரியாரே, உம்மை நான் பொருட்படுத்தவில்லை."

மேஜர் அவனைப் பார்த்ததையும் அவன் போதையில் இருப்பதைப் புரிந்துகொண்டதையும் கவனித்தேன். அவனுடைய ஒல்லியான முகம் வெள்ளையாய் இருந்தது. அவனுடைய வெண்மையான முன்நெற்றியில் தலைமுடியின் ஓரம் பளிச்செனக் கருமையாகத் தெரிந்தது.

"பரவாயில்லை, ரினால்டோ," என்றார் பாதிரியார். "எதுவும் பிரச்சினை இல்லை."

"உம்மைப் பற்றி எனக்குக் கவலை இல்லை," என்று சொன்ன ரினால்டி, "இங்கே நடப்பவை எது பற்றியும் கவலையில்லை." அவனுடைய நாற்காலியில் பின்னால் சாய்ந்து உட்கார்ந்தான்.

"கடின உழைப்பால் ஏற்பட்ட அழுத்தத்தில் இருக்கிறான்; களைப்படைந்தும் இருக்கிறான்," என்று மேஜர் என்னிடம் சொன்னார். அவர் இறைச்சியைச் சாப்பிட்டு முடித்திருந்தார்; மீதமிருந்த குழம்பை ஒரு ரொட்டித் துண்டால் வழித்துச் சாப்பிட்டார்.

"எனக்கு எது பற்றியும் கவலையில்லை," ரினால்டி மேஜையைப் பார்த்துச் சொன்னான். "எல்லாமும் எப்படியோ போகட்டும்." எதையும் எதிர்க்கும் முரட்டுத்தனத்துடன் மேஜையைப் பார்த்துச் சொன்னான்; அவனுடைய கண்கள் கிறக்கத்துடன் இருந்தன, முகம் வெளுத்திருந்தது.

"நீ சொல்வதுதான் சரி," என்றேன். "எல்லாமும் எப்படியோ போகட்டும்."

"இல்லை, இல்லை," என்றான் ரினால்டி. "அதுபற்றி நீ பேச முடியாது. நீ பேச முடியாது. நான் சொல்கிறேன் நீ அது பற்றிப் பேச முடியாது. நீ வறட்சி அடைந்தவன்; வெறுமையாக இருப்பவன்; வேறு எதுவும் இல்லாதவன். நான் சொல்கிறேன், வேறு எதுவும் இல்லை. சபிக்கப்பட்டதுகூட எதுவும் இல்லை. நான் பேசுவதை எப்போது நிறுத்த வேண்டும் என்று எனக்குத் தெரியும்."

பாதிரியார் தலையைக் குலுக்கினார். பணியாளன் ஸ்டூ கோப்பையை எடுத்துப் போனான்.

"எதற்காக நீர் இறைச்சி சாப்பிடுகிறீர்?" ரினால்டி பாதிரியார் பக்கம் திரும்பினான். "இன்று வெள்ளிக் கிழமை என்று உமக்குத் தெரியாதா?"

"இன்று வியாழக் கிழமை," என்று பாதிரியர் சொன்னார்.

"இது பொய். இன்று வெள்ளிக்கிழமை. உலகத்தைப் படைத்தவரின் உடலைச் சாப்பிடுகிறீர். அது இறைவனின் இறைச்சி. எனக்குத் தெரியும். அது இறந்துபோன ஆஸ்திரியனின் உடல். அதைத்தான் நீர் சாப்பிட்டுக்கொண்டிருக்கிறீர்."

"இந்த வெள்ளை இறைச்சி அதிகாரிகளிடமிருந்து வந்தது," என்று சொல்லி பழைய நகைச்சுவை ஒன்றை நிறைவு செய்தேன்.

ரினால்டி சிரித்தான். தம்ளரை நிறைத்தான்.

"என்னைப் பொருட்படுத்தாதீர்கள். நான் கொஞ்சம் நிலை தடுமாறி நிற்கிறேன்."

"உனக்குக் கட்டாயம் விடுமுறை வேண்டும் என்று நினைக்கிறாயா?"

மேஜர் அவன் பக்கம் திரும்பி தலையைக் குலுக்கினார். ரினால்டி பாதிரியாரைப் பார்த்தான்.

"நான் ஓய்வெடுக்கத்தான் வேண்டும் என்று நினைக்கிறீரா?"

மேஜர் பாதிரியாரைப் பார்த்து தலையைக் குலுக்கினார். ரினால்டி பாதிரியாரைப் பார்த்துக்கொண்டிருந்தான்.

"உமது விருப்பப்படி செய்யும்," என்றார் பாதிரியார். "உமக்கு விருப்பம் இல்லை என்றால் வேண்டாம்."

"உம்மை நான் பொருட்படுத்தவில்லை," என்றான் ரினால்டி. "அவர்கள் என்னைத் தவிர்க்க முயற்சி செய்கிறார்கள். ஒவ்வொரு இரவும் என்னைத் தவிர்க்க முயற்சி செய்கிறார்கள். நான் அவர்களுடன் போராடி என்னைத் தற்காத்துக்கொள்கிறேன். எனக்கு அது இருந்தால் என்ன? எல்லோருக்கும் இருக்கிறது. உலகம் முழுவதும் இருக்கிறது. முதலில்," அவன் ஒரு சொற் பொழிவாளனாகத் தன்னை நினைத்துக்கொண்டு தொடர்ந்து பேசினான், "முதலில் அது ஒரு சிறிய பருவாக இருந்தது. அதன் பின் தோள்களுக்கு இடையே ஒரு தடிப்பு தெரிந்தது. பின்னர் அது காணாமல் போயிற்று. நாம் புதன் கிரகத்தின் மீது நம்பிக்கை வைக்கிறோம்."

"அல்லது பால்வினை நோய்க்கான மருந்தின் மீது," என்று மிகவும் அமைதியாக மேஜர் குறுக்கிட்டார்.

"அது புதன் கிரகம் தந்த பரிசு," என்றான் ரினால்டி. இப்போது அவன் குதூகலத்துடன் செயல்பட்டான். "அது பற்றி எனக்கு இரண்டு மடங்கு தெரியும் எனது அன்பான பாதிரியாரே," என்றான். "உமக்கு அந்த வியாதி ஒருபோதும் வராது. அந்த பேபிக்கு வரும். இது தொழில் சார்ந்த விபத்து. இது ஒரு தொழில் சார்ந்த சாதாரண விபத்து."

பணியாளன் இனிப்புப் பலகாரமும் காப்பியும் கொண்டு வந்தான். சாப்பாடு முடிந்தபின் ஒருவகையான கறுப்பு ரொட்டியில் செய்யப்பட்ட புட்டும் கடினமான சாஸும் கொண்டு வந்தான். மேஜை மேல் இருந்த விளக்கு புகையைக் கக்கிக்கொண்டிருந்தது; அதன் கரும்புகை புகைபோக்கியினுள் சென்றது.

"இரண்டு மெழுகுவர்த்திகள் கொண்டு வா, இந்த விளக்கை எடுத்துப் போ," என்று மேஜர் சொன்னார். ஏற்றப்பட்ட இரண்டு மெழுகுவர்த்திகளைப் பணியாளன் தனித்தனியாக ஒரு தட்டில் வைத்து எடுத்து வந்தான். விளக்கை ஊதி அணைத்த பின் எடுத்துப்போனான். இப்போது ரினால்டி மிகவும் அமைதியாக இருந்தான். அவன் இயல்பாக இருப்பதுபோல் தோன்றியது. நாங்கள் பேசிக்கொண்டிருந்தோம். காப்பி குடித்த பிறகு எல்லோரும் வெளியே கூடத்துக்குச் சென்றோம்.

"நீ பாதிரியாருடன் பேச விரும்புகிறாய். நான் நகரத்துக்குப் போக வேண்டும்," என்று ரினால்டி சொன்னான். "குட்-நைட், பாதிரியாரே."

"குட்-நைட், ரினால்டி," என்றார் பாதிரியார்.

"நான் உன்னை அப்புறம் பார்க்கிறேன், ஃப்ரெடி," என்றான் ரினால்டி.

"சரி," என்றேன். "சீக்கிரம் திரும்பி வா." அவன் முகத்தைக் கோணலாக்கிக் காட்டினான், வாசலைத் தாண்டி வெளியே போனான். மேஜர் எங்களுடன் நின்றுகொண்டிருந்தார். "அவன் மிகவும் களைப்படைந்துவிட்டான். மேலும் அளவுக்கு அதிகமாக வேலை செய்தான்," என்றார். "இது தவிர, அவனுக்குப் பால்வினை நோய் இருப்பதாகவும் நினைக்கிறான். நான் அதை நம்பவில்லை, ஆனால், இருந்தாலும் இருக்கலாம். அவனுக்கு அவனே மருத்துவம் பார்க்கிறான். குட்-நைட். ஹென்றிகோ, நீ விடிவதற்கு முன்னால் புறப்பட வேண்டும்."

"சரி."

"குட்-பை," என்று மேஜர் சொன்னார். "நல்வாழ்த்துகள். பெடூஸி வந்து உன்னை எழுப்புவான்; அவன் உன்னுடன் வருவான்."

"குட்-பை, மேஜர் அவர்களே."

"குட்-பை. ஆஸ்திரியர்கள் தாக்கலாம் என்கிறார்கள்; ஆனால், நான் அப்படி நினைக்கவில்லை. தாக்க மாட்டார்கள் என்று நம்புகிறேன். எப்படியிருந்தாலும் இங்கே தாக்குதல் இருக்காது. ஜீனோ எல்லா விவரங்களையும் உனக்குச் சொல்வான். இப்போது தொலைபேசிகள் நன்றாக வேலை செய்கின்றன."

"உங்களை நான் அடிக்கடி தொடர்புகொள்கிறேன்."

"தயவுசெய்து தொடர்பில் இரு. குட்-நைட், ரினால்டியை அதிகமாக பிராந்தி குடிக்க அனுமதிக்காதே."

"நான் அதைத் தடுக்க முயற்சி செய்கிறேன்."

"குட்-நைட், பாதிரியார்."

"குட்-நைட், மேஜர் அவர்களே."

அவர் அங்கிருந்து அவருடைய அறைக்குள் சென்றார்.

அத்தியாயம் 26

நான் வாசலுக்குச் சென்று வெளியே பார்த்தேன். மழை பெய்வது நின்றிருந்தது, ஆனால், பனிப்படலம் இருந்தது.

"நாம் மாடிக்குப் போகலாமா?" என்று பாதிரியாரைக் கேட்டேன்.

"நான் கொஞ்ச நேரம்தான் இங்கே இருக்க முடியும்."

"மேலே வாருங்கள் போகலாம்."

நாங்கள் படிக்கட்டில் ஏறி என்னுடைய அறைக்குப் போனோம். நான் ரினால்டியின் படுக்கையில் படுத்தேன். பணியாளன் சீர்படுத்தி வைத்திருந்த என்னுடைய கட்டிலில் பாதிரியார் உட்கார்ந்தார். அறை இருட்டாக இருந்தது.

"இப்போது சொல்லுங்கள்," என்றார் அவர். "உண்மையில் எப்படி இருக்கிறீர்கள்?"

"எனக்கு எல்லாம் சரியாகிவிட்டது. இன்று இரவு களைப்பாக இருக்கிறேன்."

"நானும் களைப்படைந்திருக்கிறேன், ஆனால், காரணம் எதுவும் இல்லாமலேயே."

"போரைப் பற்றி என்ன நினைக்கிறீர்கள்?"

"போர் சீக்கிரம் முடிந்துவிடும் என்று நினைக்கிறேன். ஏனென்று எனக்குத் தெரியாது; ஆனால், நான் அப்படி உணர்கிறேன்."

"எதனால் அப்படி உணர்கிறீர்கள்?"

"மேஜர் எப்படி இருக்கிறார் என்று பார்த்தீர்கள்தானே? மிகவும் இணக்கமாகத்தானே இருக்கிறார்? இப்போது பலர் அப்படித்தான் இருக்கிறார்கள்."

"நானும் அப்படித்தான் உணர்கிறேன்," என்று சொன்னேன்.

"கோடைக் காலம் மிகவும் கொடூரமானதாக இருந்தது," என்றார் பாதிரியார். நான் போர்முனைக்குச் சென்றபோது இருந்ததைவிட

இப்போது அவர் அதிகத் தெளிவாக இருந்தார். "எவ்வளவு கொடூரமாக இருந்தது என்று உங்களால் நம்ப முடியாது. நீங்கள் அங்கே இருந்தீர்கள் என்பது தவிர அது எப்படி இருந்திருக்கும் என்று உங்களுக்குத் தெரியும். இந்தக் கோடைக் காலத்தில் போரின் கொடுமைகளைப் பெருவாரியான மக்கள் உணர்ந்தார்கள். அவற்றை உணரவே மாட்டார்கள் என்று நான் நினைத்த அதிகாரி களும் இப்போது உணர்கிறார்கள்."

"அடுத்து என்ன நடக்கும்?" என் கையால் போர்வையைத் தட்டினேன்.

"அது எனக்குத் தெரியாது. ஆனால், அது நீண்டகாலம் நீடிக்கும் என்று நான் நினைக்கவில்லை."

"என்னதான் நடக்கும்?"

"அவர்கள் சண்டை போடுவதை நிறுத்திவிடுவார்கள்."

"யார்?"

"இரண்டு தரப்பும்."

"அப்படி நடந்தால் நல்லதுதான்," என்றேன்.

"நீங்கள் அதை நம்பவில்லையா?"

"இரண்டு தரப்பும் உடனடியாக போரை நிறுத்துவார்கள் என்று நான் நம்பவில்லை."

"நானும் அப்படி நினைக்கவில்லை. அப்படி எதிர்பார்ப்பது அளவுக்கு அதிகமானது. ஆனால், மனிதர்களிடையே ஏற்பட் டிருக்கும் மாற்றங்களைக் காணும்போது இந்தப் போர் நீடிக்கும் என்று என்னால் நினைக்க முடியவில்லை."

"இந்தக் கோடைக் காலத்தில் நடந்த சண்டையில் வெற்றி யடைந்தது யார்?"

"ஒருவரும் இல்லை."

"ஆஸ்திரியர்கள் வெற்றி அடைந்தார்கள்," என்றேன். "எதிரி நாட்டவர் சான் கேப்ரியெலெ நகரை ஆக்கிரமிப்பதை அவர்கள் தடுத்துவிட்டார்கள். அவர்கள் அங்கே வெற்றி அடைந்தார்கள். அவர்கள் போரை நிறுத்த மாட்டார்கள்."

“நாம் உணர்வதுபோல் அவர்களும் உணர்ந்தால் அவர்கள் போரை நிறுத்தலாம். அவர்களும் இது போன்று போரின் கொடூரங்களை அனுபவித்திருப்பார்கள்.”

“வெற்றி அடைந்துகொண்டிருப்பவர் எவரும் சண்டையை நிறுத்தியதில்லை.”

“நீங்கள் என்னைத் தன்னம்பிக்கை இழக்கச் செய்கிறீர்கள்.”

“நான் நினைப்பதைத்தான் என்னால் சொல்ல முடியும்.”

“அப்படியானால் இந்தச் சண்டை மேலும்மேலும் நீடித்துக் கொண்டிருக்கும் என்று நினைக்கிறீர்களா? இதை நிறுத்துவதற்கு வாய்ப்பு எதுவும் இல்லையா?”

“எனக்குத் தெரியாது. ஓரிடத்தில் வெற்றியடைந்த நிலையில் ஆஸ்திரியர்கள் சண்டையை நிறுத்த மாட்டார்கள் என்று மட்டுமே நினைக்கிறேன். தோல்வி அடைந்த பின்னர்தான் நாம் கிறிஸ்தவர்களாகிறோம்.”

“போஸ்னியர்களைத் தவிர்த்து ஆஸ்திரியர்கள் அனைவரும் கிறிஸ்தவர்கள்தான்.”

“நான் மிக நுட்பமாக அப்படி கிறிஸ்தவர் என்று குறிப்பிட்டுச் சொல்லவில்லை; இயேசு கிறிஸ்துவைப்போல் என்று சொன்னேன்.”

அவர் ஒன்றும் சொல்லவில்லை.

“தோற்கடிக்கப்பட்டதால் இப்போது நாம் அனைவரும் கனிவானவர்களாக இருக்கிறோம். கேத்செமினி தோட்டத்தில் நமது இயேசு பெருமானை பீட்டர் காப்பாற்றியிருந்தால் அவர் எப்படி இருந்திருப்பார்?”

“எந்த மாற்றமும் இல்லாமல் அப்படியே இருந்திருப்பார்.”

“நான் அப்படி நினைக்கவில்லை.”

“என்னை உற்சாகம் இழக்கச் செய்கிறீர்கள்,” என்று சொன்னார். “சண்டையை நிறுத்தும் வகையில் ஏதாவது ஒன்று நிகழும் என்று நான் நம்புகிறேன்; இறைவனிடம் வேண்டுகிறேன். அதை மிகவும் உறுதியாக உணர்கிறேன்.”

“ஏதாவது நடக்கலாம்,” என்றேன். “அப்படி ஏதாவது நடந்தால் அது நமது தரப்பில்தான் நடக்க வேண்டும். நாம் உணர்வதுபோல்

அவர்களும் உணர்ந்தால் எல்லாம் நல்லபடியாக இருக்கும். ஆனால், அவர்கள் நம்மைத் தோற்கடித்துவிட்டார்கள். அவர்கள் வேறு விதமாக நினைக்கிறார்கள்."

"பெரும்பாலான இராணுவ வீரர்கள் எப்போதுமே இப்படித் தான் நினைக்கிறார்கள். அவர்கள் தோற்கடிக்கப்பட்டார்கள் என்பதால் ஏற்பட்ட நினைப்பு இல்லை அது."

"தொடக்கத்திலேயே அவர்கள் தோற்கடிக்கப்பட்டார்கள். விவசாயம் செய்தவர்களை விவசாய நிலங்களிலிருந்து எடுத்து இராணுவத்தில் சேர்த்தபோதே அவர்கள் தோற்கடிக்கப்பட்டார்கள். தொடக்கத்திலேயே விவசாயி தோற்கடிக்கப்பட்டதால்தான் அவனுக்கு அறிவுக்கூர்மை இருக்கிறது. அவனை அதிகாரத்தில் உட்காரவையுங்கள், அதன் பின் அவனுடைய அறிவுக்கூர்மையைக் காணுங்கள்."

அவர் ஒன்றும் பேசவில்லை, சிந்தனையில் ஆழ்ந்தார்.

"நானும் மனதளவில் சோர்வடைந்துவிட்டேன்," என்றேன். "அதனால்தான் இவற்றைப் பற்றி நான் ஒருபோதும் சிந்திப்ப தில்லை; ஒருபோதும் சிந்தித்துப் பேசுவதில்லை. இருந்தாலும், நான் பேசத் தொடங்கும்போது எவ்வித சிந்தனையும் இல்லாத நிலையில் என் மனதில் என்ன தோன்றுகிறதோ அதை அப்படியே பேசுகிறேன்."

"நான் வேறு மாதிரி ஒன்றை எதிர்பார்த்தேன்."

"தோல்வியா?"

"இல்லை. அதைவிட அதிகமாக."

"அதைவிட அதிகமானது வேறு ஒன்றும் இல்லை, வெற்றியைத் தவிர; அதைவிட மோசமான ஒன்று இருந்தாலும் இருக்கலாம்"

"நீண்ட காலமாக நான் வெற்றியை எதிர்பார்த்தேன்."

"நானும்தான்."

"என்ன நடக்கும் என்று தற்சமயம் எனக்குத் தெரியவில்லை."

"வெற்றி அல்லது தோல்வி. ஏதாவது ஒன்றுதான் இருக்க முடியும்."

"இதற்கும்மேல் வெற்றி அடைவோம் என்ற நம்பிக்கை எனக்கு இல்லை."

"நான் அப்படி நினைக்கவில்லை. ஆனால், தோல்வி அடைவோம் என்று நான் நம்பவில்லை; அது நல்லதாகவே இருந்தாலும்."

"நீங்கள் எதில் நம்பிக்கை வைத்திருக்கிறீர்கள்?"

"தூங்குவதில்," என்றேன் நான். அவர் எழுந்து நின்றார்.

"இவ்வளவு நீண்ட நேரம் இங்கே இருந்ததற்காக மிகவும் வருத்தப்படுகிறேன். ஆனால், உங்களுடன் பேசியது எனக்குப் பிடித்திருந்தது."

"நாம் மீண்டும் பேசியது அருமையானது. தூங்குவதில்தான் நான் நம்பிக்கை வைத்திருக்கிறேன் என்று சொன்னது, எதிலும் எனக்கு நம்பிக்கை இல்லை என்ற பொருளில் மட்டுமே."

நாங்கள் எழுந்து நின்று இருட்டில் கைகளைக் குலுக்கினோம்.

"இப்போது அறை எண் 307இல் தூங்குகிறேன்."

"நாளை அதிகாலையில் போர்முனைக்குப் புறப்படுகிறேன்."

"நீங்கள் திரும்பி வந்தவுடன் உங்களைச் சந்திக்கிறேன்."

"நாம் சேர்ந்து நடந்தபடியே பேசலாம்." அவருடன் வாசல்வரை சென்றேன்.

"என்னுடன் நீங்கள் கீழே இறங்க வேண்டாம். நீங்கள் மீண்டும் இங்கே வந்தது உங்களுக்கு நல்லதில்லை என்றபோதிலும், அது மிகவும் மகிழ்ச்சியானது." அவர் கையை என் தோளில் வைத்தார்.

"இது எனக்கு ஏற்புடையதுதான்," என்றேன். "குட்-நைட்."

"குட்-நைட். மீண்டும் சந்திக்கலாம்."

"மீண்டும் சந்திக்கலாம்," என்றேன். கடுமையான தூக்கக் கலக்கத்தில் இருந்தேன்.

அத்தியாயம் 27

ரினால்டி உள்ளே வந்தபோது எனக்கு விழிப்பு தட்டியது. அவன் பேசவில்லை. நான் மீண்டும் தூக்கத்தில் ஆழ்ந்தேன். மறுநாள் காலையில் நான் உடை அணிந்து வெளிச்சம் வருவதற்கு முன்பாகவே வெளியே சென்றேன். அப்போது ரினால்டி தூக்கத்திலிருந்து எழுந்திருக்கவில்லை.

பைன்சிஸா பீடபூமியை நான் இதுவரை பார்த்ததில்லை. ஆற்றின் அருகே நான் காயமடைந்த இடத்துக்கு அப்பால், முன்பு ஆஸ்திரியப் படைகள் இருந்த இடத்தை நோக்கி மலைச்சரிவில் மேல்நோக்கிப் பயணம் செய்தது வித்தியாசமான அனுபவமாக இருந்தது. அங்கே செங்குத்தாகப் போடப்பட்டிருந்த ஒரு புதிய சாலை இருந்தது; அதில் பல கனரக வாகனங்கள் சென்றன. அதற்கு அப்பால் சாலை சமதளத்தில் சென்றது. நான் பனி படர்ந்த காடுகளையும் செங்குத்தான மலைக் குன்றுகளையும் பார்த்தேன். விரைவாகக் கைப்பற்றப்பட்ட காடுகள் அங்கே இருந்தன; ஆனால், அவை சிதைக்கப்படவில்லை. அதற்கும் அப்பால் மலைகளால் கிடைத்த பாதுகாப்பு இல்லாத பகுதியில் சாலையின் இரு பக்கங்களிலும் மேல்பகுதியிலும் பாய்த் தடுப்புகளால் மறைப்புகள் அமைக்கப்பட்டிருந்தன. சிதைக்கப்பட்ட கிராமம் ஒன்றில் சாலை முடிவுற்றது. படைகளுக்கான எல்லைக்கோடுகள் அதற்கு அப்பால் இருந்தன. சுற்றிலும் பல பீரங்கிப்படைத் தளங்கள் இருந்தன. அங்கிருந்த வீடுகள் மோசமாகச் சீர்குலைக்கப்பட்டிருந்தன; ஆனால், சிறப்பான ஏற்பாடுகள் செய்யப்பட்டிருந்தன; எல்லா இடங்களிலும் வழிகாட்டும் பதாகைகள் வைக்கப்பட்டிருந்தன. நாங்கள் ஜீனோவைச் சந்தித்தோம், அவன் எங்களுக்குக் காப்பி வாங்கிக் கொடுத்தான். அதன் பின் நான் அவனுடன் சென்று பலதரப்பட்ட மக்களைச் சந்தித்தேன்; முதலுதவி நிலையங்களைப் பார்த்தேன். பைன்சிஸா பீடபூமிக்கு அப்பாலிருந்த ராவ்னெ என்ற இடத்தில் ஆங்கிலேயர்களின் ஆம்புலன்ஸ் வண்டிகள்

செயல்படுவதாக ஜீனோ தெரிவித்தான். ஆங்கிலேயர்மீது வியப்புடன் கூடிய மரியாதை வைத்திருந்தான். இன்னமும் அவ்வப்போது குண்டு போடப்படுவதாகச் சொன்னான்; ஆனால், காயம் அடைந்தவர்கள் அதிகமில்லை என்றான். மழை ஆரம்பித்துவிட்டதால் பலர் நோய்வாய்ப்பட்டிருந்தனர். ஆஸ்திரியர்கள் தாக்குவார்கள் என்று எதிர்பார்க்கப்பட்டது; ஆனால், அதை அவன் நம்பவில்லை. நமது படைகளும் தாக்குவார்கள் என்று கருதப்பட்டது; ஆனால், வேண்டிய அளவு புதிதாகப் படைவீரர்கள் கொண்டுவரப்படாததால் அதுவும் தள்ளிப்போயிற்று என்று நினைத்தான். உணவுத் தட்டுப்பாடு இருந்தது; கொரீஸியாவில் முழுச் சாப்பாடு கிடைத்தால் அதுவே மகிழ்ச்சியானது. எனக்கு என்ன வகையான இரவுச் சாப்பாடு கிடைத்தது? நான் அதைச் சொன்னபோது அது மிகவும் அருமை என்றான். குறிப்பாக, உணவுக்குப் பின்னர் வழங்கப்படும் இனிப்புப் பலகாரம் அவனை வியப்பில் ஆழ்த்தியது. அது பற்றி முழு விவரங்கள் சொல்லாமல் இனிப்புப் பலகாரம் என்று மட்டுமே சொன்னேன். ஆனால், அது ரொட்டியையும் புட்டையும்விடச் சிறப்பானது என்று அவன் கருதினான் என்று நினைக்கிறேன்.

அவன் எங்கே போய்கொண்டிருந்தான் என்று எனக்குத் தெரியுமா? எனக்குத் தெரியாது என்றும், ஆனால், சில கார்கள் கேபரெட்டோவில் இருக்கின்றன என்பது எனக்குத் தெரியும் என்றும் சொன்னேன். அந்த வழியாக அவன் போவான் என்று நம்பினான். அது அருமையான சிறிய பகுதி; அது முடிந்து அதற்கு அப்பால் இருந்த உயரமான மலைப் பகுதி அவனுக்குப் பிடித்திருந்தது. அவன் நல்லவனாய் இருந்தான். அனைவருக்கும் அவனைப் பிடித்திருந்ததுபோல் தோன்றியது. உண்மையிலேயே மிகவும் மோசமாக இருந்த இடமென்றால் அது சான் கேப்ரியெலெவும் லாம் நகரத்துக்கு அப்பால் மோசமான தாக்குதல் நடந்த இடமும் என்றான். தூரத்திலிருந்த மேல்பகுதியில் டெர்னோவா மலைமுகட்டை ஒட்டியுள்ள காடுகளில் ஆஸ்திரியர்கள் அதிக அளவில் பீரங்கிப் படைகளைக் குவித்திருந்தார்கள்; அவர்கள் இரவு நேரத்தில் குண்டு போட்டுச் சாலைகளைச் சீரழித்தார்கள். அங்கிருந்த கப்பற்படைக்குரிய பீரங்கிப் படையின் எண்ணிக்கைதான் அவனை நிலைகுலையச் செய்தது. அவை குண்டுகளை வளைவான பாதையில் செலுத்துவதால் அவற்றை என்னால்

அடையாளம் காண முடியும். பீரங்கியை இயக்க உத்தரவு கொடுக்கும் சத்தத்தை கேட்ட நொடியிலேயே அதன் கிரீச் என்ற கூச்சல் தொடங்குவதையும் அது வெடித்துச் சிதறும் உரத்த சத்தத்தையும் கேட்கலாம். பொதுவாக அவர்கள் ஒரே நேரத்தில் ஒன்றன்பின் ஒன்றாக இரண்டு குண்டுகள் வீசினார்கள். அவை வெடித்துச் சிதறும் சிதறல்களின் எண்ணிக்கை அளவு கடந்தது. அப்படிச் சிதறிய மென்மையான ஒழுங்கற்ற கரடுமுரடான கூர் விளிம்புகளுடைய சுமார் ஓர் அடி நீளமான உலோகத் துண்டு ஒன்றை என்னிடம் காட்டினான். தகரம், ஈயம், செப்பு, அஞ்சனக்கல் போன்ற உலோகக் கலவையால் உருவாக்கப்பட்டு, உலோகங்களிடையே உராய்வைக் குறைக்கப் பயன்படுத்தப்படும் ஓர் உலோகத் துண்டாக அது எனக்குத் தெரிந்தது.

"அவை தீவிரமான விளைவுகளை ஏற்படுத்தவல்லவை என்று நினைக்கவில்லை," என்று ஜீனோ சொன்னான். "ஆனாலும் அவை என்னை மிரள வைக்கின்றன; நம்மை நேரடியாகத் தாக்க வருவதுபோல் ஒலி எழுப்புகின்றன. ஓங்கி ஒலிக்கும் ஒரு முழக்கம், அதே நொடியில் உச்சக் குரலில் ஒரு கூச்சல், அடுத்தது குண்டு வெடிப்பு. அவை மரணபயம் ஏற்படுத்துமானால், நாம் காயம் அடையாமல் இருப்பதில் பயன் என்ன?"

ஐரோப்பாவின் தென்கிழக்கில் உள்ள கொரேவேஷியா நாட்டுப் படைகளும், ஹங்கேரி நாட்டு மேக்யார் இனக்குழுவினரும் தற்போது அவர்களோடு இணைந்து நமக்கு எதிராகப் போர் புரிகிறார்கள் என்றான். நமது படைவீரர்களும் தாக்குவதற்கு இன்னமும் தயார்நிலையில்தான் இருக்கிறார்கள். ஆனால், ஆஸ்திரியர்கள் நம்மைத் தாக்கினால், நம்மிடம் அவசரகாலத் தொலைதொடர்பு வசதியும், பின்வாங்குவதற்குத் தேவையான இட வசதியும் இல்லை. பீடபூமியின் மேல் பகுதியிலுள்ள தாழ்வான மலைகளின் ஓரமாக சிறப்பான தற்காப்பு இடங்கள் உள்ளன. ஆனால், தற்காப்புக்கான ஏற்பாடுகள் எதுவும் செய்யவில்லை. அது இருக்கட்டும், பைன்சிஸா பீடபூமி பகுதியைப் பற்றி நான் என்ன நினைக்கிறேன்? என்று அவன் கேட்டான்.

அது ஒரு பீடபூமியைப்போல் இன்னும் அதிகத் தட்டையாக இருக்கும் என்று எண்ணினேன். அது இப்படிச் சிதைந்திருக்கும் என்று உணரவில்லை.

"உயர்மட்டத்திலுள்ள சமவெளி," என்றான் ஜீனோ, "ஆனால், சமவெளி இல்லை."

அவன் தங்கியிருந்த வீட்டின் பாதாள அறைக்கு நாங்கள் திரும்பிச் சென்றோம். அடுத்தடுத்து இருக்கும் சின்னச் சின்ன மலைகளைவிட தட்டையாக சிறிது ஆழமாக இருக்கும் மலை உச்சியைத் தக்கவைப்பது எளிது, நடைமுறைக்குச் சாத்தியமானது என்று நினைத்தேன். சமதளத்தில் தாக்குவதைக் காட்டிலும் மலைக்கு மேல் தாக்குவது ஒன்றும் கடினமானதில்லை என்று வாதிட்டேன். "அது மலைகளின் அமைப்பைப் பொறுத்தது," என்றான் ஜீனோ. "உதாரணமாக சான் கேப்ரியேலெ பகுதியைப் பாருங்கள்."

"உண்மைதான். ஆனால், பிரச்சினை ஏற்பட்ட இடம் மலை உச்சியின் தட்டையான பகுதிதான். அவர்கள் மிகவும் எளிதாக மலை முகட்டை அடைந்துவிட்டார்கள்."

"அவ்வளவு எளிதாக இல்லை," என்றான்.

"அப்படித்தான்," என்றேன், "ஆனால், அது வேறுபட்ட ஒரு சிறப்பு அமைப்பு; அது மலைபோல் இல்லாமல் ஒரு கோட்டை யாக இருந்தது. ஆஸ்திரியர்கள் பல ஆண்டுகளாக அந்த இடத்தின் பாதுகாப்பைப் பலப்படுத்தினார்கள்." போர்முறைகளின் தந்திர மான செயல்பாட்டு மொழியில் சொல்வதாயிருந்தால் சண்டை நடைபெறும்போது படைகள் இடப்பெயர்ச்சி செய்யவேண்டிய அவசியம் இருந்தால், மலைகள் தொடர்ச்சியாக இருக்கும் இடத்தில் ஒரு நிலையான போர்முனை என்பது இல்லை; ஏனென்றால் அது எளிதாக மாறிக்கொண்டிருக்கும் என்ற பொருளில் சொன்னேன். தேவைப்படும்போது படைகள் எளிதாக இடம்பெயரும் சூழ்நிலை வேண்டும். ஆனால், மலைகளில் அதற்கான வாய்ப்பு இல்லை. மேலும், மேலிருந்து கீழ்நோக்கிச் சுடும்போது நாம் நமது குறியைத் தாண்டிச் சுடுவது எப்போதும் நிகழும். எதிரிப்படையை முற்றுகையிட்டிருக்கும் படைப் பிரிவினர் திருப்பி அனுப்பப்படும்போது, தலைசிறந்த வீரர்கள் மிகவும் உயரமான மலைகளில் தனித்து விடப்படுவார்கள். மலைகளில் நடத்தப்படும் போர்முறைகளில் எனக்கு நம்பிக்கை இல்லை. இது பற்றி நான் அதிகமாகச் சிந்தித்திருக்கிறேன் என்றேன். ஒரு நாடு

அவர்களின் படைவீரர்களை ஒரு மலையிலிருந்து நீக்கும்போது எதிரி நாடும் அவர்களின் படைகளை மற்றொரு மலையிலிருந்து நீக்குவார்கள். உண்மையாக போர் ஆரம்பிக்கும்போது அனைவரும் மலைகளிலிருந்து கீழே இறங்கித்தான் ஆக வேண்டும்.

மலை மேலே இருக்கும் போர்முனையில் உங்களுக்குப் பணி ஒதுக்கப்பட்டால் என்ன செய்வீர்கள் என்று கேட்டான்.

அது பற்றி நான் இன்னும் சிந்திக்கவில்லை, என்றேன். இருவரும் சிரித்தோம். "ஆனால், கடந்த காலங்களில் வட இத்தாலியின் வெரோனா நகரைச் சுற்றி நடந்த நான்குமுனைப் போர்களில் ஆஸ்திரியர்கள் எப்போதும் தோற்கடிக்கப்பட்டார்கள். அவர்களை சமவெளிப் பகுதிக்கு இறங்கி வரச்செய்து தோற்கடித்தார்கள்."

"உண்மை," என்றான் ஜீனோ. "அப்படித் தோற்கடித்தவர்கள் பிரஞ்சு நாட்டினர். வேற்று நாட்டு மண்ணில் போரிடும்போது அங்கு ஏற்படக்கூடிய பிரச்சினைகளைத் தெளிவாகச் சிந்தித்து போர்முறைகளைத் திட்டமிடுவார்கள்."

"அது சரிதான்," என்று உடன்பட்டேன். "சொந்த நாட்டில் போர் நடக்கும்போது அதை அவ்வளவு அறிவியல் ரீதியாகச் செயல்படுத்த முடியாது."

"ரஷ்யர்கள் அவ்வாறு செயல்பட்டு நெப்போலியனைச் சிக்க வைத்தார்கள்."

"ஆமாம், அவர்களிடம் ஏராளமான நிலப்பரப்பு இருந்தது. ஆனால், இத்தாலியில் நாம் நெப்போலியனைச் சிக்கவைப்பதற் காகப் பின்வாங்கினால் தென் இத்தாலியின் பிரின்டசி நகரைச் சென்றடைவோம்."

"பயங்கரமான இடம் அது," என்றான் ஜீனோ. "நீங்கள் அங்கே போயிருக்கிறீர்களா?"

"அங்கே தங்குவதற்காகப் போனதில்லை."

"நான் நாட்டுப்பற்று மிக்கவன்தான்," என்றான் ஜீனோ. "ஆனால், பிரின்டசியையோ டரான்டோவையோ எனக்குப் பிடிக்காது."

"பைன்சிஸா பீடபூமியை உனக்குப் பிடிக்குமா?" என்று கேட்டேன்.

"அது ஒரு புனித பூமி," என்றான். "ஆனால், அங்கே இன்னும் அதிகமாக உருளைக்கிழங்கு பயிரிட்டால் நன்றாக இருக்கும். நாம் இங்கே வந்தபோது, ஆஸ்திரியர்கள் பரந்த வயல்வெளிகளில் உருளைக்கிழங்கு பயிரிட்டிருந்ததைக் கண்டோம் என்பது உங்களுக்கு நினைவிருக்கும்."

"உண்மையிலேயே உணவு தட்டுப்பாடு இருக்கிறதா?"

"போதுமான அளவு உணவை ஒருபோதும் நான் சாப்பிட்டதில்லை. ஆனால், நான் அதிகமாகச் சாப்பிடுபவன்; இருந்தாலும் உணவுத் தட்டுப்பாட்டால் பட்டினி கிடந்ததில்லை. உணவுக் கூடத்தில் போதுமான அளவு கிடைக்கும். போர்முனையிலிருக்கும் படைப்பிரிவினருக்குத் தரமான உணவு தாராளமாகக் கிடைக்கிறது. ஆனால், துணைப்பிரிவில் இருப்பவர்களுக்கு அந்த அளவு கிடைப்பதில்லை. எங்கோ ஏதோ தவறு நடக்கிறது. உணவுப் பொருட்கள் ஏராளமாக இருக்கின்றன."

"அந்த அயோக்கியர்கள் அதை வேறு எங்கோ விற்கிறார்கள்."

"ஆமாம், முன்னிலையிலிருக்கும் படைப் பிரிவினருக்கு அவர்களால் முடிந்த அளவு அதிகமாகக் கொடுக்கிறார்கள்; ஆனால், பின்னிலையிலிருப்பவர்களுக்குப் பற்றாக்குறை இருக்கிறது. ஆஸ்திரியர்கள் விட்டுச் சென்ற உருளைக்கிழங்குகளையும் காடுகளிலிருந்த கஷ்கொட்டைகளையும் அவர்கள் முற்றிலுமாகத் தின்று தீர்த்துவிட்டார்கள். அவர்களுக்குக் கண்டிப்பாக அதிக உணவு கொடுக்க வேண்டும். நாங்கள் அனைவரும் நன்றாகச் சாப்பிடுபவர்கள். அதிக உணவுப் பொருட்கள் இருக்கின்றன என்று எனக்கு நிச்சயமாகத் தெரியும். இராணுவ வீரர்களுக்குத் தேவைக்குக் குறைவாக கொடுப்பது அவர்களுக்கு நல்லதில்லை. இப்படியான செயல்கள் உங்கள் சிந்தனைப் போக்கில் ஏற்படுத்தும் வித்தியாசத்தை நீங்கள் எப்போதாவது கவனித்திருக்கிறீர்களா?"

"ஆமாம்," என்றேன். "இப்படியான சூழ்நிலை போரில் வெற்றி அடையச் செய்யாது; ஆனால், தோல்வி அடையச் செய்யும்."

"நாம் தோல்வியைப் பற்றிப் பேச வேண்டாம். இங்கே போதுமான அளவு தோல்வியைப் பற்றி பேசப்படுகிறது. கடந்த கோடைக் காலத்தில் செய்யப்பட்டவையெல்லாம் வீண் பெருமைக் காகச் செய்யப்பட்டிருக்க முடியாது."

நான் எதுவும் சொல்லவில்லை. புனிதமானது, போற்றத்தக்கது, தியாகம் போன்ற சொற்களாலும் பயனற்ற வீண் பெருமையை வெளிப்படுத்துவதாலும் நான் எப்போதும் கூச்சப்பட்டிருக்கிறேன்; அவற்றை நாம் கேட்டிருக்கிறோம், சில சமயங்களில் கத்திச் சொன்ன சொற்கள் மட்டுமே கேட்கும்படி காதுக்கு எட்டாத தூரத்தில் மழையில் நனைந்தபடி நிற்கும்போது இவற்றைக் கேட்டிருக்கிறோம்; சுவர்களில் ஒன்றன் மீது ஒன்றாக ஒட்டப்படும் பிரகடனங்களை நீண்ட காலமாக வாசித்திருக்கிறோம்; அவற்றில் புனிதமானது எதையும் நான் பார்த்ததில்லை, மகிமையானதாக அறிவிக்கப்பட்டதில் மகிமையைக் கண்டதில்லை; இறைச்சி, வேறு எதற்கும் பயன்படுத்தப்படாமல் குழி தோண்டிப் புதைக்கப்பட்டால், தியாகங்களும் சிகாகோ நகரிலுள்ள கால்நடைகளின் தற்காலிகப் பட்டிகளின் தோற்றத்தைப் பெறுகின்றன. நம் காதில் விழுந்தால் நம்மால் தாங்கிக்கொள்ள முடியாத பல சொற்கள் இருந்தன. எஞ்சி நின்றவை மேன்மையைத் தாங்கி நிற்கும் இடங்களின் பழைய பெயர்கள் மட்டுமே. சில எண்கள் என்றும் மாறாமல் இருந்தன; அதுபோலவே சில தேதிகளும். அவ்வாறான எண்களும் தேதிகளும் இடங்களின் பெயர்களுடன் இணைந்து பொருள் பொதிந்தனவாக, என்றும் பெருமையுடன் பேசத்தக்கவையாக இருந்தன. கிராமங்களின் பெயர்கள், ஆறுகளின் பெயர்கள், தெருக்களின் எண்கள், படைப் பிரிவின் எண்கள், தேதிகள் போன்ற வெளிப்படையான சொற்களுடன் ஒப்பிட்டால் மேன்மை, மரியாதை, தைரியம் அல்லது வெறுமை போன்ற கருத்துருவான சொற்கள் ஆபாசங்களாக அடையாளம் கொள்கின்றன. ஜீனோ நாட்டுப்பற்று உடையவன். எனவே அவன் சொன்ன கருத்துகள் சில சமயங்களில் எங்களைப் பிரித்தன, ஆனாலும் அவன் மிகவும் நல்லவன். அவன் நாட்டுப்பற்று உடையவனாக இருப்பதை நான் புரிந்துகொண்டேன். பிறவிலேயே நாட்டுப்பற்று மிக்கவன். காரில் பெடூஸியுடன் அவன் கொரீஸியா நகருக்குத் திரும்பிச் சென்றான்.

அந்த நாள் முழுவதும் சூறாவளிக் காற்று வீசியது. மழை பெய்வதைக் காற்று வேகப்படுத்தியது; எங்கும் தண்ணீரும் சகதியும் தேங்கி நின்றன. சிதைக்கப்பட்டிருந்த வீடுகளின் வெளிப் பூச்சு பழுப்பு நிறத்திலும் ஈரமாகவும் இருந்தது. பின்மாலைப் பொழுதில் மழை நின்றது. இரண்டாம் எண் முதலுதவி

நிலையத்திலிருந்து வெளியே பார்த்தேன். இலையுதிர் காலத்தில் வெறுமையாகத் தோன்றிய நாட்டுப்புறத்தைக் கண்டேன்; மேகத் திரள்கள் சூழ்ந்த மலைகளின் உச்சிகளையும் கண்டேன்; சாலை களின் மேல்பகுதியில் அமைக்கப்பட்டிருந்த புற்கூரை ஈரமாக இருந்ததையும் அதிலிருந்து தரையில் விழுந்த தண்ணீர் சொட்டு களையும் கண்டேன். பொழுது சாய்வதற்கு முன்னால் சூரியன் ஒருமுறை வெளியே தலையைக் காட்டியது; அதன் பின் கீழே இறங்கி குன்றுக்கு அப்பால் இலைகள் இழந்து வெறுமையாய் நின்ற மரங்களின் மீது அதன் ஒளியை வீசியது. குன்றின்மேல் இருந்த மரங்களுக்கு இடையே பல ஆஸ்திரியர்கள் துப்பாக்கிகளுடன் இருந்தார்கள்; இருப்பினும் ஒரு சிலரே சுட்டார்கள். போர் முனை அருகில் தகர்க்கப்பட்டிருந்த பண்ணை வீட்டின் மேலே வானத்தில் திடீரென எழும்பிய குண்டுச் சிதறல்களின் சுருள் புகைத் திரள்களைக் கண்டேன், நடுவில் வெள்ளை நிறம் பளிச்சிட்ட மஞ்சள் நிற மென் புகைத் திரள்கள். முதலில் வெளிச்சம் பளிச்சிடும், தொடர்ந்து குண்டு வெடிக்கும் ஒலி எழும், பின்னர் புகைத்திரள் பந்துகள் கலைந்து மென்மையான காற்றோடு கலக்கும். முதலுதவி நிலையத்தின் பக்கத்திலிருந்த தகர்க்கப்பட்ட வீட்டின் அருகிலிருந்த சாலைகளிலும் வீடுகளின் இடிபாடுகளிலும் பல குண்டுச் சிதறல்களின் பந்துகள் கிடந்தன. ஆனால், அன்று பிற்பகலில் முதலுதவி மையத்தின் அருகில் அவர்கள் குண்டு எறியவில்லை. அங்கிருந்த நோய்வாய்ப்பட்டவர்களை நாங்கள் இரண்டு கார்களில் ஏற்றியபடி ஈரமான புற்களாலான பாய்களால் மறைக்கப்பட்டிருந்த சாலையில் பயணம் செய்தோம். மறைந்துகொண்டிருந்த சூரியனின் கடைசி ஒளி அந்தப் பாய்களின் இடைவெளிகளின் ஊடாக வீசியது. மலையின் பின்புறத்தில் மறைப்பு இல்லாமல் தெளிவாக இருந்த சாலையில் நாங்கள் நுழையும்போது சூரியன் முழுமையாக மறைந்திருந்தது. அந்தச் சாலையில் தொடர்ந்து பயணம் செய்து ஒரு திருப்பத்தில் திரும்பி திறந்தவெளியில் சென்றோம்; புற்பாய்களான சதுர வடிவிலிருந்த குகை போன்ற அமைப்பின் நுழைவாயிலில் நாங்கள் நுழைந்தபோது மீண்டும் மழை பெய்யத் தொடங்கியது.

அன்று இரவு பலத்த காற்று வீசியது. அதிகாலை மூன்று மணிக்கு சாரிசாரியாக மழை பெய்தது; குண்டு மழையும்

பொழிந்தது. குரோயிஷர்கள் மலையில் புல்வெளிகளைக் கடந்து, காடுகளில் இருந்த இடைவெளிகளின் வழியாகப் போர்முனையின் முன்நிலையை அடைந்தார்கள். இருளிலும் மழையிலும் அவர்கள் போரிட்டார்கள். கிலியடைந்திருந்த இரண்டாம் வரிசை வீரர்கள் எதிர்த் தாக்குதல் நடத்தி அவர்களை விரட்டி அடித்தார்கள். போர்முனை எல்லையின் நெடுகிலும் அவர்கள் அதிக பீரங்கிக் குண்டுகள் போட்டார்கள்; மழையில் பலமுறை ஏவுகணைத் தாக்குதல் நடத்தினார்கள்; இயந்திரத் துப்பாக்கிகளாலும் சுட் டார்கள். அவர்களின் எல்லை நெடுகிலும் துப்பாக்கிகளாலும் சுட்டார்கள். மீண்டும் அவர்கள் வரவில்லை. எங்கும் அமைதி நிலவியது. ஆனால், பலத்த காற்று வீச்சின் இடைவெளிகளில் வடதிசையில் வெகு தூரத்தில் பீரங்கிக் குண்டுகள் வெடிக்கும் சத்தத்தை எங்களால் கேட்க முடிந்தது.

காயமடைந்தவர்கள் முதலுதவி நிலையத்துக்கு வந்துகொண் டிருந்தார்கள் - சிலர் ஸ்ட்ரெச்சர்களில் கொண்டுவரப்பட்டார்கள்; சிலர் நடந்து வந்தார்கள்; மற்றும் சிலரை வயல்வெளி வழியாக சிலர் முதுகில் சுமந்து வந்தார்கள். தண்ணீரில் ஊறவைத்ததுபோல் அவர்கள் நனைந்திருந்தார்கள்; அஞ்சி நடுங்கினார்கள். முதலுதவி நிலையத்தின் பதுங்குகுழிகளிலிருந்து மேலே வந்த இரண்டு வண்டிகளில் இருந்த ஸ்ட்ரெச்சர்களில் அங்கு வந்தவர்களை ஏற்றினோம். நான் இரண்டாவது வண்டியின் கதவை மூடி இறுக்கமாக அடைத்தபோது என் முகத்தில் விழுந்த மழை பனியாக மாறியதை உணர்ந்தேன். மழையோடு மெல்லிய பனிச் செதில்கள் அடர்த்தியாகவும் வேகமாகவும் விழுந்துகொண்டிருந்தன.

சூரிய வெளிச்சம் வந்த பின்னரும் சூறாவளிக்காற்று தொடர்ந்து வீசிக்கொண்டிருந்தது; ஆனால், பனி விழுவது நின்றிருந்தது; ஈரத் தரைத்தளத்தில் விழுந்தவுடன் அது அப்படியே உருகி ஓடியது. மீண்டும் மழை பெய்தது. சூரிய உதயம் ஆன சிறிது நேரத்தில் மேலும் ஒரு தாக்குதல் நடந்தது; ஆனால், அது தோல்வியில் முடிந்தது. நாள் முழுவதும் தாக்குதல் நடக்கும் என்று எதிர்பார்த்தோம். ஆனால், சூரியன் மறைந்துகொண்டிருக்கும் நேரம்வரை நடக்க வில்லை. ஆஸ்திரிய துப்பாக்கிப் படைகள் குவித்து வைக்கப் பட்டிருந்த மரங்கள் நிறைந்த நீண்ட மேட்டுப்பகுதிக்குக் கீழே தென் புறத்தில் தாக்கத் தொடங்கினார்கள். நாங்கள் பீரங்கித்

தாக்குதலை எதிர்பார்த்தோம், ஆனால், அது நடக்கவில்லை. இருள் சூழத் தொடங்கியது. அந்தக் கிராமத்தின் பின்புறமிருந்த வயல்வெளியிலிருந்து துப்பாக்கிச்சூடு நடத்தினார்கள்; எங்களிட மிருந்து விலகிச் சென்ற குண்டுகள் எங்களுக்கு இதமான ஒலி எழுப்பிச் சென்றன.

தெற்குத் திசையில் நடந்த தாக்குதல் தோல்வியில் முடிந்தது என்று கேள்விப்பட்டோம். அன்று இரவு அவர்கள் தாக்கவில்லை; ஆனால், வடக்குப் பகுதி நோக்கித் தடைகளைத் தாண்டிச் சென்றார்கள் என்று கேள்விப்பட்டோம். நாங்கள் அங்கிருந்து பின்வாங்கிச் செல்ல ஆயத்தமாக வேண்டும் என்று அன்று இரவு தகவல் வந்தது. முதலுதவி நிலையத்தில் இருந்த கேப்டன் எனக்குச் சொன்னார். அவருக்கு இராணுவப்பிரிவிலிருந்து அந்தத் தகவல் வந்திருந்தது. சிறிது நேரத்துக்குப் பின் தொலைபேசியில் பேசிவிட்டு வந்த அவர், அந்தத் தகவல் ஒரு பொய்த் தகவல் என்றார். விளைவுகள் எப்படியிருந்தாலும் பைன்சிஸா போர் முனையைத் தக்கவைக்க வேண்டும் என்று இராணுவப் பிரிவுக்கு உத்தரவு வந்திருந்தது. அவர்கள் வடக்குப் பகுதியில் அடைந்திருந்த வெற்றியைப் பற்றி நான் கேட்டேன். ஆஸ்திரிய இராணுவம் இருபத்தி ஏழாவது படைப் பிரிவைத் தோற்கடித்து கேபரெட்டோ நகரத்தை நெருங்குகிறார்கள் என்று இராணுவப் பிரிவிலிருந்து தகவல் கிடைத்ததாகச் சொன்னார். வடக்குப் பகுதியில் நாள் முழுவதும் பெரிய அளவில் சண்டை நடந்தது.

"அங்கிருக்கும் வேசி மகன்கள் தடைகளைத் தாண்டி அவர்களை வரவிட்டார்களானால் நாம் தோற்கடிக்கப்படுவோம்," என்றார் அவர்.

"அங்கே தாக்குபவர்கள் ஜெர்மானியர்கள்," என்று மருத்துவ அதிகாரிகளில் ஒருவர் சொன்னார். ஜெர்மானியர்கள் என்ற வார்த்தையே திகிலடையச் செய்வதாக இருந்தது. எந்தவகை யிலும் எங்களை ஜெர்மானியர்களுடன் சம்பந்தப்படுத்த நாங்கள் விரும்பவில்லை.

"அங்கே பதினைந்து ஜெர்மானியப் படைப் பிரிவுகள் இருக் கின்றன," என்ற மருத்துவ அதிகாரி, "அங்கே அவர்கள் வெற்றி அடைந்தால் நாம் துண்டிக்கப்படுவோம்," என்றும் சொன்னார்.

“நாம் இந்தப் போர்முனையைத் தக்கவைக்க வேண்டும் என்று படைப்பிரிவில் சொல்கிறார்கள். அவர்கள் அதிக அளவில் தடைகளைத் தாண்டவில்லை என்றும் மாண்டெ மஜியோரே யிலிருந்து மலைத்தொடர் முழுவதும் நமது எல்லையைத் தக்கவைக்க வேண்டும் என்றும் படைப்பிரிவில் சொல்கிறார்கள்.”

“அவர்களுக்கு எங்கிருந்து இந்தத் தகவல் கிடைக்கிறது?”

“படைக் கோட்டத்திலிருந்து.”

“இங்கிருந்து நாம் பின்வாங்க வேண்டும் என்ற தகவலும் படைக் கோட்டத்திலிருந்துதான் கிடைத்தது.”

“நாங்கள் இராணுவப் பிரிவின் கட்டுப்பாட்டில் வேலை செய்கிறோம்,” என்றேன். “ஆனால், இங்கே நான் உங்கள் கட்டுப் பாட்டில் வேலை செய்கிறேன். எனவே, நீங்கள் என்னைப் போகச் சொல்லும்போது போகிறேன். ஆனால், உறுதியான உத்தரவு வாங்கிக் கொடுங்கள்.”

“நாம் இங்கேயே இருக்க வேண்டும் என்றுதான் உத்தரவு இருக்கிறது. நீங்கள் காயமடைந்தவர்களை இங்கேயிருந்து பொருத்தமான மருத்துவமனைகளுக்குப் பிரித்து அனுப்பும் மருத்துவ நிலையத்துக்குக் கூட்டிச் செல்லுங்கள்.”

“சில சமயம் அந்த நிலையங்களிலிருந்து போர்முனை மருத்துவ மனைகளுக்கும் கூட்டிச் செல்கிறோம்,” என்றேன். “இதுவரை போர்க்களத்திலிருந்து பின்வாங்கிச் செல்வதை நான் பார்த்த தில்லை. எனக்கு விளக்கமாகச் சொல்லுங்கள்—பின்வாங்குவது என்றால், காயமடைந்தவர்கள் அனைவரும் எப்படி இங்கிருந்து வெளியேற்றப்படுகிறார்கள்?”

“அவர்கள் அனைவரும் வெளியேற்றப்படுவதில்லை. அவர் களால் முடிந்தவரை எவ்வளவு முடியுமோ அவ்வளவு மனிதர்களைக் கூட்டிச் செல்கிறார்கள்; மீதமிருப்பவர்களை இங்கேயே விட்டுச் செல்கிறார்கள்.”

“கார்களில் கொண்டு போகவேண்டியது என்ன?”

“மருத்துவமனைக் கருவிகள்.”

“அப்படியே செய்கிறேன்,” என்றேன்.

அடுத்த நாள் இரவு படைகள் பின்வாங்கும் படலம் தொடங்கியது. ஜெர்மானியர்களும் ஆஸ்திரியர்களும் வடக்குப் பகுதியில் தடைகளைத் தாண்டிவிட்டார்கள் என்றும், மலையின் பள்ளத் தாக்குகள் வழியாக சிவிடாலெ மற்றும் உதினெ நகரங்களை நோக்கி வந்துகொண்டிருக்கிறார்கள் என்றும் கேள்விப்பட்டோம். பின்வாங்கிச் செல்லும் செயல் சீராக நடந்தாலும் அது வருத்தமான சோகமான நிகழ்வாக இருந்தது. இரவு நேரத்தில் கூட்டம் நிறைந்த சாலைகளில் மெதுவாகச் சென்றோம்; போர்முனையிலிருந்து விலகி வேறு இடங்களுக்கு மழையில் நனைந்தபடி துப்பாக்கி களுடன் நடந்துசென்ற இராணுவ வீரர்களையும், பாரவண்டிகளை இழுத்துச் சென்ற குதிரைகளையும், கோவேறு கழுதைகளையும், கனரக வாகனங்களையும் கடந்து சென்றோம். போர்முனை நோக்கிப் போகும்போது ஏற்படும் குளறுபடிகள் எதுவும் பின் வாங்கிப் போகும்போது ஏற்படவில்லை.

பீடபூமிப் பகுதியில் மிகவும் குறைந்த அளவு சேதமடைந்திருந்த கிராமங்களில் அமைக்கப்பட்டிருந்த போர்க்கள மருத்துவமனை களில் இருந்த பொருட்களையும் காயமடைந்த வீரர்களையும் அன்று இரவு முழுமையாக இடம்பெயர உதவினோம்; காய மடைந்தவர்களை ஆற்றங்கரையில் இருந்த ப்லாவா நகருக்குக் கூட்டிச் சென்றோம். மறுநாள் முழுவதும் மருத்துவமனைகளில் இருந்த ஆட்களையும் அனைத்துப் பொருட்களையும் மழையில் நனைந்த படியே எடுத்துச் சென்றோம்; ப்லாவா நகரிலிருந்த முதலுதவி நிலையத்தையும் முழுமையாகக் காலி செய்தோம். தொடர்ந்து கனமழை பெய்தது; பைன்சிஸா பீடபூமியிலிருந்த இராணுவ வீரர்கள் அக்டோபர் மாத மழையில் நனைந்தவாறு அங்கிருந்து நகர்ந்து கீழே இறங்கி, அந்த ஆண்டு வசந்த காலத்தில் மாபெரும் வெற்றிகளின் தொடக்க இடமாக இருந்த ஆற்றைக் கடந்து பின்வாங்கிப் பயணம் செய்தார்கள். அடுத்த நாள் மதிய வேளையில் கொரீஸியா நகரை அடைந்தோம். மழை நின்றிருந்தது; அந்த நகரமே கிட்டத்தட்ட வெறுமையாக இருந்தது. நாங்கள் தெருவில் தொடர்ந்து மேலே சென்றபோது, இராணுவ வீரர்களுக்கான விபச்சார விடுதியிலிருந்த பெண் களைச் சரக்கு வண்டிகளில் ஏற்றிக்கொண்டிருந்தார்கள். மொத்தம் ஏழு பெண்கள் இருந்தார்கள்; அவர்கள் தொப்பியும் கோட்டும்

அணிந்திருந்தார்கள்; சிறிய கைப்பெட்டிகளைச் சுமந்து சென்றார்கள். அவர்களில் இரண்டு பெண்கள் அழுதுகொண்டிருந்தார்கள். மற்ற வர்களில் ஒரு பெண் எங்களைப் பார்த்துச் சிரித்தாள்; நாக்கை வெளியே துருத்தி அதை மேலும்கீழும் வேகமாக ஆட்டி நகைத்தாள். அவள் தடித்துப் பெருத்த உதடுகளுடனும் கருத்த கண்களுடனும் இருந்தாள்.

காரை நிறுத்திய பின் நடந்து சென்று தலைமை நர்ஸிடம் பேசினேன். அதிகாரிகளுக்கான விபச்சார விடுதியில் இருந்த பெண்கள் அன்று அதிகாலையிலேயே புறப்பட்டுச் சென்று விட்டார்கள் என்று அவள் சொன்னாள். அவர்கள் எங்கே போய்க்கொண்டிருந்தார்கள்? கோனெக்லியானோவுக்கு என்றாள். அவர்கள் இருந்த வண்டி புறப்பட்டது. உதடுகள் பெருத்த அந்தப் பெண் எங்களைப் பார்த்து மீண்டும் நாக்கைத் துருத்தினாள். தலைமை நர்ஸ் கை அசைத்தாள். அழுதுகொண்டிருந்த இரண்டு பெண்களும் அழுதுகொண்டேயிருந்தார்கள். மற்ற பெண்கள் ஆர்வத்துடன் நகரை நோக்கி வெளியே பார்த்தார்கள். நான் திரும்பவும் காரில் ஏறினேன்.

"நாம் அவர்களுடன் போயிருக்க வேண்டும்," என்று பொனெல்லோ சொன்னான். "அது நல்ல பயணமாக அமைந் திருக்கும்."

"நமது பயணமும் நல்ல பயணமாக இருக்கும்," என்றேன்.

"நமது பயணம் கொடுமையான பயணமாக இருக்கும்."

"அதைத்தான் நானும் சொன்னேன்," என்றேன். நாங்கள் தொடர்ந்து சென்று வில்லாவுக்குப் போகும் பாதையை அடைந்தோம்.

"அவர்களில் சில கொழுத்த குட்டிகள் முயற்சி செய்து வண்டியில் துள்ளி ஏறும்போது நான் அங்கே இருக்க ஆசைப்படுகிறேன்."

"அவர்கள் அப்படிச் செய்வார்கள் என்று நினைக்கிறாயா?"

"நிச்சயமாக. இரண்டாவது இராணுவப் பிரிவிலிருக்கும் அனை வருக்கும் தலைமை நர்ஸைத் தெரியும்."

நாங்கள் வில்லாவுக்கு வெளியே இருந்தோம்.

"அவளை 'மதர் சுப்பீரியர்' என்று அழைக்கிறார்கள். இந்தப் பெண்களெல்லாம் புதியவர்கள், ஆனால், எல்லோருக்கும் அவளைத்

தெரியும். படை பின்வாங்கத் தொடங்குவதற்குக் கொஞ்ச நாட்கள் முன்னால்தான் அவர்களை அங்கே கொண்டுவந்திருக்க வேண்டும்."

"அவர்களுக்கான காலம் வரும்."

"அவர்களுக்கான காலம் வரும் என்பேன் நான். காசு கொடுக்காமல் அவர்களை அடைய முயற்சி செய்வேன். எப்படியும் அந்த விடுதியில் அதிகக் காசு வாங்குகிறார்கள். அரசாங்கமும் நம்மை ஏமாற்றிக் கொள்ளை அடிக்கிறது."

"காரை வெளியே கொண்டு போய் மெக்கானிக்குகளை சோதனை செய்ய சொல்," என்று சொன்னேன். "எஞ்ஜினில் எண்ணெய்யை மாற்று; கியர் பாக்ஸைச் சோதனையிடச் சொல்; எண்ணெய் குறைந்தால் அதை நிரப்பு. அதன் பின் கொஞ்ச நேரம் தூங்கு."

"அப்படியே, லெஃப்டினன்ட் ஐயா ."

வில்லா வெறிச்சிட்டுக் கிடந்தது. மருத்துவமனைக் கருவிகளை எடுத்துச் சென்ற வண்டியில் ரினால்டி சென்றிருந்தான். மருத்துவ மனை ஊழியர்களை அதிகாரிகளுக்கான காரில் மேஜர் அழைத்துச் சென்றிருந்தார். வில்லாவின் கூடத்தில் குவித்து வைக்கப்பட்டிருந்த பொருட்களைக் கார்களில் ஏற்றிக்கொண்டு பொர்தனோனெ நகருக்குப் புறப்பட்டுப் போகுமாறு ஜன்னலில் எனக்கு ஒரு குறிப்பு இருந்தது. மெக்கானிக்குகள் அனைவரும் ஏற்கெனவே புறப்பட்டுப் போயிருந்தார்கள். நான் வெளியே வந்து பணிமனைக்குச் சென்றேன். நான் அங்கே இருந்தபோது மற்ற இரண்டு கார்களும் வந்து சேர்ந்தன; டிரைவர்கள் வண்டியிலிருந்து இறங்கினார்கள். மீண்டும் மழை பெய்யத் தொடங்கியது.

"நான் மிகவும் அதிகத் தூக்கக் கலக்கத்தில் இருக்கிறேன். ப்லாவாவிலிருந்து வந்துகொண்டிருக்கும்போது மூன்று முறை தூங்கிவிட்டேன்," என்று பியானி சொன்னான். "நாம் இப்போது என்ன செய்யப்போகிறோம், லெஃப்டினன்ட் ஐயா?"

"வண்டியின் எஞ்ஜின் எண்ணெய்யை மாற்றுவோம், கிரீஸ் வைப்போம், எரிவாயு நிரப்புவோம், வண்டியை முன்பகுதியில் நிறுத்துவோம், அதன் பின் அவர்கள் விட்டுச் சென்றிருக்கும் பொருட்களை வண்டிகளில் ஏற்றுவோம்."

"அதற்குப் பிறகு நாம் புறப்படுகிறோமா?"

"இல்லை. மூன்று மணி நேரம் தூங்குவோம்."

"இயேசுவே! தூங்கப் போகிறோம் என்பதால் மகிழ்ச்சி அடைகிறேன்," என்று பொனெல்லோ சொன்னான். "வண்டி ஓட்டும் போது என்னால் தூங்காமலிருக்க முடியவில்லை."

"உன்னுடைய கார் எப்படி இருக்கிறது, அய்மோ? என்று கேட்டேன்.

"அது சரியாக இருக்கிறது."

"எனக்கு ஒரு முழுச் சீருடை கொண்டு வா. வண்டியில் எண்ணெய் மாற்றுவதில் உனக்கு உதவி செய்கிறேன்."

"நீங்கள் அந்த வேலை செய்ய வேண்டாம், லெஃப்டினன்ட் ஐயா," என்று அய்மோ சொன்னான். "அது ஒன்றும் பெரிய வேலை இல்லை. நீங்கள் போய் உங்கள் பொருட்களைக் கட்டுங்கள்."

"என்னுடைய பொருட்கள் எல்லாம் கட்டியாகிவிட்டது. நாம் எடுத்துப் போவதற்காக அவர்கள் விட்டுப் போயிருக்கும் பொருட்களை எடுத்து வருகிறேன். கார்கள் எல்லாம் தயாரானவுடன் முன்னால் கொண்டு வா."

அவர்கள் கார்களை வில்லாவின் முன்பகுதிக்குக் கொண்டு வந்தார்கள். வில்லாவின் கூடத்தில் குவித்து வைக்கப்பட்டிருந்த மருத்துவமனைக் கருவிகளை கார்களில் ஏற்றினோம். அனைத்துக் கருவிகளும் வண்டிகளில் ஏற்றப்பட்ட பிறகு அந்த மூன்று கார்களும் வில்லாவின் சாலையில் மழையில் நனைந்தபடி மரங்களுக்கு அடியில் வரிசையாக நிறுத்தப்பட்டன. நாங்கள் வில்லாவின் உள்ளே சென்றோம்.

"அடுப்பங்கரையில் தீ மூட்டி உங்கள் பொருட்களை உலர்த்துங்கள்," என்றேன்.

"நான் துணிகளை உலர்த்துவதுபற்றி கவலைப்படவில்லை," என்றான் பியானி. "தூங்க விரும்புகிறேன்."

"நான் மேஜரின் படுக்கையில் தூங்கப்போகிறேன்," என்று பொனெல்லோ சொன்னான். "அந்தக் கிழவர் எங்கே படுத்துத் தூங்கினாரோ அங்கே நான் தூங்கப்போகிறேன்."

"நான் எங்கே தூங்குகிறேன் என்பது பற்றி நான் கவலைப் படவில்லை," என்றான் பியானி.

"இங்கே இரண்டு படுக்கைகள் இருக்கின்றன." அந்தக் கதவைத் திறந்தேன்.

"அந்த அறைக்கு உள்ளே என்ன இருந்தது என்று எனக்கு ஒருபோதும் தெரியாது," என்று பொனெல்லோ சொன்னான்.

"அதுதான் கிழட்டு மீன்முகத்தவன் அறை," என்றான் பியானி.

"நீங்கள் இரண்டு பேரும் அந்த அறையில் தூங்குங்கள்," என்றேன். "நான் உங்களை எழுப்புகிறேன்."

"லெஃப்டினன்ட் ஐயா, நீங்கள் நீண்ட நேரம் தூங்கினால் ஆஸ்திரியர்கள் வந்து நம்மை எழுப்புவார்கள்," என்றான் பொனெல்லோ.

"நீண்ட நேரம் தூங்க மாட்டேன்," என்றேன். "அய்மோ எங்கே இருக்கிறான்?"

"அவன் சமையல் அறைக்குள் போனான்."

"நீ போய்த் தூங்கு," என்றேன்.

"தூங்குகிறேன்," என்ற பியானி, "உட்கார்ந்தபடியே நாள் முழுவதும் தூங்கிக்கொண்டிருந்தேன். திறக்க முடியாதபடி தூக்கம் என் கண்களை அழுத்தியது," என்றும் சொன்னான்.

"உன்னுடைய பூட்ஸ்களைக் கழற்றி வை," என்றான் பொனெல்லோ. "அது வயதான மீன்முகத்தவனின் படுக்கை."

"மீன்முகத்தவனைப் பற்றி எனக்குக் கவலை இல்லை." பியானி அப்படியே படுக்கையில் படுத்தான். சேறாய் இருந்த அவனுடைய பூட்ஸ்கள் நேராக வெளியே நீட்டிக்கொண்டிருந்தன; தலை அவனுடைய கை மேல் இருந்தது. நான் அங்கிருந்து வெளியேறி சமையல் அறைக்குப் போனேன். அய்மோ அடுப்பை எரிய விட்டிருந்தான்; அடுப்பின் மேல் ஒரு பாத்திரத்தில் தண்ணீர் வைத்திருந்தான்.

"இத்தாலியன் வகை பாஸ்தா சமைக்கலாம் என்று நினைத்தேன்," என்றான் அவன். "விழித்து எழும்போது நமக்குப் பசிக்கும்."

"உனக்குத் தூக்கம் வரவில்லையா, பர்தோலோமியோ?"

"அவ்வளவாகத் தூக்கம் வரவில்லை." தண்ணீர் கொதிக்க ஆரம்பித்தவுடன் அதை அப்படியே விட்டுவிடுகிறேன். நெருப்பு அதுவாகவே அணைந்துவிடும்."

"நீ கொஞ்ச நேரம் தூங்குவது நல்லது," என்றேன். "நாம் பாலாடைக் கட்டியும் குரங்குக் கறியும் சாப்பிடலாம்."

"அதைவிட இது மேலானது," என்றான். "சூடாக ஏதாவது சாப்பிடுவது அந்த இரண்டு அராஜகவாதிகளுக்கும் நல்லது. நீங்கள் போய்த் தூங்குங்கள், லெஃப்டினன்ட் ஐயா."

"மேஜரின் அறையில் ஒரு படுக்கை இருக்கிறது."

"அங்கே நீங்கள் தூங்குங்கள்."

"வேண்டாம். நான் மாடியில் இருக்கும் என்னுடைய முன்னாள் அறைக்குப் போகிறேன். கொஞ்சம் மது குடிக்கிறாயா, பர்தோலோமியோ?"

"நாம் போகும்போது குடிக்கலாம், லெஃப்டினன்ட் ஐயா. இப்போது குடிப்பது எனக்கு நல்லதில்லை."

"இன்னும் மூன்று மணி நேரத்தில் நீ விழித்து எழுந்தால், அதற்குள் நான் உன்னைக் கூப்பிடவில்லை என்றால், என்னை எழுப்பு, எழுப்புவாயா?"

"என்னிடம் கடிகாரம் இல்லை, லெஃப்டினன்ட் ஐயா."

"மேஜரின் அறையில் சுவரில் கடிகாரம் இருக்கிறது."

"அப்படியானால் சரி."

அங்கிருந்து வெளியேறி சாப்பாட்டு அறை மற்றும் அதை ஒட்டிய தளத்தின் வழியாகச் சென்று பளிங்கு மாடிப்படி ஏறி முன்னாட்களில் நான் ரினால்டியுடன் வசித்த அறைக்குப் போனேன். வெளியே மழை பெய்துகொண்டிருந்தது. நான் ஜன்னல் பக்கம் சென்று வெளியே பார்த்தேன். இருள் சூழத் தொடங்கியது; மரங்களுக்கு அடியில் வரிசையாக நின்று கொண்டிருந்த மூன்று கார்களையும் பார்த்தேன். மழையால் மரங்களிலிருந்து சொட்டுச்சொட்டாகத் தண்ணீர் விழுந்து கொண்டிருந்தது. வானிலை குளிர்ச்சியாக இருந்தது; தண்ணீர்த் துளிகள் மரக் கிளைகளில் தொங்கிக்கொண்டிருந்தன. ரினால்டியின் படுக்கைக்குத் திரும்பினேன்; அப்படியே படுத்தேன்; தூக்கம் என்னை ஆட்கொள்ள அனுமதி அளித்தேன்.

புறப்படும் முன்னால் நாங்கள் சமையல் அறையில் சாப் பிட்டோம். அய்மோ ஒரு கோப்பையில் வெங்காயத்துடன் ஸ்பெகெட்டியும், தகர டப்பாவில் துண்டுகளாக வெட்டி வைக்கப்பட்ட இறைச்சியும் வைத்திருந்தான். நாங்கள் சாப்பாட்டு மேஜையில் வட்டமாக உட்கார்ந்தபடி வில்லாவின் நிலவறையில் விட்டுச் செல்லப்பட்டிருந்த இரண்டு பாட்டில் ஒயினைக் குடித்தோம். வெளியே இருட்டாக இருந்தது, மழை இன்னமும் பெய்துகொண்டிருந்தது. பியானி அதிகமான தூக்கக் கலக்கத்தில் மேஜையில் உட்கார்ந்திருந்தான்.

“போர்முனைக்கு முன்னேறிப்போவதைவிட அங்கிருந்து பின் வாங்குவதே எனக்குப் பிடித்திருக்கிறது,” என்று பொனெல்லோ சொன்னான். “பின்வாங்கும்போது நாம் சிவப்பு ஒயின் குடிக்கிறோம்.”

“இப்போது ஒயின் குடிக்கிறோம். நாளை நாம் மழைநீரைக் குடித்தாலும் குடிப்போம்,” என்றான் அய்மோ.

“நாளை நாம் உதினே நகரில் இருப்போம். நாம் ஷாம்பெய்ன் குடிக்கலாம். அங்கேதான் சோம்பேறிகள் வாழ்கிறார்கள். விழித்து எழுந்திரு, பியானி! நாளை நாம் உதினேயில் ஷாம்பெய்ன் குடிக்கலாம்!”

“நான் விழித்துதான் இருக்கிறேன்,” என்று பியானி சொன்னான். அவனுடைய தட்டில் ஸ்பெகெட்டியும் இறைச்சியும் நிரப்பினான். “தக்காளி தொக்கு கிடைக்கவில்லையா, பர்தோ?”

“இங்கே கொஞ்சம்கூட இல்லை,” என்று அய்மோ சொன்னான்.

“நாம் உதினேயில் ஷாம்பெய்ன் குடிப்போம்,” என்று பொனெல்லோ சொன்னான். அவனுடைய தம்ளரில் வேறு எதுவும் கலக்காமல் சிவப்பு ஒயின் மட்டும் ஊற்றி நிரப்பினான்.

“நாம் உதினே நகரை அடையும் முன்னால்—குடித்தாலும் குடிக்கலாம்,” என்றான் பியானி.

“நீங்கள் போதுமான அளவு சாப்பிட்டீர்களா, லெஃப்டினன்ட் ஐயா?” என்று அய்மோ கேட்டான்.

“எனக்கு ஏராளமாகக் கிடைத்தது. பாட்டிலை என்னிடம் கொடு, பர்தோலோமியோ.”

"ஒவ்வொரு காரிலும் ஒரு பாட்டில் வைத்திருக்கிறேன்," என்றான் அய்மோ.

"நீ கொஞ்சமாவது தூங்கினாயா?"

"எனக்கு அதிகமான தூக்கம் தேவையில்லை. கொஞ்சம் தூங்கினேன்."

"நாளை நாம் ராஜாவின் படுக்கையில் தூங்கலாம்," என்றான் பொனெல்லோ. அவன் உற்சாகமாக இருந்தான்.

"ஒருவேளை நாளைக்கு நாம்--- தூங்கினாலும் தூங்கலாம்," என்று பியானி சொன்னான்.

"நான் ராணியுடன் தூங்குவேன்," என்று பொனெல்லோ சொன்னான். நான் அந்த நகைச்சுவையை எப்படி எடுத்தேன் என்று அறிய என்னைப் பார்த்தான்.

"நீ --- யுடன் தூங்குவாய்," என்று தூக்கக்கலக்கத்தில் இருந்த பியானி சொன்னான்.

"இது இராஜதுரோகம்," என்றான் பொனெல்லோ. "இது இராஜதுரோகம் இல்லையா?"

"வாயை மூடு," என்றேன். "கொஞ்சம் ஒயின் குடித்ததற்கே அதிகமாய் உளறுகிறாய்."

வெளியே கனமழை பெய்தது. நான் கடிகாரத்தைப் பார்த்தேன். அப்போது நேரம் ஒன்பதரை மணி.

"நாம் புறப்படுவதற்கான நேரம் வந்துவிட்டது," என்று சொன்னேன், எழுந்து நின்றேன்.

"யாருடைய காரில் நீங்கள் வருகிறீர்கள், லெஃப்டினன்ட் ஐயா?" என்று பொனெல்லோ கேட்டான்.

"அய்மோவோடு வருகிறேன். அதன் பின் உன்னோடு, அடுத்து பியானியோடு. நாம் இப்போது கார்மன்ஸ் போகும் சாலையில் பயணத்தைத் தொடங்கலாம்.

"நான் தூங்கிவிடுவேனோ என்று பயமாக இருக்கிறது," என்று பியானி சொன்னான்.

"அப்படியானால் நான் இப்போது உன்னுடன் வருகிறேன். அடுத்தது பொனெல்லோ, அதன் பின் அய்மோ"

தடாகம் / 295

"அதுதான் நல்லது," என்றான் பியானி. "ஏனென்றால் நான் அதிகத் தூக்கக் கலக்கத்தில் இருக்கிறேன்."

"நான் காரை ஓட்டுகிறேன். நீ கொஞ்ச நேரம் தூங்கு."

"வேண்டாம். என்னால் கார் ஓட்ட முடியும். நான் தூங்கத் தொடங்கினால் யாராவது எழுப்புவார்கள் என்று எனக்குத் தெரிந்தால் போதும்."

"நான் உன்னை எழுப்புகிறேன். விளக்குகளை அணைத்துவிடு, பர்தோ."

"அவற்றை நாம் அப்படியே விட்டுவிடலாம்," என்றான் பொனெல்லோ. "இதற்கு அப்புறம் இந்த இடத்தினால் நமக்குப் பயன் எதுவும் இல்லை."

"என்னுடைய அறையில் பூட்டுப் போடப்பட்ட பெட்டி ஒன்று வைத்திருக்கிறேன். பியானி, அதைக் கீழே கொண்டுவந்து உதவி செய்வாயா?"

"நாங்கள் கொண்டு வருகிறோம்," என்றான் பியானி. "வா போகலாம், ஆல்டோ." அவன் பொனெல்லோவுடன் வில்லாவின் கூடத்துக்குள் நுழைந்தான். அவர்கள் மாடிக்குப் போகும் சத்தத்தைக் கேட்டேன்.

"இது அருமையான இடம்," என்று பர்தோலோமியோ அய்மோ சொன்னான். இரண்டு ஒயின் பாட்டில்களையும் பாதி பாலாடைக்கட்டியையும் அவனுடைய முதுகுப் பையில் வைத்தான். "இதுபோல மற்றொரு இடம் மீண்டும் கிடைக்காது. பின்வாங்கி வருகிறவர்கள் எங்கே போவார்கள், லெஃப்டினன்ட் ஐயா?"

"தக்லியாமெண்டோ ஆற்றுக்கு அப்பால் என்று சொல்கிறார்கள். மருத்துவமனையும் அதைச் சார்ந்த அமைப்புகளும் பொர்தனோனெ நகரில் அமைக்கப்படும்."

"பொர்தனோனெ நகரைவிட இந்த இடம் மேலானது."

"பொர்தனோனெ நகரைப் பற்றி எனக்கு எதுவும் தெரியாது," என்றேன். "அந்த நகரின் வழியாகப் போயிருக்கிறேன்."

"அது வசதியான இடம் இல்லை." என்று அய்மோ சொன்னான்.

அத்தியாயம் 28

அந்த நகரத்திலிருந்து நாங்கள் வெளியேறியபோது மழை பெய்துகொண்டிருந்தது, இருட்டாகவும் இருந்தது; நகரம் வெறிச்சோடிக் கிடந்தது. விதிவிலக்காக, முக்கிய வீதியின் வழியாக இராணுவ வீரர்களும் பீரங்கிப்படை வீரர்களும் அணிஅணியாகச் சென்றார்கள்; பல இராணுவ வாகனங்களும் சென்றன. மேலும், மற்ற வீதிகளின் வழியாக வந்த சில வண்டிகள் முக்கிய வீதியை அடைந்து ஒன்றிணைந்தன. அங்கிருந்த தோல் பதனிடும் தொழிற்சாலைகளைக் கடந்து நாங்கள் முக்கியச் சாலையை அடைந்தபோது, அந்தச் சாலையின் ஒரு பக்கமாக இராணுவப் படையினரும், இராணுவ கனரக வாகனங்களும், குதிரை வண்டிகளும், பீரங்கிப் படையினரும் அகல நீண்ட வரிசையில் மெதுவாகச் சென்றுகொண்டிருந்தார்கள். நாங்கள் மழையில் நனைந்தபடி மெதுவாக, ஆனால், ஒரே சீராக நகர்ந்து சென்றோம்; எங்களுடைய காரின் ரேடியேட்டர் மூடி, உயரமாகச் சுமை ஏற்றப்பட்டு ஈரமான கித்தானால் மூடப்பட்டிருந்த ஒரு வாகனத்தின் பின்புறப் பலகைமீது கிட்டத்தட்ட முட்டும் நிலையில் எங்கள் கார் சென்றது. அதன் பின் அந்த வாகனம் நகராமல் நின்றது. எல்லா வாகனங்களும் சென்ற நீண்ட வரிசையும் நிறுத்தப்பட்டது. அந்த வாகனம் மீண்டும் புறப்பட்டது, சற்று தூரம் முன்னால் நகர்ந்து சென்று திரும்பவும் நின்றது. நான் காரிலிருந்து கீழே இறங்கி கனரக வாகனங்கள் மற்றும் வண்டிகளுக்கு ஊடாகவும் குதிரைகளின் ஈரமாயிருந்த கழுத்துப் பகுதிக்கு அடியிலும் குனிந்து முன்னோக்கி நடந்தேன். போக்குவரத்தைத் தடைப்படுத்திய இடம் இன்னும் முன்னால் தள்ளி இருந்தது. நான் சாலையிலிருந்து விலகிச் சென்றேன்; கழிவுநீர் ஓடையை அதன் குறுக்கே இருந்த பலகையின்மேல் நடந்து கடந்தேன். வயல்வெளியில் நடந்து கழிவுநீர் ஓடையிலிருந்து தூரமாகப் போனேன். மழையில் நனைந்தபடியே வயல்வெளிகளின் குறுக்கே

முன்னோக்கி நடந்தேன்; நகர முடியாமல் நின்ற வாகனங்களின் நீண்ட வரிசையை மரங்களின் இடைவெளிகளின் ஊடாகக் கண்டேன். இப்படியே சுமார் ஒரு மைல் தூரம் நடந்தேன். ஆனால், வாகனங்களின் நீண்ட வரிசை நகரவில்லை. இருந் தாலும், பயணம் தடைபட்டிருந்த வாகனங்களின் வரிசைக்கு அப்பால் அந்தச் சாலையின் அடுத்த பகுதியில் இராணுவ வீரர்கள் சென்றுகொண்டிருந்ததைக் கண்டேன். கார்கள் நின்ற இடத்துக்குத் திரும்பி வந்தேன். உதினே நகரம்வரை போக்கு வரத்து தடைபட்டிருக்கலாம் என்று நினைத்தேன். காரின் டிரைவர் இருக்கையில் பியானி தூங்கிக்கொண்டிருந்தன். காரில் ஏறி அவனுக்குப் பக்கத்து இருக்கையில் உட்கார்ந்து நானும் தூங்கினேன். பலமணி நேரத்துக்குப் பிறகு எங்களுக்கு முன்னால் நின்ற கனரக வாகனம் சத்தம் எழுப்பி நகரத் தொடங்கியது. நான் பியானியை எழுப்பினேன். நாங்களும் புறப்பட்டோம். சற்று தூரம் சென்றோம்; அதன் பின் நின்றோம். மீண்டும் மீண்டும் அதே நிலை தொடர்ந்தது. தொடர்ந்து மழை பெய்துகொண்டிருந்தது.

இரவில் வாகனங்களின் நீண்ட வரிசை மறுபடியும் தடை பட்டது; அதன் பின் அது நகரவில்லை. நான் கீழே இறங்கிப் பின்திசையில் நடந்து அய்மோவையும் பொனெல்லோவையும் பார்க்கப் போனேன். பொனெல்லொ அவனுடைய காரின் இருக்கையில் அவனுடன் இரண்டு இராணுவப் பொறியாளர்களை உட்காரவைத்திருந்தான். நான் அங்கு சென்றவுடன் அவர்கள் உடம்பை விறைப்பாக்கிக்கொண்டு எனக்கு மரியாதை செய் தார்கள்.

“பாலத்தில் ஏதோ ஒரு வேலைக்காக இவர்களை இங்கே விட்டுச் சென்றிருக்கிறார்கள்,” என்று சொன்னான் பொனெல்லோ. “இவர்களால் அவர்களது படைப் பிரிவைக் கண்டுபிடிக்க முடிய வில்லை. அதனால் இவர்களை நமது வண்டியில் ஏற்றினேன்.”

“லெஃப்டினன்ட் ஐயாவின் அனுமதி வேண்டும்.”

“அனுமதிக்கிறேன்,” என்றேன்.

“லெஃப்டினன்ட் அமெரிக்கர்,” என்றான் பொனெல்லோ. “அவர் எல்லோரையும் காரில் பயணம் செய்ய அனுமதிப்பார்.”

அவர்களில் ஒருவன் புன்னகைத்தான். நான் வட அமெரிக்கா விலிருந்தோ தென் அமெரிக்காவிலிருந்தோ வந்திருக்கும் இத்தாலியனா என்று மற்றவன் பொனெல்லோவிடம் கேட்டான்.

"அவர் இத்தாலியன் இல்லை. ஆங்கிலம் பேசும் வட அமெரிக்கர்."

அந்த அதிகாரிகள் பண்பானவர்களாக இருந்தார்கள்; ஆனாலும் அவர்கள் அதை நம்பவில்லை. நான் அவர்களைப் பிரிந்து அய்மோ இருந்த இடத்துக்குத் திரும்பினேன். அவனுடைய இருக்கையில் அவனுடன் இரண்டு இளம் பெண்கள் இருந்தார்கள். அய்மோ இருக்கையின் ஓரத்தில் பின்னால் சாய்ந்து உட்கார்ந்து புகைபிடித்துக்கொண்டிருந்தான்.

"பர்தோ, பர்தோ," என்றேன். அவன் சிரித்தான்.

"லெஃப்டினன்ட் ஐயா, அவர்களிடம் பேசுங்கள்," என்றான். "அவர்கள் பேசுவது எனக்குப் புரியவில்லை." "ஹேய்," என்றபடி நட்பான முறையில் அந்தப் பெண்ணின் தொடையைப் பிசைந்தான். அவளுடைய சால்வையை அவள் உடல்மேல் இறுக்கமாகச் சுற்றி இழுத்துவிட்டபடி அவன் கையைத் தள்ளிவிட்டாள். "ஹேய்," என்றான் அவன். "லெஃப்டினன்ட் ஐயாவிடம் உன் பெயர் என்ன, இங்கு என்ன செய்துகொண்டிருக்கிறாய் என்று சொல்."

அவள் என்னை மூர்க்கமாக, சீற்றத்துடன் பார்த்தாள். மற்றொரு இளம் பெண் கண்களைக் கீழ்நோக்கித் தாழ்த்தி வைத்திருந்தாள். என்னை நேராகப் பார்த்த பெண் எனக்கு ஒரு வார்த்தை கூடப் புரியாத மொழியில் ஏதோ சொன்னாள். அவள் பருத்தும் கறுத்தும் இருந்தாள்; பதினாறு வயதினவளாகத் தோன்றினாள்.

"'சொரெல்லா?' - அவள் உன் சகோதரியா," என்று மற்றொரு பெண்ணைச் சுட்டிக்காட்டிக் கேட்டேன்.

அவள் தலையாட்டினாள், புன்னகைத்தாள்.

"சரி," என்றேன்; அவளுடைய முட்டியில் தட்டிக்கொடுத்தேன். அவளை நான் தொட்டபோது அவள் உடலை விறைப்பாக்கி நகர்த்துவதை உணர்ந்தேன். அவளுடைய சகோதரி மேல் நோக்கிப் பார்க்கவே இல்லை. அவள் ஒரு வயது இளையவளாகத் தோன்றினாள். அய்மோ மூத்த பெண்ணின் தொடையில் கையை

தடாகம் / 299

வைத்தான். அவள் அதைத் தள்ளிவிட்டாள். அவளைப் பார்த்துச் சிரித்தான்.

"நல்ல மனிதன்," என்று கூறி அவனை அவன் சுட்டிக்காட்டினான். "நல்ல மனிதன்," என்று சொல்லி என்னைச் சுட்டிக் காட்டினான். "கவலைப்படாதே." அந்தப் பெண் அவனைக் கடுங் கோபத்துடன் பார்த்தாள். சகோதரிகள் இருவரும் காட்டுப் பறவைகள்போல் இருந்தார்கள்.

"அவளுக்கு என்னைப் பிடிக்கவில்லையென்றால் எதற்காக என்னுடன் பயணம் செய்ய வேண்டும்?" என்று அய்மோ கேட்டான். "காரில் ஏறும்படி நான் சைகை காட்டிய நொடி யிலேயே அவர்கள் காரில் ஏறினார்கள்." அவன் அந்தப் பெண்ணை நோக்கித் திரும்பினான். "கவலைப்படாதே," என்று சொன்னான். "--- என்ற ஆபத்து இல்லை," என்று அந்த இழிவான வார்த்தையைப் பயன்படுத்தினான். "---கான இடம் இல்லை." அந்த வார்த்தையைப் புரிந்துகொண்டாள் என்பதைக் கண்டேன்; அவ்வளவுதான். மிகவும் மிரண்ட நிலையில் இருந்த அவளுடைய கண்கள் அவனைப் பார்த்தன. சால்வையை இறுக்கமாகச் சுற்றிக் கொண்டாள். "எல்லா கார்களும் நிரம்பி இருக்கின்றன. --- என்ற ஆபத்து இல்லை. --- அதற்கான இடமும் இல்லை." ஒவ்வொரு முறை அவன் அந்த வார்த்தையைச் சொல்லும்போதும் அவள் கொஞ்சம் விறைப்படைந்தாள். பிறகு விறைப்பாக உட்கார்ந்தபடி அவனைப் பார்த்து கதறி அழத் தொடங்கினாள். அவள் உதடுகள் துடிப்பதையும் அவளுடைய கொழுகொழுத்த கன்னங்களில் கண்ணீர்த் துளிகள் வழிவதையும் பார்த்தேன். அவளுடைய சகோதரி, மேல்நோக்கிப் பார்க்காமலேயே, அவளுடைய கையைப் பிடித்தாள்; இருவரும் சேர்ந்து உட்கார்ந்தார்கள். மூர்க்கத்தனமான கோபத்தை வெளிப்படுத்திய பெரிய பெண் இப்போது விம்மத் தொடங்கினாள்.

"நான் அவளை மிரட்டிவிட்டேன் என்று தோன்றுகிறது," என்றான் அய்மோ. "அவளை மிரட்ட வேண்டும் என்பது என் நோக்கமில்லை."

பர்தோலோமியோ முதுகுப் பையை வெளியே எடுத்தான்; இரண்டு பாலாடைக் கட்டிகளை வெட்டி எடுத்தான். "இதோ, எடுத்துக்கொள்," என்றான். "அழுவதை நிறுத்து."

மூத்த பெண் தலையை ஆட்டி மறுத்தாள்; தொடர்ந்து அழுதாள். ஆனால், இளைய பெண் பாலாடைக் கட்டிகளை எடுத்தாள்; அதில் ஒன்றைச் சாப்பிடத் தொடங்கினாள். கொஞ்ச நேரத்துக்குப் பின் அவளுடைய சகோதரிக்கு இரண்டாவது பாலாடைக் கட்டியைக் கொடுத்தாள். அவர்கள் இருவரும் சாப்பிட்டார்கள். மூத்த சகோதரி இன்னமும் விம்மிக்கொண்டிருந்தாள்.

"கொஞ்ச நேரத்தில் அவள் சரியாகிவிடுவாள்," என்று அய்மோ சொன்னான்.

திடீரென்று அவனுக்கு ஓர் எண்ணம் தோன்றியது. அவனுக்குப் பக்கத்தில் இருந்த பெண்ணிடம் "நீ கன்னிப் பெண்ணா?" என்று கேட்டான். அவள் மிகப் பலமாகத் தலையை ஆட்டி ஆமோதித் தாள். அவளுடைய சகோதரியைச் சுட்டிக்காட்டி, "அவளும் கன்னிப் பெண்ணா?" என்று கேட்டான். இரண்டு பெண்களும் தலையை ஆட்டி ஆமோதித்தார்கள்; பெரிய பெண் அவளுடைய பேச்சுவழக்கில் ஏதோ சொன்னாள்.

"அப்படியானால் சரி," என்று சொன்னான் பர்தோலோமியோ. "அப்படியானால் சரி."

இரண்டு பெண்களும் மகிழ்ச்சி அடைந்ததுபோல் தெரிந்தது.

அய்மோ இருக்கையின் ஓரத்தில் பின்னால் சாய்ந்து உட்கார்ந் திருந்தான். அந்தப் பெண்களை அவனுடன் தங்க அனுமதித்த பின் அங்கிருந்து நகர்ந்து பியானியின் காருக்குச் சென்றேன். கனரக வாகனங்களின் நீண்ட வரிசை நகரவில்லை. ஆனால், இராணுவ வீரர்கள் அந்த வரிசையின் பக்கமாகக் கடந்து போனார்கள். இன்னமும் கனமழை பெய்துகொண்டிருந்தது. ஏதோ ஒரு சில வாகனங்களின் மின்இணைப்புக் கம்பிகள் மழையில் நனைந்து ஈரமானதால் வாகனங்கள் நகர்வதில் சில தடைகள் ஏற்பட்டிருக்கலாம் என்று நினைத்தேன். குதிரைகளினாலும், இராணுவ வீரர்கள் தூங்கியதாலும் இத்தடைகள் ஏற்பட்டிருக்க வாய்ப்புகள் அதிகம் என்றும் நினைத்தேன். மேலும் பயணம் செய்பவர்கள் அனைவரும் தூங்காமல் இருக்கும்போதுகூட நகரங் களில் போக்குவரத்தில் தடைகள் ஏற்படலாம். குதிரைகள், மோட்டார் வாகனங்களின் நெரிசல்களால் பிரச்சினைகள் ஏற் பட்டன. தடைகள் ஏற்படாமல் செல்ல அவை ஒன்றுக்கொன்று

உதவுவதில்லை. விவசாயிகளின் கட்டை வண்டிகளினாலும் அதிகம் பயனில்லை. பர்தோவுடன் இருக்கும் இரண்டு பெண் களும் அழகானவர்கள். இரண்டு கன்னிப் பெண்களுக்குப் படைகள் பின்வாங்கிச் செல்லும் இடத்தில் வேலையில்லை, உண்மை யான கன்னிப் பெண்களுக்கு. ஒருவேளை அவர்கள் மதப் பற்று மிகுந்தவர்களாக இருக்கலாம். போர் இல்லையென்றால் நாம் அனைவரும் படுக்கையில் ஓய்வெடுக்கலாம். நான் படுக்கையில் படுத்துத் தலையைச் சாய்த்தேன். பலகையும் படுக்கையும். பலகைபோல் விறைப்புடன் படுக்கையில் கிடந்தேன். இப்போது கேதரின் இரண்டு போர்வைக்குள் படுத்திருந்தாள்——ஒன்று அவள் மீதும் மற்றொன்று அவளுக்கு அடியிலும். எந்தப் பக்கமாகச் சாய்ந்து தூங்கினாள்? ஒருவேளை அவள் தூங்காமல் இருக்கலாம். ஒருவேளை அவள் படுக்கையில் படுத்தபடியே என்னை நினைத்துக் கொண்டிருக்கலாம். ஏ மேற்கத்தியக் காற்றே, நீ வீசு, நீ வீசு. நல்லது, காற்று வீசியது. ஆனால், அது தந்தது சிறு மழை இல்லை; பெரும் மழையை மேலிருந்து கொட்டித் தள்ளியது. இரவெல்லாம் மழை பொழிந்தது. காற்று வலுவாக அடித்துக் கீழே தள்ளியதுதான் மழையாகப் பொழிந்தது என்பது உனக்குத் தெரியும். நீ அதைப் பார். இயேசுவே, என் காதலி என் கைகளில் தவழ வேண்டும்; நான் மறுபடியும் படுக்கையில் இருக்க வேண்டும். அதுதான், என் காதலி கேதரின். அதுதான், என் இனிய காதலி கேதரின் மழையாய்க் கீழே வர வேண்டும். காற்றே, அவளை மீண்டும் என்னிடம் கொண்டுவா. நல்லது, நாங்கள் மழைக்குள் இருந்தோம். அனைவரும் மழைக்குள் மாட்டினோம்; சிறு மழை என் ஏக்கத்தைத் தீர்க்காது. "குட்-நைட், கேதரின்," நான் பெருங்குரலில் பேசினேன். "நீ நன்றாகத் தூங்குவாய் என்று நம்புகிறேன். உனக்குச் சங்கடமாக இருந்தால், என் அன்பே, அடுத்த பக்கமாகத் திரும்பிப் படு," என்றேன். "நான் உனக்குக் கொஞ்சம் குளிர்ச்சியான தண்ணீர் கொண்டு வருகிறேன். இன்னும் சற்று நேரத்தில் விடியற்காலை வந்துவிடும், அதன் பின் நிலைமை அவ்வளவு மோசமாக இருக்காது. அவன் உனக்கு அதிகச் சங்கடத்தை ஏற்படுத்துகிறான். அதற்காக நான் வருந்துகிறேன். முயற்சி செய், தூங்கு, இனியவளே."

நான் எல்லா நேரமும் தூங்கிக்கொண்டுதான் இருந்தேன், என்றாள் அவள். நீ உன் தூக்கத்தில் பேசிக்கொண்டிருந்தாய். நீ நன்றாக இருக்கிறாய், அல்லவா?

உண்மையாகவே நீ அங்கேதான் இருக்கிறாயா?

நிச்சயமாக நான் இங்கேதான் இருக்கிறேன். நான் இங்கேயிருந்து போக மாட்டேன். அது நம்மிடையே எந்த வேறுபாட்டையும் ஏற்படுத்தாது.

நீ மிகவும் அற்புதமானவள், இனிமையானவள். இரவில் இங்கிருந்து போக மாட்டாய் அல்லவா, போவாயா?

நிச்சயமாக நான் இங்கேயிருந்து போக மாட்டேன். நான் எப்போதும் இங்கேயே இருக்கிறேன். என்னை நீ விரும்பும்போதெல்லாம் வருகிறேன்.

"---," என்றான் பியானி. "அவர்கள் மறுபடியும் புறப்பட்டு விட்டார்கள்."

"நான் மயக்க நிலையில் இருந்தேன்," என்றேன். என் கைக் கடிகாரத்தைப் பார்த்தேன். நேரம் காலை மூன்று மணி. இருக் கையின் பின்பக்கமாகச் சாய்ந்து அங்கிருந்த ஒயின் பாட்டிலை எடுத்தேன்.

"நீங்கள் சத்தமாகப் பேசினீர்கள்," என்று பியானி சொன்னான்.

"நான் ஆங்கிலத்தில் கனவு கண்டுகொண்டிருந்தேன்," என்றேன்.

மழையின் தாக்கம் கொஞ்சம்கொஞ்சமாகக் குறைந்துகொண் டிருந்தது. நாங்கள் நகர்ந்து போய்க்கொண்டிருந்தோம். விடியும் முன் எங்கள் பயணம் மீண்டும் தடைப்பட்டது. பகல் வெளிச்சம் வந்தபோது நாங்கள் சிறிய மேட்டுத் தளத்தில் இருந்தோம். இராணுவம் பின்வாங்கிப் பயணம் செய்த சாலை எங்களுக்கு முன்னால் நீண்டு நெடுகச் சென்றது; சாலையில் நெடுக நின்ற வாகனங்கள் எல்லாமே நின்ற இடத்தில் நின்றன; காலாட் படைகள் மட்டும் கிடைத்த இடைவெளிகளில் ஊடுருவிச் சென்றன. மீண்டும் முன்னால் நகரத் தொடங்கினோம். ஆனால், நாங்கள் நகர்ந்துபோகும் வேகத்தைப் பகல் வெளிச்சத்தில் கணக்கிட்டால், நாங்கள் உதினே நகரை அடைய வேண்டும் என்ற எண்ணம் இருந்தால், கட்டாயமாக ஏதோ ஒரு வழியில்

முக்கியச் சலையிலிருந்து விலகி நாட்டுப்புறச் சாலையில் பயணம் செய்ய வேண்டும் என்பது எனக்கு உறுதியாகத் தெரிந்தது.

இரவு நேரத்தில் நாட்டுப்புறச் சாலைகளிலிருந்து வந்த பல விவசாயிகள் முக்கியச் சாலையில் இருந்த நீண்ட வரிசையில் இணைந்தார்கள்; அவர்கள் வந்த வரிசையில் வீட்டு உபயோகப் பொருட்களால் நிரப்பப்பட்டிருந்த சில கட்டை வண்டிகளும் வந்தன; முகம் பார்க்கும் கண்ணாடிகள் மெத்தைகளின் இடை யிலிருந்து வெளியே நீட்டிக்கொண்டிருந்தன; கோழிகளும் வாத்துகளும் வண்டிகளில் கட்டப்பட்டிருந்தன. மழையில் நனைந்தபடியே எங்களுக்கு முன்னால் போய்க்கொண்டிருந்த வண்டியில் ஒரு தையல் இயந்திரம் இருந்தது. விலைமதிப்பான பொருட்களைப் பாதுகாத்து அவர்களோடு எடுத்துப் போனார்கள். மழையின் தாக்கத்திலிருந்து தப்பிப்பதற்காக சில வண்டிகளில் பெண்கள் நெருக்கமாகச் சேர்ந்து உட்கார்ந்திருந்தார்கள். மற்றவர்கள் வண்டிகளின் பக்கமாக நடந்தார்கள்; எந்த அளவு வண்டிகளோடு ஒட்டிச் செல்ல முடியுமோ அந்த அளவு ஒட்டி நடந்தார்கள். நகர்ந்துகொண்டிருந்த பார வண்டிகளின் வரிசையில் நாய்களும் சென்றன; அவை வண்டிகளின் அடியில் நடந்தன. அந்தச் சாலை சேறாக இருந்தது; சாலையின் ஓரமாகச் சென்ற கழிவுநீர் வாய்க்கால்களில் தண்ணீர் நிரம்பி ஓடியது. சாலையில் வரிசையாக நின்ற மரங்களுக்கு அப்பாலிருந்த வயல்வெளிகள், அவற்றைக் கடந்து போக முயற்சி செய்ய முடியாத அளவு சொதசொதப்பாகவும் புதையும் தன்மையுடனும் இருந்தன என்று தோன்றியது. நான் காரிலிருந்து இறங்கி சாலை ஓரமாக முன்னே நடந்தேன்: நாட்டுப்புறங்களின் குறுக்கே போவதற்கு ஏதுவான சிறு சாலை ஒன்றைக் கண்டுபிடிக்க வசதியான ஒரு இடத்தைத் தேடினேன். அங்கே பல சிறு சாலைகள் இருப்பது எனக்குத் தெரியும். ஆனால், பயன்படாத சாலையைத் தேர்வு செய்துவிடக் கூடாது என்று நினைத்தேன். நாங்கள் எப்போதுமே முக்கியச் சாலை வழியாக காரில் பயணம் செய்து அந்தச் சிறு சாலைகளை வேகமாகக் கடந்து சென்றதால் எனக்கு எந்தச் சிறு சாலையும் நினைவுக்கு வரவில்லை. மேலும் எல்லா சிறு சாலைகளும் ஒன்றுபோல் தோன்றின. போக்குவரத்து நெரிசல்களைத் தவிர்த்து முன்னே போகவேண்டுமென்றால் நாங்கள் சிறு சாலை ஒன்றைக்

கண்டுபிடித்தே ஆக வேண்டும் என்று எனக்குத் தெரியும். ஆஸ்திரியர்கள் இப்போது எங்கே இருக்கிறார்கள் என்பதோ போர் நிலைமை எப்படி இருக்கிறது என்பதோ ஒருவருக்கும் தெரியாது. ஆனால், எனக்கு நிச்சயமாக ஒன்று தெரியும்: மழை பெய்வது நின்று, அவர்களின் போர் விமானங்கள் போரில் ஈடுபடத் தொடங்கி, இந்த வரிசையின் மீது பறந்தால் அனைவரின் கதையும் அடியோடு முடிந்தது. அதற்குத் தேவைப்பட்டதெல்லாம் அந்தச் சாலையில் போக்குவரத்து முழுவதுமாகத் தடைப்பட்டு நிற்கும் வகையில் சில வீரர்கள் கனரக வாகனங்களை விட்டுப் பிரிந்து போவதும் அல்லது சில குதிரைகள் கொல்லப்படுவதும் மட்டுமே.

பிறகு மழையின் தாக்கம் குறைந்தது. மழை மேகங்கள் கலைந்து வானம் தெளிவாகலாம் என்று நினைத்தேன். நான் சாலையின் ஓரமாகத் தொடர்ந்து நடந்தேன். ஓர் இடத்தில் பிரிந்து சென்ற சிறு சாலையைக் கண்டேன். அது வடக்கு திசை நோக்கி இரண்டு பக்கங்களிலும் மரவேலிகளுடன் இருந்த இரண்டு வயல்வெளிகளுக்கு இடையில் சென்றது. அந்தச் சாலை வழியாகச் செல்வது சாலச்சிறந்தது என்று தீர்மானித்து கார்கள் இருந்த இடத்துக்கு விரைந்து சென்றேன். பியானியை அந்தச் சிறு சாலையில் பிரிந்து போகச் சொல்லிவிட்டு பொனெல்லோவிடமும் அய்மோவிடமும் சொல்வதற்காகத் திரும்பிச் சென்றேன்.

"அந்தச் சாலை எங்கேயும் போகவில்லையானால் திரும்பி வந்து இங்கே நுழைந்துகொள்ளலாம்," என்றேன்.

"இவர்களை என்ன செய்வது? என்று பொனெல்லோ கேட்டான். அவன் பக்கத்து இருக்கையில் இரண்டு பொறியாளர்களும் இருந்தார்கள். அவர்கள் முகச் சவரம் செய்யவில்லையென்றாலும் அதிகாலையில் இராணுவத் தோற்றத்துடன் இருந்தார்கள்.

"கார்களைத் தள்ளப் பயன்படுவார்கள்," என்றேன். அதன் பின் அய்மோவிடம் திரும்பிச் சென்றேன்; நாட்டுப்புறச் சாலையின் ஊடாகச் செல்ல முயற்சி செய்யப்போகிறோம் என்று அவனிடம் சொன்னேன்.

"என் கன்னியர் குடும்பத்தை என்ன செய்வது?" என்று அய்மோ கேட்டான். அந்த இரண்டு சிறுமிகளும் தூங்கிக்கொண் டிருந்தார்கள்.

"அவர்கள் அதிகம் பயன்பட மாட்டார்கள்," என்றேன். "கார்களைத் தள்ளுவதற்குப் பயன்படும் வேறு யாராவது நமக்குத் தேவை."

"அவர்கள் இந்த காரிலேயே திரும்பிப் போகட்டும்," என்று அய்மோ சொன்னான். "காரில் அவர்களுக்குத் தேவையான இடம் இருக்கிறது."

"நீ விரும்பினால் அப்படியே செய்யலாம். காரைத் தள்ளுவதற்கு அகன்ற முதுகுள்ள ஒருவனைத் தேர்ந்தெடு."

"இத்தாலிய இராணுவத்தில் குறி தவறாமல் சுடக்கூடிய காலாட்படையிலிருந்து ஒருவனை எடுக்கலாம்," என்று சொல்லிய அய்மோ புன்னகைத்தான். "அவர்கள்தான் மிகவும் அகலமான முதுகு உடையவர்கள். இராணுவத்தில் அவர்களின் முதுகை அளந்து பார்க்கிறார்கள். நீங்கள் எப்படி இருக்கிறீர்கள், லெஃப்டினன்ட் ஐயா?"

"நன்றாக இருக்கிறேன். நீ எப்படி இருக்கிறாய்?"

"நானும் நன்றாக இருக்கிறேன். ஆனால், அதிகப் பசியோடு இருக்கிறேன்."

"அந்தச் சாலையில் ஏதாவது தோதான இடம் இருக்கும். அங்கே வண்டியை நிறுத்தி நாம் சாப்பிடலாம்."

"உங்கள் கால் எப்படி இருக்கிறது, லெஃப்டினன்ட் ஐயா?"

"பரவாயில்லை. நன்றாக இருக்கிறது." காரின் படியில் நின்ற படி முன்னால் தூரமாகப் பார்த்தபோது பியானியின் கார் வரிசையிலிருந்து விலகி சிறிய பக்கச் சாலையில் நுழைந்து புறப்படுவதை மரவேலியின் தளைகளற்ற கிளைகள் வழியாக என்னால் காண முடிந்தது. பொனெல்லோவும் காரைத் திருப்பி அவனைத் தொடர்ந்தான். அதன் பின் பியானியும் சரியான வழியை அடைந்தான்; வேலிகளுக்கு இடையே சென்ற குறுகலான சாலையில் எங்களுக்கு முன்னால் சென்ற அந்த இரண்டு ஆம்புலன்ஸ்களையும் தொடர்ந்து சென்றோம். அந்தச் சாலை ஒரு பண்ணை வீட்டை அடைந்தது. பண்ணை வீட்டின் முற்றத்தில் பியானியும் பொனெல்லோவும் கார்களை நிறுத்தியிருந்தார்கள். அந்த வீடு தாழ்வாகவும் நீளமாகவும் இருந்தது; செடிகளின்

கொடிகள் படர ஒரு பந்தல் இருந்தது; கதவின் மீது திராட்சைக் கொடி ஒன்று படர்ந்து சென்றது. வீட்டின் முற்றத்தில் ஒரு கிணறு இருந்தது. பியானி காரின் ரேடியேட்டரை நிரப்ப அந்தக் கிணற்றிலிருந்து தண்ணீர் எடுத்தான். அந்த வீடு ஆள் அரவம் இல்லாமல் வெறிச்சோடிக் கிடந்தது. மெதுவாகப் பயணம் செய்ததால் ரேடியேட்டரிலிருந்து அதிகமான தண்ணீர் வெளியேறியிருந்தது. நான் பின்னால் திரும்பி சாலையைப் பார்த்தேன். பண்ணைவீடு சமவெளியிலிருந்து கொஞ்சம் உயர்ந்த தளத்தில் இருந்தது. அங்கிருந்து நாட்டுப்புறத்தையும், சாலை யையும், சாலையின் ஓரங்களிலிருந்த வேலிகளையும், வயல் களையும், பின்வாங்கிச் செல்லும் படைகள் சென்ற முக்கிய சாலையின் ஓரமாக நின்ற மரங்களின் வரிசைகளையும் பார்த் தேன். இரண்டு பொறியாளர்களும் வீட்டைச் சுற்றிப் பார்த்துக் கொண்டிருந்தார்கள். இரண்டு சிறுமிகளும் இப்போது தூக்கத்தி லிருந்து எழுந்திருந்தார்கள். அவர்கள் வீட்டின் முற்றத்தையும், கிணற்றையும், பண்ணைவீட்டின் முன்னால் நின்ற இரண்டு பெரிய ஆம்புலன்ஸ்களையும், கிணற்றுக்கருகில் நின்ற மூன்று டிரைவர்களையும் பார்த்துக்கொண்டிருந்தார்கள். பொறியாளர் களில் ஒருவன் கையில் ஒரு கடிகாரத்துடன் வெளியே வந்தான்.

"அதை எடுத்த இடத்தில் திருப்பி வைத்துவிடு," என்றேன். அவன் என்னைப் பார்த்தான், வீட்டின் உள்ளே போனான், கையில் கடிகாரம் இல்லாமல் வெளியே வந்தான்.

"உன்னுடைய தோழன் எங்கே?" என்று கேட்டேன்.

"அவன் கழிவறைக்குப் போயிருக்கிறான்." அவன் ஆம்புலன்ஸில் ஏறி இருக்கையில் அமர்ந்தான். நாங்கள் அவனை அங்கேயே விட்டுவிட்டுச் சென்றுவிடுவோம் என்று பயந்தான்.

"லெஃப்டினன்ட் ஐயா, காலைச் சாப்பாட்டுக்கு என்ன ஏற்பாடு செய்யப்பட்டிருக்கிறது?" என்று பொனெல்லோ கேட்டான். "நாம் ஏதாவது சாப்பிடலாம். அதிக நேரமாகாது."

"இந்தச் சாலையின் அடுத்த பக்கமாகப் போனால் அது நம்மை எங்கேயாவது சேர்த்துவிடும் என்று நினைக்கிறீர்களா?"

"நிச்சயமாக."

"அப்படியானால் சரி. நாம் சாப்பிடலாம்." பியானியும் பொனெல்லோவும் வீட்டுக்குள் போனார்கள்.

"இங்கே வாருங்கள்," என்று அந்தப் பெண்களிடம் அய்மோ சொன்னான். அவர்கள் கீழே இறங்க உதவி செய்ய கையை நீட்டினான். மூத்த சகோதரி தலையை உலுக்கி இறங்க மறுத்தாள். அவர்கள் ஆளில்லாத வீட்டுக்குள் போக விரும்பவில்லை. அவர்கள் எங்களைப் பார்த்தார்கள்.

"அவர்கள் உறுதியானவர்கள்," என்று அய்மோ சொன்னான். நாங்கள் இருவரும் பண்ணை வீட்டுக்குள் போனோம். அது பெரிய இருண்ட வீடு; யாரோ வேண்டாம் என்று விட்டுப் போன வீடு அது என்ற உணர்வு தோன்றியது. பொனெல்லோவும் பியானியும் சமையல் அறையில் இருந்தார்கள்.

"அங்கே சாப்பிடுவதற்கு எதுவும் இல்லை. அவர்கள் துப்புர வாகத் துடைத்துவிட்டுப் போயிருக்கிறார்கள்."

சமையல் அறையிலிருந்த கனமான மேஜை மேல் ஒரு பெரிய வெள்ளை நிறப் பாலாடைக்கட்டியை வைத்து பொனெல்லோ பல துண்டுகளாக வெட்டினான்.

"பாலாடைக்கட்டி எங்கே இருந்தது?"

"பாதாள அறையில் இருந்தது. பியானி ஒயினையும் ஆப்பிள் பழங்களையும் கண்டெடுத்தான்."

"இது அருமையான காலை உணவு."

பிரம்புப் பின்னல்களால் சுற்றி மூடப்பட்டிருந்த பெரிய ஒயின் ஜாடியிலிருந்த மரத்தக்கையை பியானி வெளியே எடுத்துக்கொண்டிருந்தான். ஜாடியைச் சாய்த்துப் பிடித்து ஒரு செப்புப் பானையில் ஒயினை ஊற்றி நிறைத்தான்.

"இதிலிருந்து நல்ல மணம் வருகிறது," என்றான் அவன். "பர்தோ, சில குவளைகளைக் கண்டுபிடி."

இரண்டு பொறியாளர்களும் உள்ளே வந்தார்கள்.

"அதிகாரிகளே, கொஞ்சம் பாலாடைக்கட்டி சாப்பிடுங்கள்," என்றான் பொனெல்லோ.

"நாங்கள் போக வேண்டும்," என்று அவர்களில் ஒருவன் சொன்னான். அவனுக்கான பாலாடைக்கட்டியைச் சாப்பிட்டுக்

கொண்டிருந்தான்; ஒரு குவளையில் ஒயினையும் குடித்துகொண்டிருந்தான்.

"நாம் போகலாம். கவலைப்பட வேண்டாம்," என்றான் பொனெல்லோ.

"இராணுவம் அதன் வயிற்றின் மேல் நடக்கிறது," என்று சொன்னேன்.

"என்ன அது?" என்று ஒரு பொறியாளன் விளக்கம் கேட்டான்.

"நேரத்தில் சாப்பிடுவது நல்லது."

"உண்மைதான். ஆனால், நேரம் பொன்னானது."

"இந்த வேசி மகன்கள் ஏற்கெனவே சாப்பிட்டுவிட்டார்கள் என்று நம்புகிறேன்," என்றான் பியானி. பொறியாளர்கள் அவனைப் பார்த்தார்கள். அவர்கள் எங்கள் அனைவரையும் வெறுத்தார்கள்.

"உங்களுக்கு வழி தெரியுமா?" என்று அவர்களில் ஒருவன் என்னைக் கேட்டான்.

"தெரியாது," என்றேன். அவர்கள் ஒருவரை ஒருவர் பார்த்தார்கள்.

"நாம் உடனே புறப்படுவது நல்லது," என்று முதலாமவன் சொன்னான்.

"நாங்கள் புறப்பட்டுக்கொண்டிருக்கிறோம்," என்றேன். நான் மற்றொரு குவளை சிவப்பு ஒயின் குடித்தேன். பாலாடைக் கட்டியும் ஆப்பிள் பழமும் சாப்பிட்ட பிறகு ஒயின் குடித்தது மிகவும் சுவையாக இருந்தது.

"பாலாடைக் கட்டியைக் கொண்டு வா," என்றேன்; வெளியே போனேன். பொனெல்லோ அந்தப் பெரிய ஒயின் ஜாடியை சுமந்து வெளியே கொண்டு வந்தான்.

"அது மிகவும் பெரியது," என்றேன். அவன் வருத்தத்துடன் அதைப் பார்த்தான்.

"நானும் அப்படித்தான் நினைக்கிறேன். சின்ன பாத்திரங்களைக் கொடுங்கள், அவற்றை நிரப்பலாம்." அவன் ஒயினை சிறு பாத்திரங்களில் நிரப்பினான். கொஞ்சம் ஒயின் முன் கூடத்தில் பாவப்பட்டிருந்த கல் தளத்தில் சிந்தி ஓடியது. அதன் பின் ஒயின் ஜாடியை எடுத்து கதவின் உள்பக்கம் வைத்தான்.

"கதவை உடைத்துத் தள்ளாமல் அதை ஆஸ்திரியர்கள் கண்டுபிடிக்கலாம்," என்றான்.

"நாம் வண்டிகளை நகர்த்தலாம்," என்றேன். "பியானியும் நானும் முன்னால் செல்கிறோம்." இரண்டு பொறியாளர்களும் ஏற்கெனவே அவர்கள் இருக்கையில் பொனெல்லோவுக்கு அருகில் உட்கார்ந்திருந்தார்கள். சிறு பெண்கள் பாலாடைக் கட்டிகளையும் ஆப்பிள் பழங்களையும் சாப்பிட்டுக்கொண்டிருந்தார்கள். அய்மோ புகைபிடித்துக்கொண்டிருந்தான். நாங்கள் புறப்பட்டு குறுகலான சாலையில் சென்றோம். பின்னால் வந்த இரண்டு கார்களையும் பண்ணைவீட்டையும் திரும்பிப் பார்த்தேன். அது அழகான, தாழ்வான, உறுதியான கற்களாலான வீடு. அங்கிருந்த கிணற்றின் இரும்பு வேலைகள் சிறப்பாக இருந்தன. எங்களுக்கு முன்பக்கம் சாலை குறுகலாகவும் சேறாகவும் இருந்தது. சாலையின் இரண்டு பக்கங்களிலும் உயரமான மரவேலிகள் இருந்தன. பின்பக்கத்தில் இரண்டு கார்களும் எங்களை ஒட்டித் தொடர்ந்து வந்தன.

அத்தியாயம் 29

அன்று மதிய வேளையில் நாங்கள் சேறு நிறைந்த சாலையில் சிக்கினோம். எங்களுடைய கணக்குப்படி அந்த இடம் உதினே நகரிலிருந்து கிட்டத்தட்ட சுமார் பத்து கிலோமீட்டர் தூரத்தில் இருந்தது. முற்பகலில் மழை நின்றிருந்தது. மூன்று முறை போர் விமானங்கள் வந்த சத்தத்தைக் கேட்டோம்; எங்கள் தலைக்குமேல் பறந்து சென்றதைப் பார்த்தோம்; இடது பக்கம் திரும்பி தூரமாகச் செல்வதைக் கவனித்தோம்; அவை முக்கிய நெடுஞ்சாலைமீது குண்டு போடுவதைக் கேட்டோம். நாங்கள் ஒன்றுடன் ஒன்று இணைக்கப்பட்டிருந்த சின்னச் சின்ன சாலைகள் வழியாகப் பயணம் செய்தோம்; தொடர்ச்சி இல்லாத பல முட்டுச் சாலைகளில் சென்று, திரும்பி வந்து மாற்றுச் சாலைகளைக் கண்டுபிடித்துப் பயணம் செய்து உதினே நகருக்குப் பக்கத்தில் வந்துவிட்டோம். முட்டுச்சாலையிலிருந்து வெளியேறுவதற்காக அய்மோ காரை பின்நோக்கிச் நகர்த்தும்போது சாலையின் ஓரமாக இருந்த சொதசொதப்பான மண்ணில் கார் மாட்டிக்கொண்டது. காரின் சக்கரங்கள் ஒரே இடத்தில் சுழன்றுசுழன்று அந்த இடத்திலிருந்த மண்ணைத் தோண்டிபடியே மேலும்மேலும் ஆழமாக இறங்கி காரின் எஞ்சின் அதே இடத்தில் தரைதட்டி நின்றது. இப்போது செய்யவேண்டியதெல்லாம் முன்சக்கரங்களின் முன்புறம் மண்ணைத் தோண்டி அதில் செடிகொடிகளைப் போட வேண்டும்; கார் டயர்களிலிருந்த சங்கிலிகளுக்குப் பிடிமானம் கிடைத்த பின் சாலையை அடையும்வரை காரைத் தள்ள வேண்டும். நாங்கள் எல்லோரும் கீழே இறங்கி சாலையில் காரைச் சுற்றி நின்றோம். இரண்டு பொறியாளர்களும் காரைப் பார்த்தார்கள்; அதன் பின், சக்கரங்களை ஆய்வு செய்தார்கள்; ஒரு வார்த்தைகூடப் பேசாமல் சாலையில் நடக்கத் தொடங்கினார்கள். நான் அவர்களை நோக்கிச் சென்றேன்.

“இங்கே வாருங்கள். கொஞ்சம் தழைகளை வெட்டுங்கள்.”

“நாங்கள் போக வேண்டும்,” என்றான் ஒருவன்.

"சீக்கிரம் வா. வந்து தழைகளை வெட்டு."

"நாங்கள் போக வேண்டும்," என்றான். மற்றவன் எதுவும் சொல்லவில்லை. அவர்கள் புறப்படுவதில் அவசரம் காட்டி னார்கள்; என்னைப் பார்க்க மறுத்தார்கள்.

"நான் கட்டளையிடுகிறேன். காருக்குத் திரும்பி வந்து தழை களை வெட்டுங்கள்," என்றேன்

ஒரு அதிகாரி திரும்பினான். "நாங்கள் இங்கிருந்து போக வேண்டும். இன்னும் சற்று நேரத்தில் எங்களுடனான உன் தொடர்பு அறுந்துவிடும். நீ எங்களுக்குக் கட்டளையிட முடியாது. நீ எங்கள் அதிகாரி இல்லை."

"செடிகள் வெட்டுமாறு உங்களுக்கு நான் கட்டளையிடுகிறேன்," என்றேன். அவர்கள் திரும்பி சாலையில் நடக்கத் தொடங்கினார்கள்.

"நில்," என்றேன். அவர்கள் இரண்டு பக்கமும் வேலிகள் இருந்த சேறான சாலையில் தொடர்ந்து நடந்தார்கள். "நான் உங்களுக்கு ஆணையிடுகிறேன், நில்லுங்கள்," என்று சத்தமாகச் சொன்னேன். அவர்கள் இன்னும் வேகமாகப் போனார்கள். என் துப்பாக்கி உறையைத் திறந்தேன், கைத்துப்பாக்கியை எடுத்தேன், அதிகமாகப் பேசியவனை நோக்கிக் குறி வைத்தேன், சுட்டேன். என் குறி தவறியது. இருவரும் ஓடத் தொடங்கினார்கள். நான் மூன்று முறை சுட்டேன்; ஒருவன் கிழே விழுந்தான். மற்றொருவன் வேலியின் ஊடாக ஓடி என் கண் பார்வையிலிருந்து மறைந்தான். வேலியின் வழியாக வயல்களில் ஓடியவனைச் சுட்டேன். துப்பாக்கியிலிருந்த தோட்டாக்கள் தீர்ந்துவிட்டன. நான் மற்றொரு தோட்டா பெட்டியை இணைத்தேன். சுட முடியாத தூரத்தில் இரண்டாவது அதிகாரி இருந்தான் என்பதைக் கண்டேன். வயல்களின் வழியாக வெகு தொலைவில் தலையைக் குனிந்தபடி ஓடிக்கொண்டிருந்தான். நான் காலியாக இருந்த தோட்டா பெட்டியை மீண்டும் நிரப்பத் தொடங்கினேன். பொனெல்லோ அங்கே வந்தான்.

"அவன் கதையை நான் முடிக்கிறேன்," என்றான். துப்பாக்கியை அவனிடம் கொடுத்தேன். கொஞ்ச தூரத்தில் சாலையில் குறுக்கே பொறியாளன் தலைகுப்புற விழுந்து கிடந்த இடத்துக்குப் போனான். பொனெல்லோ சிறிது சாய்ந்து நின்றான்; கீழே கிடந்த மனிதனின் தலையில் துப்பாக்கியை வைத்து அதன் விசையை இழுத்தான். துப்பாக்கி செயல்படவில்லை.

"பாதுகாப்பு விசையை இழுத்து விட வேண்டும்," என்று சொன்னேன். அவன் அதை இழுத்து விட்ட பின் இரண்டு முறை சுட்டான். அந்தப் பொறியாளனின் உடல் வேலியை ஒட்டிக் கிடக்குமாறு அவன் கால்களைப் பிடித்து இழுத்து அவனைச் சாலையின் ஒரு பக்கத்தில் போட்டான். திரும்பி வந்து துப்பாக்கியை என்னிடம் கொடுத்தான்.

"வேசி மகன்," என்றான். அந்தப் பொறியாளன் கிடந்த திசையில் பார்த்தான். "லெஃப்டினன்ட் ஐயா, நான் அவனைச் சுட்டதைப் பார்த்தீர்களா?"

"நாம் சீக்கிரமாகச் செடிகொடிகளைச் கொண்டுவர வேண்டும். நான் மற்றொருவனைக் குறி தவறாமல் தாக்கினேனா?"

"நான் அப்படி நினைக்கவில்லை. கைத்துப்பாக்கியால் சுடக் கூடிய எல்லைக்கு அப்பால் அதிகத் தூரத்தில் இருந்தான் அவன்."

"அழுக்குப் பிண்டம்," என்றான் பியானி. நாங்கள் எல்லோரும் மரங்களின் தழைகளையும் கிளைகளையும் வெட்டினோம். காரி லிருந்த எல்லாப் பொருட்களையும் வெளியே எடுத்திருந்தோம். பொனெல்லோ சக்கரங்களின் முன்பக்கமாகத் தோண்டிக்கொண் டிருந்தான். நாங்கள் தயாரானபோது அய்மோ காரை இயக்கி னான், பிறகு கியரை இயக்கினான். சக்கரங்கள் வேகமாகச் சுழன்று செடிகொடிகளையும் சேற்றையும் பின்பக்கமாக வாரி இறைத்தன. எங்கள் கைகளில் தாங்க முடியாத வலி எடுக்கும்வரை பொனெல்லோவும் நானும் காரைத் தள்ளினோம். அந்த இடத்திலிருந்து கார் சற்றும் நகரவில்லை.

"பர்தோ, காரை முன்னும்பின்னும் ஆட்டி நகர்த்து," என்று சொன்னேன்.

அவன் காரைப் பின்புறமாக இயக்கினான், அதன் பின் முன் புறமாக இயக்கினான். சக்கரங்கள் இன்னும் ஆழமாகத் தோண்டின; அதன் எஞ்சின் மீண்டும் தரைதட்டி நின்றது. அதன் சக்கரங்கள் அவை தோண்டியிருந்த குழிக்குள் தங்குதடையின்றிச் சுழன்றன. நான் நிமிர்ந்து நின்றேன்.

"காரில் கயிற்றைக் கட்டி இழுத்துப் பார்க்கலாம்," என்றேன்.

"எந்த வகையிலும் அது பயனளிக்கும் என்று தோன்றவில்லை, லெஃப்டினன்ட் ஐயா. காரை நேராக இழுக்க முடியாது."

“நாம் முயற்சி செய்து பார்க்க வேண்டும்,” என்றேன். “வேறு எந்த வகையிலும் கார் வெளியே வர மறுக்கிறது.”

பியானியும் பொனெல்லோவும் இயக்கிய கார்கள் அந்தக் குறுகலான சாலையில் முன்னோக்கி மட்டுமே நேராகப் போக முடியும். அந்த கார்கள் இரண்டையும் கயிற்றால் ஒன்றாகப் பிணைத்து இழுத்தோம். கார்களின் சக்கரங்கள் ஒரு பக்கமாகத் திரும்பி கார் தடங்களுக்கு எதிராகவே இழுத்தன.

“இதனால் பயன் இல்லை,” என்று கத்தினேன். “நிறுத்து.”

“பியானியும் பொனெல்லோவும் அவர்களின் கார்களிலிருந்து இறங்கி வந்தார்கள். அய்மோ கீழே இறங்கினான். அந்த இரண்டு பெண்களும் சாலையில் எங்களுக்கு முன்னால் சுமார் நூற்று இருபது அடி தூரத்திலிருந்த கல் சுவர்மீது உட்கார்ந்திருந்தார்கள்.

“அடுத்து என்ன செய்யலாம், லெஃப்டினன்ட் ஐயா?” என்று பொனெல்லோ கேட்டான்.

“சக்கரங்களின் முன்பக்கமாகத் தோண்டி செடிகொடிகளைப் போட்டு மீண்டும் ஒரு முறை முயற்சி செய்யலாம்,” என்றேன். நான் சாலையைப் பார்த்தேன். அது என்னுடைய தவறுதான். நான்தான் அவர்களை இந்த வழியில் அழைத்து வந்தேன். சூரியன் கிட்டத்தட்ட மேகங்களுக்குள் பின்னால் மறைந்தது. பொறியாளனின் உடல் வேலியின் பக்கமாகக் கிடந்தது.

“அவனுடைய கோட்டையும் தளர்வான மேல் அங்கியையும் சக்கரங்களுக்கு அடியில் போடலாம்,” என்று சொன்னேன். பொனெல்லோ அவற்றை எடுத்து வரப் போனான். நான் செடிகளை வெட்டினேன். பியானி சக்கரங்களுக்கு முன்னாலும் இடையிலும் தோண்டினான். நான் பொறியாளனின் மேல்சட்டையைக் கிழித்து இரண்டு துண்டுகளாக்கினேன்; அவற்றைச் சக்கரங்களுக்கு அடியில் சேற்றில் விரித்தேன். சக்கரங்களுக்குப் பிடிமானம் கிடைக்கும் அளவுக்குச் செடிகொடிகளை அடுக்கினேன். நாங்கள் முயற்சி செய்ய ஆயத்தமானோம். அய்மோ அவனுடைய இருக்கையில் உட்கார்ந்து காரை இயக்கினான்; சக்கரங்கள் சுழன்றன; நாங்கள் தள்ளினோம், தள்ளிக்கொண்டேயிருந்தோம்; அதனால் எந்தப் பயனும் இல்லை.

“அது --- முடிந்தது,” என்றேன். “காரிலிருந்து எடுக்க வேண்டியது ஏதாவது இருக்கிறதா, பர்தோ?”

அய்மோ பொனெல்லோவுடன் காரில் ஏறினான். பாலாடைக் கட்டியையும் இரண்டு பாட்டில் ஒயினையும் அவனுடைய மேல்சட்டையையும் கொண்டு வந்தான். பொனெல்லோ சக்கரங் களின் பின்பக்கம் உட்கார்ந்தபடி அந்தப் பொறியாளனின் கோட்டுப் பைகளைச் சோதித்தான்.

"அந்த கோட்டை எங்காவது எறிந்துவிடுவது நல்லது," என்று சொன்னேன். "பர்தோவின் கன்னிப் பெண்களை என்ன செய்வது?"

"அவர்கள் வண்டியின் பின்பக்கம் இருக்கலாம்," என்று பியானி சொன்னான். "நாம் நீண்ட தூரம் போக முடியும் என்று எனக்குத் தோன்றவில்லை."

நான் ஆம்புலன்ஸின் பின்கதவைத் திறந்தேன்.

"இங்கே வாருங்கள்," என்றேன். "உள்ளே ஏறுங்கள்." இரண்டு பெண்களும் ஆம்புலன்ஸில் ஏறி உள்ளே சென்று ஓர் ஓரத்தில் உட்கார்ந்தார்கள். துப்பாக்கி சூடு நடந்ததை அவர்கள் கவனிக்க வில்லை என்று தோன்றுகிறது. பின்னால் திரும்பி சாலையைப் பார்த்தேன். அந்தப் பொறியாளன் அழுக்கான நீளமான உள்ளாடை யுடன் கிடந்தான். பியானியுடன் வண்டியில் ஏறினேன், நாங்கள் புறப்பட்டோம். நாங்கள் வயல்வெளியின் குறுக்கே பயணம் செய்ய முயன்றோம். அந்தச் சாலை வயல்வெளியை அடைந்தபோது, நான் கீழே இறங்கி முன்னால் நடந்தேன். எங்களால் வயல்வெளியைக் கடக்க முடிந்தால் அடுத்த பக்கத்திலிருக்கும் சாலையை அடைய லாம். ஆனால், எங்களால் அதைக் கடக்க முடியவில்லை. கார்கள் போக முடியாத அளவுக்கு அந்த வயல்வெளி மிகவும் சொதசொதப்பாகவும் சேறாகவும் இருந்தது. அதற்கு மேல் போக முடியாதபடி அந்த இடத்தில் கார்கள் சக்கரங்களின் மையப் பகுதிவரை சேற்றில் இறங்கியிருந்தன. அவற்றை அங்கேயே விட்டுவிட்டு உதினே நகரை நோக்கி நடக்கத் தொடங்கினோம்.

முக்கிய சாலையை நோக்கிச் சென்ற சாலையை அடைந்தோம். முக்கிய சாலையை அந்தப் பெண்களுக்குச் சுட்டிக்காட்டினேன்.

"அங்கே போங்கள்," என்றேன். "அங்கே நீங்கள் பல ஆட்களைச் சந்திக்கலாம்." அவர்கள் என்னைப் பார்த்தார்கள். பாக்கெட் நோட்டை வெளியே எடுத்து அவர்கள் ஒவ்வொருவருக்கும் பத்து லயர் கொடுத்தேன். "அந்தத் திசையில் போங்கள்," என்று சுட்டிக்காட்டினேன். "உங்கள் நண்பர்களையும் குடும்பத்தின ரையும் சந்திக்கலாம்!"

நான் சொன்னது அவர்களுக்குப் புரியவில்லை; ஆனால், பணத்தைக் கெட்டியாகப் பிடித்துக்கொண்டு சாலையில் நடக்கத் தொடங்கினார்கள். நான் அவர்களிடமிருந்து பணத்தைத் திரும்ப வாங்கிவிடுவேனோ என்ற பயத்தில் அவர்கள் திரும்பிப் பார்த்தார்கள். சால்வையை உடம்போடு இறுக்கிப் போர்த்திக் கொண்டு பயத்துடன் எங்களைத் திரும்பிப் பார்த்தபடியே அவர்கள் சாலையில் நடந்து போனதைப் பார்த்தேன். மூன்று டிரைவர்களும் சிரித்துக்கொண்டிருந்தார்கள்.

"நானும் அதே திசையில் போனால் எனக்கு எவ்வளவு கொடுப் பீர்கள், லெஃப்டினன்ட் ஐயா?" என்று பொனெல்லோ கேட்டான்.

"ஆஸ்திரியர்கள் அவர்களைப் பிடித்தால் அவர்கள் தனியாக இருப்பதைவிட ஒரு மனிதக் கூட்டத்தோடு இருப்பது அவர் களுக்குப் பாதுகாப்பானது," என்றேன்.

"எனக்கு இருநூறு லயர் கொடுங்கள், நான் நேராக ஆஸ்திரியா போகும் திசையில் திரும்பி நடக்கிறேன்," என்று பொனெல்லோ சொன்னான்.

"உன்னிடமிருந்து அவர்கள் அதை எடுத்துக்கொள்வார்கள்," என்று பியானி சொன்னான்.

"ஒருவேளை இந்தப் போர் முடிந்துவிடலாம்," என்றான் அய்மோ. எங்களால் எவ்வளவு வேகமாக நடக்க முடியுமோ அவ்வளவு வேகமாக சாலையில் நடந்தோம். சூரியன் மேகங் களுக்குள்ளிருந்து வெளியேற முயன்றுகொண்டிருந்தது. சாலையை ஒட்டி மல்பெரி மரங்கள் இருந்தன. அங்கிருந்து மரங்களின் இடைவெளிகளின் வழியாகச் சேற்றில் மாட்டிய இரண்டு பெரிய கார்களையும் என்னால் பார்க்க முடிந்தது. பியானியும் பின்னால் திரும்பிப் பார்த்தான்.

"இன்னும் ஒரு சாலை அமைத்தால்தான் அந்த கார்களை வெளியே கொண்டு வர முடியும்," என்றான் அவன்.

"நமக்கு சைக்கிள் கிடைக்க வேண்டும் என்று இயேசுவிடம் பிரார்த்திக்கிறேன்," என்றான் பொனெல்லோ.

"அமெரிக்காவில் மக்கள் சைக்கிள் ஓட்டுவார்களா?" என்று அய்மோ கேட்டான்.

"ஓட்டுவார்கள்."

“இங்கே சைக்கிள் ஓட்டுவது மிகவும் பிரபலமானது. சைக்கிள் ஓர் அற்புதமான வாகனம்.”

“நமக்கு சைக்கிள் கிடைக்க வேண்டும் என்று இயேசுவிடம் பிரார்த்திக்கிறேன்,” என்று பொனெல்லோ சொன்னான். “என்னால் அதிக தூரம் நடக்க முடியாது.”

“அது தூப்பாக்கியால் சுடும் சத்தமா?” என்று கேட்டேன். எங்கோ வெகு தூரத்தில் துப்பாக்கி சுடும் சத்தத்தை நான் கேட்டதாக நினைத்தேன்.

“எனக்குத் தெரியவில்லை,” என்று அய்மோ சொன்னான். சத்தம் வருகிறதா என்று கூர்ந்து கேட்டான்.

“அப்படித்தான் நினைக்கிறேன்,” என்றேன்.

“நாம் முதலில் பார்க்கப்போவது குதிரைப் படையைத்தான்,” என்றான் பியானி.

“அவர்களிடம் குதிரைப் படை இருக்கும் என்று எனக்குத் தோன்றவில்லை.”

“அவர்களிடம் குதிரைப்படை இருக்கக் கூடாது என்று இயேசுவை வேண்டுகிறேன்,” என்றான் பொனெல்லோ. “நான் எந்த --- குதிரைப் படையின் ஈட்டியாலும் குத்துப்பட விரும்பவில்லை.”

“நீங்கள் நிச்சயமாக அந்தப் பொறியாளனைச் சுட்டீர்கள், லெஃப்டினன்ட் ஐயா,” என்று பியானி சொன்னான். நாங்கள் வேகமாக நடந்துகொண்டிருந்தோம்.

“நான் அவனைக் கொன்றேன்,” என்றான் பொனெல்லோ. “இப்போது நடக்கும் சண்டையில் நான் ஒருவரையும் கொல்லவில்லை. அதிகாரி ஒருவனைக் கொல்ல வேண்டும் என்பது என் வாழ்நாள் ஆசை.”

“அவன் உட்கார்ந்திருந்த நிலையில் நீ அவனைக் கொன்றாய், சரிதானே,” என்று பியானி சொன்னான். “அவனைக் கொன்றபோது அவன் வேகமாகப் பறந்துகொண்டிருக்கவில்லை.”

“அதை விடு. நான் எப்போதும் நினைவில் வைத்துக்கொள்ளத் தக்க செயலாகும் அது. நான் அந்த --- அதிகாரியைக் கொன்றேன்.”

“நீ பாவமன்னிப்பு கேட்கும்போது என்ன சொல்வாய்?” என்று அய்மோ கேட்டான்.

"நான் சொல்வேன், 'என்னை ஆசீர்வதியுங்கள், தந்தையே, நான் ஓர் அதிகாரியைக் கொன்றேன்.' " அவர்கள் அனைவரும் சிரித்தார்கள்.

"அவன் ஓர் அராஜகவாதி," என்றான் பியானி. "அவன் தேவாலயத்துக்குப் போவதில்லை."

"பியானியும் அராஜகவாதிதான்," என்று பொனெல்லோ சொன்னான்.

"உண்மையாகவே நீ அராஜகவாதியா?" என்று கேட்டேன்.

"இல்லை, லெஃப்டினன்ட் ஐயா. நாங்கள் சமதர்மவாதிகள். நாங்கள் இமோலா நகரிலிருந்து வருகிறோம்."

"நீங்கள் எப்போதாவது அங்கே போயிருக்கிறீர்களா?"

"இல்லை."

"இயேசுவின் நாமத்தால் சொல்கிறேன், அது அழகான இடம், லெஃப்டினன்ட் ஐயா. சண்டை முடிந்தவுடன் அங்கே வாருங்கள். சிறப்பான ஒன்றை உங்களுக்குக் காட்டுகிறேன்."

"நீங்கள் எல்லோரும் சமதர்மவாதிகளா?"

"எல்லோரும்."

"அது அழகான நகரமா?"

"அற்புதமான நகரம். நீங்கள் அப்படி ஒரு நகரத்தை எங்கும் பார்த்திருக்க முடியாது."

"நீங்கள் எப்படி சமதர்மவாதிகளானீர்கள்?"

"நாங்கள் எல்லோரும் சமதர்மவாதிகள். ஒவ்வொருவரும் சமதர்ம வாதிதான். எப்போதும் சமதர்மவாதிகளாவே இருக்கிறோம்."

"நீங்கள் அங்கே வாருங்கள், லெஃப்டினன்ட் ஐயா. உங்களையும் சமதர்மவாதியாக்குகிறோம்."

எங்களுக்கு முன்னால் சாலை இடது பக்கமாகத் திரும்பியது; அங்கே சின்ன மலைக்குன்று ஒன்று இருந்தது; தூரத்தில் கல்லா லான சுவர் இருந்தது; ஒரு ஆப்பிள் பழத்தோட்டமும் இருந்தது. குன்றின் மீது சாலை முன்னோக்கிச் சென்றபோது அவர்கள் பேசுவதை நிறுத்தினார்கள். கால ஓட்டத்துடன் போட்டி போட்டு நாங்கள் எல்லோரும் சேர்ந்து தொடர்ந்து வேகமாக நடந்தோம்.

அத்தியாயம் 30

அதன் பிறகு ஆற்றை நோக்கிச் சென்ற சாலையில் நடந்தோம். அந்தச் சாலை நெடுக ஆற்றுப் பாலம்வரை கைவிடப் பட்டிருந்த கனரக வாகனங்களும் கட்டை வண்டிகளும் நீண்ட வரிசையில் நின்றன. கண்ணுக்கு எட்டிய தூரம்வரை ஆட்கள் நடமாட்டம் இல்லை. ஆற்றில் தண்ணீர் நிரம்பி ஓடியது; பாலத்தின் மத்தியப் பகுதி குண்டுகளால் தகர்க்கப்பட்டிருந்தது; பாலத்தின் கல் வளைவு ஆற்றில் விழுந்து கிடந்தது; கலங்கலான தண்ணீர் அதை மூழ்கடித்து ஓடிக்கொண்டிருந்தது. ஆற்றங் கரையை அடைந்தவுடன் நாங்கள் ஆற்றைக் கடப்பதற்கான இடத்தைத் தேடினோம். கொஞ்ச தூரத்தில் ஒரு இரயில்வே பாலம் இருப்பது எனக்குத் தெரியும். அதன் வழியாக ஆற்றைக் கடக்க முடியும் என்று நினைத்தேன். அந்தப் பாதை ஈரமாகவும் சேறாகவும் இருந்தது. நாங்கள் எங்கேயும் படைவீரர்களைப் பார்க்கவில்லை, ஆனால், கைவிடப்பட்டிருந்த இராணுவ வாகனங் களையும் தளவாடங்களையும் பார்த்தோம். ஆற்றங்கரை நெடுகிலும் ஈரமான செடிகொடிகளையும் சேறான நிலத்தையும் தவிர எந்த மனிதரையும் காணவில்லை. கரையில் தொடர்ந்து நடந்து ஒரு வழியாக இரயில்வே பாலத்தைக் கண்டோம்.

“என்ன அழகான பாலம்,” என்றான் அய்மோ. வழக்கமாக வறண்ட ஆற்றுப்படுகையாக இருந்த இடத்தில் கட்டமைக்கப் பட்ட நீளமான உறுதியான இரும்புப் பாலம் அது.

“அவர்கள் இந்தப் பாலத்தைக் குண்டுத் போட்டு தகர்ப்பதற்கு முன்னால் நாம் அக்கரைக்கு வேகமாகப் போய்விடுவது நல்லது,” என்று சொன்னேன்.

“அதைத் தகர்ப்பதற்கு இங்கு ஒருவரும் இல்லை,” என்று பியானி சொன்னான். “அவர்கள் எல்லோரும் போய்விட்டார்கள்.”

“அங்கே கண்ணிவெடிகள் வைக்கப்பட்டிருக்கலாம்,” என்றான் பொனெல்லோ. “முதலில் நீங்கள் கடந்துவிடுங்கள், லெஃப்டினன்ட் ஐயா.”

“அராஜகவாதி சொல்வதைக் கவனியுங்கள்,” என்றான் அய்மோ. “அவனை முதலில் போகச் சொல்லுங்கள்.”

“நான் போகிறேன்,” என்றேன். “தனிமனிதனைக் கொல்வதற்காக கண்ணிவெடியை வெடிக்க மாட்டார்கள்.”

“இதைக் கவனி,” என்றான் பியானி. “இது மூளை உள்ளவர்கள் பேசுவது. உனக்கு ஏன் மூளை இல்லை, அராஜகவாதியே?”

“எனக்கு மூளை இருந்தால் இங்கே இருந்திருக்க மாட்டேன்,” என்றான் பொனெல்லோ.

“அது சிறந்த பதில், லெஃப்டினன்ட் ஐயா,” என்றான் அய்மோ.

“சிறப்பான பதில்,” என்றேன். இப்போது நாங்கள் பாலத்துக்கு அருகில் வந்துவிட்டோம். வானம் மீண்டும் மேகமூட்டத்துடன் இருந்தது; சிறு தூறல்கள் விழுந்துகொண்டிருந்தன. பாலம் நீளமாகவும் உறுதியாகவும் தெரிந்தது. நாங்கள் அணைக்கரையின் மேல் ஏறினோம்.

“ஒரு நேரத்தில் ஒருவர் மட்டும் வாருங்கள்,” என்று சொன்னேன். பாலத்தைக் கடக்கத் தொடங்கினேன். பாலத்தில் கண்ணிவெடிகள், வெடிபொருட்கள் இருப்பதற்கான அறிகுறிகள் தென்படுகின்றனவா என்று பாலத்தின் குறுக்கே இருந்த இணைப்பு களையும் தண்டவாளங்களையும் கவனமாகப் பார்த்தேன்; ஆனால், அங்கே அப்படி எதுவும் கண்ணில் படவில்லை. குறுக்கு இணைப்புகளின் இடைவெளியில் பாலத்துக்கு அடியில் சேறு கலந்த தண்ணீர் வேகமாக ஓடியது. ஈரமாயிருந்த நாட்டுப்புறப் பகுதிக்கு அப்பால் மழையில் உதினே நகரை என்னால் பார்க்க முடிந்தது. பாலத்திலிருந்து பின்னால் திரும்பிப் பார்த்தேன். ஆற்றில் கொஞ்சம் மேலே தள்ளி மற்றொரு பாலம் இருந்தது. நான் பார்த்தபோது மஞ்சள் நிறத்தில் சேறு படிந்த கார் ஒன்று அதைக் கடந்தது. அந்தப் பாலத்தின் பக்க அமைப்புகள் உயர மாக இருந்ததால் கார் அந்த இடத்தை அடைந்தவுடன் என் பார்வையிலிருந்து மறைந்தது. இருந்தாலும், காரின் டிரைவர்,

அவனுடன் இருக்கையில் இருந்த மற்றொருவன் மற்றும் பின் இருக்கையில் இருந்த இரண்டு மனிதர்கள் ஆகியோரின் தலைகளைப் பார்த்தேன். அவர்கள் ஜெர்மன் தலைக்கவசம் அணிந்திருந்தார்கள். கார் பாலத்தைக் கடந்து சாலையில் நின்ற மரங்களுக்கும் கைவிடப்பட்டு நின்ற இராணுவ வாகனங்களுக்கும் மறுபக்கமாகச் சென்று பார்வையிலிருந்து மறைந்தது. பாலத்தைக் கடந்துகொண்டிருந்த அய்மோவையும் மற்றவர்களையும் கை அசைத்து வரச் சொன்னேன். கீழே இறங்கி இரயில்வேயின் அணைக்கரையில் பதுங்கினேன். அய்மோ என்னுடன் கீழே இறங்கினான்.

"நீ அந்த காரைப் பார்த்தாயா?" என்று கேட்டேன்.

"நாங்கள் உங்களைப் பார்த்துக்கொண்டிருந்தோம்."

"மேல்பக்கம் இருக்கும் பாலத்தில் ஜெர்மன் அதிகாரிகளின் கார் ஒன்று கடந்து சென்றது."

"அது அதிகாரிகளின் காரா?"

"ஆமாம்."

"புனித மாதாவே."

மற்றவர்களும் வந்து சேர்ந்தார்கள். நாங்கள் இரயில்வே அணைக்கரையின் பின்பக்கமாகச் சேற்றில் பதுங்கியபடி பாலத்திலிருந்த தண்டவாளங்களையும் வரிசையாக நின்ற மரங்களையும் ஓடையையும் சாலையையும் பார்த்தோம்.

"லெஃப்டினன்ட் ஐயா, அப்படியானால் நாம் துண்டிக்கப்பட்டு விட்டோம் என்று நினைக்கிறீர்களா?"

"எனக்குத் தெரியாது. எனக்குத் தெரிந்ததெல்லாம் ஜெர்மன் அதிகாரிகளின் கார் ஒன்று அந்தச் சாலையில் சென்றது என்பது தான்."

"லெஃப்டினன்ட் ஐயா, உங்களுக்கு இது வேடிக்கையாகத் தோன்றவில்லையா? உங்கள் தலைக்குள் வித்தியாசமான உணர்வுகள் ஏற்படவில்லையா?"

"சும்மா விளையாடாதே, பொனெல்லோ."

"கொஞ்சம் மது குடிக்கலாமா? என்று பியானி கேட்டான். "இப்போது நாம் இங்கிருந்து போக முடியாதென்றால் மதுவாவது

குடிக்கலாம்." அவன் பொருட்கள் இருந்த பையைத் திறந்து ஒரு பாட்டிலை எடுத்து அதன் தக்கையைத் திறந்தான்.

"அங்கே பாருங்கள்! அங்கே பாருங்கள்!" என்று சொன்ன அய்மோ, சாலையைச் சுட்டிக்காட்டினான். அங்கே கல் பாலத்தின் மேல்பகுதியில் ஜெர்மானியர்களின் தலைக்கவசங்கள் நகர்ந்துகொண்டிருந்தன. முன்பக்கமாகச் சாய்ந்தபடி மிகவும் மெதுவாக ஒரே சீராக, கிட்டத்தட்ட எந்த இயற்கை விதிகளுக்கும் உட்படாத ஆவிகளைபோல் அவை முன்னோக்கி நகர்ந்து சென்றன. அவை பாலத்தைத் தாண்டியதும் நாங்கள் அவர்களைப் பார்த்தோம். அவர்கள் சைக்கிள் படைப்பிரிவைச் சேர்ந்தவர்கள். அவர்களில் முதலில் வந்த இருவரின் முகங்களைப் பார்த்தேன். அவை சிவந்த முகப்பொலிவுடனும் செழித்த உடல் நலமுடனும் தெரிந்தன. அவர்களுடைய தலைக்கவசங்கள் அவர்களின் முன்நெற்றிகளிலும் முகத்தின் பக்கங்களிலும் தாழ்வாக இறங்கியிருந்தன. இலகுவகை கைத்துப்பாக்கிகள் சைக்கிள்களின் சட்டங்களில் மாட்டப்பட்டிருந்தன. குச்சி வெடிகுண்டுகளின் கைப்பிடிகள் கீழ்ப்பக்கமாகத் தொங்குமாறு அவர்களுடைய இடுப்புப் பட்டைகளில் இணைக்கப்பட்டிருந்தன. அவர்களுடைய தலைக்கவசங்களும் பழுப்பு நிறச் சீருடைகளும் ஈரமாக இருந்தன. அவர்கள் அக்கம்பக்கம் பார்த்தபடி எளிதாகப் பயணம் செய்தார்கள். முதல் வரிசையில் இரண்டு பேரும், அடுத்த வரிசையில் நான்கு பேரும், அதற்கு அடுத்ததில் இரண்டு பேரும், அப்புறம் கிட்டத்தட்ட பன்னிரண்டு பேரும், அப்புறம் மற்றொரு பன்னிரண்டு பேரும், அடுத்தது ஒருவர் தனியாகவும் சென்றார்கள். அவர்கள் ஒருவருக்கொருவர் பேசவில்லை, அப்படியே பேசியிருந்தாலும் ஆற்று வெள்ளத்தின் சத்தத்தில் எங்களுக்குக் கேட்டிருக்காது. சாலையில் தொடர்ந்து பயணம் செய்த அவர்கள் எங்கள் பார்வையிலிருந்து மறைந்தார்கள்.

"புனித மரியன்னையே," என்றான் அய்மோ.

"அவர்கள் ஜெர்மானியர்கள்," என்று பியானி சொன்னான். "ஆஸ்திரியர்கள் இல்லை."

"அவர்களைத் தடுத்து நிறுத்துவதற்கு இங்கு ஏன் ஒருவரும் இல்லை," என்றேன். "ஏன் அவர்கள் இந்தப் பாலத்தைக் குண்டு

வைத்துத் தகர்க்கவில்லை? ஏன் ஆற்றங்கரையெங்கும் இயந்திரத் துப்பாக்கி வீரர்கள் இல்லை?"

"நீங்கள் எங்களுக்குச் சொல்லுங்கள், லெஃப்டினன்ட் ஐயா," என்றான் பொனேல்லோ.

நான் மிகுந்த கோபத்தில் இருந்தேன்.

"இங்கு எல்லாமே படுமோசமாகவும் பைத்தியக்காரத்தனமாகவும் இருக்கின்றன. கீழே தள்ளியிருந்த சின்ன பாலத்தைத் தகர்த்து விட்டார்கள். முக்கியச் சாலையில் பாலத்தை விட்டுவைக்கிறார்கள். எல்லோரும் எங்கே இருக்கிறார்கள்? முயற்சி செய்து அவர்களைத் தடுத்து நிறுத்தக்கூட மாட்டார்களா?"

"நீங்கள் எங்களுக்குச் சொல்லுங்கள், லெஃப்டினன்ட் ஐயா," என்றான் பொனெல்லோ. நான் பேசுவதை நிறுத்தினேன். இதில் எனக்கு எந்த சம்பந்தமும் இல்லை. என்னுடைய கடமையெல்லாம் மூன்று ஆம்புலன்ஸ்களுடன் பொர்தனோனெ நகரைச் சென்று சேர வேண்டும் என்பதே. அதில் நான் தோற்றுவிட்டேன். இப்போது நான் செய்யவேண்டியது பொர்தனோனெ நகருக்குப் போய்ச் சேர வேண்டும். ஒருவேளை என்னால் பக்கத்திலிருக்கும் உதினே நகருக்குக்கூடப் போக முடியாதுபோல் தோன்றுகிறது. என்னால் அங்கே போக முடியவில்லை. இப்போது நான் செய்ய வேண்டியது அமைதியாக இருப்பதும், அவர்களது துப்பாக்கிக் குண்டுகளுக்குப் பலியாகாமலும் அல்லது அவர்களால் சிறை பிடிக்கப்படாமலும் இருப்பதுதான்.

"நீ மது பாட்டிலைத் திறந்தாய் அல்லவா?" என்று பியானியைக் கேட்டேன். அவன் அதை என்னிடம் கொடுத்தான். நான் ஒரே மடக்கில் அதிக அளவு குடித்தேன். "நாம் இங்கிருந்து புறப்படுவது நல்லது," என்று சொன்னேன். "இருந்தாலும் அவசரமில்லை. நீங்கள் ஏதாவது சாப்பிட விரும்புகிறீர்களா?"

"இங்கு உட்கார்வதற்குச் சரியான இடம் இல்லை," என்று பொனெல்லோ சொன்னான்.

"சரி. அப்படியானால் நாம் புறப்படலாம்."

"நாம் அவர்களின் பார்வையில் படாமல் மறைந்து இந்தப் பக்கமாகவே நடக்கலாமா?"

"நாம் கொஞ்சம் மேடான இடத்தில் நடப்பது நல்லது. அவர்கள் இந்தப் பாலத்தின் வழியாகவும் வரலாம். நாம் அவர்களைப் பார்ப்பதற்கு முன்னால் அவர்கள் நம்மை மேலேயிருந்து பார்ப்பதை நான் விரும்பவில்லை."

நாங்கள் இரயில்வே தடத்தில் நடந்தோம். இருபுறமும் ஈரமான நீண்ட சமவெளிப் பகுதிகள் இருந்தன. எங்களுக்கு முன்னால் இருந்த சமவெளிப் பகுதிக்கு அப்பால் உதினே நகரத்தின் மலை இருந்தது. மலை மேலிருந்த கோட்டையின் கூரைப் பகுதிகள் இடிந்து கீழே விழுந்திருந்தன. எங்களால் தேவாலய மணிக்கூண்டையும் கடிகாரக் கோபுரத்தையும் காண முடிந்தது. சமவெளிப் பகுதியில் பல மல்பெரி மரங்கள் இருந்தன. எங்களுக்கு முன்னால் தண்டவாளங்கள் உடைந்து கிடந்த ஓர் இடத்தைப் பார்த்தேன். அங்கிருந்த இணைப்புத் தூண்கள் தோண்டி எடுக்கப்பட்டு அணைக்கட்டின் கீழே வீசப்பட்டிருந்தன.

"கீழே படுங்கள்! கீழே படுங்கள்!" என்று அய்மோ சொன்னான். நாங்கள் அணைக்கரையின் அருகில் தரையில் அப்படியே விழுந்தோம். சாலை வழியாக மற்றொரு சைக்கிள் படை போய்க் கொண்டிருந்தது. அவர்கள் தொடர்ந்து போவதை நான் கரையின் விளிம்பின் மேலாக எட்டிப் பார்த்தேன்.

"அவர்கள் நம்மைப் பார்த்தார்கள், ஆனால், அப்படியே போய் விட்டார்கள்," என்று அய்மோ சொன்னான்.

"லெஃப்டினன்ட் ஐயா, அங்கே நாம் கொல்லப்படுவோம்," என்றான் பொனெல்லோ.

"நாமெல்லாம் அவர்களுக்குத் தேவையில்லை. அவர்கள் வேறு எதையோ தேடிப் போகிறார்கள். திடீரென்று அவர்கள் நமக்கு எதிரில் வந்தால்தான் நமக்கு அதிக ஆபத்து ஏற்படும்."

"யார் கண்ணிலும் படாதவாறு நாம் இங்கே நடப்பது நல்லது என்று நினைக்கிறேன்," என்றான் பொனெல்லோ.

"அப்படியானால் சரி. நாம் இரயில் பாதையில் நடக்கலாம்."

"நாம் இதை கடந்துவிடுவோம் என்று நினைக்கிறீர்களா?" என்று அய்மோ கேட்டான்.

"நிச்சயமாக. இன்னும் அவர்கள் அதிக எண்ணிக்கையில் வரவில்லை. நாம் இருட்டில் நடந்து போய்விடலாம்."

“அந்த அதிகாரிகளின் கார் என்ன செய்துகொண்டிருந்தது?”

“அது இயேசுவுக்கே வெளிச்சம்,” என்றேன். இரயில் பாதையில் தொடர்ந்து நடந்தோம். போனெல்லோ அணைக்கரையிலிருந்த சேற்றில் நடந்து போக முயன்றான்; பிறகு எங்களுடன் வந்து சேர்ந்தான். இரயில்வே தடம் இப்போது நெடுஞ்சாலையிலிருந்து தென்பக்கமாகத் திரும்பிச் சென்றது; அதனால் எங்களால் சாலையின் போக்குவரத்தைப் பார்க்க முடியவில்லை. ஒரு வாய்க்காலின் குறுக்கே இருந்த சின்னப் பாலம் வெடிவைத்துத் தகர்கப்பட்டிருந்தது. நாங்கள் தகர்க்கப்பட்டிருந்த பாலத்தின் மீதமிருந்த இணைப்புச் சட்டத்தின் மேலே ஏறி வாய்க்காலைக் கடந்தோம். எங்களுக்கு முன்னால் துப்பாக்கிச்சூடு நடக்கும் சத்தத்தைக் கேட்டோம்.

வாய்க்காலுக்கு அப்பால் இரயில் பாதையில் மேலே வந்தோம். அந்தப் பாதை தாழ்வாக இருந்த சமவெளியைத் தாண்டி நேராக நகரத்தை நோக்கிச் சென்றது. எங்களுக்கு முன்னால் தொலைவி லிருந்த மற்றொரு இரயில் பாதையின் தண்டவாளத்தை அங்கிருந்து எங்களால் பார்க்க முடிந்தது. நாங்கள் பார்த்த சைக்கிள் படையினர் பயணம் செய்த முக்கிய சாலை எங்களுக்கு வடபுறத்தில் இருந்தது. எங்களுக்குத் தென்புறத்திலிருந்த சமவெளி வழியாக இருபுறத்திலும் மரங்கள் அடர்த்தியாக இருந்த ஒரு சிறிய பிரிவுச்சாலை சென்றது. நாங்கள் தென்புறமாகத் திரும்பி அப்படியே நகரத்தைச் சுற்றி, கிராமங்கள் வழியாக நடந்து உதினே நகருக்குத் தெற்கில் இருந்த கேம்போஃபோமியோ நகரம் மற்றும் தக்லியாமெண்டோ ஆற்றுக்குப் போகும் முக்கிய சாலை இருந்த திசையில் பயணம் செய்வது நல்லது என்று நினைத்தேன். உதினே நகருக்கு அப்பாலிருக்கும் சின்ன சாலைகளின் வழியாகப் போனால் பின்வாங்கிவரும் படைகளின் முக்கியத் தடத்தைத் தவிர்க்கலாம். அங்கிருக்கும் சமவெளிப் பகுதிகளில் ஏராளமான சிறு சாலைகள் இருந்தன என்று எனக்குத் தெரியும். நான் அணைக்கரையில் கீழே இறங்கத் தொடங்கினேன்.

“சீக்கிரம் வாருங்கள்,” என்றேன். பக்கச் சாலையைக் கண்டு பிடித்து நகரத்தின் தென்புறத்தை நோக்கி நாங்கள் நடக்கலாம். கரையிலிருந்து இறங்கத் தொடங்கினோம். அதன் பக்கச்சாலையி லிருந்து ஒரு துப்பாக்கிக் குண்டு எங்களை நோக்கிச் சுடப்பட்டது. அந்தத் தோட்டா அணைக்கரையின் சகதிக்குள் விழுந்தது.

"பின்னால் திரும்பிப் போங்கள்," என்று நான் கத்தினேன். நானும் கரையில் ஏறத் தொடங்கினேன்; சகதியில் வழுக்கி விழுந்தேன். டிரைவர்கள் எனக்கு முன்னால் சென்றிருந்தார்கள். என்னால் முடிந்த அளவு வேகமாக அணைக்கரைமேல் ஏறினேன். அடர்த்தியான புதரிலிருந்து மேலும் இரண்டு குண்டுகள் வந்தன; இரயில்வே தண்டவாளங்களைக் கடந்துகொண்டிருந்த அய்மோ திடீரெனச் சாய்ந்தான், நிலைதடுமாறினான், தலைகுப்புறக் கீழே விழுந்தான். நாங்கள் அவனை அடுத்த பக்கமாகக் கீழே இழுத்து நேராகத் திருப்பினோம். "அவனுடைய தலையை உயர்த்திப் பிடி," என்றேன். பியானி அவனை நகர்த்தித் திருப்பினான். அணைக்கரையின் பக்கவாட்டிலிருந்த சகதியில் அவன் கிடந்தன், அவனுடைய பாதங்கள் கீழ்நோக்கி இருந்தன; அவன் சீராக மூச்சு விடவில்லை; மூச்சோடு சேர்ந்து மூக்கிலிருந்து இரத்தம் கொட்டியது. கொட்டும் மழையில் நாங்கள் மூன்று பேரும் அவனைச் சுற்றி குத்துக்காலிட்டு உட்கார்ந்தோம். அவன் கழுத்தின் பின்புறத்தில் கீழே தள்ளி தாக்கப்பட்டிருந்தான்; தோட்டா பாய்ந்து மேல்நோக்கிச் சென்று வலது கண்ணுக்கு அடியில் வெளியேறியிருந்தது. நான் அந்த இரண்டு துவாரங்களிலிருந்தும் இரத்தம் வருவதை நிறுத்திக்கொண்டிருக்கும்போது அவன் இறந்துவிட்டான். பியானி அவனுடைய தலையைக் கீழே வைத்தான்; அவசரத்துக்குக் கட்டுப்போடும் துணியால் அவனுடைய முகத்தைத் துடைத்தான், அதன் பின் அதை அப்படியே விட்டு விட்டான்.

"அந்த ---," என்று அவன் சொன்னான்.

"அவர்கள் ஜெர்மானியர்கள் இல்லை," என்றேன். "இந்த இடத்தில் எந்த ஜெர்மானியரும் இருக்க வாய்ப்பு இல்லை."

"இத்தாலியர்கள்," என்றான் பியானி. "இத்தாலியனி" என்ற அடைமொழியின் பொருளில் அவன் அந்த வார்த்தையைப் பயன்படுத்தினான். பொனெல்லோ ஒன்றும் சொல்லவில்லை. அவன் அய்மோவுக்குப் பக்கத்தில் உட்கார்ந்திருந்தான், ஆனால், அவனை அவன் பார்க்கவில்லை. அணைக்கரையில் விழுந்து உருண்டு கீழே போயிருந்த அய்மோவின் தொப்பியை பியானி எடுத்துவந்து அவன் முகத்தை மூடினான்; அவனுடைய மது பாட்டிலை வெளியே எடுத்தான்.

“உனக்குக் கொஞ்சம் மது வேண்டுமா?” பியானி பாட்டிலை பொனெல்லோவிடம் கொடுத்தான்.

“வேண்டாம்,” என்றான் பொனெல்லோ. அவன் என் பக்கமாகத் திரும்பினான். “இரயில் தடத்தில் வந்தபோது எந்த நேரத்திலும் அது நமக்கு நடந்திருக்கலாம்.”

“அப்படி இல்லை,” என்றேன். “நாம் சமவெளியில் நடக்கத் தொடங்கியதால்தான் அது நடந்தது.”

பொனெல்லோ தலையை உலுக்கினான். “அய்மோ செத்து விட்டான்,” என்றான். “அடுத்தது சாகப்போவது யார், லெஃப்ட்டி னன்ட் ஐயா? நாம் இப்போது எங்கே போகிறோம்?”

“அவனைச் சுட்டது இத்தாலியர்கள்தான்,” என்றேன். “அது ஜெர்மானியர்கள் இல்லை.”

“துப்பாக்கியால் சுட்டவர்கள் ஜெர்மானியர்களாக இருந்தால் அவர்கள் நம் எல்லோரையும் கொன்றிருப்பார்கள்,” என்றான் பொனெல்லோ.

“நமக்கு ஜெர்மானியர்களிடமிருந்து வரக்கூடிய ஆபத்தைவிட இத்தாலியர்களிடமிருந்து வரக்கூடிய ஆபத்துதான் அதிகம்,” என்றேன். “இத்தாலியப் படையின் பின்பகுதியில் இருப்பவர்கள் எதைக் கண்டாலும் பயப்படுகிறார்கள். என்ன தேவை என்பது ஜெர்மானியர்களுக்குத் தெரியும்.”

“நீங்கள் தக்க காரணங்களோடு விளக்கம் கொடுக்கிறீர்கள், லெஃப்ட்டினன்ட் ஐயா,” என்றான் பொனெல்லோ.

“நாம் இப்போது எங்கே போகலாம்?” என்று பியானி கேட்டான்.

“ஒரு சரியான இடமாகப் பார்த்து இருட்டும்வரை அங்கே நாம் படுத்திருக்கலாம். நம்மால் தெற்குப் பக்கமாகப் போக முடிந்தால் எல்லாம் சரியாகிவிடும்.”

“முதல்முறை ஒருவனைச் சுட்டுக் கொன்றது சரியானதுதான் என்று உறுதி செய்ய அவர்கள் நம் எல்லோரையும் சுட்டுக் கொல்லவேண்டியிருக்கும்,” என்று பொனெல்லோ சொன்னான். “நான் அவர்களிடம் எந்தப் பரிசோதனையும் செய்யத் தயாராக இல்லை.”

"நாம் உதினே நகருக்கு எவ்வளவு பக்கமாகப் போக முடியுமோ அவ்வளவு பக்கமாகப் போவோம். போகும் வழியில் மிகவும் பக்கத்தில் ஓர் இடம் கண்டுபிடித்து அங்கேயே படுத்திருந்து இருட்டான பிறகு நாம் தொடர்ந்து போகலாம்."

"நாம் போகலாம்," என்றான் பொனெல்லோ.

கரையின் வடக்குப் பக்கமாகக் கீழே இறங்கினோம். திரும்பிப் பார்த்தேன். அய்மோ அந்த அணைக்கரையின் சரிவான பகுதியில் சேற்றில் கிடந்தான். சிறிய உடல் அமைப்பு கொண்ட அவனுடைய கைகள் அவனை ஒட்டிக் கிடந்தன; கால்பட்டி சுற்றப்பட்டிருந்த அவனுடைய கால்களும் சேறான காலணிகளும் சேர்ந்து கிடந்தன; அவனுடைய தொப்பி அவன் முகத்தின் மேல் கிடந்தது. அவன் முழுமையாகச் செத்தவன்போல் தோன்றினான். மழை பெய்துகொண்டிருந்தது. எனக்குத் தெரிந்தவர்கள் அனைவரையும் நேசித்ததுபோல் அவனையும் நேசித்தேன். அவனுடைய ஆவணங்கள் என் பையில் இருந்தன; அவன் குடும்பத்தாருக்கு அவன் இறப்பைத் தெரிவித்து எழுதுவேன். வயல்வெளிக்கு அப்பால் தூரத்தில் ஒரு பண்ணை வீடு இருந்தது. அதைச் சுற்றி மரங்கள் இருந்தன. வீட்டின் எதிர்ப்புறத்தில் பண்ணைக் கிடங்குகள் இருந்தன. அந்த வீட்டின் இரண்டாவது தளத்தில் தூண்கள் தாங்கிய பால்கனி இருந்தது.

"நாம் ஒருவருக்கொருவர் இடைவெளி விட்டுப் போவது நல்லது," என்று சொன்னேன். "நான் முன்னால் போகிறேன்." பண்ணை வீட்டை நோக்கி நடக்கத் தொடங்கினேன். வயல்வெளியின் குறுக்கே ஒரு பாதை இருந்தது.

வயல்வெளியைக் கடந்தபின் பண்ணை வீட்டின் பக்கத்திலிருந்த மரங்களிலிருந்தோ அல்லது பண்ணை வீட்டிலிருந்தோ யாரோ ஒருவர் எங்களைச் சுடலாம், தெரியாது. அந்த வீட்டை உன்னிப் பாகக் கவனித்தபடியே அதை நோக்கிச் சென்றேன். இரண்டாவது தளத்திலிருந்த பால்கனி பண்ணையின் கொட்டகையோடு இணைக்கப்பட்டிருந்தது; தூண்களுக்கு இடையிலிருந்து வைக் கோல் வெளியே வந்தது. முன்முற்றம் கல் துண்டுகளால் கட்டப் பட்டிருந்தது; எல்லா மரங்களிலிருந்தும் மழைநீர் சொட்டியது. அங்கே பெரிய இருசக்கர வண்டி ஒன்று இருந்தது, அதன்

நுகத்தடி மழையில் உயரமாகத் தூக்கிவிடப்பட்டிருந்தது. நான் முன்முற்றத்துக்கு வந்து அதைக் கடந்து பால்கனி கூரையின் அடியில் நின்றேன். வீட்டின் கதவு திறந்திருந்தது, உள்ளே போனேன். பியானியும் பொனெல்லோவும் என்னைத் தொடர்ந்து வந்தார்கள். உள்பக்கம் இருட்டாக இருந்தது. பின்னால் திரும்பி சமையல் அறைக்குச் சென்றேன். அங்கே திறந்தநிலையில் இருந்த பெரிய அடுப்பில் சாம்பல் இருந்தது. சாம்பலுக்கு மேல் பானைகள் தொங்கிக்கொண்டிருந்தன; ஆனால், அவற்றின் உள்ளே ஒன்றும் இல்லை. நான் சுற்றும்முற்றும் தேடினேன்; ஆனால், சாப்பிடுவதற்கு என்னால் எதுவும் கண்டுபிடிக்க முடியவில்லை.

"நாம் பண்ணைக் கொட்டகையில் அப்படியே படுத்துக்கிடக்க வேண்டியதுதான்," என்றேன். "பியானி, சாப்பிடுவதற்கு உன்னால் எதுவும் கண்டுபிடிக்க முடியும் என்று நினைக்கிறாயா, கிடைத்தால் அங்கே கொண்டுவருகிறாயா?"

"நான் போய்ப் பார்க்கிறேன்," என்று பியானி சொன்னான்.

"நானும் போய்ப் பார்க்கிறேன்," என்று பொனெல்லோ சொன்னான்.

"அப்படியே செய்யுங்கள்," என்றேன். "நான் மேலே போய் கொட்டகையைப் பார்க்கிறேன்." அடித் தளத்திலிருந்த குதிரை லாயத்திலிருந்து மேலே போன கல்லால் ஆன படிக்கட்டைக் கண்டேன். அந்த லாயத்தில் மழையின் மணத்தோடு சேர்ந்து வறட்சியான இனிய மணம் நிலவியது. அங்கே கால்நடைகள் எதுவும் இல்லை. ஒருவேளை அவர்கள் இந்த இடத்தைவிட்டுச் சென்றபோது அவை விரட்டிவிடப்பட்டிருக்கலாம். அந்தக் கொட்டகையில் பாதி அளவு வைக்கோல் இருந்தது. அதன் கூரையில் இரண்டு ஜன்னல்கள் இருந்தன; அவற்றில் ஒன்று அட்டையால் அடைக்கப்பட்டிருந்தது. மற்றொன்று வடக்குப் பக்கத்தில் குறுகலாக செங்குத்தாக நீட்டிக்கொண்டிருந்தது. கால் நடைகளுக்குத் தேவையான வைக்கோலைக் கீழே தள்ளிவிட ஏதுவாக பொருட்கள் அனுப்பும் குழாயும் இருந்தது. வண்டிகளில் கொண்டுவரப்படும் வைக்கோல் கட்டுகளை மேலே இழுப்பதற்காகத் திறந்த வழியின் குறுக்கே முக்கியத் தரைத்தளம் வரை உத்தரங்கள் அமைக்கப்பட்டிருந்தன. அப்போது கொட்டகையின் கூரைமேல் மழை பெய்யும் சத்தத்தைக் கேட்டேன்,

வைக்கோலின் மணத்தை நுகர்ந்தேன். நான் கீழே இறங்கியபோது லாயத்தில் வறண்ட சாணத்தின் சுத்தமான மணத்தையும் நுகர்ந் தேன். தென்புறம் இருந்த ஜன்னலில் இருந்த அட்டையைத் தளர்த்தினால் நம்மால் கீழே இருந்த முற்றத்தை நுட்பமாகப் பார்க்க முடியும். மற்றொரு ஜன்னல் வடபுறம் இருந்த வயல் வெளிகளைப் பார்க்க ஏதுவாக இருந்தது. அந்த இரண்டு ஜன்னல்கள் வழியாகக் கீழே இருந்த கூரையில் இறங்கலாம், அதற்குக் கீழேயும் இறங்கலாம்; அல்லது படிக்கட்டைப் பயன் படுத்த முடியாத நிலை ஏற்பட்டால் வைக்கோல் அனுப்பும் குழாய் வழியாகவும் முன்முற்றத்தை அடையலாம். அது பெரிய பண்ணைக் கொட்டகையாக இருந்தது, யாராவது வரும் சத்தம் கேட்டால் வைக்கோல் கட்டுகளுக்குள் மறைந்துகொள்ளலாம். அது பாதுகாப்பான நல்ல இடமாகத் தோன்றியது. அவர்கள் எங்கள்மீது துப்பாக்கிச்சூடு நடத்தாமல் இருந்திருந்தால் நாங்கள் நிச்சயமாக தெற்குப் பக்கம் சென்றிருப்போம். ஜெர்மானியர்கள் இங்கே இருப்பதற்கு வாய்ப்பே இல்லை. அவர்கள் வடக்குப் பக்கமிருந்து வந்துகொண்டிருக்கிறார்கள்; இத்தாலியின் வட கிழக்குப் பகுதியிலிருக்கும் சிவிடாலெ நகரிலிருந்து வரும் சாலை வழியாக வந்துகொண்டிருக்கிறார்கள். அவர்கள் தெற்குப் பக்கத்திலிருந்து பயணம் செய்து இங்கே வந்திருக்க முடியாது. அவர்களைவிட இத்தாலியர்கள் இன்னும் அதிக ஆபத்தானவர்கள். அவர்கள் பயந்து நடுங்கினார்கள்; எதைக் கண்டாலும் சுட்டார்கள். நேற்று இரவு வடக்கிலிருந்து அவர்கள் பின்வாங்கும்போது இத்தாலிய சீருடை அணிந்த பல ஜெர்மானிய வீரர்கள் அவர்கள் கூட்டத்தோடு கலந்துவிட்டார்கள் என்று கேள்விப்பட்டோம். நான் அதை நம்பவில்லை. போர்க்காலத்தில் எப்போதும் வலம் வரும் வதந்திகளில் அதுவும் ஒன்று. எதிரி நாட்டினர் நமக்கு எதிராக எப்போதும் பரப்பும் வதந்திகளில் இதுவும் ஒன்று. ஜெர்மானியர்களின் சீருடை அணிந்து அவர்களிடம் குழப்பம் ஏற்படுத்தச் சென்ற எந்த ஒருவரையும் உனக்குத் தெரியாது. அவர்கள் அப்படிச் செய்தாலும் செய்திருக்கலாம். ஆனால், அதற்கு வாய்ப்பு இல்லாததாகத் தோன்றுகிறது. ஜெர்மானியர்கள் இப்படிச் செய்தார்கள் என்பதை நான் நம்பவில்லை. அவர்கள் அப்படி செய்யவேண்டிய தேவை இருப்பதாகவும் நான்

நம்பவில்லை. பின்வாங்கி வரும் நமது படையினரிடையே குழப்பம் ஏற்படுத்தவேண்டிய தேவை அவர்களுக்கு இல்லை. அவர்களது இராணுவத்தின் பெரிய அளவும், அவர்கள் பயன் பாட்டில் இருக்கும் சாலைகளின் குறைந்த எண்ணிக்கையுமே அப்படி நினைக்கச் செய்தன. ஜெர்மானியர்கள் உட்பட யாருமே சுடுவதற்கு உத்தரவு கொடுக்கவில்லை. இருந்தாலும் அவர்கள் எங்களை ஜெர்மானியர்கள் எனக் கருதி சுடலாம். அவர்கள் அய்மோவைச் சுட்டார்கள். வைக்கோல்போர் நல்ல மணமாக இருந்தது. அந்தக் கொட்டகையில் வைக்கோல்போரில் படுத் திருந்தது, நேரம் போனது தெரியாதவாறு இடைப்பட்ட ஆண்டுகள் எடுத்துச் சென்றிருந்தது. நாங்கள் வைக்கோல்போரில் படுத்துக் கிடந்தோம்; பேசினோம். கொட்டகையின் அதிக உயரத்தில் வெட்டப்பட்டிருந்த முக்கோண வடிவமைப்பில் குருவிகள் உட்கார்ந்தபோது சின்ன துப்பாக்கியால் அவற்றைச் சுட்டோம். அந்தக் கொட்டகை இப்போது இல்லை. கடந்த ஓர் ஆண்டில் அங்கிருந்த ஹெம்லாக் என்ற நச்சுவகை மரங்களை வெட்டி எடுத்திருந்தார்கள். அவற்றின் அடிக்கட்டைகளும், பட்டுப்போன மரங்களின் உச்சிகளும், மரக்கிளைகளும், மரங்கள் இருந்த இடத்தில் முளைத்திருந்த செடிகளுமே இப்போது அங்கே இருந்தன. உன்னால் திரும்பிப் போக முடியாது. நீ முன்னோக்கிப் போகவில்லையானால் என்ன நடந்தது? உன்னால் ஒருபோதும் மிலன் நகருக்குப் போக முடியாது. நீ மிலன் நகருக்குத் திரும்பிப் போனால் என்ன நடக்கும்? உதினெ நகருக்கு வடக்குப் பக்கமாக நடைபெறும் துப்பாக்கிச் சூட்டின் சத்தத்தைக் கேட்டேன். இயந்திரத் துப்பாக்கியால் சுடும் சத்தங்களையும் என்னால் கேட்க முடிந்தது. அங்கே குண்டு போடவில்லை. அதுவே கொஞ்சம் நல்ல செய்திதான். சில வீரர்களை அந்தச் சாலையில் அனுப்பி யிருப்பார்கள். நான் அங்கிருந்த அரைகுறை வெளிச்சத்தில் வைக்கோல் கொட்டகையின் கீழே பார்த்தேன். அங்கே வைக் கோல் இழுத்துவரப்படும் தளத்தில் பியானி நின்றுகொண்டிருந் தான். அவன் ஒரு நீண்ட இறைச்சிப் பையும், ஏதோ ஒன்றால் நிரப்பப்பட்டிருந்த ஒரு குடுவையும், கைகளுக்கு அடியில் இரண்டு ஒயின் பாட்டில்களும் வைத்திருந்தான்.

“மேலே வா,” என்றேன். “ஏணி அங்கேதான் இருக்கிறது.” அவனிடமிருந்த பொருட்களை மேலே கொண்டு வருவதற்கு

அவனுக்கு உதவ வேண்டும் என்று பிறகு உணர்ந்தேன்; கீழே இறங்கிப் போனேன். வைக்கோல்போரில் படுத்திருந்ததால் தெளிவற்ற நிலையில் இருந்தேன்; கிட்டதட்ட தூங்கிவிட்டேன்.

"பொனெல்லோ எங்கே?" என்று கேட்டேன்.

"அப்புறம் சொல்கிறேன்," என்றான் பியானி. நாங்கள் ஏணியில் ஏறி மேலே சென்றோம். வைக்கோல்போரின் மேல் பொருட்களை வைத்தோம். பியானி திருக்கையுடன் இருந்த கத்தியை வெளியே எடுத்தான்; பிறகு ஒயின் பாட்டிலில் இருந்த தக்கையை வெளியே எடுத்தான்.

"அவர்கள் இதன் மேல் மெழுகு வைத்து முத்திரை குத்தியிருக்கிறார்கள்," என்றான் அவன். "இது தரமுள்ளதாகத்தான் இருக்க வேண்டும்." அவன் புன்னகைத்தான்.

"பொனெல்லோ எங்கே இருக்கிறான்?" என்று நான் கேட்டேன்.

பியானி என்னைப் பார்த்தான்.

"அவன் இங்கிருந்து போய்விட்டான், லெஃப்டினன்ட் ஐயா. அவன் போர்க் கைதியாகச் சரணடைய விரும்பினான்."

நான் ஒன்றும் சொல்லவில்லை.

"நாம் எல்லோரும் சுட்டுக் கொல்லப்படுவோம் என்று நினைத்து பயந்துவிட்டான்."

நான் ஒயின் பாட்டிலைக் கையில் வைத்திருந்தேன்; ஒன்றும் சொல்லவில்லை.

"இதற்கு மேலும் இந்தப் போரில் நாம் வெற்றி பெறுவோம் என்பதில் நமக்கு நம்பிக்கை இல்லை என்பதைப் பாருங்கள், லெஃப்டினன்ட் ஐயா."

"நீ ஏன் போகவில்லை?" என்று கேட்டேன்.

"நான் உங்களைவிட்டுப் பிரிய விரும்பவில்லை."

"அவன் எங்கே போனான்?"

"எனக்குத் தெரியாது, லெஃப்டினன்ட் ஐயா. அவன் போய் விட்டான்."

"சரி போகட்டும்," என்றேன். "நீ இறைச்சிப் பையை நறுக்கித் திறக்கிறாயா?"

அரை வெளிச்சத்தில் பியானி என்னைப் பார்த்தான்.

"நாம் பேசிக்கொண்டிருக்கும்போதே அதை நான் நறுக்கி விட்டேன்," என்றான். வைக்கோல்போர்மீது உட்கார்ந்தோம், இறைச்சித் துண்டுகளைச் சாப்பிட்டோம், ஒயினையும் குடித்தோம். இது ஒரு திருமணத்துக்காகச் சேமித்து வைக்கப்பட்டிருந்த ஒயினாக இருக்கலாம், மிகவும் பழையதாக இருந்ததால் அதன் நிறத்தை இழந்துகொண்டிருந்தது.

"நீ இந்த ஜன்னல் வழியாக வெளியே பார், லுயிகி," என்றேன். "அந்த ஜன்னல் வழியாக நான் பார்க்கிறேன்."

நாங்கள் தனித்தனி பாட்டில்களில் ஒயின் குடித்துக்கொண்டிருந்தோம். என்னுடைய பாட்டிலை என்னுடன் எடுத்துக் கொண்டு சற்றுத் தள்ளி சென்று வைக்கோல்போரின் மேல் நெடுஞ்சாண்கிடையாகப் படுத்தபடியே குறுகலான ஜன்னல் வழியாக ஈரமாயிருந்த நாட்டுப்புறத்தைப் பார்த்தேன். எதை எதிர்பார்த்து நான் வெளியே பார்த்தேன் என்று எனக்குத் தெரியாது; ஆனால், வயல்வெளிகளையும் மொட்டையாக நின்ற மல்பெரி மரங்கள்மீது மழை பெய்துகொண்டிருந்ததையும் தவிர வேறு எதையும் பார்க்கவில்லை. ஒயினைக் குடித்தேன், ஆனால், அது என்னை உற்சாகப்படுத்தவில்லை. அவர்கள் அதை நீண்ட காலமாக வைத்திருந்ததால் அது திரிந்துபோயிருந்தது; அதன் தரத்தையும் நிறத்தையும் இழந்திருந்தது. வெளியே இருட்டாகிக் கொண்டிருந்ததைப் பார்த்தேன்; மிகவும் வேகமாக இருட்டி விட்டது. மழை பெய்வது தொடர்ந்தால் அது ஓர் இருண்ட இரவாகவே இருக்கப்போகிறது. இருட்டியபிறகு தொடர்ந்து வெளியே பார்ப்பதில் எந்தப் பயனும் இல்லை. அதனால் பியானி இருந்த இடத்துக்குப் போனேன். அவன் படுத்தபடி அயர்ந்து தூங்கிக்கொண்டிருந்தான். நான் அவனை எழுப்பவில்லை. அவன் பக்கத்தில் கொஞ்ச நேரம் உட்கார்ந்திருந்தேன். அவன் உடல் பெருத்தவன், ஆழ்ந்த தூக்கத்திலிருந்தான். சிறிது நேரம் கழித்து அவனை எழுப்பினேன்; நாங்கள் புறப்பட்டோம்.

அது ஒரு வினோதமான இரவாக இருந்தது. என்ன எதிர்பார்த்தேன் என்று எனக்குத் தெரியாது; ஒருவேளை மரணம்; இருட்டில் துப்பாக்கிச்சூடு, ஓட்டம்; ஆனால், அப்படி எதுவும் நடக்கவில்லை.

நாங்கள் காத்திருந்தோம். ஒரு ஜெர்மானிய படைப் பிரிவு கடந்து சென்றபோது முக்கியச் சாலை ஓரமாக ஓடிய வாய்க்காலுக்கு அப்பால் தரையோடு தரையாகப் படுத்திருந்தோம். அதன் பின் அவர்கள் போன பிறகு சாலையின் குறுக்கே நடந்து வடக்கு திசை நோக்கிச் சென்றோம். இரண்டு முறை நாங்கள் ஜெர்மன் படைக்கு மிகவும் பக்கத்தில் போய்விட்டோம். அப்போது மழை பெய்துகொண்டிருந்தது, அவர்கள் எங்களைப் பார்க்கவில்லை. நாங்கள் இத்தாலியர் எவரையும் பார்க்கவில்லை. தொடர்ந்து நடந்து நகரத்தைக் கடந்து வடக்கு திசையில் சென்றோம். சற்று நேரத்தில் போர்முனையிலிருந்து படைவீரர்கள் பின்வாங்கிவந்த முக்கிய வழித்தடங்களை அடைந்தோம்; தக்லியாமெண்டோ ஆற்றை நோக்கி இரவு முழுவதும் நடந்தோம். பின்வாங்கிச் சென்ற படையின் அளவு இவ்வளவு பிரமாண்டமானது என்று நான் உணர்ந்திருக்கவில்லை. இராணுவம் மட்டுமல்லாமல் நாடு முழுவதுமே நகர்ந்து போனது. இரவு முழுவதும் நடந்தோம்; வாகனங்களைவிட இரவு நேரத்தை நாங்கள் நன்றாகப் பயன் படுத்திக்கொண்டோம். என் கால் வலித்தது; சோர்ந்து போனேன்; ஆனாலும் கிடைத்த வாய்ப்பை மிகச் சரியாகப் பயன்படுத்தினோம். பொனெல்லொ போர்க் கைதியாக அவனாகவே சரணடைந்தது முட்டாள்தனமாகத் தோன்றியது. அப்போது எவ்வித ஆபத்தும் இல்லை. பிரச்சினைகள் எதுவும் இல்லாமல் நாங்கள் இரண்டு இராணுவப் பிரிவுகள் இடையே நடந்து வந்திருந்தோம். அய்மோ சுட்டுக் கொல்லப்படாமல் இருந்திருந்தால் ஒருபோதும் எந்தவித ஆபத்தும் இருந்திருக்காது என்று தோன்றுகிறது. இரயில் தடத்தில் நடந்துபோனபோது தெளிவாக நாங்கள் அவர்கள் கண் பார்வையில் பட்டபோதும் ஒருவரும் எங்களைப் பொருட்படுத்தவில்லை. அய்மோ கொலை செய்யப்பட்டது திடீரெனவும் நேர்மையற்ற முறையிலும் நிகழ்ந்தது. பொனெல்லோ இப்போது எங்கே இருப் பான் என்று சிந்தித்தேன்.

"எப்படி இருக்கிறீர்கள், லெஃப்டினன்ட் ஐயா?" என்று பியானி கேட்டான். இராணுவ வாகனங்களும் வீரர்களும் பெருங் கூட்ட மாகச் சென்ற சாலையின் ஒரு பக்கமாக நாங்கள் போய்க் கொண்டிருந்தோம்.

"நன்றாக இருக்கிறேன்," என்றேன்.

"தொடர்ந்து நடந்ததால் நான் களைப்படைந்துவிட்டேன்."

"சரிதான். நாம் இப்போது செய்யவேண்டியதெல்லாம் நடப்பது ஒன்றுதான். நாம் எதைப்பற்றியும் கவலைப்பட வேண்டியதில்லை."

"பொனெல்லோ ஒரு முட்டாள்."

"அவன் ஒரு முட்டாள் என்பது சரிதான்."

"நீங்கள் அவன்மீது என்ன நடவடிக்கை எடுப்பீர்கள், லெஃப்டினன்ட் ஐயா?"

"எனக்குத் தெரியாது."

"அவன் ஒரு கைதியாகச் சிறைப்பிடிக்கப்பட்டான் என்று குறிப்பு எழுத முடியாதா?"

"எனக்குத் தெரியவில்லை."

"போர் நீடித்தால் அவர்கள் அவனுடைய குடும்பத்தாருக்கு மோசமாகத் தொல்லைகள் கொடுப்பார்கள் என்பதைப் பாருங்கள்."

"போர் நீடிக்காது," என்று ஓர் இராணுவ வீரன் சொன்னான். "நாங்கள் வீட்டுக்குப் போய்க்கொண்டிருக்கிறோம். இந்தப் போர் முடிந்துவிட்டது."

"எல்லோரும் வீட்டுக்குப் போய்க்கொண்டிருக்கிறார்கள்."

"நாங்கள் எல்லோரும் வீட்டுக்குப் போய்க்கொண்டிருக்கிறோம்."

"சீக்கிரம் வாருங்கள், லெஃப்டினன்ட் ஐயா," என்றான் பியானி. அவர்களைச் சீக்கிரமாகக் கடந்து போக விரும்பினான்.

"லெஃப்டினன்ட்? யார் அந்த லெஃப்டினன்ட்? அதிகாரிகள் ஒழிக!"

பியானி என் கையைப் பிடித்தான். "நான் உங்களைப் பெயர் சொல்லிக் கூப்பிடுவது நல்லது என்று நினைக்கிறேன்," என்றான். "அவர்கள் தொல்லைகள் கொடுக்க முயற்சி செய்யலாம், தொல்லைகள் உண்டாக்கலாம், சில அதிகாரிகளைச் சுட்டு விட்டார்கள்." வேகமாக அவர்களைக் கடந்து நடந்தோம்.

"அவனுடைய குடும்பத்தினருக்குத் தொல்லைகள் ஏற்படும் வகையில் எந்தக் குறிப்பும் எழுத மாட்டேன்." எங்களுடைய உரையாடலைத் தொடர்ந்தேன்.

தடாகம் / 335

“போர் முடிவுக்கு வந்துவிட்டால் எந்தப் பிரச்சினையும் இல்லை,” என்றான் பியானி. “ஆனால், போர் முடிந்துவிட்டது என்று நான் நம்பவில்லை. போர் முடிவுக்கு வர வேண்டும் என்பது மிகவும் நல்லது.”

“கூடிய சீக்கிரம் அது நமக்குத் தெரிந்துவிடும்,” என்றேன்.

“போர் முடிந்துவிட்டது என்று நான் நம்பவில்லை. அவர்கள் எல்லோரும் போர் முடிந்துவிட்டது என்று நினைக்கிறார்கள்; ஆனால், நான் அதை நம்பவில்லை.”

“நாங்கள் வீட்டுக்குப் போய்க்கொண்டிருக்கிறோம்,” என்று ஒரு இராணுவ வீரன் கத்தினான். “நாங்கள் வீட்டுக்குப் போய்க் கொண்டிருக்கிறோம்.”

“நாம் எல்லோரும் வீட்டுக்குப் போனால் அது மிகவும் சிறப்பானதுதான்,” என்று பியானி சொன்னான். “உங்களுக்கும் வீட்டுக்குப் போவதில் விருப்பம்தானே?”

“ஆமாம்.”

“நாம் ஒருபோதும் போக மாட்டோம். போர் முடிந்துவிட்டது என்று நான் நினைக்கவில்லை.”

“நாம் வீட்டுக்குப் போகலாம்,” என்ற ஒரு இத்தாலியப் பாடல் வரியை ஒரு வீரன் சத்தமாகச் சொன்னான்.

“அவர்களுடைய துப்பாக்கிகளை அவர்கள் தூர எறிகி றார்கள்,” என்று பியானி சொன்னான். “அணிவகுப்பில் போய்க் கொண்டிருக்கும்போதே துப்பாக்கிகளை வெளியே எடுக்கிறார்கள், கீழே போடுகிறார்கள். பிறகு கத்துகிறார்கள்.”

“அவர்கள் துப்பாக்கிகளை கட்டாயமாக வைத்திருக்க வேண்டும்.”

“துப்பாக்கிகளைத் தூர எறிந்துவிட்டால் அதிகாரிகள் அவர் களைச் சண்டைபோடச் சொல்ல முடியாது என்று நினைக் கிறார்கள்.”

இருட்டிலும் மழையிலும் சாலையின் ஓரமாக எங்கள் பாதை யைக் கண்டுபிடித்துப் போய்க்கொண்டிருந்தோம். பல வீரர்கள் இன்னமும் அவர்களுடைய துப்பாக்கிகளை வைத்திருந்ததை என்னால் காண முடிந்தது, அவற்றைத் தங்கள் தளர்வான தோளாடைகளின் மேல் மாட்டியிருந்தார்கள்.

"நீங்கள் எந்தப் படைப் பிரிவைச் சேர்ந்தவர்கள்?" என்று அதிகாரி ஒருவர் கேட்டார்.

"நாங்கள் அமைதிப் படைப் பிரிவைச் சேர்ந்தவர்கள்," என்று யாரோ ஒருவன் கத்தினான். அந்த அதிகாரி ஒன்றும் சொல்ல வில்லை.

"அவன் என்ன சொல்கிறான்? அந்த அதிகாரி என்ன சொல்கிறார்?"

"அதிகாரிகள் ஒழிக."

"சீக்கிரம் போகலாம்," என்றான் பியானி. கைவிடப்பட்டிருந்த வாகனங்களின் கூட்டத்தோடு நின்ற இரண்டு ஆங்கிலேய ஆம்புலன்ஸ்களைக் கடந்து சென்றோம்.

"அவை கொரீஸியாவிலிருந்து வந்தவை," என்று பியானி சொன்னான். "அந்த கார்களை எனக்குத் தெரியும்."

"நம்மைவிட அவை அதிக தூரம் வந்திருக்கின்றன."

"நாம் புறப்படுவதற்கு முன்னமே அவர்கள் புறப்பட்டார்கள்."

"அவற்றின் டிரைவர்கள் எங்கே இருக்கிறார்கள் என்று தெரிய வில்லை."

"ஒருவேளை நமக்கு முன்னால் போய்க்கொண்டிருக்கலாம்."

"ஜெர்மானியர்கள் உதினெ நகருக்கு வெளிப்புறம் நின்று விட்டார்கள்," என்றேன். "இந்த வீரர்கள் அனைவரும் இந்த ஆற்றைக் கடந்துவிடுவார்கள்."

"ஆமாம்," என்றான் பியானி. "அதனால்தான் தொடர்ந்து சண்டை நடக்கும் என்று நினைக்கிறேன்."

"ஜெர்மானியர்கள் தொடர்ந்து வரலாம்," என்றேன். "அவர்கள் ஏன் தொடர்ந்து வரவில்லை என்று எனக்குப் புரியவில்லை."

"எனக்குத் தெரியாது. இந்த வகையான சண்டையைப் பற்றி எனக்கு எதுவும் தெரியாது."

"போக்குவரத்து வசதிகள் கிடைப்பதற்காக அவர்கள் காத்திருக்கிறார்கள் என்று நினைக்கிறேன்."

"எனக்குத் தெரியாது," என்று பியானி சொன்னான். தனியாக இருக்கும்போது அவன் மிகவும் மென்மையானவனாக

நடந்துகொள்வான். மற்றவர்களோடு இருக்கும்போது அவன் மிகவும் முரட்டுத்தனமாகப் பேசுவான்.

“உனக்குத் திருமணமாகிவிட்டதா, லூயிகி?”

“நான் திருமணம் ஆனவன் என்று உங்களுக்குத் தெரியும்.”

“அதனால்தான் நீ ஒரு போர்க் கைதியாகப் போக விரும்ப வில்லையா?”

“அதுவும் ஒரு காரணம். உங்களுக்குத் திருமாணமாகிவிட்டதா, லெஃப்டினன்ட் ஐயா?”

“இல்லை.”

“பொனெல்லோவும் திருமணம் ஆகாதவன்தான்.”

“ஒரு மனிதன் திருமணம் ஆனவனா இல்லையா என்பதை வைத்து அவனைப் பற்றி எதுவும் சொல்ல முடியாது. ஆனால், திருமணம் ஆனவன் அவனுடைய மனைவியிடம் திரும்பிப் போக விரும்புவான் என்று என்னால் கூற முடியும்,” என்றேன். மனைவி களைப் பற்றி பேசுவதில் மகிழ்ச்சி அடைவேன்.

“ஆமாம்.”

“உன் பாதங்கள் எப்படி இருக்கின்றன?”

“அவை போதுமான அளவுக்குப் புண்ணாகிவிட்டன.”

பகல் வெளிச்சம் வருவதற்கு முன் நாங்கள் தக்லியாமெண்டோ ஆற்றின் கரையை அடைந்தோம். வெள்ளம் நிறைந்து ஓடிய ஆற்றின் கரை ஓரமாக நடந்து எல்லா போக்குவரத்தும் ஆற்றைக் கடந்து சென்றுகொண்டிருந்த பாலத்தை அடைந்தோம்.

“அவர்கள் இந்த ஆற்றைத் தக்கவைத்துக்கொள்ள வேண்டும்,” என்று பியானி சொன்னான். அந்த இருட்டில், தண்ணீர் மிகவும் உயரமாக ஓடியதுபோல் தோன்றியது. தண்ணீர் சுழன்று சென்றது; அகலமாகச் சென்றது. அந்த மரப்பாலம் கிட்டத்தட்ட முக்கால் மைல் நீளம் இருந்தது. கற்பாறைகள் நிறைந்த அந்த அகலமான ஆற்றுப்படுகையில் பொதுவாக விரிந்து உயரம் தாழ்ந்து குறுகிய வாய்க்கால்களில் ஓடும் தண்ணீர் இன்று பாலத்தின் மரத் தளத்தை ஒட்டி உயரமாகச் சென்றது. நாங்கள் ஆற்றங்கரையிலேயே நடந்து வழியைக் கண்டுபிடித்து ஆற்றைக் கடந்துகொண்டிருந்த

கூட்டத்தோடு கலந்தோம். ஆற்று வெள்ளத்திலிருந்து ஓர் அடி உயரத்தில் மெதுவாக நடந்துகொண்டிருந்தோம். மழை பெய்து கொண்டிருந்தது. கூட்டம் நெருக்கியது. போர்த்தளவாடப் பெட்டி ஒன்று எங்களுக்கு முன்னால் சென்றது. ஒரு பக்கமாகத் திரும்பி ஆற்றைப் பார்த்தேன். நாங்கள் இயல்பாக நடக்கும் வேகத்தில் இப்போது எங்களால் போக முடியாத நிலையில் நான் மிகவும் சோர்வடைந்து இருப்பதாக உணர்ந்தேன். ஆற்றைக் கடக்கும் போது உண்டாகும் உற்சாகம் எனக்கு இல்லை. பகல் நேரத்தில் போர்விமானம் வெடிகுண்டுகளால் தாக்கினால் அது எப்படி இருக்கும் என்று நினைத்துத் திகைத்தேன்.

"பியானி," என்று கூப்பிட்டேன்.

"லெஃப்டினன்ட் ஐயா, நான் இங்கே இருக்கிறேன்." கூட்ட நெரிசலில் கொஞ்சம் முன்னால் தள்ளி இருந்தான். ஒருவரும் பேசவில்லை. எவ்வளவு சீக்கிரமாக ஆற்றைக் கடக்க முடியுமோ அவ்வளவு சீக்கிரமாகக் கடந்து போகவே முயற்சி செய்துகொண் டிருந்தார்கள்; அதை மட்டுமே நினைத்துக்கொண்டிருந்தார்கள். கிட்டத்தட்ட நாங்கள் ஆற்றைக் கடந்துவிட்டோம். தொலைவி லிருந்த பாலத்தின் மறு எல்லையில் இரண்டு பக்கங்களிலும் பளிச்சிடும் விளக்குகளினால் ஒளியைப் பீய்ச்சி அடித்தபடி அதி காரிகளும் இராணுவ போலீஸாரும் நின்றுகொண்டிருந்தார்கள். தொடுவானத்தின் ஒளிக்கு எதிராக நிழல் படமாக அவர்களைப் பார்த்தேன். நாங்கள் அவர்கள் அருகில் வந்தபோது அங்கிருந்த அதிகாரிகளில் ஒருவர் வரிசையில் வந்துகொண்டிருந்த ஒரு மனிதனைச் சுட்டிக்காட்டியதைப் பார்த்தேன். இராணுவ போலீஸ் ஒருவன் அந்த மனிதனை நோக்கிப் போய் அவனுடைய கையைப் பிடித்தபடி வெளியே வந்தான்; சாலையிலிருந்து தூரமாக அவனைக் கூட்டிச் சென்றான். நாங்கள் கிட்டத்தட்ட அவர்களுக்கு நேர் எதிரில் வந்தோம். வரிசையில் வந்த ஒவ்வொருவரையும் அதிகாரிகள் கூர்மையாகச் சோதித்தார்கள்; சில சமயம் ஒருவருக் கொருவர் பேசிக்கொண்டார்கள்; சற்று முன்னால் நகர்ந்து யாரோ ஒருவனுடைய முகத்தில் விளக்கொளியைப் பாய்ச்சினார்கள். அவர்களுக்கு எதிரில் நாங்கள் வருவதற்கு சற்று முன்னால் அவர்கள் வேறு ஒருவனை வெளியே இழுத்தார்கள். நான் அந்த மனிதனைப் பார்த்தேன். அவர் ஒரு லெஃப்டினன்ட் கர்னல். அவர்கள் அவர்

தடாகம் / 339

மீது வெளிச்சம் பாய்ச்சியபோது அவருடைய சட்டையின் கைப் பகுதியில் இருந்த துணிப்பட்டையிலிருந்த நட்சத்திரங்களைப் பார்த்தேன். அவருடைய தலைமுடி நரைத்திருந்தது. அவர் குள்ளமாவும் குண்டாகவும் இருந்தார். ஓர் இராணுவ போலீஸ் அவரை அதிகாரிகளின் வரிசைக்குப் பின்பக்கமாக இழுத்துப் போனான். நாங்கள் அவர்களுக்கு எதிரில் வந்தபோது அங்கே இருந்தவர்களில் ஒன்று அல்லது இரண்டு ஆட்கள் என்னை உற்றுப் பார்த்ததை நானும் பார்த்தேன். இராணுவ போலீஸ்காரன் ஒருவன் என்னை நோக்கி வருவதைப் பார்த்தேன். அதன் பின் அவன் என் சட்டையின் கழுத்துப் பட்டையைப் பிடித்ததை உணர்ந்தேன்.

"உனக்கு என்ன பிரச்சினை?" என்று கேட்டபடி அவன் முகத்தில் ஒரு குத்து விட்டேன். அவனுடைய தொப்பிக்கு அடியில் தெரிந்த அவனுடைய முகத்தைப் பார்த்தேன். மீசையை மேல்நோக்கித் திருகிவிட்டிருந்தான். அவன் கன்னத்திலிருந்து இரத்தம் வழிந்துகொண்டிருந்தது. மற்றொரு போலீஸ்காரன் என்னை நோக்கிப் பாய்ந்து வந்தான்.

"உனக்கு என்ன பிரச்சினை?" என்று கேட்டேன். அவன் பதில் சொல்லவில்லை. அவன் என்னைப் பிடிப்பதற்கான வாய்ப்புக்காகக் காத்திருந்தான். கைத்துப்பாக்கியை எடுப்பதற்காக என் கையைப் பின்பக்கமாகக் கொண்டுபோனேன்.

"ஓர் அதிகாரியைத் தொடக் கூடாது என்று உனக்குத் தெரியாதா?"

மற்றொரு போலீஸ்காரன் என் பின்பக்கத்திலிருந்து என்னை அழுத்திப் பிடித்து என் கையை மேலே இழுத்தான், அதனால் என் பந்துகிண்ண மூட்டு முறுக்கப்பட்டது. நான் அவனோடு சேர்ந்து திரும்பினேன்; மற்றொருவன் என் கழுத்தைச் சுற்றி அழுத்திப் பிடித்தான். நான் அவனுடைய முழங்கால் தண்டுகளில் உதைத்தேன். இடது முட்டியால் அவனுடைய தொடை இடுக்கில் தாக்கினேன்.

"எதிர்ப்பு தெரிவித்தால் அவனைச் சுட்டுவிடுங்கள்," என்று யாரோ ஒருவர் சொன்னதைக் கேட்டேன்.

"இதற்கு என்ன அர்த்தம்?" என்று நான் கத்துவற்கு முயற்சி செய்தேன், ஆனால், என் சத்தம் பெரிதாக இல்லை.

"எதிர்ப்பு தெரிவித்தால் அவனைச் சுட்டுவிடுங்கள்," என்று அதிகாரி ஒருவர் சொன்னார். "அவனைப் பின்பகுதிக்குக் கொண்டு போங்கள்."

"நீ யார்?"

"நீயே அதைத் தெரிந்துகொள்வாய்."

"நீ யார்?"

"இராணுவ போலீஸ்."

"என்னைப் பிடிப்பதற்கு இராணுவ போலீஸ்காரனை அனுப்பியதற்குப் பதிலாக வரிசையிலிருந்து என்னை வெளியே வரச் சொல்லியிருக்கலாமே?"

அவர்கள் பதில் சொல்லவில்லை. அவர்கள் பதில் சொல்ல வேண்டிய அவசியமில்லை. அவர்கள் இராணுவ போலீஸார்.

"மற்றவர்களோடு சேர்த்து இவனைப் பின்பகுதிக்குக் கொண்டு போங்கள்," என்று முதலில் பேசிய அதிகாரி சொன்னார். "அவனைக் கவனி. அவன் இத்தாலிய மொழியை ஒரு வித்தியாசமான முறையில் பேசுகிறான்."

"நீயும் அப்படித்தான் பேசுகிறாய், நீ ---," என்றேன்.

"மற்றவர்களோடு சேர்த்து இவனைப் பின்பகுதிக்குக் கொண்டு போங்கள்," என்று முதலில் பேசிய அதிகாரி சொன்னார். அதிகாரிகள் நின்ற வரிசைக்குப் பின்பக்கமாக ஆற்றின் ஓரமாக சாலையைவிடத் தாழ்வாக இருந்த பாதை வழியாக ஆற்றங்கரை பக்கத்தில் திறந்த வெளியில் நின்ற மனிதக் கூட்டத்தை நோக்கி என்னைக் கூட்டிப் போனார்கள். நாங்கள் நடந்துபோனபோது துப்பாக்கிகளால் சுடும் சத்தம் கேட்டது. கைத்துப்பாக்கிகளிலிருந்து பளிச்சிட்ட ஒளியைப் பார்த்தேன், அதன் பின் அவர்கள் சொன்ன அறிவிப்பைக் கேட்டேன். கூட்டம் இருந்த இடத்துக்கு வந்தோம். அங்கே நான்கு அதிகாரிகள் சேர்ந்து நின்றார்கள், அவர்களுக்கு எதிரில் ஒரு மனிதன் நின்றான்; அவனது இரண்டு பக்கமும் இராணுவ போலீஸ் ஒருவன் நின்றான். கூட்டமாக நின்ற மனிதர்களைச் சுற்றி இராணுவ போலீஸார் காவலாக நின்றார்கள். விசாரணை செய்துகொண்டிருந்த அதிகாரிகளைச் சுற்றி வேறு நான்கு போலீஸ்காரர்கள் அவர்களுடைய துப்பாக்கிகளில்

சாய்ந்தபடி நின்றார்கள். அவர்கள் அகலமான தொப்பி அணிந்த இராணு போலீஸார். என்னைப் பிடித்துக்கொண்டிருந்த இரண்டு போலீஸாரும் விசாரணைக்காகக் காத்திருந்த கூட்டத்துக்குள் என்னைத் தள்ளினார்கள். அதிகாரிகள் விசாரித்துக்கொண்டிருந்த அந்த மனிதனைப் பார்த்தேன். அவர் வரிசையிலிருந்து இழுத்து வரப்பட்ட நரைத்த முடியுடைய குண்டான லெஃப்ட்டினன்ட் கர்னல் என்பதை அறிந்தேன். விசாரித்தவர்கள் இத்தாலி நாட்டவர்கள்; திறமை மிகுந்தவர்கள்; இரக்கம் அற்றவர்கள்; குற்றம் சாட்டப்பட்டவர்களைச் சுட்டுக்கொன்றுகொண்டிருக்கும் இத்தாலியர்களைக் கட்டுப்படுத்தும் அதிகாரம் படைத்தவர்கள்; சுடப்படுவதிலிருந்து விலக்குப் பெற்றவர்கள்.

"உன்னுடைய படைப் பிரிவு?"

அவர்களுக்குப் பதில் சொன்னார்.

"உன்னுடைய படையின் உள்பிரிவு?"

அவர் சொன்னார்.

"நீ ஏன் உன்னுடைய படைப் பிரிவோடு இப்போது இல்லை?"

அவர்களுக்குப் பதிலளித்தார்.

"அதிகாரி அவருடைய படையோடுதான் இருக்க வேண்டும் என்பது உனக்குத் தெரியுமா?"

அவருக்குத் தெரியும்.

விசாரணை அவ்வளவுதான். மற்றொரு அதிகாரி பேசினார்.

"நீயும் உன்னைப் போன்றவர்களும்தான் அந்தக் காட்டு மிராண்டிகளை நம்முடைய தந்தைத் திருநாட்டின் புனித மண்ணில் நுழையவிட்டீர்கள்."

"என்னை மன்னியுங்கள்," என்றார் லெஃப்ட்டினன்ட் கர்னல்.

"உன்னுடைய துரோகத்தாலும் உன்னைப் போன்றவர்களின் துரோகத்தாலும்தான் நாம் வெற்றிக் கனியை இழந்து நிற்கிறோம்."

"நீங்கள் எப்போதாவது போர்முனையிலிருந்து பின்வாங்கியிருக் கிறீர்களா?" என்று அந்த லெஃப்ட்டினன்ட் கர்னல் கேட்டார்.

"இத்தாலி ஒருபோதும் பின்வாங்கக் கூடாது."

நாங்கள் மழையில் நனைந்தபடி அங்கேயே நின்றோம்; அந்த உரையாடல்களைக் கேட்டோம். நாங்கள் அந்த அதிகாரிகளை நோக்கி நின்றோம். அந்தக் கைதி எங்களுக்கு முன்னால் ஒரு பக்கமாக எங்களிடமிருந்து கொஞ்சம் தள்ளி நின்றார்.

"நீங்கள் என்னைச் சுடுவதாக இருந்தால்," என்ற அந்த லெஃப்டினன்ட் கர்னல், "தயவுசெய்து மேலும் விசாரணையில்லாமல் இந்த நொடியே சுடுங்கள். உங்கள் விசாரணை முட்டாள்தனமாக இருக்கிறது," என்றும் சொன்னார். அவர் சிலுவைக் குறியிட்டார். அந்த அதிகாரிகள் கூடிப் பேசினார்கள். ஒருவர் குறிப்பேட்டில் என்னவோ எழுதினார்.

"அவர் அவரது படையைக் கைவிட்டுத் தப்பி ஓடிவிட்டார்; அவரைச் சுட்டுக் கொல்ல உத்தரவிடப்படுகிறது," என்றார் அந்த அதிகாரி.

இரண்டு இராணுவ போலீஸார் அவரை ஆற்றின் கரைக்குக் கூட்டிப் போனார்கள். அவர் மழையில் நடந்தார். முதியவரான அவர், தொப்பி நீக்கப்பட்டு, இரு பக்கமும் ஒரு இராணுவ போலீஸ் புடைசூழ நடந்தார். அவர்கள் அவரைச் சுட்டுக் கொன்றதை நான் பார்க்கவில்லை; ஆனால், துப்பாக்கியிலிருந்து தோட்டாக்கள் பாயும் சத்தத்தைக் கேட்டேன். வேறு ஒருவனை அவர்கள் விசாரித்துக்கொண்டிருந்தார்கள். இந்த அதிகாரியும் படைவீரர்களிடமிருந்து பிரிந்து வந்தவர்தான். அவர் விளக்கம் கொடுக்க அனுமதிக்கப்படவில்லை. குறிப்பேட்டிலிருந்து அவர்கள் தீர்ப்பை வாசித்தபோது அவர் கதறி அழுதார். அவர் சுட்டுக் கொல்லப்பட்டபோது அவர்கள் வேறு ஒருவனை விசாரித்துக் கொண்டிருந்தார்கள். ஒருவனுக்குத் தீர்ப்பு வழங்கப்பட்டு அவன் சுட்டுக் கொல்லப்படும் அதே நேரத்தில் அவர்கள் வேறு ஒருவனை விசாரிப்பதில் தீவிரம் காட்டினார்கள். இந்த முறைப் படி, குற்றம்சாட்டப்பட்டவர்கள் வேறு எதுவும் செய்வதற்கு இல்லை என்பது வெளிப்படையாகத் தெரிந்தது. என்னுடைய விசாரணைக்காக நான் காத்திருக்க வேண்டுமா அல்லது இங்கிருந்து தப்பித்து ஓட வேண்டுமா என்று எனக்குத் தெரிய வில்லை. நான் இத்தாலிய இராணுவச் சீருடை அணிந்த ஜெர் மானியன் என்பதில் அவர்கள் தெளிவாக இருந்தார்கள். அவர் களது மூளை எப்படிச் செயல்படுகிறது என்பதை நான்

தடாகம் / 343

கண்கூடாகக் கண்டேன்—அவர்களுக்கு மூளை என்று ஒன்று இருந்தால், அந்த மூளை செயல்பட்டால். அவர்கள் அனைவரும் இளைஞர்கள்; அவர்களுடைய நாட்டின் பாதுகாப்பைத் தாங்கிப் பிடித்துகொண்டிருந்தவர்கள். தக்லியாமெண்டோ ஆற்றுக்கு மறு புறம் இருந்த இரண்டாவது இராணுவம் மாற்றி அமைக்கப் பட்டுக்கொண்டிருந்தது. அவரவருக்கான படைப் பிரிவிலிருந்து தப்பி வந்திருந்த மேஜர் மற்றும் அதற்கும் உயர்ந்த பதவி வகித்தவர்களுக்குத் தீர்ப்பு சொல்லி அதை நிறைவேற்றுபவர்கள் அவர்கள். மேலும், இத்தாலியச் சீருடை அணிந்த ஜெர்மானிய கிளர்ச்சியாளர்களுக்கு உடனடித் தீர்ப்பு வழங்கியும் செயல் பட்டுக்கொண்டிருந்தார்கள். அவர்கள் இரும்புத் தலைக்கவசம் அணிந்திருந்தார்கள். நாங்கள் இரண்டு பேர் மட்டுமே இரும்புத் தலைக்கவசம் அணிந்திருந்தோம். சில இராணுவ போலீஸாரும் அதை அணிந்திருந்தார்கள். மற்ற இராணுவ போலீஸார் அகலமான தொப்பிகளை அணிந்திருந்தார்கள். அவர்களை நாங்கள் ஆகாய விமானம் என்று சொன்னோம். மழையில் நின்றோம்; நாங்கள் தனித்தனியாகக் கொண்டுசெல்லப்பட்டு விசாரிக்கப்பட்டு சுடப் பட்டோம். இதுவரை அவர்களால் விசாரிக்கப்பட்டவர்கள் அனை வரும் சுட்டுக் கொல்லப்பட்டார்கள். விசாரணை செய்தவர்கள் பற்றற்ற அற்புதர்களாக இருந்தார்கள்; அர்ப்பணிப்புடன் இரும்புக் கரம்கொண்டு நீதியை நிலைநாட்டும் மனிதர்களாய் இருந்தார்கள்; மரணத்தைக் கையாண்டார்கள்; மரணம் என்னும் ஆபத்துக்கு அப்பாற்பட்டு செயல்பட்டார்கள். முக்கியம் வாய்ந்த பணிகளில் ஈடுபடும் படைப் பிரிவின் முழுப் பொறுப்புடைய கர்னல்களை விசாரணைக்குள்ளாக்கினார்கள். மேலும் மூன்று அதிகாரிகள் இப்போதுதான் எங்களோடு தள்ளப்பட்டிருந்தார்கள்.

"அவனுடைய படைப் பிரிவு எங்கே இருந்தது?"

நான் இராணுவப் போலீஸாரைப் பார்த்தேன். அவர்கள் புதிதாக வந்தவர்களைப் பார்த்துக்கொண்டிருந்தார்கள். மற்றவர்கள் கர்ன லைப் பார்த்துக்கொண்டிருந்தார்கள். நான் கீழே குனிந்தேன், இரண்டு மனிதர்களுக்கு இடையே வேகமாக நுழைந்தேன், ஆற்றை நோக்கி ஓடினேன், தலையைத் தாழ்த்தியபடி ஆற்றின் ஓரத்திலிருந்து ஒரு துள்ளு துள்ளி தண்ணீரைச் சிதறி அடித்தபடி ஆற்றில் மூழ்கினேன். தண்ணீர் அதிகக் குளிர்ச்சியாக இருந்தது.

என்னால் எவ்வளவு நேரம் தண்ணீருக்கு அடியில் இருக்க முடியுமோ அவ்வளவு நேரம் இருந்தேன். நீரோட்டத்தின் வேகம் என்னைச் சுழற்றியதை உணர்ந்தேன். இனிமேல் என்னால் தண்ணீரின் மேல்பரப்புக்கு ஒருபோதும் வரவே முடியாது என்ற எண்ணம் தோன்றும்வரை தண்ணீருக்கு அடியிலேயே இருந்தேன். தண்ணீரின் மேல்பரப்புக்கு வந்த ஒரு நிமிட நேரத்தில் மூச்சு வாங்கினேன், மீண்டும் தண்ணீருக்கு அடியில் சென்றேன். அதிக மான உடைகளுடனும் பெரிய பூட்ஸ்களுடனும் தண்ணீருக்கு அடியில் இருப்பது எளிதாக இருந்தது. நான் இரண்டாவது முறை வெளியே வந்தபோது எனக்கு முன்னால் மிதந்து சென்ற மரக் கட்டை ஒன்றைப் பார்த்தேன். அது மிதந்த இடத்தை அடைந்து ஒரு கையால் அதைப் பிடித்தேன். அந்த மரக்கட்டைக்குப் பின் னால் தலையை வைத்தேன். தலையை உயர்த்தி மரக்கட்டையின் மேலாகக்கூட பார்க்கவில்லை. ஆற்றின் கரையைப் பார்க்க விரும்ப வில்லை. நான் ஓடியபோதும் அவர்கள் என்னைச் சுட்டார்கள்; நான் முதல்முறை வெளியே தலையைத் தூக்கியபோதும் சுட்டார்கள். நான் கிட்டத்தட்ட தண்ணீரின் மேற்பரப்புக்கு வந்தபோது அவர்கள் சுட்ட சத்தத்தைக் கேட்டேன். இப்போது துப்பாக்கிச் சூடு இல்லை. தண்ணீரின் ஓட்டத்தில் மரக்கட்டை மேலும் கீழும் ஆடியது; ஒரு கையால் அதைச் சிக்கெனப் பிடித்துக்கொண்டேன். ஆற்றின் கரையைப் பார்த்தேன். அது மிகவும் வேகமாகப் போய்க்கொண்டிருப்பதுபோல் தோன்றியது. நீரோட்டத்தில் இன்னும் அதிக மரக்கட்டைகள் போவதைப் பார்த்தேன். தண்ணீர் அதிகக் குளிர்ச்சியுடன் இருந்தது. ஒரு தீவில் தண்ணீரின் மேற்பரப்பில் தெரிந்த செடிகொடிகளைக் கடந்து சென்றோம். இரண்டு கைகளாலும் மரக்கட்டையைக் கெட்டியாகப் பிடித்தபடி அதன் போக்கில் என்னை இழுத்துப் போக அதை அனுமதித்தேன். இப்போது ஆற்றங்கரை என் பார்வையிலிருந்து மறைந்திருந்தது.

அத்தியாயம் 31

தண்ணீர் வேகமாகப் பாய்ந்து ஓடிக்கொண்டிருக்கும் நிலையில் நீ எவ்வளவு நேரம் ஆற்றில் இருக்கிறாய் என்று உனக்குத் தெரியாது. நீண்ட நேரம் ஆனதுபோல் தோன்றுகிறது; ஆனால், குறைந்த நேரமாகவும் இருக்கலாம். தண்ணீர் குளிர்ச்சியாக இருந்தது. ஆற்றில் வெள்ளத்தின் அளவு உயர்ந்தபோது கரையிலிருந்து அடித்துவரப்பட்டிருந்த பல பொருட்கள் தண்ணீரில் மிதந்து கடந்து சென்றன. நான் ஓர் அதிர்ஷ்டசாலி, பிடித்துக் கொள்ள எனக்கு ஒரு கனமான மரக்கட்டை கிடைத்தது; அதன்மேல் முகவாய்க்கட்டையை வைத்தபடி எந்த அளவு முடியுமோ அந்த அளவு அதை மெதுவாக இரண்டு கைகளாலும் பிடித்துக்கொண்டு பனிபோல் குளிர்ச்சியாக இருந்த தண்ணீரில் மிதந்தேன். தசையில் மரமரப்பு உண்டாகுமோ என்று நினைத்து பயந்தேன்; ஆனால், நாங்கள் கரையை நோக்கி நகர்வோம் என்று நம்பினேன். ஆறு நீண்ட தூரம் வளைவாகச் சென்ற பகுதியில் பயணம் செய்தோம். ஓரளவு வெளிச்சம் வரத் தொடங்கியதும் ஆற்றங்கரையோரமிருந்த செடிகொடிகளைப் பார்க்க முடிந்தது. முன்பக்கத்தில் செடிகொடிகள் நிறைந்த ஒரு தீவு இருந்தது; நீரோட்டம் கரையை நோக்கிச் சென்றது. என்னுடைய பூட்ஸ்களையும் ஆடைகளையும் களைந்துவிட்டு தண்ணீரில் நீந்திக் கரைக்குப் போகலாமா என்ற எண்ணம் தோன்றியது, ஆனால், வேண்டாம் என்று முடிவு செய்தேன். எந்த வகையிலாவது ஆற்றின் கரையை அடைந்துவிடுவேன் என்பதையும், பூட்ஸ்களை இழந்து வெறுங்காலோடு தரைப் பகுதியை அடைந்தால் மோசமான நிலையில் இருப்பேன் என்பதையும் தவிர வேறு எதைப் பற்றியும் நான் நினைக்கவில்லை. எப்படியாவது நான் மெஸ்டர் நகரை அடைய வேண்டும்.

ஆற்றங்கரை நெருங்கி வருவதையும், அதன் பின் விலகிச் செல்வதையும், மீண்டும் நெருங்கி வருவதையும் பார்த்தேன்.

இப்போது நாங்கள் மெதுவாக மிதந்து போய்க்கொண்டிருந்தோம். ஆற்றங்கரை மிகவும் பக்கமாக இருந்தது. அங்கிருந்த அடர்த்தியான வில்லோ செடிகளை என்னால் பார்க்க முடிந்தது. ஆற்றங்கரை என் பின்பக்கமாகத் தெரியும்படி மரக்கட்டை மெதுவாகத் திரும்பியது; நாங்கள் ஒரு நீர் சுழற்சியில் இருந்தோம் என்பதைப் புரிந்துகொண்டேன். நாங்கள் மெதுவாக அதனைச் சுற்றிச் சென்றோம். நான் மீண்டும் ஆற்றங்கரையைப் பார்த்தேன்; இப்போது அது மிகவும் பக்கத்தில் இருந்தது. மரக்கட்டையை ஒரு கையால் பிடித்து அதை உதைத்து மறுகையால் நீந்தி மரக்கட்டையைக் கரையை நோக்கிக் கொண்டுவர முயற்சி செய்தேன். ஆனால், என்னால் அதை கொஞ்சம்கூட கரை பக்கமாகக் கொண்டுவர முடியவில்லை. நீர் சுழற்சியிலிருந்து வெளியே போய்விடுவேனோ என்று பயந்தேன். ஒரு கையால் மரக்கட்டையைப் பிடித்தேன். என் பாதங்கள் மரக்கட்டையின் ஒரு பக்கமாக இருக்கும்படி என் கால்களை மடக்கி அதை பலமாக உதைத்து கரையை நோக்கித் தள்ளினேன். கரையிலிருந்த புதர்களைப் பார்த்தேன். என்னுடைய உந்து விசையையும் பலமான நீச்சலையும் மீறி நீரோட்டம் என்னைக் கரையிலிருந்து தூரமாக இழுத்துச் சென்றுகொண்டிருந்தது. நான் என்னுடைய பூட்ஸ்களின் கனத்தால் தண்ணீரில் மூழ்கிவிடுவேன் என்று நினைத்தேன்; ஆனால், தண்ணீரில் நீச்சல் அடித்து உதைத்துப் போராடினேன். நான் தலையைத் தூக்கிப் பார்த்தபோது ஆற்றங்கரை என் பக்கமாக வருவதைக் கண்டேன்; திடீரென என்னைத் தொற்றிய துக்கம் கலந்த பேரச்சத்தால் நான் கரை சேரும்வரை தொடர்ந்து தண்ணீரைக் கைகளால் அடித்து உதைத்து நீந்தினேன். கரையிலிருந்த வில்லோ மரக் கிளையைப் பிடித்தபடி தொங்கினேன்; என் உடம்பை மேல்பக்கமாக இழுக்க எனக்குத் தெம்பில்லை. ஆனால், இப்போது தண்ணீரில் மூழ்க மாட்டேன் என்று எனக்குத் தெரியும். மரக்கட்டையைப் பிடித்தபடி நான் மிதந்தபோது தண்ணீரில் மூழ்கிவிடுவேன் என்ற எண்ணம் எனக்கு ஒருபோதும் தோன்றவில்லை. கரையேற நான் செய்த தீவிர முயற்சிகளின் விளைவாக என் வயிற்றிலும் மார்பிலும் ஏற்பட்ட வெறுமையையும் நோயுற்ற தன்மையையும் உணர்ந்தேன்; வில்லோ மரக் கிளைகளைக் கெட்டியாகப் பிடித்தவாறு காத்திருந்தேன். அந்த

உணர்வுகளிலிருந்து விடுபட்டபின், என்னை நான் மேலே இழுத்து வில்லோ மரத் தழைகளுக்குள் தள்ளினேன்; என்னுடைய இரண்டு கைகளையும் சில தழைகளைச் சுற்றிப்போட்டு மரக்கிளைகளைச் சிக்கெனப் பிடித்தேன்; மீண்டும் ஓய்வெடுத்தேன். வில்லோ மரத் தழைகளுக்கு இடையே ஊர்ந்து நகர்ந்து கரையை அடைந்தேன். பாதி அளவு பகல் வெளிச்சம் இருந்தது. அங்கே ஒருவரும் என் கண்களுக்குத் தட்டுப்படவில்லை. ஆற்றின் இசையையும் மழையின் ஓசையையும் கேட்டபடி ஆற்றங்கரை மேல் தரையோடு தரையாகக் கிடந்தேன்.

சிறிது நேரத்துக்குப் பிறகு எழுந்து ஆற்றங்கரை வழியாக நடந்தேன். ஆற்றின் அருகிலிருந்த லேட்டிசானா நகரத்தை அடையும் வரை ஆற்றின் குறுக்கே பாலம் எதுவும் இல்லை என்பது எனக்குத் தெரியும். அநேகமாக நான் இப்போது தக்லியாமெண்டோ ஆற்றுக்கு மேற்கு திசையில் அமைந்துள்ள சான் வீட்டோ நகரத்தின் எதிர்ப் பக்கமாக இருக்கலாம் என்று நினைத்தேன். அடுத்து என்ன செய்ய வேண்டும் என்று சிந்திக்கத் தொடங்கினேன். கொஞ்ச தூரத்தில் ஓடிய ஒரு வாய்க்கால் ஆற்றில் கலந்தது. நான் அதை நோக்கிப் போனேன். இதுவரை ஒருவரையும் நான் பார்க்கவில்லை. அந்த வாய்க்காலின் கரை ஓரம் இருந்த ஒரு புதரின் பக்கத்தில் உட்கார்ந்து பூட்ஸ்களைக் கழற்றி அவற்றிலிருந்த தண்ணீரைக் கீழே கொட்டினேன். என் கோட்டைக் கழற்றி அதன் உள்பக்கப் பையிலிருந்த பணப் பையை வெளியே எடுத்தேன். அதில் நனைந்த நிலையிலிருந்த பணத்தையும் ஆவணங்களையும் வெளியே எடுத்தேன். கோட்டை முறுக்கிப் பிழிந்து தண்ணீரை வெளியேற்றினேன். என்னுடைய கால்சட்டையையும் சட்டையையும் உள்ளாடைகளையும் முறுக்கிப் பிழிந்தேன்; என்னை நானே அடித்தேன்; தேய்த்துவிட்டேன். அதன் பிறகு மீண்டும் ஆடைகளை அணிந்தேன். என் தொப்பியை எங்கோ தொலைத்து விட்டேன்.

கோட்டை அணியும் முன்பு என் சட்டையின் கைப்பகுதியில் நட்சத்திரக் குறிகளுடனிருந்த துணிப்பட்டையை வெட்டி எடுத்தேன்; அதை என்னுடைய பணத்துடன் சேர்த்து சட்டையின் உள் பையில் வைத்தேன். என் பணம் எல்லாம் ஈரமாய் இருந்தது; ஆனால், எல்லாப் பணமும் சரியாக இருந்தது. அதை எண்ணிப்

பார்த்தேன்; மூவாயிரம் லயருக்குக் கொஞ்சம் கூடுதலாக இருந்தது. என் துணிகள் அனைத்தும் ஈரமாகவும் விரும்பத்தகாத நிலையில் பிசுபிசுப்புடனும் இருந்தன. எனது இரத்த ஓட்டம் ஒரே சீராக இயங்க ஏதுவாக என் கைகளில் அடித்தேன். நூலால் நெய்யப்பட்ட உள்ளாடை அணிந்திருந்தேன். நடந்து கொண்டேயிருந்தால் எனக்குச் சளிப் பிடிக்கும் என்று நான் நினைக்கவில்லை. நான் சாலையில் இருந்தபோது இராணுவ போலீஸார் என்னுடைய கைத்துப்பாக்கியை எடுத்திருந்தார்கள்; துப்பாக்கி உறையை கோட்டின் உள்புறத்தில் வைத்தேன். கோட்டுக்கு மேலே அணியும் கையில்லாத சட்டை என்னிடம் இல்லை; மழை பெய்துகொண்டிருந்ததால் குளிரடித்தது. வாய்க் காலின் கரைமேல் ஏறத் தொடங்கினேன். அப்போது பகல் வெளிச்சம் வந்திருந்தது. நாட்டுப்புறம் எல்லாம் நனைந்தும், களையிழந்தும், துயர் மிகுந்தும் காணப்பட்டது. வயல்வெளிகள் வெறுமையாகவும் ஈரமாகவும் இருந்தன. வெகு தூரத்தில் சமதளத்துக்கு மேல் உயர்ந்து நின்ற மணிக்கூண்டைப் பார்த்தேன். முன்னால் நடந்து ஒரு சாலையை அடைந்தேன். சாலையில் எனக்கு முன்னால் ஒரு படைப் பிரிவு வந்துகொண்டிருந்ததைக் கண்டேன். நான் சாலையின் ஓரமாக நொண்டியபடி நடந்து சென்றேன். அவர்கள் என்னைக் கடந்து சென்றார்கள், என்னைக் கண்டுகொள்ளவில்லை. இயந்திரப் படைப் பிரிவைச் சேர்ந்த அவர்கள் ஆற்றை நோக்கித் தொடர்ந்து சென்றார்கள். நான் சாலையில் முன்னோக்கி நடந்தேன்.

அடாஜ் ஆற்றிலிருந்து இசோன்சா ஆறு வரை தென்மேற்கு திசையிலிருந்து வடகிழக்கு திசையில் பரவிக் கிடந்த வெனிஷன் சமவெளியை அன்று நான் கடந்தேன். அது தாழ்வான பகுதி; அன்று பெய்த மழையில் அது இன்னும் தட்டையாகத் தெரிந்தது. அங்கிருந்து கடற்கரைவரை உப்பு சதுப்பு நிலங்கள் இருந்தன; மிகவும் குறைவான சாலைகளே இருந்தன. சாலைகள் அனைத்தும் ஆற்று முகத்துவாரத்தின் ஓரமாகச் சென்றன. நாட்டுப்புறத்தைக் கடக்க வேண்டுமானால் அங்கு ஓடிய வாய்க்கால்களின் கரைகளை ஒட்டிச் சென்ற பாதைகளின் வழியாக நடந்து செல்ல வேண்டும். அந்தச் சமவெளியில் வடக்கிலிருந்து தெற்கு திசையில் நடந்து இரண்டு இரயில் தடங்களையும் பல சாலைகளையும் கடந்தேன்.

கடைசியாக நான் நடந்து போன பாதையின் முடிவில் ஒரு சதுப்பு நிலத்தை ஒட்டிச் சென்ற இரயில் தடத்தை அடைந்தேன். அது வெனிஸ் நகரிலிருந்து ட்ரீயெஸ்ட் நகரத்துக்குச் சென்ற முக்கிய வழித்தடம். உயர்ந்த உறுதியான கரைகளுடனும் நிலைப்புத் தன்மை உண்டாக்கும் சரளைக்கற்கள் பரப்பப்பட்டு உறுதியான அடித்தளத்துடனும் அமைக்கப்பட்டிருந்தது; இரண்டு தடங்கள் இருந்தன. கொடி காட்டினால் மட்டுமே இரயில் வண்டிகள் நிற்கக்கூடிய ஓர் இரயில் நிலையம் அந்தத் தடத்தில் கொஞ்சம் கீழே தள்ளி இருந்தது. அங்கே இராணுவ வீரர்கள் காவலுக்கு நின்றதைக் கண்டேன். கொஞ்ச தூரத்தில் சதுப்பு நிலத்தில் கலந்த நீரோடையின் குறுக்கே கட்டப்பட்டிருந்த பாலம் இருந்தது. அங்கேயும் ஒரு வீரன் காவலுக்கு நிற்பதைக் கண்டேன். வயல்வெளிகளின் குறுக்கே வடக்குப் பக்கமாக ஓர் இரயில் வண்டி இந்தத் தடத்தில் கடந்து போவதைப் பார்த்திருக்கிறேன். அந்தச் சமவெளியில் தூரத்தில் இரயில் வண்டி வரும்போதே கண்ணுக்குத் தெரியும். அதனால் போஸ்டகுருவாரோ நகரிலிருந்து ஓர் இரயில் வண்டி வந்தாலும் வரலாம் என்று நினைத்தேன். அந்தக் காவலர்களைப் பார்த்தேன்; அந்தத் தடத்தின் இரண்டு பக்கங்களையும் கண் காணிக்க ஏதுவாக இரயில் தடத்தின் கரையோரம் படுத்தேன். பாலத்தில் இருந்த காவலன் அந்தத் தடத்தில் நான் படுத்திருந்த இடத்தை நோக்கிக் கொஞ்ச தூரம் நடந்து வந்தான்; அதன் பின் பாலத்தை நோக்கித் திரும்பி நடந்தான். நான் அங்கேயே படுத்திருந்தேன், பசியில் இருந்தேன், அந்த இரயில் வண்டியின் வருகைக்காகக் காத்திருந்தேன். நான் ஏற்கெனவே பார்த்த அந்தத் தொடர் வண்டி மிகவும் நீளமாக இருந்தது. அதன் எஞ்சின் அதை மெதுவாக இழுத்து வந்தது. என்னால் அதில் ஏறி உள்ளே போக முடியும் என்று உறுதியாக இருந்தேன். ஏதாவது ஒரு வண்டி வரலாம் என்ற நம்பிக்கையைக் கிட்டத்தட்ட இழந்த நிலையில் ஓர் இரயில் வண்டி வந்துகொண்டிருப்பதைப் பார்த்தேன். நேராக வந்துகொண்டிருந்த அந்த வண்டியின் எஞ்சின் பக்கத்தில் வரவர கொஞ்சம்கொஞ்சமாகப் பெரிதாகத் தெரிந்தது. பாலத்திலிருந்த காவலனைப் பார்த்தேன். அவன் பாலத்தை ஒட்டி நடந்து வந்துகொண்டிருந்தான்; ஆனால், இரயில் தடத்தின் மறுபக்கம் நடந்து வந்துகொண்டிருந்தான். அதனால் வண்டி என்னைக்

கடக்கும்போது அவனால் என்னைப் பார்க்க முடியாது. வண்டியின் எஞ்சின் என் பக்கமாக வருவதைக் கவனித்தேன். அது மிகவும் சிரமப்பட்டு வண்டியை இழுத்து வந்தது. அந்த வண்டித் தொடரில் நிறைய பெட்டிகள் இருந்ததை என்னால் பார்க்க முடிந்தது. அந்த வண்டியில் காவலர்கள் இருப்பார்கள் என்பது எனக்குத் தெரியும். அவர்களின் கண்களில் படாமல் அவர்கள் எங்கே இருக்கிறார்கள் என்று பார்க்க முயற்சி செய்தேன், ஆனால், பார்க்க முடியவில்லை. இரயில் எஞ்சின் கிட்டத்தட்ட நான் படுத்துக் கிடந்த இடத்துக்கு வந்தது. சமமாக இருந்த இடத்திலும் அந்த எஞ்சின் திக்கித் திணறி மூச்சிரைத்தபடி எனக்கு எதிராக வந்தது. பொறியாளர் இருந்த பெட்டி என்னைக் கடந்து போவதைப் பார்த்தேன். நான் எழுந்து நின்று நகர்ந்து போய்க்கொண்டிருந்த பெட்டிகளின் பக்கமாக வந்து நின்றேன். காவலர்கள் என்னைப் பார்த்தாலும், சந்தேகப்படத் தேவையில்லாத ஏதோ ஒன்று இரயில்வே தடத்தின் பக்கத்தில் நின்றுகொண்டிருப்பதாகத்தான் நினைப்பார்கள். மூடப் பட்டிருந்த பல சரக்குப் பெட்டிகள் கடந்து போயின. அதன்பிறகு, கூர்மையான முனைகளுடைய குறுகலான, அவர்கள் 'கொந்தலா' என்று குறிப்பிட்ட சிறு வகைப் படகுபோல் தோன்றிய தாழ்வான திறந்தவகைப் பெட்டி ஒன்று வந்துகொண்டிருப்பதைப் பார்த்தேன், அது கித்தானால் மூடப்பட்டிருந்தது. அது என்னைக் கிட்டத்தட்ட கடந்து போகும்வரை அப்படியே நின்றேன். அதன் பின் ஒரு துள்ளு துள்ளி அப்பெட்டியின் பின்பாகத்திலிருந்த கைப்பிடிக் கம்பியைப் பிடித்தேன், என்னை மேல்பக்கமாக இழுத்துக்கொண்டேன். அந்தப் படகு போன்ற பெட்டிக்கும் அதை அடுத்து வந்த உயரமான சரக்குப் பெட்டியின் பின்பக்கம் இருந்த மறைப்புக்கும் இடையில் அடிப்பகுதியில் ஊர்ந்தேன். எவராவது என்னைப் பார்த்திருக்கலாம் என்று எனக்குத் தோன்றவில்லை. நான் பெட்டிகளின் இணைப்பில் கால்களை ஊன்றி, கைப்பிடிக் கம்பியைப் பிடித்து தாழ்வாகப் பதுங்கினேன்; கிட்டத்தட்ட பாலத்துக்கு எதிராக வந்தபோது அங்கிருந்த காவலனை நினைத் தேன். நான் அவனைக் கடந்து போனபோது அவன் என்னைப் பார்த்தான். அவன் சின்னப் பையன். அவனுடைய தலைக்கவசம் அவனுக்குப் பொருந்தாமல் மிகவும் பெரிதாக இருந்தது. அவனை நான் அருவருப்புடன் கூர்ந்து பார்த்தேன். அவன் வேறு பக்கமாகப்

பார்த்தான். ஏதோ ஒரு வகையில் நான் இரயில் வண்டியுடன் தொடர்பு உடையவன் என்று நினைத்தான்.

நாங்கள் அந்த இடத்தைக் கடந்துவிட்டோம். அவன் மற்ற பெட்டிகள் கடந்து போவதைக் கவனித்தபடி இன்னமும் சங்கடத்துடன் நிற்பதைக் கண்டேன். அந்தக் கித்தான் எப்படி இழுத்துக் கட்டப்பட்டிருக்கிறது என்று குனிந்து பார்த்தேன். கித்தானில் வளையங்கள் இருந்தன. கித்தான் கீழே இழுக்கப்பட்டு அதன் முனைப்பகுதி கயிற்றுடன் பின்னப்பட்டிருந்தது. நான் என் கத்தியை வெளியே எடுத்து கயிற்றை வெட்டினேன்; அடியில் கையை நுழைத்தேன். கித்தானுக்கு அடியில் உறுதியான புடைப்புகள் இருந்தன. கித்தான் மழையில் இறுகி இருந்தது. நான் தலையை உயர்த்தி முன்னால் பார்த்தேன். எனக்கு முன்பக்கமிருந்த சரக்குப் பெட்டியில் ஒரு காவலன் இருந்தான். ஆனால், அவன் முன்பக்கமாகப் பார்த்துக்கொண்டிருந்தான். என் கையைக் கைப்பிடிக் கம்பியிலிருந்து எடுத்தபின் கித்தானுக்கு அடியில் நுழைந்தேன். ஏதோ ஒன்றின்மீது என் நெற்றி மோதியது; கடுமையான அடி பட்டது. என் முகத்தில் இரத்தம் வழிந்ததை உணர்ந்தேன். ஆனால், தொடர்ந்து ஊர்ந்து சென்றேன்; அந்தத் தளத்தில் அப்படியே படுத்துக் கிடந்தேன். பிறகு திரும்பி கித்தானைக் கீழே இழுத்துக் கட்டினேன்.

நான் கித்தானுக்கு அடியில் இருந்த துப்பாக்கிகளுடன் இருந்தேன். அவை எண்ணெய், எண்ணெய்ப்பசை போன்றவை இல்லாமல் சுத்தமான மணத்துடன் இருந்தன. நான் படுத்துக் கிடந்த நிலையில், கித்தான் மேல் பெய்த மழை எழுப்பிய இசையையும் தண்டவாளத்தின் மேல் பெட்டிகள் எழுப்பிய கிளிக் என்ற ஓசையையும் கேட்டேன். எங்கிருந்தோ உள்ளே வந்த கொஞ்ச வெளிச்சத்தில் துப்பாக்கிகளைப் பார்த்தேன். அவை கித்தான் உறைகளுடன் இருந்தன. அவை மூன்றாவது படைப் பிரிவிலிருந்து முன்பே அனுப்பிவைக்கப்பட்டிருக்க வேண்டும் என்று நினைத்தேன். என் நெற்றியில் அடிபட்ட இடம் வீங்கியிருந்தது. நான் அசையாமல் படுத்து, வடிந்த இரத்தத்தை அதுவாகவே உறையவிட்டு இரத்தம் வெளியேறுவதை நிறுத்தினேன். வெட்டுப்பட்ட இடத்தைத் தவிர மற்ற இடங்களில்

உறைந்து காய்ந்திருந்த இரத்தப் பொருக்கைப் பிய்த்து அகற்றினேன். அது மிகவும் எளிதாகவே இருந்தது. என்னிடம் கைக்குட்டை இல்லை, ஆனால், காய்ந்துபோன இரத்தம் படிந்திருந்த இடங்களை விரல்களால் தடவி உணர்ந்து, கித்தானி லிருந்து சொட்டிய மழைத் தண்ணீரால் கழுவினேன்; என்னுடைய கோட்டின் கைப் பகுதியால் துடைத்துச் சுத்தம் செய்தேன். நான் என்னைத் தனித்து வெளிப்படுத்திக்கொள்ள விரும்பவில்லை. இராணுவ வீரர்கள் மெஸ்டர் நகரை அடையும் முன்னால் நான் இங்கிருந்து வெளியேற வேண்டும் என்று எனக்குத் தெரியும். ஏனென்றால் அங்கே அவர்கள் இந்தத் துப்பாக்கிகளைச் சரிபார்க்க வருவார்கள். அவர்கள் ஒரு துப்பாக்கியைக்கூட இழக்கவோ மறக்கவோ முடியாது. நான் பயங்கரமான பசியில் இருந்தேன்.

அத்தியாயம் 32

பக்க அடைப்புகளோ மேற்கூரையோ இல்லாத சரக்கு வண்டிப் பெட்டியின் தரைத்தளத்தில் கித்தானுக்கு அடியில் துப்பாக்கிகளுக்கு அருகில் படுத்திருந்தேன். நனைந்திருந்தேன்; குளிரில் நடுங்கினேன்; மிகுந்த பசியுடன் இருந்தேன். இறுதியாக, உருண்டு கைகளில் தலை வைத்துக் குப்புறப் படுத்தேன். என் முட்டி விறைப்படைந்திருந்தது; ஆனால், மிகவும் நல்ல முறையில் இருந்தது. டாக்டர் வலன்டினி அதை அற்புதமாகச் சரிசெய் திருந்தார். அவருடைய முட்டியைப் பயன்படுத்தி போர்முனை யிலிருந்து பின்வாங்கிவந்ததில் பாதி தூரத்தை நடந்து கடந்து வந்தேன், தக்லியாமெண்டோ ஆற்றின் ஒரு பகுதியையும் நீந்தி வந்தேன். அது அவருடைய முட்டி என்று சொல்வதுதான் சரி யானது. மற்றொரு முட்டி என்னுடையது. டாக்டர்கள் உன்னுடைய உடம்பின் ஏதாவது ஒரு பாகத்தில் வேலை செய்திருந்தால் பிறகு அது உன்னுடையது இல்லை. இந்தத் தலை என்னுடையது; வயிற்றின் உள்பகுதியும் என்னுடையதுதான். அது அதிகப் பசியில் இருந்தது. வயிறு அதுவாகவே புரட்டிக் கொண்டிருந்ததை என்னால் உணர முடிந்தது. இந்தத் தலை என்னுடையது; ஆனால், சிந்திப்பதற்காக இல்லை; நினைவில் வைத்துக்கொள்ள மட்டுமே; அதுவும், மிகவும் அதிக அளவு நினைவில் வைத்துக்கொள்வதற்காக இல்லை.

நான் கேதரினைப் பற்றி நினைக்கலாம். ஆனால், அவளைப் பார்ப்பேன் என்பது நிச்சயமாகத் தெரியாத நிலையில் அவளை நினைத்தால் எனக்குப் பைத்தியம் பிடித்துவிடும் என்பதை அறிவேன். அதனால் அவளைப் பற்றி நினைக்க மாட்டேன். அவளைப் பற்றி மட்டுமே கொஞ்சமாக நினைப்பேன். அவளைப் பற்றி மட்டுமே; அந்தப் பெட்டி மெதுவாகவும் கிளிக் என்ற சத்தம் எழுப்பிப் போகும்போது, கித்தானுக்கு ஊடாகக் கொஞ்சம் வெளிச்சம் வரும்போது, பெட்டியின் தரைத்தளத்தில் நான்

கேதரினுடன் படுத்துக்கொண்டிருப்பதாக நினைத்துப் பார்ப்பேன். பெட்டியின் கடினமான தரைத்தளத்தில் படுத்திருப்பது, நினைத்துக் கொண்டிருக்காமல் உணர்ந்துகொண்டிருப்பது, அவளைப் பிரிந்து நீண்ட நாட்கள் ஆனது, ஆடைகள் ஈரமாக இருப்பது, பெட்டி ஒவ்வொரு முறையும் மிகவும் கொஞ்சமாக மட்டுமே நகர்வது, பெட்டியின் உள்ளே தனிமையில் இருப்பது, மேலும், ஈரமான ஆடைகளுடன் கடினமான தரைத்தளத்தில் தனியாக இருப்பது அனைத்தும் மனைவிக்காகத்தான்.

கித்தானுக்கு அடியில் படுத்திருப்பது அற்புதமாகவே இருந் தாலும், துப்பாக்கிகளுடன் இருப்பது இதமாகவே இருந்தாலும், திறந்தவெளிப் பெட்டியின் தளத்தையோ, கித்தான் உறைகளுடன் இருந்த துப்பாக்கிகளையோ, வாஸ்லைன் களிம்பு தடவிய உலோகத்தின் மணத்தையோ, மழைத் தண்ணீர் ஒழுகக்கூடிய கித்தானையோ நீ ஒருபோதும் விரும்ப மாட்டாய். ஆனால், நீ விரும்பிய ஒரு நபர் இப்போது உன்னுடன் இருக்கிறார் என்று அனுமானம்கூடச் செய்ய முடியாது என்பதை நீ அறிவாய். அதை நீ மிகத் தெளிவாகவும் உணர்ச்சியற்றும்—தெளிவாகவும் வெறுமையுடனும் பார்த்த அளவு உணர்ச்சியற்று இல்லை— இப்போது பார்த்துக்கொண்டிருக்கிறாய். ஒரு இராணுவம் பின் வாங்கிச் சென்றபோதும் மற்றொரு இராணுவம் முன்னேறி வந்த போதும் அங்கே இருந்த நீ இப்போது குப்புறப்படுத்துக்கொண்டு வெறுமையாகப் பார்த்தாய். ஒரு பெரிய கடையின் ஒரு தளத்தில் ஏற்பட்ட தீ விபத்தில் அங்கிருந்த பொருட்கள் அனைத்தையும் இழந்து நிற்கும் அந்தத் தளத்தின் பொறுப்பாளனைப்போல் உன்னுடைய கார்களையும் உன்னுடைய பணியாளர்களையும் நீ இழந்துவிட்டாய். ஆனால், உன்னுடைய இழப்புக்குக் காப்புறுதி எதுவும் இல்லை. இப்போது நீ அதிலிருந்து வெளியேறிவிட்டாய். அதன் பிறகு உனக்குக் கடமை உணர்வோ பொறுப்போ இல்லை. அந்தப் பொறுப்பாளர்கள் எப்போதும் பேசுவதுபோல, அவர்கள் மொழியில் தனித்துவமான உச்சரிப்புடன் பேசிய காரணத்துக்காக அந்தக் கடையில் ஏற்பட்ட தீ விபத்துக்குப்பின் அவர்களை வேலையிலிருந்து நீக்கினால், மீண்டும் வியாபாரம் ஆரம்பித்த பிறகு அவர்கள் பணிக்குத் திரும்பி வருவார்கள் என்று எதிர்பார்க்க முடியாது. அவர்களுக்கு வேறு ஒரு வேலை கிடைத்தால்,

போலீஸாரிடம் அவர்கள் பிடிபடாமலிருந்தால் அவர்கள் வேறு வேலை தேடினாலும் தேடலாம்.

இராணுவப் போலீஸ் என் சட்டையின் கழுத்துப் பட்டையைப் பிடித்தபோதே என் கோபம் அதன் இருத்தலை நிறுத்திக் கொண்டாலும்கூட, என் கோபம் என் கடமை உணர்வோடு சேர்ந்து ஆற்றில் அடித்துச்செல்லப்பட்டுவிட்டது. என் வெளித் தோற்றத்தைப் பற்றி நான் அதிகமாகக் கவலைப்படவில்லையென்றாலும் என்னுடைய சீருடையை விட்டெறிய விரும்புகிறேன். என் சட்டையில் இருந்த நட்சத்திரக் குறிகள் இருந்த துணிப் பட்டையை ஏற்கெனவே நீக்கிவிட்டேன்; ஆனால், அது என் வசதிக்காகவே. இனிமேல் அது, நான் பாராட்டுகள் பெற்றதின் அடையாளம் இல்லை. நான் அவர்களுக்கு எதிரானவனில்லை. ஆனால், எனக்கு எல்லாம் முடிந்துவிட்டது. இத்தாலியப் படையில் இருந்தவர்களுக்கு என்னுடைய வாழ்த்துகளைத் தெரிவித்தேன். அவர்களில் நல்லவர்கள் இருந்தார்கள், துணிச்சலானவர்கள் இருந்தார்கள், அமைதியானவர்கள் இருந்தார்கள், விவேகமானவர்கள் இருந்தார்கள்—அவர்கள் அனைவரும் பாராட்டுகளுடன் நட்சத்திரப் பட்டைகள் பெறத் தகுதி உடையவர்கள். இதற்குமேல் அங்கு நடப்பவற்றுக்கும் எனக்கும் எந்தவித சம்பந்தமும் இல்லை. இந்த மோசமான இரயில் வண்டி மெஸ்டர் நகரைச் சென்று அடைய வேண்டும், நான் சாப்பிட வேண்டும், சிந்திப்பதை நிறுத்த வேண்டும் என்று விரும்புகிறேன். நான் சிந்திப்பதை நிறுத்தியே ஆக வேண்டும்.

அவர்கள் என்னைச் சுட்டுக் கொன்றுவிட்டதாக எல்லோரிடமும் பியானி சொல்வான். சுட்டுக் கொல்லப்பட்டவர்களின் பைகளை அவர்கள் சோதனை செய்தார்கள், அங்கிருந்த ஆவணங்களையும் எடுப்பார்கள். ஆனால், அவர்களுக்கு என்னுடைய ஆவணங்கள் கிடைக்காது. நான் ஆற்றில் மூழ்கிச் செத்தவனாக அவர்கள் குறிப்பு எழுதுவார்கள். அமெரிக்காவில் என்னைப் பற்றி என்ன கேள்விப்படுவார்கள் என்று நினைத்துப் பார்த்தேன். காயம் பட்டதாலோ அல்லது வேறு காரணங்களாலோ நான் இறந்துவிட்டதாகக் கேள்விப்படுவார்கள். நல் மேய்ப்பரே, நான் மிகுந்த பசியில் இருந்தேன். உணவுக்கூடத்திலிருந்த பாதிரியாருக்கு என்ன நடந்திருக்கும் என்று எண்ணிப் பார்த்தேன், ரினால்டியையும்தான்.

ஒருவேளை இத்தாலியர்கள் அதற்கு மேலும் பின்வாங்காமலிருந்தால் அவன் பொர்தனோனெ நகரில் இருப்பான். எப்படியானாலும் இப்போதைக்கு என்னால் அவனை ஒருபோதும் பார்க்க முடியாது. அவர்களில் ஒருவரைக்கூட இப்போதைக்கு என்னால் பார்க்க முடியாது. அந்த வாழ்க்கை நிறைவடைந்துவிட்டது. அவனுக்கு சிபிலிஸ் என்ற பாலியல் நோயின் தொற்று இருக்கும் என்று நான் நினைக்கவில்லை. எப்படி இருந்தாலும் சரியான நேரத்தில் மருத்துவம் பார்த்தால் அது ஆபத்தான நோய் இல்லை. ஆனால், அவன் அதைப் பற்றிக் கவலைப்படுவான். எனக்கு அந்த நோய்த் தொற்று இருந்திருந்தால் நானும் அதைப் பற்றி கவலைப் பட்டிருப்பேன்; யாராக இருந்தாலும் கவலைப்படுவார்கள்.

நான் சிந்திப்பதற்காகப் படைக்கப்பட்டவன் இல்லை. நான் சாப்பிடுவதற்காகப் படைக்கப்பட்டவன். என் இறைவா, அதுவே உண்மை. சாப்பிடவும் மது குடிக்கவும் கேதரினுடன் தூங்கவும் படைக்கப்பட்டவன். ஒரு வேளை இன்று இரவு. இல்லை, அதற்கு வாய்ப்பே இல்லை. ஆனால், நாளை இரவு, நல்ல சாப்பாடு, அதன் பின் படுக்கை விரிப்புகள்; வெளியே இருவரும் சேர்ந்து போனால் போகலாமே தவிர ஒருபோதும் தனியாக இல்லை. ஒருவேளை, நான் கூடிய சீக்கிரம் அங்கு போய்ச் சேர்வதுதான் சரியாக இருக்கும். அவள் போய்விடுவாள். எனக்குத் தெரியும், அவள் போய்விடுவாள். எப்போது அவள் போவாள்? அது சிந்திக்கப்படவேண்டிய ஒன்று. இப்போது இருட்டிக் கொண்டிருந்தது. நான் படுத்திருந்தேன்; நாங்கள் எங்கே போவோம் என்று சிந்தித்தேன். போவதற்குப் பல இடங்கள் இருந்தன.

பாகம் IV

அத்தியாயம் 33

அதிகாலையில் வெளிச்சம் வருவதற்கு முன் இரயில் வண்டி மிலன் நகரின் இரயில் நிலையத்துக்குள் நுழைவதற்காக மெதுவாகச் சென்றபோது நான் வண்டியிலிருந்து குதித்து இறங்கி னேன். இரயில் பாதையைக் கடந்து சில கட்டடங்களுக்கு இடையே நடந்து தெருவுக்குள் வந்தேன். ஒரு மதுக்கடை திறந்திருந்தது; நான் காப்பி குடிப்பதற்காக உள்ளே போனேன். அதிகாலை வேளையின் மணத்தையும், பெருக்கப்பட்டதால் எழுந்த தூசியின் மணத்தையும் நுகர்ந்தேன். மேஜை மேலிருந்த தம்ளரில் இருந்த கரண்டிகளையும் ஒயின் கோப்பைகள் மேஜை மேல் ஏற்படுத்தியிருந்த ஈர வளையங்களையும் பார்த்தேன். அந்தக் கடையின் உரிமையாளன் மது கவுண்டருக்குப் பின்னால் இருந்தான். ஒரு மேஜை முன்னால் இரண்டு இராணு வீரர்கள் இருந்தார்கள். நான் மது கவுண்டரில் நின்றபடி ஒரு தம்ளர் காப்பி குடித்தேன்; ஒரு துண்டு ரொட்டியும் சாப்பிட்டேன். பாலுடன் கலந்த காப்பி சாம்பல் நிறத்தில் இருந்தது; காப்பியின் மேற்பரப்பில் படர்ந்திருந்த பாலாடையை ஒரு ரொட்டித்துண்டால் நீக்கினேன். கடையின் உரிமையாளன் என்னை உற்று நோக்கினான்.

"உனக்குக் கொஞ்சம் பிராந்தி வேண்டுமா?"

"வேண்டாம். நன்றி."

"இது என்னுடைய செலவு," என்ற அவன் ஒரு சிறிய தம்ளரில் பிராந்தி ஊற்றி அதை என் பக்கமாகத் தள்ளினான். "போர்முனையில் என்ன நடந்துகொண்டிருக்கிறது?" என்று கேட்டான்.

"எனக்குத் தெரியாது."

"அவர்கள் குடிபோதையில் இருக்கிறார்கள்," என்றான்; அங்கிருந்த இரண்டு இராணுவ வீரர்களின் பக்கமாகக் கையை நகர்த்தினான். அவன் சொன்னது நம்பத்தகுந்ததாக இருந்தது. அவர்கள் குடிபோதையில் இருந்ததாகத் தோன்றினார்கள்.

"இப்போது சொல்," என்றான். "போர்முனையில் என்ன நடந்து கொண்டிருக்கிறது?"

"போர்முனையைப் பற்றி எனக்கு எதுவும் தெரியாது."

"அந்தச் சுவரை ஒட்டி நீ நடந்து வந்ததைப் பார்த்தேன். நீ இரயில் வண்டியிலிருந்து இறங்கி வந்தாய்தானே?"

"அவர்கள் பெரிய அளவில் பின்வாங்கி வருகிறார்கள்."

"நான் செய்தித்தாளில் வாசித்தேன். என்ன நடக்கிறது? போர் முடிந்துவிட்டதா?"

"நான் அப்படி நினைக்கவில்லை."

அவன் ஒரு சிறிய பாட்டிலில் இருந்த பிராந்தியால் அந்தத் தம்ளரை நிரப்பினான். "நீ ஏதாவது பிரச்சினையில் இருந்தால் உன்னை இங்கே தங்கவைக்கிறேன்," என்றான்.

"எனக்கு எந்தப் பிரச்சினையும் இல்லை."

"நீ ஏதாவது பிரச்சினையில் இருந்தால் நீ இங்கே என்னுடன் தங்கிக்கொள்."

"இங்கு எங்கே தங்க முடியும்?"

"இந்தக் கட்டடத்தில். இங்கே நிறையப் பேர் தங்குகிறார்கள். பிரச்சினையில் இருப்பவர்கள் எல்லோரும் இங்கே தங்குகிறார்கள்."

"நிறையப் பேர் பிரச்சினையில் இருக்கிறார்களா?"

"அது பிரச்சினையைப் பொறுத்தது. நீ ஒரு தென் அமெரிக்கனா?"

"இல்லை."

"ஸ்பானிஷ் மொழி பேசத் தெரியுமா?"

"மிகவும் கொஞ்சமாக."

அவன் மது கவுண்டரைத் துடைத்தான்.

"இப்போது உள்ள நிலையில் இந்த நாட்டிலிருந்து வெளி யேறுவது கடினம்; ஆனால், எந்த வகையில் பார்த்தாலும் முடியாதது இல்லை."

"இங்கேயிருந்து வெளியேறும் எண்ணம் எனக்கு இல்லை."

"நீ எவ்வளவு நாட்கள் தங்க விரும்புகிறாயோ அவ்வளவு நாள் இங்கே தங்கலாம். நான் எப்படிப்பட்ட மனிதன் என்பதை நீ அறிந்துகொள்ளலாம்."

"இன்று காலை நேரத்தில் நான் வெளியே போகவேண்டி யிருக்கிறது. இங்கே திரும்பி வருவதற்கு உன் முகவரியை நினைவில் வைத்துக்கொள்கிறேன்."

அவன் தலையை உலுக்கினான். "இப்படிப் பேசினால் நீ இங்கே வர மாட்டாய். உண்மையிலேயே நீ பிரச்சினையில் இருப்பதாக நினைக்கிறேன்."

"எனக்கு எந்தப் பிரச்சினையும் இல்லை. ஆனால், ஒரு நண்பனுடைய முகவரியை நான் மதிக்கிறேன்."

நான் காப்பி குடித்ததுக்காக பத்து லயர் பணத்தை மதுக் கூடத்தில் வைத்தேன்.

"என்னுடன் சேர்ந்து கொஞ்சம் பிராந்தி குடி," என்றேன்.

"இப்போது அது எனக்குத் தேவையில்லை."

"கொஞ்சம் குடி."

இரண்டு தம்ளர்களில் பிராந்தி ஊற்றினான்.

"நினைவில் வைத்துக்கொள்," என்றான் அவன். "இங்கே வந்துவிடு. வேறு யாருடனும் தங்காதே. இங்கே நீ மிகவும் பாது காப்பாக இருக்கலாம்."

"நிச்சயமாக."

"நிச்சயமாக?"

"ஆமாம்."

அவன் உண்மையான உணர்வுடன் சொன்னான். "அப்படி யானால் நான் உனக்கு ஒன்று சொல்கிறேன் கேள். இந்தக் கோட்டுடன் வெளியே எங்கேயும் போகாதே."

"ஏன்?"

"உன் கோட்டின் கைப்பகுதியிலிருந்து நட்சத்திரக் குறிகள் இருந்த துணிப்பட்டை வெட்டி எடுக்கப்பட்ட இடம் நன்றாகத் தெரிகிறது. அந்த இடத்தில் துணி வேறு நிறமாக இருக்கிறது."

நான் பதில் ஏதும் சொல்லவில்லை.

"உன்னிடம் ஆவணங்கள் இல்லையென்றால் அவற்றை ஏற்பாடு செய்து கொடுக்க முடியும்."

“என்ன ஆவணங்கள்?”

“இங்கிருந்து வெளியேறுவதற்கான ஆவணங்கள்.”

“எனக்கு ஆவணங்கள் தேவைப்படாது. என்னிடம் இருக்கின்றன.”

“அப்படியானல் சரி,” என்றான் அவன். “ஆனால், உனக்கு ஆவணங்கள் தேவைப்பட்டால் உன்னுடைய விருப்பத்திற்கு ஏற்ப என்னால் ஏற்பாடு செய்ய முடியும்.”

“இவ்வாறான ஆவணங்களுக்கு எவ்வளவு செலவு ஆகும்?”

“அது ஆவணங்களின் தன்மையைப் பொறுத்தது. அதன் விலை நியாயமானதாக இருக்கும்.”

“எனக்கு இப்போது எந்த ஆவணமும் தேவைப்படவில்லை.”

அவன் தோள்பட்டையை உயர்த்தி உலுக்கினான்.

“என்னிடம் சரியான ஆவணங்கள் இருக்கின்றன,” என்று சொன்னேன்.

நான் வெளியே போனபோது அவன் சொன்னான், “நான் உன்னுடைய நண்பன் என்பதை மறந்துவிடாதே.”

“மறக்க மாட்டேன்.”

“மீண்டும் உன்னைச் சந்திக்கிறேன்,” என்று சொன்னான்.

“நல்லது,” என்றேன்.

வெளியே இராணுவ போலீஸார் இருந்த இரயில் நிலையத்திலிருந்து விலகிச் சென்றேன். அங்கிருந்த சிறிய பூங்காவின் முனையில் ஒரு வாடகை காரை அமர்த்தினேன். டிரைவரிடம் மருத்துவமனையின் முகவரியைச் சொன்னேன். மருத்துவமனையிலிருந்த சுமைதூக்கியின் வீட்டுக்குப் போனேன். அவன் மனைவி என்னைக் கட்டித் தழுவினாள். அவன் என்னுடன் கை குலுக்கினான்.

“நீங்கள் திரும்பி வந்துவிட்டீர்கள். பாதுகாப்பாக இருக்கிறீர்கள்.”

“ஆமாம்.”

“காலை உணவு சாப்பிட்டீர்களா?”

“ஆமாம்.”

“எப்படி இருக்கிறீர்கள், லெஃப்டினன்ட் ஐயா? எப்படி இருக்கிறீர்கள்?” அவன் மனைவி கேட்டாள்.

“நன்றாக இருக்கிறேன்.”

“எங்களுடன் சேர்ந்து காலை உணவு சாப்பிட மாட்டீர்களா?”

“வேண்டாம். நன்றி. இப்போது மருத்துமனையில் மிஸ் பாக்லி இருக்கிறாளா?”

“மிஸ் பாக்லி?”

“அந்த ஆங்கிலேய நர்ஸ்.”

“அவருடைய தோழி,” என்றாள் அவனுடைய மனைவி. அவள் என் கையில் தட்டிக்கொடுத்தாள்; புன்னகைத்தாள்.

“இல்லை,” என்றான் சுமைதூக்கி. “அவள் வெளியூருக்குச் சென்றுவிட்டாள்.”

என்னுடைய இதயம் நொறுங்கியது. “உனக்கு நிச்சயமாகத் தெரியுமா? நான் சொல்வது அந்த உயரமான, பொன்னிற முடியுடைய ஆங்கிலேய இளம் பெண்.”

“எனக்கு நிச்சயமாகத் தெரியும். அவள் ஸ்ட்ரீசா நகருக்குப் போய்விட்டாள்.”

“அவள் எப்போது போனாள்?”

“இரண்டு நாட்களுக்கு முன்னால் மற்றொரு ஆங்கிலேயப் பெண்ணுடன் போனாள்.”

“சரி,” என்றேன். “எனக்காக நீ ஒரு வேலை செய்ய வேண்டும்; என்னைப் பார்த்ததாக ஒருவரிடமும் சொல்லாதே. இது மிகவும் முக்கியமானது.”

“ஒருவரிடமும் சொல்ல மாட்டேன்,” என்றான் சுமைதூக்கி. அவனுக்கு பத்து லயர் பணம் கொடுத்தேன். அவன் அதை வாங்க மறுத்துத் தள்ளிவிட்டான்.

“ஒருவரிடமும் சொல்ல மாட்டேன் என்று உங்களுக்கு நான் வாக்குறுதி கொடுத்துவிட்டேன்,” என்று சொன்னான். “எனக்குப் பணம் எதுவும் வேண்டாம்.”

“உங்களுக்கு நாங்கள் என்ன செய்ய வேண்டும் என்று சொல்லுங்கள், லெஃப்டினன்ட் ஐயா,” என்று அவனுடைய மனைவி கேட்டாள்.

"அது ஒன்றுதான்," என்றேன்.

"நாங்கள் ஊமைகள்," என்றான் சுமைதூக்கி. "என்னால் உங்களுக்கு வேறு என்ன செய்ய முடியும் என்று எனக்குச் சொல்வீர்களா?"

"சரி, சொல்கிறேன்," என்றேன். "குட்-பை. உங்களை மீண்டும் சந்திக்கிறேன்."

அவர்கள் வாசலில் நின்று நான் போவதைப் பார்த்துக் கொண்டிருந்தார்கள்.

நான் வாடகை காரில் ஏறினேன். இசை கற்றுக்கொண்டிருந்த இரண்டு பேரில் ஒருவனான சிமன்ஸின் முகவரியை டிரைவருக்குச் சொன்னேன்.

சிமன்ஸ் வாழ்ந்த போர்டா மெகட்டா என்ற இடம் மிலன் நகரின் நுழைவாசலுக்குப் போகும் வழியில் இருந்தது; வெகு தொலைவில் இருந்தது. அவனைப் பார்ப்பதற்காக அவன் வீட்டுக்கு நான் போனபோது அவன் படுக்கையில் தூக்கக் கலக்கத்தில் இருந்தான்.

"அநியாயத்துக்கு அதிகாலையில் எழுந்துவிடுகிறாய், ஹென்றி," என்றான்.

"அதிகாலை இரயிலில் வந்தேன்."

"என்ன நடக்கிறது, போர்முனையிலிருந்து பின்வாங்குவது எல்லாம்? நீ போர்முனையில் இருந்தாயா? சிகரெட் பிடிக்கிறாயா? அவை மேஜை மேல் இருக்கும் டப்பாவில் இருக்கின்றன." அது பெரிய அறை. சுவர் பக்கத்தில் படுக்கை இருந்தது; அறையின் மறுபக்கத்தில் பியானோ இருந்தது; சமையலுக்கான பொருட்களைச் சுத்தம் செய்வதற்காக ஒரு மேஜையும் மற்றொரு மேஜையும் இருந்தன. நான் படுக்கைக்கு அருகில் ஒரு நாற்காலியில் உட்கார்ந்தேன். சிமன்ஸ் தலையணைகளில் சாய்ந்தபடி உட்கார்ந்தான், புகை பிடித்தான்.

"சிம், நான் ஒரு சிக்கலில் இருக்கிறேன்," என்றேன்.

"நானும் அப்படித்தான் இருக்கிறேன்," என்றான். "நான் எப்போதும் சிக்கலில்தான் இருக்கிறேன். நீ புகைபிடிக்க மாட்டாயா?"

“மாட்டேன்,” என்றேன். “சுவிட்சர்லாந்துக்குப் போவதற்கான வழிமுறை என்ன?”

“இது உனக்காகவா? இத்தாலியர் உன்னை இந்த நாட்டை விட்டு வெளியே போக அனுமதிக்க மாட்டார்கள்.”

“உண்மைதான். அது எனக்குத் தெரியும். ஆனால், சுவிட்சர்லாந்து நாட்டுக்காரரர்கள் என்ன செய்வார்கள்?”

“உன்னைச் சிறையில் அடைப்பார்கள்.”

“அது எனக்குத் தெரியும். ஆனால், அங்கே போனபின் பின்பற்ற வேண்டிய செயல்முறை என்ன?”

“ஒன்றுமில்லை. அது மிகவும் எளிதானது. நீ அங்கே எங்கு வேண்டுமானாலும் போகலாம். அங்கு போய்ச் சேர்ந்த தகவலைத் தெரிவிக்க வேண்டும் என்று நினைக்கிறேன், அதுபோல் ஏதோ ஒன்று. ஏன்? நீ போலீஸாரிடமிருந்து தப்பித்து ஓடப்போகிறாயா?”

“இன்னமும் உறுதியாக இல்லை.”

“நீ விரும்பவில்லையென்றால் எனக்குச் சொல்ல வேண்டாம். ஆனால், கேட்பதற்கு சுவாரசியமாக இருக்கும். இங்கே எதுவும் சரியாகப் போகவில்லை. பியாசென்ஸா நகரில் நடந்த நிகழ்ச்சி பெருந்தோல்வியடைந்தது.”

“நான் வருத்தப்படுகிறேன்.”

“அது அப்படித்தான். நான் பெரிய தோல்வியைச் சந்தித்தேன். மிகவும் நன்றாகத்தான் பாடினேன். இங்கு நடக்கவிருக்கும் இசை நிகழ்ச்சியில் அதை மீண்டும் முயற்சி செய்யப்போகிறேன்.”

“நான் அந்த நிகழ்ச்சிக்கு வர ஆசைப்படுகிறேன்.”

“மிகவும் கண்ணியமாகப் பேசுகிறாய். நீ மோசமான சிக்கலில் இல்லையே, இருக்கிறாயா?

“எனக்குத் தெரியாது.”

“நீ விரும்பவில்லையென்றால் என்னிடம் சொல்லாதே. அந்த மோசமான போர்முனையிலிருந்து உன்னால் எப்படி வெளிவர முடிந்தது?”

“அதனுடன் எனக்கு இருந்த தொடர்பு எல்லாமே முடிந்து விட்டது என்று நினைக்கிறேன்.”

"நல்ல பையன். நீ அறிவாளி என்று எனக்கு எப்போதும் தெரியும். உனக்கு நான் எந்த வகையிலாவது உதவி செய்ய முடியுமா?"

"நீ ஓய்வில்லாமல் வேலை செய்கிறாய்."

"அப்படி எதுவும் இல்லை எனது அருமை ஹென்றி. ஒரு வேலையும் இல்லை. உனக்கு உதவி செய்வதில் நான் மகிழ்ச்சி அடைவேன்."

"நீ என்னுடைய உடல் அளவு உள்ளவனாய் இருக்கிறாய். நீ வெளியே போய் ஒரு சாதாரண குடிமகன் உடுத்தும் ஒரு செட் ஆடைகள் வாங்கிக் கொடுக்க முடியுமா? அவ்வாறான துணிகள் என்னிடம் இருக்கின்றன, ஆனால், அவை ரோம் நகரில் இருக்கின்றன."

"நீ அங்கே வசித்தாய், இல்லையா? அது ஒரு அருவருப்பான இடம். உன்னால் எப்படி அங்கே வாழ முடிந்தது?"

"நான் ஒரு கட்டடக் கலைஞனாக விரும்பினேன்."

"அதற்கான இடம் அது இல்லை. நீ புது ஆடைகள் வாங்க வேண்டாம். உனக்குத் தேவையான ஆடைகளெல்லாம் நான் தருகிறேன். உன் உடல் அமைப்புக்குப் பொருத்தமான துணிகளைத் தருகிறேன். அவை உனக்கு மிகச் சிறப்பான தோற்றத்தைக் கொடுக்கும். உடைமாற்றுவதற்கான அந்த அறைக்குள் போ. அங்கே ஒரு உள் அலமாரி இருக்கிறது. உனக்கு விருப்பமான துணிகளை எடுத்துக்கொள். என் அருமை நண்பனே, நீ துணிகள் எதுவும் வாங்க வேண்டாம்."

"துணிகள் வாங்குவதையே நான் விரும்புகிறேன், சிம்."

"என் பிரிய நண்பனே! வெளியே போய் துணிகள் வாங்கி வருவதைவிட என்னிடம் இருப்பதை உனக்குக் கொடுப்பதே எனக்கு எளிதானது. உன்னிடம் பாஸ்போர்ட் இருக்கிறதா? பாஸ்போர்ட் இல்லாமல் நீ தூரமாகப் போக முடியாது."

"என்னுடைய பாஸ்போர்ட் இன்னமும் என்னிடம் இருக்கிறது."

"அப்படியானால் ஆடை மாற்றிக்கொள், என் அன்பு நண்பனே, நேராக பழைய ஹெல்வேஷியாவுக்குப் போ."

"அது அவ்வளவு எளிதானது இல்லை. நான் முதலில் ஸ்ட்ரீசாவுக்குப் போகவேண்டியிருக்கிறது."

"எனது அருமை நண்பனே, அதுவே சாலச் சிறந்தது. ஒரு படகில் இங்கிருந்து போய்விடு. நான் இசை நிகழ்ச்சியில் பாட வேண்டியதில்லையானால் நானும் வருகிறேன். எப்படியானாலும் உன்னுடன் வருகிறேன்."

"இயல்பாகவும், உன் குரலைத் திடீரென உச்ச நிலைக்கு உயர்த்தியும் மாற்றிமாற்றிப் பாட நீ முயற்சி செய்."

"எனதருமை நண்பா, என்னால் நன்றாகப் பாட முடிந்தாலும் இனிமேல்தான் அந்த உத்தியை முயற்சி செய்யப்போகிறேன். அதுதான் வித்தியாசமான முறை."

"நான் பணயம் வைத்துச் சொல்வேன், உன்னால் பாட முடியும்."

அவன் புகைபிடித்தபடி பின்னால் சாய்ந்து படுத்தான்.

"நீ அதிகப் பணயம் வைக்காதே. ஆனால், என்னால் பாட முடியும். அது மிகவும் வேடிக்கையானது, ஆனால், என்னால் முடியும். நான் பாட விரும்புகிறேன். கவனமாகக் கேள். அவன் 'ஆப்பிரிக்கானா' என்ற பாடலைக் கழுத்து வீங்க, நரம்புகள் புடைக்க ஆழ்ந்த பேரொலி எழுப்பி நீண்ட நேரம் பாடினான். "என்னால் பாட முடியும்," என்றான். "அவர்களுக்குப் பிடித்தாலும் சரி, பிடிக்கவில்லையானாலும் சரி." ஜன்னல் வழியாக வெளியே பார்த்தேன். "நான் கீழே போய் என்னுடைய வாடகை காரை அனுப்பிவிடுகிறேன்."

"திரும்பி வந்துவிடு, என் அன்பு நண்பனே. நாம் காலை உணவு சாப்பிடலாம்."

அவன் படுக்கையிலிருந்து வெளியேறினான்; நேராக நின்றான்; மூச்சை ஆழமாக உள்ளே இழுத்தான்; உடம்பை வளைத்து உடற்பயிற்சிகள் செய்ய ஆரம்பித்தான். நான் படிக்கட்டு வழியாகக் கீழே இறங்கி வாடகை காருக்குப் பணம் கொடுத்து அனுப்பினேன்.

அத்தியாயம் 34

பொதுமக்கள் அணியும் உடையில் நான் மாறுவேடம் போட்டுப் பொய்த்தோற்றம் உடையவனாக இருப்பதுபோல் உணர்ந்தேன். நீண்ட காலமாக சீருடை அணிந்து பழக்கப்பட்டவன் நான். இப்போது அந்த ஆடையால் ஆட்கொள்ளப்பட்ட உணர்வை இழந்து நின்றேன். என்னுடைய கால்சட்டைகள் தளர்வாக, தொளதொளவென்று இருந்தன. மிலனிலிருந்து ஸ்ட்ரீசாவுக்குப் பயணம் செய்ய பயணச்சீட்டு வாங்கியிருந்தேன். ஒரு புது தொப்பியும் வாங்கியிருந்தேன். என்னால் சிம்மின் தொப்பியை அணிய முடியவில்லை; ஆனால், அவனுடைய ஆடைகள் எனக்கு மிகவும் பொருந்தியிருந்தன. அந்த ஆடைகளிலிருந்து புகையிலை வாடை வந்தது. இரயில் பெட்டியில் உட்கார்ந்தபடி ஜன்னல் வழியாக வெளியே பார்த்தேன்; புது தொப்பி மிகவும் புதிதாக இருந்தது, ஆடைகள் பழையதாக இருந்தன. ஜன்னல் வழியாக வெளியே தெரிந்த லம்பார்ட் இனத்தவர்களின் ஈரமாயிருந்த நாட்டைப்போல நானும் சோகமாக இருப்பதாக உணர்ந்தேன். அந்தப் பெட்டியில் சில விமானிகள் இருந்தார்கள், என்னைப்பற்றி அவர்கள் உயர்வாகக் கருதவில்லை. என்னைப் பார்ப்பதைத் தவிர்த்தார்கள். என் வயதுடைய சாதாரண குடிமகன் மேல் அதிக வெறுப்புடன் இருந்தார்கள். இதை அவமானப்படுத்தியதாக அவமானப்படுத்தப்பட்டதாக நான் கருதவில்லை. இதுவே என்னுடைய பழைய நாட்களாக இருந்தால் நான் அவர்களை அவமானப்படுத்தியிருப்பேன்; அவர்களுடன் சண்டை போட்டிருப்பேன். அவர்கள் கேலரட் இரயில் நிலையத்தில் இறங்கினார்கள். நான் தனிமையில் இருப்பதில் மகிழ்ச்சி அடைந்தேன். என்னிடம் செய்தித்தாள் இருந்தது. ஆனால், போரைப் பற்றி வாசிக்க விரும்பாததால் அதை வாசிக்கவில்லை. போரை மறக்கப் போகிறேன். எனக்கான ஒரு தனித்த அமைதியை ஏற்படுத்தி யிருந்தேன். என் தனிமையைக் கொடுமையாக உணர்ந்தேன். இரயில் வண்டி ஸ்ட்ரீசாவை அடைந்தபோது மகிழ்ச்சி அடைந் தேன்.

ஹோட்டல்களிலிருந்து இரயில் நிலையத்துக்குச் சுமைதூக்கிகள் வந்திருப்பார்கள் என்று எதிர்பார்த்தேன், ஆனால், ஒருவரும் இல்லை. விருந்தினர் வருகைக்கான பருவகாலம் முடிந்து நீண்ட நாட்களானபடியால் விருந்தினர்களைச் சந்திக்க இரயில் வண்டிக்கு ஒருவரும் வரவில்லை. என்னுடைய பையுடன் வண்டியிலிருந்து இறங்கினேன். அந்தப் பை சிம்மினுடையது. அதன் உள்ளே இரண்டு சட்டைகள் மட்டுமே இருந்ததால் எடுத்துச்செல்வதற்கு எளிதாக இருந்தது. மழை பெய்ததால் இரயில் நிலையத்தின் கூரைக்கு அடியில் நின்றேன்; இரயில் வண்டி தொடர்ந்து சென்றது. இரயில் நிலையத்தில் இருந்த ஒருவனிடம் எந்தெந்த ஹோட்டல்கள் இப்போது திறந்திருக்கும் என்று விசாரித்தேன். கிராண்ட் ஹோட்டலும் ஐசல் பொரோமீஸ் ஹோட்டலும் ஆண்டு முழுவதும் செயல்படும் என்றும் சின்ன ஹோட்டல்களும் இப்போது திறந்திருக்கும் என்றும் தெரிவித்தான். என்னுடைய பையை எடுத்துக்கொண்டு மழையில் நனைந்தவாறு ஐசல் பொரோமீஸ் ஹோட்டலை நோக்கி நடக்கத் தொடங்கினேன். அந்தத் தெருவில் ஒரு வண்டி வந்துகொண்டிருந்ததைப் பார்த்தேன்; அதை நிறுத்துமாறு வண்டியோட்டிக்குச் சைகை செய்தேன். வண்டியில் போய் இறங்குவது நல்லது என்று நினைத்தேன். அந்தப் பெரிய ஹோட்டலின் வண்டிகளுக்கான நுழைவாயிலை அடைந்தேன். ஒரு வரவேற்பாளன் குடையுடன் வெளியே வந்தான். அவன் பண்பானவனாக இருந்தான்.

நல்ல அறை ஒன்றைத் தேர்ந்தெடுத்தேன். நல்ல வெளிச்சம் கிடைக்கத்தக்க மிகப் பெரிய அறை அது. அது ஏரியை நோக்கி அமைந்திருந்தது. மேகக் கூட்டங்கள் கீழே இறங்கி ஏரியின் மீது தவழ்ந்தன; சூரிய ஒளியில் அது அவை இன்னும் அழகாகத் தெரிந்தன. நான் என் மனைவியை எதிர்பார்க்கிறேன் என்று சொன்னேன். அது இரண்டு பேர் படுப்பதற்கான பெரிய கட்டிலுடன், திருமணப் படுக்கையுடன், வழவழப்பான படுக்கை விரிப்புகள் விரிக்கப்பட்டிருந்த நிலையில் இருந்தது. அது மிகவும் ஆடம்பரமான ஹோட்டல். அதன் நீளமான முகப்புத்தளத்தில் நடந்து அகலமான படிக்கட்டு வழியாக இறங்கி இரண்டு பக்கங் களிலும் அறைகள் இருந்த நடைபாதை வழியாக மதுக்கூடத்துக்குச் சென்றேன். அங்கிருந்த மது கொடுக்கும் பணியாளனை எனக்குத்

தெரியும். ஓர் உயர்ந்த இருக்கையில் உட்கார்ந்தேன். உப்பு கலந்த பாதாமும், வேறு எதுவும் சேர்க்காத உருளைக்கிழங்கும் சாப்பிட்டேன்.

"சாதாரண உடையில் இங்கே என்ன செய்துகொண்டிருக் கிறீர்கள்?" என்று அந்தப் பணியாளன் கேட்டான், அதற்குள் இரண்டாவது மார்டீனி கலந்திருந்தான்.

"காயமடைந்து குணமான பின் உடல் தேறுவதற்கான விடுமுறையில் இருக்கிறேன்."

"இங்கே ஒருவரும் இல்லை. இன்னமும் ஏன் ஹோட்டலைத் திறந்து வைத்திருக்கிறார்கள் என்று தெரியவில்லை."

"மீன்பிடிக்கப் போனாயா?"

"சில அழகான மீன்கள் பிடித்தேன். வருடத்தின் இந்தப் பருவகாலத்தில் மீன்பிடித்தால் சில அழகான மீன்கள் கிடைக் கின்றன."

"நான் அனுப்பி வைத்த புகையிலை உனக்குக் கிடைத்ததா?"

"கிடைத்தது. என்னுடைய அஞ்சல் அட்டை உங்களுக்குக் கிடைக்கவில்லையா?"

நான் சிரித்தேன். அவனுக்கு வேண்டிய புகையிலையை என்னால் வாங்க முடியவில்லை. குழாயில் அடைத்துப் புகைக்கும் அமெரிக்கப் புகையிலை கேட்டிருந்தான். அதை அனுப்புவதை என் உறவினர்கள் நிறுத்திவிட்டார்களா அல்லது அது எங்கேயாவது தடைபட்டுக் கிடக்கிறதா என்று தெரியவில்லை. ஏதோ ஒன்று, அது வந்து சேரவில்லை.

"எங்கிருந்தாவது உனக்குக் கொஞ்சம் வாங்கித் தருகிறேன்," என்றேன். "இப்போது எனக்குத் தெரியவேண்டியது, இந்த நகரில் எங்கேயாவது இரண்டு ஆங்கிலேயப் பெண்களைப் பார்த்தாயா? அவர்கள் நேற்று முதல் நாள் இங்கே வந்தார்கள்."

"அவர்கள் இந்த ஹோட்டலில் இல்லை."

"அவர்கள் இரண்டு பேரும் நர்ஸ்கள்"?

"இரண்டு நர்ஸ்களைப் பார்த்தேன். ஒரு நிமிடம், அவர்கள் எங்கே இருக்கிறார்கள் என்று கண்டுபிடிக்கிறேன்."

"அவர்களில் ஒரு பெண் என் மனைவி," என்று சொன்னேன். "அவளைச் சந்திக்கத்தான் நான் இங்கே வந்திருக்கிறேன்."

"மற்றொரு பெண் என் மனைவி."

"நான் நகைச்சுவையாகச் சொல்லவில்லை."

"என் முட்டாள்தனமான நகைச்சுவைக்காக என்னை மன்னியுங்கள்," என்றான் அவன். "எனக்குப் புரியவில்லை." அவன் வெளியே போனான். நீண்ட நேரமாக அவன் திரும்பி வரவில்லை. நான் ஆலிவ் விதைகளும் உப்பு கலந்த பாதாமும் உருளைக்கிழங்கு வறுவலும் சாப்பிட்டேன். மது கவுண்டருக்குப் பின்பக்கம் இருந்த கண்ணாடியில் சாதாரண உடையில் இருந்த என்னைப் பார்த்தேன். மது கொடுப்பவன் திரும்பி வந்தான். "இரயில் நிலையத்துக்குப் பக்கத்தில் உள்ள ஒரு சின்ன ஹோட்டலில் அவர்கள் இருக்கிறார்கள்," என்றான்.

"கொஞ்சம் சாண்ட்விச் கிடைக்குமா?"

"நான் வரவழைக்கிறேன். ஒருவரும் தங்கியிருக்கவில்லை என்பதால் இங்கே ஒன்றும் இல்லை."

"உண்மையாக இங்கே ஒருவர்கூட இல்லையா?

"இருக்கிறார்கள். ஒரு சிலர்."

சாண்ட்விச்சுகள் வந்தன. மூன்று சாண்ட்விச்சுகள் சாப்பிட்டேன்; இன்னும் ஒன்றிரண்டு கோப்பை மார்டீனியும் குடித்தேன். இதுவரை நான் இதுபோல் எதுவும் சேர்க்காத குளிர்ச்சியாக எந்த வகையான மதுவையும் குடித்ததில்லை. அது என்னை நாகரிகமடைந்தவனாக உணரச் செய்தது. இதுவரை சிவப்பு ஒயினும் பிராந்தியும் மோசமான காப்பியும் அதிகமாகக் குடித்தேன்; ரொட்டியும் பாலாடைக்கட்டியும் சாப்பிட்டேன். நல்ல மெருகேற்றப்பட்ட செங்கருங்காலியினால் உருவாக்கப்பட்டிருந்த மரச் சாமான்களுக்கு முன்னால் ஓர் உயரமான இருக்கையில் உட்கார்ந்திருந்தேன். அவை கண்ணாடிகளுடனும் பித்தளையிலான பொருட்களுடனும் உருவாக்கப்பட்டிருந்தன; நான் சிந்திக்கவே இல்லை. மது கொடுப்பவன் சில கேள்விகள் கேட்டான்.

"போரைப் பற்றி எதுவும் பேசாதே," என்று சொன்னேன். போர் நடந்த இடம் வெகு தூரம் தள்ளியிருக்கிறது. அங்கே

இப்போது சண்டை எதுவும் இல்லாமலும் இருக்கலாம். இங்கே எந்தச் சண்டையும் இல்லை. என்னைப் பொறுத்தவரை போர் முடிந்துவிட்டது என்று பிறகு உணர்ந்தேன். ஆனால், உண்மை யிலேயே போர் முடிந்துவிட்டது என்ற உணர்வு எனக்கு ஏற்பட வில்லை. பள்ளிக்கூடம் போகாமல் ஒருவருக்கும் சொல்லாமல் ஓடிவந்த பிறகு ஒரு குறிப்பிட்ட நேரத்தில் பள்ளிக்கூடத்தில் என்ன நடந்துகொண்டிருக்கிறது என்று சிந்திக்கும் ஒரு சிறுவனின் மனநிலையில் இருந்தேன்.

கேதரினும் ஹெலன் ஃபெர்குசனும் தங்கியிருந்த ஹோட்ட லுக்கு நான் சென்றபோது அவர்கள் இரவு உணவு சாப்பிட்டுக் கொண்டிருந்தார்கள். நான் நடைபாதையில் நின்றபடி சாப்பாட்டு மேஜை முன் அவர்கள் உட்கார்ந்திருந்ததைப் பார்த்தேன். கேதரினின் முகம் எனக்கு எதிர் திசையில் திரும்பியிருந்தது. நான் அவளுடைய தலைமுடியின் ஓரத்தையும், கன்னத்தையும், வனப்பான கழுத்தையும், தோள்களையும் பார்த்தேன். ஃபெர்குசன் பேசிக்கொண்டிருந்தாள். நான் உள்ளே போனதும் பேச்சை நிறுத்தினாள்.

"என் இறைவனே," என்றாள் அவள்.

"ஹலோ," என்றேன்.

"இது நீயேதான்!" என்றாள் கேதரின். அவள் முகம் பிரகாச மானது. நம்ப முடியாத அளவு பெரும் மகிழ்ச்சியில் திளைத்தாள். நான் அவளை முத்தமிட்டேன். கேதரின் வெட்கத்தில் முகம் சிவந்தாள். மேஜை முன் உட்கார்ந்தேன்.

"நீ பெரிய சிக்கலில் மாட்டிக்கொண்டிருக்கிறாய்," என்று ஃபெர்குசன் சொன்னாள். "இங்கே நீ என்ன செய்துகொண் டிருக்கிறாய்? சாப்பிட்டாயா?"

"இல்லை." உணவு பரிமாறிய பெண் வந்தாள். அவளிடம் எனக்கு சாப்பாடு கொண்டுவரச் சொன்னேன். கேதரின் எப் போதும் என்னையே பார்த்துக்கொண்டிருந்தாள்; அவள் கண் களில் மகிழ்ச்சி பொங்கியது.

"சாதாரண உடையில் நீ என்ன செய்துகொண்டிருக்கிறாய்?" என்று ஃபெர்குசன் கேட்டாள்.

"நான் 'அமைச்சரவையில்' இருக்கிறேன்."

"நீ ஏதோ சிக்கலில் இருக்கிறாய்."

"உற்சாகமாய் இரு, ஃபெர்கி. கொஞ்சம் உற்சாகமாய் இரு."

"உன்னைப் பார்த்ததில் நான் உற்சாகமடையவில்லை. இந்தப் பெண்ணை நீ எவ்வளவு பெரிய சிக்கலில் மாட்டிவிட்டிருக்கிறாய் என்று எனக்குத் தெரியும். உன்னைப் பார்ப்பது எனக்கு உற்சாகம் அளிக்கும் காட்சியாக இல்லை."

கேதரின் என்னைப் பார்த்துப் புன்னகைத்தாள்; மேஜைக்கு அடியில் அவள் காலால் என்னைத் தொட்டாள்.

"என்னை ஒருவரும் பிரச்சினையில் மாட்டிவிடவில்லை, ஃபெர்கி. நானாகவே என்னுடைய பிரச்சினைகளுக்குள் மாட்டிக் கொண்டேன்."

"எனக்கு அவனைப் பார்க்கச் சகிக்கவில்லை. இத்தாலியனுக்கே உரிய நேர்மையற்ற தந்திரங்களால் உன் வாழ்க்கையைப் பாழாக் கியது தவிர, அவன் வேறு எதுவும் செய்யவில்லை. இத்தாலியர் களைவிட அமெரிக்கர்கள் மோசமானவர்கள்."

"ஸ்காட்லாந்து நாட்டவர் நீதி நெறி தவறாதவர்கள்," என்று கேதரின் சொன்னாள்.

"அந்தப் பொருளில் நான் சொல்லவில்லை. நான் சொல்ல வந்தது அவனுடைய இத்தாலிய அயோக்கியத்தனத்தை."

"நான் அயோக்கியனா, ஃபெர்கி?"

"நீ நேர்மையற்றவன்தான். நீ அயோக்கியனைவிட மோச மானவன். நீ ஒரு நச்சுப் பாம்பைப் போன்றவன். இத்தாலிய சீருடையில் இருக்கும் ஒரு நச்சுப் பாம்பு; கழுத்தைச் சுற்றி கைப் பகுதி இல்லாத ஒரு மேலாடையுடன்."

"இப்போது என்னிடம் இத்தாலியச் சீருடை இல்லை."

"அது உன்னுடைய அயோக்கியத்தனத்தின் மற்றொரு உதா ரணம். கோடைக் காலம் முழுவதும் காதல் களியாட்டம் போட் டாய், இந்தப் பெண்ணுக்கு ஒரு குழந்தையைக் கொடுத்தாய்; இப்போது அயோக்கியத்தனமாய்த் தப்பிக்கப் பார்க்கிறாய் என்று நினைக்கிறேன்."

நான் கேதரினைப் பார்த்துப் புன்னகைத்தேன்; அவள் என்னைப் பார்த்துப் புன்னகைத்தாள்.

"நாங்கள் இருவருமே தந்திரமாய்த் தப்பித்துவிடுவோம்," என்றாள் அவள்.

"அதில் நீங்கள் இரண்டு பேரும் ஒரே மாதிரியானவர்கள்தான்," என்று ஃபெர்குசன் சொன்னாள். "நான் உன்னைப் பார்த்து வெட்கப்படுகிறேன், கேதரின் பாக்லி. உனக்கு வெட்கமும் இல்லை, மானமும் இல்லை. அவனைப் போலவே நீயும் நேர்மையற்றவள்."

"அப்படிச் சொல்லாதே, ஃபெர்கி," என்றாள் கேதரின்; அவள் கையில் தட்டிக் கொடுத்தாள். "என்னைக் கண்டனம் செய்யாதே. நாங்கள் ஒருவரை ஒருவர் விரும்புகிறோம் என்று உனக்குத் தெரியும்."

"உன்னுடைய கையைத் தூர எடு," என்றாள் ஃபெர்குசன். அவள் முகம் சிவந்திருந்தது. "உனக்கு அவமானம் என்று ஒன்று இருந்தால் அது வேறு விதமாக இருந்திருக்கும். நீ எத்தனை மாதக் குழந்தையுடன் இருக்கிறாய் என்பது இறைவனுக்குத்தான் தெரியும். ஆனால், அதை ஒரு விளையாட்டாய் நினைக்கிறாய். உன்னை மயக்கிக் கெடுத்தவன் வந்துவிட்டான் என்று பல்லைக் காட்டிச் சிரிக்கிறாய். உனக்கு வெட்கமும் இல்லை, உன் செயலுக்கான குற்ற உணர்வும் இல்லை." அவள் அழ ஆரம்பித்தாள். கேதரின் அவள் பக்கமாகப் போய் அவளை அணைத்தாள். அவள் ஃபெர்குசனுக்கு ஆறுதல் சொன்னபடி நின்றபோது அவள் உருவத்தில் எந்தவித மாற்றத்தையும் என்னால் காண முடியவில்லை.

"நான் எதைப் பற்றியும் கவலைப்படவில்லை," ஃபெர்குசன் தேம்பினாள். "என்னைப் பொறுத்தவரை அது பயங்கரமானது."

"சரி, சரி, ஃபெர்கி," கேதரின் அவளை ஆறுதல் படுத்தினாள். "நான் அவமானமாக உணர்வேன். அழாதே, என் அருமை ஃபெர்கி."

"நான் அழவில்லை," ஃபெர்குசன் தேம்பினாள். "நான் அழவில்லை. நீ அந்த பயங்கரமான சிக்கலில் மாட்டிக்கொண்டதுதான் என்னால் தாங்க முடியவில்லை." அவள் என்னைப் பார்த்தாள்; "நான் உன்னை வெறுக்கிறேன்," என்றாள். "உன்னை நான் வெறுப்பதை அவளால் தடுக்க முடியாது. நீ அருவருப்பான நேர்மையற்ற அமெரிக்க இத்தாலியன்." அழுதுஅழுது அவளுடைய கண்களும் மூக்கும் சிவந்திருந்தன.

கேதரின் என்னைப் பார்த்துப் புன்னகைத்தாள்.

"என்னைச் சுற்றி உன் கை இருக்கும்போது அவனைப் பார்த்துச் சிரிக்காதே."

"நீ நியாயமற்றவளாய் இருக்கிறாய், ஃபெர்கி."

"அது எனக்குத் தெரியும்," ஃபெர்குசன் தேம்பினாள். நீ என்னைப் பொருட்படுத்தக் கூடாது, நீங்கள் இரண்டு பேருமே. அவ்வளவு ஆழ்ந்த வருத்தத்தில் இருக்கிறேன்; நியாயமாக நடக்க வில்லை. அது எனக்குத் தெரியும். நீங்கள் இரண்டு பேரும் மகிழ்ச்சியாக இருக்க வேண்டும் என்று ஆசைப்படுகிறேன்."

"நாங்கள் மகிழ்ச்சியாக இருக்கிறோம்," என்று கேதரின் சொன்னாள். "நீ மிகவும் இனிமையானவள், ஃபெர்கி."

ஃபெர்குசன் மீண்டும் அழுதாள். "நீங்கள் இப்போது எப்படி மகிழ்ச்சியாக இருக்கிறீர்களோ அந்த மகிழ்ச்சியை நான் விரும்ப வில்லை. நீங்கள் ஏன் திருமணம் செய்துகொள்ளக் கூடாது? உனக்கு வேறு ஒரு மனைவி இல்லையே, இருக்கிறாளா?"

"இல்லை," என்றேன். கேதரின் சிரித்தாள்.

"இதில் சிரிப்பதற்கு ஒன்றும் இல்லை," என்று ஃபெர்குசன் சொன்னாள். "பலர் வேறு மனைவிகள் வைத்திருக்கிறார்கள்."

"நாங்கள் திருமணம் செய்துகொள்கிறோம், ஃபெர்கி," என்றாள் கேதரின், "அது உனக்கு மகிழ்ச்சி உண்டாக்குமானால்."

"என்னை மகிழ்விப்பதற்காக நீங்கள் திருமணம் செய்ய வேண்டாம். நீங்கள் விரும்பித் திருமணம் செய்ய வேண்டும்."

"எங்களுக்கு ஓய்வில்லாமல் வேலை இருந்தது."

"உண்மைதான். எனக்குத் தெரியும். நீங்கள் குழந்தைகள் உருவாக்குவதில் ஓய்வில்லாமல் செயல்பட்டீர்கள்." அவள் மீண்டும் அழப்போகிறாள் என்று நினைத்தேன்; ஆனால், அவள் மிகுந்த மனக்கசப்புடன் இருந்தாள். "இன்று இரவு நீ அவனுடன் போய் விடுவாய் என்று நான் புரிந்துகொள்ளலாமா?"

"ஆமாம்," என்று சொன்னாள் கேதரின். "அவன் விரும்பினால்."

"அப்படியானால் நான் என்ன ஆவது?"

"நீ இங்கே தனியாகத் தங்க பயப்படுகிறாயா?"

"ஆமாம், நான் பயப்படுகிறேன்."

"அப்படியானால் நான் உன்னோடு தங்குகிறேன்."

"வேண்டாம், நீ அவனுடனேயே போ. இப்போதே அவனுடன் போய்விடு. உங்கள் இருவரையும் பார்க்க எனக்கு வெறுப்பாக இருக்கிறது."

"நாம் முதலில் சாப்பிட்டு முடிக்கலாம்."

"வேண்டாம். இப்போதே போய்விடு."

"ஃபெர்கி, கொஞ்சம் நியாயமாகப் பேசு."

"நான் சொல்கிறேன், இந்த இடத்தைவிட்டு உடனடியாகப் போய்விடு. நீங்கள் இரண்டு பேரும் இங்கிருந்து போய்விடுங்கள்."

"அப்படியானால் நாம் போகலாம்," என்றேன். ஃபெர்கியை என்னால் சகிக்க முடியவில்லை.

"நிச்சயமாக நீ போக விரும்புகிறாய். நான் தனியாகச் சாப்பிடும் நிலையில் விட்டுவிட்டு என்னிடமிருந்து நீ போக விரும்புகிறாய். நான் எப்போதும் இத்தாலிய ஏரிகளைப் பார்க்க வேண்டும் என்று ஆசைப்பட்டேன். எனக்கு இப்படி ஒரு நிலைமை ஏற்பட்டுவிட்டதே. ஓ...," அவள் தேம்பித்தேம்பி அழுதாள், கேதரினைப் பார்த்தாள், மூச்சுவிடத் திணறினாள்.

"சாப்பாடு முடியும்வரை இங்கேயே இருக்கிறோம். நான் இங்கே தங்க வேண்டும் என்று நீ விரும்பினால் நான் உன்னைத் தனியாக விட்டுவிட்டுப் போக மாட்டேன். உன்னைத் தனியாக விட்டுவிட்டுப் போக மாட்டேன், ஃபெர்கி."

"வேண்டாம், வேண்டாம். நீ போக வேண்டும் என்று நான் விரும்புகிறேன். நீ போக வேண்டும் என்று நான் விரும்புகிறேன்." அவள் கண்களைத் துடைத்தாள். "நான் நியாயமற்றவள்தான். என்னைப் பொருட்படுத்தாதே."

உணவு பரிமாறிய பெண் இந்த அழுகைகளையெல்லாம் பார்த்து மிகுந்த மனவேதனை அடைந்தாள். அவள் அடுத்த சுற்று உணவு கொண்டுவந்தபோது நிலைமை கொஞ்சம் சீரடைந்திருந்ததைக் கண்டு சிறிது நிம்மதி அடைந்ததுபோல் தோன்றினாள்.

அந்த இரவு, ஹோட்டலில், எங்கள் அறையின் வெளிப்புறத்தில், ஆள் நடமாட்டம் இல்லாத வெறுமையாயிருந்த நீண்ட தளம், கதவின் வெளியிலிருந்த எங்கள் காலணிகள், அறையின் தளத்தில்

விரித்திருந்த தடித்த தரைவிரிப்பு, ஜன்னல்களுக்கு வெளியே பெய்துகொண்டிருந்த மழை, அறையின் உள்ளே பளிச்சிட்ட வெளிச்சம், இதமாயிருந்தது, குதூகலம் பொங்கியது, அதன் பின் அறையில் வெளிச்சம் மறைந்தது, மென்மையான படுக்கை விரிப்பு களில் கிளர்ச்சி எழுச்சி பெற்றது, சுகமான படுக்கை, நாங்கள் வீட்டுக்கு வந்துவிட்டோம் என்ற உணர்வு, இதற்கு மேலும் தனிமை என்பதில்லை என்ற புரிதல், தூக்கத்திலிருந்து ஒருவர் விழித்தால் மற்றர் அங்கே இருந்தது, அவர் பிரிந்து செல்லவில்லை என்பதை அறிந்தது: இவை மட்டுமே மெய்யானவை, மற்றவை அனைத்தும் பொய்யானவை. நாங்கள் களைப்பு அடைந்தபோது தூங்கினோம். ஒருவர் விழித்து எழுந்தால் மற்றவரும் விழித்து எழுந்தோம், எனவே, நாங்கள் ஒருவரும் தனிமையில் இல்லை. அடிக்கடி ஒரு மனிதன் தனிமையை விரும்புகிறான், ஒரு பெண்ணும் தனிமையை விரும்புகிறாள். அவர்கள் ஒருவரை ஒருவர் காதலித்தால் அவர்களுக்குத் தனிமையின்மேல் இருக்கும் நாட்டத் தைப் பற்றி ஒருவர்மீது ஒருவர் பொறாமை அடைகிறார்கள். ஆனால், ஒருபோதும் எங்களுக்கு அந்த உணர்வு ஏற்பட்டதில்லை என்று உறுதியாகச் சொல்வேன். நாங்கள் சேர்ந்து இருக்கும்போதும் நாங்கள் தனிமையில் இருப்பதாக எங்களால் உணர முடியும்; ஒருவருக்கு எதிரில் மற்றவர் இருந்தபோதும் தனித்து இயங்க முடியும். ஒரே ஒருமுறை எனக்கு அது போன்ற உணர்வு ஏற் பட்டது. பல பெண்களுடன் இருந்தபோது நான் என் தனிமையை உணர்ந்திருக்கிறேன். பெரும்பாலும் தனிமையை உணர்வதற்கான வழியும் அதுதான். ஆனால், நாங்கள் ஒருபோதும் தனிமையை உணர்ந்ததுமில்லை, இருவரும் சேர்ந்து இருந்தபோது அச்சம் அடைந்ததுமில்லை. பகல் பொழுது இருப்பது போலவே இரவுப் பொழுதும் இருக்காது என்பது எனக்குத் தெரியும்: இரண்டிலும் எல்லாமே வேறுபட்டவை என்பதும், இரவின் உணர்வுகளைப் பகலில் விளக்க முடியாது என்பதும், ஏனென்றால் அவை அப் போது அவற்றின் இருப்பை இழந்திருக்கும் என்பதும் எனக்குத் தெரியும். மேலும், தனிமை தொடங்கிவிட்டால் தனிமையில் இருப்பவர்களுக்கு இரவு நேரம் கொடூரமாக இருக்கும். ஆனால், நான் கேதரினுடன் இருக்கும்போது இரவு நேரம் வித்தியாசமாகத் தெரிவதில்லை; ஒரே ஒரு வித்தியாசம், இரவு நேரம் இன்னும்

மேம்பட்டதாக இருக்கும். இந்த உலகிற்கு மக்கள் அளவுகடந்த துணிச்சலைக் கொண்டு வந்தால், அவர்களை உடைப்பதற்காக இந்த உலகம் அவர்களைக் கொல்ல வேண்டியிருக்கும்; நிச்சயமாக அது அவர்களைக் கொல்கிறது. இந்த உலகம் ஒவ்வொருவரையும் உடைக்கிறது. அதன்பிறகு உடைத்த இடங்களில் எல்லாம் பலர் வலிமை பெற்றுஎழுகிறார்கள். உடையாதவர்களையும் இந்த உலகம் கொல்கிறது. மிகவும் நல்லவர்கள், மிகவும் கண்ணியமானவர்கள், மிகவும் துணிச்சலானவர்கள்——ஒவ்வொருவரையும் அது பாகு பாடின்றிக் கொல்கிறது. நீ மேற்படி குணாதிசயங்கள் எதுவும் இல்லாதவனாக இருந்தாலும் அது உன்னையும் கொல்லும் என்று நிச்சயமாக நம்பலாம்; ஆனால், அதற்குத் தனித்துவமான அவசரம் காட்டாது.

நான் காலையில் விழித்து எழுந்தது எனக்கு நினைவிருக்கிறது. கேதரின் இன்னமும் தூங்கிக்கொண்டிருந்தாள். ஜன்னல் வழியாக சூரிய வெளிச்சம் உள்ளே வந்தது. மழை பெய்வது நின்றிருந்தது. நான் படுக்கையிலிருந்து கீழே இறங்கி நடந்து ஜன்னல் பக்கம் போனேன். கீழே தோட்டங்கள் இருந்தன, இப்போது அவை வெறுமையாக இருந்தன, ஆனால், அழகாகத் தோன்றின: அங்கிருந்த மண் பாதைகள், மரங்கள், ஏரிக்கரையை ஒட்டியிருந்த கற்சுவர்கள், சூரிய ஒளியில் தகதகத்து மின்னிய ஏரி, தொலைவில் தெரிந்த மலைகள் எல்லாமே கண்கொள்ளாக் காட்சிகளாய் இருந்தன. வெளியே பார்த்தபடி ஜன்னல் பக்கம் நின்றேன். திரும்பிப் பார்த்தபோது கேதரின் விழித்தெழுந்து என்னைக் கவனித்துக்கொண்டிருப்பதைக் கண்டேன்.

"எப்படி இருக்கிறாய், என் அன்பனே? என்றாள். "இது இனிய நாளாக இல்லையா?"

"நீ எப்படி இருக்கிறாய்?"

"நான் மிகவும் நன்றாக இருக்கிறேன். நாம் இனிமையான இரவைக் கழித்தோம்."

"உனக்குக் காலை உணவு வேண்டுமா?"

"வேண்டும்" என்றாள். எனக்கும் தேவைப்பட்டது. நவம்பர் மாத சூரிய வெளிச்சம் ஜன்னல் வழியாக உள்ளே வந்துகொண்டிருக்க, சாப்பாட்டுத் தட்டு என் மடியின் குறுக்கே இருக்க, படுக்கையில் இருந்தபடியே நாங்கள் சாப்பிட்டோம்.

"உனக்கு பேப்பர் வேண்டாமா? மருத்துவமனையில் இருந்த போது எப்போதும் பேப்பர் கேட்பாயே?"

"வேண்டாம். எனக்கு இப்போது பேப்பர் வேண்டாம்."

"போர்முனையைப் பற்றி நீ வாசிக்க விரும்பாத அளவு அது அவ்வளவு மோசமாக இருந்ததா?"

"அதைப் பற்றி நான் வாசிக்க விரும்பவில்லை."

"நான் உன்னுடன் அங்கே இருந்திருக்கலாம் என்று நினைக்கிறேன். நானும் அது பற்றி அறிந்திருப்பேன்."

"எப்போதாவது என்னால் அதைப் பற்றி தெளிவாகப் புரிந்து கொள்ள முடிந்தால் அப்போது அதைப் பற்றி உனக்குச் சொல்கிறேன்."

"ஆனால், நீ சீருடையில் இல்லாத நிலையில் அவர்கள் உன்னைப் பிடித்தால் உன்னைக் கைது செய்ய மாட்டார்களா?"

"அவர்கள் என்னைச் சுட்டாலும் சுடலாம்."

"அப்படியானால் நாம் இங்கே தங்க வேண்டாம். இந்த நாட்டை விட்டுப் போய்விடலாம்."

"அது பற்றி நான் கொஞ்சம் சிந்தித்தேன்."

"நாம் இங்கிருந்து வெளியேறலாம். அன்பனே, அதற்கு முட்டாள்தனமான எந்தச் சின்ன வாய்ப்பும் கொடுக்க வேண்டாம். மெஸ்டரலிருந்து மிலனுக்கு எப்படி வந்தாய்?"

"இரயில் வண்டியில் வந்தேன். அப்போது நான் இராணுவ உடையில் இருந்தேன்."

"அப்போது உனக்கு ஆபத்து எதுவும் இல்லையா?"

"அதிகம் இல்லை. பயணம் செய்வதற்கான ஒரு பழைய அனுமதிச் சீட்டு வைத்திருந்தேன். அதில் நான் மெஸ்டர் வருவதற்கான தேதியைப் பதிவு செய்திருந்தேன்"

"அன்பனே, நீ இங்கே எந்த நேரத்திலும் கைது செய்யப்படுவதற்கான வாய்ப்பு இருக்கிறது. நான் அதை ஏற்க மாட்டேன். அதற்கு நாம் வாய்ப்பு கொடுப்பது முட்டாள்தனமாகும். அவர்கள் உன்னைக் கைது செய்தால் நாம் எங்கே இருப்போம்?"

"அதைப் பற்றி நினைக்க வேண்டாம். அதைப் பற்றி நினைத்து நினைத்து நான் சோர்வடைந்துவிட்டேன்."

"அவர்கள் உன்னைக் கைது செய்ய வந்தால் நீ என்ன செய்வாய்?"

"அவர்களைச் சுடுவேன்."

"நீ எவ்வளவு சிறு பிள்ளைத்தனமாய் நினைக்கிறாய் என்று பார். நாம் இந்த இடத்தைவிட்டுப் போகும்வரை உன்னை ஹோட்டலிலிருந்து வெளியே போகவிட மாட்டேன்."

"நாம் எங்கே போகப் போகிறோம்?"

"தயவுசெய்து அந்த மாதிரி நினைக்காதே, அன்பனே. நீ எங்கு சொல்கிறாயோ அங்கே போகலாம். ஆனால், உடனடியாக நாம் போவதற்குத் தயவுசெய்து ஓர் இடத்தைக் கண்டுபிடி."

"ஏரியின் மறுபக்கம் சுவிட்சர்லாந்து இருக்கிறது. நாம் அங்கே போகலாம்."

"அது அற்புதமானது."

வெளியே மேகமூட்டமாய் இருந்தது; ஏரியும் இருளடையத் தொடங்கியது.

"நாம் எப்போதும் குற்றவாளிகளைப்போல் வாழவேண்டிய நிலை ஏற்பட்டிருக்கக் கூடாது என்று நினைக்கிறேன்," என்றேன்.

"அன்பனே, அப்படி நீ நினைக்கக் கூடாது. நீ நீண்ட காலமாகக் குற்றவாளியைப்போல் வாழவில்லை. மேலும் நாம் ஒருபோதும் குற்றவாளிகளைப்போல் வாழவில்லை. நாம் அற்புதமான ஒரு காலத்தை அடையப் போகிறோம்."

"நான் ஒரு குற்றவாளியாக உணர்கிறேன். இராணுவத்திலிருந்து தப்பித்து வந்துவிட்டேன்."

"அன்பனே, தயவுசெய்து விவேகம் உள்ளவனாய் இரு. அது இராணுவத்திலிருந்து தப்பித்து வந்ததாகப் பொருள் இல்லை. அது இத்தாலிய இராணுவத்திலிருந்து மட்டுமே."

நான் சிரித்தேன். "நீ ஓர் அற்புதமான பெண். நாம் மீண்டும் படுக்கைக்குப் போகலாம். படுக்கையில் எனக்கு இதமான உணர்வு கிடைக்கிறது."

சிறிது நேரத்திற்குப் பின் கேதரின் கேட்டாள். "இப்போது நீ குற்றவாளியைப்போல் உணரவில்லை அல்லவா, உணர்கிறாயா?"

"இல்லை. உன்னுடன் இருக்கும்போது இல்லை."

"நீ ஒரு சரியான முட்டாள் பையன்," என்றாள். "நான் உன்னைக் கவனித்துக்கொள்கிறேன். அன்பனே, எனக்குக் காலையில் எழுந்த வுடன் குமட்டல், வாந்தி போன்ற எந்த உணர்வும் இல்லையென்பது அற்புதமானது இல்லையா?"

"அது மகத்தானது."

"நீ எவ்வளவு நல்ல மனைவியை அடைந்திருக்கிறாய் பார், அதை நீ பாராட்டவில்லை. நான் அதைப் பற்றிக் கவலைப்படவில்லை. உன்னைக் கைது செய்ய முடியாத இடத்திற்கு நான் உன்னை அழைத்துப் போகிறேன். அதன் பின் நாம் ஆனந்தமாகக் காலம் கடத்தலாம்."

"இந்தக் கணமே நாம் அங்கே போகலாம்."

"போவோம், அன்பனே. நீ விரும்பும் எந்த இடத்திற்கும் எந்த நேரத்திலும் போவதற்கு நான் ஆயத்தமாக இருக்கிறேன்."

"எதைப் பற்றியும் நாம் சிந்திக்க வேண்டாம்."

"மிகவும் சரி."

அத்தியாயம் 35

ஃபெர்குசனைப் பார்ப்பதற்காக கேதரின் ஏரியின் ஓரமாக நடந்து அவள் தங்கியிருந்த சின்ன ஹோட்டலுக்குச் சென்றாள்; நான் மதுக்கூடத்தில் உட்கார்ந்து செய்தித்தாள்கள் வாசித்துக்கொண்டிருந்தேன். அந்த மதுக்கூடத்தில் தோலால் ஆன வசதியான நாற்காலிகள் இருந்தன. நான் அவற்றில் ஒன்றில் உட்கார்ந்து மது கொடுப்பவன் வரும்வரை வாசித்தேன். தக்லியாமெண்டோவில் தங்கியிருந்த இராணுவம் இப்போது அங்கே இல்லை. பியாவே ஆறு வரை பின்வாங்கியிருந்தார்கள். நான் பியாவே ஆற்றைப் பற்றி நினைத்துப் பார்த்தேன். அந்தப் பகுதியில் சென்ற இரயில் தடம் சான் டோனா நகரின் பக்கத்தில் பியாவே ஆற்றைக் கடந்து போர்முனைக்குச் சென்றது. ஆறு ஆழமாகவும் மெதுவாகவும் மிகவும் குறுகலாகவும் சென்றது. அதன் கீழேயிருந்த பகுதியில் கொசுக்கள் நிறைந்த சதுப்பு நிலங்களும் வாய்க்கால்களும் இருந்தன. அங்கே சில அழகான தனிவீடுகள் இருந்தன. போர் ஆரம்பிப்பதற்கு முன்னால் கொர்டினா டம்பெஸ்ஸோ நகருக்கு ஒருமுறை சென்றபோது அந்த ஆற்றின் ஓரமாகப் மலைப் பாதையில் பல மணி நேரம் மேல்நோக்கிப் பயணம் செய்திருக்கிறேன். அந்த ஆறு, மலைமேல் சில இடங்களில் மீன்களின் நீரோட்டம்போல் அதிவேகத்தில் ஓடியும், சில இடங்களில் நீண்ட தூரத்திற்கு ஆழமில்லாமல் ஓடியும், சில இடங்களில் கற்பாறைகளின் நிழலில் குளம் போன்று தேங்கியும் சென்றது. அந்தச் சாலை அங்கேயிருந்து திரும்பி கடோர் பகுதிக்குச் சென்றது. அங்கேயிருந்த இராணுவம் எப்படி கீழே இறங்கி வர முடியும் என்று வியந்தேன். அப்போது மது கொடுப்பவன் உள்ளே வந்தான்.

“கிரஃபி கோமான் உங்களைத் தேடினார்,” என்று அவன் சொன்னான்.

“யார்?”

"கிரஃபி கோமான். நீங்கள் முன்பு இங்கு வந்திருந்தபோது இங்கே தங்கியிருந்த ஒரு வயதான மனிதரை உங்களுக்கு நினைவிருக்கும்."

"அவர் இங்கே இருக்கிறாரா?"

"ஆமாம், அவருடைய தம்பி மகளுடன் இங்கே இருக்கிறார். நீங்கள் இங்கே இருப்பதாக அவரிடம் சொன்னேன். பில்லியர்ட்ஸ் விளையாட அவர் உங்களைத் தேடினார்."

"எங்கே இருக்கிறார்?"

"அவர் நடைப்பயிற்சி செய்துகொண்டிருக்கிறார்."

"அவர் எப்படி இருக்கிறார்?"

"எப்போதும் இல்லாத அளவு இளமையாக இருக்கிறார். நேற்று இரவுச் சாப்பட்டுக்கு முன்னால் மூன்று கோப்பை ஷாம்பெய்ன் மதுக்கலவை குடித்தார்."

"அவருடைய பில்லியர்ட்ஸ் விளையாட்டு எப்படி இருக்கிறது?"

"நன்றாக விளையாடுகிறார். அவர் என்னைத் தோற்கடித்தார். நீங்கள் இங்கே இருக்கிறீர்கள் என்று நான் சொன்னபோது அவர் மிகவும் மகிழ்ச்சி அடைந்தார். அவரோடு விளையாடுவதற்கு வேறு ஒருவரும் இல்லை."

கிரஃபி கோமான் தொண்ணூற்று நான்கு வயதானவர். அரசியல் மேதையும் இராஜதந்திரியுமான ஆஸ்திரிய இளவரசர் மெட்டர்நிக்கின் சம காலத்தவர். வெள்ளை தலைமுடியும், மீசையும் அற்புதமான பண்புகளும் கொண்ட முதியவர். ஆஸ்திரியா, இத்தாலி நாடுகளில் வெளிநாட்டுத் தூதரகப் பணியில் இருந்தவர். அவருடைய பிறந்தநாள் கொண்டாட்ட விருந்துகள் மிலன் நகரின் மாபெரும் சமுதாய நிகழ்வாக நடை பெறும். தன் வாழ்நாளில் ஒரு நூறாண்டைக் கடப்பதற்காக வாழ்ந்துகொண்டிருப்பவர் அவர்; வயோதிகத்தின் வலுவின்மைக்கு முரணாக பில்லியர்ட்ஸ் விளை யாட்டை எவ்விதத் தொய்வின்றி உற்சாகமாக விளையாடினார். சுற்றுலாவுக்கான பருவகாலம் முடிந்த பின்னர் இதற்கு முன் னால் ஒருமுறை நான் ஸ்ட்ரீசா வந்திருந்தபோது அவரைச் சந்தித்திருக்கிறேன்; நாங்கள் பில்லியர்ட்ஸ் விளையாடியபோது ஷாம்பெய்ன் குடித்தோம். அது ஒரு மிகச் சிறப்பான நடைமுறை

வழக்கம் என்று நினைத்தேன்; அவர் நூறு புள்ளிகளில் பதினைந்து புள்ளிகள் எனக்குக் கொடுத்து என்னைத் தோற்கடித்தார்.

"அவர் இங்கே இருக்கிறார் என்று நீ ஏன் எனக்கு முன்பே சொல்லவில்லை?"

"சொல்ல மறந்துவிட்டேன்."

"இங்கே வேறு யாரெல்லாம் இருக்கிறார்கள்?"

"உங்களுக்குத் தெரிந்தவர் ஒருவரும் இல்லை. மொத்தம் ஆறு பேர் மட்டுமே இருக்கிறார்கள்."

"இப்போது இங்கே என்ன செய்துகொண்டிருக்கிறாய்?"

"ஒன்றும் இல்லை."

"வா, நாம் மீன்பிடிக்கப் போகலாம்."

"என்னால் ஒரு மணி நேரம்தான் வர முடியும்."

"சரி வா போகலாம். மீன்பிடிக்கும் கருவிகளை எடுத்து வா."

மது கொடுப்பவன் கோட்டு அணிந்தான்; நாங்கள் வெளியே போனோம். கீழே இறங்கி ஒரு படகை எடுத்தோம். நான் துடுப்பு வலித்தேன். படகின் பின்பகுதியில் அவன் உட்கார்ந்தான். ஏரியில் நன்னீர் மீன்கள் பிடிப்பதற்காகத் தூண்டில் கயிற்றை அதன் முனையில் இணைக்கப்பட்டிருந்த அதைச் சுழற்றும் அலகுடனும், கீழே இழுத்துச் செல்லும் அமிழ்கட்டையுடனும் தண்ணீரில் போட்டான். ஏரிக்கரை ஓரமாகப் படகை ஓட்டினோம். மது கொடுப்பவன் தூண்டில் கயிற்றைக் கையில் பிடித்திருந்தான்; அவ்வப்போது அதை முன்னோக்கிச் சுண்டினான். ஏரியிலிருந்து பார்த்தபோது ஸ்ட்ரீசா ஆளற்ற நகரமாகத் தோற்றமளித்தது. இலை தழைகளற்று வெறுமையாக நின்ற மரங்களின் நீண்ட வரிசைகள் இருந்தன; பெரிய ஹோட்டல்கள் இருந்தன; மூடப்பட்டிருந்த தனி வீடுகள் இருந்தன. அந்த ஏரியில் ஸ்ட்ரீசா நகருக்குப் பக்கத்திலிருந்த ஐசோலா பெலா தீவுக்குச் சென்றேன். அங்கிருந்த சுவர்களின் ஓரமாகத் திடீரென தண்ணீர் மிகவும் ஆழமாகத் தெரிந்த பகுதிக்குச் சென்றேன்; தெளிவான தண்ணீரில் கீழே சாய்வாக இருந்த பாறைகளின் சுவர்களைப் பார்த்தேன். தொடர்ந்து படகை ஓட்டி மீனவர் தீவுக்குச் சென்றேன். சூரியன் ஒரு மேகத்துக்குப் பின்னால் மறைந்திருந்தது.

தண்ணீர் இருண்டும், அலைகளற்றும் குளிர்ச்சியாகவும் இருந்தது. தண்ணீரின் மேற்பரப்புக்கு வந்துகொண்டிருந்த மீன் கூட்டத்தின் சுழற்சிகளைப் பார்த்தோம்; ஆனாலும் எங்களுக்கு மீன் எதுவும் கிடைக்கவில்லை.

மீனவர் தீவுக்கு எதிர்புறக் கரையில் படகுகள் இழுத்து வைக்கப்பட்டிருந்த இடத்தை நோக்கிப் படகை வலித்துச் செலுத்தினேன்; அங்கேயிருந்த ஆட்கள் அறுந்த மீன்வலைகளைத் தைத்துக்கொண்டிருந்தார்கள்.

“நாம் கொஞ்சம் மது குடிக்கலாமா?”

“சரி, குடிக்கலாம்.”

ஏரிக்கரையிலிருந்த படகுத்துறையில் ஏரிக்குள் நீட்டிக்கொண்டிருந்த கல் தளத்துக்குப் படகை ஓட்டினேன். மது கொடுப்பவன் தூண்டில் கயிற்றை இழுத்து படகின் தளத்தில் வைத்துச் சுருட்டினான்; சுழல் அலகைப் படகின் விளிம்பில் இருந்த கொக்கியில் மாட்டினான். நான் வெளியே வந்து படகை இழுத்துக் கட்டினேன். நாங்கள் அங்கேயிருந்த சிறிய உணவு விடுதிக்குள் சென்று ஆட்களற்ற மர மேஜைமுன் உட்கார்ந்து பிராந்தி கொடுக்கச் சொன்னோம்.

“படகு வலித்ததால் சோர்வடைந்துவிட்டீர்களா?”

“இல்லை.”

“திரும்பிப் போகும்போது நான் படகு வலிக்கிறேன்,” என்றான்.

“நானே படகு வலிக்க விரும்புகிறேன்.”

“நீங்கள் தூண்டில் போட்டால் ஒருவேளை நம்முடைய அதிர்ஷ்டம் மாறலாம்.”

“அப்படியானால் சரி.”

“போர் நிலவரம் எப்படி இருக்கிறது என்று சொல்லுங்களேன்.”

“மிகவும் மட்டமாக.”

“நான் போருக்குப் போகவேண்டியிருக்காது. நான் அதிக வயதானவன், கிரஃபி கோமானைப் போல.”

“ஒருவேளை இனிமேல் நீ போகவேண்டியிருக்கலாம்.”

“அடுத்த ஆண்டு அவர்கள் என்னைப் போன்ற வயதானவர்களைக் கூப்பிடுவார்கள். ஆனால், நான் போக மாட்டேன்.”

“என்ன செய்வாய்?”

“இந்த நாட்டிலிருந்து வெளியேறிவிடுவேன். போருக்குப் போக மாட்டேன். அபிஸீனியாவில் நடந்த போரில் ஒருமுறை பங்கெடுத்தேன். ஆனால், ஒன்று, தெரியாமல் கேட்கிறேன், நீங்கள் ஏன் போனீர்கள்?”

“எனக்குத் தெரியாது. நான் ஒரு முட்டாள்.”

“இன்னும் கொஞ்சம் பிராந்தி குடிக்கலாமா?”

“சரி, குடிக்கலாம்.”

மது கொடுப்பவன் படகைத் திருப்பிச் செலுத்தினான். ஏரிக் கரையிலிருந்து அதிக தூரம் போகாமல் ஸ்ட்ரீசாவைக் கடந்து சென்று, பிறகு ஏரிக்கரையின் பக்கமாகத் திரும்பி வந்தோம். நான் தூண்டிலின் விறைப்பான கயிற்றைப் பிடித்திருந்தேன். நவம்பர் மாதத்தின் ஏரியின் இருண்ட தண்ணீரையும் ஆளரவமற்ற ஏரிக்கரையையும் நான் பார்த்துக்கொண்டிருந்தபோது தூண்டில் மெதுவாகக் கொஞ்சமாகச் சுழற்றிச் சுற்றுவதை உணர்ந்தேன். மது கொடுப்பவன் துடுப்புகளைத் தூரமாகப் போட்டு வேகமாக வலித்தான்; படகு முன்னோக்கி உந்தப்பட்டபோது தூண்டில் கயிற்றில் துடிப்பு தெரிந்தது. ஒருமுறை கயிற்றைச் சுண்டினேன்; திடீரென கயிறு இறுக்கமடைந்தது. நான் அதைப் பின்னோக்கிச் சுண்டி இழுத்தேன், அந்த மீனின் முழு கனத்தை உணர்ந்தேன்; பிறகு மீண்டும் கயிறு துடித்தது. நான் மீனைத் தவறவிட்டேன்.

“அது பெரிய மீன் என்று உணர்ந்தீர்களா?”

“மிகவும் பெரியது.”

“ஒருமுறை தனியாக மீன்பிடித்தபோது கயிற்றை என் பற்களில் வைத்திருந்தேன். ஒரு வேகமான இழுப்பு, கிட்டதட்ட என் பற்கள் அனைத்தும் என் வாயிலிருந்து வெளியேறின.”

“கயிற்றை உன் காலில் வைத்திருப்பது மீன்பிடிப்பதில் சிறந்த முறையாகும்,” என்றேன். “அப்போதும் உன்னால் மீன் இழுப்பதை உணர முடியும், ஆனால், உன் பற்களை நீ இழக்க வேண்டியதில்லை.”

தண்ணீரைத் தொட்டுப் பார்த்தேன். அது மிகவும் குளிர்ச்சியாக இருந்தது. இப்போது நாங்கள் கிட்டத்தட்ட ஹோட்டலின் எதிரில் இருந்தோம்.

"நான் ஹோட்டலுக்குள் போக வேண்டும்," என்றான் மது கொடுப்பவன். "அங்கே நான் பதினொரு மணிக்கு இருக்க வேண்டும். அது மது பரிமாறும் நேரம்."

"சரி, போகலாம்."

நான் கயிற்றை உள்ளே இழுத்தேன். அதை ஒரு குச்சியில் சுற்றி அதன் ஒவ்வொரு முனையையும் உள்ளே தள்ளினேன். மது கொடுப்பவன் கற்சுவரை ஒட்டியிருந்த சிறிய இடைவெளியில் படகை நிறுத்தி அதை ஒரு சங்கிலியில் இணைத்துப் பூட்டுப் போட்டான்.

"நீங்கள் எப்போது அதைப் பயன்படுத்த விரும்பினாலும் நான் அதன் சாவியைத் தருகிறேன்."

"நன்றி."

நாங்கள் மேலே ஏறி ஹோட்டலுக்குச் சென்று மதுக்கூடத்துக்குள் சென்றோம். அவ்வளவு அதிகாலையில் மீண்டும் மது குடிக்க விரும்பாததால் என் அறைக்குச் சென்றேன். பணிப் பெண் அப்போதுதான் அறையைச் சுத்தம் செய்து முடித்திருந்தாள்; இன்னமும் கேதரின் அறைக்குத் திரும்பவில்லை. நான் படுக்கையில் படுத்தபடி எதைப் பற்றியும் சிந்திக்காமலிருக்க முயற்சி செய்தேன்.

கேதரின் திரும்பி வந்ததும் என் நிலைமை மீண்டும் சரியாயிற்று. ஃபெர்குசன் தரைத்தளத்தில் இருக்கிறாள் என்று தெரிவித்தாள். அவள் எங்களோடு மதிய உணவு சாப்பிடுகிறாள் என்றும் தெரிவித்தாள்.

"நீ அதைப் பொருட்படுத்த மாட்டாய் என்று எனக்குத் தெரியும்," என்றாள்.

"மாட்டேன்."

"ஏன் ஒரு மாதிரியாக இருக்கிறாய், அன்பனே?"

"எனக்குத் தெரியவில்லை."

"எனக்குத் தெரியும். உனக்குச் செய்வதற்கு எதுவும் இல்லை. உனக்கு இருப்பது எல்லாம் நான் மட்டுமே; நானும் வெளியே போய்விட்டேன்."

“அது உண்மைதான்.”

“அன்பனே, நான் வருத்தப்படுகிறேன். செய்வதற்கு எதுவும் இல்லாத நிலை திடீரென ஏற்படும்போது பயங்கரமான உணர்வு ஏற்படும் என்பது எனக்குத் தெரியும்.”

“என் வாழ்க்கை எல்லாமே நிறைந்ததாகவே இருந்தது,” என்றேன். “இப்போது நீ என்னுடன் இல்லாதபோது இந்த உலகத்தில் எனக்கு எதுவுமே இல்லை.”

“ஆனால், இனி நான் உன்னுடன் இருப்பேன். நான் இரண்டு மணி நேரம்தான் வெளியே போயிருந்தேன். அப்போது உன்னால் செய்யக்கூடியது எதுவுமே இல்லையா?”

“நான் மது கொடுப்பவனுடன் மீன்பிடிக்கச் சென்றிருந்தேன்.”

“அது ஒரு சிறந்த பொழுதுபோக்காக இல்லையா என்ன?”

“ஆமாம்.”

“இங்கே நான் இல்லாதபோது என்னைப் பற்றி நினைக்காதே.”

“போர்முனையில் இருக்கும்போது அப்படித்தான் இருந்தேன். ஆனால், அப்போது நான் செய்வதற்கு வேறு ஏதோ ஒன்று இருந்தது.”

“ஒத்தெல்லோ அவனுடைய பணியின் நிமித்தமாகப் போயிருந் தான்,” அவள் என்னைச் சீண்டினாள்.

“ஒத்தெல்லோ கறுப்பினத்தவன்,” என்றேன். “அதுமட்டு மல்லாமல், எனக்குப் பொறாமை கிடையாது. நான் உன்னுடன் காதலில் இருக்கிறேன். அதைத் தவிர என்னிடம் வேறு எதுவும் இல்லை.”

“ஃபெர்குசனுடன் நீ நல்ல பையனாக அன்பாக நடந்து கொள்வாயா?”

“அவள் எனக்குச் சாபம் கொடுக்காமலிருந்தால் நான் எப்போதுமே அவளிடம் அன்பாகத்தான் நடந்துகொள்கிறேன்.”

“அவளிடம் அன்பாகவே நடந்துகொள். நமக்கு எவ்வளவு நிறைந்த வாழ்க்கை என்று பார். அவளுக்கு எதுவுமே இல்லை.”

“நம்மிடம் இருப்பதையெல்லாம் அவளும் விரும்புவாள் என்று நான் நினைக்கவில்லை.”

"அன்பனே, நீ புத்திசாலியான பையனாக இருந்தாலும் உனக்கு அதிகமாக எதுவும் தெரியாது."

"நான் அவளிடம் அன்பாக நடந்துகொள்கிறேன்."

"நீ அப்படிச் செய்வாய் என்று எனக்குத் தெரியும். நீ அவ்வளவு இனிமையானவன்."

"சாப்பாட்டுக்கு அப்புறம் அவள் இங்கே இருக்க மாட்டாள் அல்லவா, இருப்பாளா?"

"இல்லை. நான் அவளை அனுப்பிவிடுகிறேன்."

"அதற்குப் பிறகு நாம் இங்கே வருவோம்."

"நிச்சயமாக. வேறு என்ன செய்ய விரும்புவேன் என்று நினைக்கிறாய்?"

மதியச் சாப்பாடு சாப்பிடுவதற்காக நாங்கள் ஃபெர்குசனுடன் தரைத்தளத்துக்குப் போனோம். இந்த ஹோட்டலையும் அதன் பிரம்மாண்டமான சாப்பாட்டுக்கூடத்தையும் பார்த்து ஃபெர்குசன் மரியாதை கலந்த வியப்புடன் நின்றாள். சில பாட்டில் வெள்ளை நிற ஒயினுடன் நாங்கள் ஒரு சிறப்பான மதிய உணவு சாப்பிட்டோம். கிரஃபி கோமான் அப்போது சாப்பாட்டுக்கூடத்துக்குள் நுழைந்தார், எங்களுக்குத் தலை தாழ்த்தி வணக்கம் சொன்னார். அவருடைய தம்பி மகள் அவருடன் இருந்தாள்; அவள் சற்று என் பாட்டியின் தோற்றத்தில் இருந்தாள். கேதரினுக்கும் ஃபெர்குசனுக்கும் அவரைப் பற்றி சொன்னேன். ஃபெர்குசனின் வியப்பு அதிகமாகியது. அந்த ஹோட்டல் மிகவும் பெரிதாக, பிரம்மாண்டமானதாக, கூட்டம் இல்லாமல் இருந்தது; ஆனால், உணவு மிகவும் சிறப்பாக இருந்தது; ஒயின் மிகவும் இனிமையான உணர்வை ஏற்படுத்தியது. உணவுக்குப் பின் நாங்கள் குடித்த ஒயின் சிறந்த உணர்வை ஏற்படுத்தியது. கேதரினுக்கு இதற்கு மேலும் மேன்மையாக உணரவேண்டிய தேவை இல்லை. அவள் மிகவும் மகிழ்ச்சியாக இருந்தாள். ஃபெர்குசன் உற்சாக நிலையை அடைந்தாள். நானும் புத்துணர்வு பெற்றேன். மதிய உணவுக்குப் பின் ஃபெர்குசன் அவளுடைய ஹோட்டலுக்குச் சென்றாள்; சிறிது நேரம் படுத்து ஓய்வெடுக்கப் போவதாகச் சொன்னாள்.

பிற்பகல் நேரத்தில் யாரோ ஒருவர் கதவைத் தட்டினார்.

"யார் அது?"

"அவருடன் பில்லியர்ட்ஸ் விளையாட வருகிறீர்களா என்று கிரஃபி கோமான் அறிய விரும்புகிறார்."

கைக்கடிகாரத்தைப் பார்த்தேன்; அதை கையிலிருந்து கழற்றி வைத்திருந்தேன். அது தலையணைக்கு அடியில் இருந்தது.

"நீ கட்டாயம் போய்த்தான் ஆக வேண்டுமா, என் அன்பனே?" கேதரின் கிசுகிசுத்தாள்.

"போவது நல்லது என்று நினைக்கிறேன்." என் கைக்கடிகாரம் நேரம் நான்கு மணி பதினைந்து நிமிடங்கள் எனக் காட்டியது. சத்தமாகச் சொன்னேன், "நான் ஐந்து மணிக்கு பில்லியர்ட்ஸ் அறையில் இருப்பேன் என்று கிரஃபி கோமானிடம் சொல்."

"நேரம் ஐந்து மணியாகப் பதினைந்து நிமிடங்கள் இருக்கையில் நான் கேதரினுக்கு குட்-பை சொல்லி முத்தம் கொடுத்தேன்; உடைகள் அணிவதற்காகக் குளியல் அறைக்குள் சென்றேன். கண்ணாடி முன்னால் நின்று கழுத்தில் டையைக் கட்டியபோது சாதாரண உடையில் எனக்கு நானே வித்தியாசமாகத் தெரிந்தேன். இன்னும் கொஞ்சம் அதிகச் சட்டைகளும் சாக்ஸ்களும் வாங்க வேண்டும் என்பதை நினைவில் வைத்துக்கொள்ள வேண்டும்.

"அங்கே அதிக நேரம் இருப்பாயா?" என்று கேதரின் கேட்டாள். அவள் படுத்திருந்த நிலையில் மிகவும் அழகாகத் தோன்றினாள். "அந்த பிரஷை எடுத்துக் கொடுக்க முடியுமா?"

அவள் சீவுவதைப் பார்த்துக்கொண்டிருந்தேன். அவளுடைய தலைமுடியின் மொத்த எடையும் ஒரு பக்கமாக வரும்படி தலையைச் சாய்த்து வைத்திருந்தாள். வெளியே இருட்டாக இருந்தது; படுக்கையின் தலைப் பகுதிக்கு மேலே இருந்த விளக்கிலிருந்து வந்த ஒளி அவளுடைய தலை முடிமீதும், கழுத்து, தோள்கள்மீதும் பட்டு மெருகூட்டியது. நான் அவள் படுத்திருந்த இடத்துக்குச் சென்று அவளுக்கு முத்தம் கொடுத்தேன்; பிரஷ் வைத்திருந்த கையைக் கெட்டியாகப் பிடித்தேன்; அவளுடைய தலை பின்பக்கமாகத் தலையணைமீது சாய்ந்தது. அவளுடைய கழுத்திலும் தோள்களிலும் முத்தம் கொடுத்தேன். அவள்மீது நான் கொண்ட அபரிமிதமான காதலால் எனக்கு மயக்கம் வருவது போல் உணர்ந்தேன்.

“நான் வெளியே போக விரும்பவில்லை.”

“நீ வெளியே போவதை நானும் விரும்பவில்லை.”

“அப்படியானால் நான் வெளியே போகவில்லை.”

“சரி. ஆனால், போய் வா. கொஞ்சம் நேரம் மட்டும்தானே, சீக்கிரம் திரும்பி வந்துவிடு.”

“இரவு உணவை இங்கேயே சாப்பிடலாம்.”

“சீக்கிரம் போ; சிக்கிரம் திரும்பி வா.”

பில்லியர்ட்ஸ் அறையில் கிரஃபி கோமானைக் கண்டேன். அவர் பில்லியர்ட்ஸ் பந்துகளை வெவ்வேறு விதமாக அடித்துப் பயிற்சி செய்துகொண்டிருந்தார். பில்லியர்ட்ஸ் மேஜை மேலேயிருந்து வந்த விளக்கு ஒளியில் அவர் மிகவும் தளர்ந்து வலுவற்று தோன்றினார். விளக்கு ஒளிக்குச் சற்று தள்ளியிருந்த சீட்டாட்ட மேஜையில் பனிக்கட்டிகள் நிரப்பப்பட்டிருந்த ஒரு வெள்ளி வாளி இருந்தது; பனிக்கட்டிகளுக்கு மேலே இரண்டு சாம்பெய்ன் பாட்டில்களின் கழுத்துப் பகுதிகளும் அவற்றின் தக்கைகளும் நீட்டிக்கொண்டிருந்தன. நான் பில்லியர்ட்ஸ் மேஜையை நோக்கி வந்தபோது அவர் நிமிர்ந்து நின்றார், என்னை நோக்கி நடந்து வந்தார். அவர் கையை நீட்டி என்னை வரவேற்றபடியே, “நீங்கள் இங்கே இருப்பது எனக்கு அளவு கடந்த மகிழ்ச்சியைத் தருகிறது. உங்களது பேரன்பால் இங்கே என்னுடன் விளையாட வந்துள்ளீர்கள்.”

“நீங்கள் என்னை விளையாடக் கூப்பிட்டது உங்களுடைய சிறந்த பண்பை வெளிப்படுத்துகிறது.”

“இப்போது நீங்கள் நலமுடன் இருக்கிறீர்களா? இசோன்ஸோ பகுதியில் நீங்கள் காயம் அடைந்ததாகச் சொன்னார்கள். மீண்டும் நலமுடன் இருக்கிறீர்கள் என்று நம்புகிறேன்.”

“நான் மிகவும் சிறந்த உடல்நலத்துடன் இருக்கிறேன். நீங்கள் நலமுடன் இருக்கிறீர்களா?”

“ஓ... நான் எப்போதும் நலமுடன் இருக்கிறேன். ஆனால், எனக்கு வயதாகிறது. என் வயோதிகத்தின் அறிகுறிகளை இப்போது காண்கிறேன்.”

“என்னால் அதை நம்ப முடியவில்லை.”

"உண்மை. உதாரணமாக ஒன்றை அறிய விரும்புகிறீர்களா? எனக்கு இத்தாலிய மொழியில் பேசுவது எளிதாக இருக்கிறது. என்னை நான் நெறிப்படுத்திக்கொள்கிறேன். ஆனாலும், நான் களைப்படைந்திருக்கும்போது இத்தாலிய மொழியில் பேசுவது மேலும் எளிதாக இருப்பதை உணர்கிறேன். ஆகையால் எனக்கு வயதாகிக்கொண்டிருக்க வேண்டும் என்று அறிகிறேன்."

"நாம் இத்தாலிய மொழியில் பேசலாம். நானும் கொஞ்சம் களைப்பாக இருக்கிறேன்."

"ஓ... அப்படியா? நீங்கள் களைப்பாக இருக்கும்போது உங்களுக்கு ஆங்கிலம் பேசுவது எளிதாக இருக்கும்."

"அமெரிக்க ஆங்கிலம்."

"ஆமாம். அமெரிக்கா. தயவுசெய்து நீங்கள் அமெரிக்க ஆங்கிலத்தில் பேசுங்கள். அது ஒரு இனிமையான மொழி."

"மிகவும் அரிதாகத்தான் நான் அமெரிக்கர்களைப் பார்க்கிறேன்."

"அது உங்களுக்கு ஒரு குறைதான். நீங்கள் உங்கள் நாட்டவர்களைக் காண முடியாதது உங்களுக்கு நிச்சமாக ஒரு குறையாகத்தான் இருக்கும், குறிப்பாக உங்கள் நாட்டுப் பெண்களைக் காண முடியாமை. அந்த அனுபவம் எப்படி இருக்கும் என்று எனக்குத் தெரியும். நாம் விளையாடலாமா அல்லது நீங்கள் சோர்வாக இருக்கிறீர்களா?"

"உண்மையில் நான் சோர்வடையவில்லை. நான் ஒரு நகைச் சுவைக்காகச் சொன்னேன். எத்தனை முறை நான் விரும்பும் இடத்தில் வெள்ளை நிறப் பந்தை நான் வைக்கலாம்?

"நீங்கள் அதிகமாக விளையாடிக்கொண்டிருந்தீர்களா?"

"நான் விளையாடவே இல்லை."

"நீங்கள் மிகவும் நன்றாக விளையாடுகிறீர்கள். நூறு புள்ளிகளில் பத்து புள்ளிகள்."

"நீங்கள் என்னைப் புகழ்கிறீர்கள்."

"பதினைந்து புள்ளிகள்?"

"அது எனக்கு ஏற்புடையதுதான்; ஆனால், நீங்கள் என்னைத் தோற்கடிப்பீர்கள்."

“நாம் பணயம் வைத்து விளையாடலாமா? எப்போதுமே நீங்கள் பணயத்துக்காக விளையாட விரும்புவீர்கள்.”

“பணயம் வைத்து விளையாடுவது நல்லது.”

“அப்படியானால் சரி. உங்களுக்குப் பதினெட்டு புள்ளிகள் தருகிறேன். ஒரு புள்ளிக்கு ஒரு ஃபிராங் என்ற கணக்கில் நாம் விளையாடலாம்.”

அவர் அற்புதமாக விளையாடினார். விளையாட்டு ஐம்பது புள்ளிகள் எட்டியிருந்த நிலையில் எனக்கு அவர் கொடுத்த பதினெட்டு புள்ளிகளுடன் நான் நான்கு புள்ளிகள் மட்டுமே முன்னிலையில் இருந்தேன். மது கொடுப்பவனைக் கூப்பிட கிரஃபி கோமான் சுவரில் இருந்த ஒரு பொத்தானை அழுத்தினார்.

“தயவுசெய்து ஒரு பாட்டிலைத் திற,” என்று கூறினார். பிறகு என்னிடம், “நாம் கொஞ்சம் ஊக்க மருந்து சாப்பிடலாம்,” என்றார். அந்த ஒயின் மிகுந்த குளிர்ச்சியாகவும் இனிப்புச் சுவை இல்லாமலும் அதிகச் சுவையுடனும் இருந்தது.

“நாம் இத்தாலிய மொழியில் பேசலாமா? அதில் உங்களுக்கு அதிகப் பிரச்சினைகள் இல்லையே? இப்போது அதுதான் என்னுடைய பலவீனம்.”

நாங்கள் தொடர்ந்து விளையாடினோம். இடையிடையே கொஞ்சம்கொஞ்சமாக ஒயின் குடித்தோம்; இத்தாலிய மொழியில் பேசினோம்; ஆனால், குறைவாகப் பேசினோம்; விளையாட்டில் கவனம் செலுத்தினோம். கிரஃபி கோமான் நூறு புள்ளிகள் எடுத்திருந்தபோது, அவர் எனக்கு அளித்திருந்த பதினெட்டு புள்ளிகளுடன் நான் தொண்ணூற்று நான்கு புள்ளிள் எடுத்திருந்தேன். அவர் புன்னகைத்தார்; என்னுடைய தோள்களில் தட்டிக் கொடுத்தார்.

“நாம் இப்போது மற்றொரு பாட்டிலில் இருக்கும் ஒயினைக் குடிக்கலாம்; எனக்கு போர் நிலவரத்தைப் பற்றிச் சொல்லுங்கள்.” நான் உட்காரும்வரை அவர் உட்காராமல் காத்திருந்தார்.

“வேறு எதைப் பற்றியாவது பேசலாமே,” என்றேன்.

“நீங்கள் அதைப் பற்றி பேச விரும்பவில்லை? நல்லது. நீங்கள் என்ன வகையான புத்தகங்கள் வாசித்தீர்கள்?”

“ஒன்றும் வாசிக்கவில்லை. வாசிப்பில் அதிக ஆர்வம் இல்லாத வனாக இருக்கிறேன்.”

“கூடாது. நீங்கள் கட்டாயம் வாசிக்க வேண்டும்.”

“போர்க்காலத்தில் வாசிப்பதற்கு என்ன எழுதியிருக்கிறார்கள்?”

“பிரஞ்சு நாட்டவரான பார்புஸ் எழுதியுள்ள ‘லெ ஃபியு’ என்ற புத்தகம் இருக்கிறது. ‘மிஸ்டர் பிரிட்லிங் சீஸ் துரு இட்’ என்ற புத்தகம் இருக்கிறது.”

“இல்லை. அவர் பார்க்கவில்லை.”

“என்ன?”

“அவர் அதன் வழியாகப் பார்க்கவில்லை. அந்தப் புத்தகங்கள் மருத்துவமனையில் இருந்தன.”

“அப்படியானால் நீங்கள் வாசித்துக்கொண்டுதான் இருந்திருக் கிறீர்கள்?”

“உண்மைதான். ஆனால், நல்ல புத்தகம் எதுவும் இல்லை.”

“ஆனால், ‘மிஸ்டர் பிரிட்லிங்’, ஆங்கிலேய நடுத்தர மக்களின் ஆன்மாவைப் பற்றிய அற்புதமான புத்தகம் என்று நினைத்தேன்.”

“ஆன்மாவைப் பற்றி எனக்கு எதுவும் தெரியாது.”

“அன்பு நண்பரே, நம்மில் ஆன்மாவைப் பற்றி அறிந்தவர் எவரும் இல்லை. நீங்கள் மத நம்பிக்கை உள்ளவரா?”

“இரவு நேரத்தில் மட்டும்.”

கிரஃபி கோமான் புன்னகைத்தார்; அவருடைய விரல்களால் தம்ளரைச் சுழற்றினார். “எனக்கு வயது கூடக்கூட மதத்தில் மிருந்த ஈடுபாடு கொண்டவனாக மாறுவேன் என்று எதிர்பார்த்தேன். ஆனால், எதனாலோ நான் மாறவில்லை,” என்றார். “அது மிகவும் பரிதாபத்திற்குரியது.”

“மரணமடைந்த பிறகு நீங்கள் வாழ விரும்புகிறீர்களா?” என்று அவரைக் கேட்ட அதே நொடியில் மரணத்தைப் பற்றி அவரிடம் பேசியது என்னுடைய முட்டாள்தனம் என்று உணர்ந்தேன். ஆனால், அவர் அந்தச் சொல்லைப் பொருட்படுத்தவில்லை.

“அது வாழ்க்கைமுறையைப் பொறுத்தது. வாழ்க்கை மிகவும் இனிமையானது. நான் என்றென்றும் வாழ விரும்புகிறேன்,”

என்று சொன்ன அவர் புன்னகைத்தார். "கிட்டத்தட்ட வாழ்ந்தும் விட்டேன்."

நாங்கள் மென்மையான தோல் இருக்கையில் உட்கார்ந்திருந்தோம். பனிக்கட்டிகள் நிரம்பிய வாளியில் ஒயின் பாட்டில் இருந்தது. எங்களுக்கு இடையில் இருந்த மேஜையில் தம்ளர்கள் இருந்தன.

"என்னுடைய வயதுவரை நீங்கள் வாழ நேரிட்டால் பலவற்றை வினோதமானதாகக் காண்பீர்கள்."

"நீங்கள் ஒருபோதும் வயதானவராகத் தோன்றவில்லை."

"உடல் மட்டுமே மூப்பு அடைந்துகொண்டிருக்கிறது. சில சமயம் சுண்ணாம்பினாலான எழுதுகுச்சிகள்போல் என்னுடைய விரல்களும் உடைந்துவிடுமோ என்று நான் அஞ்சுகிறேன். மனம் வயோதிகம் அடைவதும் இல்லை, விவேகம் அடைவதும் இல்லை."

"நீங்கள் அறிவுக்கூர்மை மிக்கவர்."

"இல்லை. அதுதான் மிகப் பெரிய மாயத்தோற்றம், வயோதிகர்களின் அறிவுக்கூர்மை என்பது. அவர்கள் அறிவுக்கூர்மை பெறுவதில்லை; எச்சரிக்கை உணர்வு அடைகிறார்கள்."

"அது அறிவுக்கூர்மையாக இருக்கலாம்."

"அது அதிக அளவில் எவரையும் கவராத அறிவுக்கூர்மை. நீங்கள் எதை முக்கியமானதாக மதிக்கிறீர்கள்?"

"நான் அன்பு செலுத்தும் ஒருவரை."

"நானும் அப்படித்தான் செய்கிறேன். அது அறிவுக்கூர்மை இல்லை. நீங்கள் வாழ்க்கையை மதிக்கிறீர்களா?"

"ஆம்."

"நானும் வாழ்க்கையை மதிக்கிறேன். ஏனென்றால் அது மட்டும் தான் என்னிடம் இருக்கிறது. மேலும், பிறந்தநாள் விருந்துகள் கொடுப்பதும்," என்ற அவர் சிரித்தார். "நீங்கள் என்னைவிடப் புத்திசாலியாக இருந்தாலும் இருக்கலாம். நீங்கள் பிறந்தநாள் விருந்துகள் கொடுப்பதில்லை."

இருவரும் ஒயின் குடித்தோம்.

"உண்மையில் நீங்கள் போரைப் பற்றி என்ன நினைக்கிறீர்கள்?" என்று கேட்டேன்.

"அது முட்டாள்தனமானது என்று நினைக்கிறேன்."

"இதில் வெல்லப்போவது யார்?"

"இத்தாலி."

"ஏன்?"

"அது இளமையான நாடு."

"இளமையான நாடுகள் எப்போதும் போரில் வெற்றி அடைவார்களா?"

"சில காலத்துக்கு அவர்கள் அதற்குத் தகுதி உடையவர்களாக இருப்பார்கள்."

"அதன் பிறகு என்ன நடக்கும்?"

"அவர்கள் வயோதிக நாடுகளாகிறார்கள்."

"நீங்கள் அறிவுக்கூர்மை இல்லாதவர் என்று சொன்னீர்கள்."

"என் இனிய நண்பரே, அது புத்திசாலித்தனம் இல்லை, வெறுப்பு மனப்பான்மை."

"எனக்கு அது புத்திசாலித்தனமாகத் தோன்றுகிறது"

"அது குறிப்பிடத்தக்க நிலையில் இல்லை. அதற்கு மாறாகப் பல உதாரணங்கள் என்னால் சொல்ல முடியும். ஆனால், அது மோசமானது இல்லை. நாம் ஒயினைக் குடித்து முடித்துவிட்டோமா?"

"கிட்டத்தட்ட."

"நாம் இன்னும் கொஞ்சம் குடிக்கலாமா? அப்படியானால் நான் உடை மாற்ற வேண்டும்."

"இப்போது குடிக்காமலிருப்பது நல்லது என்று நினைக்கிறேன்."

"நிச்சயமாக இதற்குமேல் உங்களுக்கு வேண்டாமா?"

"வேண்டாம்." அவர் எழுந்து நின்றார்.

"நீங்கள் மென்மேலும் அதிர்ஷ்டக்காரராக, மிகவும் மகிழ்ச்சியாக மிகச் சீரான உடல்நலத்துடன் வாழ வாழ்த்துகிறேன்."

"மிக்க நன்றி. நீங்கள் என்றென்றும் நிலைத்து வாழ வாழ்த்துகிறேன்."

"மிக்க நன்றி. நான் வாழ்ந்துவிட்டேன். நீங்கள் எப்போதாவது மதப்பற்று கொண்டவராக மாறினால் அப்போது நான் மரணம் அடைந்திருந்தால் எனக்காக இறைவனிடம் வேண்டுங்கள். என்னுடைய நண்பர்கள் பலரிடம் அப்படிச் செய்யுமாறு கேட்டுக்கொண்டிருக்கிறேன். நானே மதப்பற்று உள்ளவனாக மாறுவேன் என்று எதிர்பார்த்தேன்; ஆனால், அது எனக்குக் கிட்டவில்லை." அவர் சோகமாகப் புன்னகைத்தார் என்று நினைத் தேன்; ஆனால், என்னால் உறுதியாகச் சொல்ல முடியவில்லை. அவர் மிகவும் வயதானவராக இருந்ததாலும், அவர் முகத்தில் அதிக அளவில் சுருக்கங்கள் இருந்ததாலும், அவரது புன்னகை அவர் முகத்தில் அதிகமான கோடுகளை ஏற்படுத்தியது; அதனால் அவர் புன்னகை செய்கையில் முகத்தில் தோன்றும் படிப்படியான தோற்றங்களை அவருடைய முகம் இழந்திருந்தது.

"நான் அதிக மதப்பற்று உள்ளவனாக மாறலாம். எப்படியிருந் தாலும் நான் உங்களுக்காக வேண்டுவேன்."

"நான் மதப்பற்று உள்ளவனாக மாறுவேன் என்று எப்போதும் எதிர்பார்த்தேன். என்னுடைய குடும்பத்தார் அனைவரும் மதப் பற்று மிக்கவர்களாக மரணம் அடைந்தார்கள். ஏனோ அது எனக்குக் கிட்டவில்லை."

"நீங்கள் சீக்கிரமாக அந்த முடிவுக்கு வந்துவிட்டீர்கள்."

"அது காலம் கடந்ததாகவும் இருக்கலாம். ஒருவேளை நான் மதரீதியான உணர்வுகளையும் தாண்டி வாழ்ந்துவிட்டேன் என்றும் கொள்ளலாம்."

"என்னுடைய மதப்பற்று இரவில் மட்டுமே வருகிறது."

"அப்படியானால் நீங்கள் ஒருவருடன் காதலில் இருக்கிறீர்கள். அது மத உணர்வு என்பதை மறந்துவிடாதீர்கள்."

"அப்படி நம்புகிறீர்களா?"

"நிச்சயமாக." மேஜையை நோக்கி அவர் ஒரு அடி முன் னால் எடுத்துவைத்தார். "நீங்கள் என்மீது அதிக அன்பு வைத் திருக்கிறீர்கள்; என்னுடன் விளையாடினீர்கள்."

"அதனால் நான் மிகுந்த மகிழ்ச்சி அடைகிறேன்."

"நாம் இருவரும் சேர்ந்து படிகளில் ஏறிப் போகலாம்."

அத்தியாயம் 36

அந்த இரவு புயல்காற்று வீசியது. அப்போது பெய்த பெரும்மழை ஜன்னல் கண்ணாடிகளில் அடித்து எழுந்த சத்தத்தைக் கேட்டு நான் தூக்கத்திலிருந்து விழித்தெழுந்தேன். திறந்திருந்த ஜன்னல் வழியாக மழைநீர் உள்ளே வந்துகொண்டிருந்தது. யாரோ ஒருவர் அறையின் கதவைத் தட்டினார். கேதரினின் தூக்கம் கெடாதவாறு மெதுவாக நடந்து சென்று கதவைத் திறந்தேன். அங்கே மது கொடுப்பவன் நின்றுகொண்டிருந்தான். அவன் தடிமனான நீண்ட மேலங்கி அணிந்திருந்தான்; ஈரமான தொப்பியைக் கையில் வைத்திருந்தான்.

"லெஃப்டினன்ட் ஐயா, நான் உங்களுடன் பேசலாமா?"

"என்ன செய்தி?"

"அது கவலைக்குரிய செய்தி."

நான் சுற்றும்முற்றும் பார்த்தேன். அறை இருட்டாய் இருந்தது; அறையின் ஜன்னல் வழியாக அறைக்குள் வந்த தண்ணீர் தரையில் தேங்கி நின்றதைப் பார்த்தேன். "உள்ளே வா," என்றேன். அவன் கையைப் பிடித்து குளியல் அறைக்குக் கூட்டிச் சென்றேன்; கதவைத் தாழிட்ட பிறகு விளக்கைப் போட்டேன். குளியல் தொட்டியின் விளிம்பில் உட்கார்ந்தேன்.

"என்ன செய்தி, எமீலியோ? நீ ஏதாவது பிரச்சினையில் மாட்டிக்கொண்டாயா?"

"இல்லை. லெஃப்டினன்ட் ஐயா, நீங்கள்தான் பிரச்சினையில் இருக்கிறீர்கள்."

"அப்படியா?"

"காலையில் அவர்கள் உங்களைக் கைது செய்யப்போகிறார்கள்."

"அப்படியா?"

“அதைச் சொல்லத்தான் வந்தேன். நான் நகரத்திற்குப் போயிருந்தேன்; ஒரு சிற்றுண்டிச்சாலையில் அவர்கள் பேசிக்கொண்டிருந்ததைக் கேட்டேன்.”

“புரிகிறது.”

அவனுடைய ஈரமாயிருத்த மேலங்கியுடனும், ஈரமாயிருந்த தொப்பியைக் கையில் பிடித்தபடியும் அவன் ஒன்றும் பேசாமல் நின்றான்.

“எதற்காக அவர்கள் என்னைக் கைது செய்யப்போகிறார்கள்?”

“ஏதோ போர் சம்பந்தமாக.”

“அது என்னவென்று உனக்குத் தெரியுமா?”

“தெரியாது. ஆனால், இதற்கு முன்னால் நீங்கள் இராணுவ அதிகாரியாக இருந்ததும், இப்போது இராணுவச் சீருடையைத் துறந்து இங்கே இருக்கிறீர்கள் என்பதும் அவர்களுக்குத் தெரிந்திருக்கிறது. படைகள் பின்வாங்கிய பிறகு அவர்கள் எல்லோரையும் கைது செய்கிறார்கள்.”

நான் ஒரு நிமிடம் யோசித்தேன்.

“எத்தனை மணிக்கு அவர்கள் என்னைக் கைது செய்ய வருகிறார்கள்?”

“காலையில் வருகிறார்கள். அவர்கள் வரும் நேரம் எனக்குத் தெரியாது.”

“இப்போது என்ன செய்யலாம் என்று நினைக்கிறாய்?”

அவனுடைய தொப்பியைக் கை கழுவும் கோப்பையில் வைத்தான்; அது அதிக ஈரமாயிருந்தது; இவ்வளவு நேரமும் அதிலிருந்து தண்ணீர் தரையில் சொட்டிக்கொண்டிருந்தது.

“நீங்கள் பயப்படுவதற்கு எதுவும் இல்லை என்றால் கைது செய்வதைப் பற்றிப் பொருட்படுத்த வேண்டியதில்லை. ஆனால், கைது செய்யப்படுவது எப்போதுமே மோசமானது—குறிப்பாக இப்போது.”

“கைது செய்யப்படுவதை நான் விரும்பவில்லை.”

“அப்படியானால் சுவிட்சர்லாந்துக்குப் போய்விடுங்கள்.”

“எப்படிப் போவது?”

"என்னுடைய படகில்."

"புயல் காற்று வீசுகிறது," என்றேன்.

"புயல் காற்று நின்றுவிட்டது. ஏரி கொந்தளிப்பாக இருக்கிறது; அது உங்களை ஒன்றும் செய்யாது."

"நாங்கள் எப்போது போக வேண்டும்?"

"உடனடியாக. அவர்கள் உங்களை அதிகாலையிலேயே கைது செய்யலாம்."

"எங்களுடைய பொருட்களையும் பைகளையும் என்ன செய்வது?"

"அவற்றை எல்லாம் மூட்டை கட்டுங்கள்; அம்மையாரை உடை அணியச் செய்யுங்கள். உங்கள் பொருட்களை நான் எடுத்து வருகிறேன்."

"நீ எங்கே இருப்பாய்?"

"நான் இங்கேயே காத்திருக்கிறேன். வெளியே கூடத்தில் இருப்பவர் யார் கண்ணிலும் படாமல் இருக்க விரும்புகிறேன்."

கதவைத் திறந்தேன்; வெளியே வந்தபின் மூடினேன்; அறைக்குள் சென்றேன். கேதரின் தூக்கத்திலிருந்து விழித்து எழுந்திருந்தாள்.

"அன்பனே, என்ன செய்தி?"

"அதெல்லாம் ஒன்றுமில்லை, கேட்," என்றேன். "உடனடியாக உடை அணிந்து படகில் சுவிட்சர்லாந்து போக விரும்புகிறாயா?"

"நீ விரும்புகிறாயா?"

"இல்லை," என்றேன். "நான் மீண்டும் படுக்கைக்குக் போக விரும்புகிறேன்."

"இது எதைப் பற்றியது?"

"அவர்கள் என்னைக் காலையில் கைது செய்யப்போவதாக மது கொடுப்பவன் சொல்கிறான்."

"மது கொடுப்பவனுக்குப் பித்து பிடித்துவிட்டதா?"

"இல்லை."

"அப்படியானால் சீக்கிரமாகப் புறப்படு, என் அன்பனே; உடையை மாற்று, உடனே புறப்படலாம்." அவள் எழுந்து

படுக்கையின் ஒரு பக்கமாக உட்கார்ந்தாள். அவள் இன்னமும் தூக்கக்கலக்கத்தில் இருந்தாள். "மது கொடுப்பவன் குளியல் அறையில் இருக்கிறானா?"

"ஆமாம்."

"அப்படியானால் நான் குளிக்கவில்லை. நீ அந்தப் பக்கமாகத் திரும்பு, அன்பனே; ஒரு நொடியில் உடை மாற்றுகிறேன்." அவள் நைட்-கௌனைக் களைந்தபோது அவளுடைய வெண்மையான முதுகைப் பார்த்தேன்; அவள் கேட்டுக்கொண்டதுபோல் நான் மறுபக்கமாகத் திரும்பினேன். அவள் கர்ப்பிணியாக இருப்பதால் உடல் பெருத்துக் காணப்பட்டாள். அந்த நிலையில் நான் அவளைப் பார்ப்பதை அவள் விரும்பவில்லை. ஜன்னலில் விழுந்த மழையின் சத்தத்தைக் கேட்டபடியே நான் உடை மாற்றினேன். என்னுடைய பையில் வைப்பதற்கு என்னிடம் பொருட்கள் அதிகம் இல்லை.

"என் பையில் இன்னமும் அதிகமான இடம் இருக்கிறது, கேட், உன் பொருட்கள் வைக்க உனக்குத் தேவைப்பட்டால்."

"கிட்டத்தட்ட என்னுடைய பொருட்களைக் கட்டி முடித்து விட்டேன்," என்றாள் அவள். "அன்பனே, நான் பெரிய முட்டாள். எதற்காக மது கொடுப்பவன் குளியல் அறையில் இருக்கிறான்?"

"ஷ்... அவன் நம்முடைய பொருட்களை எடுத்துப் போவதற் காகக் காத்திருக்கிறான்."

"அவன் மிகவும் நல்லவனாக இருக்கிறான்."

"அவன் என்னுடைய நீண்ட நாள் நண்பன்," என்று சொன்னேன். "நான் ஒருமுறை அவனுக்குக் குழாயில் புகைக்கும் புகையிலை அனுப்ப ஏற்பாடு செய்தேன்."

திறந்திருந்த ஜன்னல் வழியாக வெளியே இருண்ட இரவைப் பார்த்தேன். என்னால் ஏரியைப் பார்க்க முடியவில்லை; இருளையும் மழையையும் மட்டுமே பார்த்தேன்; ஆனால், காற்றின் வேகம் தணிந்திருந்தது.

"அன்பனே, நான் ஆயத்தமாகிவிட்டேன்," என்றாள் கேதரின்.

"அப்படியானால் சரி." நான் குளியல் அறையின் கதவின் பக்கம் சென்றேன். "எமீலியோ, பைகள் இங்கே இருக்கின்றன," என்றேன். அவன் இரண்டு பைகளையும் எடுத்துக்கொண்டான்.

"எங்களுக்கு வேண்டிய உதவிகளைச் செய்கிறாய். நீ மிகவும் நல்ல மனிதன்," என்று கேதரின் சொன்னாள்.

"இதெல்லாம் ஒன்றும் பெரிதில்லை, அம்மையாரே. நான் பிரச்சினையில் சிக்கிக்கொள்ளாத வகையில் உங்களுக்கு உதவி செய்வதில் மகிழ்ச்சி அடைகிறேன். கவனமாகக் கேளுங்கள்," என்று அவன் என்னைப் பார்த்துச் சொன்னான். "பணியாளர்களுக்கான படிக்கட்டு வழியாக நான் இந்தப் பொருட்களை வெளியே எடுத்து வந்து படகிற்குக் கொண்டு வருகிறேன். நீங்கள் நடைப்பயிற்சி செய்யப் போவதுபோல் வெளியே போய்விடுங்கள்."

"நடைப்பயிற்சி செய்வதற்கு இதமான இரவு நேரம்தான் இது," என்றாள் கேதரின்.

"இது மோசமான இரவு என்பதுதான் சரி."

நான் ஒரு குடை வைத்திருக்கிறேன் என்பது மகிழ்ச்சியாக இருக்கிறது," என்றாள் கேதரின்.

அறைக்கு வெளியே நடைபாதையில் சென்று அகலமான தடித்த தரைவிரிப்புகள் விரிக்கப்பட்டிருந்த படிக்கட்டில் இறங்கி கீழே வந்தோம். படிக்கட்டின் முடிவில் இருந்த வாசல் அருகில் சுமை தூக்கி ஒருவன் அவனுடைய மேஜைக்குப் பின்னால் உட்கார்ந் திருந்தான்.

அவன் எங்களைப் பார்த்ததும் ஆச்சரியம் அடைந்தவன்போல் தோன்றினான்.

"ஐயா, நீங்கள் வெளியே போகவில்லை அல்லவா? என்று கேட்டான்.

"நாங்கள் வெளியே போகிறோம்," என்றேன். "ஏரியில் வீசும் சூறாவளியைப் பார்க்கப் போகிறோம்."

"உங்களிடம் குடை இல்லையா, ஐயா?"

"இல்லை," என்றேன். "இந்த கோட்டில் தண்ணீர் ஒட்டாது."

அந்த கோட்டை அவன் சந்தேகத்துடன் பார்த்தான். "நான் உங்களுக்கு ஒரு குடை கொண்டு வருகிறேன், ஐயா," என்றான். அவன் அங்கிருந்து போய் ஒரு பெரிய குடையுடன் திரும்பி வந்தான். "இது கொஞ்சம் பெரிய குடை, ஐயா" என்றான். அவனுக்குப் பத்து லயர் கொடுத்தேன். "ஓ நீங்கள் மிகவும் நல்லவர்,

ஐயா. மிக்க நன்றி," என்றான். கதவைத் திறந்துவிட்டான்; நாங்கள் மழையில் வெளியே சென்றோம். அவன் கேதரினைப் பார்த்துப் புன்னகைத்தான்; அவளும் அவனைப் பார்த்துப் புன்னகைத்தாள். "அதிக நேரம் சுழல் காற்றில் நிற்காதீர்கள்," என்றான். "நீங்கள் நனைந்துவிடுவீர்கள், ஐயா, அம்மா." அவன் இரண்டாவது சுமை தூக்கிதான். அவன் ஒவ்வொரு சொல்லையும் அப்படியே ஆங்கிலத்தில் மொழிபெயர்த்துப் பேசினான்.

"நாங்கள் சீக்கிரம் திரும்பிவிடுவோம்," என்றேன். அந்த மாபெரும் குடையைப் பிடித்தபடி இருட்டாகவும் ஈரமாகவும் இருந்த தோட்டத்தின் வழியாக நடந்து சாலையை அடைந்தோம். சாலையின் குறுக்கே நடந்து, நெடுகிலும் கொடிகளையும் பழ மரங்களையும் தாங்கிப்பிடிக்கும் சட்டகம் அமைக்கப்பட்டிருந்த பாதையில் ஏரிக்கரையின் ஓரமாக நடந்தோம். இப்போது ஏரிக்கரையின் பக்கமாகக் காற்று வீசிக்கொண்டிருந்தது. வானிலை குளிர்ச்சியாக இருந்தது; இது நவம்பர் மாதத்திற்கே உரிய குளிர்ந்த காற்று; மலைகளில் பனி பொழிந்துகொண்டிருக்கிறது என்று எனக்குத் தெரியும். ஓடத்துறையின் ஓரமாக சங்கிலிகளால் பிணைக்கப்பட்டிருந்த படகுகளின் வரிசையைக் கடந்து மது கொடுப்பவனின் படகு இருந்த இடத்துக்கு வந்தோம். கற்களின் பின்னணியில் தண்ணீர் இருட்டாக இருந்தது. வரிசையாக நின்ற மரங்களின் பின்பக்கமிருந்து மது கொடுப்பவன் வெளியே வந்தான்.

"பைகள் எல்லாம் படகில் இருக்கின்றன," என்றான்.

"படகிற்கான பணத்தை நான் உனக்குக் கொடுக்க விரும்புகிறேன்," என்றேன்.

"நீங்கள் எவ்வளவு பணம் வைத்திருக்கிறீர்கள்?"

"அவ்வளவு அதிகம் இல்லை."

"நீங்கள் எனக்குப் பிறகு பணம் அனுப்புங்கள். எனக்கு ஒன்றும் பிரச்சினை இல்லை."

"எவ்வளவு?"

"அது உங்கள் விருப்பம்."

"எவ்வளவு வேண்டும் என்று சொல்."

“நீங்கள் பத்திரமாகச் சேர்ந்துவிட்டால் ஐநூறு ஃபிராங் அனுப்புங்கள். நீங்கள் பத்திரமாகச் சேர்ந்துவிட்டால் அதைப் பொருட்படுத்த மாட்டீர்கள்.”

“சரி. அனுப்புகிறேன்.”

“இதில் சாண்ட்விச்சுகள் இருக்கின்றன.” அவன் ஒரு பொட்டலத்தை என்னிடம் கொடுத்தான். “இவை அனைத்தும் மதுக் கூடத்தில் இருந்தவை. அவ்வளவுதான் இருந்தது. இதோ ஒரு பிராந்தி பாட்டிலும் ஓர் ஒயின் பாட்டிலும் வைத்துக் கொள்ளுங்கள்.” அவற்றை என் பையில் வைத்தேன். “அவற்றுக் கான பணத்தை உனக்குக் கொடுக்க விரும்புகிறேன்.”

“சரி, ஐம்பது லயர் கொடுங்கள்.”

அவனுக்குப் பணம் கொடுத்தேன். “அது சிறந்த வகை பிராந்தி. பயப்படாமல் உங்களுடைய துணைவியாருக்கு அதைக் கொடுக்கலாம். அவர் இப்போது படகில் ஏறுவது நல்லது.” அவன் படகைக் கெட்டியாகப் பிடித்தான்; கற்களாலான சுவருக்கு எதிரில் படகு மேலும்கீழுமாக ஆடியது. கேதரின் படகில் ஏற உதவினேன். அவள் படகின் பின்பகுதியில் உட்கார்ந்தாள்; தோளணி ஆடையை அவளைச் சுற்றி இழுத்துவிட்டாள்.

“எங்கே போக வேண்டும் என்று உங்களுக்குத் தெரியுமா?”

“ஏரியில் அந்தப் பக்கமாகத் தொடர்ந்து போக வேண்டும்.”

“எவ்வளவு தூரம் என்று தெரியுமா?”

“ஏரியின் கிழக்குக் கரையோரம் உள்ள லூயினோ என்ற சிறு நகரத்தைக் கடந்து போக வேண்டும்.”

“லூயினோவைக் கடந்த பின் ஏரியின் கரையோரம் அமைந்துள்ள கன்னேரோ, மற்றும் கேனபினோ ஆற்றை ஒட்டியுள்ள கேனபியோ, டிரான்சானோ ஆகிய சிறு நகரங்களையும் கடந்து போக வேண்டும். ஏரியின் மேற்கு கரையோரம் சுவிட்சர்லாந்து பகுதியிலுள்ள உள்ள பிரிசகோ நகராட்சியை அடையும்வரை நீங்கள் சுவிட்சர்லாந்து நாட்டு எல்லைக்குள் நுழையவில்லை என்பதை நினைவில் கொள்ளுங்கள். மான்டே தமரா மலையையும் கடந்து செல்ல வேண்டும்.”

“இப்போது மணி என்ன?” என்று கேதரின் கேட்டாள்.

“இப்போது பதினொரு மணிதான் ஆகிறது,” என்றேன்.

“நீங்கள் தொடர்ந்து படகை ஓட்டிச் சென்றால் காலை ஏழு மணிக்கு அங்கே போய்விடலாம்.”

“அவ்வளவு தூரத்தில் இருக்கிறதா?”

“முப்பத்தைந்து கிலோமீட்டர்.”

“நாங்கள் எப்படிப் போக வேண்டும்? இப்போது மழை பெய்துகொண்டிருப்பதால் எங்களுக்கு ஒரு திசைகாட்டி கருவி வேண்டும்.”

“வேண்டாம். இசாலா பெல்லா என்ற தீவை அடைந்து அதன் பின் இசாலா மாத்ரே தீவின் மறுபக்கம் போன பிறகு அங்கிருந்து காற்றோடு செல்லுங்கள். காற்று உங்களை பலான்ஸா நகருக்குத் தள்ளிச் சென்றுவிடும். அங்கே நீங்கள் வெளிச்சத்தைப் பார்ப்பீர்கள். அங்கிருந்து ஏரிக்கரையின் ஓரமாகச் செல்லுங்கள்.”

“காற்று திசை மாறினாலும் மாறலாம்.”

“மாறாது. அடுத்த மூன்று நாட்களுக்குக் காற்று இப்படியே தான் வீசிக்கொண்டிருக்கும். அது ஆல்ப்ஸ் மலைத்தொடரின் மாட் டரோனெ மலையிலிருந்து நேராக வீசுகிறது. படகில் சேரும் தண்ணீரை வாரி வெளியே ஊற்ற படகில் ஒரு வாளி இருக்கிறது.”

“உன்னுடைய படகுக்காக இப்போதே கொஞ்சம் பணம் கொடுக்கிறேன்.”

“வேண்டாம். அதற்காக நான் காத்திருப்பதையே விரும்பு கிறேன். நீங்கள் பத்திரமாகப் போய்ச்சேர்ந்தால் உங்களால் முடிந்த அளவு அனுப்புங்கள்.”

“அப்படியானால் சரி.”

“நீங்கள் தண்ணீரில் மூழ்கிவிடுவீர்கள் என்று நான் நினைக்க வில்லை.”

“மிகவும் நல்லது.”

“காற்றோடு சேர்ந்து ஏரியில் முன்னால் செல்லுங்கள்.”

“சரி.” நான் படகில் ஏறினேன்.

“ஹோட்டலுக்குக் கொடுக்கவேண்டிய பணத்தை அங்கே வைத்துவிட்டீர்களா?”

"ஆமாம். ஒரு காகித உறையின் உள்ளே அறையில் வைத்திருக்கிறேன்."

"சரி போய்வாருங்கள். உங்களுக்கு நல்லதே நடக்கட்டும், லெஃப்டினன்ட் ஐயா."

"உனக்கும் நல்லதே நடக்கட்டும். நாங்கள் உனக்கு எங்கள் உளமார்ந்த நன்றியைத் தெரிவித்துக்கொள்கிறோம்."

"நீங்கள் தண்ணீரில் மூழ்கிவிட்டால் எனக்கு நன்றி சொல்ல மாட்டீர்கள்."

"அவன் என்ன சொல்கிறான்?" என்று கேதரின் கேட்டாள்.

"அவன் நல்வாழ்த்துகள் சொல்கிறான்."

"நல்வாழ்த்துகள்," என்று கேதரின் சொன்னாள்.

"நீங்கள் புறப்படத் தயாராக இருக்கிறீர்களா?"

"ஆமாம்."

அவன் குனிந்து படகை ஏரிக்குள் தள்ளிவிட்டான். நான் தண்ணீரில் துடுப்புகள் வலித்தேன்; ஒரு கையை அவனை நோக்கி அசைத்தேன். அவனும் பதிலுக்குக் கை அசைத்தான்; நான் படகை வலிக்கும்போது ஒரு கையை அசைத்தது அவனுக்கு ஏற்புடையதாக இல்லை. ஹோட்டலின் விளக்குகளைப் பார்த்த வாறு துடுப்புகளை வலித்தேன்; அவை என் கண்பார்வையிலிருந்து மறையும்வரை துடுப்புகளை வலித்து படகை நேராகச் செலுத்தி அங்கிருந்து வெளியேறினேன். அது ஒரு பெரிய கடல் ஓடிக்கொண்டிருப்பதுபோல் தோன்றியது; ஆனால், நாங்கள் காற்றோடு கலந்து தொடர்ந்து பயணம் செய்தோம்.

அத்தியாயம் 37

நான் இருட்டில் படகைச் செலுத்தினேன்; என்னுடைய முகத்தில் வீசிய காற்று வந்த திசையில் பயணம் செய்தேன். மழை பெய்வது நின்றிருந்தது; எப்போதாவது மட்டுமே திடீரென பலத்த காற்றுடன் மழை பெய்தது. எங்கும் இருள் சூழ்ந்திருந்தது; குளிர்ந்த காற்று வீசியது. படகின் பின்பகுதியில் இருந்த கேதரினை என்னால் பார்க்க முடிந்தது. ஆனால், துடுப்புகளின் முன்பகுதி தண்ணீரில் இறங்கிய இடத்தைப் பார்க்க முடியவில்லை. துடுப்புகள் நீளமாக இருந்தன. அவை கைகளிலிருந்து நழுவிப் போகாமல் தடுக்கும் இரப்பர் பிணைப்புகள் இல்லாமல் இருந்தன. நான் துடுப்புகளை இழுத்தேன், அவற்றை மேலே உயர்த்தினேன், முன்பக்கமாகச் சாய்ந்தேன், தண்ணீரைக் கண்டேன், துடுப்புகளைத் தண்ணீருக்குள் இறக்கினேன், மீண்டும் இழுத்தேன், என்னால் முடிந்தவரை மிகவும் எளிதாகத் துடுப்புகளை வலித்தேன். காற்று எங்களுக்குச் சாதகமாக வீசியதால் துடுப்புகளைச் சுழற்றி இழுக்கவேண்டிய தேவை ஏற்படவில்லை. தொடர்ந்து துடுப்புகளை அழுத்தமாக வலித்தால் என்னுடைய கைகளில் கொப்புளங்கள் தோன்றும் என்று எனக்குத் தெரியும். அதனால் அதை எவ்வளவு தள்ளிப்போட முடியுமோ அவ்வளவு தள்ளிப் போட்டேன். அதிக எடையில்லாத அந்தப் ப்டகு மிகவும் எளிதாக முன்னேறிச் சென்றது. இருண்ட தண்ணீரில் அதைச் செலுத்தினேன். பலான்ஸா நகரை இதுவரை என்னால் பார்க்க முடியவில்லை; ஆனால், கூடிய சீக்கிரம் அதன் எதிரில் வருவோம் என்று நம்பினேன்.

நாங்கள் பலான்ஸா நகரைப் பார்க்கவேயில்லை. ஏரியில் காற்று வீசிக்கொண்டிருந்தது. பலான்ஸா நகரை எங்கள் பார்வையிலிருந்து மறைத்த இடத்தை நாங்கள் இருட்டில் கடந்து சென்றோம்; அங்கிருந்த விளக்குகளின் ஒளியை நாங்கள் ஒருபோதும் பார்க்கவில்லை. நாங்கள் வெகு தூரம் சென்ற பின்னர் ஒருவழியாக ஏரிக்கரையின் மிக அருகில் தெரிந்த வெளிச்சத்தைப்

பார்த்தோம். அது அங்கிருந்த இன்றா நகரிலிருந்து வந்தது. அதன் பின் நீண்ட நேரம் நாங்கள் வெளிச்சத்தைப் பார்க்கவில்லை; ஏரியின் கரையையும் பார்க்கவில்லை. தொடர்ந்து காற்று வந்த திசையில் படகை ஒரே சீராக வலித்து இருட்டில் பயணம் செய்தோம். சில சமயங்களில் ஏதாவது ஒரு அலை வந்து படகை மேலே உயர்த்தியதால் துடுப்புகளை என்னால் தண்ணீரில் இறக்க முடியாமல் போயிற்று. அப்போது ஏரி அதிகக் கொந்தளிப்புடன் இருந்தது; ஆனால், ஏரிக்கரையின் ஓரத்தில் எங்களுக்குப் பக்கத்தில் உயரமாகத் தெரிந்த பாறையின் முனையின் அருகில் வரும்வரை நான் தொடர்ந்து படகைச் செலுத்திக்கொண்டிருந்தேன். அலைகள் அந்தப் பாறையைத் தாக்கின, சீறி உயரமாகச் சென்றன, மீண்டும் தண்ணீரில் விழுந்தன. வலது துடுப்பை வலிமையுடன் வலித்தேன்; இடது துடுப்பை அதிக தூரத்தில் தண்ணீரில் இறக்கித் தண்ணீரைப் பின்பக்கமாக இழுத்துத் தள்ளினேன். அங்கிருந்து வெளியேறி தூரமாக ஏரியின் உட்பகுதிக்குச் சென்றேன். அந்தப் பாறையின் முனை பார்வையிலிருந்து மறைந்தது. நாங்கள் ஏரியில் தொடர்ந்து முன்னோக்கிப் போய்க்கொண்டிருந்தோம்.

"நாம் இப்போது ஏரியின் குறுக்கே இருக்கிறோம்," என்று கேதரினிடம் சொன்னேன்.

"நாம் பலான்ஸா நகரைப் பார்க்கப்போவதில்லையா?"

"அதை நாம் பார்க்கவில்லை."

"எப்படி இருக்கிறாய், அன்பனே?"

"நன்றாக இருக்கிறேன்."

"என்னாலும் கொஞ்ச நேரம் துடுப்பு வலிக்க முடியும்."

"வேண்டாம். நான் நன்றாக இருக்கிறேன்."

"பாவம் ஃபெர்குசன்," என்றாள் கேதரின். "காலையில் ஹோட்டலுக்கு வந்து பார்த்த பிறகுதான் நாம் அங்கிருந்து போய் விட்டோம் என்று தெரிந்துகொள்வாள்."

"அதைப் பற்றி நான் அதிகம் கவலைப்படவில்லை," என்றேன். "என்னுடைய கவலையெல்லாம் விடியும் முன்னால் ஏரியின் சுவிட்சர்லாந்து பகுதிக்குள் நுழைய வேண்டும் என்பதும், அது வரை நம்மைச் சுங்கத்துறைக் காவலர்கள் பார்க்காமல் இருக்க வேண்டும் என்பதும்தான்."

"அது இன்னும் அதிக தூரத்தில் இருக்கிறதா?"

"தோராயமாக இங்கிருந்து முப்பது கிலோமீட்டர் தூரத்தில் இருக்கிறது."

இரவு முழுவதும் நான் துடுப்பு வலித்தேன். அதன் விளைவாகத் துடுப்புகளின் கைப்பிடிகளைச் சுற்றிப் பிடிக்க முடியாத அளவு என் கைகள் புண்ணாகியிருந்தன. பலமுறை நாங்கள் ஏரிக்கரையைக் கிட்டத்தட்ட முட்டி மோத இருந்தோம். ஏரியில் திசை தெரியாமல் அலைந்து நேரத்தை வீணடித்துவிடக்கூடாதே என்ற அச்சத்தால் எப்போதுமே ஏரிக்கரையின் ஓரமாகப் பயணம் செய்தோம். சில சமயம் வரிசையாக நின்ற மரங்களையும், ஏரிக்கரை ஓரமாகச் சென்ற சாலையையும், சாலையின் பின்னணியில் தெரிந்த மலைகளையும் பார்க்கக்கூடிய தொலைவில் முடிந்த அளவுக்கு ஏரிக்கரையை ஒட்டியே சென்றோம். மழை பெய்வது நின்றது; மேகங்களைக் காற்று விரட்டி அடித்தது; கலைந்த மேகங்களுக்கு இடையே நிலா அதன் வெளிச்சத்தை வீசியது. நான் பின்பக்கமாகத் திரும்பிப் பார்த்தேன். ஏரிக்கரையின் ஓரமாக இருந்த கேஸ்டங்னோலா நகரத்தின் இருண்ட நீண்ட நிலப்பகுதியின் முனையையும், ஏரியில் காற்றுடன் கலந்த தண்ணீர் வெள்ளை நிறத்தில் உயரமாக எழுந்த அலைகளையும், வெகு தூரத்தில் பனி படர்ந்து உயர்ந்து நின்ற மலைகளின் மேலே தெரிந்த நிலவையும் என்னால் காண முடிந்தது. அதன் பின் மீண்டும் நிலவின் மீது மேகங்கள் படர்ந்தன; உயர்ந்த மலைகளும் விரிந்த ஏரியும் மறைந்தன. ஆனால், இதற்கு முன்னால் இருந்ததைவிட இந்த முறை மேகங்கள் அடர்த்தி குறைவாக இருந்ததால் எங்களால் ஏரிக்கரையைப் பார்க்க முடிந்தது. என்னால் மிகத் தெளிவாகப் பார்க்க முடிந்தது; பலான்ஸா செல்லும் சாலை ஓரமாக எங்கேயாவது சுங்கத்துறைக் காவலர்கள் இருக்கலாம் என்ற எண்ணத்தில் அங்கேயிருந்து அவர்களால் படகைப் பார்க்க முடியாத தூரத்துக்கு ஏரிக்குள் சென்றேன். மேகங்களிலிருந்து மீண்ட நிலவு மீண்டும் வெளியே வந்தபோது, ஏரிக்கரையோரம் மலையடிவாரத்திலிருந்த வெள்ளை நிற வீடுகளையும் மரங்களின் ஊடாகத் தெரிந்த வெண்ணிறச் சாலையையும் என்னால் பார்க்க முடிந்தது. எல்லா நேரமும் நான் படகை வலித்துக்கொண்டிருந்தேன்.

ஏரியின் நீர்ப்பரப்பு விரிந்து சென்றது. ஏரியின் ஓரமாக மறு பக்கத்திலிருந்த மலைகளின் அடிவாரத்தில் சில விளக்குகளைப் பார்த்தோம்; அது லூயினோ நகரமாக இருக்கலாம். ஏரியின் மற்றுமொரு கரையில் இருந்த மலைகளுக்கு இடையே மர ஆப்பு போன்று வடிவமுடைய இடைவெளியைப் பார்த்தேன்; அந்த இடம் லூயினோ நகரமாகத்தான் இருக்க வேண்டும் என்று நினைத்தேன். அது லூயினோ நகரமாக இருந்தால் நாங்கள் எங்கள் பயணத்தில் சரியான நேரத்தைக் கடைப்பிடித்திருக்கிறோம். துடுப்புகளைப் படகுக்குள் இழுத்து வைத்த பின் அப்படியே இருக்கையில் பின்பக்கமாகச் சாய்ந்து படுத்தேன். படகைத் தொடர்ந்து வலித்ததால் நான் அதிகமாகக் களைப்படைந்திருந் தேன். என்னுடைய கைகளும் தோள்களும் முதுகும் வலித்தன; என் கைகள் புண்ணாகிவிட்டன.

"நான் குடையை விரித்துப் பிடிக்கிறேன்," என்று கேதரின் சொன்னாள். "அதைப் பயன்படுத்தி நாம் காற்றோடு சேர்ந்து பயணம் செய்யலாம்."

"உன்னால் படகை வலித்துச் செலுத்த முடியுமா?"

"முடியும் என்று நினைக்கிறேன்."

"துடுப்பை எடுத்து உன் கைக்கு அடியில் வைத்து அதைப் படகின் பக்கத்தில் நெருக்கமாக வைத்தபடி படகை ஓட்டு. நான் குடையைப் பிடிக்கிறேன்." நான் படகின் பின்பகுதிக்குச் சென்று துடுப்பை எப்படிப் பிடிக்க வேண்டும் என்று அவளுக்குச் சொல்லிக் கொடுத்தேன். படகின் முன்பகுதியைப் பார்த்தபடி உட்கார்ந்தேன்; சுமைதூக்கி கொடுத்த பெரிய குடையை விரித் தேன்; 'டப்' என்று ஒலியெழுப்பி அது திறந்தது. அதன் இரண்டு பக்கங்களையும் பிடித்தேன். இருக்கையின் இரண்டு பக்கங்களிலும் என் கால்களைப் பரப்பி குடையின் கைப்பிடியை இருக்கையில் கோர்த்தேன். வேகமாக வீசிய காற்று குடையை முன்னோக்கி இழுத்துச் சென்றது; என்னால் எவ்வளவு முடியுமோ அந்த அளவு அதன் இரண்டு முனைகளையும் பலமாக இறுக்கிப் பிடித்தேன். காற்று வலிமையுடன் இழுத்தது. படகு வேகமாகப் போய்க்கொண்டிருந்தது.

"நாம் அற்புதமாகப் பயணம் செய்துகொண்டிருக்கிறோம்," என்றாள் கேதரின். குடையின் கம்பிகளை மட்டுமே என்னால் பார்க்க

முடிந்தது. குடை மிகுந்த தாக்குதலுக்குள்ளாகி இழுக்கப்பட்டது; நாங்களும் அதோடு சேர்ந்து ஓடிக்கொண்டிருப்பதுபோல் உணர்ந்தேன். என் கால்களை உறுதியாக ஊன்றி அந்த இழுப்பை எதிர் கொண்டு குடையைப் பின்பக்கமாக இழுத்துப் பிடித்தேன். திடீரென குடை தன் நிலையை இழந்தது. அதன் ஒரு கம்பி உடைந்து என் முன்நெற்றியில் அடித்தது. காற்றில் வளைந்து கொண்டிருந்த குடையின் மேல்முனையைப் பிடிக்க முயற்சி செய்தேன். ஆனால், குடை நொறுங்கி வளைந்தது. அது தளர்ந்து அதன் உள்பக்கம் வெளிப்பக்கமாக மடங்கியது. காற்றால் நிரப்பப் பட்ட பாய்மரத்தின் பாயைப்போன்ற குடையைப் பிடித்துக் கொண்டிருந்த நான் இப்போது உள்பக்கம் வெளிப்பக்கமாக மடங்கி கிழிந்த குடையின் கைப்பிடியின் இரண்டு பக்கமும் கால்களைப் போட்டபடி உட்கார்ந்திருந்தேன். இருக்கையின் கொக்கியில் மாட்டப்பட்டிருந்த குடையின் கைப்பிடியை வெளியே எடுத்து குடையைப் படகின் முன்பகுதியில் கிடத்தினேன். துடுப்பை வாங்குவதற்காக நான் கேதரின் இருந்த பகுதிக்குப் போனேன். அவள் சிரித்துக்கொண்டிருந்தாள்; என் கையைப் பிடித்தாள்; சிரித்துக்கொண்டேயிருந்தாள்.

"என்ன சமாச்சாரம்?" நான் துடுப்பைக் கையில் எடுத்தேன்.

"நீ அந்த உடைந்த குடையைப் பிடித்துக்கொண்டிருந்ததைப் பார்க்க வேடிக்கையாக இருந்தது."

"நானும் அப்படித்தான் நினைக்கிறேன்."

"அன்பனே, எரிச்சல் படாதே. அது மிகவும் வேடிக்கையாக இருந்தது. நீ இருபது அடி அகலமாகத் தோன்றினாய், மிகுந்த பாசத்துடன் குடையின் ஓரங்களைப் பிடித்தபடி---" அவள் சிரித்து மூச்சுவிடத் திணறினாள்.

"படகை நான் வலிக்கிறேன்."

"நீ சற்று ஓய்வெடு; கொஞ்சம் மது குடி. இது ஒரு மேன்மை யான இரவு. நாம் வெகு தூரம் வந்துவிட்டோம்."

"அலைகளின் தாழ்வான பகுதியிலிருந்து விலகிச் செல்ல வேண்டியிருக்கிறது."

"உனக்குக் கொஞ்சம் மது தருகிறேன். பிறகு சிறிது நேரம் ஓய்வெடு, அன்பனே."

நான் துடுப்புகளைத் தூக்கிப் பிடித்து அப்படியே அவற்றுடன் பயணம் செய்தோம். கேதரின் பையைத் திறந்துகொண்டிருந்தாள். பிராந்தி பாட்டிலை எடுத்து என்னிடம் கொடுத்தாள். என்னுடைய பேனாக் கத்தியால் பாட்டிலின் தக்கையைத் திறந்து ஒரு மடக்கில் அதிக அளவு பிராந்தி குடித்தேன். அது இதமாகவும் வெது வெதுப்பாகவும் இருந்தது; அந்த வெதுவெதுப்பு என் உடம்பு முழுவதும் பரவியது. என் உடம்பில் சூடு ஏறியது, நான் குதூகலம் அடைந்தேன். “இது சிறப்பான பிராந்தி,” என்றேன். நிலவு மீண்டும் மேகத்துக்குள் மறைந்தது; ஆனாலும் என்னால் ஏரிக்கரையைக் காண முடிந்தது. ஏரிக்குள் நீண்ட தூரத்தில் மற்றுமொரு நிலப் பரப்பின் முனை இருப்பதுபோல் தோன்றியது.

“கேட், நீ போதுமான அளவு கதகதப்புடன் இருக்கிறாயா?”

“நான் உன்னதமான நிலையில் இருக்கிறேன். கொஞ்சம் விறைப்படைந்திருக்கிறேன்.”

“படகின் அடித்தளத்திலிருக்கும் தண்ணீரை வெளியேற்று. பாதங்களைக் கீழே வைத்துக்கொள்ளலாம்.”

பிறகு படகை வலித்தேன், துடுப்புகள் இணைக்கப்பட்டிருந்த படகின் பக்க விளிம்புகளில் இருந்த வளையங்கள் எழுப்பிய ஓசையைக் கேட்டேன். துடுப்புகள் தண்ணீரில் அமிழும் சத்தத் தைக் கேட்டேன். இருக்கையின் பின்பகுதியிலிருந்து தண்ணீரை வெளியேற்றும் தகர வாளியின் உரசல் ஒலியையும் கேட்டேன்.

“அந்த தகர வாளியை என்னிடம் தர முடியுமா? எனக்குக் கொஞ்சம் தண்ணீர் வேண்டும்.”

“அது அதிக அழுக்குடன் இருக்கிறது.”

“பரவாயில்லை. நான் அதை அலசிச் சுத்தம் செய்துகொள்கிறேன்.”

படகின் வெளிப்பக்கமாக கேதரின் வாளியை தண்ணீரில் அலசிச் சுத்தம் செய்யும் சத்தத்தைக் கேட்டேன். அதன் பின் அதில் தண்ணீர் நிரப்பி என்னிடம் கொடுத்தாள். பிராந்தி குடித் திருந்ததால் எனக்குத் தாகமாக இருந்தது. தண்ணீர் மிகவும் குளிர்ச்சியாக இருந்தது, என் பற்களில் வலி உண்டாக்கும் அளவு அதிகக் குளிர்ச்சியாக இருந்தது. ஏரிக்கரைப் பக்கம் பார்த்தேன். ஏரிக்குள் இருந்த நீண்ட நிலப்பரப்பின் முனைக்குப் பக்கத்தில்

இருந்தோம். எங்களுக்கு முன்னால் இருந்த விரிகுடாவில் விளக்குகள் எரிந்துகொண்டிருந்தன.

"நன்றி," என்று சொல்லி தகர வாளியைத் திருப்பிக் கொடுத்தேன்.

"அதை முழுமையாக வரவேற்கிறேன்," என்று கேதரின் சொன்னாள். "தேவைப்பட்டால் இன்னும் தண்ணீர் தருகிறேன்; இன்னமும் அதிகத் தண்ணீர் இருக்கிறது."

"நீ ஏதாவது சாப்பிட விரும்பவில்லையா?"

"இல்லை. இன்னும் சிறிது நேரத்தில் எனக்குப் பசி எடுக்கும். அதுவரை அதை நான் மிச்சப்படுத்தி வைக்கிறேன்."

"அப்படியானால் சரி."

எங்களுக்கு முன்னால் நிலப்பரப்பின் முனையாகத் தோன்றிய இடம் ஒரு நீண்ட மேட்டு நிலக்கூம்பாக இருந்தது. நான் ஏரியில் தொடர்ந்து பயணம் செய்து அதைத் தாண்டிச் சென்றேன். ஏரி இப்போது மிகவும் குறுகலாக இருந்தது. நிலவு மீண்டும் வெளியே வந்தது. சுங்கவரித் துறையினர் கவனமாகக் கவனித்திருந்தால் அவர்கள் ஏரியில் ஒரு கருத்த வடிவத்தில் எங்களின் படகைப் பார்த்திருப்பார்கள்.

"கேட், எப்படி இருக்கிறாய்?"

"நன்றாக இருக்கிறேன். நாம் இப்போது எங்கே இருக்கிறோம்?"

"இன்னும் அதிகபட்சமாக எட்டு மைல் தூரத்தை நாம் கடக்க வேண்டியிருக்கும் என்று நினைக்கிறேன்."

"அதுவே அதிக தூரம்தான். நீதான் பாவம், அன்பனே. உனக்கு உடம்பில் இன்னமும் தெம்பு இருக்கிறதா?"

"இருக்கிறது. நான் நன்றாக இருக்கிறேன். என்னுடைய கைகள்தான் புண்ணாகிவிட்டன."

நாங்கள் ஏரியில் தொடர்ந்து பயணம் செய்தோம். ஏரியின் வலது கரையில் இருந்த மலைகளுக்கு இடையே ஒரு இடைவெளி இருந்தது. அதன் பின் அந்த இடைவெளி ஏரியின் தாழ்வாக இருந்த கரையோரத்தில் சமதளமாக மாறியது. அதுதான் கேனபியோ நகரமாக இருக்க வேண்டும் என்று நினைத்தேன். சுங்கத்துறைக்

காவலர்களைச் சந்திக்கும் பெரும் ஆபத்து இருந்ததால் நான் அந்த இடத்திலிருந்து விலகிச் சென்றேன். ஏரியின் மற்றொரு கரையில் வெகு தூரம் தள்ளி தொப்பி அணிந்த குவிந்த கூரை போன்ற ஒரு உயரமான மலை இருந்தது. நான் மிகவும் சோர்வடைந்திருந்தேன். இன்னமும் படகு வலிக்கவேண்டிய தூரம் அதிகம் இல்லையென்றாலும் களைப்படைந்திருந்த நிலையில் அது நீண்ட தூரமாகத்தான் தெரிந்தது. சுவிட்சர்லாந்து பகுதிக்குள் நுழைவதற்கு அந்த மலையைத் தாண்டி இன்னம் ஐந்து மைல் தூரம் முன்னால் போக வேண்டும் என்று எனக்குத் தெரியும். நிலவு கிட்டத்தட்ட கீழே இறங்கியிருந்தது; ஆனால், அது முழுமையாகக் கீழே இறங்குவதற்கு முன்னால் மேகக் கூட்டம் அதை முழுவதும் மறைத்தது; எங்கும் இருள் சூழ்ந்தது. நான் ஏரிக்கரையிலிருந்து வெகு தூரத்தில் சென்றேன். கொஞ்ச நேரம் படகை வலித்துக்கொண்டும், கொஞ்ச நேரம் ஓய்வெடுத்துக்கொண்டும், காற்று துடுப்புகளின் மீது தாக்கும்படி அவற்றைப் பிடித்தபடியும் பயணம் செய்தேன்.

"கொஞ்ச நேரம் நான் துடுப்பு வலிக்கிறேன்," என்று கேதரின் சொன்னாள்.

"வேண்டாம் என்று நினைக்கிறேன்."

"முட்டாள்தனமாக இருக்கிறது. அது எனக்கு நல்லது. நான் அதிகம் விறைப்படையாமல் இருக்க உதவும்."

"நீ துடுப்பு வலிக்கக் கூடாது என்று நினைக்கிறேன், கேட்."

"இது முட்டாள்தனம். கர்ப்பிணி பெண் மிதமான அளவுக்குத் துடுப்பு வலிக்கலாம். அது நல்லதும்கூட."

"அப்படியானால் சரி. நீ மிகவும் நிதானமாகத் துடுப்பு வலி. நான் பின்னால் போகிறேன், பிறகு நீ முன்பகுதிக்கு வா. நீ முன்னால் வரும்போது, துடுப்புகளைப் படகின் விளிம்புகளில் பிணைத்திருக்கும் இரண்டு கருவிகளையும் பிடி."

கோட்டு அணிந்தபடி நான் படகின் பின்பகுதியில் உட்கார்ந்தேன். கழுத்துப் பட்டையைத் தூக்கிவிட்டிருந்தேன்; கேதரின் துடுப்பு வலிப்பதைக் கவனித்தேன். அவள் மிகவும் சிறப்பாகத் துடுப்பு வலித்தாள். ஆனால், துடுப்புகள் அதிக நீளமாய் இருந்ததால் அவளுக்குத் தொல்லை கொடுத்தன. நான் பையைத் திறந்து

ஒன்றிரண்டு சாண்ட்விச் சாப்பிட்டேன். கொஞ்சம் பிராந்தி குடித்தேன். அது சோர்வுகள் அனைத்தையும் சீரடையச் செய்தது. மேலும் கொஞ்சம் பிராந்தி குடித்தேன்.

"எப்போது நீ சோர்வடைகிறாயோ அப்போது எனக்குச் சொல்," என்றேன். "கவனமாக இரு. துடுப்பு திடீரென உன் வயிற்றில் தாக்காமல் பார்த்துக்கொள்," என்றும் சொன்னேன்.

"அது அப்படித் தாக்கினால் வாழ்க்கை மிகவும் எளிதானதாக மாறலாம்," என்று துடுப்பு வலித்தபடியே கேதரின் சொன்னாள்.

நான் மேலும் கொஞ்சம் பிராந்தி குடித்தேன்.

"நீ எப்படி உணர்கிறாய்?"

"நன்றாக இருக்கிறேன்."

"நீ படகு வலித்தது போதும் என்று நினைத்தால் என்னிடம் சொல்."

"சரி. சொல்கிறேன்."

நான் மீண்டும் கொஞ்சம் பிராந்தி குடித்தேன். பிறகுபடகின் விளிம்புகளில் இருந்த துடுப்புப் பிணைப்புகளைப் பிடித்தபடி முன்னால் நகர்ந்தேன்.

"வேண்டாம். நான் அற்புதமாகப் படகு வலித்துக் கொண்டிருக்கிறேன்."

"நீ படகின் பின்பகுதிக்குத் திரும்பிப் போ. எனக்கு சிறப்பான ஓய்வு கிடைத்தது."

பிராந்தி குடித்ததன் விளைவாகச் சற்று நேரம் எளிதாகவும் ஒரே சீராகவும் படகு வலித்தேன். பிறகு, துடுப்பை முன்பக்கமாகக் கொண்டுபோக முயற்சி செய்யும்போது அதைத் தண்ணீரின் மேற்பரப்பிலிருந்து உயர்த்த முடியாமல் தடுமாறினேன்; பயனற்ற முறையில் மீண்டும்மீண்டும் தண்ணீருக்குள்ளேயே துளாவிக் கொண்டிருந்தேன். பிராந்தி குடித்த பிறகு மிகவும் கடினமாகத் துடுப்பு வலித்ததால் மெல்லிய பழுப்பு நிறத்தில் வெளியேறிய பித்தநீரின் சுவையை உணர்ந்தேன்.

"எனக்குக் கொஞ்சம் தண்ணீர் கொடுக்க முடியுமா?" என்று கேட்டேன்.

"இதோ தருகிறேன்," என்றாள் கேதரின்.

வெளிச்சம் வருவதற்கு முன்னால் தூறல் விழ ஆரம்பித்தது. காற்றின் வேகம் தணிந்திருந்தது, அல்லது ஏரியின் வளைவான பகுதியை ஒட்டியிருந்த மலைகள் எங்களுக்குப் பாதுகாப்பு கொடுத்தது. வெளிச்சம் வருவதை நான் உணர்ந்தபோது நிதான மடைந்து அமைதியாகப் படகை வலித்தேன். நாங்கள் எங்கே இருந்தோம் என்று எனக்குத் தெரியவில்லை; ஆனால், ஏரியின் சுவிட்சர்லாந்து நாட்டு எல்லைக்குள் நுழைய வேண்டும் என்று விரும்பினேன். வெளிச்சம் வரத் தொடங்கும்போது ஏரிக்கரையின் அருகில் இருந்தோம். பாறைகள் நிறைந்த ஏரிக்கரையையும் அங்கிருந்த மரங்களையும் என்னால் காண முடிந்தது.

"என்ன அது?" என்று கேதரின் கேட்டாள். நான் துடுப்பு வலிப்பதை நிறுத்தி கவனமாகக் கேட்டேன். அது ஏரியில் போய்க்கொண்டிருந்த இயந்திரப் படகின் "சக்" "சக்" என்ற சத்தம். நான் ஏரிக்கரையின் ஓரமாகப் படகைச் செலுத்தி அமைதியாக அங்கேயே நிறுத்தினேன். இயந்திரப் படகின் சத்தம் எங்களுக்கு மிக அருகில் வந்துகொண்டிருந்தது. அப்போது மழை பெய்துகொண்டிருந்தது. எங்களுக்குப் பின்னால் வந்த இயந்திரப் படகைப் பார்த்தேன். அந்தப் படகின் பின்பகுதியில் சுங்கத்துறைச் சேவையிலிருந்த நான்கு காவலர்களைப் பார்த்தேன். இத்தாலி நாட்டின் மலைகளில் போரிட சிறப்புப் பயிற்சி பெற்ற படை வீரர்களுக்கேயான தனித்துவமான தொப்பியை அவர்கள் கீழே இழுத்துவிட்டிருந்தார்கள். கைப்பகுதி இல்லாத மேலாடையின் கழுத்துப் பட்டையை மேல்நோக்கித் திருப்பிவிட்டிருந்தார்கள். அவர்களின் சிறு வகைத் துப்பாக்கிகள் அவர்கள் முதுகின் குறுக்கே தொங்கிக்கொண்டிருந்தன. அதிகாலை வேளையில் அதிகத் தூக்கக்கலக்கத்தில் இருப்பதுபோல் தோன்றினார்கள். அவர்களின் மஞ்சள் நிறத் தொப்பிகளையும் மேலாடையின் கழுத்துப் பட்டையிலிருந்த மஞ்சள் நிறக் குறிகளையும் என்னால் பார்க்க முடிந்தது. அந்த மழையிலும் "சக்" "சக்" என்ற ஒலி எழுப்பியபடி அவர்களது இயந்திரப் படகு தொடர்ந்து சென்று கண் பார்வையிலிருந்து மறைந்தது.

பிறகு படகை வெளியே இழுத்து ஏரிக்குள் செலுத்தினேன். சுவிட்சர்லாந்து நாட்டு எல்லைக்கு மிகவும் பக்கத்தில் நாங்கள்

வந்திருந்தால் சாலையோரமாக இருக்கும் காவலனை எதிர்கொள்ள நான் விரும்பவில்லை. ஏரிக்கரையிலிருந்து சிறிது விலகிச் சென்றேன்; ஆனாலும் ஏரிக்கரையைப் பார்க்கும் தூரத்தில் மழையில் நனைந்த படி முக்கால் மணி நேரம் படகைச் செலுத்தினேன். மீண்டும் ஒருமுறை இயந்திரப் படகின் ஓசையைக் கேட்டோம்; அந்தச் சத்தம் எங்களிடமிருந்து விலகி ஏரிக்குள் சென்று மறையும்வரை அமைதியாக இருந்தேன்.

"நாம் சுவிட்சர்லாந்தின் எல்லைக்குள் இருப்பதாக நினைக் கிறேன், கேதரின்," என்றேன்.

"உண்மையாகவா?"

"சுவிஸ் படைகளை நாம் பார்த்தால் ஒழிய அதை உறுதி செய்ய வேறு வழியில்லை."

"அல்லது சுவிஸ் கப்பற்படை."

"சுவிஸ் கப்பற்படையைப் பார்ப்பது அவ்வளவு எளிதானதில்லை. ஒருவேளை நாம் கடைசியாகக் கேட்ட சத்தம்கூட சுவிஸ் கப்பற் படையைச் சேர்ந்த இயந்திரப் படகினுடையதாக இருக்கலாம்."

"நாம் இப்போது சுவிட்சர்லாந்தில் இருந்தோமேயானால் சிறப் பான காலை உணவு சாப்பிடலாம். இங்கே கிடைக்கும் ரொட்டியில் செய்யப்படும் நீண்ட சுருள் வடிவு சாண்ட்விச் மற்றும் வெண்ணெய், ஜாம் சேர்ந்த உணவு அற்புதமாக இருக்கும்."

இப்போது வெளிச்சம் பளிச்சென்று இருந்தது; இதமான மழை பொழிந்தது. இன்னமும் வெளியே ஏரிவரை காற்று வீசிக் கொண்டிருந்தது; எங்களிடமிருந்து விலகி ஏரிக்குள் போய்க் கொண்டிருந்த அலைகளின் வெண்மையான நுரைகளின் உச்சியை எங்களால் காண முடிந்தது. நாங்கள் சுவிட்சர்லாந்தின் எல்லைக் குள் இருந்தோம் என்பதில் எனக்கு ஐயமில்லை. ஏரிக்கரை ஓரமாக நின்ற மரங்களுக்குப் பின்னால் பல வீடுகள் இருந்தன. கரையை ஒட்டிச்சென்ற பாதையில் கொஞ்ச தூரத்தில் இருந்த கிராமத்தில் கற்களாலான வீடுகளும், மலைக் குன்றுகளின் மேல் சில தனித்தனி வீடுகளும், ஒரு தேவாலயமும் இருந்தன. ஏரிக் கரையிலிருந்து விலகிச் சென்ற சாலையில் சுங்கத்துறைக் காவலர்கள் இருப்பார்களா என்று கவனித்துக்கொண்டிருந்தேன்; ஆனால், ஒருவரையும் பார்க்கவில்லை. இந்தப் பகுதியில் ஏரிக்கு

மிகவும் பக்கத்தில் சாலை இருந்தது; சாலையில் இருந்த சிறு உணவு விடுதியிலிருந்து ஒரு படைவீரன் வெளியேறி வந்ததை என்னால் பார்க்க முடிந்தது. அவன் சாம்பல் நிறம் கலந்த பச்சை நிற சீருடை அணிந்திருந்தான். ஜெர்மானியனைப் போல இரும்புத் தொப்பியும் அணிந்திருந்தான். அவன் ஆரோக்கியமான முகத்தோற்றம் உடையவனாய் இருந்தான்; பிரஷ்போல் மீசை வைத்திருந்தான். அவன் எங்களைப் பார்த்தான்.

“அவனைப் பார்த்து கையை அசை,” என்று கேதரினிடம் சொன்னேன். அவள் கை அசைத்தாள். அந்த வீரன் கூச்சத்துடன் புன்னகைத்தான்; அவனும் கை அசைத்தான். படகை மெதுவாக வலித்தேன். அந்தக் கிராமத்தின் நீர்முனையைக் கடந்து சென்றோம்.

“இப்போது நாம் நிச்சயமாக சுவிட்சர்லாந்தின் எல்லைக்குள்ளே தான் இருக்க வேண்டும்,” என்றேன்.

“அன்பனே, அதை நாம் உறுதிப்படுத்த வேண்டும். இந்த நாட்டின் எல்லையில் அவர்கள் நம்மைத் திருப்பி அனுப்பக் கூடாது.”

“இந்த நாட்டின் எல்லை வெகு தூரத்துக்குப் பின்னால் இருக் கிறது. இதுதான் சுங்க நகரமாக இருக்கும் என்று நினைக்கிறேன். இது நிச்சயமாக பிரிசகோ நகராட்சிதான்.”

“இங்கே இத்தாலியர்கள் இருக்க மாட்டார்களா? எப்போதுமே அவர்கள் ஒரு நாட்டு எல்லையின் இரண்டு பக்கங்களிலும் இருக்கும் சுங்க அலுவலகத்தில் இருப்பார்கள்.”

“போர்க் காலங்களில் அப்படி இருக்க மாட்டார்கள். இத்தாலி யர்களை அவர்கள் நாட்டின் எல்லைக்கோட்டைத் தாண்ட அனுமதிப்பார்கள் என்று எனக்குத் தோன்றவில்லை.”

அது ஒரு அழகான சின்ன நகரமாகத் தோன்றியது. ஓடத்துறை நெடுகிலும் பல மீன்பிடிப் படகுகள் நின்றன. சட்டகங்களில் மீன்பிடி வலைகள் விரித்துப் போடப்பட்டிருந்தன. நவம்பர் மாதத்திற்கேயான அற்புதமான மழை பொழிந்துகொண்டிருந்தது. ஆனால், மழையிலும் அந்த நகரம் உற்சாகமாகவும் துப்புரவாகவும் இருப்பதுபோல் தோன்றியது.

“நாம் இங்கேயே படகை நிறுத்திவிட்டு காலை உணவு சாப்பிடலாமா?”

"அப்படியே செய்யலாம்."

இடது பக்கத் துடுப்பை வலிமையுடன் வலித்தேன். நிலப் பரப்புக்கு மிகவும் பக்கமாக வந்ததும் படகை நேராகக் கொண்டு வந்து ஓடத்துறையின் ஓரமாக நிறுத்தினேன். துடுப்புகளை உள்ளே இழுத்தேன். ஓர் இரும்பு வளையத்தைக் கையில் எடுத்தேன். படகிலிருந்து வெளியே வந்து ஈரமாயிருந்த கல்லில் காலை வைத்தேன். நான் இப்போது சுவிட்சர்லாந்து நாட்டில் இருந்தேன். படகை இழுத்துக் கட்டினேன். கேதரினுக்கு உதவும் வகையில் அவள் பக்கமாகக் கீழே கையை நீட்டினேன்.

"மேலே வா, கேட். இது ஓர் உன்னதமான உணர்வு."

"பைகளை என்ன செய்வது?"

"அவை படகிலேயே இருக்கட்டும்."

கேதரின் மேலே ஏறி வந்தாள். நாங்கள் இருவரும் சுவிட்சர் லாந்தில் சேர்ந்து இருந்தோம்.

"என்ன அற்புதமான நாடு," என்றாள் அவள்.

"இது பேரழகுடையது, இல்லையா?"

"நாம் போகலாம்; போய் காலை உணவு சாப்பிடலாம்!"

"இது உன்னதமான நாடு இல்லையா? என்னுடைய காலணி களுக்கு அடியில் ஏற்படும் உணர்வை நான் ஆராதிக்கிறேன்."

"அதை நன்றாக உணர முடியாதபடி நான் விறைப்படைந் திருக்கிறேன். ஆனாலும் இது மேன்மையான நாடாகத் தோன்று கிறது. அன்பனே, இப்போது நாம் இங்கே இருக்கிறோம், அந்தப் படுமோசமான இடத்திலிருந்து வெளியே இருக்கிறோம் என்பதை நீ முழுமையாக உணர்கிறாயா?"

"உணர்கிறேன். உண்மையிலேயே உணர்கிறேன். இப்படியான உணர்வு எனக்கு ஒருபோதும் ஏற்பட்டதில்லை."

"அந்த வீடுகளைப் பார். இது அழகான சதுக்கம் இல்லையா? நாம் சாப்பிட அங்கே ஓர் இடம் இருக்கிறது."

"இந்த மழையும் இதமாக இல்லையா? இதைப்போல் இத்தாலியில் ஒருபோதும் மழை பெய்ததில்லை. இது புத்துணர்ச்சி ஏற்படுத்தும் மழையாக இருக்கிறது."

"நாம் இப்போது இங்கே இருக்கிறோம், அன்பனே. நாம் இங்கே இருக்கிறோம் என்பதை உணர்கிறாயா?"

நாங்கள் உணவுவிடுதிக்குள் சென்றோம். மரத்தினால் செய்யப் பட்ட சுத்தமான மேஜை முன்னால் உட்கார்ந்தோம். நாங்கள் தலைகால் புரியாத அளவு உணர்ச்சிவயப்பட்டிருந்தோம். அளப் பரிய தூய்மையான தோற்றம் கொண்ட ஒரு பெண் மேலங்கி அணிந்து எங்களிடம் வந்து எங்களுக்கு என்ன வேண்டும் என்று கேட்டாள்.

"ரொட்டி சாண்ட்விச் சுருள்கள், ஜாம், காப்பி," என்று கேதரின் சொன்னாள்.

"வருந்துகிறேன். போர்க்காலமானதால் எங்களிடம் ரொட்டி சாண்ட்விச் சுருள்கள் இல்லை."

"அப்படியானால் எங்களுக்கு ரொட்டி வேண்டும்."

"முறுகலான ரொட்டித் துண்டுகள் தருகிறேன்."

"சரி."

"எனக்குக் கொஞ்சம் முட்டை வறுவலும் வேண்டும்."

"ஐயாவுக்கு எத்தனை முட்டைகள் வேண்டும்?"

"மூன்று."

"நான்கு, அன்பனே."

"சரி நான்கு முட்டைகள்."

அந்தப் பெண் அங்கிருந்து சென்றாள். நான் கேதரினை முத்த மிட்டு அவளுடைய கையைக் கெட்டியாகப் பிடித்தேன். நாங்கள் ஒருவரை ஒருவர் பார்த்தோம்; சிற்றுண்டிச்சாலையையும் பார்த்தோம்.

"அன்பனே, என் அன்பனே, இது இனிமையாக இல்லையா?"

"உன்னதமாக இருக்கிறது," என்றேன்.

"இங்கே ரொட்டி சாண்ட்விச் சுருள்கள் இல்லை என்பதை நான் பொருட்படுத்தவில்லை," என்று கேதரின் சொன்னாள். "இரவு முழுவதும் அவற்றை நினைத்துக்கொண்டிருந்தேன். ஆனால், அதைப் பொருட்படுத்தவில்லை. பொருட்படுத்தவேயில்லை."

"கூடிய விரைவில் அவர்கள் நம்மைக் கைது செய்யக்கூடும் என்று நினைக்கிறேன்."

"அன்பனே, கவலைப்படாதே. முதலில் சாப்பிடுவோம். சாப்பிட்டபின் கைது செய்யப்பட்டால் நீ அதைப் பொருட்படுத்த மாட்டாய். அதற்கு மேல் அவர்களால் நம்மை ஒன்றும் செய்ய முடியாது. நாம் மதிப்புமிக்கக்கத்தக்க ஆங்கிலேய, அமெரிக்கக் குடிமக்கள்."

"நீ பாஸ்போர்ட் வைத்திருக்கிறாய், இல்லையா?"

"நிச்சயமாக. ஓ... அதைப்பற்றி நாம் இப்போது பேச வேண்டாம். நாம் மகிழ்ச்சியாக இருப்போம்."

"இதற்கு மேலும் என்னால் மகிழ்ச்சியாக இருக்க முடியாது," என்றேன். கொழுத்த பழுப்பு நிறப் பூனை ஒன்று, அலங்கார இறகுகளை மேலே விரித்து வைப்பது போல அதன் வாலை உயர்த்திய நிலையில் தரைத்தளத்தைக் கடந்து எங்கள் மேஜைக்கு வந்து என்னுடைய காலை ஒட்டிச் சுருண்டு படுத்தது; ஒவ்வொருமுறை அது என் காலைத் தடவும்போதும் மெல்லிய குரல் எழுப்பி அதன் மகிழ்ச்சியை வெளிப்படுத்தியது. நான் கீழே குனிந்து அதைத் தட்டிக் கொடுத்தேன். கேதரின் என்னைப் பார்த்து மகிழ்ச்சி பொங்கப் புன்னகைத்தாள். "இதோ காப்பி வருகிறது," என்றாள்.

நாங்கள் சாப்பிட்டு முடித்த பிறகு அவர்கள் எங்களைக் கைது செய்தார்கள். எங்கள் பைகளை எடுப்பதற்காக அந்தக் கிராமத்தின் வழியாகச் சற்று தூரம் நடந்து ஓடத்துறைக்குச் சென்றோம். படைவீரன் ஒருவன் எங்கள் படகுக்குக் காவலாக நின்றுகொண்டிருந்தான்.

"இதுதான் உங்கள் படகா?"

"ஆமாம்."

"எங்கேயிருந்து வருகிறீர்கள்?"

"ஏரியின் அந்தத் திசையிலிருந்து வருகிறோம்."

"அப்படியானால் நீங்கள் இருவரும் என்னோடு வர வேண்டும்."

"எங்கள் பைகளை என்ன செய்வது?"

"அவற்றை நீங்கள் எடுத்து வரலாம்."

நான் பைகளைச் சுமந்து வந்தேன்; கேதரின் என் பக்கமாக நடந்து வந்தாள். அந்தப் படைவீரன் எங்களோடு எங்களுக்குப் பின்னால் வந்தான். நாங்கள் பழைய சுங்க அலுவலகத்தை நோக்கி நடந்தோம். சுங்க அலுவலகத்தில், மிகவும் ஒல்லியாகவும் இராணுவ மிடுக்குடனும் இருந்த லெஃப்டினன்ட் எங்களை விசாரித்தார்.

"நீங்கள் எந்த நாட்டைச் சேர்ந்தவர்கள்?"

"அமெரிக்கா மற்றும் இங்கிலாந்து."

"உங்களுடைய பாஸ்போர்ட்களைக் காட்டுங்கள்."

நான் என்னுடையதைக் கொடுத்தேன். கேதரின் அவளுடைய கைப்பையிலிருந்து பாஸ்போர்ட்டை வெளியே எடுத்தாள்.

அவற்றை அவர் நீண்ட நேரம் ஆய்வு செய்தார்.

"எதற்காக இப்படி படகில் நீங்கள் சுவிட்சர்லாந்துக்குள் நுழைந்தீர்கள்?"

"நான் ஒரு விளையாட்டு வீரன். படகு ஓட்டுவது எனக்கு மிகவும் பிடித்தமான விளையாட்டு. வாய்ப்பு கிடைக்கும்போது படகு ஓட்டுவதில் ஈடுபடுவேன்."

"இங்கே எதற்காக வந்தாய்?"

"பனிக்கால விளையாட்டுகளில் பங்கெடுப்பதற்காக. நாங்கள் சுற்றுலா பயணிகள். பனிக்கால விளையாட்டுகளில் ஈடுபட விரும்புகிறோம்."

"அதற்கான இடம் இது இல்லையே."

"அது எங்களுக்குத் தெரியும். பனிக்கால விளையாட்டுகள் எங்கே நடை பெறுகின்றனவோ அங்கே போக விரும்புகிறோம்."

"நீங்கள் இத்தாலியில் என்ன செய்துகொண்டிருந்தீர்கள்?"

"நான் கட்டடக்கலை படித்துக்கொண்டிருந்தேன். என்னுடைய உறவினரான இவள் கலைத்துறையில் படித்துக்கொண்டிருந்தாள்."

"எதற்காக அங்கேயிருந்து வெளியேறினீர்கள்?"

"பனிக்கால விளையாட்டுகள் விளையாட விரும்புகிறோம். போர் நடந்துகொண்டிருக்கும் சூழ்நிலையில் அங்கே கட்டடக் கலை படிக்க முடியாது."

“தயவுசெய்து நீங்கள் இங்கேயே இருங்கள்,” என்று லெஃப்டி னன்ட் கூறினார். எங்களுடைய பாஸ்போர்ட்டுகளை எடுத்துக் கொண்டு அவர் அந்தக் கட்டடத்தின் பின்பகுதிக்குச் சென்றார்.

“நீ வியக்கத்தக்கவன், என் அன்பனே,” என்றாள் கேதரின். “இந்தப் பதிலையே சொல்லு. நீ பனிக்கால விளையாட்டுகள் விளையாட வந்திருக்கிறாய்.”

“கலைகள் தொடர்பான படிப்பு பற்றி உனக்கு ஏதாவது தெரியுமா?”

“நெதர்லாந்து நாட்டுக் கலைஞர் சர் பீட்டர் பால் ரூபன்ஸ்,” என்றாள்.

“பெரிய உருவத்துடன் குண்டாக,” என்றேன்.

“டிஷன்,” என்று கேதரின் சொன்னாள்

“பழுப்பு நிற பேத சிவப்புத் தலைமுடி கொண்டவர்,” என் றேன். “இத்தாலி நாட்டு ஓவியர் ஆன்ரியா மண்டெக்னா பற்றி தெரியுமா?”

“கடினமான கேள்விகள் கேட்காதே,” என்று கேதரின் சொன்னாள். “இருந்தாலும் அவரை எனக்குத் தெரியும்—மிகவும் கசப்பான அனுபவம்.”

“மிகவும் கசப்பான அனுபவம்,” என்றேன். “உடம்பில் பல ஆணிகள் இருந்த துவாரங்கள் ஏற்படுத்தும் உணர்வுபோல.”

“இதோ பார், உனக்கு நான் அற்புதமான மனைவியாக இருக் கிறேன்,” என்றாள் கேதரின். “என்னால் உன்னுடைய வாடிக்கை யாளர்களுடன் கலைகளைப் பற்றிப் பேச முடியும்.”

“இதோ அவர் வருகிறார்,” என்றேன். அந்த ஒல்லியான லெஃப்டினன்ட் எங்களுடைய பாஸ்போர்ட்களைக் கையில் பிடித்த படி சுங்க அலுவலகத்தின் தூரமாயிருந்த பின்பகுதியிலிருந்து வந்தார்.

“உங்களை நான் லொகார்னோ நகரத்துக்கு அனுப்பவேண்டி யிருக்கிறது,” என்றார் அவர். “நீங்கள் ஒரு வண்டி அமர்த்திக் கொள்ளலாம். உங்களுடன் படைவீரன் ஒருவன் வருவான்.”

“அப்படியே செய்கிறோம்,” என்றேன். “எங்களுடைய படகை என்ன செய்வது?”

"அந்தப் படகு பறிமுதல் செய்யப்பட்டுள்ளது. உங்கள் பைகளில் என்ன வைத்திருக்கிறீர்கள்?"

அவர் இரண்டு பைகளையும் சோதனை செய்தார். கால் பங்கு பிராந்தி இருந்த பாட்டிலைத் தூக்கிப் பிடித்தார். "என்னுடன் கொஞ்சம் மது குடிக்கிறீர்களா?" என்று கேட்டேன்.

"நன்றி. எனக்கு வேண்டாம்." அவர் நேராக நிமிர்ந்து உட்கார்ந்தார். "நீங்கள் எவ்வளவு பணம் வைத்திருக்கிறீர்கள்?"

"இரண்டாயிரத்து ஐநூறு லயர்."

அவருக்கு எங்களைப் பற்றி நல்ல எண்ணம் ஏற்பட்டது. "உங்கள் உறவினர் எவ்வளவு வைத்திருக்கிறார்?"

கேதரின் ஆயிரத்து நூறு லயருக்கும் கொஞ்சம் அதிகமாக வைத்திருந்தாள். லெஃப்டினன்ட் மனநிறைவு அடைந்தார். எங்களுடனான அவருடைய அணுகுமுறையில் இருந்த இறுமாப்பு குறைந்திருந்தது.

"நீங்கள் பனிக்கால விளையாட்டுகளில் பங்குபெறப் போகிறீர்கள்," என்ற அவர், "வெங்கென் என்ற உல்லாசப்போக்கிட நகரம்தான் அதற்குச் சிறந்தது. அங்கே என்னுடைய அப்பா சிறந்த ஹோட்டல் நடத்துகிறார். அது எல்லா நாட்களும் திறந்திருக்கும்," என்றும் சொன்னார்.

"அது அதிஅற்புதம். அதன் பெயரை எனக்குச் சொல்வீர்களா?"

"நான் ஓர் அட்டையில் எழுதித் தருகிறேன்." அவர் ஓர் அட்டையை மிகுந்த மரியாதையுடன் என்னிடம் கொடுத்தார்.

"இந்தப் படைவீரன் உங்களை லொகார்னோ நகருக்குக் கூட்டிச் செல்வான். உங்களுடைய பாஸ்போர்ட்களை அவன் வைத்திருப்பான். அதற்காக நான் வருந்துகிறேன்; ஆனால், அது அவசியமானது. லொகார்னோவில் இருப்பவர்கள் உங்களுக்கு விசா அல்லது காவல்துறை அனுமதிச் சீட்டு தருவார்கள் என்று எனக்கு அதிக நம்பிக்கை இருக்கிறது."

அவர் இரண்டு பாஸ்போர்ட்டையும் படைவீரனிடம் கொடுத்தார். போக்குவரத்து வண்டி ஏற்பாடு செய்வதற்காக இரண்டு பைகளையும் சுமந்தபடி அந்தக் கிராமத்தின் வழியாகப் புறப்பட்டோம். "ஹாய்," அவர் படைவீரனைக் கூப்பிட்டார்,

ஜெர்மன் பேச்சு வட்டார மொழியில் ஏதோ சொன்னார். அவன் துப்பாக்கியை முதுகில் தொங்கவிட்டபின் பைகளைக் கையில் எடுத்தான்.

"இது ஒரு சிறந்த நாடு," என்று கேதரினிடம் சொன்னேன்.

"நடைமுறைக்குச் சாத்தியமான வழக்கங்கள் கொண்ட நாடு."

"உங்களுக்கு எங்களுடைய மனமார்ந்த நன்றி," என்று அந்த லெஃப்டினன்டுக்குச் சொன்னேன். அவர் கை அசைத்து விடை கொடுத்தார்.

"அது எங்கள் சேவை!" என்றார். நாங்கள் எங்கள் பாதுகாவலனைப் பின்தொடர்ந்து கிராமத்துக்குள் சென்றோம்.

ஒரு வண்டியில் லொகார்னோ நகருக்குச் சென்றோம். படைவீரன் முன்இருக்கையில் டிரைவருடன் உட்கார்ந்திருந்தான். லொகார்னோவில் எங்களுக்கு மோசமான அனுபவம் எதுவும் ஏற்படவில்லை. அங்கே கேள்வி கேட்டார்கள்; ஆனால், எங்களிடம் பணமும் பாஸ்போர்ட்டும் இருந்ததால் எங்களைக் கண்ணியமாக விசாரித்தார்கள். நாங்கள் சொன்ன கதையில் ஒரு வார்த்தையைக்கூட அவர்கள் நம்பியிருப்பார்கள் என்று எனக்குத் தோன்றவில்லை; அது சிறு பிள்ளைத்தனம் என்று நினைத்தேன். ஆனால், அது ஒரு நீதிமன்றச் செயல்பாடுபோல் இருந்தது. நீ நம்பத்தக்கதாகச் சொல்ல வேண்டியதில்லை; சட்டதிட்டங்களுக்கு உட்பட்டதாகச் சொல்ல வேண்டும்; விளக்கங்கள் எதுவும் கொடுக்காமல் சொன்னதை அப்படியே நிலைநாட்ட வேண்டும். ஆனால், எங்களிடம் பாஸ்போர்ட் இருந்தது; செலவு செய்யப் பணம் இருந்தது. அதனால் அவர்கள் எங்களுக்குத் தற்காலிக அனுமதிச் சீட்டு கொடுத்தார்கள். எந்தச் சமயத்திலும் இந்த விசா திரும்பப்பெறப்படலாம். நாங்கள் எங்கெங்குச் சென்றாலும் அங்கிருக்கும் காவல்துறையினருக்கு நாங்கள் தகவல் சொல்ல வேண்டும்.

எங்கெங்கெல்லாம் போக விரும்புகிறோமோ அங்கெல்லாம் நாங்கள் போக முடியுமா? ஆமாம். நாங்கள் எங்கே போக விரும்பினோம்?

"நீ எங்கே போக விரும்புகிறாய், கேட்?"

"சுவிட்சர்லாந்தின் தென் பகுதியில் ஜெனீவா ஏரிக்கரையோரம் அமைந்துள்ள மாந்ரொவ் நகரம்."

"அது மிகச் சிறந்த இடம்," என்று அந்த அதிகாரி சொன்னார். "அந்த இடத்தை நீங்கள் விரும்புவீர்கள் என்று நினைக்கிறேன்."

"இந்த லொகார்னோ நகரமுமே சிறந்த இடம்தான்," என்று மற்றொரு அதிகாரி சொன்னார். லொகார்னோ நகரை விரும்புவீர்கள் என்று நான் உறுதியாகச் சொல்வேன். லொகார்னோ மிகச் சிறந்த வசீகரமான நகரம்."

"பனிக்கால விளையாட்டுகள் நடக்கும் ஏதாவது ஒரு இடத்துக்குச் செல்ல விரும்புகிறோம்."

"மாந்ரொவ் நகரத்தில் பனிக்கால விளையாட்டுகள் இல்லை."

"மன்னிக்கவும்," என்றார் அந்த மற்றொரு அதிகாரி. "நான் மாந்ரொவ் நகரிலிருந்து வருபவன். அங்கே மாந்ரொவ் ஓபர்லாந்து பெர்னோ இரயில்வேயில் உறுதியாக பனிக்கால விளையாட்டுகள் நடைபெறுகின்றன. அதை நீ மறுப்பது உண்மைக்குப் புறம்பானது."

"நான் மறுக்கவில்லை. மாந்ரொவ் நகரத்தில் பனிக்கால விளையாட்டுகள் இல்லை என்றுதான் சொன்னேன்."

"அதை நான் கேள்விக்குள்ளாக்குகிறேன். அந்தக் கூற்றின் உண்மைத்தன்மையைக் கேள்விக்குள்ளாக்குகிறேன்."

"அந்தக் கூற்றை நான் நிலைநாட்டுகிறேன்."

"அந்தக் கூற்றை நான் கேள்விக்குள்ளாக்குகிறேன். மாந்ரொவ் நகரத்துத் தெருக்களில் நானே சிறிய பனிச்சறுக்கு வண்டியில் சென்றிருக்கிறேன். ஒருமுறை இல்லை, பலமுறை சென்றிருக்கிறேன். இப்படி சிறிய பனிச்சறுக்கு வண்டியில் பயணம் செல்வது நிச்சயமாகப் பனிக்கால விளையாட்டுதான்."

அந்த மற்றொரு அதிகாரி என் பக்கமாகத் திரும்பினார்.

"இவ்வாறான சிறிய பனிச்சறுக்கு வண்டியில் பயணம் செல்வதை நீங்கள் பனிக்கால விளையாட்டு என்று நினைக்கிறீர்களா, ஐயா? உங்களுக்கு நான் ஒன்று சொல்கிறேன். நீங்கள் இங்கே லோகார்னோவில் மிகவும் வசதியாக இருக்கலாம். உங்கள் உடல்நலத்துக்கு உகந்த வானிலை இங்கு நிலவுவதைக் காண்பீர்கள்; உங்களை ஈர்க்கக்கூடிய சுற்றுச்சூழல் கொண்ட நகரம் இது. இந்த நகரத்தை நீங்கள் மிகவும் விரும்புவீர்கள்."

"அந்த நல்ல மனிதர் மாந்ரொவ் நகருக்குப் போக வேண்டும் என்ற அவரது விருப்பத்தைத் தெரிவித்துவிட்டார்."

"சிறிய சறுக்கு வண்டியில் போவது என்றால் என்ன?" என்று கேட்டேன்.

"நன்றாகப் புரிந்துகொள். அவர் சிறிய சறுக்கு வண்டியில் போவது பற்றி ஒருபோதும் கேள்விப்பட்டதில்லை."

இது இரண்டாவது அதிகாரிக்குப் பெரிய துணையாக அமைந்தது, அவரை மகிழ்ச்சி அடையச் செய்தது.

"சிறிய சறுக்கு வண்டியில் போவது என்பது தட்டையான உலோகத் தகடு பொருத்தப்பட்ட பலகையில் நின்றபடி பனிப் பரப்பில் கீழ்நோக்கிச் சறுக்குவது," என்றார் முதலாவது அதிகாரி.

"நான் உன்னிடமிருந்து பணிவுடன் மாறுபடுகிறேன்," என்று அந்த மற்றொரு அதிகாரி சொன்னார். "மீண்டும் உன் கூற்றிலிருந்து மாறுபட்டுப் பேசுகிறேன். நீ சொல்வது குறைந்த அகலமுடைய பல பலகைத் தகடுகளால் கனடாவில் உற்பத்தி செய்யப்படும் தட்டையான பலகை. ஆனால், நான் சொல்லும் சிறிய சறுக்கு வண்டி என்பது உலோகத்தினாலான அடித்தளத்தைக் கொண்டது. சொல்லும் தகவல்கள் மிகவும் துல்லியமானதாக இருக்க வேண்டும் என்பது முக்கியமான ஒன்று."

"நாங்கள் சிறிய சறுக்கு வண்டியில் போக முடியுமா?"

"நிச்சயமாகப் போக முடியும்," என்றார் முதலாவது அதிகாரி. "நீங்கள் தாராளமாகப் போகலாம். அதிகத் தரத்துடன் கனடாவில் தயாரிக்கப்பட்ட அற்புதமான சறுக்கு வண்டிகள் மாந்ரொவில் விற்கப்படுகின்றன. ஓச்ஸ் பிரதர்ஸ் என்ற நிறுவனம் இவ்வகை வண்டிகளை விற்கிறார்கள். அவர்களுக்குச் சொந்தமான சறுக்கு வண்டிகளை இறக்குமதி செய்கிறார்கள்."

இரண்டாவது அதிகாரி முகத்தைத் திருப்பிக்கொண்டார். "பனிப் பரப்பில் சறுக்கிச் செல்வதற்குத் தனித்துவமான கெட்டியான பனிச் சரிவு தேவை," என்றார் அவர். "மாந்ரொவ் நகரத்துத் தெருக்களில் அப்படிப் போக முடியாது. இங்கு நீங்கள் எங்கே தங்கப்போகிறீர்கள்?"

"எங்களுக்குத் தெரியாது," என்றேன். "நாங்கள் பிரிசகோவி லிருந்து இப்போதுதான் வந்தோம். நாங்கள் வந்த வண்டி வெளியே நிற்கிறது."

"நீங்கள் மாந்ரொவ் போவது என்பதுதான் சரியான தீர்மான மாகும்," என்று முதலாவது அதிகாரி கூறினார். "அங்கு நிலவும் வானிலை உங்களை மகிழ்ச்சியின் உச்சத்திற்குக் கொண்டு செல்லும்; அற்புதமாக இருக்கும். பனிக்கால விளையாட்டுகள் விளையாடு வதற்கு நீண்ட தூரம் போக வேண்டியதில்லை."

"நீங்கள் உண்மையாகவே பனிக்கால விளையாட்டுகளில் பங்கு கொள்ள விரும்பினால்," என்ற இரண்டவது அதிகாரி, "சுவிட்சர் லாந்தின் கிழக்குப் பகுதியில் உள்ள பல உல்லாசப் போக்கிடங்கள் கொண்ட இன் ஆற்றின் எங்கடின் பள்ளத்தாக்குக்குச் செல்லுங்கள் அல்லது ஷில்தோரின் சிகரத்தின் மலையடிவாரத்தில் மலை மீது பயணம் செய்ய கம்பிவட பெட்டிகள் இயங்கும் மெரன் என்ற மலைக்கிராமத்துக்குச் செல்லுங்கள். பனிக்கால விளை யாட்டுகளுக்காக மாந்ரொவ் நகருக்குச் செல்லும்படி நீங்கள் அறிவுறுத்தப்பட்டதற்கு என்னுடைய எதிர்ப்பை நான் கட்டாய மாகத் தெரிவித்தாக வேண்டும்," என்றும் சொன்னார்.

"மாந்ரொவ் நகருக்கு மேல் பகுதியிலுள்ள லெஸ் அவண்ட்ஸ் என்ற கிராமத்தில் எல்லா விதமான பனிக்கால விளையாட்டுகளும் நடக்கின்றன." மாந்ரொவ் நகரைப் பரிந்துரைத்த மாவீரன் சக ஊழியரைக் கோபத்துடன் முறைத்துப் பார்த்தார்.

"அருமையானவர்களே, நாங்கள் இப்போது போக வேண்டும். என்னுடைய உறவினர் மிகவும் களைப்படைந்துவிட்டார். நாங்கள் தற்காலிகமாக மாந்ரொவ் நகருக்குச் செல்கிறோம்."

"உங்களை வாழ்த்துகிறேன்," என்று கூறி முதலாவது அதிகாரி என் கைகளைக் குலுக்கினார்.

"நீங்கள் லோகார்னோ நகரைப் பிரிந்து செல்வதற்காக வருத்தப் படுவீர்கள் என்று நம்புகிறேன்," என்றார் இரண்டாவது அதிகாரி. "எப்படியானாலும் நீங்கள் மாந்ரொவ் நகரில் இருக்கும் காவல் நிலையத்தில் தகவல் சொல்ல வேண்டும்."

"அங்கேயிருக்கும் காவலர்களால் உங்களுக்கு எந்தவித விரும் பத்தகாத அனுபவங்களும் வருந்தத்தக்க அனுபவங்களும் ஏற் படாது," என்று முதலாவது அதிகாரி உறுதி அளித்தார். "அங்கே வசிக்கும் மக்கள் அனைவரும் வியக்கத்தக்க வகையில் மரியாதையுடனும் நட்புடனும் பழகுவார்கள்."

“உங்கள் இருவருக்கும் எங்கள் மனமார்ந்த நன்றி,” என்றேன். “உங்களுடைய அறிவுரைகளை மெச்சுகிறோம்.”

“குட்-பை,” என்று கேதரின் சொன்னாள். “உங்கள் இருவருக்கும் மிக்க நன்றி.”

அந்த இரண்டு அதிகாரிகளும் தலை தாழ்த்தி மரியாதை செய்து வாசல்வரை வந்து வழியனுப்பினார்கள். லோகார்னோவுக்காக வாதாடிய அதிகாரி சற்று உற்சாகம் இழந்து வழியனுப்பினார். நாங்கள் படிகளில் இறங்கி வண்டியில் ஏறினோம்.

“ஓ… என் இறைவா, அன்பனே,” என்ற கேதரின், “இன்னும் கொஞ்சம் சீக்கிரமாக வெளியே வந்திருக்க முடியாதோ? என்றும் சொன்னாள். அதிகாரிகளில் ஒருவர் பரிந்துரைத்திருந்த ஹோட்டலின் பெயரை வண்டியோட்டிக்குச் சொன்னேன். அவன் குதிரையின் கடிவாளங்களைக் கையில் எடுத்தான்.

“படைவீரனை நீ மறந்துவிட்டாய்,” என்றாள் கேதரின். அந்த வீரன் வண்டியின் அருகில் நின்றுகொண்டிருந்தான். அவனுக்கு நான் பத்து லயர் கொடுத்தேன். “என்னிடம் இன்னமும் சுவிட்சர்லாந்து நாட்டுப் பணம் இல்லை,” என்றேன். அவன் எனக்கு நன்றி கூறினான், சல்யூட் அடித்தான், அங்கிருந்து சென்றான். வண்டி புறப்பட்டது; நாங்கள் ஹோட்டலுக்குப் போனோம்.

“எப்படி நீ மாந்ரொவ் நகரைத் தேர்வு செய்தாய்?” என்று கேதரினைக் கேட்டேன். “உண்மையாகவே அங்கே நீ போக விரும்புகிறாயா?”

“அதுவே என்னுடைய முதல் தேர்வாக இருந்தது,” என்றாள். “அது மோசமான இடம் இல்லை. அங்கேயிருந்து மலைமேல் ஏதாவது ஓர் இடத்தைக் கண்டுபிடிக்கலாம்.”

“தூக்கக்கலக்கத்தில் இருக்கிறாயா?”

“நான் ஏற்கெனவே தூக்கத்தில் இருக்கிறேன்.”

“நாம் நன்றாகத் தூங்குவோம். பாவம் நீ, கேட். ஒரு மோசமான நீண்ட இரவைக் கழித்தாய்.”

“அந்த நேரத்தை நான் அற்புதமாகக் கழித்தேன்,” என்று கேதரின் சொன்னாள். “குறிப்பாக மழையில் நீ குடையைப் பிடித்தபடி பயணம் செய்த நேரத்தை.”

"நாம் சுவிட்சர்லாந்து நாட்டில் இருக்கிறோம் என்று உன்னால் உணர முடிகிறதா?"

"இல்லை. நான் தூக்கத்திலிருந்து விழித்து எழுவேன், அது உண்மையாக இருக்காது."

"நானும் அப்படித்தான் நினைக்கிறேன்."

"நாம் சுவிட்சர்லாந்தில் இருப்பது உண்மை, இல்லையா, அன்பனே? மிலனில் உன்னை வழியனுப்புவதற்காக இரயில்வே நிலையத்துக்கு வண்டியில் நான் போய்க்கொண்டிருக்கவில்லையே?"

"அப்படி இருக்காது என்று நம்புகிறேன்."

"அப்படிச் சொல்லாதே. அது என்னை மிரட்டுகிறது. ஒருவேளை நாம் அங்கேதான் போய்க்கொண்டிருக்கலாம்."

"சரியான தூக்கம் இல்லாததால் நான் மிகவும் நிலைதடுமாறி இருக்கிறேன்; எனக்குத் தெரியவில்லை."

"உன் கைகளைக் காட்டு. நான் பார்க்கிறேன்."

நான் கைகளை நீட்டினேன். இரண்டு கைகளிலும் கொப்புளங்கள் புண்களாக இருந்தன.

"என்னுடைய விலாவில் எனக்குத் துவாரம் இல்லை," என்றேன்.

"அப்படிச் சொல்லி தெய்வ நிந்தனை செய்யாதே."

மிகவும் சோர்வடைந்து தெளிவாகச் சிந்திக்கும் திறனை இழந்திருந்தேன். என் மனக்கிளர்ச்சியெல்லாம் மறைந்துபோயிற்று. அந்தத் தெருவில் வண்டி போய்க்கொண்டிருந்தது.

"பரிதாபமான கைகள்."

"அவற்றைத் தொடாதே," என்றேன். "இறைவன் அறிய, நாம் எங்கே இருக்கிறோம் என்று எனக்குத் தெரியவில்லை. நாம் எங்கே போய்க்கொண்டிருக்கிறோம், டிரைவர்?" வண்டியோட்டி குதிரையை நிறுத்தினான்.

"மெட்ரோபோல் ஹோட்டலுக்குப் போய்க்கொண்டிருக்கிறோம். நீங்கள் அங்கே போக விரும்பவில்லையா?"

"அங்கே போக வேண்டும்," என்று சொன்னேன். "கேட், இப்போது பிரச்சினை இல்லை."

"ஒன்றும் பிரச்சினை இல்லை, அன்பனே. கவலைப்படாதே. நன்றாகத் தூங்குவோம். நாளை உனக்கு இந்தத் தடுமாற்றம் இருக்காது."

"நான் அதிகமாகவே சோர்வடைந்து தெளிவில்லாமல் இருக்கிறேன். இன்று நடந்தவையெல்லாம் நகைச்சுவை நாடகத்தில் வருவதுபோல் இருக்கிறது. ஒருவேளை நான் அதிகப் பசியில் இருக்கலாம்."

"நீ மிகவும் களைப்படைந்திருக்கிறாய், அன்பனே. அவ்வளவு தான். எல்லாம் சரியாகிவிடும்." வண்டி ஹோட்டலை அடைந்து நின்றது. எங்களுடைய பைகளை எடுப்பதற்காக அங்கிருந்த ஒருவன் வந்தான்.

"இப்போது நான் சரியாகிவிட்டேன்," என்றேன். நடை பாதையில் நடந்து ஹோட்டலுக்குப் போனோம்.

"உனக்கு எல்லாம் சரியாகிவிடும் என்று எனக்குத் தெரியும். களைப்பாக இருந்தாய், அவ்வளவுதான். நீண்ட நேரம் தூங்காமல் இருந்தாய்."

"எப்படியோ, நாம் இங்கே இருக்கிறோம்."

"ஆமாம், உண்மையாகவே நாம் இங்கே இருக்கிறோம்."

எங்கள் பைகளை எடுத்து வந்த பையனைத் தொடர்ந்து நாங்கள் ஹோட்டலுக்குள் சென்றோம்.

பாகம் V

அத்தியாயம் 38

அந்த ஆண்டின் இலையுதிர் காலத்தில் பனிப்பொழிவு தாமதமாகத் தொடங்கியது. தேவதாரு மரங்கள் நிறைந்த மலைச் சரிவில் பழுப்பு நிற மரப் பலகைகளால் கட்டப்பட்டிருந்த வீட்டில் நாங்கள் வசித்தோம். இரவு நேரத்தில் பனி உறைநிலையை அடைந்தது. சமையலறை அலமாரிமீது இருந்த இரண்டு வாளிகளில் இருந்த தண்ணீரின் மேற்பரப்பில் மெல்லிய பனிப் படலம் படர்ந்திருப்பதைக் காலை வேளையில் காண முடிந்தது. மிசஸ் குட்டிங்கின் அதிகாலையில் அறைக்குள் வந்து ஜன்னல்களை மூடினாள், உயரமான பீங்கான் அடுப்பில் நெருப்பு மூட்டினாள். தேவதாரு மரக்கட்டைகள் படபடவென வெடித்து ஒலி எழுப்பின; தீப்பொறிகள் பரந்தன; பிறகு அடுப்பில் இரைச்சலுடன் நெருப்பு எரிந்தது. மிசஸ் குட்டிங்கின் இரண்டாவதுமுறை அறைக்குள் வந்தபோது, அடுப்பில் வைப்பதற்காகப் பெரிய மரக் கட்டைகளும் ஒரு வாளி வெந்நீரும் கொண்டு வந்தாள். அறை வெதுவெதுப்பான வுடன் எங்களுக்குக் காலை உணவு கொண்டு வந்தாள். படுக்கையில் உட்கார்ந்திருந்தபடி காலை உணவு சாப்பிடும்போது ஏரியையும், ஏரியின் குறுக்கே பிரஞ்சுப் பகுதியிலிருந்த மலைகளையும் எங்களால் பார்க்க முடிந்தது. மலைகளின் உச்சிகளில் பனி படர்ந்திருந்தது. ஏரி உருக்கு இரும்பின் சாம்பல் நீல நிறங்களின் கலவையாகத் தோன்றியது.

எங்கள் மரவீட்டுக்கு வெளியே முன்பக்க மலைச் சரிவில் ஒரு சாலை மேல்நோக்கி சென்றது. அதில் காலம்காலமாகக் கடந்து சென்ற சக்கரங்கள் பதித்த தடங்களும் மேடுகளும் இருந்தன. அவை உறைபனியுடன் சேர்ந்து எஃகின் கடினத்தன்மையை அடைந்திருந்தன. அந்தச் சாலை ஒரே சீராக வனப்பகுதியின் ஊடாக மலையைச் சுற்றி தொடர்ந்து மேலே சென்றது; புல்வெளிகளும், காட்டின் விளிம்பில் பள்ளத்தாக்கை நோக்கிக் கட்டப்பட்டிருந்த பண்ணை வீடுகளும் கொட்டகைகளும் இருந்த

இடத்துக்குச் சென்றது. பள்ளத்தாக்கு மிகவும் ஆழமாக இருந்தது. அதன் அடித்தளத்தில் ஒரு நீரோடை இருந்தது. அது கீழ்நோக்கி ஓடி ஏரியில் கலந்தது. பள்ளத்தாக்கில் காற்று வீசும்போது பாறைகளில் நீரோடை எழுப்பிய சலசலவென்ற சத்தம் கேட்டது.

சில சமயம் நாங்கள் சாலையிலிருந்து விலகி தேவதாரு மரக் காட்டின் ஊடாகச் சென்ற பாதையில் நடந்தோம். அந்தக் காட்டில் தரை நடப்பதற்கு மெத்துமெத்தென்று இருந்தது. சாலையில் இருந்ததுபோல் வனத்தின் தரையில் உறைபனி கெட்டியாகவில்லை. ஆனால், சாலையில் இருந்த கடினத்தன்மையை நாங்கள் பொருட் படுத்தவில்லை; எங்கள் பூட்ஸ்களின் அடிப்பாகத்திலும் குதிகால் பகுதிகளின் அடியிலும் ஆணிகள் இருந்தன; அந்த ஆணிகள் சாலையில் உறைநிலையிலிருந்த தடத்தைத் துளைத்துச் சென்றன; அப்படித் துளைத்துச் சென்ற பூட்ஸ்களுடன் நடந்து மகிழ்ந்தோம்; நடப்பதில் எழுச்சியும் மனதில் புத்துணர்ச்சியும் அடைந்தோம். ஆனால், வனத்தில் நடப்பது அற்புதமாக இருந்தது.

நாங்கள் குடியிருந்த வீட்டின் முன்னால் இருந்த மலை மிகவும் செங்குத்தாகக் கீழே சென்று ஏரியை ஒட்டியிருந்த சிறிய சம தளத்தை அடைந்தது. எங்கள் வீட்டின் தாழ்வாராத்தில் வெயில் காய்ந்தபடி உட்கார்ந்து மலைச்சரிவில் வளைவுகளுடன் கீழ்நோக்கிச் சென்ற சாலையைப் பார்த்தோம். மலையின் கீழ்ப்பகுதியில் மலைச் சரிவில் அடுக்கடுக்காகப் பயிரிடப்பட்டிருந்த திராட்சைத் தோட்டங்களையும் பார்த்தோம். இப்போது குளிர்காலமாகையால் திராட்சைச் செடிகளெல்லாம் பட்டுப்போயிருந்தன. அங்கிருந்த வயல்வெளிகள் கற்சுவர்களால் பாத்திகளாகப் பிரிக்கப்பட்டிருந் ததைப் பார்த்தோம். திராட்சைத் தோட்டங்களுக்குக் கீழே ஏரிக் கரை ஓரமாக இருந்த குறுகலான சமவெளியில் கட்டப்பட்டிருந்த நகரத்தின் வீடுகளையும் பார்த்தோம். ஏரியில் இரண்டு மரங்கள் இருந்த ஒரு தீவு இருந்தது; இரண்டு மரங்களும் மீன்பிடிப் படகின் இரண்டு பாய்மரத்துணிகளாகத் தோன்றின. ஏரியின் மறுபக்கத்தில் இருந்த மலைகள் மிகவும் கூர்மையாகவும் செங்குத் தாகவும் இருந்தன. கீழே ஏரியின் முடிவில் மலையடிவாரத்தில் இரண்டு மலைகளுக்கும் இடையில் ரோன் பள்ளத்தாக்கின் சமவெளிப்பகுதியும் இருந்தது. பள்ளத்தாக்கின் மேல்பகுதியில் மலைகள் முடிவடைந்த இடத்தில் டெண்ட்ஸ் டு மிடி என்ற

மலைத்தொடர் இருந்தது. பனி படர்ந்த உயரமான மலை பள்ளத்தாக்கை ஆக்கிரமித்தது; ஆனால், அது அதிகத் தொலைவில் இருந்ததால் பள்ளத்தாக்கில் அதன் நிழல் விழவில்லை.

சூரிய ஒளி பிரகாசமாக இருந்தபோது தாழ்வாரத்தில் உட்கார்ந்து மதிய உணவு சாப்பிட்டோம்; ஆனால், மற்ற நேரங்களில் மாடியில் மரப்பலகைகளிலான சிறிய அறையில் சாப்பிட்டோம். அந்த அறையின் மூலையில் ஒரு பெரிய அடுப்பு இருந்தது. நாங்கள் நகரத்திலிருந்து புத்தகங்களும், பருவ இதழ்களும், உள்ளரங்க விளையாட்டுகளுக்கான வரைமுறைகள் அடங்கிய 'கோயல்' என்றழைக்கப்பட்ட புத்தகத்தின் ஒரு பிரதியும் வாங்கி வந்தோம். இரண்டு கைகளையும் பயன்படுத்தி விளையாடும் பலவகை சீட்டு விளையாட்டுகளைக் கற்றோம். பெரிய அடுப்பு இருந்த சிறிய அறையைப் புழங்கும் அறையாகப் பயன்படுத்தினோம். புத்தகங்களும் பருவ இதழ்களும் வாசிப்பதற்கு வசதியான இரண்டு நாற்காலிகளும் ஒரு மேஜையும் இருந்தன. சாப்பிட்ட பின் சுத்தம் செய்யப்பட்ட சாப்பாட்டு மேஜையில் சீட்டு விளையாடினோம். குட்டிங்கின் தம்பதியர் கீழ்த்தளத்தில் வசித்தனர்; மாலை வேளையில் சில சமயம் அவர்கள் பேசிக்கொண்டிருப்பது எங்களுக்குக் கேட்கும். அவர்கள் இருவரும் சேர்ந்திருந்தபோது மிகவும் மகிழ்ச்சியாக இருந்தார்கள். அவன் ஒரு ஹோட்டலில் தலைமைப் பணியாள னாகவும், அதே ஹோட்டலில் அவள் பணிப்பெண்ணாகவும் வேலை செய்து பணம் சேமித்து இந்த இடத்தை வாங்கியிருந்தார்கள். அவர்களுக்கு ஒரு மகன் இருந்தான்; ஹோட்டல் தலைமைப் பணியாளன் வேலைக்குத் தகுதி பெறப் படித்துக்கொண்டிருந்தான். தென் சுவிட்சர்லாந்தில் ஸூரிச் நகரில் ஒரு ஹோட்டலில் இருந்தான். தரைத்தளத்திலிருந்த ஒரு கடையில் அவர்கள் ஒயின், பீர் போன்ற மது வகைகள் விற்றார்கள். மாலை வேளையில் சில நேரங்களில் வெளியே சாலையில் வண்டிகள் நிறுத்தப்படும் சத்தத்தையும், ஒயின் குடிப்பதற்காக சில மனிதர்கள் சாலையில் நடந்துவந்து படிகளில் ஏறி கடைக்குள் நுழையும் சத்தத்தையும் கேட்டோம்.

நாங்கள் இருந்த அறையின் வெளிப்பக்கம் இருந்த கூடத்தில் விறகுக் கட்டைகள் வைக்கப்பட்டிருந்த பெட்டி ஒன்று இருந்தது. விறகுக் கட்டைகளைப் பயன்படுத்தி அடுப்பிலிருந்த நெருப்பை

அணையாமல் பாதுகாத்தேன். நாங்கள் அதிக நேரம் விழித்துக் கொண்டிருப்பதில்லை. பெரிய படுக்கையறையிலிருந்த படுக்கைக்கு நாங்கள் இருட்டிலேயே சென்றோம். நான் என்னுடைய ஆடை களைக் களைந்தபின் ஜன்னல்களைத் திறந்து வெளியே தெரிந்த இரவையும், குளிர்ச்சியான நட்சத்திரங்களையும், ஜன்னலுக்குக் கீழே தெரிந்த தேவதாரு மரங்களையும் பார்த்தேன். பிறகு எவ்வளவு முடியுமோ அவ்வளவு சீக்கிரமாக வந்து படுக்கையில் படுத்தேன். அந்த இதமான இரவு நேரத்தில் ஜன்னலுக்கு வெளியே குளிர்ச்சியான மாசற்ற காற்று வீசும் தருணத்தில் படுக்கையில் படுத்திருப்பது ஆனந்தமாக இருந்தது. நாங்கள் ஆழ்ந்து தூங்கி னோம். தூக்கத்திலிருந்து நான் விழித்துக்கொண்டால் அதற்கான காரணம் ஒன்று இருப்பதை அறிந்திருந்தேன்; அது கேதரின் தூக்கத்திலிருந்து விழித்து எழாமலிருக்க மெல்லிய இறகுகள் அடைக்கப்பட்ட போர்வையை மெதுவாக இழுத்து அவள்மேல் இழுத்துப் போர்த்துவதற்காகத்தான். புதிதாகக் கிடைத்த எடை குறைந்த மெல்லிய போர்வையின் கதகதப்பில் மீண்டும் தூக்கத்தில் ஆழ்ந்தேன். போர் எங்கோ வெகு தூரத்தில் நடப்பதுபோல் தோன்றியது; ஏதோ வேறு ஒருவரது கல்லூரியில் நடைபெறும் கால்பந்து விளையாட்டுகள் போலிருந்தது. ஆனால், பனிப் பொழிவு ஆரம்பிக்காததால் இன்னமும் அவர்கள் மலைகளில் போரிட்டுக்கொண்டிருப்பதை செய்தித்தாள்கள் மூலம் அறிந்தேன்.

சில நேரங்களில் நாங்கள் மலைகளிலிருந்து இறங்கி மாந்ரொவ் நகருக்கு நடந்து சென்றோம். மலையிலிருந்து கீழே இறங்குவதற்கு ஒரு பாதை சென்றது; ஆனால், அது மிகவும் செங்குத்தாக இருந்தது. அதனால் எப்போதும் சாலை வழியாகவே சென்றோம். கீழே இருந்த வயல்வெளிகளின் ஊடாகச் சென்ற அகலமான கடினமான சாலையில் நடந்து திராட்சைத் தோட்டங்களைப் பிரித்த கற்சுவர்களுக்கு இடையே நடந்து, அதற்கும் கீழேயிருந்த கிராமங்களின் ஊடாக இரண்டு பக்கங்களிலும் வீடுகளிருந்த சாலையில் நடந்தோம். அங்கே மூன்று கிராமங்கள் இருந்தன; ஒன்று செர்னெக்ஸ், மற்றொன்று ஃபோன்டனிவென்ட் என்ற கிராமம். மூன்றாவது கிராமத்தின் பெயரை மறந்துவிட்டேன். பிறகு அந்தச் சாலையின் வழியாக நடந்து அடுக்கடுக்காக இருந்த திராட்சைத் தோட்டங்கள் நிறைந்த மலைச் சரிவின் முனையில்

கற்களால் சதுரமாகக் கட்டப்பட்டிருந்த பழைய காலத்து அரண்மனை போன்ற பண்ணைவீட்டைக் கடந்து சென்றோம். திராட்சைத் தோட்டங்களில் இருந்த ஒவ்வொரு திராட்சைச் செடியும் அதன் அருகில் நடப்பட்டிருந்த குச்சியுடன் சேர்த்துக் கட்டப்பட்டு தூக்கி நிறுத்தப்பட்டிருந்தது. திராட்சைச் செடிகள் காய்ந்து பழுப்பு நிறத்தில் இருந்தன. தோட்டத்தின் தரை, பனிப்பொழிவை எதிர்கொள்ளத் தயார் நிலையில் இருந்தது. அதற்கும் கீழே இருந்த ஏரி அலைகளற்றும் சாம்பல் நீல நிறத்திலும் இருந்தது. பண்ணை வீட்டுக்குக் கீழே அந்தச் சாலை நீண்ட தூரம் சரிவாகச் சென்று அதன் பின் வலது பக்கம் திரும்பி சரளைக் கற்கள் பரப்பப்பட்டு மிகவும் செங்குத்தாகச் சென்று மாந்ரொவ் நகரை அடைந்தது.

மாந்ரொவ் நகரில் எங்களுக்கு ஒருவரையும் தெரியாது. ஏரிக்கரையோரமாக நடந்தோம். ஏரியில் அன்னப் பறவைகளைப் பார்த்தோம். பல கடற்காகங்களையும் அதே இனத்தைச் சார்ந்த நீள் மூக்கு கடற்காகங்களையும் கண்டோம்; நாங்கள் அவற்றின் பக்கமாகப் போகும்போது அவை மேலே பறந்தன; மேலிருந்து கீழ்நோக்கித் தண்ணீரைப் பார்க்கும்போது அலறின. மேலும், அடர் பழுப்பு நிறத்திலிருந்த சிறுவகை வாலில்லா நீர் மூழ்கிப் பறவைக் கூட்டங்களையும் ஏரியில் பார்த்தோம்; அவை நீந்திப் போகும்போது தண்ணீரில் தடம் பதித்துப் போயின. அந்த நகரத்தின் முக்கியச் சாலை வழியாக அங்கிருந்த கடைகளின் ஜன்னல்களை நோட்டமிட்டபடி நடந்தோம். அந்தச் சாலையில் பல பெரிய ஹோட்டல்கள் இருந்தன; அவை மூடப்பட்டிருந்தன. பெரும்பாலான கடைகள் திறந்திருந்தன; அங்கிருந்தவர்கள் எங்களைப் பார்த்ததில் அகமகிழ்ந்தனர். அங்கேயிருந்த ஓர் அழகிய சிகை அலங்கார நிலையத்துக்கு கேதரின் முடிதிருத்தம் செய்துகொள்ளச் சென்றாள். அந்த நிலையத்தின் நிர்வாகியான பெண் மிகவும் மகிழ்ச்சியாக இருந்தாள். மாந்ரொவ் நகரத்தில் அந்தப் பெண் மட்டுமே எங்களுக்குத் தெரியும். கேதரின் அந்த நிலையத்தில் இருந்தபோது நான் பீர் கடைக்குச் சென்று பத்தாம் நூற்றாண்டிலிருந்து தயாரிக்கப்பட்டுவரும் புகழ்பெற்ற மியூனிக் நகர கறுப்பு பீர் குடித்தேன்; அங்கே செய்தித்தாள்களும் வாசித்தேன். இத்தாலியின் மிலன் நகரிலிருந்து வெளிவந்த ஈவினிங் குரியர் என்ற

நாளிதழையும், பாரிஸ் நகரத்திலிருந்து வெளிவந்த ஆங்கிலேய அமெரிக்க நாளிதழ்களையும் வாசித்தேன். செய்தித்தாள்களில் வெளியாகும் விளம்பரங்கள் மூலமாக எதிரி நாட்டவர்களுக்குத் தகவல்கள் கிடைக்கலாம் என்ற அனுமானத்தின்பேரில் விளம்பரங்கள் அனைத்தும் தடைசெய்யப்பட்டிருந்தன. அந்தச் செய்தித்தாள்களை வாசித்தது மோசமான அனுபவமாக இருந்தது. எல்லா இடங்களிலும் மிகவும் மோசமான நிகழ்வுகளே நடந்துகொண்டிருந்தன. ஓர் ஓரமாகக் கறுப்பு பீர் நிறைந்த பெரிய கூஜாவுடன் உட்கார்ந்து, மெருகூட்டப்பட்ட பளபளப்பான பொட்டலத்தைப் பிரித்து உப்புச் சுவையிலிருந்த முட்டை வடிவ பிஸ்கட்டுகளைச் சாப்பிட்டேன். உப்புச் சுவை மிகுந்த பிஸ்கட் கறுப்பு பீரின் அற்புதச் சுவையை அதிகரித்தது. அதே நேரத்தில் போரின் பேரழிவுகளைப் பற்றியும் வாசித்தேன். கேதரின் வெளியே வருவாள் என்று எதிர்பார்த்தேன். ஆனால், அவள் அதுவரை வரவில்லை. அதனால் நான் செய்தித்தாள்களை அவற்றுக்கான சட்டகத்தில் தொங்கவிட்டபின் பீருக்கான காசைக் கொடுத்துவிட்டு கேதரினைத் தேடி அந்தத் தெருவில் நடந்தேன். கேதரின் இன்னமும் சிகை அலங்கார நிலையத்தில்தான் இருந்தாள். அந்த நிலையத்தின் நிர்வாகி கேதரினுடைய முடியைச் சிக்கெடுத்து சீவிவிட்டுக் கொண்டிருந்தாள். அதை நான் அங்கேயிருந்த சிறிய அறையில் உட்கார்ந்து பார்த்துக்கொண்டிருந்தேன்; அதைப் பார்த்து உணர்ச்சி வயப்பட்டேன். கேதரின் புன்னகைத்தபடி என்னுடன் பேசினாள். உணர்ச்சிவயப்பட்டிருந்த என்னுடைய குரல் அடித்தொண்டையிலிருந்து எழுந்து கரகரப்பாக இருந்தது. அந்தப் பெண் பயன்படுத்திய இடுக்கிகளிலிருந்து ‘கிளிக்’ என்று தொடர்ச்சியாக வந்த சத்தம் எனக்கு மகிழ்ச்சியூட்டுவதாக இருந்தது. கேதரினை அங்கிருந்த மூன்று கண்ணாடிகளில் காண முடிந்தது. நான் உட்கார்ந்திருந்த சின்ன அறை இதமாகவும் வெதுவெதுப்பாகவும் இருந்தது. கேதரினின் முடியை அந்தப் பெண் சீவி முடித்து இழுத்து உயர்த்திக் கட்டினாள். அதை கேதரின் கண்ணாடியில் பார்த்தாள்; சிறிது மாற்றி அமைத்தாள். கொண்டை ஊசிகளைக் குத்தினாள், அதன் பின் எழுந்து நின்றாள். “அதிக நேரம் எடுத்துக் கொண்டதற்காக வருத்தப்படுகிறேன்.”

“ஐயா மிகவும் ஈடுபாட்டுடன் பார்த்தார், இல்லையா, ஐயா?”

“ஆமாம்,” என்றேன் நான்.

நாங்கள் தெருவில் இறங்கி நடந்தோம். குளிர்காலத்திற்கே உண்டான அதிகமான குளிர்ச்சி இருந்தது. காற்று வீசிக்கொண்டிருந்தது. “ஓ... என் அன்பே, நான் உன்மீது அளவுகடந்த ஆசை வைத்திருக்கிறேன்,” என்று சொன்னேன்.

“நாம் அற்புதமான நாட்களைக் கழிக்கவில்லையா?” என்று கேதரின் சொன்னாள். “அன்பனே, நாம் எங்காவது போய் தேநீர் குடிப்பதற்குப் பதிலாக பீர் குடிக்கலாம். பீர் குடிப்பது குட்டி கேதரினுக்கு நல்லது. அது அவளை சிறு உருவத்தில் வைத்திருக்கும்.”

“குட்டி கேதரின், அந்த சோம்பேறி,” என்றேன்.

“அவள் மிகவும் நல்லவளாகவே இருக்கிறாள்,” என்றாள் கேதரின். “அவள் மிகவும் குறைந்த அளவே தொந்தரவு கொடுக்கிறாள். பீர் குடிப்பது எனக்கும் நல்லது, அவளைச் சின்ன உருவமுடையவளாக வைத்திருப்பதற்கும் உகந்தது என்று டாக்டர் சொன்னார்.”

“அவள் சின்ன உருவத்துடன் இருந்தால், அதுவும் பையனாக இருந்தால் அவன் பந்தயக் குதிரை ஓட்டியாக வந்தாலும் வரலாம்.

“உண்மையாகவே, இந்தக் குழந்தை பிறந்த பிறகு நாம் கட்டாயமாகத் திருமணம் செய்துகொள்ள வேண்டும் என்று நினைக்கிறேன்,” என்றாள் கேதரின். நாங்கள் பீர் விற்பனை நிலையத்தின் மூலையிலிருந்த மேஜை முன் உட்கார்ந்திருந்தோம். வெளியே இருள் சூழ்ந்துகொண்டிருந்தது. இருட்டுவதற்கு அதிக நேரம் இருந்தது, ஆனாலும் இருட்டிவிட்டது. சீக்கிரமாகவே சூரியன் மறைந்து இருள் கவிந்தது.

“நாம் இப்போதே திருமணம் செய்துகொள்வோம்,” என்று சொன்னேன்.

“வேண்டாம்,” என்றாள் கேதரின். “இப்போது திருமணம் செய்துகொள்வது எனக்கு அதிகமான சங்கடத்தை உண்டாக்கும். நான் குழந்தை உண்டாகியிருப்பது மிகவும் வெளிப்படையாகத் தெரியும். இப்போது இருக்கும் நிலையில் எவர் முன்னிலையிலும் நின்று திருமணம் செய்துகொள்ள மாட்டேன்.”

"நாம் முன்னமே திருமணம் செய்திருக்க வேண்டும் என்று நினைக்கிறேன்."

"அப்படி நடந்திருந்தால் நன்றாகத்தான் இருந்திருக்கும் என்று தோன்றுகிறது. ஆனால், நாம் எப்போது திருமணம் செய்யலாம், என் அன்பனே?"

"எனக்குத் தெரியவில்லை."

"ஆனால், எனக்கு ஒன்று மட்டும் தெரியும். இப்போது வயதான தாதியைப் போன்ற அற்புதமான தோற்றத்துடன் நான் திருமணம் செய்துகொள்ளப்போவதில்லை."

"நீ வயதான தாதியைப் போல் தோன்றவில்லை."

"உண்மையாக அப்படித்தான் இருக்கிறேன். எனக்குச் சிகை அலங்காரம் செய்த பெண் எனக்கு இதுதான் முதல் குழந்தையா என்று கேட்டாள். இல்லை என்று பொய் சொன்னேன். ஏற்கெனவே எங்களுக்கு இரண்டு ஆண் குழந்தைகளும் இரண்டு பெண் குழந்தைகளும் இருக்கிறார்கள் என்று சொன்னேன்."

"நாம் எப்போது திருமணம் செய்துகொள்ளப் போகிறோம்?"

"நான் மீண்டும் ஒல்லியான நிலைக்குத் திரும்பிய பிறகு எப் போது வேண்டுமானாலும். பார்ப்பவர்கள் அனைவரும் என்ன ஓர் அழகான இளம் தம்பதி என்று நினைக்கும் அளவுக்கு உன்னதமான முறையில் திருமணம் செய்துகொள்ளலாம்."

"இது பற்றி நீ கவலைப்படவில்லையா?"

"அன்பனே, நான் ஏன் கவலைப்பட வேண்டும்? நாம் மிலன் நகர ஹோட்டலில் தங்கியிருந்தபோது, அதுவும் ஏழு நிமிடங்கள் மட்டுமே நீடித்த, வேசி போன்ற உணர்வு எனக்குள் தோன்றிய போதுதான் என் வாழ்நாளின் மிக மோசமான மனநிலையை அடைந்தேன்; அதுவும் அந்த அறையில் இருந்த சாமான் களினால் உண்டானது. உனக்கு நல்ல மனைவியாக நான் நடந்துகொள்ளவில்லையா?"

"நீ அற்புதமான மனைவி."

"அப்படியானால் திருமணம் தொடர்பான நடைமுறைகளை மிகவும் நுணுக்கமாகப் பார்க்காதே, அன்பனே. நான் மீண்டும்

ஒல்லியான தோற்றத்தை அடைந்தவுடன் உன்னைத் திருமணம் செய்துகொள்கிறேன்."

"அப்படியானால் சரி."

"நான் மேலும் ஒரு பீர் குடிக்க வேண்டும் என்று நீ நினைக் கிறாயா? என்னுடைய இடுப்புப் பகுதி மிகவும் குறுகலாக இருப்பதால் வயிற்றில் வளரும் குழந்தை சின்ன உடலமைப்புடன் இருந்தால் மிக நல்லது என்று டாக்டர் சொன்னார்."

"டாக்டர் வேறு என்ன சொன்னார்?" நான் கவலை அடைந்தேன்.

"வேறு ஒன்றுமில்லை. என்னுடைய இரத்த அழுத்தம் அற்புத மான முறையில் ஒரே சீராக இருக்கிறது, அன்பனே. என்னுடைய சீரான இரத்த அழுத்தத்தைப் பார்த்து மிகவும் வியந்தார்."

"உன்னுடை இடுப்புப் பகுதி குறுகலாக இருப்பதைப்பற்றி வேறு என்ன சொன்னார்?"

"ஒன்றுமில்லை. ஒன்றுமேயில்லை. நான் பனிச்சறுக்கு செய்யக் கூடாது என்று சொன்னார்."

"அது சரிதான்."

"இதுவரை நான் ஒருபோதும் பனிச்சறுக்கு செய்திருக்காவிட்டால் இப்போது அதை செய்வதற்கான காலம் கடந்துவிட்டது என்றார். கீழே விழாமல் என்னால் பனியில் சறுக்க முடியுமானால் செய்ய லாம் என்றும் சொன்னார்."

"அவர் அதிக நகைச்சுவை உணர்வு உடையவர்."

"உண்மையிலேயே அவர் மிகவும் இனிமையானவர். அவரிடமே என்னுடைய பேறுகாலத்தை வைத்துக்கொள்ளலாம்."

"நீ திருமணம் செய்துகொள்ள வேண்டுமா என்று அவரிடம் கேட்டாயா?"

"இல்லை. நமக்குக் கல்யாணமாகி நான்கு ஆண்டுகள் ஆகி விட்டன என்று அவரிடம் சொன்னேன். நன்றாகக் கவனி. உன்னைத் திருமணம் செய்துகொண்டால் நான் அமெரிக்கக் குடிமகளாகிவிடுவேன். நாம் அமெரிக்கச் சட்டப்படி எப்போது திருமணம் செய்துகொண்டாலும் நம்முடைய குழந்தை சட்டபூர்வ மான குழந்தையாகிவிடும்."

"அதை எப்படிக் கண்டுபிடித்தாய்?"

"அமெரிக்காவிலிருந்து வெளியிடப்படும் 'தி ஒர்ல்டு அல்மனாக் அண்டு புக் ஆஃப் ஃபேக்ட்ஸ்' என்ற பல தகவல்கள் அடங்கிய புத்தகம் நூல்நிலையத்தில் இருந்தது. அதிலிருந்து நான் தெரிந்துகொண்டேன்."

"நீ மகத்தான பெண்."

"நான் அமெரிக்க குடிமகளாக மாறினால் நான் பெரும் மகிழ்ச்சி அடைவேன். நாம் அமெரிக்கா போகலாம், போகலாம் அல்லவா, அன்பனே? நான் நயாகரா நீர்வீழ்ச்சியைப் பார்க்க விரும்புகிறேன்."

"நீ அற்புதமான பெண்."

"அமெரிக்காவில் வேறு ஏதோ ஒன்றும் பார்க்க வேண்டும் என்று விரும்புகிறேன்; ஆனால், அது என்ன என்பது இப்போது நினைவில் இல்லை."

"கால்நடைகளை அடைத்துவைத்து தரம்வாரியாகப் பிரித்து அனுப்பப்படும் கொட்டகைகள் அடங்கிய பெரிய முற்றத்தையா?"

"இல்லை. எனக்கு நினைவில் இல்லை."

"மிகவும் உயரமான உல்வத் கட்டடமா?"

"இல்லை."

"கொலரடா ஆற்றின் செங்குத்தான, ஆழமான குறுகலான பள்ளத்தாக்கா?"

"இல்லை. ஆனால், நான் அதைப் பார்க்க விரும்புகிறேன்."

"அப்படியானால் வேறு என்ன பார்க்க விரும்புகிறாய்?'

"'தி கோல்டன் கேட் நீர்ச்சந்தி! அதைத்தான் நான் பார்க்க விரும்புகிறேன். கோல்டன் கேட் எங்கே இருக்கிறது?"

"சான் பிரான்சிஸ்கோவில்."

"அப்படியானால் அங்கே போகலாம். நான் தற்செயலாகவே சான் பிரான்சிஸ்கோ நகரைப் பார்க்க விரும்பினேன்."

"சரி. அங்கே போகலாம்."

"இப்போது மலைமேல் ஏறலாம். போகலாமா? எம்.ஓ.பி. என்று அழைக்கப்படும் மாந்ரொவ் ஓபர்லாந்து பெர்னாய் இரயில்வேயின் இரயிலில் நமக்கு இடம் கிடைக்குமா?"

"ஐந்து மணிக்குப் பிறகு ஒரு இரயில் புறப்படவிருக்கிறது."

"அந்த இரயிலிலேயே நாம் பயணம் செய்யலாம்."

"சரி. அதற்கு முன்னால் நான் இன்னுமொரு பீர் குடிக்கிறேன்."

நாங்கள் அங்கிருந்து வெளியேறி தெருவில் மேல்நோக்கி நடந்தோம்; படிக்கட்டில் ஏறி இரயில் நிலையத்துக்குச் சென்றோம். அப்போது அதிகக் குளிராக இருந்தது. ரோன் நதியின் பள்ளத்தாக்கிலிருந்து குளிர்ச்சியான காற்று வந்துகொண்டிருந்தது. வழியிலிருந்த கடைகளின் ஜன்னல்களிலிருந்து வெளிச்சம் வந்தது. செங்குத்தான கற்படிக்கட்டில் ஏறி மேலேயிருந்த தெருவை அடைந்தோம்; மீண்டும் ஒரு படிக்கட்டில் ஏறி இரயில் நிலையத்தை அடைந்தோம். அங்கே நின்ற மின்சார இரயில் விளக்குகள் எல்லாம் எரிந்தன, அது புறப்படத் தயார் நிலையில் இருந்தது. அதிலிருந்த நேரம் காட்டும் கடிகார முகப்பு இரயில் புறப்படும் நேரம் ஐந்து மணி பத்து நிமிடங்கள் என்று காட்டியது. இரயில் நிலையத்திலிருந்த கடிகாரம் இரயில் புறப்பட இன்னும் ஐந்து நிமிடங்கள் இருப்பதாகக் காட்டியது. நாங்கள் வண்டியில் ஏறினோம்; இரயிலின் டிரைவரும் கண்டக்டரும் அந்த நிலையத்திலிருந்த ஒயின் கடையிலிருந்து வெளியேறி வந்துகொண்டிருந்ததைப் பார்த்தேன். நாங்கள் இருக்கையில் உட்கார்ந்து ஜன்னல்களைத் திறந்தோம். அந்த இரயில் மின்சாரத்தைப் பயன்படுத்திச் சூடேற்றப்பட்டிருந்தது; காற்றோட்டமில்லாமல் இறுக்கமாக இருந்தது. ஆனால், ஜன்னல் வழியாக வெளிக்காற்று உள்ளே வந்தது.

"கேதரின், நீ களைப்படைந்துவிட்டாயா?"

"இல்லை. நான் உன்னதமான புத்துணர்வுடன் இருக்கிறேன்."

"இது நீண்ட தூர பயணம் இல்லை."

"இந்தப் பயணம் எனக்குப் பிடித்திருக்கிறது. என்னைப் பற்றி கவலைகொள்ளாதே, அன்பனே. நான் நன்றாக இருக்கிறேன்."

கிறிஸ்துமஸ் பண்டிகைக்கு மூன்று நாட்கள் முன்வரை பனிப் பொழிவு தொடங்கவில்லை. ஒரு நாள் காலையில் விழித்தெழுந்த போது பனி விழுந்துகொண்டிருந்தது. அடுப்பில் நெருப்பு கொழுந்துவிட்டு எரிந்துகொண்டிருந்தது. நாங்கள் படுக்கையில் இருந்தபடியே பனிப்பொழிவைப் பார்த்தோம். மிசஸ் குட்டிங்கின் படுக்கையிலிருந்த காலை உணவுத் தட்டுகளை எடுத்துப் போனாள்; மேலும் சில விறகுகளை அடுப்பில் வைத்தாள். அது ஒரு பெரிய பனிப்புயலாக இருந்தது. அது கிட்டத்தட்ட நடுச்சாம வேளையில் தொடங்கியதாக அவள் சொன்னாள். நான் ஜன்னலைத் திறந்து வெளியே பார்த்தேன். ஆனால், சாலையின் குறுக்கே எதையும் பார்க்க முடியவில்லை. கட்டுக்கடங்காத காற்று வீசியது; பயங்கரமாகப் பனி பொழிந்தது. நான் மீண்டும் படுக்கைக்குப் போனேன்; படுத்துக் கிடந்தவாறு பேசினோம்.

"என்னால் பனிச்சறுக்கு செய்ய முடிந்தால் நன்றாக இருக்கும்," என்றாள் கேதரின். "பனிச்சறுக்கு செய்ய முடியாமலிருப்பது மிகவும் மோசமான உணர்வை உண்டாக்குகிறது."

"பனியில் வளைந்தும் நெளிந்தும் கீழ்நோக்கிச் சறுக்கும் சறுக்கு வண்டி ஒன்று வாங்கலாம். சாலை வழியாகக் கீழே வரலாம். அதில் சறுக்குவது காரில் பயணம் செய்வதைவிட மோசமாக இருக்காது."

"அது கரடுமுரடாகத் தூக்கித் தூக்கிப் போடாதா?"

"பார்க்கலாம்."

"அது கரடுமுரடாக இருக்காது என்று நம்புகிறேன்."

"கொஞ்ச நேரம் கழித்து நாம் பனியில் நடக்கலாம்."

"மதியச் சாப்பாட்டுக்குக்கு முன்னதாகப் போகலாம்; நன்றாகப் பசி எடுக்கும்."

"நான் எப்போதும் பசியுடன்தான் இருக்கிறேன்."

"நானும் அப்படித்தான் இருக்கிறேன்."

நாங்கள் வெளியே போய் பனியில் நடந்தோம். ஆனால், நடக்கும்போது சறுக்கியது. அதனால் எங்களால் அதிகத் தூரம் நடக்க முடியவில்லை. நான் முன்னால் நடந்து இரயில் நிலையம் வரை பாதை ஏற்படுத்தினேன். ஆனால், இரயில் நிலையத்தை

அடைந்தபோது அதிக தூரம் நடந்திருந்தோம். பனி பொழிந்து கொண்டிருந்ததால் எங்களால் எதையும் பார்க்க முடியவில்லை; அதனால், இரயில் நிலையத்தின் அருகிலிருந்த சின்ன விடுதிக்குள் சென்றோம். எங்கள்மீது விழுந்திருந்த பனியைத் துடைப்பத்தால் ஒருவருக்கொருவர் துடைத்துச் சுத்தப்படுத்திக்கொண்டோம். ஒரு பெஞ்சில் உட்கார்ந்து சிவப்பு ஒயின் குடித்தோம்.

"அது ஒரு பெரும்புயல்," என்று மது கொடுத்த பெண் சொன்னாள்.

"ஆமாம்."

"இந்த ஆண்டு பனிப்பொழிவு மிகவும் தாமதமாகத் தொடங்கியது."

"ஆமாம்."

"நான் ஒரு சாக்லேட் சாப்பிடலாமா," என்று கேதரின் கேட்டாள். "இல்லையானால் மதிய உணவு சாப்பிடும் நேரம் வந்துவிட்டதா? நான் எப்போதும் பசியுடன் இருக்கிறேன்."

"ஒரு சாக்லேட் சாப்பிடு," என்றேன்.

"பழுப்பு நீல நிறக் கொட்டையுடைய சாக்லேட் சாப்பிடு கிறேன்," என்றாள் கேதரின்.

"அது மிகவும் சுவையாக இருக்கும்," என்றாள் அந்தப் பெண்.

"அது எனக்கு மிகவும் விருப்பமானது."

"நான் மேலும் ஒரு பீர் குடிக்கிறேன்," என்றேன்.

திரும்பிப் போவதற்காக நாங்கள் வெளியே வந்தோம். சாலையில் மேல்நோக்கிப் போகத் தொடங்கும்போது வழியில் நாங்கள் ஏற்படுத்தியிருந்த தடங்கள் பனியால் நிரம்பியிருந்ததைக் கண்டோம்; துவாரங்கள் இருந்த இடங்களில் மேலோட்டமான அடையாளங்கள் மட்டுமே இருந்தன. பனிப்பொழிவு எங்கள் முகத்தில் அடித்ததால் எங்களால் எதையும் எளிதாகப் பார்க்க முடியவில்லை. எங்கள்மேல் இருந்த பனியைத் தட்டித் துடைத்த பின் மதியச் சாப்பாடு சாப்பிடச் சென்றோம். மிஸ்டர் குட்டிங்கின் சாப்பாடு பரிமாறினான்.

"நாளை பனிச்சறுக்கு விளையாட்டு நடைபெறும். நீங்கள் பனிச்சறுக்கில் பங்குகொள்வீர்களா, மிஸ்டர் ஹென்றி?"

"இல்லை. ஆனால், கற்க விரும்புகிறேன்."

தடாகம் / 449

"நீங்கள் எளிதாகக் கற்றுக்கொள்வீர்கள். கிறிஸ்துமஸ் திருவிழாவுக்காக என்னுடைய மகன் இங்கே வருகிறான். அவன் உங்களுக்குச் சொல்லித்தருவான்."

"நல்லது. அவன் எப்போது வருகிறான்?"

"நாளை இரவு."

மதியச் சாப்பாடு சாப்பிட்ட பிறகு சிறிய அறையில் அடுப்புக்குப் பக்கத்தில் உட்கார்ந்தபடி ஜன்னல் வழியாகப் பனி பொழிவதைப் பார்த்துக்கொண்டிருந்தோம். அப்போது, கேதரின் என்னிடம், "அன்பனே, நீ தனியாக எங்கேயாவது சென்று மற்றவர்களோடு சேர்ந்து பனிச்சறுக்கு செய்ய விரும்புகிறாயா?" என்று கேட்டாள்.

"இல்லை. நான் ஏன் போக வேண்டும்?"

"என்னைத் தவிர மற்றவர்களையும் நீ பார்க்க விரும்புகிறாயோ என்று சில சமயம் நான் நினைப்பதுண்டு."

"நீ வேறு மனிதர்களைப் பார்க்க விரும்புகிறாயா?"

"இல்லை."

"நானும் விரும்பவில்லை."

"அது எனக்குத் தெரியும். இருந்தாலும் உன்னுடைய நிலைமை வேறுபட்டது. நான் கர்ப்பிணியாக இருப்பதால் வேறு எதுவும் செய்ய விரும்பாமல் மனநிறைவு அடைகிறேன். இப்போது பெரிய முட்டாளாக இருக்கிறேன், மிகவும் அதிகமாகப் பேசுகிறேன். அதனால் என்னுடைய முகத்தை மட்டுமே பார்த்து சோர்வடையாமலிருப்பதற்காக நீ என்னைப் பிரிந்து செல்ல வேண்டும் என்று நினைக்கிறேன்."

"இங்கேயிருந்து நான் போக வேண்டும் என்று நினைக்கிறாயா?"

"இல்லை. நீ இங்கேயே இருக்க வேண்டும் என்று நினைக்கிறேன்."

"அதைத்தான் செய்யப்போகிறேன்."

"இங்கே வா நீ," என்றாள். "உன்னுடைய தலையில் இருக்கும் வீக்கத்தை நான் தொட்டுப் பார்க்க வேண்டும். அது பெரிய வீக்கம்தான்." அவளுடைய விரலால் அதைத் தடவிப் பார்த்தாள். "அன்பனே, நீ தாடி வளர்க்க விரும்புகிறாயா?"

"நான் தாடி வளர்க்க வேண்டும் என்று நீ விரும்புகிறாயா?"

"அது வேடிக்கையாக இருக்கும். நான் உன்னைத் தாடியுடன் பார்க்க விரும்புகிறேன்."

"அப்படியானால் சரி. நான் தாடி வளர்க்கிறேன்; இப்போது இந்த நிமிடத்திலிருந்து வளர்க்கிறேன். அது ஒரு நல்ல ஆலோசனை தான். அது எனக்கு ஏதாவது வேலை கொடுக்கும்."

"நீ செய்வதற்கு வேலை எதுவும் இல்லை என்று கவலைப் படுகிறாயா?"

"இல்லை. இது எனக்குப் பிடித்திருக்கிறது. எனக்கு ஒரு நல்ல வாழ்க்கை கிடைத்திருக்கிறது. உனக்குக் கிடைக்கவில்லையா என்ன?"

"எனக்கு அற்புதமான வாழ்க்கை கிடைத்திருக்கிறது. நான் இப்போது கர்ப்பிணியாக உடல் பெருத்திருப்பது உன்னைச் சோர்வடையச் செய்யும் என்று நான் கவலையடைகிறேன்."

"ஓ... கேட், உன்னை நினைத்து நான் எவ்வளவு பைத்தியம் பிடித்து அலைகிறேன் என்று உனக்குத் தெரியாது."

"நான் இப்போது இருக்கும் நிலையிலுமா?"

"நீ எப்படி இருக்கிறாயோ அப்படியே. நான் அற்புதமாகப் பொழுதைக் கழிக்கிறேன். நாம் ஒரு நல்ல வாழ்க்கை வாழ வில்லையா, என்ன?"

"நான் மகிழ்ச்சியாக வாழ்கிறேன். ஒருவேளை நீ அமைதியிழந்து இருக்கிறாயோ என்று நினைத்தேன்."

"இல்லை. சில சமயங்களில் நான் போர்முனையைப் பற்றியும் எனக்குத் தெரிந்த மனிதர்களைப் பற்றியும் நினைப்பதுண்டு; ஆனால், நான் கவலைப்படவில்லை. நான் எதைப்பற்றியும் அதிகமாக நினைப்பதில்லை."

"நீ யாரைப்பற்றி அதிகமாக நினைக்கிறாய்?"

"ரினால்டியைப் பற்றியும் பாதிரியாரைப் பற்றியும், மேலும் எனக்குத் தெரிந்த நிறைய மனிதர்களைப் பற்றியும். ஆனால், அவர்களைப் பற்றி நான் அதிகமாக நினைப்பதில்லை. நான் சண்டையைப்பற்றி நினைக்க விரும்பவில்லை. அதனோடு இருந்த என் உறவை முடித்துக்கொண்டேன்."

“இப்போது நீ எதைப்பற்றி நினைத்துக்கொண்டிருக்கிறாய்?”

“எதைப்பற்றியும் இல்லை.”

“இல்லை, நீ எதைப்பற்றியோ நினைத்துக்கொண்டிருக்கிறாய். என்னிடம் சொல்.”

“ரினால்டிக்குப் பால்வினை நோய் இருந்ததா என்று நினைத்துக்கொண்டிருந்தேன்.”

“அது மட்டும்தானா?”

“ஆமாம்.”

“அவனுக்குப் பால்வினை நோய் இருக்கிறதா?”

“எனக்குத் தெரியாது.”

“உனக்கு அந்த நோய் இல்லை என்று மகிழ்ச்சி அடைகிறேன். அது போன்ற ஏதாவது ஒரு நோய் எப்போதாவது உனக்கு இருந்ததா?”

“எனக்கு கோனோரியா என்ற பால்வினை நோய் இருந்தது.”

“அதைப்பற்றி நான் கேட்க விரும்பவில்லை. அது மிகுந்த வலி ஏற்படுத்தியதா, அன்பனே?”

“மிகுதியான வலி.”

“எனக்கு அது இருந்திருக்க வேண்டும் என்று நினைக்கிறேன்.”

“இல்லை. நீ அப்படி நினைக்கவில்லை.”

“நான் நினைக்கிறேன். உன்னைப் போல் இருப்பதற்காக அந்த நோய் எனக்கும் இருந்திருக்க வேண்டும் என்று விரும்புகிறேன். உன்னுடைய பெண்கள் அனைவரோடும் நான் தங்கியிருந்திருக்க வேண்டும் என்று நினைக்கிறேன்; அவர்களைப்பற்றி உன்னிடம் நகைச்சுவையாகப் பேசுவதற்கு ஏதுவாக இருந்திருக்கும்.”

“அது ஒரு அழகான கற்பனை.”

“உனக்கு கோனோரியா நோய் இருந்தது என்று நினைப்பது அழகான கற்பனை இல்லை.”

“அது எனக்குத் தெரியும். இப்போது நீ பனியைப் பார்.”

“அதைப் பார்ப்பதைவிட உன்னைப் பார்ப்பதையே விரும்பு கிறேன். அன்பனே, நீ ஏன் உன் முடியை வளர்க்கக் கூடாது?”

“எப்படி வளர்ப்பது?”

“இப்போது இருப்பதைவிடக் கொஞ்சம் அதிகமாக.”

“இப்போது இருப்பதே நீளமாகத்தான் இருக்கிறது.”

“இல்லை. அதை இன்னும் கொஞ்சம் வளரவிடு. நான் என்னுடையதை வெட்டுகிறேன். இருவரும் ஒரே மாதிரி தோன்றலாம். ஒரு வித்தியாசம். ஒருவரது முடி இளம் பொன்னிறமாக இருக்கும்; மற்றொருவரது கறுப்பாக இருக்கும்.”

“நீ உன்னுடைய முடியை வெட்ட அனுமதிக்க மாட்டேன்.”

“அது வேடிக்கையாக இருக்கும். அதனால் நான் சோர்வடைந்துவிட்டேன். இரவு நேரத்தில் படுக்கையில் அது பெருந்தொல்லையாக இருக்கிறது.”

“அது எனக்குப் பிடித்திருக்கிறது.”

“அது இன்னும் குட்டையாக இருந்தால் உனக்குப் பிடிக்காதா?”

“எனக்குப் பிடித்தாலும் பிடிக்கலாம். இப்போது எப்படி இருக்கிறதோ அதுவே எனக்குப் பிடித்திருக்கிறது.”

“இன்னமும் குட்டையாக இருந்தால் அழகாக இருக்கலாம். நாம் இருவரும் ஒன்றுபோல் தோன்றலாம். ஓ... என் அன்பனே, நான் நீயாகவே இருக்க விரும்பும் அளவு உன்னை அதிமாக விரும்புகிறேன் .”

“நீ நானாகவே இருக்கிறாய். நாம் இருவரும் ஒருவர்தான்.”

“அது எனக்குத் தெரியும். இரவில் நாம் இருவரும் ஒருவராக இருக்கிறோம்.”

“இரவுகளெல்லாம் உன்னதமானவையாக இருக்கின்றன.”

“நாம் ஒருவருக்குள் ஒருவராகக் கலந்திருக்க விரும்புகிறேன். நீ என்னைவிட்டு விலகிப் போவதை நான் விரும்பவில்லை. நான் சும்மா பேச்சுக்காக அப்படிச் சொன்னேன். நீ விருப்பப்பட்டால் பிரிந்து போ. ஆனால், உடனடியாகத் திரும்பி வர வேண்டும். ஏன் அப்படி, எனது அன்பனே, நான் உன்னோடு இல்லாதபோது நான் வாழ்வதே இல்லை.”

“ஒருபோதும் உன்னை நான் பிரிய மாட்டேன். நீ என்னுடன் இல்லாதபோது நான் எதற்கும் பயனில்லாதவனாகிறேன். அதற்கு அப்புறம் எனக்கு வாழ்க்கையே இல்லை.”

"உனக்கு ஒரு வாழ்க்கை இருக்க வேண்டும் என்று விரும்பு கிறேன். உனக்கு ஒரு அற்புதமான வாழ்க்கை இருக்க வேண்டும். ஆனால், அதை நாம் இருவரும் சேர்ந்து வாழலாம், சேர்ந்து வாழ்வோம் அல்லவா?"

"நான் தாடி வளர்ப்பதை இதோடு நிறுத்தலாம் என்று நீ விரும்புகிறாயா அல்லது அது இப்படியே வளர்ந்துகொண்டிருக் கட்டுமா?"

"அப்படியே வளரட்டும். அது கிளர்ச்சியாக இருக்கும். ஒரு வேளை அதை புத்தாண்டுக்காக சீர் படுத்தலாம்."

"இப்போது நீ செஸ் விளையாட விரும்புகிறாயா?"

"அதைவிட நான் உன்னுடன் விளையாடுவதையே விரும்பு கிறேன்.

"வேண்டாம். நாம் செஸ் விளையாடலாம்"

"அதற்குப் பின் நாம் விளையாடலாமா?"

"விளையாடலாம்."

அப்படியானால் சரி."

"செஸ் பலகையை நான் வெளியே எடுத்து அதன்மீது காய் களை அடுக்கினேன். வெளியே இன்னமும் கடுமையாகப் பனி பொழிந்துகொண்டிருந்தது.

இரவு தூக்கத்தில் ஒருமுறை விழித்தெழுந்தேன்; கேதரினும் விழித்துக்கொண்டிருக்கிறாள் என்று எனக்குத் தெரியும். ஜன்னலில் நிலவின் ஒளி பளபளத்தது; படுக்கையில் ஜன்னல் சட்டகக் கம்பிகளின் நிழல்களை உண்டாக்கியது.

"என் அன்பே, நீ விழித்திருக்கிறாயா?"

"ஆமாம். உனக்குத் தூக்கம் வரவில்லையா?"

"உன்னை நான் முதன் முதலில் சந்தித்தபோது உன்மீது காதல் கொண்டு எப்படிப் பைத்தியமாக இருந்தேன் என்று நினைத்தேன்; விழித்தெழுந்தேன். உனக்கு நினைவிருக்கிறதா?"

"நீ கொஞ்சம் பைத்தியமாக இருந்தாய்."

"அதன் பிறகு ஒருபோதும் நான் அப்படி இருக்கவில்லை. இப்போதுநான் உன்னதமான நிலையில் இருக்கிறேன். உன்னதமான

நிலை என்பதை நீ மிகவும் இனிமையாகச் சொல்வாய். ஒருமுறை நீ உன்னதம் என்று சொல்."

"உன்னதம்."

"ஓ... அதை நீ சொல்வதே இனிமை. இப்போது நான் பித்தாக இல்லை. நான் மிக மிக மிக மகிழ்ச்சியாக மட்டுமே இருக்கிறேன்."

"நீ போய்த் தூங்கு," என்றேன்.

"சரி. இருவரும் ஒன்றாகச் சேர்ந்து ஒரே நேரத்தில் தூங்கலாம்."

"அப்படியே செய்வோம்."

ஆனால், நாங்கள் ஒரே நேரத்தில் தூங்கவில்லை. நான் அதிக நேரம் விழித்துக்கொண்டிருந்தேன்; என்னவெல்லாம் நிகழ்கின்றன என்று நினைத்துக்கொண்டிருந்தேன். கேதரின் முகத்தில் நிலவின் ஒளி வீசிய நிலையில் அவள் தூங்கிக்கொண்டிருப்பதைப் பார்த்துக்கொண்டிருந்தேன். பிறகு நானும் தூக்கத்தில் ஆழ்ந்தேன்.

அத்தியாயம் 39

ஜனவரி மாத மத்தியில் எனக்குத் தாடி நன்றாக வளர்ந்திருந்தது. குளிர்காலப் பகல் பொழுதுகள் பளிச்சென்று வெளிச்சமாவும் குளிராகவும், இரவுப் பொழுதுகள் அதிகக் குளிராகவும் தொடர்ந்தன. மீண்டும் எங்களால் சாலையில் நடக்க முடிந்தது. பனி உறைந்து கெட்டியாக இருந்தது; வைக்கோல் போரை இழுத்து வந்த சறுக்கு வண்டிகளாலும், மரக்கட்டையிலான சறுக்கு வண்டிகளாலும் மலைமேலிருந்து கீழே இழுத்துவரப்பட்ட மரத் தடிகளாலும் சாலையிலிருந்த பனிகட்டியின் மேற்பரப்பு கெட்டியானதாகவும் சமதளமாகவும் வழுவழுப்பாகவும் இருந்தது. கிட்டத்தட்ட மாந்ரொவ் நகரம் வரை நாட்டுப்புறத்தின் எல்லாப் பகுதிகளிலும் பனி பொழிந்து பரவி இருந்தது. ஏரியின் மறுபுறம் இருந்த மலைத்தொடர் முழுவதும் வெண்மையாக இருந்தது; ரோன் நதியின் பள்ளத்தாக்கு முழுவதும் பனியால் மூடப் பட்டிருந்தது. மலையின் மறுபுறத்தில் மாந்ரொவ் நகரிலிருந்து வாட் மண்டலத்துக்குச் சென்ற சாலையிலிருந்த பைன்ஸ் டி எல் அலையஸ் பேருந்து நிறுத்தம் வரை நீண்ட தூரம் நடந்தோம். கேதரின் தடித்த தலைப்பகுதியுடனிருந்த குட்டையான ஆணிகள் பதிக்கப்பட்டிருந்த பூட்ஸ்களும் தளர்ச்சியான தோளாடையும் அணிந்திருந்தாள்; உருக்கு இரும்பிலான கூர்மையான முனையுட னிருந்த குச்சி வைத்திருந்தாள். தளர்ச்சியான தோளாடை அணிந் திருந்ததால் அவளுடைய உருவம் பெரியதாகத் தெரியவில்லை. மேலும் நாங்கள் வேகமாக நடக்கவில்லை; அவள் களைப்படைந்த வேளையில் அங்கங்கே சாலையோரம் கிடந்த மரக்கட்டைகள் மீது உட்கார்ந்து ஓய்வெடுத்தோம்.

பைன்ஸ் டி எல் அலையஸ் பேருந்து நிறுத்தத்தில் மரங்களுக்கு ஊடாக இருந்த சத்திரத்தில் மரம் வெட்டுபவர்கள் மது குடித் தார்கள். நாங்கள் அடுப்பின் வெக்கையில் வெதுவெதுப்புடன் இருந்த சத்திரத்தின் உட்பகுதியில் உட்கார்ந்து மசாலாவும்

எலுமிச்சைச் சாறும் கலந்த சூடான சிவப்பு ஒயின் குடித்தோம். ஜெர்மன் மொழியில் அவர்கள் அதை 'குழுவைன்' என்று குறிப்பிட்டார்கள். அது வெதுவெதுப்பாக்குவதற்கும் குதூகலித்துக் கொண்டாடுவதற்கும் சிறந்தது. அந்தச் சத்திரம் இருட்டாகவும் அதன் உட்பகுதி புகைமூட்டத்துடனும் இருந்தது. கொஞ்ச நேரத்திற்கு பிறகு அங்கேயிருந்து வெளியே வந்ததும் குளிர்ந்த காற்று நுரையீரலுக்குள் மூர்க்கத்தனமாக நுழைந்தது; அதை உள்ளே இழுக்கும்போது மூக்கின் நுனியை மரத்துப்போகச் செய்தது. பின்பக்கமாகத் திரும்பிச் சத்திரத்தைப் பார்த்தோம். சத்திரத்தின் ஜன்னல்களிலிருந்து வெளிச்சம் வந்தது. வெளியே நின்ற காடுவெட்டிகளின் குதிரைகள் தரையில் ஓங்கி அழுத்தமாக மிதித்தும் தலைகளை அங்கும் இங்கும் ஆட்டியும் வெதுவெதுப்படைந்தன. அவற்றின் முகவாயிலிருந்த மயிர்களில் பனித் துளிகள் ஒட்டிக்கொண்டிருந்தன; அவை வெளியேவிட்ட மூச்சுக் காற்றில் நீராவி பறந்தது. எங்கள் வீடு இருந்த திசையில் சாலையில் மேல்நோக்கி நடந்தோம்; சாலை கொஞ்ச தூரம் வழவழப்பாகவும் வழுவழுப்பாகவும் இருந்தது. மரத் தடிகள் இழுத்துவரப்பட்ட பாதை முடியும்வரை சாலையில் குதிரைகள் பெய்த மூத்திரம் உறைந்த பனியில் கலந்து ஆரஞ்சு நிறத்தில் இருந்தது. அதன் பின் சாலை, பனி படர்ந்து உறைந்து சுத்தமாக இருந்தது; அது மரங்களின் ஊடே சென்றது. நாங்கள் வீடு வந்து சேரும்வரை இரண்டுமுறை நரிகளைப் பார்த்தோம்.

நாட்டுப்புறம் மனோரம்மியமாகக் காட்சி அளித்தது. ஒவ்வொரு முறை வெளியே போகும்போதும் குதூகலம் அடைந்தோம்.

"உன்னுடைய தாடி இப்போது அற்புதமாக இருக்கிறது," என்று கேதரின் சொன்னாள். "அப்படியே காடுவெட்டிகளின் தாடியைப் போல இருக்கிறது. மிகவும் சின்ன தங்கக் கடுக்கன் போட்டிருந்த மனிதனை நீ பார்த்தாயா?"

"அவன் மலை ஆடுகளை வேட்டையாடுபவன். அவர்கள் அதை அணிந்திருப்பதால் அவர்களுக்குத் தெளிவாகக் காது கேட்பதாகச் சொல்கிறார்கள்."

"உண்மையாகவா? நான் அதை நம்பவில்லை. அவர்களை மலை ஆடுகளை வேட்டையாடுபவர்கள் என்று அடையாளப்படுத்த

அவர்கள் அதை அணிகிறார்கள் என்று நினைக்கிறேன். இங்கே பக்கத்தில் மலை ஆடுகள் இருக்கின்றனவா என்ன?"

"ஆமாம். ஆல்ப்ஸ் மலைத்தொடரில் உள்ள டென்ட் டி ஜாமன் மலைக்கு அப்பால் இருக்கின்றன."

"நரியைப் பார்ப்பது வேடிக்கையாக இருக்கிறது."

"தூங்கும்போது அது அதன் வாலை அதன் உடம்பின்மேல் சுற்றி வைத்துச் சூடாக்கிக்கொள்கிறது."

"அது ஒரு இதமான உணர்வை உண்டாக்கும்."

"நான் எப்போதுமே நரியின் வாலைப் போல எனக்கும் ஒரு வால் இருக்க வேண்டும் என்று ஆசைப்படுவேன். நரிக்கு இருப்பது போன்ற தூரிகைகள் நமக்கும் இருந்தால் மிகவும் வேடிக்கையாக இருக்கும்."

"அப்படியிருந்தால் ஆடைகள் அணிவது கடினமாக இருக்கலாம்."

"நாம் அதற்கு ஏற்ற ஆடைகள் தைத்துக்கொள்ளலாம் அல்லது நாட்டுப்புறத்தில் எந்த இடத்தில் வாழ்ந்தால் அது வித்தியாசமாகத் தெரியாதோ அந்த இடத்தில் வாழலாம். நாம் இங்கே வேறு எவரையும் பார்க்காமல் இருப்பது மிகவும் சிறப்பானதாக இல்லையா? நீ வேறு மனிதர்களைப் பார்க்க விரும்பவில்லை தானே, விரும்புகிறாயா, அன்பனே?"

"இல்லை."

"நாம் இங்கே ஒரு நிமிட நேரம் உட்காரலாமா? கொஞ்சம் களைப்பாக இருக்கிறது."

நாங்கள் மரத்தடிகளில் மிகவும் நெருக்கமாகச் சேர்ந்து உட்கார்ந்தோம். எங்களுக்கு முன்னால் இருந்த சாலை காட்டுப் பகுதி வழியாகக் கீழ்நோக்கிச் சென்றது.

"நம் இருவருக்கிமிடையே அவள் வர மாட்டாள் அல்லவா, அவள் வருவாளா? அந்த சுட்டியான குட்டிக் குழந்தை."

"வர மாட்டாள். நாம் அவளை அனுமதிக்க மாட்டோம்."

"நம்முடைய நிதி நிலைமை எப்படி இருக்கிறது?"

"நம்மிடம் ஏராளமாக இருக்கிறது. நாம் கடைசியாகக் கொடுத்த காசோலைக்கு அவர்கள் பணம் கொடுத்துவிட்டார்கள்."

“நீ இப்போது சுவிட்சர்லாந்தில் இருப்பதால் உன்னுடைய குடும்பத்தார் உன்னை வீட்டுக்கு வரச்சொல்லி கட்டாயப்படுத்த மாட்டார்களா?”

“கட்டாயப்படுத்தலாம். ஆனால், அவர்களுக்கு ஏதாவது ஒரு காரணம் சொல்லி எழுதுவேன்.”

“இதுவரை நீ அவர்களுக்கு ஒன்றும் எழுதவில்லையா?”

“இல்லை. டிராஃப்ட் கிடைத்ததை மட்டுமே தெரிவித்தேன்.”

“நான் உன்னுடைய குடும்பத்தைச் சேர்ந்தவளாக இல்லை என்பதற்கு நான் இறைவனுக்கு நன்றி சொல்ல வேண்டும்.”

“நான் அவர்களுக்குத் தந்தி அனுப்புகிறேன்.”

“அவர்கள்மீது உனக்கு அக்கறை இல்லையா?”

“அக்கறை இருந்தது. எங்களுக்குள் மிகப் பெரிய சண்டை நடந்ததால் அது கெட்டுப் போயிற்று.”

“எனக்கு அவர்களைப் பிடிக்கும் என்று நினைக்கிறேன். ஒரு வேளை அவர்களை எனக்கு அதிகமாகப் பிடித்தாலும் பிடிக்கலாம்.”

“நாம் அவர்களைப் பற்றி பேச வேண்டாம்; பேசினால் நான் அவர்களைப் பற்றி கவலைப்படுவேன்.”

சிறிது நேரத்துக்குப்பின், “நீ ஓய்வெடுத்தது போதும் என்றால் இங்கேயிருந்து நாம் புறப்படலாம்,” என்று சொன்னேன்.

“ஓய்வெடுத்தது போதும்.”

நாங்கள் சாலையில் கீழ்நோக்கி நடந்தோம். இப்போது இருட்டாக இருந்தது. பூட்ஸ்களுக்கு அடியில் பனி கீச் கீச் என்று சத்தம் எழுப்பியது. இரவு நேரம் ஈரமில்லாத காற்றுடனும் குளிர்ச்சி யுடனும் மிகத் தெளிவாகவும் இருந்தது.

“நான் உன்னுடைய தாடியை நேசிக்கிறேன்,” என்று கேதரின் சொன்னாள். “இது மாபெரும் வெற்றி. அது பார்ப்பதற்கு விறைப் பாகவும் கொடூமையானதாகவும் தோன்றுகிறது; ஆனால், அது மென்மையாகவும் பெரும் மகிழ்ச்சி தருவதாகவும் இருக்கிறது.”

“நான் தாடி இல்லாமல் இருப்பதைவிட தாடியோடு இருப்பதை நீ அதிகம் விரும்புகிறாயா?”

"நான் அப்படித்தான் நினைக்கிறேன். இதோ பார், என் அன்பனே, சின்ன கேதரின் பிறக்கும்வரை நான் என்னுடைய முடியை வெட்டப்போவதில்லை. நான் இப்போது பெரிய உருவத்துடன் வயதான தாதியைப்போலத் தோன்றுகிறேன். அவள் பிறந்த பின்னர் நான் மீண்டும் ஒல்லியாகிவிடுவேன். அப்போது என் முடியை வெட்டுவேன்; அழகான வேறு ஒரு புதுப் பெண்ணாக உனக்குக் காட்சி தருவேன். நாம் இருவரும் சேர்ந்தே சென்று முடியை வெட்டுவோம் அல்லது நான் தனியாகப் போய் முடியை வெட்டியபின் உன்னை ஆச்சரியத்தில் ஆழ்த்துவேன்."

நான் ஒன்றும் சொல்லவில்லை.

"என்னால் உன்னை ஆச்சரியத்தில் ஆழ்த்த முடியாது என்று சொல்ல மாட்டாய் அல்லவா, சொல்வாயா?"

"சொல்ல மாட்டேன். அது எனக்குக் கிளர்ச்சி ஏற்படுத்துவதாக இருக்கும் என்று நினைக்கிறேன்."

"ஓ... ஓ... நீ மிகவும் இனிமையானவன். ஒருவேளை, என் அன்பனே, நான் மிகவும் அழகான மிகவும் ஒல்லியான கிளர்ச்சி யூட்டும் பெண்ணாக உனக்குத் தோன்றலாம். மீண்டும் முதலில் இருந்து என்னை நீ காதலிக்கத் தொடங்கலாம்."

"அடப் பாவமே," என்றேன். "நான் இப்போதே போதுமான அளவு உன்னைக் காதலிக்கிறேன். நீ என்னை என்ன செய்யப் போகிறாய்? சீர்குலைக்கப் போகிறாயா?"

"ஆமாம். நான் உன்னைச் சீர்குலைக்க ஆசைப்படுகிறேன்."

"நல்லது. அதைத்தான் நானும் விரும்புகிறேன்."

அத்தியாயம் 40

நாங்கள் அற்புதமான வாழ்க்கை வாழ்ந்தோம். ஜனவரி, பிப்ரவரி மாதங்களில் அங்கே இருந்தோம். குளிர்காலமானாலும் அது எங்களுக்கு இனிமையான காலமாகவே இருந்தது. நாங்கள் மிகவும் மகிழ்ச்சியாக இருந்தோம். இடையிடையே மிகவும் குறைவான நாட்கள் வெப்பக் காற்று வீசியது; பனிப் பொழிவும் குறைந்தது; அது வசந்த காலக் காற்று போலிருந்தது. ஆனால், காற்று எப்போதும் குளிர்ச்சியாகவும் தூய்மையாகவும் இருந்தது; மீண்டும் குளிர் காலம் வந்தது. மார்ச் மாதத்தில் முதல்முறையாக குளிர் காலம் மறைந்தது. இரவு நேரத்தில் மழை பெய்யத் துவங்கியது. எல்லா நாட்களும் காலை நேரத்தில் மழை பெய்தது; அது பனியைச் சேறாக மாற்றியது; மலை இருந்த பகுதியை மலைக்க வைக்கும் பகுதியாக மாற்றியது. ஏரியின் மேற்பரப்பிலும் பள்ளத்தாக்கிலும் மேகக் கூட்டங்கள் படர்ந்திருந்தன. மேலே உயரமான பகுதியில் மலைகளில் மழை பெய்துகொண்டிருந்தது. கேதரின் அணிந்திருந்த காலணிகளுக்கு மேல் ஒரு ஜோடி கனமான காலணிகள் அணிந்தாள். மிஸ்டர் குட்டிங்கினுடைய இரப்பர் காலணிகளை நான் அணிந்தேன். நாங்கள் இருவரும் ஒரு குடையின் கீழ் இரயில் நிலையத்துக்குச் சென்றோம். சாலை யிலிருந்த சேற்றின் வழியாகவும் பனிக்கட்டிகள் பரவியிருந்த சாலையைக் கழுவிச் சுத்தம் செய்துகொண்டிருந்த நீரோடையின் வழியாகவும் நடந்தோம். வழியிலிருந்த ஒரு மதுக்கூடத்தில் மதிய உணவுக்கு முன்னால் கொஞ்சம் சிவப்பு ஒயின் குடித்தோம். மதுக்கூடத்துக்கு வெளியே பெய்த மழையின் சத்தத்தை எங்களால் கேட்க முடிந்தது.

"நாம் இங்கிருந்து ஒரு நகரத்துக்குப் போக வேண்டும் என்று நீ நினைக்கிறாயா?"

"நீ என்ன நினைக்கிறாய்?" என்று கேதரின் என்னைக் கேட்டாள்.

"குளிர் காலம் முடிந்த பிறகு மழை பெய்துகொண்டிருந்தால் இங்கே இருப்பது சரியாக இருக்காது. குட்டி கேதரின் பிறப்பதற்கு இன்னும் எவ்வளவு காலம் இருக்கிறது?"

"தோராயமாக ஒரு மாதம் இருக்கிறது. அதற்குக் கொஞ்சம் அதிகமாகவும் இருக்கலாம்."

"நாம் கீழே போய் மாந்ரொவ் நகரில் தங்கலாமா?"

"நாம் லோசான் நகருக்குப் போனால் என்ன? அங்கேதான் மருத்துவமனை இருக்கிறது."

"சரி போகலாம். லோசான் பெரிய நகரமாக இருக்குமே என்று நினைத்தேன்."

"அதைவிடப் பெரிய நகரத்திலும் இங்கே இருப்பது போலவே நாம் தனிமையில் இருக்கலாம். மேலும் லோசான் நமக்கு இதமான இடமாக இருக்கும்."

"நாம் எப்போது போக வேண்டும்?"

"அது பற்றி எனக்கு எந்தப் பிரச்சினையும் இல்லை. அன்பனே, நீ எப்போது போகலாம் என்று நினைக்கிறாயோ அப்போது. நீ இங்கேயிருந்து போக விரும்பவில்லை என்றால் நானும் இங்கிருந்து போக விரும்பவில்லை."

"வானிலை எப்படி மாறுகிறது என்று கவனிக்கலாம்."

மூன்று நாட்கள் மழை பெய்தது. இரயில் நிலையத்தின் கீழே மலைச்சரிவில் இப்போது பனிப்பொழிவு இல்லை. சாலையில் இருந்த பனி உருகி சேற்றுடன் கலந்து வேகமாக ஓடியது. வெளியே போக முடியாத அளவுக்குச் சாலை ஈரமாகவும் சேற்றுடனும் இருந்தது. மழை பெய்த மூன்றாவது நாள் காலையில் மலையிலிருந்து இறங்கி நகரத்துக்குச் செல்லத் தீர்மானித்தோம்.

"இதில் எனக்கு ஒன்றும் பிரச்சினை இல்லை, மிஸ்டர் ஹென்றி" என்று குட்டிங்கின் சொன்னான். "நீங்கள் இதுபற்றி எனக்கு முன்னறிவிப்பு கொடுக்க வேண்டியதில்லை. இப்போது வானிலை மோசமானதாக மாறிவிட்டதால் நீங்கள் இங்கே தங்க விரும்பு வீர்கள் என்று நான் நினைக்கவில்லை."

"எப்படியிருந்தாலும் இந்தப் பெருமாட்டியின் நலனைக் கருத்தில்கொண்டு நாங்கள் மருத்துவமனையின் அருகில் இருக்க வேண்டியது அவசியமாகிறது," என்றேன்.

“எனக்குப் புரிகிறது,” என்றான். “எப்போதாவது நீங்கள் மீண்டும் குழந்தையுடன் இங்கே வந்து தங்குவீர்களா?”

“வருவோம். அப்போது இங்கே இடம் இருந்தால்.”

“வசந்த காலத்தில் இங்கே இதமான வானிலை நிலவும். அப்போது நீங்கள் இங்கு வந்து தங்கி மகிழலாம். இப்போது மூடப்பட்டிருக்கும் பெரிய அறையில் குழந்தையையும் நர்ஸையும் தங்கவைக்கலாம். ஏரியைப் பார்க்கும் வகையில் அமைந்துள்ள அதே அறையில் நீங்களும் பெருமாட்டியும் இப்போது தங்கி யிருப்பதுபோலவே அப்போதும் தங்கலாம்.”

“நாங்கள் வருவது பற்றி உனக்கு எழுதுகிறேன்,” என்றேன். எங்கள் பொருட்களை மூட்டை கட்டி வைத்தோம். மதிய உணவுக்குப் பின் புறப்பட்டு கீழே சென்ற இரயிலில் பயணம் செய்தோம். குட்டிங்கின் தம்பதி எங்களுடன் இரயில் நிலை யத்துக்கு வந்தார்கள். சேறாக இருந்த சாலையில் எங்கள் பொருட்களைச் சறுக்கு வண்டியில் வைத்து குட்டிங்கின் இழுத்து வந்தான். இரயில் நிலையத்தின் அருகில் மழையில் நின்றபடி அவர்கள் இருவரும் கை அசைத்து குட்-பை சொல்லி எங்களை வழியனுப்பினார்கள்.

“அவர்கள் மிகவும் இனிமையானவர்கள்,” என்று கேதரின் சொன்னாள்.

“அவர்கள் நம்முடன் பண்புடன் நடந்துகொண்டார்கள்.”

மாந்ரொவ்விலிருந்து லோசான் நகருக்கு இரயிலில் பயணம் செய்தோம். ஜன்னல் வழியாக நாங்கள் இதுவரை வாழ்ந்த இடம் இருந்த திசையில் பார்த்தோம். மேகமூட்டம் இருந்ததால் எங்க ளால் மலைகளைப் பார்க்க முடியவில்லை. வேவே நிலையத்தில் இரயில் வண்டி நின்றது. பின்னர், ஒரு பக்கம் இருந்த ஏரியையும் மறுபக்கம் ஈரமாக பழுப்பு நிறத்திலிருந்த வயல்வெளிகளையும், இலைகளை இழந்து வெறுமையாக நின்ற மரங்கள் அடர்ந்த காடுகளையும், ஈரமாக இருந்த வீடுகளையும் கடந்து தொடர்ந்து சென்றது. நாங்கள் லோசான் நகரை அடைந்து, தங்குவதற்காக ஒரு நடுத்தர ஹோட்டலுக்குச் சென்றோம். தெருக்களின் வழியாக ஒரு வண்டியில் பயணம் செய்து ஹோட்டலின் வண்டிகளுக்கான நுழைவாயிலுக்கு வந்து சேர்ந்தபோதும் மழை தொடர்ந்து

பெய்துகொண்டிருந்தது. அங்கிருந்த வரவேற்பாளன், அவனுடைய கோட்டின் மார்புப் பகுதியின் வெளிப்பக்க மடிப்பில் பித்தளை சாவிகள் தொங்கவிட்டிருந்த விதம், அங்கேயிருந்த லிஃப்ட், தரைவிரிப்புகள், பளபளப்பான உபகரணங்கள் பொருத்தப்பட்ட கைகள் கழுவுவதற்கான வெண்ணிறக் கிண்ணம், பித்தளையிலான படுக்கை, வசதியான பெரிய படுக்கை அறை - இவை எல்லாம், குட்டிங்கின் தம்பதியினரின் அறைகளை ஒப்பிட்டால், எங்க ளுக்கு ஆடம்பரமாகத் தோன்றின. அந்த அறையின் ஜன்னல் வெளியே ஈரமாயிருந்த தோட்டத்தின் பக்கமாகத் திறந்தது; தோட்டத்தின் சுற்றுச் சுவரின் உச்சிப் பகுதியில் இரும்பு வேலி அமைக்கப்பட்டிருந்தது. செங்குத்தாகக் கீழ்நோக்கிச் சரிவாகச் சென்ற அந்தத் தெருவில் கொஞ்ச தூரத்தில் இதே மாதிரி சுவருடனும் தோட்டத்துடனும் மற்றொரு ஹோட்டல் இருந்தது. தோட்டத்திலிருந்து நீரூற்றின் மீது பெய்த மழையை நான் ஜன்னல் வழியாகப் பார்த்தேன்.

கேதரின் எல்லா விளக்குகளையும் எரியச்செய்து பொட்டலங் களைப் பிரித்து பொருட்களை வெளியே எடுக்கத் தொடங்கினாள். நான் ஒரு தம்ளர் விஸ்கியும் ஒரு சோடாவும் கொண்டுவரச் சொன்னேன். இரயில் நிலையத்தில் வாங்கிய செய்தித்தாளைப் படுக்கையில் படுத்தபடி வாசித்தேன். 1918ஆம் ஆண்டு மார்ச் மாதத்தில் பிரான்சில் ஜெர்மனியின் தாக்குதல் தொடங்கியது. நான் விஸ்கியையும் சோடாவையும் குடித்தேன்; செய்தித்தாள் வாசித்தேன். அப்போது கேதரின் பொருட்களை வெளியே எடுத்துப் பிரித்தபடி அறையில் அங்கும் இங்கும் நடந்தாள்.

“நான் என்ன வாங்க வேண்டும் என்று எனக்குத் தெரியும், அன்பனே,” என்றாள் அவள்.

“என்ன?”

“என்னைப் போல் நிறைமாத கர்ப்பத்தில் இருப்பவர்களில், குழந்தைகளுக்கான பொருட்கள் வாங்காதவர்கள் அதிகம் இல்லை.”

“அவற்றை வாங்கு.”

“எனக்குத் தெரியும். நாளைக்கு அதைத்தான் செய்யப்போகிறேன். என்னென்ன தேவைப்படும் என்று கண்டுபிடிக்கிறேன்.”

"உனக்குத் தெரிந்திருக்க வேண்டும். நீயும் ஒரு நர்ஸாக வேலை செய்தவள்தானே."

"ஆனால், ஒரு சில படைவீரர்கள் மட்டுமே மருத்துவமனையில் குழந்தைகளுடன் இருந்தார்கள்."

"நான் அப்படி இருந்தேன்."

அவள் என்மீது தலையணையை எறிந்தாள். விஸ்கியும் சோடாவும் சிந்தித் தெறித்தது.

"மீண்டும் விஸ்கியும் சோடாவும் கொண்டுவரச் சொல்கிறேன். கீழே கொட்டிவிட்டது, வருந்துகிறேன்."

"தம்ளரில் கொஞ்சமாகத்தான் மீதமிருந்தது. நீ படுக்கைக்கு வா."

"மாட்டேன். நான் முயற்சி செய்து இந்த அறைக்கு வேறு மாதிரியான தோற்றம் கொடுக்க வேண்டும்."

"என்ன மாதிரியான தோற்றம்?"

"நம்முடைய வீட்டின் தோற்றம்."

"நேசநாடுகளின் கொடிகளை வெளியே தொங்கவிடு."

"ஓ... வாயை மூடு."

"மீண்டும் ஒருமுறை சொல்."

"வாயை மூடு."

"நீ மிகுந்த எச்சரிக்கையுடன் சொல்கிறாய்," என்றேன். "ஒரு வரையும் வருத்தம் அடையச் செய்யக் கூடாது என்பதுபோல."

"நான் ஒருவரையும் வருத்தப்பட வைக்க மாட்டேன்."

"அப்படியானால் இங்கே படுக்கைக்கு வா."

"சரி, வருகிறேன்." அவள் வந்து படுக்கையில் உட்கார்ந்தாள். "என்னால் உனக்கு எந்தவித மகிழ்ச்சியும் கிடைக்காது என்று எனக்குத் தெரியும். நான் பெரிய மாவு பீப்பாய்போல் இருக்கிறேன்."

"நீ அப்படி இல்லை. நீ அழகாக இருக்கிறாய்; இனிமை யானவளாக இருக்கிறாய்."

"நீ திருமணம் செய்திருப்பது அதிக விகாரமான தோற்றமுடைய ஏதோ ஒரு உருவத்தை."

“இல்லவே இல்லை. நீ எப்போதும் அதீத அழகுடன் இருக்கிறாய்.”

“ஆனால், நான் மீண்டும் உடல் மெலிந்து ஒல்லியாகிவிடுவேன், அன்பனே.”

“இப்போதே நீ ஒல்லியாகத்தான் இருக்கிறாய்.”

“நீ மது குடித்துக்கொண்டிருந்தாய்.”

“விஸ்கியும் சோடாவும் மட்டுமே.”

“இன்னும் கொஞ்சம் விஸ்கியும் சோடாவும் வந்துகொண்டிருக்கிறது. அதன் பின் இரவு சாப்பாட்டை இங்கேயே வரவழைக்கலாமா?”

“அதுதான் சரி.”

“அதன் பிறகு நாம் வெளியே போக மாட்டோம், போவோமா? அப்படியே அறைக்குள்ளேயே இருந்துவிடலாம்.”

“விளையாடலாம்,” என்றேன்.

“நான் கொஞ்சம் ஒயின் குடிக்கிறேன். அது எனக்கு ஒரு தீங்கும் செய்யாது. நாம் பழைய நாட்களில் குடிப்போமே அந்த வெள்ளை நிற கேப்ரி ஒயின் கொஞ்சம் வாங்கலாம்.”

“எனக்கு நினைவிருக்கிறது, அதை வாங்கலாம்,” என்றேன் “இந்த மாதிரியான ஹோட்டல்களில் இத்தாலிய ஒயின் வகைகள் வைத்திருப்பார்கள்.”

ஹோட்டல் ஊழியன் அறையின் கதவைத் தட்டினான். விஸ்கியும் ஐஸ் கட்டிகளும் இருந்த ஒரு தம்ளரும் ஒரு சின்ன பாட்டில் சோடாவும் ஒரு தட்டில் வைத்துக் கொண்டுவந்தான்.

“நன்றி,” என்றேன். “அதை அங்கே வை. தயவுசெய்து எங்கள் இருவருக்கும் இரவு சாப்பாட்டைத் இங்கேயே கொண்டு வா. மேலும், இரண்டு பாட்டில் வெள்ளை நிற கேப்ரி ஒயினும் ஐஸ் கட்டிகளும் கொண்டு வா.”

“உணவு சாப்பிடுவதற்கு முன்னால் சூப் ஏதாவது சாப்பிட விரும்புகிறீர்களா?”

“கேட், உனக்கு சூப் வேண்டுமா?”

“தயவுசெய்து கொண்டுவரச் சொல்.”

“ஒரு சூப் கொண்டு வா.”

"நன்றி, ஐயா." அவன் வெளியே போனான், கதவை மூடினான். நான் மீண்டும் போர் பற்றிய செய்திகளை வாசித்தேன். ஐஸ் கட்டிகளுடன் இருந்த விஸ்கியின் மேல் சோடாவை மெதுவாக ஊற்றினேன். ஐஸ் கட்டிகளைத் தனியாக அனுப்பச் சொல்ல வேண்டும். அப்படிச் செய்தால்தான் தம்ளரில் இருக்கும் விஸ்கியின் அளவைத் தெரிந்துகொள்ளலாம். அப்படிச் செய்வதால் திடீரென அதிக அளவு சோடா கலக்காமல் நிறுத்திக்கொள்ளலாம். இனிமேல் நான் ஒரு பாட்டில் விஸ்கி வாங்கி வைக்கிறேன். அவர்களை சோடாவும் ஐஸ் கட்டிகளும் கொண்டுவரச் சொல்ல வேண்டும். அதுதான் புத்திசாலித்தனமானது. நல்ல தரமான விஸ்கி குடிப்பதற்கு இதமாக இருக்கும். வாழ்க்கையின் மகிழ்ச்சியான தருணங்களில் அதுவும் ஒன்று.

"அன்பனே, நீ எதைப்பற்றிச் சிந்தித்துக்கொண்டிருக்கிறாய்?"

"விஸ்கியைப் பற்றி."

"என்ன, விஸ்கியைப் பற்றியா?"

"அது எவ்வளவு இதமாக இருக்கிறது என்பது பற்றி."

கேதரின் முகத்தைச் சுழித்தாள். "அதுவும் சரிதான்," என்றாள்.

நாங்கள் மூன்று வாரங்கள் அந்த ஹோட்டலில் தங்கினோம். அது மோசமான அனுபவமாக இல்லை. சாப்பாட்டு அறை வழக்கமாக வெறுமையாக இருக்கும்; இரவு நேரத்தில் அடிக்கடி எங்கள் அறையிலேயே சாப்பிடுவோம். நாங்கள் அந்த நகரில் நடந்தோம்; அங்கிருந்து மலை இரயிலில் ஔச்சி என்ற இடத் துக்குப் பயணம் செய்தோம். ஏரிக்கரையோரம் நடந்தோம். வானிலை வெதுவெதுப்பாக மாறியது; வசந்த காலத்தைப் போல் இருந்தது. மலைப்பகுதிகளிலேயே நாங்கள் இருந்திருக்கலாமோ என்று நினைத்தோம். ஆனால், வசந்தகால வானிலை சில நாட்களே நீடித்தது. அதன் பின் குளிர் காலம் முடிவடையும்போது ஏற்படும் கடுமையான குளிர் திரும்பியது.

குழந்தைக்குத் தேவையான பொருட்களை கேதரின் அந்த நகரில் வாங்கினாள். இரண்டு பக்கங்களிலும் கடைகள் இருந்த பாதையில் இருந்த உடற்பயிற்சி நிலையத்துக்குச் சென்றேன்; குத்துச் சண்டை, உடற்பயிற்சிகள் செய்தேன். வழக்கமாக, காலை நேரத்தில் கேதரின் நீண்ட நேரம் தூங்கிக்கொண்டிருக்கும்போது

நான் அங்கே போவேன். குளிர் காலம் முடிந்து வசந்த காலம் தொடங்கும் முன்னால் உண்டான இடைப்பட்ட காலத்தில் வானிலை மிகவும் அற்புதமாக இருந்தது. குத்துச் சண்டைப் பயிற்சி முடிந்தவுடன் குளிப்பதும், வசந்த காலத்தின் வாடையைச் சுமந்து வந்த காற்றைச் சுவாசித்தபடி தெருவில் நடப்பதும், சிற்றுண்டி நிலையம் வந்து உட்கார்ந்து அங்கிருந்த மனிதர்களைப் பார்ப்பதும், செய்தித்தாள் வாசிப்பதும், கொஞ்சம் பிராந்தி குடிப்பதும், குடித்த பின் ஹோட்டலுக்கு நடந்து கேதரினுடன் மதிய உணவு உண்பதும்—அனைத்துமே அற்புதமான அனுபவங்கள். குத்துச் சண்டைப் பயிற்சி நிலையத்தின் பேராசிரியர் மீசை வைத்திருந்தார்; மிகவும் சரியான நேரத்தில் மிகத் துல்லியமாகச் செயல்படுபவர்; அவர் செயல்பாடுகளுக்கு ஈடுகொடுக்காமல் நாம் சில நொடிகள் தாமதமாகச் செயல்பட்டாலும் அவர் உணர்ச்சிவயப்பட்டு செயலிழந்துவிடுவார். ஆனால், அந்த உடற்பயிற்சி நிலையத்தில் செலவிட்ட நேரம் மகிழ்ச்சியானது. அங்கே நல்ல காற்று வீசியது, நல்ல வெளிச்சம் இருந்தது. ஸ்கிப்பிங் பயிற்சி, நிழற் குத்துச் சண்டைப் பயிற்சி, திறந்த ஜன்னல் வழியாக வந்த சூரிய ஒளி படும் இடத்தில் படுத்தபடி செய்யும் அடிவயிற்றுக்கான பயிற்சி ஆகிய பயிற்சிகளை மிகுந்த ஈடுபாட்டுடன் தீவிரமாகச் செய்தேன். அவருடன் நான் குத்துச் சண்டைப் பயிற்சி செய்தபோது எப்போதாவது அவரை நான் அதிர்ச்சியடையச் செய்தேன். நீண்ட குறுகலான முகம் பார்க்கும் கண்ணாடி முன்னால் நின்று நிழற் குத்துச் சண்டை செய்யும் பயிற்சியைத் தொடக்கத்தில் என்னால் செய்ய முடியவில்லை; தாடி வைத்திருந்த ஒருவன் இவ்வகையான பயிற்சி செய்வது வினோதமாகத் தெரிந்தது. ஆனால், ஒரு வழியாக அதுவும் ஒரு விளையாட்டுத்தனமானது என்று நினைத்தேன். நான் குத்துச்சண்டை பயிற்சி செய்ய ஆரம்பித்தவுடன் என்னுடைய தாடியை நீக்க முடிவு செய்தேன்; ஆனால், கேதரின் அதை விரும்பவில்லை.

சில சமயங்களில் நானும் கேதரினும் நாட்டுப்புறத்தில் வண்டியில் பயணம் செய்தோம். வானிலை இதமாக இருக்கும்போது அப்படிப் பயணம் செய்தது மகிழ்ச்சியாக இருந்தது; சாப்பிடுவதற்குத் தோதான இரண்டு நல்ல இடங்களைக் கண்டுபிடித்தோம். இப்போது கேதரினால் நீண்ட தூரம் நடக்க முடியவில்லை.

கேதரினுடன் சேர்ந்து நாட்டுப்புறச் சாலைகளில் வண்டியில் பயணம் செய்வதை விரும்பினேன். வானிலை நன்றாக இருந்த நாட்களில் எங்கள் பயண காலங்கள் உன்னத காலங்களாக இருந்தன; ஒருபோதும் எங்களுக்கு மோசமான அனுபவம் வாய்த்ததில்லை. பிரசவ நேரம் நெருங்கிவிட்டது என்று எங்களுக்குத் தெரியும். அந்த அறிதல், ஏதோ ஒன்று எங்களைத் அவசரப்படுத்திக்கொண்டிருப்பது போன்ற உணர்வையும், நாங்கள் சேர்ந்து இருப்பதில் ஒரு நொடிகூட இழக்கக் கூடாது என்ற உணர்வையும் எங்கள் இருவருக்கும் ஏற்படுத்தியது.

அத்தியாயம் 41

ஒருநாள் அதிகாலை மூன்று மணி அளவில் கேதரின் படுக்கையில் அசைந்துகொண்டிருந்த சத்தத்தைக் கேட்டு விழித் தெழுந்தேன்.

"கேட், எப்படி இருக்கிறாய்?"

"எனக்குக் கொஞ்சம் வலி எடுத்துக்கொண்டிருக்கிறது, அன்பனே."

"ஒரு சீரான இடைவெளியில் வருகிறதா?"

"இல்லை. சீராக இல்லை."

"ஒரே மாதிரி இடைவெளியில் வலி ஏற்பட்டால் நாம் மருத்துவ மனைக்குப் போகலாம்."

அதிகத் தூக்கக் கலக்கத்தில் இருந்த நான் மறுபடியும் தூங்கி விட்டேன். சிறிது நேரத்திற்குப் பிறகு மீண்டும் விழித்தெழுந்தேன்.

"எதற்கும் டாக்டரிடம் பேசுவது நல்லது என்று நினைக்கிறேன்," என்று கேதரின் சொன்னாள். "இது பிரசவ வலிபோல்தான் தெரிகிறது."

டாக்டரிடம் தொலைபேசியில் பேசினேன். "வலி என்ன இடைவெளியில் வருகிறது?" என்று அவர் கேட்டார்.

"என்ன இடைவெளியில் வலி வருகிறது, கேட்?"

"கால் மணி நேரத்துக்கு ஒரு முறை வருகிறது என்று நினைக் கிறேன்."

"அப்படியானால், நீங்கள் மருத்துவமனைக்குப் போக வேண்டும்," என்றார் டாக்டர். "நானும் உடை அணிந்து உடனடி யாக மருத்துவமனைக்குப் போகிறேன்."

நான் தொலைத் தொடர்பைத் துண்டித்த பின் டாக்ஸிக்காக இரயில் நிலையத்தின் அருகிலிருந்த டாக்ஸி நிலையத்தைத் தொடர்பு கொண்டேன். வெகு நேரம் ஒருவரும் பதிலளிக்கவில்லை.

ஒருவழியாக எப்படியோ ஒருவர் பதிலளித்தார்; உடனடியாக டாக்ஸி அனுப்பிவைப்பதாகத் தெரிவித்தார். கேதரின் உடை மாற்றிக்கொண்டிருந்தாள். மருத்துவமனையில் கேதரினுக்குத் தேவைப்படும் பொருட்களும் குழந்தைக்கான பொருட்களும் ஒரு பையில் வைக்கப்பட்டிருந்தன. அறைக்கு வெளியிலிருந்த லிஃப்ட் அந்தத் தளத்துக்கு வருவதற்கான பட்டனை அழுத்தினேன். பதில் இல்லை. நான் நடந்து தரைத்தளத்தை அடைந்தேன். அங்கே இரவு நேர காவலனைத் தவிர வேறு ஒருவரும் இல்லை. நானே லிஃப்ட்டை மேலே கொண்டுவந்தேன், கேதரினுடைய பையை அதனுள் வைத்தேன், கேதரின் உள்ளே வந்தாள், நாங்கள் தரைத்தளத்தை அடைந்தோம். எங்களுக்கு இரவு நேரக் காவலன் கதவைத் திறந்துவிட்டான். வெளிப்பக்கத்தில் ஓடுதளத்துக்குப் போகும் படிக்கட்டுக்குப் பக்கத்திலிருந்த கற்பலகையில் உட்கார்ந்து டாக்ஸிக்காகக் காத்திருந்தோம். இரவில் தெளிவான வானிலை நிலவியது, நட்சத்திரங்கள் தெரிந்தன. கேதரின் மிகவும் உணர்ச்சிவயப்பட்டவளாக இருந்தாள்.

“எனக்கு வலி எடுக்க ஆரம்பித்தது மகிழ்ச்சியாக இருக்கிறது,” என்றாள். “இன்னும் கொஞ்ச நேரத்தில் வலியெல்லாம் முடிவுக்கு வந்துவிடும்.”

“நீ துணிச்சலான நல்ல பெண்.”

“நான் பயப்படவில்லை. இருந்தாலும் டாக்ஸி சீக்கிரம் வந்தால் நல்லது.”

டாக்ஸி அந்தத் தெருவில் வந்துகொண்டிருந்த சத்தம் கேட்டது; அதன் முகப்பு வெளிச்சத்தைப் பார்த்தேன். அது ஹோட்டலின் ஓடுதளத்தில் வந்து நின்றது. கேதரின் டாக்ஸியில் ஏறுவதற்கு உதவி செய்தேன். டிரைவர் பையை முன்பக்கத்தில் வைத்தான்.

“மருத்துவமனைக்குப் போ,” என்றேன்.

அந்த ஓடுதளத்திலிருந்து வெளியேறி மலைப்பாதையில் மேல் நோக்கிச் செல்லத் தொடங்கினோம்.

நாங்கள் மருத்துவமனையை அடைந்தோம். நான் பையை எடுத்துச் சென்றேன். வரவேற்பு மேஜையில் இருந்த பெண் கேதரினின் பெயர், வயது, முகவரி, உறவினர்கள், மதம் ஆகிய

விவரங்களை எழுதினாள். அவளுக்கு மதம் எதுவும் இல்லை என்று கேதரின் சொன்னாள். அந்தப் பெண் மதம் என்ற சொல்லுக்கு அடுத்து இருந்த கட்டத்தில் ஒரு கோடு இழுத்தாள். அவளுடைய பெயரை கேதரின் ஹென்றி என்று பதிவு செய்தாள்.

“நான் உங்களை அறைக்குக் கூட்டிப் போகிறேன்,” என்றாள் அந்தப் பெண். நாங்கள் லிஃப்டில் மேலே சென்றோம். அந்தப் பெண் லிஃட்டை நிறுத்தினாள். நாங்கள் அதிலிருந்து வெளியேறி ஒரு கூடத்தில் அவளைப் பின்தொடர்ந்து சென்றோம். கேதரின் என்னுடைய கையை இறுக்கமாகச் சேர்த்துப் பிடித்தாள்.

“இதோ இதுதான் உங்களுடைய அறை,” என்றாள் அந்தப் பெண். “தயவுசெய்து உங்களுடைய ஆடைகளைக் களைந்துவிட்டு படுக்கையில் படுக்கிறீர்களா? நீங்கள் போட்டுக்கொள்ள இதோ நைட்கௌன் இருக்கிறது.”

“நான் ஒரு நைட்கௌன் வைத்திருக்கிறேன்,” என்று கேதரின் சொன்னாள்.

“இந்த நைட்கௌனைப் போட்டுக்கொள்வது உங்களுக்கு நல்லது,” என்று அந்தப் பெண் சொன்னாள்.

நான் வெளியே போனேன்; நடைபாதையிலிருந்த ஒரு நாற்காலியில் உட்கார்ந்தேன்.

அறையின் வாசலில் நின்றபடி, “நீங்கள் இப்போது உள்ளே வரலாம்,” என்று அந்தப் பெண் சொன்னாள். கேதரின் குறுகலான படுக்கையில் படுத்திருந்தாள். சதுர வடிவில் வடிவமைக்கப் பட்டிருந்த கழுத்துப் பகுதியுடைய ஒரு சாதாரண உடை அணிந்திருந்தாள். அந்த உடை முரட்டுத் துணியில் தைக்கப் பட்டிருந்ததுபோல் தோன்றியது. அவள் என்னைப் பார்த்துப் புன்னகைத்தாள்.

“எனக்கு இப்போது இதமான வலி வந்துகொண்டிருக்கிறது,” என்றாள் கேதரின். அந்தப் பெண் கேதரினினின் மணிக்கட்டைப் பிடித்தபடி கடிகாரத்தைப் பார்த்து வலி வந்த நேரத்தைக் குறித்தாள்.

“இது ஒரு பெரிய வலி,” என்றாள் கேதரின். அந்த வலியின் தாக்கத்தை அவள் முகத்தில் பார்த்தேன்.

"டாக்டர் எங்கே இருக்கிறார்," என்று நான் அந்தப் பெண்ணைக் கேட்டேன்.

"அவர் படுத்துத் தூங்கிக்கொண்டிருக்கிறார். தேவைப்படும் போது இங்கே வருவார்."

"நான் மேடத்துக்கு ஒரு வேலை செய்ய வேண்டும்," என்று அந்த நர்ஸ் சொன்னாள். "தயவுசெய்து மீண்டும் வெளியே போகிறீர்களா?"

நான் வெளியிலிருந்த கூடத்துக்குப் போனேன். அந்தக் கூடத்தில் இரண்டு ஜன்னல்கள் தவிர வேறு எதுவும் இல்லை. அங்கேயிருந்த கதவுகள் அனைத்தும் மூடப்பட்டிருந்தன. அங்கே மருத்துவமனையின் வாசனை இருந்தது. நான் நாற்காலியில் உட்கார்ந்தேன், தரையைப் பார்த்தேன், கேதரினுக்காகப் பிரார்த்தனை செய்தேன்.

"நீங்கள் உள்ளே வரலாம்," என்று அந்த நர்ஸ் சொன்னாள். நான் அறைக்குள் போனேன்.

"ஹலோ, அன்பனே," என்றாள் கேதரின்.

"இப்போது வலி எப்படி இருக்கிறது?"

"இப்போது வலி அடிக்கடி வருகிறது. அவள் முகத்தைச் சுளித்தாள். பிறகு புன்னகைத்தாள்.

"இது ஒரு உண்மையான வலி. நீ உன்னுடைய கையை மீண்டும் என்னுடைய பின்பக்கத்தில் வைக்க வேண்டும் என்று நினைக்கிறாயா, நர்ஸ்?"

"அது உங்களுக்குப் பயனளிக்குமானால்," என்றாள் அந்த நர்ஸ்.

"வெளியே போ, அன்பனே," என்று கேதரின் சொன்னாள். "வெளியே போய் ஏதாவது சாப்பிடு. இப்படி நான் நீண்ட நேரம் செய்யவேண்டியிருக்கும் என்று நர்ஸ் சொல்கிறாள்."

"பொதுவாக முதலாவதாக வரும் பிரசவ வலி அதிக நேரம் நீடிக்கும்," என்று நர்ஸ் சொன்னாள்.

"தயவுசெய்து நீ வெளியே போய் ஏதாவது வாங்கிச் சாப்பிடு," என்றாள் கேதரின். "உண்மையாகவே நான் நன்றாக இருக்கிறேன்."

"கொஞ்ச நேரம் நான் இங்கே இருக்கிறேன்," என்று சொன்னேன்.

தொடர்ந்து ஒரே சீராக விட்டுவிட்டு வலி வந்துகொண்டிருந்தது, பிறகு அது குறைந்தது. கேதரின் அதிக உற்சாகமடைந்தாள். மோசமான வலிகள் வந்தபோதெல்லாம் அவை நல்ல வலிகள் என்றாள். வலி குறையத் தொடங்கியபோதெல்லாம் அவள் ஏமாற்றம் அடைந்தாள், வெட்கப்பட்டாள்.

"அன்பனே, நீ வெளியே போ. நீ இங்கேயே இருந்து என்னைக் கூச்சமடையச் செய்கிறாய்." அவள் முகம் இறுக்கமடைந்தது. "இதோ, இது மேம்பாடானது. நான் இப்படியே உனக்கு நல்ல மனைவியாக இருந்து எவ்வித முட்டாள்தனமுமில்லாமல் இந்தக் குழந்தையை நல்ல முறையில் பெற்றுத்தர விரும்புகிறேன். தயவுசெய்து வெளியே போய் காலை உணவு சாப்பிடு அன்பனே. அதன் பின் திரும்பி வா. நான் உன்னைத் தேட மாட்டேன். இந்த நர்ஸ் எனக்குச் சிறப்பாக உதவி செய்கிறாள்."

"காலை உணவுக்காக நீங்கள் அதிக நேரம் எடுத்துக்கொள்ள லாம்," என்று நர்ஸ் சொன்னாள்.

"அப்படியானால் நான் போகிறேன், குட்-பை, இனியவளே."

"குட்-பை," என்றாள் கேதரின். "எனக்கும் சேர்த்து நன்றாகச் சாப்பிடு."

"காலைச் சாப்பாடு எங்கே கிடைக்கும்," என்று நர்ஸைக் கேட்டேன்.

"இந்தத் தெருவில் கொஞ்சம் தள்ளி இருக்கும் சதுக்கத்தில் ஒரு சிற்றுண்டிச்சாலை இருக்கிறது," என்றாள் அவள். "அது இப்போது திறந்திருக்கும்."

வெளியே வெளிச்சம் வந்துகொண்டிருந்தது. ஆள் நடமாட்ட மில்லாத அந்தத் தெருவில் நடந்து சிற்றுண்டிச்சாலையைத் தேடிச் சென்றேன். அதன் ஜன்னலில் வெளிச்சம் இருந்தது. அந்தச் சிற்றுண்டிச்சாலைக்குள் சென்றேன். துத்தநாகக் கம்பி பொருத்தப் பட்ட மது கவுண்டரின் முகப்பில் நின்றேன். முதியவன் ஒருவன் ஒரு தம்ளர் வெள்ளை ஒயினும் ரொட்டியும் கொடுத்தான். நேற்று தயாரிக்கப்பட்ட ரொட்டி அது. நான் அதை ஒயினில் நனைத்து சாப்பிட்டேன். பிறகு ஒரு தம்ளர் காப்பி குடித்தேன்.

"இந்த நேரத்தில் இங்கே என்ன செய்துகொண்டிருக்கிறாய்?" என்று முதியவன் கேட்டான்.

"என்னுடைய மனைவி மருத்துவமனையில் பிரசவப் பிரிவில் இருக்கிறாள்."

"அப்படியானால் உனக்கு என் நல்வாழ்த்துகள்."

"இன்னும் ஒரு தம்ளர் ஒயின் கொடு."

அவன் ஒரு பாட்டிலைச் சரித்து அதிலிருந்த ஒயினை ஊற்றினான்; கொஞ்சம் ஒயின் துத்தநாகத் தகட்டில் சிந்தி ஓடியது. அந்த ஒயினையும் குடித்தேன். சாப்பாட்டிற்கான காசு கொடுத்த பின் வெளியே போனேன். தெருவின் ஓரத்தில் வீடுகளிலிருந்து கழித்துப் போடப்பட்டிருந்த தகர டப்பாக்கள் அள்ளப்படாமல் கிடந்த இடத்துக்கு வந்தேன். அவற்றில் ஒரு டப்பாவை ஒரு நாய் மோப்பம் பிடித்துக்கொண்டிருந்தது.

"உனக்கு என்ன வேண்டும்?" என்று நான் அந்த நாயிடம் கேட்டேன். அதில் ஏதாவது இருக்கிறதா, இருந்தால் வெளியே இழுத்துக் கொடுக்கலாமே என்று அந்த டப்பாவைப் பார்த்தேன். அதில் கொஞ்சம் காப்பித்தூளின் சக்கையும், தூசியும், சில உலர்ந்த பூக்களும் மட்டுமே இருந்தன; வேறொன்றும் இல்லை.

"நாயே, அதில் ஒன்றும் இல்லை," என்று சொன்னேன்.

நாய் அந்தத் தெருவின் குறுக்கே போனது. நான் மருத்துவ மனைக்குப் போய் படிக்கட்டில் ஏறி கேதரின் இருந்த தளத்துக்குப் போனேன். அத்தளத்தின் கூடத்தைக் கடந்து கேதரினுடைய அறைக்குப் போனேன்; கதவைத் தட்டினேன். பதில் இல்லை. நான் கதவைத் திறந்து உள்ளே பார்த்தேன். அங்கே ஒருவரும் இல்லை. கேதரினுடைய பை மட்டும் நாற்காலியில் இருந்தது. அவளுடைய கௌன் சுவரில் இருந்த ஆணியில் தொங்கிக்கொண்டிருந்தது. அறையிலிருந்து வெளியேறி அங்கிருந்த கூடத்தில் யாராவது இருக்கிறார்களா என்று தேடினேன். ஒரு நர்ஸைக் கண்டேன்.

"கேதரின் மேடம் எங்கே இருக்கிறார்?"

"இப்போதுதான் அந்த அம்மையார் பிரசவ அறைக்குச் சென்றார்."

"அது எங்கே இருக்கிறது?"

"நான் காட்டுகிறேன்."

தடாகம் / 475

அந்தக் கூடத்தின் கடைசிப் பகுதிக்கு என்னை அழைத்துச் சென்றாள். அந்த அறையின் கதவு பாதி திறந்திருந்தது. அங்கிருந்த ஒரு மேஜைமீது கேதரின் படுத்திருந்தாள். அவள்மீது ஒரு போர்வை போர்த்தப்பட்டிருந்தது. மேஜையின் ஒரு புறத்தில் நர்ஸும் மறுபுறத்தில் டாக்டரும் நின்றனர்; டாக்டரின் பக்கத்தில் சில சிலிண்டர்களும் இருந்தன. டாக்டர் ஒரு கையில் குழாயுடன் இணைக்கப்பட்ட இரப்பர் முகக்கவசம் வைத்திருந்தார்.

“உங்களுக்கு ஒரு கௌன் தருகிறேன், நீங்கள் உள்ளே போகலாம்,” என்ற அந்த நர்ஸ், “தயவுசெய்து இங்கே வாருங்கள்,” என்றாள்.

ஒரு வெள்ளை நிற கௌனை என்மீது போட்டாள்; அதில் என் கழுத்தின் பின்பகுதியில் ஒரு ஊக்கைக் குத்தினாள்.

“இப்போது நீங்கள் உள்ளே போகலாம்,” என்றாள். நான் அறையின் உள்ளே போனேன்.

“ஹலோ, அன்பனே,” என்றாள் கேதரின். அவள் சிரமப்பட்டு பேசினாள். “என்னால் எதுவும் செய்ய முடியவில்லை.”

“நீங்கள் மிஸ்டர் ஹென்றியா?” டாக்டர் கேட்டார்.

“ஆமாம். டாக்டர், நிலைமை எப்படி இருக்கிறது?”

“எல்லாம் நல்லபடியாகப் போய்க்கொண்டிருக்கிறது,” என்றார் டாக்டர். “வலியைக் கட்டுப்படுத்த வலிநிவாரண வாயு கொடுப் பதற்கு ஏதுவாக இந்த அறைக்கு வந்தோம்.”

“எனக்கு அது இப்போது வேண்டும்,” என்றாள் கேதரின். டாக்டர் இரப்பர் முகக்கவசத்தை அவளுடைய முகத்தின்மேல் வைத்து குழாயைத் திறந்தார்; கேதரின் ஆழமாகவும் விரை வாகவும் சுவாசித்ததைப் பார்த்தேன். பிறகு முகக்கவசத்தைத் தள்ளிவிட்டாள். டாக்டர் வாயு குழாயை மூடினார்.

“இது பெரிய வலியில்லை. கொஞ்ச நேரத்துக்கு முன்னால் எனக்கு ஒரு பெரிய வலி வந்தது. டாக்டர்தான் அதிலிருந்து என்னை விடுவித்தார், அப்படித்தானே, டாக்டர்?” அவள் குரல் வித்தியாசமாக இருந்தது; டாக்டர் என்ற சொல்லை அழுத்தமாகச் சொன்னாள்.

டாக்டர் புன்னகைத்தார்.

"மீண்டும் அது எனக்கு வேண்டும்," என்றாள் கேதரின். இரப்பர் முகக்கவசத்தை முகத்தோடு அழுத்திப் பிடித்தாள்; வேகமாக சுவாசித்தாள். அவள் கொஞ்சம் முனகுவது எனக்குக் கேட்டது. பின்னர் அதை அவள் விலக்கினாள்; என்னைப் பார்த்துப் புன்னகைத்தாள்.

"அது மிகப் பெரிய வலி," என்றாள். "அது மிகவும் பெரிய வலி. அன்பனே, நீ கவலைப்படாதே. நீ இங்கிருந்து போ. இன்னும் ஒருமுறை காலை உணவு சாப்பிடு."

"நான் இங்கேயே இருக்கிறேன்," என்றேன்.

நாங்கள் அன்று அதிகாலை மூன்று மணிக்கு மருத்துவமனைக்கு வந்து சேர்ந்திருந்தோம். மதிய வேளை வந்தபோதும் அவள் பிரசவ அறையிலேயே இருந்தாள். வலியின் தாக்கம் மீண்டும் குறைந்திருந்தது. அவள் மிகவும் சோர்வடைந்தும் களைப்படைந்தும் காணப்பட்டாள். ஆனால், இன்னமும் உற்சாகமாக இருந்தாள்.

"நான் எதற்கும் பிரயோஜனமில்லை, அன்பனே," என்றாள். "நான் மிகவும் வருத்தப்படுகிறேன். எளிதாகக் குழந்தை பெற்று விடுவேன் என்று நினைத்தேன். இப்போது—ஒரு வலி வரு கிறது—" அவள் கையை நீட்டி முகக்கவசத்தைத் தேடி எடுத்து முகத்தில் வைத்தாள். டாக்டர் குழாயைத் திறந்தார்; அவளையே பார்த்துக்கொண்டிருந்தார். கொஞ்ச நேரத்தில் வலி நின்றது.

"அது பெரிய வலி இல்லை," என்று கேதரின் சொன்னாள்; புன்னகைத்தாள். "வலி நிவாரண வாயுவைப் பயன்படுத்துவதில் நான் ஒரு முட்டாளாக இருந்திருக்கிறேன். அது அற்புதமாக வலியைக் குறைக்கிறது."

"இதுபோல் ஒன்று வாங்கி நாம் வீட்டில் வைத்துக்கொள்வோம்," என்று சொன்னேன்.

"இதோ வலி வருகிறது," என்று கேதரின் வேகமாகச் சொன் னாள். டாக்டர் வாயுக் குழாயைத் திறந்தார்; கைக்கடிகாரத்தைப் பார்த்தார்.

"இப்போது எவ்வளவு நேர இடைவெளி விட்டு வந்தது?" என்று கேட்டேன்.

"தோராயமாக ஒரு நிமிடம்."

"உங்களுக்கு மதியச் சாப்பாடு வேண்டாமா?"

"கூடிய சீக்கிரத்தில் ஏதாவது சாப்பிடுகிறேன்," என்றார்.

"டாக்டர், நீங்கள் ஏதாவது கொஞ்சம் சாப்பிட வேண்டும்," என்று கேதரின் சொன்னாள். "எனக்குப் பிரசவம் ஆவது அதிக நேரம் நீடித்துக்கொண்டிருப்பதற்காக நான் வருத்தப்படுகிறேன். தேவைப்படும்போது எனக்கு என்னுடைய கணவன் வாயு கொடுக்கலாமா?"

"நீங்கள் விருப்பப்பட்டால்..." என்றார் டாக்டர். "வாயுக் குழாயைத் திறக்கும்போது இரண்டு என்ற எண்ணில் நிறுத்துங்கள்."

"அப்படியே செய்கிறேன்," என்றேன். குழாயின் முகப்பில் இருந்த குறியீடு கைப்பிடியுடன் சேர்ந்து திரும்பியது.

"இப்போது அது எனக்கு வேண்டும்," என்று கேதரின் மிகவும் அழுத்தமாகச் சொன்னாள். அவள் இரப்பர் முகக்கவசத்தை முகத்தோடு அழுத்திப் பிடித்தாள். நான் குழாயின் முகப்பைத் திறந்து இரண்டு என்ற எண்ணில் வைத்தேன். கேதரின் முகக் கவசத்தை விலக்கியவுடன் குழாயை மூடினேன். அவர் நல்ல டாக்டர், கேதரினுக்கு ஏதாவது ஒரு வகையில் உதவ என்னை அனுமதித்தார்.

"நீதான் எனக்கு வாயு கொடுத்தாயா?" கேதரின் கேட்டாள். என் மணிக்கட்டைத் தட்டிக் கொடுத்தாள்."

"ஆமாம்."

"நீ மிகவும் இனிமையானவன்." வாயுவின் தாக்கத்தால் அவள் கொஞ்சம் போதையில் இருந்தாள்.

"நான் அடுத்த அறையில் இருக்கும் சாப்பாட்டைச் சாப்பிடு கிறேன்," என்றார் டாக்டர். "எந்த நொடியிலும் என்னை நீங்கள் கூப்பிடலாம்." நேரம் கடந்து போனது, அவர் சாப்பிடுவதைப் பார்த்தேன். சிறிது நேரத்தில் அவர் படுத்தபடி புகை பிடிப்பதைப் பார்த்தேன். கேதரின் மிகவும் சோர்வடைந்துகொண்டிருந்தாள்.

"எப்போதாவது எனக்கு இந்தக் குழந்தை பிறக்கும் என்று நினைக்கிறாயா?" என்று கேட்டாள்.

"ஆமாம். நிச்சயமாக நீ குழந்தை பெற்றெடுப்பாய்."

"என்னால் முடிந்த அளவு கடினமாக முயற்சி செய்கிறேன்; மூச்சை அடக்கி உந்தி அதைக் கீழே தள்ளுகிறேன்; அது திசை மாறிச் செல்கிறது. இதோ இப்போது வலி வருகிறது. எனக்கு இரப்பர் முகக்கவசத்தைக் கொடு."

இரண்டு மணிக்கு வெளியே போய் மதிய உணவு சாப்பிட்டேன். உணவு விடுதியில் இருந்த சிலர் அவர்களுக்கு முன் பக்கத்தில் இருந்த மேஜையில் காப்பியும் வெள்ளை நிற பிராந்தியும் அல்லது பழச்சக்கையிலிருந்து தயாரிக்கப்பட்ட பிராந்தி இருந்த தம்ளர்களும் வைத்திருந்தார்கள். நான் ஒரு மேஜை முன்னால் உட்கார்ந்தேன். "நான் சாப்பிடலாமா?" என்று உணவு கொடுப்பவரிடம் கேட்டேன்.

"இப்போது மதிய உணவு நேரம் கடந்துவிட்டது."

"எல்லா நேரமும் கிடைக்கக்கூடிய வேறு ஏதாவது இருக்கிறதா?"

"முட்டைக்கோஸ் போண்டா சாப்பிடலாம்."

"சரி. முட்டைக்கோஸ் போண்டாவும் பீரும் கொடு."

"பாதி பொன்னிறமான பீர் அல்லது வலிமையான பீர்?"

"பாதி பொன்னிறமான பீர் கொடு."

ஒயினில் ஊறவைக்கப்பட்ட முட்டைக்கோஸ் போண்டாவின் உள்ளே கொத்துக்கறியும் அதன் மேல்பரப்பில் பன்றிக்கறியும் வைத்துக் கொடுத்தான். அதைச் சாப்பிட்டேன்; பீர் குடித்தேன். நான் அதிகப் பசியில் இருந்தேன். அங்கிருந்த மேஜைகளுக்கு முன்னால் உட்கார்ந்திருந்த மனிதர்களைக் கவனித்தேன். ஒரு மேஜையில் சீட்டு விளையாடிக்கொண்டிருந்தார்கள். எனக்குப் பக்கத்து மேஜையில் இருந்த இரண்டு பேர் புகைபிடித்தபடி பேசிக்கொண்டிருந்தார்கள். உணவு விடுதி முழுவதும் புகை மண்டி நின்றது. நான் காலையில் சாப்பிட்ட மது கவுண்டருக்குப் பின்னால் இப்போது மூன்று பேர் இருந்தார்கள்; நான் காலையில் பார்த்த வயதான மனிதனும், அந்த கவுண்டருக்குப் பின்னால் உட்கார்ந்தபடி மேஜைகளில் பரிமாறப்படும் உணவு வகைகளைக் கணக்கெடுத்து கவனித்துக்கொண்டிருந்த கறுப்பு நிற ஆடையில் குண்டாய் இருந்த ஒரு பெண்ணும், சட்டையின் முன்பக்கம் துணி அணிந்திருந்த ஒரு சிறுவனும் அங்கே இருந்தார்கள். அந்தப்

பெண் எத்தனை குழந்தைகள் பெற்றெடுத்திருப்பாள், அவளுடைய அனுபவங்கள் எப்படி இருந்திருக்கும் என்று நினைத்து வியந்தேன்.

முட்டைக்கோஸ் போண்டா சாப்பிட்டு முடித்த பின் மீண்டும் மருத்துவமனைக்குப் போனேன். இப்போது தெரு சுத்தமாக இருந்தது. வெளியே கழித்துப்போடப்பட்டிருந்த தகர டப்பாக்கள் எதுவும் அங்கே இல்லை. வானம் மேகமூட்டத்துடன் இருந்தது; ஆனாலும் சூரியன் அதன் ஊடாக வெளியே தலைகாட்ட முயற்சி செய்துகொண்டிருந்தது. நான் லிஃப்டில் மாடிக்குச் சென்று வெளியே வந்து கூடத்தில் நடந்து கேதரின் அறைக்குச் சென்றேன். அங்கே என்னுடைய வெள்ளை கௌனை விட்டுச் சென்றிருந்தேன். அந்த கௌனை அணிந்து கழுத்துப் பகுதியின் பின்பக்கம் ஊக்கால் இணைத்தேன். என்னைக் கண்ணாடியில் பார்த்தேன்; தாடி வைத்திருந்த போலி டாக்டர்போல் இருந்த என் தோற்றத்தைக் கண்டேன். அந்தக் கூடத்தில் நடந்து பிரசவ அறைக்குச் சென்றேன். அறையின் கதவு மூடப்பட்டிருந்தது; மெல்லத் தட்டினேன். ஒருவரும் வந்து கதவைத் திறக்காததால் நான் கதவின் கைப்பிடியைத் திருகிக் கதவைத் திறந்து உள்ளே சென்றேன். கேதரின் பக்கத்தில் டாக்டர் உட்கார்ந்திருந்தார். அறையின் மறுகோடியில் நர்ஸ் ஏதோ வேலை செய்துகொண்டிருந்தாள்.

"உன்னுடைய கணவர் இதோ இருக்கிறார்," என்று டாக்டர் சொன்னார்.

"ஓ... என் அன்பனே, எனக்கு மிகவும் அற்புதமான டாக்டர் கிடைத்திருக்கிறார்," என்றாள் கேதரின். அவளுடைய குரல் மிகவும் அந்நியமாக இருந்தது. "அவர் எனக்கு சிறந்த கதை சொன்னார். எனக்கு அதீத வலியெடுத்தபோது அவரால் முடிந்த அளவு முயற்சி செய்து எனது வலியைப் போக்கினார். அவர் மிகவும் அற்புதமானவர். டாக்டர், நீங்கள் மிகவும் அற்புதமானவர்."

"நீ போதையில் இருக்கிறாய்," என்றேன் நான்.

"அது எனக்குத் தெரியும்," என்றாள் கேதரின். "ஆனால், அதை நீ சொல்லக் கூடாது." அதன் பின், "அதை எனக்குக் கொடு. அதை எனக்குக் கொடு," என்றாள். முகக்கவசத்தை இறுக்கப் பற்றினாள்; விரைவாகவும் ஆழமாகவும் சுவாசித்தாள்; சுவாசிக்கத் திணறினாள்; சுவாசக் கருவி கிளிக் என்று சத்தம் எழுப்பியது.

அதன் பின் அவள் ஒரு நீண்ட பெருமூச்சு விட்டாள்; டாக்டர் அவரது இடது கையை நீட்டி வாயு முகக்கவசத்தை மேலே தூக்கினார்.

"அது மிகப் பெரிய வலி," என்று கேதரின் சொன்னாள். அவளுடைய குரல் மிகவும் அந்நியமாக இருந்தது. "நான் இப் போதைக்குச் சாகப்போவதில்லை, அன்பனே. செத்துப்போகிற காலகட்டத்தைக் கடந்துவிட்டேன். உனக்கு மகிழ்ச்சிதானே?"

"அந்தக் காலகட்டத்துக்கு மீண்டும் போகாதே."

"போக மாட்டேன். நான் என்னைப் பற்றிக் கவலைப்பட வில்லை என்றாலும்கூட அந்த இடத்துக்கு நான் போக மாட் டேன். சாக மாட்டேன், அன்பனே."

"அதைப் போன்ற முட்டாள்தனமான காரியத்தை நீ செய்ய மாட்டாய்," என்று டாக்டர் சொன்னார். "நீ சாக மாட்டாய்; உன் கணவனைப் பிரிந்து போக மாட்டாய்."

"ஓ... இல்லை. நான் சாக மாட்டேன். நான் ஒருபோதும் சாக மாட்டேன். செத்துப்போவது ஒரு முட்டாள்தனம். இதோ வலி வருகிறது. அதை எனக்குக் கொடுங்கள்."

சற்று நேரத்துக்குப் பின் டாக்டர் சொன்னார், "ஹென்றி, கொஞ்ச நேரம் வெளியே இருங்கள். நான் ஒரு பரிசோதனை செய்யப் போகிறேன்."

"நான் எப்படி இருக்கிறேன் என்று அவர் பார்க்க விரும்புகிறார்," என்றாள் கேதரின். சிறிது நேரத்துக்குப் பின் நீ உள்ளே வரலாம், அன்பனே. அவர் வரலாம், இல்லையா, டாக்டர்?"

"ஆமாம்," என்று டாக்டர் சொன்னார். "அவர் எப்போது வரலாம் என்று சொல்லி அனுப்புகிறேன்."

கதவைத் திறந்து வெளியே போனேன். அந்தக் கூடத்தின் வழியாக நடந்து, குழந்தை பிறந்த பிறகு கேதரின் எங்கே தங்குவாளோ அந்த அறைக்குப் போனேன். அங்கிருந்த நாற்காலியில் உட்கார்ந்து அறையை நோட்டமிட்டேன். சாப்பிடுவதற்காக மதியம் நான் வெளியே போனபோது வாங்கிய செய்தித்தாள் என் கோட் பாக்கெட்டில் இருந்தது. அதை எடுத்து வாசித்தேன். அப்போது வெளியே இருட்டத் தொடங்கியது. விளக்கின் பட்டனைத்

தட்டி விளக்கு எரியச் செய்தேன். சற்று நேரத்துக்குப்பின் வாசிப்பதை நிறுத்தினேன்; விளக்கை அணைத்தேன்; வெளியே இருட்டிக்கொண்டிருப்பதைப் பார்த்தேன். என்னை வரச்சொல்லி ஏன் இன்னமும் டாக்டர் தகவல் அனுப்பவில்லை என்று சிந்தித்தேன். ஒருவேளை நான் அங்கிருந்து தள்ளி இருப்பதே நல்லதாய் இருக்கலாம். கொஞ்ச நேரம் நான் விலகி இருப்பதை டாக்டர் விரும்பலாம். என் கைக்கடிகாரத்தைப் பார்த்தேன். எப்படியிருந்தாலும் இன்னும் பத்து நிமிடங்களுக்குள் டாக்டர் கூப்பிடவில்லையென்றால் அங்கே போவேன்.

கேட், பாவப்பட்ட, பாவப்பட்ட எனது அன்பே. என்னோடு சேர்ந்து தூங்கியதற்கு நீ கொடுத்த விலைதான் இது. மாயத் தோற்றம் கொண்டு ஏமாற்றும் கண்ணிகளில் மாட்டிக்கொண்டால் ஏற்படும் துயரத்தின் முடிவு இதுவே. இதுதான் ஒருவருக்கொருவர் மனமார விரும்பிய மக்களுக்குக் கிடைக்கும் காதல் பரிசு. எது எப்படி இருந்தாலும் மயக்க வாயுவின் மகிமைக்காக இறைவனுக்கு நன்றி சொல்ல வேண்டும். மயக்க மருந்து வருவதற்கு முன்னால் இருந்த காலத்தில் நிலைமை எப்படி இருந்திருக்கும்? இந்தச் சிக்கலில் மாட்டினால் அதன் முடிவற்ற சுழற்சியால் அவர்கள் தப்பிக்க முடியாமல் தவித்திருப்பார்கள். கேதரின் கருவுற்றிருந்த காலத்தில் மகிழ்சியாக இருந்தாள். அது ஒன்றும் கடினமான காலமாக இல்லை. அவள் ஒருபோதும் நோய்வாய்ப்படவில்லை. அவள் கருவுற்றிருந்த காலத்தின் கடைசி நேரம் வரை அவள் மிகுந்த வேதனைகளை அனுபவிக்கவில்லை; கடைசி நேரத்தில் துயரங்கள் அவளைச் சூழ்ந்தன. ஒருவரும் இதிலிருந்தும் ஒருபோதும் தப்பிக்க முடியாது. நரகமே நீ ஓடிப்போய்விடு! நாங்கள் ஐம்பது முறை திருமணம் செய்திருந்தாலும் முடிவு இதுவாகத்தான் இருந்திருக்கும். அவள் செத்துப்போனால் என்ன செய்ய முடியும்? அவள் சாக மாட்டாள். இப்போதெல்லாம் எவரும் பிரசவக் காலத்தில் சாவதில்லை. அப்படித்தான் எல்லா கணவன்களும் நினைத்தார்கள். உண்மைதான். ஆனால், அவள் செத்துப்போனால் என்ன செய்ய முடியும்? அவள் சாக மாட்டாள். ஒரு மோசமான காலகட்டத்தில் இருக்கிறாள், அவ்வளவுதான். பொதுவாக ஆரம்ப நிலையிலிருக்கும் பிரசவ வலி நீடித்துக்கொண்டிருக்கும். அவள் ஒரு சங்கடமான காலகட்டத்தில் இருக்கிறாள், அவ்வளவுதான்.

இதைக் கடந்து சென்ற பின்னால் அது எவ்வளவு மோசமான நேரம் என்று நாங்கள் பேசுவோம்; உண்மையில் அது அவ்வளவு மோசமான காலம் இல்லை என்று கேதரின் சொல்லுவாள். ஆனால், அவள் செத்துப்போனால் என்ன செய்ய முடியும்? அவளால் சாக முடியாது. உண்மைதான். ஆனால், அவள் செத்துப்போனால் என்ன செய்ய முடியும்? அவளால் சாக முடியாது, உண்மை, ஆனால், அவள் செத்துப்போனால் என்னவாகும்? அவளால் சாக முடியாது, நான் உறுதியாகச் சொல்கிறேன். நீ முட்டாள்போல் நினைக்காதே. இது ஒரு மோசமான நேரம், அவ்வளவே. இப்போது இயற்கை அவளுக்கு நரக வேதனையைக் கொடுத்துக்கொண்டிருக்கிறது, அவ்வளவுதான். இதுதான் அவளுக்கு முதல் பிரசவம்; அது கிட்டத்தட்ட எப்போதுமே நீண்ட நேரம் எடுக்கும். உண்மை, ஆனால், அவள் செத்துப்போனால் என்ன செய்ய முடியும்? அவளால் சாக முடியாது. அவள் எதற்காகச் சாக வேண்டும்? அவள் செத்துப்போவதற்கு என்ன காரணம் இருக்கிறது? அவள் ஒரு குழந்தை பெற்றுக்கொள்ள வேண்டும்; மிலன் நகரத்தில் நாங்கள் கழித்த இன்ப இரவுகளின் துணைவிளைவாகக் கிடைத்த பரிசு அது. ஆனால், அது தொந்தரவு கொடுக்கிறது. அது பிறந்த பின் அதைச் சீராட்டி வளர்ப்போம்; அதன் மீது அன்பு செலுத்துவோம். ஆனால், அவள் செத்துப்போனால் என்ன செய்ய முடியும்? அவள் சாக மாட்டாள். ஆனால், அவள் செத்துப்போனால் என்ன செய்ய முடியும்? அவள் சாக மாட்டாள். அவள் நன்றாகத்தான் இருக்கிறாள். ஆனால், அவள் செத்துப்போனால் என்ன செய்ய முடியும்? அவளால் சாக முடியாது. ஆனால், அவள் செத்துப்போனால் என்ன செய்ய முடியும்? ஏய், அதைப்பற்றி என்ன? அவள் செத்துப்போனால் என்ன செய்ய முடியும்?

டாக்டர் அந்த அறைக்குள் வந்தார்.

"டாக்டர், என்ன நடந்துகொண்டிருக்கிறது?"

"சரியாக நடக்கவில்லை."

"நீங்கள் என்ன சொல்கிறீர்கள்?"

"அதேதான். நான் ஒரு பரிசோதனை செய்தேன்---" பரிசோதனையின் விவரங்களை விளக்கிச் சொன்னார். "அந்த நேரத்திலிருந்து என்ன நடக்கிறது என்று தெரிந்துகொள்ள காத்திருந்தேன். அது சரியாகவில்லை."

"அடுத்து என்ன செய்ய வேண்டும் என்று சொல்கிறீர்கள்?"

"இரண்டு வழிமுறைகள் இருக்கின்றன. முதலாவது, இடுக்கியைப் பயன்படுத்தி குழந்தையை வெளியே இழுப்பது; அப்படி இழுப்பதால் பிரசவ வழி கிழிந்தாலும் கிழியலாம். மிகவும் ஆபத்தானது; கூடவே அது குழந்தைக்கும் கேடானது. மற்றொரு வழிமுறை, அறுவைச் சிகிச்சை செய்து குழந்தையை எடுப்பது."

"அறுவைச் சிகிச்சை செய்வதில் என்ன ஆபத்து இருக்கிறது?" அவள் இறந்துவிட்டால் என்னவாகும்!

"சாதாரணமான முறையில் குழந்தை பிறப்பதில் இருக்கும் ஆபத்தைவிட அறுவைச் சிகிச்சை செய்வதில் ஆபத்து அதிகம் இல்லை."

"நீங்களே அறுவைச் சிகிச்சையைச் செய்வீர்களா?"

"ஆமாம். அதற்கான ஏற்பாடுகளைச் செய்வதற்கும் எனக்குத் தேவைப்படும் ஆட்களை வரச் செய்யவும் எனக்கு ஒரு மணி நேரம் தேவைப்படும்; அதற்குக் குறைவாகவும் இருக்கலாம்."

"நீங்கள் என்ன நினைக்கிறீர்கள்?"

"அறுவைச் சிகிச்சை முறையைத்தான் நான் பரிந்துரைப்பேன். அது என்னுடைய மனைவியாக இருந்தாலும் நான் அறுவைச் சிகிச்சை செய்வேன்."

"அதனுடைய பின்விளைவுகள் என்ன?"

"எதுவும் இல்லை. ஒரு தழும்பு மட்டும் இருக்கும்."

"நோய்த்தொற்று ஏற்படுமா?"

"அதனால் ஏற்படக்கூடிய ஆபத்து இடுக்கியைப் பயன்படுத்தி குழந்தையை எடுப்பதில் வரக்கூடிய ஆபத்தின் அளவைவிட அதிகமாக இருக்காது."

"எதுவும் செய்யாமல் அப்படியே விட்டுவிட்டால் என்னவாகும்?"

"ஏதோ ஒரு நேரத்தில் ஏதோ ஒன்று செய்துதான் ஆக வேண்டும். மிசஸ் ஹென்றி ஏற்கெனவே அவளுடைய வலிமையை அதிகமாக இழந்துகொண்டிருக்கிறாள். எவ்வளவு சீக்கிரம் அறுவைச் சிகிச்சை செய்துகொள்கிறோமோ அந்த அளவு பாதுகாப்பானது."

"உங்களால் முடிந்த அளவு சீக்கிரமாக அறுவைச் சிகிச்சை செய்யுங்கள்," என்று சொன்னேன்.

"நான் போய் அதற்குத் தேவையான அறிவுரைகளைக் கொடுக் கிறேன்."

பிரசவ அறைக்குள் சென்றேன். அந்த நர்ஸ் கேதரினுடன் இருந்தாள். கேதரின் மேஜையில் படுத்திருந்தாள்; போர்வைக்குள் பெரிய உருவமாகத் தெரிந்தாள்; மிகவும் வெளுத்தும் சோர்வாகவும் தோன்றினாள்.

"அறுசைச் சிகிச்சை செய்யலாம் என்று அவருக்குச் சொல்லி விட்டாயா?"

"ஆமாம்."

"இது மகத்தானதாக இல்லையா? இன்னும் ஒரு மணி நேரத்தில் எல்லாமே முடிவுக்கு வந்துவிடும். நான் கிட்டத்தட்ட என் வலிமையை எல்லாம் இழந்துவிட்டேன், அன்பனே. நான் சுக்கு நூறாக உடைந்துகொண்டிருக்கிறேன். தயவுசெய்து அதை நீ எனக்குத் தா. அது வேலை செய்யவில்லை. ஓ... அது வேலை செய்யவில்லை."

"ஆழமாக மூச்சை இழு."

"நான் ஆழமாகத்தான் மூச்சை இழுக்கிறேன். ஓ... இதற்கு மேலும் அது வேலை செய்யவில்லை. அது வேலை செய்யவில்லை."

"வேறு ஒரு சிலிண்டர் கொண்டு வா," என்று நான் நர்ஸிடம் சொன்னேன்.

"அது புது சிலிண்டர்தான்."

"அன்பனே, நான் ஒரு முட்டாள்," என்றாள் கேதரின். "இதற்கு மேல் அது வேலை செய்யவில்லை." அவள் கதறி அழத் தொடங் கினாள். "ஓ... இந்தக் குழந்தையைப் பெற்றுக்கொள்ளத்தான் ஆசைப்பட்டேன், தொல்லைகள் உண்டாக்குவதற்கு இல்லை. ஆனால், இப்போது என்னால் செய்ய முடிந்ததையெல்லாம் செய்து முடித்துவிட்டேன்; எல்லாம் உடைந்து பல துண்டு களாகச் சிதறிவிட்டன. அன்பனே, அது இப்போது வேலை செய்யவேயில்லை. வலி இப்போது நின்றுவிடுமானால் நான் செத்துப்போவது பற்றி கவலைப்படவில்லை. ஓ... தயவுசெய் என்

அன்பனே, தயவுசெய்து அதை நிறுத்து. இதோ இப்போது அது வருகிறது... ஓ... ஓ... ஓ..." முகக்கவசத்துக்குள் தேம்பித்தேம்பி அழுதபடி சுவாசித்துக்கொண்டிருந்தாள். "அது வேலை செய்யவில்லை. அது வேலை செய்யவில்லை. அது வேலை செய்யவில்லை. என்னைப் பற்றிக் கவலைப்படாதே, அன்பனே. தயவுசெய்து அழாதே. என்னைப் பற்றிக் கவலைப்படாதே. நான் சுக்கு நூறாக உடைந்து சிதறிவிட்டேன். பரிதாபத்துக்குரிய என் அன்பனே. எப்போதும்போல் இப்போதும் உன்னை நான் காதலிக்கிறேன்; நான் மீண்டும் நன்றாக இருப்பேன். இந்தமுறை நல்ல பெண்ணாக நடக்கிறேன். அவர்களால் எனக்கு ஏதாவது கொடுக்க முடியாதா? எனக்கு அவர்கள் ஏதாவது ஒன்று கொடுத்தாலே போதும்."

"நான் அதை வேலை செய்யவைக்கிறேன். என்னுடைய வலிமையையெல்லாம் பயன்படுத்தி எப்படியாவது அதைத் திறக்கிறேன்."

"இப்போதே அதை எனக்குக் கொடு."

பெரும் முயற்சி செய்து நான் வாயுக் குழாயின் முகப்பை திருப்பித் திறந்தேன்; வலிமையுடன் ஆழமாக மூச்சை உள்ளே இழுத்தாள்; முகக்கவசத்தில் இருந்த அவள் கை தளர்ந்தது. நான் வாயுக் குழாயை மூடினேன்; முகக்கவசத்தை மேலே தூக்கினேன். அவள் எங்கேயோ நீண்ட தூரத்திலிருந்து திரும்பி வந்து தன்னிலை அடைந்தாள்.

"அது அற்புதமானது, அன்பனே. ஓ... எனக்கு மிகப் பெரிய உதவி செய்திருக்கிறாய்."

"துணிச்சலுடன் இரு. காரணம், என்னால் எல்லா நேரத்திலும் வாயுக் குழாயை இப்படித் திறக்க முடியாது. அது உன்னைக் கொன்றாலும் கொன்றுவிடும்."

"இதற்கு மேலும் துணிச்சல் உள்ளவளாக என்னால் இருக்க முடியாது, என் அன்பனே. நான் முழுவதுமாக நொறுங்கிக் கிடக்கிறேன். அவர்கள் என்னைப் பல துண்டுகளாக நொறுக்கி விட்டார்கள். இப்போது அது எனக்குப் புரிகிறது."

"எல்லோரும் அதே நிலையில்தான் இருக்கிறார்கள்."

"ஆனால், இது கொடூரமானது. முற்றிலும் சிதறடிக்கும்வரை அவர்கள் அதைச் செய்துகொண்டேயிருப்பார்கள்."

"இன்னும் ஒரு மணி நேரத்தில் இது முடிந்துவிடும்."

"அது அற்புதமானது இல்லையா? அன்பனே, நான் சாக மாட்டேன், நான் செத்துவிடுவேனா?"

"சாக மாட்டாய். உறுதியாகச் சொல்கிறேன், நீ சாக மாட்டாய்."

"உன்னைத் தனியாக விட்டுவிட்டு நான் சாக விரும்பவில்லை. ஆனால், அந்த வலியைத் தாங்கும் வலிமையை முற்றிலுமாக இழந்து சோர்வடைந்து கிடக்கிறேன்; அதனால் நான் செத்துவிடுவேன் என்று கருதுகிறேன்."

"இது முட்டாள்தனமானது. எல்லோரும் அப்படித்தான் நினைக்கிறார்கள்."

"நான் செத்துவிடுவேன் என்று சில சமயங்களில் எனக்குத் தெரிகிறது."

"நீ சாக மாட்டாய். உன்னால் சாக முடியாது."

"ஆனால், நான் செத்துப்போனால் என்னவாகும்?"

"உன்னை நான் சாக விட மாட்டேன்."

"சீக்கிரமாக அதை எனக்குக் கொடு. அதை எனக்குக் கொடு!"

அதன் பிறகு, "நான் சாக மாட்டேன். என்னை நான் சாகவிட மாட்டேன்."

"நிச்சயமாக நீ உன்னைச் சாகவிட மாட்டாய்."

"நீ என்னுடன் இருப்பாயா?"

"உன்னுடைய துயரங்களைப் பார்த்துக்கொண்டிருக்க முடியாது."

"அதற்காக இல்லை. இங்கேயே இருப்பதற்காக."

"நிச்சயமாக. நான் எப்போதும் இங்கேயே இருப்பேன்."

"என்னிடம் நீ மிகவும் கனிவுடன் நடந்துகொள்கிறாய். இதோ எனக்கு வலி வருகிறது, அதை எனக்குக் கொடு. இன்னும் கொஞ்சம் அதிகமாகக் கொடு. அது வேலை செய்யவில்லை."

வாயுக் குழாயின் முகப்பை முதலில் மூன்றாவது எண்ணிற்கும் அதன் பின் நான்காவது எண்ணிற்கும் திருப்பினேன். டாக்டர் திரும்பவும் இங்கே வந்தால் நல்லது என்று நினைத்தேன். இரண்டாம் எண்ணிற்கும் கூடுதலாக அதைத் திருப்ப அஞ்சினேன்.

இறுதியில், ஒரு புது டாக்டர் இரண்டு நர்ஸ்களுடன் வந்தார்; நர்ஸ்கள் இருவரும் கேதரினைத் தூக்கி சக்கரங்கள் பொருத்தப்பட்டிருந்த ஸ்ட்ரெச்சரில் படுக்க வைத்தார்கள். நாங்கள் அந்தத் தளத்தில் சென்றோம்; தளத்தில் ஸ்ட்ரெச்சர் வேகமாகச் சென்று லிஃப்ட்டின் உள்ளே சென்றது. இடப் பற்றாக்குறையால் லிஃப்டில் கூட்டமாகச் சுவரோடு நெருங்கி நின்று ஸ்ட்ரெச்சருக்கு இடம் ஏற்படுத்தினோம்; லிஃப்ட் மேலே சென்று நின்றது; லிஃப்டின் கதவு திறந்ததும் இரப்பர் சக்கரங்கள் பொருத்தப்பட்ட அந்த ஸ்ட்ரெச்சர் அறுவைச் சிகிச்சை அறையினுள் நுழைந்தது. தலையில் குல்லாவும் முகமூடியும் அணிந்திருந்த டாக்டரை என்னால் அடையாளம் காண முடியவில்லை. அங்கே மற்றொரு டாக்டரும் இருந்தார்; இன்னும் பல நர்ஸ்களும் இருந்தார்கள்.

"அவர்கள் எனக்கு ஏதாவது கொடுத்தே ஆக வேண்டும்," என்று கேதரின் சொன்னாள். "அவர்கள் எனக்கு ஏதாவது கொடுத்தே ஆக வேண்டும். தயவு செய்யுங்கள், டாக்டர், எனக்குப் போதுமான அளவு கொடுங்கள்; நல்லது செய்யுங்கள்."

டாக்டர்களில் ஒருவர் அவளுடைய முகத்தில் ஒரு கவசம் வைத்தார்; கதவின் வழியாக உள்ளே பார்த்தார். அறுவைச் சிகிச்சை அறையின் ஒளி மிளிர்ந்த சிறிய அறுவை மையத்தைக் கண்டார்.

"நீங்கள் அதோ அங்கே இருக்கும் மற்றொரு கதவைத் திறந்து உள்ளே உட்காருங்கள்," என்று ஒரு நர்ஸ் என்னிடம் சொன்னாள். அங்கே ஒரு கம்பிக்குப் பின்னால் நீண்ட இருக்கைகள் இருந்தன; அங்கேயிருந்து குனிந்து பார்த்தால் வெள்ளை மேஜையையும் விளக்குகளையும் காணலாம். நான் கேதரினைப் பார்த்தேன். அவள் முகத்தின் மீது கவசம் இருந்தது; அவள் இப்போது அமைதியாக இருந்தாள். அவர்கள் ஸ்ட்ரெச்சரை முன்பக்கமாகத் தள்ளினார்கள். நான் முகத்தைத் திருப்பிக்கொண்டேன். அங்கிருந்து திரும்பி முன்கூடத்தில் நடந்தேன். அப்போது இரண்டு நர்ஸ்கள் அந்த அறுவைச் சிகிச்சை கூடத்தின் நுழைவாயிலை நோக்கி விரைவாகச் சென்றுகொண்டிருந்தார்கள்.

"அது அறுவைச் சிகிச்சை பிரசவம்," என்றாள் ஒரு பெண். "அவர்கள் அறுவைச் சிகிச்சை செய்து பிரசவம் செய்யப் போகிறார்கள்."

மற்றொரு நர்ஸ் சிரித்தாள், "மிகச் சரியான நேரத்தில் வந்து விட்டோம். நாம் அதிர்ஷ்டசாலிகள் இல்லையா?" அந்த அறைக்குள் செல்லும் கதவைத் திறந்து உள்ளே சென்றார்கள்.

மற்றொரு நர்ஸ் அந்தப் பக்கம் வந்தாள். அவளும் அவசரமாகப் போய்க்கொண்டிருந்தாள்.

"நீங்கள் நேராக உள்ளே போங்கள். நேராக உள்ளே போங்கள்," என்று சொன்னாள்.

"நான் வெளியே இருக்கிறேன்."

அவள் அவசர அவசரமாக உள்ளே போனாள். நான் முன்கூடத்தில் முன்னும்பின்னும் நடந்தேன். உள்ளே போகப் பயந்தேன். ஜன்னல் வழியாக வெளியே பார்த்தேன். வெளியே இருட்டாக இருந்தது. ஆனால், ஜன்னல் வழியாக வந்த வெளிச்சத்தில் மழை பெய்துகொண்டிருந்ததை என்னால் காண முடிந்தது. அந்தக் கூடத்தின் எதிர்முனையில் இருந்த ஓர் அறைக்குள் சென்றேன். அங்கேயிருந்த கண்ணாடிப் பெட்டிக்குள் இருந்த பாட்டில்களில் ஒட்டப்பட்டிருந்த பெயர் அட்டைகளைப் பார்த்தேன். அதன் பின் வெளியே வந்தேன்; ஆளரவமற்ற அந்தக் கூடத்தில் நின்றேன்; அறுவைச் சிகிச்சை அறையின் நுழைவாயிலைக் கவனித்தேன்.

ஒரு டாக்டர் வெளியே வந்தார், அவரைத் தொடர்ந்து ஒரு நர்ஸ் வந்தாள். புதிதாகத் தோல் உரிக்கப்பட்ட முயல்போல் தோன்றிய ஏதோ ஒன்றை அவருடைய இரண்டு கைகளிலும் ஏந்தி வந்தார். அவசரஅவசரமாக அந்தக் கூடத்தைக் கடந்து மற்றொரு வாசல் வழியாக உள்ளே சென்றார். அவர் நுழைந்து சென்ற வாசலுக்கு நானும் போனேன். அந்த அறைக்குள் அவர்கள் இருவரும் புதிதாகப் பிறந்த குழந்தைக்குச் செய்யவேண்டிய வேலைகளைச் செய்துகொண்டிருப்பதைக் கண்டேன். நான் பார்க்க ஏதுவாக அந்தக் குழந்தையை உயர்த்திப் பிடித்தார். அவர் அவனுடைய குதிகால்களைப் பிடித்துத் தூக்கி அவனை அறைந்தார்.

"அவன் நன்றாக இருக்கிறானா?"

"அற்புதமாக இருக்கிறான். அவன் எடை ஐந்து கிலோ இருக்கலாம்."

அவன்மீது எனக்கு எவ்வித உணர்ச்சியும் ஏற்படவில்லை. அவனுக்கும் எனக்கும் எந்தவித சம்பந்தமும் இல்லை என்று

தோன்றியது. தகப்பன் என்ற புதிய அடையாளத்தை அடைந்து விட்டேன் என்ற உணர்வு எனக்கு ஏற்படவில்லை.

"உங்கள் மகனை நினைத்து நீங்கள் பெருமைப்படவில்லையா?" என்று அந்த நர்ஸ் கேட்டாள். அவர்கள் அவனைக் கழுவிச் சுத்தம் செய்துகொண்டிருந்தார்கள்; ஏதோ ஒரு பொருளால் அவனைச் சுற்றிப் போர்த்திக்கொண்டிருந்தார்கள். நான் அவனுடைய சின்ன கருத்த முகத்தையும் கருத்த கையையும் பார்த்தேன். ஆனால், அவன் அசைவதை நான் பார்க்கவில்லை; அவன் அழுத சத்தத்தையும் நான் கேட்கவில்லை. டாக்டர் அவனுக்கு மீண்டும் ஏதோ செய்துகொண்டிருந்தார். அவர் மன அமைதி இழந்தவராகத் தோன்றினார்.

"இல்லை," என்றேன். "அவன் அவனுடைய அம்மாவைக் கிட்டத்தட்ட கொன்றுவிட்டான்."

"அது அந்தச் செல்லக் குழந்தையின் தவறு இல்லை. உங்களுக்கு ஒரு பையன் பிறக்க வேண்டும் என்று நீங்கள் ஆசைப்படவில்லையா?"

"இல்லை," என்றேன். டாக்டர் அந்தக் குழந்தையுடன் பரபரப்புடன் செயல்பட்டுக்கொண்டிருந்தார். அவர் அவனைத் தலைகீழாகப் பிடித்து அறைந்தார். அதைப் பார்க்க நான் அங்கே காத்திருக்கவில்லை. நான் வெளியேறி கூடத்துக்குச் சென்றேன். அறுவைச் சிகிச்சை அறைக்குள் சென்று பார்க்கலாம் என்று நினைத்தேன். அந்த அறைக்குள் போய் பார்வையாளர் பகுதிக்குக் கீழே கொஞ்ச தூரம் போனேன். அங்கே இருந்த நர்ஸ்கள் அவர்கள் இருந்த இடத்துக்கு என்னை வரச் சொல்லி சைகை செய்தார்கள். நான் தலையசைத்து மறுத்தேன். நான் இருந்த இடத்திலிருந்தே அனைத்தையும் என்னால் பார்க்க முடிந்தது.

கேதரின் இறந்துவிட்டாள் என்று நினைத்தேன். அவள் இறந்தவள் போலவே தோன்றினாள். நான் பார்த்த அவள் முகத்தின் பகுதி சாம்பல் நிறத்தில் இருந்தது. கீழே தள்ளி, இடுக்கி களால் விரித்துப் பிடிக்கப்பட்ட நீளமான பெரிய காயத்தின் தடித்த முனையில் விளக்கு வெளிச்சத்தில் ஒரு டாக்டர் தையல் போட்டுக்கொண்டிருந்தார். முகக்கவசம் அணிந்த மற்றொரு டாக்டர் மயக்க மருந்து கொடுத்தார். இரண்டு நர்ஸ்கள்

தேவைப்பட்ட கருவிகளைக் கொடுத்தார்கள்; அவர்கள் முகக் கவசம் அணிந்திருந்தார்கள். அந்தக் காட்சி, பத்தொன்பதாம் நூற்றாண்டில் மத நம்பிக்கை அற்றவர்கள் குற்றவாளிகளாகக் கருதப்பட்டு விசாரிக்கப்பட்ட காட்சியின் ஓவியம்போல் தோன்றியது. அங்கு நடைபெற்ற அனைத்தையும் என்னால் பார்த்திருக்க முடியும் என்று எனக்குத் தெரியும், ஆனால், அவற்றை நான் பார்க்கவில்லை என்பதில் மகிழ்ச்சி ஏற்பட்டது. அவர்கள் செய்த அறுவைச் சிகிச்சையைப் பார்த்து என்னால் சகித்திருக்க முடியும் என்று நான் நினைக்கவில்லை. ஆனால், திறந்த நிலையில் இருந்த காயத்தைத் தோல் பொருட்கள் தைக்கும் தொழிலாளிபோல் அவர்கள் தொழில் திறன் மிக்க முறையில் தையல்கள் போட்டு மூடுவதையும் அதனால் ஏற்படும் தடிப்பையும் பார்த்தேன்; மகிழ்ச்சி அடைந்தேன். காயம் மூடப்பட்டதும் நான் வெளியே சென்று கூடத்தில் அங்கும் இங்கும் நடந்தேன். கொஞ்ச நேரத்துக்குப் பிறகு டாக்டர் வெளியே வந்தார்.

"அவள் எப்படி இருக்கிறாள்?"

"அவள் நன்றாக இருக்கிறாள். அறுவைச் சிகிச்சை செய்ததைப் பார்த்தீர்களா?"

அவர் சோர்வடைந்து காணப்பட்டார்.

"நீங்கள் தையல் போட்டதைப் பார்த்தேன். அறுத்துத் திறக்கப் பட்ட இடம் அதிக நீளமாகத் தோன்றியது."

"அப்படி நினைத்தீர்களா?"

"ஆமாம். அந்தத் தழும்பு சமமாகிவிடுமா?"

"ஓ, நிச்சயமாக."

சிறிது நேரத்துக்குப் பின்னர், சக்கரம் பொருத்தப்பட்ட ஸ்ட்ரெச்சரை வெளியே கொண்டுவந்து கூடத்தின் வழியாக விரைவாக லிஃப்ட்டுக்குக் கொண்டு போனார்கள். நான் அதன் பக்கமாக நடந்து சென்றேன். கேதரின் முனகிக்கொண்டிருந்தாள். கீழே இருந்த தளத்தில் அவளுடைய அறையில் படுக்கையில் படுக்க வைத்தார்கள். அந்தப் படுக்கையின் கால் பகுதியில் நான் ஒரு நாற்காலியில் உட்கார்ந்தேன். அந்த அறையில் ஒரு நர்ஸ் இருந்தாள். நான் எழுந்து படுக்கைக்குப் பக்கத்தில் நின்றேன். அறை

இருட்டாக இருந்தது. கேதரின் கையை வெளியே நீட்டினாள். "ஹலோ அன்பனே," என்றாள். அவளது குரல் வலிமை இழந்தும் சோர்வடைந்தும் இருந்தது.

"ஹலோ, இனிமையானவளே."

"அது என்ன மாதிரியான குழந்தை?"

"ஷ்... பேசக் கூடாது," என்று நர்ஸ் சொன்னாள்.

"அது ஆண் குழந்தை. அவன் நீளமாகவும், திரட்சியாகவும் கறுப்பாகவும் இருந்தான்."

"அவன் நன்றாக இருக்கிறானா?"

"ஆமாம். அவன் நல்ல நிலையில் இருக்கிறான்,"

அந்த நர்ஸ் என்னை வினோதமாகப் பார்த்தாள்.

"நான் மிகவும் மோசமாகச் சோர்வடைந்திருக்கிறேன்," என்று கேதரின் சொன்னாள். "நான் நரக வேதனை அனுபவித்தேன். நீ நன்றாக இருக்கிறாயா, அன்பனே?"

"நான் நன்றாக இருக்கிறேன். பேசாதே."

"நீ என்னிடம் பாசமாக நடந்துகொள்கிறாய். ஓ... அன்பனே, நான் பயங்கரமான வலியை அனுபவித்தேன். அவன் பார்ப்பதற்கு எப்படி இருக்கிறான்?"

"அவன் உரித்த முயல்போல் குவித்த உதடுகளுடன் அவன் முகம் வயதான மனிதனின் முகத்தைப் போல் இருக்கிறது."

"நீங்கள் இப்போது வெளியே போக வேண்டும்," என்றாள் அந்த நர்ஸ். "மேடம் ஹென்றி பேசக் கூடாது."

"நான் வெளியே இருக்கிறேன்."

"வெளியே போய் ஏதாவது வாங்கிச் சாப்பிடு."

"வேண்டாம். நான் வெளியிலேயே இருக்கிறேன்," என்று சொல்லிக் கேதரினை முத்தமிட்டேன். அவள் சாம்பல் நிறத்தில் பலவீனமாகவும் சோர்வடைந்தும் இருந்தாள்.

"நான் உன்னுடன் பேசலாமா?" என்று நர்ஸிடம் கேட்டேன். அவள் என்னுடன் கூடத்துக்கு வந்தாள். அந்தக் கூடத்தில் இன்னும் கொஞ்ச தூரம் போனேன்.

"அந்தக் குழந்தைக்கு என்ன பிரச்சினை? என்று கேட்டேன்.

"உங்களுக்குத் தெரியாதா?"

"தெரியாது."

"அவன் உயிரோடு இல்லை."

"அவன் இறந்துவிட்டானா?"

"அவர்களால் அவனைச் சுவாசிக்கச் செய்ய முடியவில்லை. தொப்புள் கொடி அவனுடைய கழுத்தைச் சுற்றி இருந்தது அல்லது அதுபோல் ஏதோ ஒரு பிரச்சினை."

"அப்படியானால் அவன் இறந்துவிட்டான்."

"ஆமாம். அது ஒரு பெரிய வெட்கக்கேடு. அவன் அப்படி ஒரு அழகான பெரிய பையன். உங்களுக்குத் தெரியும் என்று நினைத்தேன்."

"எனக்குத் தெரியாது," என்றேன். "நீ திரும்பிப் போய் மேடத்துடன் இரு."

ஒரு மேஜையின் ஓரமாக நர்ஸ்களின் குறிப்புகள் அடங்கிய கிளிப்புகள் தொங்கிக்கொண்டிருந்தன. அதன் முன்னால் இருந்த நாற்காலியில் உட்கார்ந்தேன்; ஜன்னல் வழியாக வெளியே பார்த்தேன். இருட்டையும், ஜன்னல் வழியாக வந்த வெளிச்சத்தில் மழை பெய்ததையும் தவிர வேறு எதையும் என்னால் பார்க்க முடியவில்லை. நடந்தது அதுதான். குழந்தை இறந்துவிட்டது. அதனால்தான் டாக்டர் களைப்படைந்தவராகத் தோன்றினார். ஆனால், அந்த அறையில் அந்தக் குழந்தைக்கு ஏன் அப்படியெல்லாம் செய்தார்கள்? ஒருவேளை அவன் நலமடைந்து சுவாசிக்கத் தொடங்கலாம் என்று கருதியிருப்பார்கள். எனக்கு மதம் எதுவும் இல்லை; ஆனால், அவனுக்கு ஞானஸ்நானம் வாங்கியிருக்க வேண்டும் என்பது எனக்குத் தெரியும். ஆனால், ஒருபோதும் அவன் சுவாசிக்கவில்லை என்றால் எப்படி ஞானஸ்நானம் பெறுவது. அவன் சுவாசிக்கவே இல்லை. அவன் கேதரின் கருவறையில் இருந்த காலத்தைத் தவிர்த்து அவன் ஒருபோதும் உயிருடன் இல்லை. அவன் அங்கே இருந்தபோது அடிக்கடி போதுமான அளவு உதைத்ததை உணர்ந்திருக்கிறேன். ஆனால், ஒரு வாரமாக நான் அப்படி உணரவில்லை. ஒருவேளை அந்த காலகட்டத்தில்

அவன் சுவாசிக்க முடியாமல் திணறிக்கொண்டிருந்திருக்கலாம். பாவம் அந்தக் குழந்தை. நானும் அதுபோலவே பேறுகாலத்தில் மூச்சுத்திணறி இறந்திருக்க வேண்டும் என்று நினைக்கிறேன். இல்லை, நான் அப்படிச் சாகவில்லையே. செத்துப்போயிருந்தால் இப்படியான பல இறப்புகளை நான் பார்க்கவேண்டிய நிலைமை ஏற்பட்டிருக்காது. அடுத்தது கேதரின் இறப்பாள். அதைத்தான் நீயும் செய்தாய். நீ செத்துப்போனாய். ஆனால், அது பற்றி உனக்கு எதுவும் தெரியாது. அது பற்றி தெரிந்து கொள்ள உனக்கு ஒருபோதும் நேரம் இருந்ததில்லை. உன்னை அவர்கள் உள்ளே எறிந்தார்கள், உனக்கு விதிமுறைகளை விளக்கினார்கள். நீ முதல்முறை தவறு செய்தபோது அவர்கள் கையும் களவுமாகப் பிடித்து உன்னைக் கொன்றார்கள். அல்லது அவர்கள் ஆம்யோவைக் கொன்றதுபோல் உன்னையும் காரணம் இல்லாமலேயே கொன்றார்கள். அல்லது ரினால்டியைப் போன்று உனக்கு சிபிலிஸ் நோயைக் கொடுத்தார்கள். ஆனால், இறுதியில் அவர்கள் உன்னைக் கொன்றுவிட்டார்கள். நீ அதை உறுதியாக நம்பலாம். கொஞ்ச காலம் பொறுத்திரு; அவர்கள் உன்னைக் கொல்வார்கள்.

நான் இராணுவத் தளத்தில் தங்கியிருந்தபோது ஒருமுறை நெருப்பின் மீது ஒரு கட்டையைப் போட்டேன். அந்தக் கட்டையில் நிறைய எறும்புகள் இருந்தன. கட்டை தீப்பற்றி எரியத் தொடங்கியவுடன் அந்த எறும்புகள் அங்கேயிருந்து ஊர்ந்து வெளியேறி முதலில் நெருப்பு இருந்த கட்டையின் மையப் பகுதிக்கு வந்தன; உடனே திரும்பி கட்டையின் முனையை நோக்கி ஓடின. அந்த முனையில் அதிகக் கூட்டம் சேர்ந்தவுடன் எரியும் நெருப்பில் விழுந்தன. அவற்றில் சில எறும்புகள் அவற்றின் உடம்புகள் எரிந்து சமவடிவம் அடைந்த நிலையில் எங்கே போய்க்கொண்டிருந்தன என்று தெரியாமல் வெளியேறி சிதறிச் சென்றன. பெரும்பாலான எறும்புகள் நெருப்பை நோக்கிச் சென்றன; பின்னர் திரும்பி வந்தன; எதிர்முனைக்குச் சென்றன; குளிர்ச்சியாக இருந்த முனையில் ஊர்ந்தன; முடிவில் அவை நெருப்பில் விழுந்து மடிந்தன. அப்போது இதுதான் அகிலத்தின் அந்தம் என்று நான் நினைத்ததையும், அந்தக் கட்டையை நெருப்பிலிருந்து வெளியே எடுத்து எறிந்து அங்கிருந்த எறும்புகள்

தரையில் ஊர்ந்து உயிர் பிழைக்கவைக்கும் மீட்பராகச் செயல்படக் கிடைத்த உன்னதமான ஒரு வாய்ப்பு என்று கருதியதையும், ஆனால், நான் அப்படி எதுவும் செய்யவில்லை என்பதையும் விஸ்கி குடிப்பதற்காக ஒரு தகரக் கோப்பையில் இருந்த தண்ணீரை நெருப்பில் ஊற்றியதையும் இப்போது நினைத்துப் பார்த்தேன். எரியும் நெருப்பில் இருந்த கட்டையில் ஊற்றப்பட்ட தண்ணீர் நீராவியாக மாறி மீதமிருந்த எறும்புகளை வேகவைத்திருக்கும் என்று கருதுகிறேன்.

இப்போது நான் அந்தக் கூடத்தில் உட்கார்ந்தபடி கேதரின் எப்படி இருக்கிறாள் என்ற செய்தியை அறிவதற்காகக் காத்திருந்தேன். அந்த நர்ஸ் வெளியே வரவில்லை. அதனால் சிறிது நேரத்துக்குப் பின் நான் அந்த அறையின் கதவைச் சத்தமில்லாமல் மிகவும் மெதுவாகத் திறந்து உள்ளே பார்த்தேன். முதலில் என்னால் எதையும் பார்க்க முடியவில்லை; வெளியே கூடத்தில் பளிச்சென்று வெளிச்சம் அதிகமாக இருந்தது, ஆனால், அந்த அறையின் உள்ளே இருட்டாக இருந்தது. அதன் பின், அந்த நர்ஸ் படுக்கைக்கு அருகில் உட்கார்ந்திருந்ததையும், கேதரின் தலை ஒரு தலையணைமீது இருந்ததையும், போர்வைக்குள் அவள் முற்றிலும் தட்டையாகத் தெரிந்ததையும் பார்த்தேன். அந்த நர்ஸ் அவளுடைய உதடுகளில் விரலை வைத்து சத்தம் எழுப்பக் கூடாது என்று சைகை செய்தாள், எழுந்து நின்றாள், அதன் பின் வெளியே வந்தாள்.

"அவள் எப்படி இருக்கிறாள்? என்று கேட்டேன்.

"அவர் நன்றாக இருக்கிறார்," என்று நர்ஸ் சொன்னாள். "இப்போது நீங்கள் போய் இரவு சாப்பாடு சாப்பிடுங்கள். அதன் பிறகு நீங்கள் விரும்பினால் திரும்பி வாருங்கள்."

நான் நடைபாதையின் கடைசிப் பகுதிக்குச் சென்று அங்கிருந்து படிக்கட்டு வழியாகக் கீழே இறங்கி மருத்துவமனையிலிருந்து வெளியேறி இருட்டாக இருந்த தெருவில் மழையில் நடந்து சிற்றுண்டி நிலையத்துக்கு வந்தேன். அந்த நிலையத்துக்குள் விளக்குகள் பளிச்சென்று ஒளி வீசின. மேஜைகளில் அதிகக் கூட்டம் இருந்தது. நான் உட்கார்வதற்கு ஓர் இடத்தை என்னால் கண்டுபிடிக்க முடியவில்லை. ஹோட்டல் பணியாளன் ஒருவன்

வந்து ஈரமாயிருந்த என்னுடைய கோட்டையும் தொப்பியையும் வாங்கினான். என்னைக் கூட்டிச் சென்று ஒரு முதியவனுக்கு எதிரில் உட்காரவைத்தான். அந்த முதியவன் பீர் குடித்தபடி மாலை நாளிதழ் வாசித்துகொண்டிருந்தான். நான் பணியாளனிடம் இன்றைய சிறப்பு உணவு என்ன என்று கேட்டேன்.

"இளங்கன்றின் இறைச்சி ஸ்ட்டூ—ஆனால், அது தீர்ந்து விட்டது."

"வேறு என்ன சாப்பிடலாம்?"

"பன்றிக்கறி, முட்டை, முட்டையும் பாலாடைக் கட்டியும் அல்லது முட்டைகோஸ் சாண்ட்விச்."

"நான் இன்று மத்தியானம் முட்டைக்கோஸ் சாண்ட்விச் சாப்பிட்டேன்," என்று சொன்னேன்.

"உண்மைதான்," என்றான். "உண்மைதான். நீங்கள் இன்று மத்தியானம் முட்டைக்கோஸ் சாண்ட்விச் சாப்பிட்டீர்கள்." அவன் நடுத்தர வயது மனிதன். அவன் தலையின் உச்சிப் பகுதி சொட்டையாக இருந்தது. அதன் மீது அவனுடைய முடி நேர்த்தியாக வழித்துவிடப்பட்டிருந்தது. அவன் முகத்தில் அன்பு தவழ்ந்தது.

"உங்களுக்கு என்ன வேண்டும்? பன்றிக்கறியுடன் முட்டையா அல்லது முட்டையுடன் பாலாடைக்கட்டியா?"

"பன்றிக்கறியுடன் முட்டை," என்றேன். "அதோடு பீர்."

"பாதி பொன்னிறம்?"

"ஆமாம்." என்றேன்.

"எனக்கு நினைவிருக்கிறது," என்றான் அவன். "இன்று மதியம் நீங்கள் பாதி பொன்னிறமான பீர் குடித்தீர்கள்."

நான் பன்றிக்கறியும் முட்டைகளும் சாப்பிட்டேன். பீர் குடித்தேன். பன்றிக்கறியும் முட்டைகளும் ஒரு வட்ட வடிவத் தட்டில் இருந்தன—அடிப்பகுதியில் பன்றிக்கறியும் மேல்பகுதியில் முட்டைகளும். அது மிகவும் சூடாக இருந்தது. முதல் கடி கடித்துச் சாப்பிட்டதும் என் வாயில் இருந்த சூட்டைத் தணிக்க கொஞ்சம் பீர் குடிக்கவேண்டியிருந்தது. நான் பசியில் இருந்தேன். முதலில் சாப்பிட்ட உணவு வகைகளை மீண்டும்

கொண்டுவரச் சொன்னேன். பல பாட்டில்கள் பீர் குடித்தேன். நான் எதுவும் சிந்திக்கவேயில்லை. என் எதிரில் இருந்த மனிதனின் நாளிதழை வாசித்தேன். அது பிரிட்டிஷ் போர்முனையில் கிடைத்த வெற்றியைப் பற்றியது. என் எதிரில் இருந்தவன் நான் அவனுடைய நாளிதழின் பின்பக்கத்தை வாசிக்கிறேன் என்று உணர்ந்தபோது அதை மடித்துவைத்தான். ஹோட்டல் பணியாளனிடம் செய்தித்தாள் கேட்கலாம் என்று நினைத்தேன்; ஆனால், என்னால் வாசிப்பில் கவனம் செலுத்த முடியவில்லை. அந்த ஹோட்டலில் வெப்பநிலை அதிகமாக இருந்தது, காற்றும் மோசமாக இருந்தது. அங்கேயிருந்த மனிதர்களில் பெரும்பாலான வர்கள் ஒருவருக்கொருவர் அறிமுகமானவர்களாக இருந்தார்கள். பல வகையான சீட்டு விளையாட்டுகள் நடந்தன. ஹோட்டல் பணியாளர்கள் மதுப்பிரிவிலிருந்து மேஜைகளுக்கு மது கொண்டு வருவதில் ஓய்வில்லாமல் இயங்கினார்கள். மேலும் இரண்டு மனிதர்கள் உள்ளே வந்தார்கள்; உட்கார இடமில்லாமல் நின்றார்கள். அவர்கள் நான் இருந்த மேஜைக்கு எதிரில் வந்து நின்றார்கள். நான் மேலும் ஒரு பீர் கொடுக்கச் சொன்னேன். அவ்வளவு சீக்கிரத்தில் அங்கிருந்து நகர விரும்பவில்லை. மருத்துவமனைக்குப் போக இன்னும் அதிக நேரம் இருந்தது. நான் எது பற்றியும் சிந்திக்காமல் முழு அமைதியில் இருக்க முயற்சி செய்தேன். உள்ளே வந்த மனிதர்கள் சுற்றி நின்றார்கள். மேஜையிலிருந்து ஒருவரும் எழுந்திருப்பதாகத் தெரியவில்லை. அதனால் உள்ளே வந்தவர்கள் வெளியே சென்றார்கள். நான் இன்னும் ஒரு பீர் குடித்தேன். என் மேஜையில் எனக்கு முன்னால் பல தட்டுகள் ஒன்றின் மீது ஒன்றாக அடுக்கி வைக்கப்பட்டிருந்தன. எனக்கு எதிரில் இருந்தவன் மூக்குக் கண்ணாடிகளை அகற்றி அதைக் கண்ணாடிக் கூட்டில் வைத்தான்; செய்தித்தாளை மடித்து அவனுடைய சட்டைப் பையில் வைத்தான்; மதுக் கிண்ணத்தைக் கையில் ஏந்தியபடி உட்கார்ந்து அந்த அறையைப் பார்த்தான். நான் மருத்துவமனைக்குப் போக வேண்டும் என்பதைத் திடீரென உணர்ந்தேன். பணியாளனைக் கூப்பிட்டு என் கணக்கைச் சரிபார்த்து பணத்தைக் கொடுத்தேன், என் கோட்டை மாட்டினேன், தொப்பியை அணிந்தேன், வெளியே நடந்தேன். மருத்துவமனைவரை மழையில் நடந்து சென்றேன்.

மேல் தளத்தில், கூடத்தில் வந்துகொண்டிருந்த நர்ஸைச் சந்தித்தேன்.

"இப்போதுதான் உங்களைத் தேடி ஹோட்டலுக்கு போன் செய்தேன்," என்றாள். என் உடம்புக்குள் ஏதோ ஒன்று இடியென இறங்கியது.

"என்ன பிரச்சினை?"

"மிசஸ் ஹென்றிக்கு இரத்தப்போக்கு ஏற்பட்டுள்ளது."

"நான் உள்ளே போகலாமா?"

"கூடாது, இப்போது போக முடியாது. உள்ளே அவருடன் டாக்டர் இருக்கிறார்."

"அது ஆபத்தானதா?"

"அதிக ஆபத்தானது." அந்த நர்ஸ் அறைக்குள் சென்று கதவை அடைத்தாள். நான் வெளியே கூடத்தில் உட்கார்ந்தேன். என்னுள்ளே இருந்தவை எல்லாம் காணாமல் போயின. நான் சிந்திக்கவில்லை. என்னால் சிந்திக்க முடியவில்லை. அவள் சாகப்போகிறாள் என்று எனக்குத் தெரியும்; அவள் சாகக் கூடாது என்று பிரார்த்தித்தேன். அவளைச் சாக விடாதே. ஓ, இறைவா, தயவுசெய்து அவளைச் சாக விடாதே. அவள் சாவதை நீ தடுத்தால் உனக்கு என்ன வேண்டுமானாலும் செய்கிறேன். தயவுசெய், தயவுசெய், தயவுசெய், அன்புள்ளம் கொண்ட இறைவனே, அவள் செத்துப்போவதை அனுமதிக்காதே. அன்புள்ளம் கொண்ட இறைவனே, அவளைச் சாக விடாதே. தயவுசெய், தயவுசெய், தயவுசெய், இறைவனே, அவளைச் சாக விடாதே. அன்புள்ளம் கொண்ட இறைவா, அவளைச் சாகாமல் இருக்கச்செய். தயவு செய்து, தயவுசெய்து, தயவுசெய்து அவளைச் சாக விடாதே. இறைவா, அவள் சாகாமலிருக்கச் செய். அவள் செத்துப்போவதை நீ தடுத்துவிட்டால் நீ என்ன சொல்கிறாயோ அது எதுவானாலும் செய்கிறேன். குழந்தையை உன்னுடன் எடுத்துக்கொண்டாய்; ஆனால், அவளைச் சாக விடாதே. குழந்தையை உன்னுடன் எடுத்துக்கொண்டதோடு போகட்டும்; ஆனால், நீ அவளைச் சாக விடாதே. தயவுசெய், தயவுசெய், அன்புள்ளம் கொண்ட இறைவனே, அவளைச் சாக விடாதே.

அந்த நர்ஸ் கதவைத் திறந்து கை விரல்களால் சைகை காட்டி என்னை உள்ளே வரச் சொன்னாள். அவளைப் பின்தொடர்ந்து அறைக்குள் சென்றேன். நான் உள்ளே போனபோது கேதரின் மேல்நோக்கிப் பார்க்கவில்லை. படுக்கையின் பக்கமாகப் போனேன். எதிர்ப் புறத்தில் படுக்கைக்கு அருகில் டாக்டர் நின்று கொண்டிருந்தார். கேதரின் என்னைப் பார்த்துப் புன்னகைத்தாள். நான் படுக்கைமீது குனிந்து நின்றேன்; கதறி அழத் தொடங்கினேன்.

"பாவப்பட்ட என் அன்பனே," கேதரின் மிகவும் மென்மையாகப் பேசினாள். அவள் சாம்பல் நிறத்தில் இருந்தாள்.

"நீ நன்றாக இருக்கிறாய், கேட்," என்றேன் நான். "வெகு விரைவில் நீ குணமடைந்துவிடுவாய்."

"நான் சாகப்போகிறேன்," என்று சொன்னாள்; பிறகு பேசாமல் இருந்தாள்; அதைத் தொடர்ந்து, "அதை நான் வெறுக்கிறேன்," என்றாள். அவள் கையைப் பிடித்தேன்.

"என்னைத் தொடாதே," என்றாள். அவள் கையைக் கீழே வைத்தேன். அவள் புன்னகைத்தாள்.

"பாவப்பட்ட என் அன்பனே. உனக்கு வேண்டிய அளவு என்னைத் தொடு."

"நீ குணமடைந்துவிடுவாய், கேட். நீ குணமடைந்துவிடுவாய் என்று எனக்குத் தெரியும்."

"எனக்கு ஏதாவது நடந்துவிட்டால் இருக்கட்டுமே என்று உனக்குக் கடிதம் எழுத நினைத்தேன்; ஆனால், எழுதவில்லை."

"பாதிரியாரை அழைத்துவர வேண்டும் என்று நினைக்கிறாயா அல்லது வேறு யாராவது வந்து உன்னைப் பார்க்க வேண்டும் என்று விரும்புகிறாயா?"

"எனக்கு நீ மட்டும் போதும்," என்றாள். பிறகு, "சாவை நினைத்து நான் அஞ்சவில்லை; ஆனால், அதை நான் வெறுக்கிறேன்," என்றாள்.

"நீ இவ்வளவு அதிகமாகப் பேசக் கூடாது," என்று டாக்டர் சொன்னார்.

"சரி," என்றாள் கேதரின்.

"நான் வேறு ஏதாவது செய்ய வேண்டும் என்று நீ விரும்புகிறாயா, கேட்? உனக்கு ஏதாவது வாங்க வேண்டுமா?"

கேதரின் புன்னகைத்தாள், "வேண்டாம்," என்றாள். பிறகு, "நமக்குள் நாம் செய்தவற்றை வேறு பெண்ணிடம் செய்யாதே; அல்லது என்னிடம் பேசியவற்றைப் பேசாதே, பேசுவாயா?"

"ஒருபோதும் இல்லை."

"இருந்தாலும், உனக்கான பெண்களுடன் நீ இருக்க வேண்டும் என்று விரும்புகிறேன்."

"எனக்கு வேறு பெண்கள் தேவை இல்லை."

"நீங்கள் மிகவும் அதிகமாகப் பேசுகிறீர்கள்," என்று டாக்டர் சொன்னர். "மிஸ்டர் ஹென்றி இப்போது வெளியே போக வேண்டும். கொஞ்ச நேரத்துக்குப் பின்னால் அவர் மீண்டும் உள்ளே வரலாம். நீ சாகப்போவதில்லை. சிறுபிள்ளைத்தனமாக நடந்துகொள்ளாதே."

"சரி," என்றாள் கேதரின். "இரவு நேரங்களில் நான் வந்து உன்னுடன் தங்குகிறேன்." அவள் பேசுவதற்கு மிகவும் சிரமப்பட்டாள்.

"தயவுசெய்து இந்த அறையிலிருந்து வெளியே போய்விடுங்கள்," என்றார் டாக்டர். "நீங்கள் இங்கே பேசக் கூடாது." கேதரின் என்னைப் பார்த்துக் கண்ணடித்தாள்; அவள் முகம் சாம்பல் நிறத்தில் இருந்தது. "நான் இந்த அறைக்குப் பக்கத்திலேயே இருக்கிறேன்," என்றேன்.

"கவலைப்படாதே, அன்பனே," என்றாள் கேதரின். "கொஞ்சம்கூட இதைப்பற்றி நான் அஞ்சவில்லை. இது ஒரு நேர்மையற்ற ஏமாற்று வேலை, அவ்வளவே."

"என் அன்பே, துணிச்சலான இனியவளே."

நான் அறைக்கு வெளியே கூடத்தில் காத்திருந்தேன். நான் நீண்ட நேரம் காத்திருந்தேன். அந்த நர்ஸ் கதவின் அருகில் வந்தாள்; பின்னர் என்னிடம் வந்தாள். "மிசஸ் ஹென்றி இப்போது மிகவும் மோசமான நிலையில் இருக்கிறார் என்று அஞ்சுகிறேன்," என்றாள். "அவர் உடல்நிலையைப் பற்றி பயப்படுகிறேன்."

"அவள் இறந்துவிட்டாளா?"

"இல்லை. ஆனால், அவர் உணர்வு இழந்த நிலையில் இருக்கிறார்."

கேதரினுக்கு ஓர் இரத்தப்போக்கைத் தொடர்ந்து மற்றொரு இரத்தப்போக்கு ஏற்பட்டதாகத் தெரிகிறது. அவர்களால் அதை நிறுத்த முடியவில்லை. நான் அறைக்குள் சென்றேன்; கேதரின் இந்த உலகைப் பிரிந்து செல்லும்வரை அங்கேயே இருந்தேன். கடைசிவரை அவள் உணர்வை இழந்த நிலையிலேயே இருந்தாள்; அவளது இறுதி துயிலிடத்தைத் தேடிச் சென்ற பயணம் அதிக நேரம் நீடிக்கவில்லை.

அறையின் வெளியே இருந்த கூடத்தில் டாக்டரிடம் பேசினேன், "இன்று இரவு நான் செய்யவேண்டியது ஏதாவது இருக்கிறதா?"

"இல்லை. செய்வதற்கு எதுவும் இல்லை. உங்களை உங்கள் ஹோட்டலுக்கு நான் கூட்டிப்போகவா?"

"வேண்டாம். மிக்க நன்றி. நான் கொஞ்ச நேரம் இங்கேயே இருக்கப்போகிறேன்."

"வேறு ஒன்றும் சொல்வதற்கு இல்லை என்று எனக்குத் தெரியும். உங்களிடம் என்னால் சொல்ல முடியாத—"

"வேண்டாம்," என்றேன் நான். "சொல்வதற்கு எதுவும் இல்லை."

"குட்-நைட்," என்றார் அவர். "உங்களை ஹோட்டல்வரை நான் கூட்டிப்போக வேண்டாமா?"

"வேண்டாம், நன்றி."

"செய்யக் கூடியது அது ஒன்றுதான்," என்றார். "அறுவைச் சிகிச்சை---"

"அதுபற்றி பேச விரும்பவில்லை." என்றேன்.

"உங்களை ஹோட்டலுக்கு அழைத்துச் செல்ல விரும்புகிறேன்."

"வேண்டாம், நன்றி."

அவர் அந்தக் கூடத்தின் தளத்தில் நடந்தார். நான் அந்த அறையின் கதவை நோக்கி நடந்தேன்.

"நீங்கள் இப்போது உள்ளே வர முடியாது," என்று அங்கேயிருந்தவர்களில் ஒரு நர்ஸ் சொன்னாள்.

"முடியும். என்னால் முடியும்," என்றேன்.

"இன்னமும் நீங்கள் உள்ளே வர முடியாது."

"நீ வெளியே போ," என்றேன். "அந்த மற்றொரு நர்ஸும்."

அவர்களை வெளியே அனுப்பிவிட்டு அறையின் உள்ளே போய் கதவை அடைத்து விளக்கை அணைத்தபின் அவளுக்கு இறுதி அஞ்சலி செலுத்தினேன். ஆனால், எந்தப் பயனும் இல்லை. அது ஒரு சிலைக்கு குட்-பை சொல்வதுபோல் இருந்தது. சற்று நேரத்துக்குப் பிறகு அந்த அறையிலிருந்து வெளியேறினேன். மருத்துவமனையிலிருந்து புறப்பட்டேன். மழையில் நனைந்தபடி ஹோட்டலுக்குத் திரும்பி நடந்தேன்.